శ్రీమాన్ నేలటూరి రామదాసయ్యంగారు

వ్యాఖ్యాత

ప్రఖ్యాపనము

ఆంధ్రప్రదేశ్ సాహిత్య - అకాడమి అను సాహిత్యాభివృద్ధి వ్యాప్తి దీక్షితసభ ఆ పేరు అన్వర్థమగునట్లు పెక్కు కావ్యములు ప్రకటించి సాహితిం గొలుచుచున్నది. మఱి కావ్యకౌతుకాచార్యుఁడు (భరతనాట్య-VI పుట. 292) 'ప్రయోగత్వ మనాపన్నే కావ్యే నాస్వాదసమ్భవః' అని 'ప్రయోగము పొందనేరని వట్టి కావ్యమున ఆస్వాదము కలుగదు' అన్నట్లును, ఆమార్గాననే మహామాహేశ్వర - అభినవగుప్తపాదులవారు 'కావ్యం తావత్ ముఖ్యతో దశరూపక మేవ' అనియు, 'తత్ర హ్యుచితై ర్భాషా వృత్తి కాకు నైపథ్యప్రభృతిభిః పూర్యతే చ రసవత్తా' అనియు, కావుననే ఆచార్య వామన సూత్రమునకు 'సందర్భేషు దశరూపకం శ్రేయః' అనుదానికి ఎంతయు చెల్లుబడి అనియు అన్నట్లును 'అభినవభారతి'లో కావింపఁబడిన ప్రశంసం దలంచి, ప్రసిద్ధనాటకమును ఈముద్రారాక్షసమును సవ్యాఖ్యానముగా ఇపుడు ప్రకటించినది. దీని యచ్చుపని మదరాసు 'వేదం ప్రింటర్సు'కు అప్పగింపఁబడినది. దానియొడయఁ డగుఆయుష్మద్ వేదము వేంకటరాయశాస్త్రులచేత స్ఖలితములు దొరలకుండ తానే ప్రూఫులుదిద్ది వివిధాకారప్రమాణలిపి సంకలనక్లేశమునకు ఓర్చి, ఎంతయు అందముగా గ్రంథము తీర్పఁబడినది. ముద్రణము వ్యాఖ్యాతృపర్యవేక్షితము ఆంధ్రప్రదేశ్ సాహిత్య అకాడమిచే ప్రకటితము. సాహితీప్రియులును విద్యార్థులును అకాడమికి ఎంతయు కృతజ్ఞులు కాఁదగును.

25—7—1972 నే. రామదాసు

విషయ సూచిక

ఉపోద్ఘాత విషయసూచిక

——:o:——

ఏతన్నాటకగతాః పురుషాః

సూత్రధారః

చంద్రగుప్తః - రాజా

చాణక్యః - కౌటిల్యః

జీవసిద్ధిః (ఇందుశర్మా) - చాణక్య మిత్రమ్, గూఢప్రణిధిశ్చ

భాగురాయణః - చాణక్య గూఢ ప్రణిధిః

సిద్ధార్థకః - చాణక్య గూఢ ప్రణిధిః

సమిద్ధార్థకః - సిద్ధార్థక మిత్రమ్, రాజపురుషః

నిపుణకః - చాణక్యస్య గూఢచారః

శార్ఙ్గరవః - చాణక్య శిష్యః

వైహీనరీ - చంద్రగుప్తస్య కంచుకీ

మలయకేతుః - పర్వతేశ్వరః (పుత్రః పితాచ)

రాక్షసః - పూర్వనన్ద మన్త్రీ, మలయకేతుమాశ్రితః

చన్దనదాసః - రాక్షస మిత్రమ్, శ్రేష్ఠీ

శకటదాసః - కాయస్థః, రాక్షస మిత్రమ్

జీర్ణవిషః (విరాధగుప్తః) - రాక్షస ప్రణిధిః, ఆహితుండిక వేషధారీ

కరభకః - రాక్షసస్య చారః

ప్రియంవదకః - రాక్షసస్య కింకరః

జాజలిః మలయకేతోః కఞ్చుకీ

ఉదుమ్బరః - చాణక్యస్య చరః

భాసురకః - భాగురాయణస్య సేవకః

స్త్రియః

నటీ

విజయా - మలయకేతు ప్రతీహారీ

శోణోత్తరా - చన్ద్రగుప్త ప్రతీహారీ

చన్దనదాస భార్యా

శ్రీ

ముద్రారాక్షసనాటకమ్

(రసాస్వాదిని)

ఉపోద్ఘాతము

ప్రస్తావన

బాల్యమున నేను బి. ఏ పరీక్షకు చదువుకొను నప్పుడు(1910-12) నాకు ముద్రారాక్షస నాటకము పాఠ్యముగా నుండెను తరువాత కొందఱు మిత్రులును శిష్యులును కోరఁగా వారికి దానిని పాఠము చెప్పితిని. కాలేజిలో ఇది బి. ఏ. విద్యార్థులకు పాఠ్యము కాఁగా ఒజ్జనై రెండు మూఁడు సార్లు వారికిని పాఠము చెప్పితిని ఇది వీరరసప్రధానమై రాజ్యతంత్రనైపుణిని బోధించునదై, రంగప్రయోగమున మిక్కిలి రక్తికట్టునది. దీనిం బోలిననాటకము గీర్వాణమున మఱి లేదు. కావున శృంగారప్రధానమైన శాకుంతలమునకును, దానిని మించిన దగునని లోకోక్తిం బఱపిన కరుణవిప్రలంభ ప్రధానమైన ఉత్తరరామచరిత్రకును "రసాస్వాదిని" అని ఆంధ్రమున వ్యాఖ్య రచించినవాఁడను, బహుమిత్రప్రేరణచే వీరరస ప్రధానమైన దీనికిని ఒక రసాస్వాదిని వ్రాసి దానను మాసాహిత్యవిద్యాగురు కవి సహృదయచక్రవర్తి శ్రీవేదము వేంకటరాయశాస్త్రిల కీర్తిని ఆరాధింతును గాక యని ఈ సాధారణవేసంగిలో తొడంగి రక్షించితిని.

దీనికి సంస్కృతమున మంచిదే వ్యాఖ్య యొకటి కలదు. అంతగా పేరువడనివి ఒండు రెండును కలవు. ఆంగ్లమునను పలువురు హేమాహేమీలు వ్యాఖ్యలం గూర్చియున్నారు. నేనుఎన్నింటికో వానిని ఉపజీవించి వానిసాయముం

గొనియున్నాఁడను. కావున వారికి కృతజ్ఞుఁడ నగుదును. మాగురువుగారు ఎన్నినాటకాలకో అనువాదములు రచించినారు. దీనికి అనువాదము రచింపరైరి. కావున పాఠమును అర్థమును నిర్ణయించుకొనునట్టుల సకలసందేహనిరాసకమును సాధ్వర్థ నిశ్చాయకమును అగు నాసాయము సాక్షాత్తుగా లేకపోయెను. మఱి వారు నేర్పిన సాహితీమార్గ మొక్కఁడే నాకు శరణమైనది.

కవి-ఊరు-పేరు-కాలము-రచనలు

గీర్వాణకవుల కాలముగాని, చరిత్రగాని, చరిత్రరచనా ప్రవణముగాని మన దేశమున ఎఱుంగను నిర్ణయింపను ఎంతయు క్లేశము గూర్చుచుండును. కవులును సాధారణముగా తామై చెప్పుకొనరు. నాటికవులు మాత్రము ప్రస్తావనలో కవిగూర్చి తెలుపవలసినది అను నాచారమును నిర్వహించుచు కొంత చెప్పుట కలదు. కాళిదాసు రఘువంశ కుమారసంభవ ఋతుసంహారాదిలో తన పేరు ఊరు చెప్పకున్నను, ఒక్క పేరును మాత్రము నాటకములం జెప్పియున్నాఁడు. భవభూత్యాదులు కొందఱు మఱికొంతయుఁ జెప్పియున్నారు. దాన వారింగూర్చి మఱి కొంత యెఱుంగనగుచున్నది. అట్లే ముద్రారాక్షసకర్త విశాఖదత్తుఁడును తన పేరును, హోదాలతో కూడ 'సామన్త పటేశ్వరదత్త పౌత్రస్య మహారాజపదభాగ్ భాస్కరదత్త సూనోః' అని తన తాత 'సామంతుఁడు' పటేశ్వరదత్తుఁడు అనియు తండ్రి మహారాజు భాస్కరదత్తుఁడనియు చెప్పినాడు, "సామంతుఁడు" అనగా ఒక అధిరాజునకు లోఁబడిన రాజు. "మహారాజు" అనఁగా ఇతఁ డెవడో లోఁబడని స్వతంత్రుఁడు అని తోఁచును, మఱి రెండును అధిరాజు క్రింది హోదాలే, ఉద్యోగములే (చూ. పు. 6) మఱి వీరిని ఆయుద్యోగము లొసంగిన ప్రభువు ఎవరో చెప్ప లేదు. అది చెప్పియున్న ఎంతయో చరిత్ర గ్రహింపఁదగియుండును, తానును మహారాజగునా అనుటను విశాఖదత్తుఁడు చెప్పలేదు. నాయన తాతలును విద్వాంసులా కవులా అనుటనుం జెప్పలేదు. విశాఖదత్తుఁడు ఈనాటకమును క్రొత్తగా రచించినాఁడట సూత్రధారుఁడును అతని కుటుంబమును ప్రస్తావననిర్వాహమునకు అంతలో పాటలీపుత్రమువారును చాణక్య చంద్రగుప్తుల కాలమువారును ఐపోయినారు. ప్రస్తావనలో అట్లుచెప్పుట అదియొక సంప్రదాయము, కావున ఇంతకు మించి కవింగూర్చి ప్రస్తావనలో ఏమియులేదు.

నాటకముననే కడపట భరతవాక్యమున,

"... ... ...
యస్య ... ... భవధాత్రీ
మ్లేచ్ఛై రుద్విజ్యమానా భుజయుగ మధునా
సంశ్రితా రాజమూర్తేః
స శ్రీమద్బన్ధు భృత్య శ్చి ర మవతు మహీం
పార్థివశ్చన్ద్రగుప్తః. పా (అవన్తి వర్మా")

మ్లేచ్ఛులచే 'ఉద్విజ్యమానా(afflicted grieved frightened opprossed-Apte బాధపెట్టఁబడుచున్నది దుఃఖపెట్టఁబడుచున్నది భయపెట్టఁబడుచున్నది పీడింపఁబడుచున్నది-ఆక్రాంతమైనదికాదు.) ఐన భూతధాత్రి ఎవని భుజద్వయమును ఆశ్రయించేనో ఆ చంద్రగుప్తుఁడు-పా. అవంతివర్మ-శ్రీమంతులయిన బంధువులు భృత్యులు గలవాఁడు అభూమిని చిరము పాలించునుగాక——అని రాజును, అతఁడు భూమికి మ్లేచ్ఛులబాధమాన్పుటయు, బంధుమిత్రులంజేయుటయు 'అధునా' (ఇపుడు) అనుటయు చెప్పఁబడియున్నది. దాన కవికాలపు రాజు, అతఁడు భూమికి మ్లేచ్ఛులబాధ-భయము-వలన అండ యగుట, బంధువులను భృత్యులను శ్రీమంతులం జేయుట అను కొన్ని చరిత్రాంశములు చెప్పఁబడియున్నవి. దానివలన కవిదేశకాలముల నెఱుంగఁదగు వెరవు ఇంచుక కల్పింపఁబడినది. రాజు చంద్రగుప్తుఁడా, అవంతివర్మయా, మ్లేచ్ఛులు ఎవరు, వారు భూమికి ఉద్వేగము కలిగించిన దెప్పుడు అని విచారింపవలసి ఏర్పడినది. చంద్రగుప్తుఁడైన అతఁడు నాటకమున నాయకుఁడైన మౌర్య చంద్రగుప్తుఁడా, గుప్తచక్రవర్తులలో వాఁడైన 'విక్రమార్క' బిరుదశాలి చంద్రగుప్తుఁడా, అవంతివర్మయైన స్థానేశ్వరప్రభువు మౌఖరుల-అవంతివర్మయా, కాశ్మీరప్రభువు అవంతివర్మయా అని విప్రతిపత్తులు ఏర్పడినవి.

గీర్వాణవ్యాఖ్యాత ఢుంఢిరాజు మౌర్యచంద్రగుప్తుఁడగును అన్నాఁడు, ఢుంఢి మౌర్యశంద్రగుప్తుఁడే యనుట భరతవాక్యమును నాయకుని కాలముచే సూచించుచు నాయకునిచేతనేపలికించుట ఒకప్పుడు నాటకరచన సంప్రదాయమగుటచేత, కాళిదాసు మాళవికలో భరతవాక్యమును అగ్నిమిత్రునిచేత చెప్పించినాఁడు,గదా, కాళిదాసేమో అగ్నిమిత్రుని కాలమువాఁడు (క్రీస్తు నూతేండ్లకు పూర్వుఁడు) గాఁడు.

కాళిదాసు చంద్రగుప్త విక్రమాదిత్యుని కాలమువాఁడు, అంతకు ఐదువందలయేండ్ల యనంతరుడు, కావున అదేదో ప్రాతసంప్రదాయపు నిర్వాహమాత్రమే. కాళిదాసే విక్రమశాకుంతలములలో తనవిధమునుమార్చుకొన్నాఁడు, ఏరాజునుపేర్కొనలేదు. మౌర్యులకాలమున మ్లేచ్ఛులవలన ఉద్వేగము కలిగెనా అని యాక్షేపణ. మ్లేచ్ఛులదండయాత్ర మలయకేతువు నడపినది నాటకకథలోనే సూచింపఁబడినది కదా. ఐనను కొన్ని ముద్రారాక్షస గ్రంథములందు, ఈ భరత వాక్యము - భరతుని (=నటుని) వాక్యము ఐనను, రాక్షస వేషధారిచే పల్కింపఁబడినది. రాక్షసుఁడు తాను నడపిన ఆ దండయాత్రను తానే సూచించునా? నాణెముగాదు-కావున మౌర్యుఁడుకాఁడు; అని కొందరిచే అనఁబడినది. మరల మఱికొన్ని ముద్రారాక్షసము వ్రాఁతప్రతులందు భరతవాక్యము రాజు చంద్రగుప్తవేషధారి పలికినట్లేయున్నది పాఠము. ప్రాయికముగా ఎల్ల నాటకములందును భరతవాక్యము నాయకపాత్రధారియే పలుకుట కలిగియున్నది. ఇదియే సాధువు. కావున మౌర్యుడే అని గ్రహింపఁదగును అన్నారు. మఱి ఆది భరతుని వాక్యమగుటవలన రాక్షసపాత్రధారి యేని చంద్రగుప్త పాత్రదారి యేని ఉభయులలో ఎవరేనిపలుకవచ్చును. దానికి ఏమియాక్షేపణ? ఈ మలయకేతుదండయాత్ర నాటక వస్తువుగాదు. మౌర్యచంద్రగుప్తుని రాజ్యకాలమున మేచ్ఛులును, వారివలన భూమికి బాధయు ఎందును చెప్పఁబడలేదు. కావున శ్లోకములోని చంద్రగుప్తుఁడు ఆ మౌర్యుఁడు కాఁజాలఁడు - అని తేల్పఁబడినది. మఱెవఁడు? చంద్రగుప్త విక్రమాదిత్య చక్రవర్తియా?

పాఠాంతరములు ఉపలబ్ధము లగుచున్నవి, అవన్తివర్మ యనియు రన్తివర్మ యనియు, దన్తివర్మ యనియు. 'పార్థివోఽవన్తి' అనుటలో 'ర' 'ద'లు 'వ'కు వ్రాఁతపొరలు కాఁబోలు—రంతివర్మయన్న పేరు చారిత్రకముగా ఎందును అగపడదు. 'దన్తివర్మ'యని మళయాళములో తనకు దొరకిన పెక్కుతాళపత్ర గ్రంథముల నుండినది అని మావాఁడు, నాసహాధ్యాయి ఆసూరు సరస్వతి రంగస్వామి, మదరాసు సర్కారు ఎపిగ్రఫిగానున్నవాఁడు, 1924 ప్రాంతమున నాతో చెప్పియు, ప్రకటించియు ఉండెను. ఆపేరుగలవాఁడు దాక్షిణాత్యుఁడు ఒక పల్లవ రాజుకలఁడు, మఱి ఆరాజ్యమునకు మ్లేచ్ఛోద్వేగము అసంభవము. మఱి అవంతివర్మలు ఇరువురుకలరు, కాశ్మీరరాజొకఁడును. స్థానేశ్వరరాజొకఁడును. విశాఖదత్తునికి పోషకుడుకాశ్మీరరాజు అవన్తివర్మయగునేని, నాటకమున అకాలపుఁగాశ్మీరుఁడు 'పుష్క'రాక్షుఁడుమ్లేచ్ఛుఁడు(1-20)అనియుండఁబోఁడు. మఱియుటిలాంగు

పండితుఁడు అపారము దొరికిన వ్రాఁతపతులు కాశ్మీరమునకు చాలదూరములోనివి నాగపూరు బొంబాయి ప్రాంతములవి వానిలో కాశ్మీరపురాజు పేరు చెప్పఁబడి యుండుననుటయు విశ్వసనీయము గాదు. కావున అవంతివర్మ స్థానేశ్వరము వాఁడే; వాని రాజ్యమునకే హూణులు (మ్లేచ్ఛుల) వలని యుద్వేగము, అప్రక్క తన రాజ్యము వారికి సమీపముగా నుండుటచే తొలితాఁకుడుగా తగులుటయు వాఁడు వానిని ఓర్వవలయుటయు సుసంభవము అట్లేఅతఁడు. తనకు చుట్టమును సమీపపు వాఁడును ఐన కాన్యకుబ్జేశ్వరు సాయముతో హూణులను మఱి యిటు రానీక తఱిమినట్లు చరిత్ర స్పష్టముగానున్నది. కావున ఆ యవంతివర్మ విశాఖదత్త పోషకుఁడు కానోపు ననియు అమ్లేచ్ఛులం దోలిన విజయకాలము 582-ఏ. డి కావున విశాఖదత్తుఁడు ఆఱవశతాబ్దియుత్తరార్థము వాఁడనియు (550-600-ఏ. డి.) నాటకము అప్పుడు రచింపఁబడిన దనియు నిర్ణయింపఁదగును-అని కొందఱు పండితులు నిశ్చయించినారు. ఆపోషకరాజును ఆ యాశీశ్లోకమున విశాఖదత్తుఁడు 'శ్రీమద్బన్ధుభృత్యః' అని విశేషించినాఁడు విశాఖదత్తుని తాత సామంత మాత్రుఁడు కాఁగా, నాయన ఒక్క పురు షాంతరముననే మహారాజు అగుట ఇట్లు అవంతివర్మ అతనిని శ్రీమంతుం జేయుటవలననే అని ఊహింపఁదగుననియు, విశాఖదత్తుఁడును ఆ యవంతివర్మపలన హిమన త్పర్యంతము వ్యాపించిన తన రాజ్యమున ఆహిమత్ప్రాంతదేశమున గొప్ప పదవిలో వినియోగింపఁబడియుండు ననియు, దాన నా ప్రాంతపు బర్వతేశ్వరుని రాజ్యపుఁ జుట్టుపట్టు గుట్టులన్నియు చక్కఁగా ఎఱిఁగియుండి ఆ యెఱుకను ఈనాటకమున మలయుని రాజ్యముం గూర్చియు అతని మేచ్ఛమిత్రుల రాజ్యములం గూర్చియు సన్నివేశాది విశేషములను చక్కఁగ వ్రాయ నుపయోగించుకొన్నాఁడనియు ఊహింపఁదగు నందురు.

మఱి యిటీవల విశాఖదత్తుఁడు మఱియొక నాటకమును, దేవేంద్రగుప్త మను దానిని రచించెనని చరిత్ర శాసనములను ప్రాచీనగ్రంథములను అన్వేషించి పరిశోధించువారు కనిపట్టినారు. అట్లుకనిపట్టుటను ఆ నాసహాధ్యాయి మిత్రము రంగస్వామియే 1920 ప్రాంతపుఁ దన వ్యాసముఁబం బత్రికలలో ప్రకటించినాఁడు ఆనాటకమునానాయకుఁడు గుప్తచక్రవర్తి రెండవచంద్రగుప్తుఁడు, విక్రమార్క బిరుదశాలి, దానిం జూచిన తర్వాత పండితప్రకాండులు పలువురు ఇదం పరులు, హిల్లిబ్రాండ్, స్పేయరు, టానే, కొనో, జయస్వాల్ ప్రభృతులు 'చంద్రగుప్త' అను పాఠమునే అనుగ్రహించు చున్నారు దీని మీఁద ముద్రవేయుటగా భారతచరిత్ర రచయి త్రిగేరిసరుఁడు,

అప్రధృష్యవాక్కు విన్సెంటు ఎస్మిత్తు సకలప్రమాణ పర్యాకలన పూర్వముగా చెప్పుచున్నాడు-(Good authorities are now disposed to assign the political drama entitled The signet of the Minister ముద్రారాక్షస to the reign of Chandragupsa Vikramaditya. (V A. Smith *I* P. 50) చంద్రగుప్తనామము విశాఖదత్తపోషక గుప్తచక్రవర్తికే కాక, నాటకనాయకునికి వర్తించి, ఉభయవాచకమై మిక్కిలియు పొందికగా నుండును. ఐనను భూమికి ప్లైవోద్వేగము బాపుట, మౌర్యునియెడ చారిత్రకముగా అంతగావర్తింపదుగాక, ఐనను అతఁడు ఎందఱినో శత్రువుల నిర్జించియే కదా, రాజగుటయు, చక్రవర్తియగుటయు. గుప్తచక్రవర్తి యెడనో శ్లోకము ప్రత్యక్షరమును లెస్సగాఅన్వయించును అతనికాలమున అతఁడును వాయవ్య భారతమున హూణులం దీకొన్నవాఁడే మఱి నైరృతి శకవిజయము ఉండనేయున్నది. ఆతని కాలము375-413 ఎ. డి. కావున ముద్రారాక్షసము నాల్గవశతాబ్దియంతమున రచితము. సందియములేదు. "The Indians spoke of all the later barbarians as Hunas Huns". V.A. Smith. I.P.163

మఱియు చేయఁబడిన యూహలు_సముద్రగుప్తునిభార్య దత్తదేవి_'దత్త' నామముచే ఆరాణి 'దత్త' శబ్దాంత ఘటిత నామములయిన నటేశ్వర-భాస్కర-విశాఖులయింటి యాఁడుపడుచు అనియు సముద్రగుప్తునికి రాణియాయె ననియు, దాన ఒక పురుషాంతరముననే 'సామంతునికొడుకు మహారాజ' పద భాక్కు ఆయె ననియు, విశాఖదత్తుఁడును అట్టి హోదాకలవాఁడే ఐ యుండెననియు, వారికి కులవిద్యగా రాజ్యతంత్రమున మిక్కిలి ప్రవేశమనియు, తామహాకవియగుటవలన పరాక్రమ రాజ్యతంత్ర ప్రధానమైన యీ ముద్రారాక్షసమును ఆ దేవీ చంద్రగుప్తమును (ఇందు శృంగారమును కలదేమో, నాటకము పూర్తిగా, ఒకటి రెండు చిన్నతునకలు తప్ప, దొరకనందున తెలియదు, లేకున్న 'శృంగార ప్రణాళిక'లో ఉదాహరణము గనునా?) రచించెననియు 'సమ్రాట్-చంద్రగుప్తుని' యాస్థానమున 'సమ్రాట్ చంద్రగుప్తుని' నాటకమున రచించెననియు

దేవీచంద్రగుప్తము చారిత్రకనాటకము. గుప్తచక్రవర్తి సౌరాష్ట్రమును శకాధిపతిని మహాక్షత్రపరుద్రసింహుని (చూ వి. ఏ. స్మిత్-I. P. 151-) జయించి, సాధించిన చరిత్రాంశము అందు వస్తువు సముద్రగుప్తుని పెద్ద కొడుకు.

చంద్రగుప్తునికి అన్న రామగుప్తుఁడు యుద్ధమున సౌరాష్ట్రపతికి ఓడి పట్టువడి తనభార్యను అతనికి సమర్పించు షరత్తున విడుపొంది రాఁగా, ఆయనమతికి మిక్కిలియు కుపితుఁడై వీరుఁడు చంద్రగుప్తుడు తాను అరాణి ధ్రువదేవివేసమున స్త్రీవేషధారులైన భటులతో గిరిపురమున శకరాజునంతఃపురములో జొచ్చి వానిం జంపి అక్షతశరీరుఁడుగానే ఒక వెఱ్ఱివానివేసమున తప్పించుకొనివచ్చిన కథ. నాటకమున ఆఅవయంకమునకు 'ఉన్మత్త చంద్రగుప్త' మని పేరు, అట్లుమరలి వెంటనే తన సేనతో మరల గిరిపురమును ముట్టడించి పట్టుకొని సౌరాష్ట్రమును, తత్పరిసర శకరాజ్యమును తనవసముచేసికొని సాహసాంకుఁడును విక్రమాదిత్యుఁడును ఐన కథ. భోజని శృంగార ప్రకాశికలో, "స్త్రీవేషనిహ్నుత శ్చన్ద్రగుప్తః శత్రోః స్కన్ధావారం గిరిపురం శకితపతిపధాయ అగమత్" అని ఉదాహృతము అట్లే బాణుని హర్షచరితమునను "అరిపురే చ పరకళత్రకాముకం కామినివేష గుప్తో గుప్త శ్చన్ద్రగుప్తః శకపతి మశాతయత్"

దానిమీఁది వ్యాఖ్యానమునను "శకానా మాచార్యః శకాధిపతిః ధ్రువదేవీం చన్ద్రగుప్త భ్రాతృజాయాం ప్రార్థయమానః చన్ద్రగుప్తేన ధ్రువదేవీవేష ధారిణా స్త్రీవేషజన పరివృతేన రహసి వ్యాపాదితః" అని

అట్లే భోజదేవ-అభినవగుప్తులచే ఉదాహృతమైన మఱియొక నాటకము "అభిసారికా వంచితక"మనునదియు దాని కథఁబట్టి ఏతద్రచితమ యగునా అని సందేహింపఁబడినది. అది 'లోకే హరి చ వత్సరాజచరితం' అని పేరువడిప వత్సరాజుకథ వత్సరాజు రెండవభార్య పద్మావతికి తన సవతికిం బుట్టిన కుమారుని హత్యచేసెనని ఎట్లో నింద ఆరోపితమైనది, దానిని ఎంత చెప్పియు ఏమి చేసియు ఆమె తప్పించుకొనలేకపోయెను. అంతట రాజ్యమునుండి వివాసముచేయఁబడినది ఆమె అడవిలో కిరాతవేసమున నుండి అటువచ్చిన వత్సరాజును వలపించి అభిసరపించుకొని, అనురాగమున మరల సంపాదించుకొని ఆదూఱుం బాపిన కథ. ఐనను దాని రచయితపేరు విశాఖదేవుఁడు అని యున్నది "దత్త" అని తరతరాలుగ కులము పేరు ప్రసిద్ధముగనుండ, ఈ దేవుఁ డన్న పేరు అతనికి అంగీకరించు టెట్లు అని అది విడువవలసివచ్చినది సాధారణ లోకప్రశక్తి లేనందున ప్రసిద్ధముగ మనకురాకపోయినదేమో.

మఱియు ఈముక్తక మొకటి కలదు.

"దత్త్వా రుద్ధగతిః ఖసాధిపతయే దేవీం ధ్రువస్వామినీం,
యస్మాత్ ఖణ్డితసాహసో నివవృతే శ్రీశర్మగుప్తో నృపః
తస్మి న్నేవ హిమాలయే గురుగుహాకోణక్వణత్కిన్నరే
గీయన్తే తప కార్త్తికేయనగర స్త్రీణాం గణైః కీర్తయః"

'పోనీక అడ్డగింపఁబడిన వాఁడై శ్రీశర్మగుప్తరాజు దేవిని ధ్రువస్వామినిని ఖసాధిపతికి ఇచ్చి మొక్కవోయిన సాహసముగల వాఁడై ఎందుండిమరలెనో, ఆహిమాలయమునందే, పెద్ద గుహల మూలల మొరయు కిన్నరములు గలదాని యందు సీకీర్తులు కార్తి కేయనగర స్త్రీల గుంపులచే పాడఁబడుచున్నవి'

ఎంతో ప్రసిద్ధవిషయముం గూర్చి కాక "ముక్తకములు" ప్రవర్తిల్లవు. ఇందు 'నీ' అని సంబోధింపఁబడినవాఁడు చంద్రగుప్తుఁ డనియు శర్మగుప్తుఁ డెవఁడో తెలియలేదనియు, అది 'రామగుప్త' అనుటకు పొరపాటు అనియు ఇందు అవమానించినవాఁడు ఖసాధిపతి యనియు, అది 'శకాధిపతి' అనుటకు పొరపాటనియు. ఇదియు శృంగారప్రకాశ నాట్యదర్పణములలో ఉదాహృతమైన దేవీచంద్రగుప్త కథయయనియు పండితాఖండలులు జయస్వాల్ బండర్కారు ప్రభృతులన్నారు ఇందు చరిత్రలకెక్కని చరిత్రాంశము కలదు సముద్రగుప్తునికి అనంతరుఁడు రామగుప్తుఁడు, చంద్రగుప్తునికి అన్నకలఁడనియు ఇందలిది అతని వృత్తమనియు 380-85-415-ఏఁబది ఇటు నలువది యటు వానినడుమ రామగుప్తుఁడు అత్యల్పకాలము రాజుగా నున్నందున, వారి సుదీర్ఘకాలపు చరితము నడుమ అత్యప్రసిద్ధమైన ఇతనివైభవము అడఁగిపోయిన దనియు తలంపఁబడుచున్నది. ఈముక్తమువలన ఆగుప్తునకు శత్రువులతో యుద్ధము హిమాలయమున జరిగెననియు ఆశత్రువు ఖశుఁడా శకుఁడా నిర్ణయముతేలలేదనియు, కార్తికేయనగరముఫలానా అని నిశ్చయము కుదరలేదనియు తలపఁబడుచున్నది. ఒక్కట సంవాదము కలిగియున్నది. ఖశుఁడో, శకుఁడో, వాడొక కుషాణుఁడు; పంజాబు ప్రాంతమువాఁడు గాని సౌరాష్ట్రిమాళవమధురలక్షపుత్రుఁడు కాదు, రాజతరంగిణిలో ఖశాధిపతి యనియు, అయవమానితగుప్తునిపేరు శర్వగుప్తుఁడు సేనగుప్తుఁడు అని సందియము కలిగించుచును ఉన్నది. రాజశేఖరుఁడు తన

కావ్యమీమాంసలో ఈ ముక్తకమును ఖశాధిపతియనియు శర్మగుప్తుఁడనియు ఉదాహరించెను. ఎట్లైనను ఇది దేవీచంద్రగుప్తనాటకవస్తు పరామర్శకము, విశాఖదత్తవిభవకాల స్మారకము. చంద్రగుప్తుని కేమో ముక్తకమునందును శాసనములందును ఈదూఱు, అన్నను రామగుప్తుం జంపి వదినెను ఆధ్రువదేవిని తాను గ్రహించెను. అని తుడువరాక ఉన్నట్లున్నది.

"హత్వా భ్రాతర మేవ రాజ్య మహర ద్దేవీంచ, దీనస్తథా
లక్షం కోటి మలేఖయన్ కిల కలౌ దాతా స గుప్తాన్వయః
యే నాత్యాజి నను స్వరాజ్య మసకృ ద్బాహ్యోర్థకే కా కథా
హ్రీ స్త స్యోజని రాష్ట్రకూటతిలకో దారేతి కీర్తావపి,"

"సామర్థ్యే సతి నిన్దితా ప్రవిహితా నైవా గ్రజే క్రూరతా
బన్ధుస్త్రీగమనాదిభిః కుచరితైః ఆవర్జితం నో యశః
శౌచాశౌచపరాఙ్ముఖం న చ భియా పైశచ్యభఙ్గో కృతః
త్యాగేనాసమసాహసైశ్చ భువనే యః సాహసాఙ్కోఽ భవత్."

ఈధావిరేకు చెక్కడపు వ్రాఁతలో పారనిర్ణయ క్లేశ మెంతేని కలదు. దానిని అట్లుంచిన ఇందు చంద్రగుప్త 'కు'చరితము, అన్నను చంపి రాజ్యము హరించుట, చెప్పఁబడియున్న దని ఊహకు అంనును ఇవి కుటుంబరహస్యములు గావున ప్రాకట్యము పొందక అనంతరులచే ప్రస్తావవశముగా రావిరేకున చెక్కింపఁబడినవి ఇది కొంత శాఖాచంక్రమణము; ఐననుదేవీచంద్రగుప్తమును సూచించునది. దానపోషకచంద్రగుప్తుని పోషితవిశాఖదత్తుని కాలము నిర్ణయము పొందుచున్నది.

విశాఖదత్తునిరచనలు ఇంకను ఏమేనియుండునా అని, తచ్ఛ్లోకోదాహరణములకై కవి సూక్తుల కొటారులను సుభాషితరత్నభాండాగార సదుక్తికర్ణామృతాదులను అన్వేషింపపగా సదుక్తికర్ణామృతమున ఆ సంకలన కర్త ఇది విశాఖదత్తుని దగును, అని ముద్రారాక్షసమునుండి కైకొనిన 'ధన్యా కేయం స్థితా' అను శ్లోకముతో, ఇదియు అని ఉదాహరించినాఁడు.

"రామోఽసౌ భువనేషు విక్రమగుణై ర్యాతః ప్రసిద్ధిం పరా
మస్మ ద్భాగ్యవిపర్యయా ద్యది పరం దేవో నజానాతి తం

వన్దీ నైవ యశాంసి గాయతి మరుద్ యస్యైక బాణాహత-
శ్రేణీభూత విశాల తాల వివర రోద్గీర్ణైః స్వరైః సప్తభిః."

ఈశ్లోకము ఏదియో రామనాటకమున రామమహిమను ఎవఁడో దశగ్రీవుని కడఁ గీర్తించుటయని చెప్పకయ యూహింపఁదగియున్నది. 'రామోఽసౌ' అని నిర్దేశపూర్వకముగాను, అస్మద్భాగ్య విపర్యయాత్" అని వక్త తన్ను నిర్దేశించుకొనుచును "దేవో, నజానాతి" 'ఏలినవాఁడెఱుంగఁడు' అని మర్యాదగా శ్రోతను నిర్దేశించుచును పలికినది శైలియు విశాఖదత్తీయ మని తోఁచుచున్నది మఱియదేదో ముక్కగానైనను దొరకదాయెను. అనాటకములకు పేరైనను ఉదాహృతము, దీనికి అదియులేదు. ఆచార్య పీటరుసస్ సుభాషితావళి సూక్తుఃకొటారులో పూర్వోదాహృత-అభిసారికావంచిత కర్తృ-విశాఖదేవుని పేర రెండు అనుష్టుప్పులు ఉన్నవని చెప్పినాఁడు.

'తత్ త్రివిష్టప మాఖ్యాతం తన్వఙ్గ్యా య ద్వలిత్రయం
యే నానిమిషదృష్టిత్వం నృణా మ ప్యుపజాయతే.
సేన్ద్రచాపైః శ్రితా మేఘై ర్నిపతన్నిర్ఝరా నగాః
వర్ణకమ్బల సంవీతా బభు ర్మత్తా ద్విపా ఇవ.'

ఈ భరతవాక్యమైన యాశీఃశ్లోకమున "శ్రీమద్బన్ధుభృత్యః" అను విశేషణమును కవినాయనకు మహారాజబిరుదు కలుగుట మొదలైనదానిని సూచించును. మంచిరాజు తన బంధువులను తన యంతవారింగాఁ జేయుట కలిగినదే. *

ఇట్లు విశాఖదత్త ముద్రారాక్షసనాటక రచన కాలము 4౮0-ఎ. డి అని గట్టిగా సోపపత్తికముగ ఊహింపఁబడినది. కంఠోక్తి ఎందును లేనందున ఊహ అనియే చెప్పుట.

---

* చూ-నాగా-1 భారవి-1-10.
"నీతోఽబన్ధుజన స్త థాత్మసమతాం"
"సఖీ నివ ప్రీతియుతో ఽనుజీవినః
సమానమానాన్ సుహృద శ్చ బన్ధుభిః
స సన్తతం దర్శయతే గతస్మయః
కృతాధిపత్యా మివ సాధు బన్ధుతాం"

ఈనాటకవస్తువుఁబట్టి ఆకాలమున పాటలీపుత్రము మంచి సంపన్నదశలో సామ్రాజ్య రాజధానియగుటకు తగియుండెనని తెలియును, ఒక చీనదేశపుసన్యాసి ఫాహియాన్ అనువాఁడు భారదేశ బౌద్ధక్షేత్రములకు యాత్రగా వచ్చెను అతఁడు ౩౯౯-414 ఎ.డి.ల నడుమ ఇం దుండెను అందు మూఁడేండ్లు పాటలీపుత్రము ననే యుండెను అతని అభిప్రాయముగా వి ఎ. స్మిత్ చెప్పుచున్నాఁడు. Patali-putra was still a flourishing city. ఇదియు పాటలీపుత్ర ముద్రారాక్షస కాలమునకు సహాయసాక్ష్యము "Buddhism was particuraly flourishing." దీనిచే క్షపణక జీవసిద్ధి బ్రాహ్మణమంత్రులకు మంత్రసహాయుఁ డగుటయు "బుద్ధానామపి చేష్టితం సుచరితైః క్లిష్టం" అని బుద్ధసుచరిత ప్రశంస ప్రస్తుత మగుటయు సదృశముగానే ఉన్నది

కవి యెంత గొప్పవాఁ డైనను, నాటకకథకాలపు దేశకాలముల తాను వాస్తవముగా భావించుచున్నను, తనవిభవకాలపు దేశకాలముల మహిమకు లోఁగ కుండుటకు ఎంత మెలఁకువ వహించినను ఒకింత లోఁగకపోలేఁడు, మౌర్యచంద్రగుప్త కథ తనకు ౬,౭, వందల యేండ్లకు ముందుది. అయినను తన కాలమునను పాటలిపుత్రము గుప్తసామ్రాజ్యమునకును రాజధానియగుటచేతను బౌద్ధమతము క్రుంగిపోక ఒకింత పొంగు కలిగియే యున్నదన్న ఫాహియాను సాక్ష్య ముండుట చేతను కవికి భావనపని క్లేశ మిడక సులువైనది.

ఈముద్రారాక్షముం బట్టి చూడ, విశాఖదత్తుఁడు మహాకవియనియు 'బార్హస్పత్య-ఔశనస-చాణక్య-తంత్రముల లెస్సగా అధ్యయనము చేసినవాఁ డనియు, అందు విశేషముగ చాణక్య (కామందక) రచనలలో నిష్ణాతుఁ డనియు, వారినీతి శాస్త్రమున పరిభాషితములైన మాటలను విరివిగా ప్రయోగించినాఁ డనియు, రాజ్యతంత్రమును నిపుణముగా ఎఱిఁగినవాఁ డనియు తెలియును. జ్యోతిఃశాస్త్రమునను ప్రవీణుఁడు నాటకము "క్రూరగ్రహః కేతుః" ఇత్యాదిగా జ్యోతిషముననే పుట్టినది. నాలవయంకమునందలి దండయాత్ర ప్రస్థాన దిన నిశ్చయమునకైన జ్యౌతిషశాస్త్ర రహస్య వ్యాఖ్యానముననే సాఁగినది. మన కవి న్యాయశాస్త్రమునను ప్రగల్భుఁడు. దాన తేలిన నిగ్గును సూత్రప్రాయముగా తత్పారిభాషిక పదములను-సాధ్య-అన్వయ సపక్ష-విపక్ష-అనుగ్రహ-నిగ్రహాదులను సామాన్యపు మాటలుగా రాక్షసునిచే తమ సేనవర్ణనకు వినియోగింపించినాఁడు. (ఏతన్నాటక సాహితీ విద్యార్థులకు ఆపదముల నిండిన శాస్త్ర మెల్ల బోధింపం

జూచిన, వారికి నాటకమున రసము విఱిగిపోవును, విశాఖదత్తునికిని రసికునికి అందు తాత్పర్యము లేదు. ఆ శాస్త్రబాధలేక లౌకిక మార్గమున అంతటిని సేన వివరములో అమర్చి వారికి నేర్పఁదగును అని నిజమతము.) తక్కిన తన న్యాయజ్ఞానమును భరతశాస్త్ర ప్రావీణ్యముతో కలిపివస్తువును పొందికగా కూర్చ వినియోగించినాఁడు. నాటకనిర్మాణ రహస్యములను అంగాంగి సాధుసంయోగక్లేశమును అనుభవపూర్వముగా చెప్పినాఁడు. తనది గొప్ప విజయమే. క్షపణకప్రవేశ నిష్క్రమణములలోని యతని అర్హతపూజాశ్లోకములలో బౌద్ధ జైనమత తత్త్వ జ్ఞానమును ప్రకటించినాఁడు. విశాఖదత్తుఁడు కడు ధీరుఁడు ఆత్మవిశ్వాసము గలవాఁడు. సమకాలికుఁడుగా కాళిదాసు, విక్రమసభారత్నము ప్రక్కనుండ, మఱొకనికి కలము ఆడునా!

క థ కు ఆ క ర ము లు

మౌర్యచంద్రగుప్తునికథకు ఆకరములు పెక్కు కలవు విష్ణు- వాయు- మత్స్య- భాగవత- పురాణములలో మౌర్యచంద్రగుప్తుం గూర్చి చెప్పబడియున్నది. వానినంతయు పరిశీలించిన అన్యోన్య సంవాదము ఎక్కువగానే యున్నది. మత్స్యాంతర్గతమును వి. ఎ. స్మిత్ ఉదాహరించినాఁడు. (వి ఏ. స్మిత్, I 70 శిశునాగునికి పదునొకండవ తరమువాఁడు కాఁబోలు మహాపద్మనందుఁడు అతఁడు సర్వదిగ్విజయము చేసిరాజులనందఱిని తనకు లోఁబఱుచుకొనెను. అతనికి ఎనమండ్రు కొడుకులు- అతనితోడ వారిం గూర్చ, తొమ్మండ్రు నవ-నందులయిరి. వారు అందఱుకూడి ఇంచుమించుగా ఒక నూఱేండ్లు రాజ్యమును పాలించిరి. వారందఱును కౌటిల్యునిచే నిర్మూలము చేయఁబడిరి. అతనిచేతనే చంద్రగుప్తుఁడు రాజుగా ప్రతిష్ఠితుఁ డాయెను. బృహత్కథయందును చంద్రగుప్త చరితము కలదు. బృహత్కథా మంజరి దాని అనువాదమే, అందు చంద్రగుప్తుఁడు నందునికి 'ముర' యను శూద్ర భార్య యందు పుట్టిన కొడుకు అని కలదు,. ......
"మఱియు శకటాలుఁడను పూర్వనందమంత్రి ఈ యోగనందుని దుష్టుని చాణక్యునిచే చంపింప అతని భోజనాగ్రాసనమునకు పిలుచట ఉపాయమని అట్లు చేయఁగా అతఁడు అనుకొన్నట్లే నందుఁడువచ్చి వానిని అగ్రాసనమునుండి లేపివేసి ఒండు బ్రాహ్మణుని కూర్చుండఁ బెట్టెను, చాణక్యుఁడు కుపితుఁడై జుట్టు విప్పుకొని

ప్రతినపట్టి ఆభిచారిక ప్రయోగము చేసి ఆ నందుం కంపెను. అంతట శకటాలుఁడు పూర్వనందకుమారుని చంద్రగుప్తునే పాటలిపుత్ర రాజ్యమునకు అభిషేకించి, చాణక్యుని అతనికి మంత్రిగా నుండుమని ఎంతయుఁ బ్రార్థించి యొప్పించి తాను తపస్సు చేసికొనుటకు అడవికిం బోయెను." ఇందు కొంత అగ్రాసనము కోపము ఆభిచారికము మొదలైనవి నాటకమున అట్లట్లు ప్రస్తావమునకు వచ్చునవి కలవు గాని, నిజముగా నాటకవస్తువులతో ఏమియు పోలికలేదు.

చాణక్యనామ్నా తే శకటాల గృహే రహః।
కృత్యాం విధాయ సహసా సపుత్రో విహతో నృపః ॥
యోగానన్దే యశఃశేషే పూర్వనన్దసుత స్తతః।
చన్ద్రగుప్తః కృతో రాజ్యే చాణక్యేన మహౌజసా ॥

ఏయాకారమునుండియో తెలియరాదు కాని చాణక్యుఁడు నందుల జంపిన ప్రస్తావము ఒకనీతిగ్రంథమున 'చాణక్య స్తీక్ష్ణదూతప్రయోగేణ ఏకం నన్దం జఘాన' అని. అట్లే హితోపదేశమునను కలదు.

'నన్దం జఘాన చాణక్య స్తీక్ష్ణదూత ప్రయోగతః
త ద్దూరాన్తరితం దూతం పశ్యే ధ్వీరసమన్వితః'

కామందకుఁడు చెప్పినాడు—

'య స్యాభిచారవజ్రేణ వజ్రజ్వలనతేజసా
పపాత మూలతః శ్రీమాన్ సుపర్వా నన్దపర్వతః'

మఱియు అర్థశాస్త్రమును మౌర్యునికోసము రచించెననియు ప్రసిద్ధికలదు—
"ఆయ మిదానీ మాచార్య విష్ణుగుప్తేన మౌర్యార్థే షడ్భిఃశ్లోక సహస్రైః సంక్షిప్తా"
ఇట్లు మౌర్య చాణక్య సంబంధము పలుతెఱంగుల ప్రాచీనులచే సూచితమైయున్నది. మఱియు చాణక్య ప్రయోగ వైలక్షణ్యముంగూర్చి ఇట్లు ప్రసిద్ధికలదు.

"సుకృత్యం విష్ణుగుప్తస్య. మిత్రాప్తి ర్భార్గవస్య చ
బృహస్పతే రవిశ్వాసో నీతిసన్ధి స్త్రిధా స్థితః"

చాణక్యునికి 'బుధ' అనియు సర్వజ్ఞఅనియు నామాదులు. మఱియునొక రహస్యార్థ అక్షరలేఖనము చాణక్యోపజ్ఞకమని కామసూత్ర జయమంగళమున ఉదాహృతము'

"కౌటిలీయ మిదం కాదేః స్వరయోర్హ్రస్వదీర్ఘయోః
బిన్దూష్మణో ర్విపర్యాసాద్ దుర్బోధమితి సంజ్ఞితమ్,

మరియు బౌద్ధుల పాతకథలలో ఇట్లు కలదు, చంద్రగుప్తుఁడు శాక్యుఁడు. అతనిగూడెమునకు మోరీయులు అని పేరు. ఏలయన ఆగూడెపుఁ గాపురపుఁ బల్లెకు అట 'మోరాలు' 'మయూరములు' మెండుగా నున్నందున మయూరపోషక మని పేరు. నందరాజుమయూరములు అక్కడ పెంపఁబడుచుండెడివి చంద్రగుప్తుఁడు గర్భమున నుండఁగా. నాయన ఆప్రాంతపురాజుచే చంపఁబడెను, తల్లి పుష్పపురమునకు పోయియుండి ఒక పసులకొట్టమున బిడ్డను కనెను, 'చంద్ర' మను నొక యెద్దు ఆ బిడ్డను కాపాడెను. దాన బిడ్డకు చంద్రగుప్తుఁడని పేరు వచ్చెను చాణక్యుఁడు ధననందుం జంపి ఆచంద్రగుప్తుని పాటలిపుత్రమునకు రాజు చేసెను.

మఱియు అకాలమున అలెగ్జాండరుంబట్టి భారతమునకు గ్రీకుసంబంధము కొంత ఏర్పడినందున గ్రీకుచరిత్రకారులు చంద్రగుప్తుంగూర్చి వ్రాసియున్నారు, నందుని కోపమునకు పాత్రమై చంద్రగుప్తుఁడు పరారి ' అలసి అడవిలో పరుండి యుండఁగా ఒక సింగము ఆతనిం దఱిపి అతని మేని శ్రమజలమును నాకివేసి అతనిని మఱేమియ చేయక తొలఁగిపోయెను ఈయాశ్చర్యముచే ఉత్సాహము చెంది, తన' చుట్టుపట్టులనున్నవారిని సేనగా లేపుకొని యుద్ధసన్నద్ధుఁడు కాఁగా, ఒక మహాగజపతి మచ్చికపడినదియుంబోలె అతనిని తనపై ఎక్కించుకొనెను. అట్లు పోయి వాఁడు నందులను ఓడించి చక్రవర్తి యయ్యెను.

ఈయాకరములను దేనిం జూచినను విశాఖదత్తుని ముద్రారాక్షసకథకు ఉపకరించునది ఇంచుకయు అగపడదు. ఆదిసర్వము అట్లు అద్భుతసంవిధానములతో విశాఖదత్తు సొంతకల్పన యని స్పష్టమగును చారిత్రకమును సాంప్రదాయికమును అగుదానిని ఎఱింగి, వస్తువును తాను సొంతముగా అల్లుచు ప్రసిద్ధ చాణక్య చంద్రగుప్త మౌర్య సర్వార్థసిద్ధ్యాది నామములం బోలెనే రాక్షస వక్రనాస నామములను వినియోగించెను. కారిత్రకసిద్ధి లేకున్న 'రాక్షస' అను పేరు పెట్టఁదగినదికాదు. అట్లే "వంకరముక్కు" అన్న పేరును 'సర్వార్థసిద్ధి' యనుటయందును అన్వర్థత లేదు. ఆ పేరులు నిజములు గాకున్న కవి గ్రహించియుండఁడు.

ముద్రారాక్షసముం జదువఁ దొడంగఁగా అందు చంద్ర చాణక్య రాక్షస భాషితములలో నాటకవస్తువునకు పూర్వగామికథ, నందరాక్షస చంద్రచాణక్యులం

గూర్చినది యుండవలెనే, అది యెట్లగును అని ఊహింపవలసియుండును. అట్టి పూర్వకథంబట్టి విశాఖదత్తుఁడు నాటకవస్తువును అల్లినాఁడు, ముద్రారాక్షస వ్యాఖ్యాత డుంఢిరాజు అట్టి యుపోద్ఘాతమును, పూర్వపీఠికగా నుండగల యట్లు తన సంప్రదాయముబడి వ్రాసియున్నాఁడు. ఎట్లన—

నందాంతము క్షత్త్రియకులము అని పౌరాణశాసనము. కలియుగాదిలో నందులని కొందఱు రాజులుండిరి. వారిలో విఖ్యాతపౌరుషుఁడు సర్వార్థసిద్ధి యనువాఁ డొకఁడు. అతఁడు నవకోటిశతేశ్వరుఁడై భూమిని చిరము పాలించెను. అతనికి వక్రనాసాది బ్రాహ్మణులు కులామాత్యులు. వారిలో రాక్షసుఁడు దండనీతి ప్రవీణుఁడును షాడ్గుణ్యప్రవిభాగము చక్కఁగా ఎఱింగినవాఁడును, శుచియు మిక్కిలి శూరుఁడును నందులకు చాల మాన్యుఁడై రాజ్యభారమును వహించెను. రాజుకు పెద్ద భార్య సునందయని యుండెను, మఱియొకతెయు, శూద్ర, 'ముర' యనునది, తన శీలలావణ్యసంపదచే రాజునకు ఎక్కువ ప్రియురాలైనది కలదు.

ఒకనాఁడు తపోనిష్ఠుడు అతిథి యొకఁడు ఇంటికి రాఁగా ఆయనను రాజు భార్యా సహితుఁడై అర్ఘ్యపాద్యాదులం బూజించి, అతని పాదోదకమును భార్యలపై ప్రోక్షించెను. దానిలో జ్యేష్ఠపత్నితలపై తొమ్మిది బిందువులు పడినవి. మురతలపై ఒక్కటి పడినది. దానిని ఆచెలువ భక్తితో వంగి ప్రణమిల్లుచు తలపైపట్టెను ఆయాదరముంజూచి ఆబ్రాహ్మణుఁడు అమెపై మిక్కిలిప్రసన్నుఁ డయ్యెను. మురమౌర్యుఁడని ఒక గుణవత్తరుఁడగు కొడుకుం గనెను. సునందయో పెక్కుబిడ్డలుగలదిగా ఒక మాంసపుముద్దను కనెను. అందుండి తొమ్మిది గర్భపుఁ దునుకలు ఏర్పడినవి. రాక్షసుఁడన్నచో వానిని నూనెదోనెలలో నుంచి పూనికతో పోషించెను. అవి తొమ్మండుగురు వీరులుగా అయినవి, వారిని రాక్షసుఁడు పెంచెను. తేజశ్శాలులైన ఆవీరులకు నాయన నందులనియే పేరిడెను. తర్వాత వారికి రాజ్యపాలనను ఒప్పగించి, మిక్కిలి తెలివిగలవాఁడైన మౌర్యుని వారికి సేనానిం జేసి, తాను ముసలివాఁడు విశ్రాంతి కోరెను. ఆ మౌర్యునికి చంద్రగుప్తుఁడు పెద్దవాఁడుగా నూర్గురు కొడుకులు కలిగిరి మౌర్యుఁడు మహా బలులైన ఆకొడుకులతో నందులను మించువాఁడువోలె నుండెను. అంత దురాత్ములైన ఆనందులు అసూయచే మౌర్యుని నూర్గురు కొడుకులతోను మంత్రాలోచనకు అని సాకుచెప్పి భూమి గృహమున ప్రవేశపెట్టి చంపివేసిరి.

అంత నొకప్పుడు పంజరమున బ్రదికియుండుదానివలెనే యున్న లక్క(తోచేసిన) సింహమునుఉంచి సింహళపతి దానిని నందులకంపి "పంజరమును తెఱవకయే ఈక్రూర సింహమును బయటికిద్రావింపగల (1) పరుగెత్తింపగల [(2) కరంగిపాఱింపఁగల] సమర్థులు మీకడ నున్నారా?" అని యొక సవాల్ వ్రాసిపంపెను. దాని గుట్టు నెవ్వరును కనిపెట్టలేక ఆ మందులైన నందులు మిణకరించి, భూగృహమున ఊఁపిరితో మిగిలియున్న చంద్రగుప్తుని రావించి వానికిం జూపిరి చూచినమాత్రకు ఆ మేధావి దానిగుట్టెఱిఁగి కాచిన ఇనుపకడ్డీలతో దానిని బయటికి కరగించి పాఱించెను అందఱును ఆశ్చర్యమున మునిఁగిరి. బొఱియలో చావవలసినవాఁడు ఈ హేతువున నందులచే వెలువరింపఁబడి, అదృష్టముకలిమిఁ జంద్రగుప్తుఁడు బ్రదికెను, అజానుబాహుంతాది రాజలక్షణ లక్షితుఁడు అతఁడు శౌర్యౌదార్య గాంభీర్యనిధి, వినయవారిధి ఐనను ఆయీర్ష్యాళు దుష్టులచే ఓర్వమివలన ఏదేని సాకున చంపనే యత్నింపఁబడుచుండెను వాఁడును వారిచే అన్నసత్రాధికారమున ఉంపఁబడివారిపై పగతీర్చుకొనుట యెట్లాయని వేఁచి యుండెను ఒకనాఁడు అతఁడు అతికోపనుఁడైన ఒక బ్రాహ్మణుని, కాల గ్రుచ్చుకొన్నదని పూనికతో కుశను వేరూడఁబెఱికి కాల్చివేయుచున్న వానింగాంచి అతఁడు నందోన్మూలన సమర్థుఁడు కానోపునని చేరఁబోయి శరణువేఁడి తన యిష్టసిద్ధికై వానిని ఉపచరించెను వాఁడును బాలుఁడే ద్విజోత్తముఁడు, విష్ణుగుప్తుఁడని పేరు, శుక్రదండనీతి జ్యోతిశ్శాస్త్ర పారంగతుఁడు. నీతిశాస్త్రప్రణేతృ చణకుని నందనుఁడు, చాణక్యుఁడనివిఖ్యాతుఁడు, శ్రోత్రియుఁడును, ధర్మవిదుఁడును, అతనికిని చంద్రగుప్తునియందు గుణశాలి యని మిక్కిలి పక్షపాతము కలిగెను. వాఁడును నందులు తనకుచేసిన ద్రోహమును అతనితో చెప్పుకొనెను నందరాజ్యమును నేను నీకు సంపాదింతును అని అతఁడును చంద్రునికి ప్రతిన చేసెను, అంతట ఆకలిగొన్న అతఁడు నందుల భుక్తిశాలంజొచ్చి అగ్రాసనమునం గూర్చుండెను, నందులు క్రుద్ధులై, తమకు కాలము మూఁడినందున ఆ మహాత్ముని 'ఒయివటూ' అని అవమానించి ఆసనముచుండి లేపివేచిరి, 'చీచీ, కూడదు కూడదు అని మంత్రులెల్లరు పలుకుచున్నను, వారు మండిపడుచున్న ఆచాణక్యుని ఇవతలికి లాగివేసిరి అతఁడు శాలనడుమ రోసమున కన్నుగానక చేతితో జుట్టు ముడివిప్పి విరఁబోసికొని నందవంశమునే కాల్పఁగోరి దర్పాంధుల నీ నందులను నన్నిట్లవమానించిన వారిని దుంపనాశనముచేయక ఈజుట్టుముడువను అని ప్రతినచేసి వెంటనే

పురమునుండి వెడలిపోయెను. సిరి వీడిపోవు కాలమువచ్చినవారు. ఆపౌగరుపోతులు కుపితుని అతని సమాధానపఱుపరైరి. చంద్రగుప్తుఁడును ఆయన తన మీఁదను కోపపడు నేమో యని బయలుదేఱి నగరముబయట రహస్యముగ అచాణక్యుని ఆశ్రయించెను.

కౌటిల్యుఁడు మౌర్యేందుని చేరఁదీసి, కుటిలనీతిని అనుసంధించుచు, నంద వంశమును పెకలించివైవ ప్రయత్నింపసాగెను. తన మిత్రమును ఇందుశర్మను క్షపణకువేసము వేసి, ఆభిచారిక మెఱింగిన ఆతనిచేత రాక్షసాదులను మోసము చేసెను. నందరాజ్యము సగమిత్తునని పణము చెప్పి. మహాబలుని పర్వతేంద్రుని లేపి మ్లేచ్ఛసేనతో కుసుమపురమును ముట్టడించెను. ఇట్లు ప్రబలశత్రువులచే ముట్టడింపఁబడి, నందులందఱు సంరంభముతో రాక్షసవీర్యము చూచుకొని యుద్ధము చేయనే నిశ్చయించుకొనిరి, పలుతెఱంగులం బ్రయత్నించియు అసేన తనకు దుర్జయమగుటం జూచి, రాక్షసుఁడు, సరి, మౌర్యుని మోసాన చంపుదును గాక యని యెంచుకొని వానితో అప్పటికి సంధిచేసికొనెను. నందులందఱును పర్వతసేన యను గాలిచే పెను మంట మండిన చాణక్యుని క్రోధాగ్నిలో మిడుతలైరి. అంతట రాక్షసుఁడు మిక్కిలినలిగినవాఁడై బలమును పౌరుషమును సన్నగిల్లినవాఁడై, నగరము మానుసులకు వస్తువులకు రాకపోకలకు దారులు అడ్డగింపఁబడినదై, రస్తునతఱిగి పోఁగా, ఇక పురముగావ శక్యముగాదనియెంచి, ప్రాణమునైనగావ గోరినవాఁడై నందవృద్ధుని సర్వార్థసిద్ధిని సొరంగపుదారిని రహస్యముగా ఊరి బయటికిచేర్చి నగరమును మౌర్యునివసముచేసి, వానితో సఖ్యముంబలె నటించుచు అభిచారకృతవిషకన్యను మౌర్యునిపైకిఁ జొపెను. దాని గుట్టెఱిఁగిన కౌటిల్యుఁడు దానిచేతనే పర్వతకుని చంపించెను. ఆతనకిటుకును ఎఱింగించి అతని కొడుకును మలయకేతుని రహస్యముగా ఆప్తులచే బెదిరింపించి ఊరినుండి వరారియగునట్లు చేసెను. అంతట ఆరాజకమైనను నందానురక్తపౌరులు మెండుకొన్న ఆపురమును కౌటిల్యుఁడు తటాలున ప్రవేశింపలేదు. పురమును ప్రవేశించినను వెంటనే నందభవనముం బ్రవేశింపలేదు. శత్రువుం జంపుటకు రాక్షసుఁడు దారువర్మాది మిత్రులచే కపటయంత్రాదిని కూర్పించెను. కౌటిల్యుఁడు కుటిలప్రజ్ఞుఁడు శత్రువులు కల్పించిన విషకన్యాకూటయంత్రాది సర్వమును ఎఱుంగఁ గలిగెను, క్రూరుఁడైన రాక్షసుఁడే కదా మన తట్టువాఁడని పర్వతేశుం జంపుటకు విషకన్యం గూర్చినాఁడని సమాధానపెట్టి, అతని తమ్ముని వైరోచకుని

మనస్సున బెదరి వెడలిపోఁ గోరినవానిని కపటపుఁ బ్రతినలచేత నిలిపెను. పర్వతక వధం బుట్టఁగల తనమీఁది యపవాదమును దాఁచువాఁడై, తొలుత అతనికి ఇత్తునన్న యాయర్ధరాజ్యమును నీకిత్తునని వైరోచకునికి ఆసవెట్టెను, సర్వార్థసిద్ధి అడవిలో నెందో తపస్సు చేసికొనుటకుం బోఁగా వేఁగులచే కనిపట్టి క్రూరుఁడా చాణక్యుఁడు వానిని అక్కడనైనను చంపించెను సర్వార్థసిద్ధియు చంపఁబడినాఁడని విని రాక్షసుఁడు చాల శోకించుచు తా మలయకేతుంజేరి వానిం బ్రోత్సహించుటకు ఇట్లు చెప్పినాఁడు—వేరులు పాఱని క్రొత్తగానాఁటినచెట్టు మౌర్యుఁడు. వానిని వెంటనే బలమున పెకలించి, నాకవాసులైన నాదొరల ఋణము తీర్చుకొనఁ గోరుదును. పౌరులందఱు గూఢనిశ్చయముగలవారై నాయందనురక్తులు. చంద్రుని రహస్యముగా చంపుటకు నావారు పురమున ఎంతయు మెలఁకువగానున్నారు. సకలోపాయములచేతను పరాక్రమములచేతను నీకు హితమునకై ప్రయత్నింతును, సకౌటిల్యుని మౌర్యుం జంపుము, దాన నంద రాజ్యము నీది యగుఁగాక, విషకన్యనుపంపుచేసి ఆపాపి చాణక్యుఁడే కపటాన రాజ్యార్ధహారిని మీనాయనను చంపినది. ఎల్ల తెఱంగుల ఉపాయముననో బలాననో అతనింజంపి సకలరాజ్యమును నీకు పట్టముగట్టి నాదొరల ఋణము తీర్చుకొన్నవాడనయ్యెదను " అని. ఇట్లు పలుతెఱంగుల ప్రోత్సహించి ధీశాలి సాహసికాగ్రణి ఆ రాక్షసుఁడు మేచ్ఛసేనలతో మౌర్యుని జయింప సన్నద్ధుఁ డయ్యెను. అదియే "క్రూరగ్రహః సకేతుః చంద్రం..." అని నాటకారంభము ఇఁక దానిం జదువ వచ్చును, చూడవచ్చును.

ముద్రారాక్షసము - కథ

ముద్రారాక్షస వస్తు విశేషతా ప్రశంస

ముద్రారాక్షసమందు ఇతివృత్తము అతిగహనము. దానిని కడు మెలఁకువతో పరికించి, చిక్కు విడఁదీసికొనఁదగును. ఇతివృత్తభాగముల సంబంధము లెస్సగా తప్పులేకుండ తెలిపికొనం బడకయే నాటకము చదువుటయు ఆడుటయు పూర్తి యగుట పెక్కెడల కాననగుచుండును విద్యార్థులకు దురవగాహ మనిపించును. ఐనను మహాకవి విశాఖదత్తుఁడు సంవిధానముపై సంవిధానమును, అబ్బురముతో ఎదురుచూచునట్లు, 'కర్తా వా నాటకానా మిమ మనుభవతి క్లేశ మస్మద్విధో వా' అని చెప్పి, తాను కరము క్లేశపడి, నేర్పు మీఱం గూర్చియున్నాఁడు. ఏలొకో ఇందు పర్వతక మలయకేతువుల రాజధానిపేరుచెప్పలేదు. ఇట రెండవ యంకమును నాల్గవయంకమును అందు నివేశితమైయున్నవి. చాణక్యుఁడు నందోన్మూలనముం బ్రతినచేసి వెడలిన తర్వాత తన ప్రయత్నమును పాటలిపుత్రమునకు కడుదవ్వున అతిబలిష్ఠులం గూర్చుకొనిచేయుటయుచితమగును, విశేషముగా రహస్యరక్షణకును, జయైకాంతతకును. అట్లై పర్వతక మలయకేతువుల రాజధాని పాటలీపుత్రమునకు నూఱు యోజనముల దూరమున అని ఇందు సూచింపఁబడినది. పర్వతేశ్వరుఁడు పర్వతీయులకు దొర కాఁబోలును. వారు హిమాద్రిచెంగటివారు, ఉత్సవసంకేతులు అను ఏడు కొండగుంపులం గూడినవారు. రఘువంశ రఘు మహారాజును మహాభారత పాండవ మధ్యముఁడును.

'తత్ర జన్యం రఘోర్ఘోరం పర్వతీయైర్గణై రభూత్'

రఘు. IV–77

గణా నుత్సవసఙ్కేతా నజయత్ సప్త పాండవః'

మహాభారత–సభా, —XXVII–16

అన్నట్లు ఓడించిన యతిబలాఢ్యులుగలరే వారి సంతతి కానోపును. చాణక్యుఁడు తత్కాల దేశసన్నివేశ రాజబలాబల రహస్య వేది, చారిత్రక సత్యముగానే, వారి దొరతో పర్వతేశ్వరునితో పణబంధపురఃసరముగా ఈ చెలిమికలయింక

గల్పించుకొని యుండఁబోలును ఇందు ఉత్తరకథలో కౌలూత మలయ కాశ్మీర రాజులు మలయకేతుభూమిని సంధిపణముగా కోరుటంబట్టి, వారి దేశములు హిమాలయముకర మలయకేతు రాజ్యమును చుట్టురా ఆనుకొనియుండును అని ముద్రారాక్ష సాంగ్లటీకాకారుఁడు శ్రీధ్రువపండితుఁడు ఊహించుట సమంజసముగానే యున్నది. అట్లుచాణక్యునితో సంబంధమేర్పఱుచుకొన్న పర్వతకుఁడు నందుల ఓడించియు ఓడింపకమున్నే రాక్షసకృత భేదోపజాపములకులోనై పైకి చాణక్యస్నేహమును నటించుచున్నను, రాక్షసువసమైనాడు 'దేవే గతే దివ మతర్కిత మృత్యుయోగే, శైలేశ్వరం సమధికృత్య కృతః ప్రయత్నః'[1] 'విస్రమ్భతస్త్వయినివేశిత సర్వకార్యం తాతం'[2] 'విస్రమ్భప్రవణః పురా మమ పితా'[3], చాణక్యుడు నీతి మార్గమున రాక్షసపర్వతాదులం గబళింపం గలవాఁడు, అంతకు మున్నె తన భాగురాయణుని లోలోన తనకుం గావి యట్లుగా పర్వతకునితో కూటసఖ్యముం జేయించినాఁడు. "......భాగురాయణః సోఽపి పర్వతకేన సహ సముత్పన్న సౌహార్దః..." నాటకమున ప్రధానవస్తువు రాక్షసమలయకేతుల మైత్రి- "క్రూరగ్రహః సకేతుః" అని. మఱి రాక్షస పర్వతక మైత్రి ప్రస్తావమును గాఢముగా ఉన్నది.

గీర్వాణమున నాటకములు అనేకము లున్నను అందు పెక్కు రంగమునం ప్రదర్శనయోగ్యములు గాక, ఊరక సాహిత్యపారముగా చదువుకొనఁదగినవి గానేయుండును. కాళిదాసునివి కరము ప్రయోగార్హములు; భాసునివియు హర్షునివియునట్లే భవభూతిది ఉత్తరరామచరితము మాత్రమే రంగావ రాణించును. 'పరిభావయ స్త్వభినయై ర్విన్యస్తరూపాం బుధాః' అని కవియే దాని ప్రయోగముంజూర నాసగొల్పినాఁడు. ముద్రారాక్షసమును రంగమున కరము రాణించునదగును. దీని యితివృత్తమును సుబోధముగా రచించుట నాటకమునం ప్రవివిష్టులగు విద్యార్థులకు ఉపకారక మగును.

నాటకవస్తువునకు పూర్వపీఠిక-నాటకమున సూచింపఁబడినది.

నీతి విక్రమగుణవ్యాపార శాంతశత్రువు, వృష్ణలం బోలినవాఁడు, మహానందుఁడు, సర్వార్థసిద్ధి మహారాజు అన్నిటఁ దన కెనవమ్చు కొమాళ్ళ

[1] VI-7. [2] V-7. [3] V-22.

తొమ్మండుగురు నందులును, మనుమఁడు మౌర్యపుత్త్రుఁడు చంద్రగుప్తుఁడును 'యువరాజులుం బోలె తోడు నిలువ, రాక్షసుఁడు వక్రనాసుఁడు మొదలగు మంత్రులు మంత్రాంగము నెఱప, కుసుమపురము రాజధానిగా, సుగాంగము రాజభవనముగా, గంగశీకరములం దడిపిన హిమాద్రినుండి రతనాలరేవుల దక్షిణ సముద్రమువఱకుం గల సకలభూమిని పాలించుచుండెను. ఉచ్చైరభిజనశాలి యాతఁడు జగదానందహేతువు, లోకపరీక్షకుఁడు పరదుఃఖ దుఃఖితుఁడు అని యనురక్తజనులెల్ల తలఁచుచుండిరి. అట్లే నవ సవతి ద్రవ్యకోటీశ్వరుఁడాతడు అనపేక్షిత రాజరాజు, అనపేక్షిత రాజవృత్తుఁడు, అత్యవలిప్తుఁడు. వట్టి యర్థరుచియై ప్రజలతో అర్థసంబంధమే కలవాఁడు. ఎల్ల తెఱంగుల భూదేవికి హృదయశల్యము అని అపరక్త జను లెల్ల తలంచుచుండిరి. అతనికి కౌముది మొదలగు నుత్సవములందు మిక్కిలి ప్రీతి. చలలక్ష్య వేధన వినోదమునకై వేటయందు మిగుల తమి. మంత్రులు వక్రనాసాదులు గురుశుక్రులసాటి నయపండితుల కాక, వత్సయుగంధరులంబోలె పరాక్రమవిరాజితులురాజభక్తులు. అందును బాహుశాలి రాక్షసుఁడు మహానందునికి స్నేహముచే పుత్త్రాభిన్నుఁడు, కృతజ్ఞతాబద్ధుఁడు, అతిభక్తుడు, నోట నాలుకయు చేతఁ జేయియు. కుమారరాజులందు చంద్రగుప్తమౌర్యుఁడు తనపై, తక్కువకులమువాఁడు ఎక్కువబలమువాఁడు అనితక్కినవారు చిత్తమునం దాఁకొన్న యీర్ష్యను అట్లట్లు ఓర్చుకొనుచున్నవాఁడు. తాను అన్నసత్త్రాధికారమున విముక్తుఁడై యుండి, ఒకనాఁడు యాదృచ్ఛికముగా ఒక బ్రాహ్మణబ్రహ్మచారిని బ్రహ్మతేజమున వామదేవుం దలపించువానిం గాంచి, అతడు తనకాలగ్రుచ్చుకొన్నదని కోపించి కుశను వేరూడఁ బెఱికి కాల్చి బూడిదచేసి పాఱవైచుటం బరికించి, 'ఆహా, ఈతఁడు పగపట్టి తీర్చుకొను మహోద్యమశాలి' యని కుతూహలితుఁడై, అతనికిం బ్రణతుఁడై శిష్యుఁడుగా ఆశ్రయించి, రాజకుమారుం దన్ను 'ఏమిరా వృషలా' యని యాతఁడు పల్కరింప, దానిని ఆశీస్సుంబోలె వినయముతో 'నన్ను తాము అట్లనుటయె లెస్స'* యని గ్రహించి అన్న సత్త్రమున నాఁటి యగ్రాసనమునకు అతని ఆహ్వానించెను. అతఁడెవడో కాఁడు; బార్హస్పత్యౌశనస నీతిపారంగతుఁడు. సకల శాస్త్రార్థ కోవిదుఁడు. మహాజ్యోతిష్కుఁడునైన చాణక్య కౌటిల్య గోత్రనామాంకితుఁడు విష్ణుగుప్తుఁడు. అతఁడు అట్లే వచ్చి

* 11!-1) స్థానేఖలు వృషలోద్య శ్చన్ద్రగుప్తః

యగ్రాసన మలంకరించెను. అతనిం గాంచి నందులు, తమకు కాల మాసన్నమైన దేమో, "ఏమీ! నేఁడు ఈ వడుగా అగ్రాసనమునకు!" అని యాసనమునుండి యాతని పట్టి లాగివైచిరి. దానిం గనుచున్న జనులు కన్నుల నీరును నోట "అయ్యో చీ, అయ్యో చీ" అను పల్కులును నెట్టుకొనిరా, విష్ణుగుప్తుఁడును తలముడి విప్పుకొని ఆ యవమతికోపమునకుఁ గన్నుల నిప్పులు రాల, ఎల్లరు వినుచుండఁగా, ఈ మదాంధులను ఉఃపమట్ట రూపడంపక నేను ఈజుట్టును ముడువను' అని ప్రతినపట్టి వెడలిపోయెను.

'ఎట్టులీ పొగరుబోఁతులను పరిమార్చుట, ఎట్టులీ వృషలుని తన యాశ్రితుని ఆకారసదృశప్రజ్ఞుని రాజవృషుని, సింహాసనమెక్కించుట' అని యనిశము చింతామగ్నుఁడాయెను. అదినమే తన సహాధ్యాయి, బాలమిత్రము ఇందుశర్మను ఔశనసదండనీతియందును అరువదినాలుగంగాల జ్యోతిశ్శాస్త్రమందును ప్రవీణుని బోధించి తన వేఁగుగా బౌద్ధ క్షపణక వేసమున జీవసిద్ధి నామమున నందమంత్రులతో, అందును విశేషముగా రాక్షసునితో, నమ్మకమగు మైత్రిం గొలిపెను. అభిచారప్రయోగములం బ్రవీణుఁడు తా నిందులకై వానిం జేసి సిద్ధి వడసెను.[1] తరువాత తాను రహస్యము దాఁగు కడు దూరమున నున్న పర్వతేశ్వరుఁడను మ్లేచ్ఛరాజుం జేరి, నెయ్యము నెఱపి, రాజవృత్తదూరు లగు నందుల యెడ రాజ్యమున అపరక్తి యెక్కువగా నున్నది. ఆ వంశమువాఁడె మౌర్య చంద్రగుప్తుఁడు సింహాసనమునకు కరము సదృశుఁడు ఉన్నాఁడు. అతనిం గూడి నీవు నందులం జంపు సుకృతమున మాకు సాయపడుదువేని ఆసామ్రాజ్యమున సగము నీకు పంచి యిప్పింతును' అని పణబంధ మేర్పఱిచికొనెను, చంద్రగుప్తునికిని పర్వతేశరునికిని చాణక్యుఁడే శక యవన కిరాత కాంభోజ పారశీక బాహ్లీకాది మేటి యోధులను, ఆ దూరదేశాలవారినే, తన మాటనేర్పునం జెప్పి యొప్పించి, సేనలం గూర్చెను, ఆ సేనల ప్రలయోచ్ఛలిత సలిలము లగు సాగరములవలె ఆకస్మికముగా కుసుమపురము నుపరోధింప నడచెను, మహారాజు ఈ యకాల ప్రలయమును అడంపుమని రాక్షసుం గోరెను తాన ప్రధానమంత్రియు సేనాపతియుం దానయైన రాక్షసుఁడు నగర ప్రాకారముపై[2] చుట్టురా విలుకాండ్రను ఎక్కించి నిలిపి, ద్వారములకడ నేనుంగులం గాఁపువెట్టి తాను కత్తి

1 IV-12 2 11-14

దూసికొని, రండు గుండె గలిగి నా వెంట రాఁగల యశఃకాము లెల్లరు అని మును గలుగ నడచుచు, వాఁడుగో రాక్షసుఁడు అని పౌరులు హర్షముతో వ్రేలం జూప, రాజసహస్రములు వెంటరా, ప్రభువువలె నిర్గమించెను. నందులు తొమ్మండుగురును టీరము మీఱ నాతనితోడనే యుండిరి వారిని వారిసేనలును అనుగమించినవి ఇఱు వాగులకును ఘోరముగా పోరు జరిగెను. అందు రాక్షసుఁడు కన్నులు తెరిచి చూచుచుండఁగానే, నందులు కసాయిచే వేఁటపోతులుం బోలె ఒకరి వెంట నొకరు వరుసగా తొమ్మండుగురును చంపివేయఁబడిరి. అంతట రేఁగిన సంకుల సమరమున రాక్షసుఁడు మెఱపుగతి ఇంతలో[1] వైరిగజములకడకును, ఇంతలో అశ్వికులమీఁదికిని, ఇంతలో పదాతులపట్టులకును ఉరవడించి కొట్టికొట్టి యలసి యగపడ కుండ నగరముం జొచ్చెను. తక్కిన సేనలును పిఱుదివిసి కోటలోపలికి మరలెను అంతట శత్రుసేనలు చుట్టురా కమ్ముకొని నగరమును ముట్టడించినవి. లోపలి పురుగు బయటికి పోవను వెలుపలి పురుగు లోపలికి రాను శక్యము గాదు నగరమంతయు అల్లకల్లోలమైనది. ఇట్లు పెక్కుదినములు గడవ, పౌరులకిది మహావైశసము కాఁజొచ్చినది దానిని ఓర్వలేక వారికోసము మహారాజు సర్వార్థసిద్ధి సురంగము దూఱి వెలువడి పపోవనమునకుం బోయెను దాన ననాయకములై నందసేనలు ప్రయత్నముల నడలించినవి, శత్రువులు నిరాఘాటముగా లోపలఁ జొచ్చిరి నగరము వారి వసమైనది [2]ఇంతలో రాక్షసుఁడు తన తరువాతి ప్రయత్నములకై సురంగముగుండ నగరముబయటికి పోనెంచెను.

రాక్షసుఁడును వీరుఁడే మహామంత్రియే, తానెంత ప్రయత్నించియు ఆ పెద్ద ముట్టడిని నెట్టి నగరమును విడిపింపఁజాలనందున, [3]చంద్రగుప్తుని గూఢ మార్గములం జంపఁజూతునుగాక అని యనుకొని అప్పటికి శత్రువులతో సంధి చేసికొని మైత్రిని అభినయింప నెంచెను - నగరముననే చిరముండెను, చంద్రగుప్తుని జయఘోషణకు స్వీయులచే వ్యాఘాతము కలిగించెను, చిరము చాణక్యుఁడు చంద్రగుప్తునినందభవనమున ప్రవేశపెట్టలేదు, పర్వతకునికి రాజ్యవిభాగమును చేయలేదు, రాజ్యమును లెస్సగా నిరంకుశముగా సాగించుచునే ఉండెను. ఇట్లు పది పండ్రెండు సంవత్సరములు జరిగినవేమో-ఏలన పది "పండ్రెండు

---

1. 11-15, 2 111-26 3 చూడండి ఉ పో. 62

ప్రసిద్ధుఁడైన ప్రతిమంత్రి చాణక్యుఁడు తన యెదిరిమంత్రి కాయస్థునిచేతిలో తన వ్రాతను, తనకు సర్వకార్య సాధకమైన యీ వ్రాఁతను, రాక్షసుని చేతిలో పడిన తనకు సర్వకార్యభంజకమైన దానిని పడనిచ్చునని నమ్మశక్యముగాదు"-అని ఒక్కెడ వేదము వెంకటరాయశాస్త్రులవారు సెలవిచ్చియున్నారు చాణక్యుఁడే చెప్పినట్లును, (కృతామౌర్యే లక్ష్మీః సరసి నళినీవ స్థిరపదా') శకటదాసును చెప్పినట్లును (మౌర్యమివ ప్రతిష్ఠితపదం, రాక్షసుఁడే చెప్పినట్లును (మౌర్య స్తేజసి సర్వభూతలభుజా మాజ్ఞాపకో వర్తతే-) మౌర్యునిరాజ్యము నానాఁటికి గట్టిపడుచుండెను, చాణక్య రాక్షస చంద్రగుప్త పర్వతకులు మనసులోనే ఎవరిస్పర్ధలు అపరితోషములు వారు మ్రింగుకొని సమయము సందర్భముచు కనువెట్టుచు, మిత్రగోష్ఠులును జరుపుచుండిరి. రాక్షసుఁడు పర్వతకుని రహస్యముగా చీలదీయు ఉపజాపములు జరుపుచుండెను. రాక్షసుంబట్టి వంచి చంద్రగుప్తసాచివ్యమునకుం గూర్చుకున్న ఈజయము సతముగాదు అని చాణక్యుని తలంపు, అతనిని అన్నివిధాలను ఆనందాశ్రయుని ఆనితరాలంబునింజేసి వంపవలయునే, ఎట్లు అని యాతని యాకులపాటు ఆతలంపుతో చాణక్యుఁడు రాక్షసు ఆనందాశ్రయుం జేయ మొదట సర్వార్థసిద్ధియని తపోవనగతునైనను నందవంశీయుఁడని వెదకి పట్టించి చంపించెను. అంతట తన ప్రయత్నముల మఱియు గాఢముచేసి, పర్వతకునితో 'నీకు సగమేల? ఈచంద్రగుప్తుఁడెవడు తక్కినసగమునకు? నన్నుఁగూడుదువేని సామ్రాజ్యము సర్వమునే నీకు చేపఱుతును' అని చెప్పి అతిరహస్యముగా అతని తన వసము చేసికొని తీవ్రప్రయత్నములం జరుపసాగెను. తాను చంద్రగుప్తుంబరిమార్చ "జీవసిద్ధిసాయమున ఆభిచారిక క్రమమున విషాంగనంబుట్టించెను, దానితోసంగమించినవాఁడు చచ్చి, అది మాయమగును. మఱి జీవసిద్ధి చాణక్యమిత్రము ఇందుశర్మయే, క్షపణక లింగమున రాక్షసు కూటమిత్రముగా-నున్న వాఁడు కావున ఆగుట్టు వానివలన చాణక్యునికిం దెలిసి యుండెను. ఆ విషకన్యను పర్వతేశ్వర చంద్రగుప్త రాక్షస చాణక్యాదులు సభచేసియుండఁగా రాక్షసుఁడు చంద్రగుప్తుని కర్పించెను." (వేదము వెంకటరాయశాస్త్రుల వారి విమర్శనుండి- చూ. భారతి ప్రమోదూత-పుష్యమాసము.)-అత్యుప్సరసగా అత్యంతము అందమైన యాకన్యంగూర్చిన రహస్యము ప్రకటముగా ఎవరికిని తెలియదు దానిని తయారుచేయించిన రాక్షసునికిని, చేసిన జీవసిద్ధికిని ఆతనివలన అత్యంత

రహస్యముగా వినియున్న చాణక్యునికిని తెలియును దానిని ప్రకటముగానేసభలో రాక్షసుఁడు చంద్రగుప్తునికి ఈయఁగా, 'వృషలా, నీకెందుకురా అది, అది మన పర్వతక దొరగారికి తగును, ఆయనకు ఇయ్యనీ లే' – అని మందలించి, చాణక్యుఁడు 'ఆర్యా మన దొరగారికి సమర్పించు దానిని' అని రాక్షసుని తోడనే అనఁగా అతఁడును మర్యాదకు వెలితిరాకుండను (ద్రోహ) రహస్యము బయట పడునను భయమునను కిమాకమా అనక దానిని దొరగారికి సమర్పించెను— అనుట ఇంతలో రాక్షసు డు తన తరువాతి ప్రయత్నములకై సురంగముగుండ నగరము బయటికి పోనెంచెను. పోవుటకు ముందు కుసుమపురమున నందకులాను రక్తులకు తన ప్రయత్నముం గూర్చి నమ్మకము సడలకుండుటకై రహస్యముగా తన భార్యను చిన్నికుమారుని తన నమ్మిన మిత్రుఁడగు రతనాలసెట్టి చందన దాసునింట ఇల్లడపెట్టి తన యందును నందకుల మందును గాటమగు భక్తిగల కాయస్థుని శకటదాసుని మిక్కిలి ధనమిచ్చి ఆహోదుగుపాటి సంధితో పరకృత్యులను(=అపరక్తులను) ధనమిచ్చి వసముచేసికొనను, చంద్రగుప్త శరీర ద్రోహాదులను జాగరూకతతో చేయింపను ఏర్పఱిచి, చంద్రగుప్తుని నందభవన ప్రవేశముననో, శయన ప్రదేశముననో ఎట్టి యేమరుపాటుననో చంపఁదగినట్లు తన యాప్త జనమును అట్లట్లు అతని కొలువునం జొనిపియో, అతని నౌకరులనే లంచాలిచ్చి విలిచి తన వసముచేసికొనియో సిద్ధపఱిచి ఎప్పటికి అప్పుడు అరాతి వృత్తాంతముం గనుపెట్టి కనిపట్టి తనకు తెలుప జీవసిద్ధి ప్రభృతి చారులనేర్పఱిచి, ఇఁక తానచట నుండరాదు, తన తరువాతి కార్యములకై బయటికి పోవలయు నని పోయెను చాణక్యుఁడును తన సేనాపతియగు సింహబలుని తమ్ముని [1]భాగు రాయణుని, కృతక కృత్యుంజేసి తమకు లోలోపల కానివానివలె అప్పటికే పర్వతకునితో విశేషాంతరంగిక స్నేహ విస్రంభములం గొల్పియుండెను. రాక్ష సుఁడు అట్లు పర్వతకునితో గూఢముగా పణబంధముకుదుర్చుకొని యుండెను. మ్లేచ్ఛుఁడు ఇంద్రియవశగుఁడాతఁడు సులువుగా నావిషకన్యకుబలియాయెను. కాని అతఁడు ఈవిధాన చచ్చెనని ఎవరికితెలియదు. అప్పటికే అట్లు రహస్య రాక్షసోప జాప గృహీతుని, అట్లని భాగురాయణుని వలన తానెఱింగియున్న వానిని, తనకు రహోద్రోహ మెంచినవానిని ఆపర్వతకుం జంపుట చాణక్యునియెడ [2]ప్రకటమిత్ర

---

[1] I, III (చాణక్యభాషిత) [2] II–19

ద్రోహము గాక, గూఢ శత్రువధ, అవశ్యకము, సదృశమును అతినిపుణమును శ్లాఘ్యమునే అయెను. అతనికి పణనము చేసిన రాజ్యార్ధమును, ధర్మమునకు వెలితి లేకుండఁ, దప్పించి, సర్వమును చంద్రునికి దక్కఁజేయు టెట్లు అను నాందోళనము అనాయాసముగాఁ దీఱెను. భాగురాయణుఁడు నాయినకు మిత్రము, తాను, అతని కొడుకునకు అప్తునింబోలె రహస్యముగా ఆ మలయుకేతువు చెవిలో చాణక్యుఁడు మీనాయనం జంపించినాఁడు, ఇంక నీవిందుండకు, నీ ప్రాణమున కపాయము, వెడలిపొమ్ము అని చెప్పి, బెదరఁగొట్టి వాని ప్రాణముం దాఁ గాచిన వానివలె, బయటికి తప్పించుకొని పరుగెత్తి పోవునట్లు చేసెను రాక్షసుఁడు ఆశయముగా అవలంబింపఁ బూనిన పర్వతకుఁడు అట్లు విషకన్య కౌఁగిటిలో మడిసెను గదా దాని వాస్తవము (జీవసిద్ధికిని) తనకు మాత్రముతెలియును, చాణక్యునికి తెలియునని తానెఱుఁగఁడు. మఱెవ్వరికిని తెలియదు. తానేమో ఆ మ్లేచ్ఛులకు అప్తుఁడు వారింబట్టి నందరాజ్యము మరల ప్రతిష్ఠింపఁ గోరినవాఁడు, అదే [1] చంద్రగుప్తుంజంపి పగఁదీర్చుకొన నాసగొన్నవాఁడు. కావున తాను ఇపుడు మలయకేతువును ఆశ్రయించి గొప్ప ప్రయత్నముచేసి, చంద్రగుప్త చాణక్యులను ఓడింపనలయును. అందులకై అతనింగొని, కడు దవ్వుల నున్న యాతని సొంత రాజ్యముంజేరి సప్రయత్నుఁడుగానుండెను, అట్లు రాక్షసుఁడును మలయకేతువును దూరాపక్రాంతులు కాఁగా చాణక్యుఁడు మా యుపకారి మిత్రమును పర్వతకుని పాపము, రాక్షసుఁడట్లు విషకన్యచే చంపించినాఁడు అని కుసుమపురమున జనాపవాదము బఱపఁజొచ్చెను ఇదియే నిజమని సమయాన స్పష్టముగా ఋజువు కాఁదగిన పన్నకమును బన్నెను అందుకే జీవసిద్ధిని [2] గూఢముగా పేనెను

రాక్షసుఁడును మలయకేతువును, తన చేతికి చిక్కఁదగియున్నవారు, అట్లు అపక్రమించుటను చాణక్యుఁడు ఏల ఊరకయుండెను? చూచుచుండుటయ కాదు, ఆ సంఘటనను రహస్యముగా తానకూర్చుచు నుండెఁ గావలయు ఏలయన మలయుని కుసుమపురమందు యుండనిచ్చి నిగ్రహింపఁ జూచిన పర్వతకుని తాను చంపించినమాట అదంపరాక అట్లట్లు బయటికి పొక్కును రాక్షసుం గూడ కుసుమపురమున ఉండనిచ్చిన, స్థానబలముగలవాఁడు అనురక్తులుం గలవాఁడు అతఁడు ఇట ప్రజలయందు అంతఃకోపమును అపాయకరమైనదానిని లేపును.

---

1 II-8 2 I చాణక్యభాషిత

బయటికి పోయిన వా రిరువురు ఏకకార్యులై కలిసికొందురు అట్లు వా రిరువురుం గలసికొని యెంత ఘోరముగా ఎత్తివచ్చినను, వారిని తాను ప్రతిజ్ఞచేతనే నివారింప వలంతియగుదు నని ధైర్యమును నమ్మకమును.

మలయకేతువు అటుల బెదరి బెడిసి పోఁగా, చాణక్యుఁడు నమ్మకముం గాపాడుకొనువాఁడై పర్వతకుని తమ్ముని వైరోచకుం జేరఁదీసి, పర్వతకునికి బాసచేసినరాజ్యము సగపాలుమ అతనికిత్తునని ఔదార్యము నెఱపెను. ఐనను గూఢముగా, తనపైకి నిందరానీక, అతనిం గెడపను, చంద్రశ్రీకి సామ్రాజ్యము అఖండము సేయను వెరవు తలఁచియే యుండెను. 'ఈరాత్రినిశీథమున చంద్రగుప్తుని నందభవనప్రవేశము' అని చాటించెను. అందరు అట్లునమ్మి సప్రయత్నులుగనుండ చాణక్యుఁడు ఆసమయమునకు వైరోచక చంద్రగుప్తుల నేకాసనాసీనులంజేసి, పృథ్వీరాజ్యవిభాగముం గావించి, అంతట వైరోచకుని అభిషేకించి, చంద్రగుప్తుఁడే ఈతఁడని తోఁచునట్లు అలంకరింపించి చంద్రగుప్తుని పిడియేనుంగుపై గూర్చుండఁబెట్టి, ఊరేగింపుగా నందభవనముతట్టు నడప, చంద్రగుప్తుఁడే అను భ్రాంతిచే, అరి గూఢ ప్రయుక్తులై సూత్రధార గజారోహకాదులుగా నున్నవారు రాక్షసునియాప్తులు పలువురు ఆస్థానమున తమ తమ ప్రయోగములు చేయగా అటు వైరోచకుఁడు చచ్చెను. ఇటు వీరును గుట్టుచెడి పట్టుపడి మరణదండనం బొందిరి. వైరోచనునికి అర్ధరాజ్యము చెందక, చంద్రగుప్తునికి యథావిభవముగా అఖండసామ్రాజ్యముచేపడెను. చంద్రగుప్తుఁడు సంపూర్ణమండలుఁడుగా ఏచింతయు లేక విరాజిల్లెను. చాణక్యుఁడును ప్రతిన తీఱఁగా ఇప్పుడే జుట్టు ముడిచికొనెను. తన వృషలునికై ఇంకను తాన మంత్రిశస్త్రముం బట్టుకొనియుండెను. * 'తన కోసము తానే పాటుపడు రాజు వాఁడేమి రాజు' అని వృషలానురక్త చాణక్యమతము ప్రజ్ఞావిక్రమశాలి యగు రాక్షసుఁడు ఇంకను నందభక్తుఁడుగా ఇతనిపై పగఁబూని యున్నంతవఱకు చంద్రగుప్తలక్ష్మికి స్థైర్యముండదు. వాని నెట్లు ఇదంప్రవణుం జేయుట అని చాణక్యునికి నిదురమఱచిన నిత్యచింత అతఁ డేమో క్రూరపుఁ బట్టుదలతో మలయకేతుం గూడి కుసుమపురము మీఁదికి ఎత్తిరా రహస్యముగా జతనము సేయుచున్నాఁడు.

---

* 1-15

'క్రూరగ్రహః సకేతుః
చన్ద్రమసం పూర్ణమణ్డల మిదానీం
అభిభవతు మిచ్ఛతి బలాద్
రక్ష త్యేనం తు బుధయోగః'

అని నాటక ప్రస్తావన ఇఁక వస్తువు ఆరంభమగును.

మొదటి యంకము

నెలలు గడచినవి, ఆ రాక్షసు కుసుమపురాభియోగ ప్రయత్నము జనులలో ప్రకాశమొందుచున్నది. అతఁడు గొప్ప మ్లేచ్ఛబలముం గూర్చినాఁడు ఆ మ్లేచ్ఛ రాజులలో ఏవురు ప్రధానులు సుహృత్తములై రాక్షసుని అనుసరించుచున్నారు. అని బయటికిపోయిన వేఁగులు చాణక్యునికిం జెప్పినారు నగరమునను బయటను రాష్ట్రమంతటను వేఁగులు మాఱువేసాలలో తిరుగుచునేయున్నారు చాణక్యుని మెలఁకువయు రహస్యరక్షణమును ఎట్టివనఁగా తన వేగులను వారికి నియమించిన పనిని తా నెఱుంగును గాని వారల నొరులకుగాని తమలో ఒండొరులకుగాని ఎఱుకవడనీయఁడు గదా

ఇట్లుండ, ఒకనాఁడు ప్రకృతిచిత్తపరిజ్ఞానమున నియుక్తుఁడు నిపుణకుఁడను వేఁగు చాణక్యదర్శనముకై వచ్చెను 'ఏమి, జనులు వృషలునియందనురక్తులగుదురా?' అని చాణక్యుఁడు వానినడిగెను 'అభ్యంతరమేమి? అందఱు దృఢానురక్తులే, కాని, ముగ్గురున్నారు రాక్షసునియందు పూర్వస్నేహానురాగబద్ధులు—క్షపణకుఁడు, రాక్షసప్రయుక్త విషకన్యను పర్వతేశ్వరునికిం గూర్చిన జీవసిద్ధి, రాక్షసప్రియవయస్యుఁడు కాయస్థుఁడు శకటదాసు, రాక్షసునికి రెండవ హృదయముంబోనివాఁడు పూలచత్వరములో కాపురముండు రత్నాలవర్తకుఁడు చందనదాసు. అతనియింట రాక్షసుఁడు గూఢముగా గృహజనమును ఇల్లడయుంచిపోయినాఁడు ఇదిగో అయనయుంగరము, అని చాణక్యునిచేత నొకయుంగరముం బెట్టెను. దానిం గాంచి అతిహర్షముతో చాణక్యుఁడు అనుకొనెను 'ఇంకేమున్నది నాకు రాక్షసుఁడే దొరకినట్లు!' అని. 'ఈయుంగరము ఎట్లు దొరకినదో విస్తరముగా చెప్పవోయి' అనెను అతఁడు చెప్పెను— 'నాది ఎవరికిని సందేహము గొల్పనిది,

ఎక్కడికన్న నక్కడికి నేను పోఁదగినది, ఈ యమపటముతోడివేసము. దీనితో ఈదినము చందనదాసునింటఁ జొచ్చి, యమపటము పఱచి, పాటలు పాడఁ దొడఁగితిని. అంతట ముద్దులాఁడు బాలుఁ డొకఁడు-ఐదేండ్లు ఉండును- ఒకగదినుండి విప్పారుకనులతో తమాషా చూడను తటాలున బయటికిరాఁబోఁగా 'అయ్యో పోయినాఁడే బయటికి' అని సందేహభయములు తోఁచు గొంతుతో మోము అర తోఁప, ఒక స్త్రీ తీవచేతులు సాచి, వానిని అదలించి, లోపలికి లాఁగుకొన్నది, ఆతొందరలోఆమెకు తెలియక, వ్రేలుజాఱిపడి ఈయుంగరము దొరలుచు నాచెంతకు వచ్చి నిలిచినది దానిని ఎవరును చూడలేదు నేను దాని మీఁద రాక్షసుపేరు గాంచి, చేతం గొని ఇచటికి తెచ్చితిని.' అని.

చాణక్యుఁడు వానిం బంపివేసెను. ఇట్లు తలపోసికొనెను - "ఈజీవసిద్ధి ఏమోనాఁటనమే, అదినిపుణకుఁడెఱుఁగడు శకటదాసుకడనునావాఁడుసిద్ధార్థకుఁడు స్నేహవిస్రంభములు మెఱసి యున్నాఁడు సరే. ఐనను ఇపుడు క్రొత్తగా తెలియవచ్చినది. యేమనఁగా పర్వతకుని రాక్షసుఁడు చంపించినాఁడు, జీవసిద్ధి చేతివిషకన్యచేత అన్న మాట ఊరిలోలెస్సగాఅల్లుకొన్నది. అనియు, తన తక్కిన వేఁగులం గాని వారి వ్యాపారముం గాని నిపుణకుఁ డెఱుంగఁడు, రహస్యము వెలువడక యున్నది గదా అనియు ఇఁకను, వీరుముప్వురునురాజాపథ్యకారులుగా తెలియవచ్చినప్పుడు వారిని దండించువ్యాజమున పైకార్యమును తాఁ బన్ను టెట్లు అని యాలోచన ముద్రను (ఉంగరముం)గాంచుచు. దీనిచే రాక్షసుంబట్టువఱుచు కొనవలయును, ముద్రారాక్షసముచేయవలయును: అది యెట్లగును?అని సిరాబుడ్డిం దెప్పించి 'ఈజాబుచే రాక్షసు జయింపవలెను ఏమిప్రాయుదును? అని ఆలోచింపఁ జొచ్చెను కాకతాళీయముగాఅప్పుడేచంద్రగుప్తుప్రతీహారివచ్చి 'దొరపర్వతేశ్వరునికి పారలౌకికము చేయఁగోరి అతని యాభరణములను సద్బ్రాహ్మణులకు దానమీయఁ గోరినాఁడు తమయనుజ్ఞను అడుగుచున్నాఁడు అనెను. అదిఆసమయమున తనకు మిక్కిలి యనుకూలముగా నున్నది. ఈ నగల విషయము జాబులో ఉత్తరార్థము చేసెదంగాక'అని తనమనసుకుతోఁచినది. "అట్లేచేయుము. దానముగొననర్హులగు బ్రాహ్మణులను నేఁబంపెదను. వారికిమ్ము.' అని చంద్రగుప్తునికి ప్రతిసందేశము పంపి, 'ఎవరురా అక్కడ! విశ్వావసుప్రభృతుల నన్నదమ్ములంబోయి ఆ నగలు దానము పట్టి, తర్వాత నాకు ఆగపడుమన్నాను.'అని చెప్పుమనివార్త పంపెను. మఱిజాబులో పూర్వార్థము ఏమగును? 'రాక్షససుహృన్మ్లేచ్ఛ రాజ పంచకము నిం

దుదాహరింతువా, ఆపేరులను చిత్రగుప్తుఁడు తుడిచి వేయఁగల యట్లు? వలదు ఆపేరులవ్రాఁత శకటునికి వృథాసందేహములు కలిగించును. అని దానిని మానుకొని ఎవనిచేతనో ఎవనికో ఏమో స్వాంతముగా చదువుకొనవలసినది అని పై విలాసములేకుండ ఒకజాబు ఈ మతలబుతో, నాకోసమని చెప్పక, శకటదాసుని చేత వ్రాయించుకొని నాకడకు రమ్మని సిద్ధార్థకునికి రహస్యముగా కబురుపంపెను. సిద్ధార్థకుఁడు అట్లే వ్రాయించి జాబుం గొని చాణక్యుని దర్శించెను. చాణక్యుఁడు దానిం దనలో చదువుకొని సరిగానున్నదనుకొని ఆసిద్ధార్థకునే దానిమీఁద ఆ రాక్షసునిముద్రవేయుమనెను. పర్వతకుంజంపి రాజద్రోహముచేసినాఁడని చాటి జీవసిద్ధిని ఊరినుండి తఱుమఁగొట్టవలసిన దనియు. రాజు శరీరమునకే నిత్యము ద్రోహము సేయం బ్రయత్నించుచున్నాఁడని చాటి శకటదాసుని గృహజనమును చెఱఁబెట్టి, వానిని కొఱుత వేయవలసిన దనియు రాజాజ్ఞను కొత్వాలగు కాలపాశికునికి జారీచేయించెను ఇంతలో సిద్ధార్థకుఁడు జాబునకు ముద్రవేసి కాఁగా, వానికి చాణక్యుఁడు అనంతరకర్తవ్యమును ఉట్లు ఉపదేశించెను – "ఈజాబును ముద్రయు నీయొద్దనే పదిలముగా నుండనిమ్ము. శకటదాసుని వధ్యస్థానమునకుం గొనపోఁగానే, నీవు రహస్యముగా శస్త్రపాణివై తటాలున అచటికిం బోయి ఘాతకులం బెదిరించి తఱిమి శకటదాసుని అక్షతశరీరుని అందుండి కొనిపోయి రాక్షసుం జేర్పుము అతఁడు ప్రాణమిత్రరక్షణకు చాల సంతోషించి నీకు ఏదేని పారితోషికమిచ్చును. దానింగొని అందే రాక్షసునే కొంతకాలము కొలుచుచుండుము. తరువాత శత్రువులు ఈదాపునకు వచ్చినపుడు ఈపనిచేయుము–అని చెవిలో నేమో రహస్యము చెప్పి పంపెను. అదియెట్టిదనఁగా, దానిచే తప్పకుండ రాక్షసుఁడు పట్టుపడునట్టిది అంతట నా మణికారశ్రేష్ఠిని చందనదాసుం తనయెదుటికి పిలిపించెను. చందనదాసు చాణక్యు నాకస్మికపుఁ బిలుపు అందఁగానే, దిగులుపడి, తన యింటిని అదుష్టవటువు సోదావేయక మానఁడు అని తనమిత్రులగు ధనసేనాదులకు రాక్షసభార్యం గొనిపోయి యెందేని భద్రపఱుపుఁడని కఱపి, 'ఇఁక నాకేమేనికానీ' అని తాను చాణక్యునెదుటికిం బోయెను. 'అయ్యా, సెట్టీ. నీవర్తకలాభములు చంద్రగుప్త గుణములం దలఁపించి. పోయినరాజులను మఱపించుచున్నవి కదా కృతజ్ఞతకు మీవలన చంద్రశ్రీ వారివలె ధనము కోరఁడుగాక' మిమ్ము దండింపవలసిన యక్కఱయైనను మీరు కలుగనీయకుండవలయునని కోరఁడా? మీరు అట్టి రాజునకు విరుద్ధముచేయకయేని యుండవలదా? రాజద్రోహి యగు రాక్షసుభార్యను

ఉంట పెట్టుకొని యున్నావఁటనే అని చాణక్యుఁడు మందలించెను. అందులకు చందనదాసు 'ఉత్త యసత్యము. ఏఖలుఁడు చెప్పినాఁడు?" అనెను. అందులకు చాణక్యుఁడు "పూర్వరాజపురుషులు వలసలు వెడలునపుడు, తమ గృహజనమును పౌరులయిండ్లలో వలదన్నను వదలి పోవుదురులే, అందులకేమి? కాని దానిం దాఁచుట దోసమగును. నిజము చెప్పుము" అనిమరల నడిగెను. "నిజమే, ఆ సంభ్రమమున ఉండినది. ఇపుడులేదు." అని బదులిడ, 'ఉండినదని, అంతలో లేదనియనుట అదెట్టిమాట? అప్పగించివేయుము అమెను.' అనిచాణక్యుఁడు నిర్బంధముగా పలికెను, ఇంతలో అపుడే వీథిలో జీవసిద్ధిని వెడలఁదరుముటకును, శకటదాసును వధ్యస్థానమునకు ఈడ్చుకొనిపోవుటకును ఐన గలబాలు వినరాఁగా దానిని నిర్దేశించి "అప్పగింపవేని నిన్నును రాజు అట్లు తీక్ష్ణముగా దండించును జుమా" అని బెదరించెను "ఉన్నను అప్పగింపనే, ఇఁక లేనిదాని మాట చెప్పవలయునా? ఈ బెదరింపులేల? నన్నేమి చేసినను సరే. అదె నా నిశ్చయము" అని చందనదాసు ధీరముగా పలికెను. అందులకు చాణక్యుఁడు మనసున 'ఆహా, ఏమి ప్రాణమునకుం దెగిన యాతని పరోపకార పరాయణత!' అని సంతసమును, 'ఈతనింగావ రాక్షసుఁడు రానే వచ్చినాకు చిక్కునుగదా' అను ప్రత్యాశయు సందడించినవి. బయటికి అతఁడు తెచ్చుకోలు కోపంపుఁబెంపున ఎవరురా అక్కడ! దుర్గపాలునితో చెప్పుము, ఈ దుష్టవణిజుని సారమెల్ల జప్తు చేయించి, వీనిని ఆడుబిడ్డలతో కట్టి ఖైదులోనుంపుమని, వీనికి తగిన ప్రాణహరదండన చంద్రగుప్తుఁడుస్వయముగా విధించునులే; అని తొలఁగఁ బంపించెను. అప్పుడే వధ్యస్థానమునుండి శకటుందప్పించి, వానింగాచికొని సిద్ధార్థకుఁడు పరారియైపోవు కలకలము వినంబడెను, ఇదియే చాణక్యుపన్నకమునకు నిర్వహణారంభము. అది సరిగాఐనదని చాణక్యుఁడు చిత్తమున సంతసించి, బయటికి 'పట్టుకొమ్మనురా వానిని, భాగురాయణునితో' అనియనెను. భాగురాయణుఁడు ఎందులకో ముందే పరారియైనాఁడని తెలిసినది అట్లేని 'ఆ భద్రభట పురుదత్త డింగరాత బలగుప్త రాజసేన రోహితాక్ష విజయసేనులతో పోయి ఆయిరువురిం బట్టితెండని' చెప్పుడు అనెను. వారు అంతకన్నముందే పరారియైనారనితెలిసినది. సరి జీవసిద్ధిమొదలు విజయసేనునివఱకుం గల యీ వీరియందఱి నానావిధపరాక్రమములును తన యతిరహస్యపుపన్నకమునం జేరినవే, భాగురాయణాదులు కృతకృత్యులుగా ఇందుండి వెడలిపోవలసినదని సంకేతితము, అదెల్ల చక్కఁగా జరిగినదని మనసున

తృప్తిపడి, వారి వారికి మలయకేతువునెడనో రాక్షసునెడనో చేయవలయు కృత్యములు ముందే ఉపదేశింపఁబడియున్నవి గాన, వారికి దారులు శుభములై కార్యసిద్ధి యగుగాక యని యాశంసించి, 'ఓయి రాక్షసా, ఇఁక నీ వెందుఁ బోదువోయి, నాకు చిక్కక?' అని తలంచుకొనెను. ఇఁకను ఇక్కడ తాను చేయవలసినదేమనఁగా, తనకును వృషలునికిని అధికారస్పర్ధ కలిగి మనోభేదము కలుగుచున్నదని అట్లట్లు ప్రకాశము పొందించుట

రెండవ యంకము

రాక్షసుఁడు అట్లు మలయకేతుం గూడి నిజకార్యసాధనప్రయత్నములు సేయ అతని సుదూరరాజధానిం జేరియుండెను గదా, అపనినే ఒక తపస్సుగా అనన్యమతితో, ఏనాఁడు ఈమలయుని నా నందుల సువాంగహేమాంగ సింహాసనమందుఁ జూతునో అని తదేకదీక్షతో సాగించుచుండెను చాలదినాలుగడచినవి ఇట్లుండ నొకనాఁడు ఇట్లు తనకై శరీరసంస్కారమునుం గూడ మానుకొని అలయుచున్నాఁడే అని ప్రీతిగౌరవములతో మలయకేతువు తన మేనినుండి యూడ్చి మేలి యాభరణమును రాక్షసునికి ఎట్లేని తొడుఁగు మని కంచుకిచేతం బంప, అప్పుడే వచ్చి వాఁడు ఒప్పించి దానిం దొడిగి పోయెను ఇంతలో అతనివేఁగు పాములవానివేషానఁనున్న విరాధగుప్తుఁడు కుసుమపురవృత్తాంతముల చాణక్యచంద్రగుప్తులకు మనోభేదాంకురము మొలతెంచు వఱకు కనుపెట్టుచుండి, ఇన్నాళ్లకు ఇది యొక యనుకూలము పొడసూపినది అని తలంచి దాని నెల్ల తెలుప రాక్షసుం జేరవచ్చెను. అతఁడు తన వేఁగు అని యెంతసేపటికో స్మృతి కలిగినది, రాక్షసునకు అంతట 'మిత్రమా, వచ్చితివా! కూర్చుండి చెప్పవయ్యా కుసుమపురవృత్తాంతమును.' అని రాక్షసుఁడడుగ, అతఁడు చెప్పం దొడంగెను, 'నీవు చంద్రగుప్తుం జంపఁ బ్రయోగించిన విషకన్యచే దైవికముగా పాపము! అదెట్లో పర్వతేశ్వరుఁడు చంపఁబడినాఁడుగదా అందులకుభయపడి కుమారుఁడు మలయకేతువు పరారియైనాఁడు తరువాత మీరిరువురు కలసికొని ఇందిట్లున్నారు గదా. (ఇ దెల్ల చాణక్య నీతి మహిమయేయని వీరెఱుంగరు) తరువాత చంద్రగుప్తు నందభవన ప్రవేశముంజాటుట, పర్వతకభ్రాత వైరోచకుఁడు, సూత్ర

ధారుఁడు దారువర్మ, చంద్రగుప్తనిషాది బర్బరకుఁడు, వైద్యుఁడు మహావిజ్ఞాన
రాశి అభయదత్తుఁడు, చంద్రశయనాధికృతుఁడు ప్రమోదకుఁడు, శయనగృ
హాంతర్భిత్తి సురంగములోని బీభత్సకాదులు - అందఱును వారివారి ద్రోహములు
అట్లట్లు కనిపట్టఁబడి, చంద్రగుప్తుని యనుకూలదైవముచేతనే చాణక్యు నవ్యాహత
నీతిమహిమచేతను హతులైనారు. అది మొదలు చంద్రగుప్తుని ఇంకను వేయి
మడుంగుల యప్రమత్తతతో కాపాడుచు చాణక్యుడు ఈద్రోహములకు మూల
మెవరు అని విచారించి మన యాప్తపురుషుల నెల్ల పట్టించినాఁడు. రాక్షసప్రయుక్త
విషకన్యచే పర్వతుం జంపినాఁడని జీవసిద్ధిం బట్టించి ఊరువెడలగొట్టినాఁడు.
చంద్రగుప్తుం జంపింప దారువర్మాదులం బూన్చినాఁడు, కృత్యుల నుపజాపము
లచే లాగుచున్నాఁడు అని నెపమిడి శకటదాసుంబట్టించి అతనియాలుబిడ్డల చెఱం
బెట్టి అతని శూలమెక్కించినాఁడు. ఇది విని తమ కలత్రమును తనకడ ఇల్లడ
యుంచుకొన్నాడు. ఆమెను తనకు అప్పగించక ఎక్కడికో దాఁప దూరముగాఁ
బంచినాఁడని చందనదాసుం బట్టించి, అమాత్యకలత్రమును సమర్పించివేయుమని
నిర్బంధించి, అతఁ డియ్యకొనకపోఁగా, అతని సారమెల్ల జప్తుచేయించి సపుత్ర
కళత్రముగా ఖైదులో త్రోయించినాఁడు - అని చెప్పఁగా జీవసిద్ధికి సన్న్యాసికి
స్థానభ్రంశము లెక్కలేదుగాని, 'అయ్యోమిత్రమా శకటదాసా, స్వామిఋణమును
ప్రాణాలిచ్చి తీర్చుకొంటివి గదయ్యా' అని కడుం బలవరించి, చందనదాస బంధ
నము తన బంధనమేగదా, వాని ప్రాణాలను తీయఁడా, ఇఁక నిది యెట్లు అని
దుఃఖమున ఒక్కుమ్మడి మునుఁగుసంతలో, నౌకరు తటాలునవచ్చి, 'బాబూ,
వీఁడుగో శకటదాసు, దర్వాజాకడకు వచ్చియున్నాఁడు' అనెను.

చచ్చెనన్న శకటుఁడు సప్రాణుఁడుగా వాకిటికివచ్చినాఁడని విన్న రాక్షసుని
యాశ్చర్యానందములు అవి యెంతలగును! ఏమయ్యా విరాధా, ఇదేమి, యనెను.
విరాధగుప్తుఁడు 'విధి రక్షించినది'! అనెను ఇంతలో శకటదాసు సిద్ధార్థకునితోడం
గూడ ఎదుటికి వచ్చెను. రాక్షసుం గన్న యతని హరుసమునకును, ఈతనిం
గన్న రాక్షసుహరుసమునకును మేర కలదా! 'కౌటిల్యుబారిం బడియు నీవు నా
కగపడఁగంటివి' అని రాక్షసుఁడు శకటదాసుం గవుంగిలించుకొని "ఈనా
హృదయానందమునకు హేతువెవరు" అని యడిగి, 'ఇతఁడే. నాయనుంగుమిత్రము

సిద్ధార్థకుఁడు, ఘాతకులం దఱిమి నన్ను కొఱితికిం దప్పించి తెచ్చినాఁడు. అని తెలుపఁగా హర్షోత్కర్షమున 'భద్ర, నీవు గావించిన ప్రియమునకునిజముగా ఇది చాలదు. ఐనను ఇందము 'అని నగను, అంతకుమునుపే మలయకంచుకి తనకుం దొడిగిపోయినదాని నూడ్చి అతనికిచ్చెను. దానింగొని పాదముల వ్రాలి సిద్ధార్థకుఁడు రాక్షసునడిగికొనెను. 'ఆర్యా. ఇప్పుడే వచ్చిన నాకు ఈయూరు క్రొత్త' పరిచితులెవరులేరు. కావున ఈ తమ ప్రసాదమును ఈపెట్టియం పెట్టి నాదిగా ఈముద్రవేసి తమభాండాగారముననే ఉంచుకొని, కావలసినపుడు కైకొందును ' అని. 'దోసమేమి? శకటదాసా, అట్లేచేయుము, అని ఆయన చెప్పఁగా, శకటదాసు అట్లే దానింగొని, దానిమీఁది యా ముద్రరాక్షసనామాంకితమగుటం గాంచి, అమాత్యునితో చెప్పెను. రాక్షసుఁడును 'నాయనా, ఈముద్ర నీ కెక్కడిది?' అని యడుగ, కుసుమపురమున చందనదాసునింటి వాకిటికడ పడియుండి దొరకినది! అని బదులుచెప్పెను సరే, వారియింటనుంచిన నాభార్యకు ఇదినాగుఱుతుగా విరహవినోదముగా ఇచ్చి వచ్చితని కదా. ఎక్కడనైనను జాఱిపడియుండ బోలును.' అని తా సమాధానపడెను. శకటుఁడు 'పుత్రమా, ముద్ర అమాత్యనామాంకితముగా నున్నది. ఆయనకు ఇచ్చివేయుము'అనెను. 'మహాప్రసాదము గదా నావలన దీనిం గొనుట'అని అట్లే ఇచ్చివేసెను. రాక్షసుఁడును దానిని శకటునిచేత నిచ్చి 'దీనితోనే నీవు నీ యధికారమున వ్యవహరించుచుండుము'అనెను.

తరువాత సిద్ధార్థకుఁడు "ఇఁకనేమో నేను అచాణక్యగాని యూరికిం బోరేనుకదా. తమపాదసేవయే చేసికొందును."అని విన్నవింపఁగా, రాక్షసుఁడు 'సంతోషము, అట్లేచేయుము.'అని యంగీకరించి శకటదాసుని ఆతనిని సేదదేఱం బంపి వేసెను. విరాధగుప్తుఁడు మరల తన విన్నపముం దొడంగి 'చంద్రగుప్త ప్రకృతులు మన యపజాపమును సాగనిచ్చి లొంగుచున్నారు మఱియు ఇప్పటికి ఇది యొక యనుకూలవార్త. మలయకేతువుం దప్పించికొని పోనిచ్చినాఁడని చాణక్యునిమీఁద చంద్రగుప్తునికి కోపమఁట. చాణక్యుఁడును జితకాశియై చంద్రగుప్తునికి ఆయాయాజ్ఞాభంగములు కలుగనిచ్చి చేతఃపీడంగలిగించుచున్నాఁడఁట. అది నాకును సొంతముగా కొంత ఎఱుకయే, అనెను. "అట్లేని విరాధగుప్తా. నీవిట్లే పాములవాఁడవుగానే మరల కుసుమపురమునకుం బోయి

అక్కడ నాస్నేహితుఁడు స్తనకలశుఁడు వైతాళికు వేసాన నున్నాఁడే ఆతనితో సమయము చూచి స్తోత్రముచే చంద్రగుప్తునికి చాణక్యుమీఁద కోపము మఱింత రగులునట్లు చేసి దాని ఫలమును కరభకునిచే గూఢముగా నాకుం దెలుపు మనుము "అని యాతని వీడ్కొనెను. ఇంతలో శకటదాసు 'ఎవరో ఈ మహార్ఘాభరణత్రయమును అమ్మఁజూపుచున్నారు. కొనుమందురా?' అని యాభరణములను రాక్షసుకడకుం బంపెను. (అవే పర్వతకుని యాభరణములు, విశ్వావస్వాములు దానముగొని ఇటకుం దెచ్చినవి,) వానింగని "మహార్ఘములు ఇవి. చాలినంత వెలయిచ్చి కొనవలసినది." అని రాక్షసుఁడు చెప్పిపంపెను. అంతట కరభకుని కుసుమపురమునకుం బంపను దానులేచెను. 'శకటదాసునిం బోలెనే విధి చందనదాసునిం గాచునా? లేక కాలాన నాకు ఉపాయాంతరము కలుగునా? అని రాక్షసుని చిత్తమున ప్రత్యాశకలిగినదేమొ. ఆతఁడు ఇపుడు మరల చందనుం బ్రస్తావింపక, "చంద్రగుప్తుఁడేమో రాజాధిరాజు, చాణక్యుఁడు వానిని 'వీఁడు నాచేతి బొమ్మయేకదా' "అని యనుకొనును. ఒకరితో నొకరికి ఇఁక పనిలేదు. వారికి జగడమువచ్చుట నిశ్చయమే-అని వారి చీలిక నెదురుసూడఁ దొడంగెను.

ఆజాబుతోను ముద్రతోను సిద్ధార్థకుఁడు శకటదాసుంగొని పరారియై, దాన చాణక్యుడు తన పని దొడంగఁబడె ననుకొని నెలదినాలు దాఁటినవేమో, కుసుమపురమునకును మలయకేతురాజధానికిని నూరుయోజనముల దూరము. ఈ దినము ఇందాక నేవిరాధగుప్తుఁడువచ్చినాఁడు, కుసుమపురమునుండి కొంతసేపటికి శకటదాస సిద్ధార్థకులు వచ్చినారు. మఱికొంతసేపటికి పర్వతభూషణత్రయముతో విశ్వావసుభ్రాతృత్రయమును వచ్చినారు. జీవసిద్ధియు చేరియుండును. భాగురాయణుఁడును, మలయకేతుని యాప్తమిత్రము. ప్రాణరక్షకుఁడు, అట్లుగా తన్ను మలయకేతువునమ్మినవాడు,చేరియుండును. రాక్షసీయోపజాపమువిని కృత్యులైన యభినయముతో, అభద్రభటపురుదత్తాదులును. రాక్షసుని వద్ద మలయకేతువు సొంతముగా తనకిచ్చి తొడిగించినది, సిద్ధార్థకునిరాక్షసనామముద్రితమగుపెట్టెలో చేరినది. పర్వతకునినగలురాక్షసునిల్లుచేరినవి, మలయకేతురాజధానిలోచాణక్యుఁడు ఏమి కావింపఁ గోరినాఁడో దానికి వలయువారందఱు అట్లట్లు ఆటకుచేరి రాక్షస మలయాదిశత్రువులకడఁ గౌరవగొని మంచినమ్మకముసంపాదించుకొని తమ తమ

పనులం బనివడుదురు. వారు పులియుని సమయాన రాక్షసునుండి నెట్టన చీల్చివేయుదురు పాపము! రాక్షసునికి ఇ దేదియు ఇసుమంతయు తెలియదు. చాణక్యుఁడు తన పనియై ఇఁక ఊరకున్నాఁ డని అతఁడు తలంచును ఇంకను పని కలిగి, తన్ను పంచి చంద్రగుప్తునికి మంత్రి చేయఁగోరినాఁ డని ఎఱుఁగనే ఎఱుఁగఁడు తనకు మంచికాలము వచ్చుచున్నది చంద్రగుపుని చాణక్యునికిం బాపి, అట్టి యసహాయుని ఏమియో చేసి భర్తృఋణము తీర్చుకొనఁగలనని తాను ఆసలు వహించుచున్నాఁడు.

మూఁడవ యంకము

కుసుమపురమున చాణక్యచంద్రగుప్తులకు మనోభేదములు కలుగుచున్నవని పుకారు పర్వుచుండెను గదా, అట్లు పఱపుటయ ఇక కర్తవ్యమని చాణక్యుని యెత్తు. ఇపుడు చాణక్యుఁడు అతిరహస్యముగా చంద్రగుప్తునికి ఉపదేశించెను. "నాతో కృతకకలహమాడి, రాక్షసుఁడె నాకన్న ప్రగల్భుఁడనుచు, నాకుకోపము రేపుచు, కొంతకాలము నీవు స్వతంత్రుఁడవుగా వ్యవహరింపవలసినది అని. వినయరుచి చంద్రగుప్తుఁడు ఎప్పుడును గురువు గీచిన గీఁతను దాఁటక మెలఁగువాఁడు సాధుక్రియలుచేయనే అలవాటుపడినవాఁడు, తనకు సాధారణముగా పొరలు దొరలవులే అని యెంచుకొని, పాపమునకుం బోలె, అందులకు ఎట్లో ఒప్పికొన్నాఁడు. ఏప్రయోజనముగోరి గురువుఇట్లుచెప్పినాఁడో తానుఅరయఁగోరఁడు, దినములు కడచుచున్నవి. కార్తికపున్నమ దగ్గఱినది. నాఁడువెన్నెలపండువును ఆదేశీయులకు అతి ప్రియమును, ఇటీవల యుద్ధాదియుపద్రవముచే చేయక నిలిచిపోయి యుండునదియునైన దానిని 'జరుపుడు'అని చంద్రగుప్తుఁడు నగరమున "టాంటాం"కొట్టించెను, జనులకు చాలసంతోషమును ఉత్సాహమును కలిగెను. ఇంతలో దానినెంతమాత్రము జరుపకూడదని మహారాజునకు తెలియకుండ మహామాత్య చాణక్యుఁడు చాటిపించెను. చాణక్యుఁడన్న అందఱికి అడలు. మఱి అటా ఇటా? జనులుఎట్లుప్రవర్తింతురు? వారుపండుగునుమానుకొన్నారు. చంద్రగుప్తుఁడు ప్రొద్దు క్రుంకఁగానేవెన్నెలలో ఊరియుత్సవపు టందముంజూచునాసతో సుగాంగ

ప్రసాదము డాబాపైకి ఎక్కెను. నలుదెసలం గాంచెను. ఆహా! పండువెన్నెల రామణీయకము! మఱి ఊరి వీథులలో పండుగుసింగారము సందండియించుకయు లేదే. ఇదేమి!-కంచుకిని అడిగెను. "ఉత్సవము ఆఁపివేయఁబడినది,దేవా" అని యాతఁడు విన్నవించెను, చంద్రగుప్తుఁడు పింగాక్షుఁడై "ఎవరిచేత? చాణక్యులవారి చేత కాదు గదా?"అనెను. "మఱెవరు ప్రాణములమీఁద ఆసగలవారు ఆపని చేయఁ గలరు?"అని కంచుకి అనెను. "అట్లేని చాణక్యులవారిని నేనుచూడవలెను. పిలుచుకొనిరా" అని ఆతనిం బంపి, తాను కనుపెట్టుకొని సింహాసనమునం గూరుచుండెను

చాణక్యుఁడు 'ఏమీ! ఈ రాక్షసుఁడా నావృషలుని రాజ్యశ్రీని హరించువాఁడు.' అని కోపముతో 'మలయునిరాజ్యమున రాక్షసునిపై మలయునికి పలు తెఱంగులన విశ్వాసముం గల్పింప నే బన్నినపన్నుగడలు నెఱవేఱునుగదా నావారందఱు అచట ఎట్లెట్లు చొచ్చుకొనవలయునో అట్లట్లు చొచ్చుకొన్నారన్న వార్త వచ్చినది ఇఁకను చంద్రగుప్తునితోడి యీ కైతవకలహముచే రాక్షసుని ఇవె ఆశత్రువునుండి చీల్చివైతును' అని తనజీర్ణమందిరమున కుంగినవసారాలో తలపోసికొనుచు కూర్చుండియుండెను

ఇంతలో కంచుకివచ్చి చంద్రగుప్తుఁడు తమరిని పిలుచుకొనిరమ్మన్నాఁడని విన్నవించెను. "ఏమీ, నేను ఉత్సవము ఆఁపివేసినమాట మీరు ఆతనికిం జెప్పితిరా?"అని కనలుకనులతో "రాజపరిజనమునకు చాణక్యునిపై ద్వేషముగదా. అని గద్దించి, ఎక్కడనున్నాఁడు, చంద్రగుప్తుఁడు? పోదముపద. అని వానివెంటవచ్చి, సుగాంగ మెక్కి, సింహాసనగతుఁ జంద్రుం జూచి, ఇన్నాళ్ళకు సింహాసనమున తగినరాజు వీఁడె కూర్చున్నాఁడని మనసునసంతసించి తనకెదురువచ్చి పాదములకెరఁగిన చంద్రుని దీవెనలతోలేపి, అంతట ఆతఁడుం దానును యథోచితముగాఁ గూర్చుండ "ఎందులకు నన్నుఁబిలిపించితివి, రాజు అధికారినిఊరక పిలిపింపఁడు గదా"అని యడిగెను. 'వెన్నెలపండుగను ఆఁపివేయించితిరఁట ఏల?' అని చంద్రగుప్తుఁ డడుగ "ఏమీ, దూషించుటకా నన్ను పిలిపించినది?' అనుచు చాణక్యుఁడు తిరస్కారము దోఁప నవ్వెను. 'కాదు, విజ్ఞాపనము చేయుటకు?' అనెను చంద్రగుప్తుడు. విన్నవించుకొను శిష్యుఁడు గురురుచిని అనుసరింపవలెను, దేనిని ఇదేల యని యడుగరాదు?" అని చాణక్యుఁడనెను. "నిజమే. నేను

ప్రతిషేధమును ఆక్షేపించుటకు గాదు, దాని ప్రయోజ మెఱుంగఁ గోరి పిలిచితిని అని చంద్రగుప్తుఁడనెను, సచివాయత్తసిద్ధికి నీకు ప్రయోజన విచార మేలః" అని చాణక్యుడనెను, చంద్రగుప్తుఁడు కోపముతో మొగమును అవలికిం ద్రిప్పికొనెను వైతాళికులుస్తోత్రముం బాడిరి. సమయము కనుపెట్టి రాక్షసగూఢ ప్రయుక్తుఁడు స్తనకలశుఁడు 'సింగముల దంష్ట్రాభంగముం బోలె సార్వభౌములు ఆజ్ఞాభంగమును ఓర్వరు. అపరిభూతాజ్ఞుఁడే నిజమైన ప్రభువు,' అని ఉసికొలువుం బాడెను. 'ఆహా, ఇది రాక్షసప్రయోగము. తెలిసిపోయినది. నేను మేలుకొనియే యున్నాను లే' అని చాణక్యుఁడు అనుకొనెను చంద్రగుప్తుఁడు దానిని మెచ్చుకొని వైతాళికులకు వేయి సువర్ణములు ఈయవలసినదని చెప్పుమని కంచుకిం బొమ్మనెను చాణక్యుఁడు కంచుకిని పోవలదని 'వృషలా, ఏల యస్థానమున ఇంత ధన మిమ్మను చున్నావు:' అని ఆక్షేపించెను. అందులకు చంద్రుఁడు ఇట్లు మాట మాటకు అన్నిట నన్ను అడ్డుటచే నాకు ఈరాజ్యము రాజ్యముగాలేదు, మఱి ఖైదుగా నున్నదిః' అని విసుఁగుకొనెను. చాణక్యుఁడు 'సొంతముగా విచారించుకొనలేని రాజులకు ఇట్లే, ఈ యిబ్బందులు కలుగుచునే యుండును. ఇది నీవు ఓర్వలేని, పోని, ఇఁక నీవే విచారించుకో, అనెను గంద్రగుప్తుఁడు 'సరే, ఆలాగే లెండు, ఇఁకను ఇదె నేనే విచారించుకొందును; అనెను. చాణక్యుఁడు 'ఇది నాకు ఎంతో ప్రియము, అట్లే కానీ' అనెను.

ఇట్లు వీరి జగడము ముదురుచున్నది. ఇఁక స్వతంత్రుఁడై చంద్రగుప్తుఁడు మరల అడిగెను. వెన్నెల పండుగుచు అడ్డిన ప్రయోజన మేమిః' అని 'దానిని అనుష్ఠించిన ప్రజయోనమేమిః' అని చాణక్యుఁడు ఎదురు సవాలు వేసెను. అందులకు చంద్రగుప్తుఁడు – 'మొదటిది, నాయాజ్ఞను చెల్లించుకొనుట, అనెను. చాణక్యుఁడు 'నాకును మొదటిది నీయాజ్ఞను చెల్లనీకుండుట. లోక మెల్ల తలఁదాల్చు నీయాజ్ఞ నాయొక్కని యెడ తడబడి నీయేలుబడి వినయాలంకృతమని చాటునుగదా. వేఱు ప్రయోజనముం గూడ వినఁగోరుదువేని చెప్పెదను, విను, 'ఇందుండి భద్రభట ప్రభృతులు ఆయాకారణములచే అపరక్తులై పోయి మలయకేతువుం జేరినారుగదా ' ఇంతలో చంద్రగుప్తుఁడు 'అపర క్తులని తెలియగానే ఏల దానికి ప్రతివిధానము చేయరైతిరిః' అనెను చాణక్యుఁడు 'శక్యము గాలేదు,'

అనెను చంద్రగుప్తుఁడు" 'ఏల, చేత రాకయా. ప్రయోజనముం గోరియా?' ప్రయోజనము౦ గోరియే' అని చాణక్యుఁడు ఏమేమో వివరము చెప్పి, ఇట్టిచటి వారినెల్లం గూడఁ జేర్చుకొని, రాక్షసుని యుపదేశమునకు చెవి యొగ్గుచు, గొప్ప మ్లేచ్ఛ రాజుల సేనం గూర్చుకొని, తండ్రిహత్యచే బలు పగగొని మలయకేతువు మనమీఁదికి ఎత్తిరా జతనములు చేయుచుండ, ఇది మనకు ఉత్సవములకు కాలం మటోయి, వ్యాయామమునకుఁ గాని కావున వెన్నెలపండుగును నిలిపివేయించితిని తెలిసినదా?' అనెను

చంద్రగుప్తుఁడు "ఇన్ని యనర్థములకు హేతువు అమలయకేతువు? వానిని ఏల తప్పించుకొని పోనిచ్చితిరి?" అని యడుగ, చాణక్యుఁడు 'పోనీకున్న నెట్టు? పట్టుకొని కైదునం బెట్టిన, పర్వతకుని మనము చంపించితి మనిపొక్కి మన కృతఘ్నత ఆఁక లేక వెలువడును, కాక, నాయనకీవలయు నర్థ రాజ్యమును వానికిచ్చిన, ఆ కృతఘ్నత ఒక్కటి తప్పును మఱి మనకేమియు ప్రయోజన ముండదు అని తప్పించుకొని పోనిచ్చితిని, అనెను. చంద్రగుప్తుఁడు. 'సరి, అది యట్లే కానిండు మఱి రాక్షసుఁడు ఇందే యున్నాడే వాని నేమేని చేసియుండఁ గూడదా? ఏల ఉపేక్షించితిరి?' అని మరల నడిగెను. "నగరాన ఉండనిచ్చిన, రాక్షసుడు అడంపరాని యంతఃకోపమును కలిగించును బయట దూరస్థుఁడైన బాహ్యకోపము కలిగించినను అణుపకపోఁడు పరాక్రమించి పట్టుకొనఁ బోయిన 'రాక్షసుఁడు' కదా, తానేని చచ్చున నీ సేనలనేని పొరిగొనును. తాఁ జచ్చిన, అట్టివాఁడు మఱి నీకు కలుగునా? నీసేనలం బొరిగొన్న అది నీకెంతపీడ? తెలిసినదా?" అని చాణక్యుఁడు తెలియ జెప్పెను అంతట చంద్రగుప్తుడు 'తమతో మాటకు మాట చెప్పలేను, పొండి ఎట్లైనను అన్నివిధాలను తమకంటె రాక్షసుఁడే ప్రశస్యుఁడు, అనెను. 'అతఁడేమి కావించినాఁడు, నీ విట్లు మెచ్చుకొనుటకు?' అని చాణక్యుఁ డడుగ, 'ఏమి కావించినాఁడా? నగరము మనము పట్టుకొన్న తర్వాతం గూడ, మన మెడమీఁద నడుగిడి, తన కిచ్చవచ్చిననాళ్లు ఇందే యుండినాఁడు మనసేనలు జయఘోషణ చేయఁబూన, చేయనీక అఁపినాఁడు మన వాఱిందఱి యందును మన నమ్మకమును సడలించి సందేహము లేపినాఁడు ఇంకను ఏమి కావలయును?' అన్నాఁడు చంద్రగుప్తుఁడు 'ఇంతేకదా. నేను నందులఁ బెకలించి

వైచినట్లుగా నిన్ను పెకలింపలేదు గదా; నేను నిన్ను రాజరాజుం జేసినట్లు తాను మలయకేతుం జేయలేదు గదా.' అని చాణక్యుఁడన్నాఁడు. 'ఇదెల్ల తమరా చేసినది? ఎందుల కీబడాయి? దానిని కావించినది నందుల దుర్దైవము.' అని చంద్రగుప్తుఁ డనఁగా చాణక్యునకు కోపము రగిలినది. అయినను ఎట్లో ప్రకృతి చెంది. చాణక్యుఁడు 'వృషల, ఏల యుత్తరోత్తరము? ఇదిగో నామంత్రిశస్త్రము, ఇఁకను ఇది నాకువలదు రాక్షసుని కిచ్చుకొనుము?' అని దానిం బాఱవైచి లేచి పోవుచు, రాక్షసుం దలఁచుకొని 'నాకు ఎదపి, చంద్రుని జయింతునని భేదముం బన్న నెంచితివా, రాక్షసా? ఏన నీకే ఏమగునో చూచుకొనుము' అని యనుకొనుచుం బోయెను.

చంద్రగుప్తుఁడును 'ఇంకను చాణక్యుని అనాదరించి చంద్రగుప్తుఁడు స్వయముగానే రాజకార్యములం జేయునని ప్రజలకు తెలుపుము అని సిరుపపదైక వచన చాణక్యనామ నిర్దేశపూర్వముగానే కంచుకితోఁ చెప్పిపంపి, ఆర్యుని యాజ్ఞ చేతనే ఆయనగౌరవమును ఉల్లంఘించిన నాకు ఇట్లు ఎందేని గోతిలోన పడుదునా అన్నట్లున్నదే అని యనుకొనుచు, రాత్రిశేయవేళకో ఆజగడాన కలిగిన తలనొప్పికి శయన గృహమునకుం బోయెను.

నాలుగవ యంకము

స్తనకలశుఁడట్లు ఉత్తేజనముం బాడినాఁడు గదా. దానం గెరలినట్లు చంద్రగుప్తుఁడు చాణక్యుని అధికారమునుండి తొలఁగించి స్వతంత్రుఁడుగా వ్యవహరింపఁ దొడంగినాఁడు. ఇది కపటనాటక మని యెఱుంగలేక, నిజమని యెంచి, యీ వృత్తాంతముం గొని కరభకుఁడు పాటలిపుత్రమునుండి నూఱు యోజనాల దూరమున నున్న మలయకేతు రాజధానికి వడిపయనముల రాక్షసుకడకుం బోయినాఁడు. ఇంచుమించు నెలదినాలు పట్టినది, మార్గశీర్షపున్నమయు వచ్చినది. మ్లేచ్ఛసేనలు సర్వసన్నద్ధములై కూడియున్నవి. రాక్షసు డుశత్రువ్యసనముం బ్రతీక్షించుచున్నాఁడు. కాలయాపన ఓర్వరాకయున్నది. నేఁడు రాక్షసుఁడు ఆతల

నొప్పితో పడుకలో తలపోసికొనుచున్నాఁడు. 'నాకు తొలుతనుండియు విధి
తిరిగియే యున్నది. కౌటిల్యుమతి వంకరలు నాకు ఎఱుఁగరాక యున్నవి.
వానికి కాపివారమని వానివారు పలువురు వచ్చి ఇచ్చట చొచ్చుకొన్నారు. నేను
ఆతనిని వంచింపఁగలనా? అబ్బా! నేనమోసపోవుద నేమో. ఇందు నాకు జయము
కలుగదేమో' అని. శకటుఁడును అందు ప్రక్కనేఉన్నాఁడు కరభకుఁడు వచ్చి
రాక్షసుంగన్నాఁడు. ఈతని ఏపనిమీఁద తాఁ బంపెనో రాక్షసుఁడు మఱచి
పోయినాఁడు. తలఁపునకు తెచ్చుకొనుచున్నాడు.

ఇంతలో భాగురాయణ ద్వితీయుడుగా మలయకేతువు రాక్షసుతలనొప్పిం
బరామర్శింప వచ్చినాఁడు అతనికిని 'ఇప్పటికి పదినెలలయినదే. ఇఁక నెన్నఁడు
తా శత్రులం జంపి అమ్మల కన్నీళ్లుతుడిచి నాయనకు తర్పణమువిడుచుట.' అని
తీఱనిచింత ఇపుడు దారిలో భాగురాయణుని ఇట్లుఅడిగినాఁడు. "భద్రభటాదులు
తన నౌకరిలో చేరునపుడు 'ఆ పాడు చాణక్యునియుపదేశములు విను చంద్రునికిం
గాక వచ్చిన తాము ఇచట రాక్షసద్వారమునకాక, మన సేనాపతిశిఖరసేనుని సిఫా
రసు పట్టుకొన్నాము, కుమారు కొలువుగనను'అన్నారే. ఇప్పటికి రెండు నెల
లయినది అది యెంత యాలోచించినను నాకు అర్థముకాలేదు" అని దానికి భాగు
రాయణుఁడు అన్నాఁడు. 'రాక్షసుఁడు నీకు ప్రియుఁడుహితుఁడునే. ఐననుఅతనికి
ద్వేషముచాణక్యునిమీఁదనే కాని చంద్రగుప్తునిమీఁదకాదు. వాఁడు నందవంశీయుఁడే
యన్న పక్షపాతము అతనికి ఒకనాఁటికిని తొలఁగదు. ఎన్నఁడైనను అతఁడు
చాణక్యునధికారమునుండి తొలగించిన రాక్షసునికి అచట వానితో సంధి కలిగినను
కలుగవచ్చును. అప్పుడు ఓహో వీరును రాక్షసునివారే అని తమ్ము నీవు నమ్మక
పోవుదువేమో' అని (భాగురాయణ భద్రభటాదుల కందఱికిని వేర్వేఱ చాణక్యుఁడు
చంద్రగుప్తుని తనతో జగడమాడించి తనమంత్రిపదము మాన్పింపఁబోవుటయు
దానికి తగినట్లుగా వారు మలయకేతువునెడ ఏమేమి ఎట్లెట్లు జరుపవలయుటయు
పాటలిపుత్రమునుండి వారు పరారికాకముందే గూఢముగా ఉపదేశించియుండెను.
అతఁడు తన పన్నాగమునంతయు మనసున అప్పటికేలెస్సగా పన్నుకొనియైనది.
ఆ దీర్ఘదర్శితయే అతని నీతిమహిమ. వారును అందఱును ఈ చూపిన దారిలో
కపటనాటకమును లెస్సగా తమసొంతతెలివియు సమయస్ఫూర్తియు కలిగి ఆఁడ

నేర్చిన నిపుణులే.) ఇంతలో వారు రాక్షసునియిల్లు చేరి గడప దాఁటుచుండఁగ లోపల మాటలాడుట వినఁబడినవి. రాక్షసుఁడు జ్ఞప్తి చేసికొని కరభకుని అడుగు చున్నాఁడు. 'ఏమి కరభకా, పాటలిపుత్రమున స్తనకలశుం గలసికొంటివా?' అని

"ఓహో ఏదియో పాటలిపుత్ర వృత్తాంతముగా నున్నది మంత్రులు ఒకనాఁడును రాజునెదుట, వారి మనసు ఎంచ నవియగునో అని, ఉన్న నిజమంతయు పలుకరు. మఱుంగున స్వైరాలాపములలో అర్థములను కలరూపున వివరింతురు, కావున మఱుఁగుననుండి ఇది విందముకానీ' అని భాగురాయణునితో మలయుఁడు అంతట ఆఁగినాఁడు కరభకుఁడు రాక్షసునితోఁ జెప్పుచున్నాఁడు" "నేను ఇట సెలవు గొని పాటలిపుత్రమునకుం బోయి స్తనకలశుతో 'చాణక్యుఁడు ఆజ్ఞాభంగము చేసి నపుడెల్ల చంద్రగుప్తునికి శ్లోకములచే ఆతనిపై కోపము పెంపవలసినది' అని చెప్పితిని. అతఁ డట్లే చేసినాఁడు దాన 'వెన్నెలపండుగును ఏలనిలిపి వేయించితివి, మలయ కేతువును రాక్షసుని ఏల తప్పించుకొనిపోనిచ్చితివి' అని చంద్రగుప్తుఁడు చాణక్యు నితో పెద్దజగడమాడి, నీవేమియు చేతకానివాఁడ'వని తూలనాడి, రాక్షసుఁడే అన్ని విధాల శ్లాఘ్యుఁడు సమర్థుఁడు అని మెచ్చుకొని అతని యధికారశస్త్రమును క్రింద పెట్టించి, అంత నాతనిం బొమ్మనెను " అని దానిని విని మలయకేతువు 'చంద్ర గుప్తునికి రాక్షసునిమీఁద చాలఁ బక్షపాతమే' అనెను భాగురాయణుఁడు 'కావుననే చాణక్యగానిని అట్లు నిరాకరించినాఁడు' అనెను మరల లోపల మాటలు వినఁ బడినవి. రాక్షసుఁడు అనుచున్నాఁడు 'ఇంకనే మున్నది! నాచేతిలోనికి వచ్చి నట్లే చంద్రగుప్తుఁడు. అట్లే చందనదాసునికి విడుదల, శకటా నిన్ను నీయింట నీవారితో చేర్చుటయు' అని దానిని విని మలయకేతువు "ఏమి దీని భావము, నా చేతిలోనికి వచ్చినట్లే చంద్రగుప్తుఁడు - అనుచున్నాఁడే" అని యడిగెను భాగురాయణుఁడును "ఏ మున్నది? చాణక్యుం దఱిమివేసినాఁడే. ఇఁక చంద్ర గుప్తుం బెకలింపనేల? దాన నా కేమి ప్రయోజనము?" అని యనుకొనుచున్నాఁడు. అని యనెను మరల లోపలమాటలు వినంబడుచున్నవి - రాక్షసుఁడు అడుగు చున్నాఁడు-'అధికారము తొలగించిన తర్వాత ఇపు డెక్కడ నున్నాఁడు, ఆ చాణక్యగాఁడు' అని. అక్కడనే, పాటలిపుత్రమందే' అన్నాఁడు కరభకుఁడు. 'ఏమీ, తపోవనమునకు, పోలేదా? మరల ఏదేని ప్రతిననైన పట్టలేదా?' అని

మరల అడిగినాఁడు రాక్షసుఁడు 'తపోవనమునకు పోవునని అనుకొన్నారు' అన్నాఁడు కరభకుఁడు, రాక్షసుఁడు అనుచున్నాఁడు, 'శకటదాసా, ఇవి నా మనసుకు సరిగాలేదోయి, అంత గొప్పరాజు ఆ దినము పీటమీఁది నుండి లాఁగిన మాత్రకే అంత చేసినాఁడే. ఇపుడు చంద్రగుప్తుఁడు తాను చేసిన రాజు తన్ను ఇంత యవమానించిన ఎట్లు ఓర్చుకొనును? అని.' దానిని విని మలయకేతువు అడుగుచున్నాఁడు. 'మిత్రమా, ఆచాణక్యగాఁడు ఏమైన ఈయనకేమి? అడవికి పోయిననేమి? ప్రతినఁబూనిననేమి?' అని. భాగురాయణుఁడు తెలియఁ బలుకుచున్నాఁడు "చాణక్యునికిని, చంద్రగుప్తునికి ఎంతయెడమైన అంతమంచిది ఈయనకు" అని, శకటుఁడు రాక్షసుని సమాధాన పెట్టుచున్నాఁడు-"ఆర్యా ఇది సరిగానే యున్నది ఏల వేఱుగా తలంచుట? అటు రాజాధిరాజై చంద్రగుప్తుఁడు తనవానివలననే ఆజ్ఞా విఘాతమును ఓర్చునా? ఆచాణక్యగాఁడును కోపనుఁడే కానీ శత్రువుం జంపుటయు ప్రతిన తీర్చుకొనుటయు ఎంత కష్టమో అనుభవించి యెఱిఁగినవాఁడు కాన ఊరకున్నాఁడు" అని. రాక్షసునికి మనఃసమాధానమైనది. కరభకుని సేదదేర్పుమని శకటుని, వానిం బంపుచు, పాటలిపుత్రమున తానుకనుపెట్టుకొనియున్న యనుకూల సందర్భము పొసఁగినది. ఇఁకను దండయాత్ర కదలఁదగును. "ఈ మంచి మాటను కుమార మలయునికిం జెప్పనిదె నేనునుం, బోయెదను" అని లేవం బోయినాఁడు.

ఇంతలో మలయుఁడు తానుసమీపించి 'నేనే తమరిం జూడవచ్చుచున్నాను'. అని అందరు ఆసనములం గూర్చుండఁగానే 'ఆర్యా తలనొప్పితగ్గినదా?' అనెను. "కుమారుని అధిరాజుం జేయక తీరునా, నా యీ తలనొప్పి?" అని రాక్షసుఁడు ఉపచారోక్తి పలికెను 'తమరు పూనుకొన్నది కాకపోవునా? సరే - మఱి యిట్లు సేనలం గూర్చుకొని సన్నాహము చేసికొని ఇంకను ఎంతకాలము మనము శత్రువ్యసనమును ఎదురుసూచుచు ఊరకుండుట?' అని మలయకేతువు అడిగెను. "ఇంకను ఆలస్యమేల? బయలు దేఱు, విజయమునకు. పొడమినది అచట వ్యసనము, సచివవ్యసనము, సచివాయత్తసిద్ధియై లోకవ్యవహారమెఱుంగ చంద్రగుప్తునికి ఇది చంటిబిడ్డకు తల్లిలేకపోవుటయే! మనకు జయము తప్పదు ఇటు మన దొడ్డసేన, జాణవు నీవు. నీకు అన్నిటఁ దోడు రాక్షసుఁడను నేను; అటు నగరమంతయు మనతట్టు, చాణక్యుఁడు లేఁడు, చంద్రగుప్తుఁడు ఏమియు ఎఱుఁగని

క్రొత్తవాఁడు, ఇఁకను సందియమేల?" అని రాక్షసుఁడు అనెను. 'అట్లేని, ఏల యూరకుండుట? కదలింపుము మనసేనను మనయేనుఁగుల శోణనుదాటి పుము, ఆ నగరమును ముట్టడింప ' అని చెప్పి మలయుఁడు భాగురాయణునితో మరలి పోయెను.

రాక్షసుఁడును విజయప్రస్థానమునకు మంచిదినము చూడఁగోరినాఁడు. సమయమునకు తన నమ్మిన మేటి జోస్యుఁడు అత్యంతమిత్రము క్షపణకుఁడు జీవసిద్ధియే వచ్చినాఁడు. 'మాకు ప్రస్థానదినము చూచిపెట్టుము' అని యడుగ, పూర్ణిమ నేఁడు, మధ్యాహ్నమునకు ముందు కూడదు గాని, తరువాత అది అన్ని కల్యాణములకు ఆస్పదము, సూర్యాస్తమయానంతరము బుధలగ్నమున, కేతువు ఉదితాస్తమితుఁ డగుచుండ, చంద్రుఁడుసంపూర్ణమండలుఁడై వెలుంగ, ఈయను కూలనక్షత్రమున ఉత్తరమునుండి దక్షిణమునకుంబోవుట నీకు కరము శ్రేయస్కరము ' అని వివరముగా చెప్పెను రాక్షసుఁడు 'తిథి యొక్కటి మాత్రము బాగుగాలేదుస్వామీ'అనిసందేహింపఁగా, జీవసిద్ధి" అది సరకుగొననక్కఱలేదు. తిథికి ఒక్క గుణమనియు, నక్షత్రమునకు నాలుగుగుణములనియు, చంద్రునికి నూరు గుణము లనియు జ్యౌతిషిక సిద్ధాంతము, ఏమనుకొన్నావో ' అనెను. రాక్షసుఁడు అప్పటికిని సమాధానపడక 'మఱెవరినైనను జోస్యులను అడిగి చూడుము ' అనఁగా జీవసిద్ధికి కోపమువచ్చి 'నీవే అడిగికో, నీకు కాలము సరిగా లేదేమో, నీ సొంత పక్షమును మాని పరపక్షము బ్రమాణీకరింపఁ జూచుచున్నావు,' అని చిరాకుతో వెడలిపోయెను. సూర్యాస్తమయమును కావచ్చినది, రాక్షసుఁడు తమ పనులకు అభిముఖుఁడైనాఁడు కాఁబోలు ఆదినమే కదలినవి మలయకేతు సేనలు.

ఐదవ యంకము

మలయకేతుసేనలు కదలి పెక్కు పయనములు నడచినవి దినములును అయినవి. కుసుమపురముదాపునకు వచ్చినవి. ఒక్క వాటమైనచోట విడసినవి ఇంతకు మునుపు విడిదలలలో కటక ప్రవేశ నిర్గమములు అనివారితముగా

జరుగుచుండినవి. ఇఁకను అట్లు కూడదని, ఈవిడిదలలో రాజముద్ర లేక అని జరుపఁగూడ దని యుత్తరువైనది. ఇందు అందఱును ఉన్నారు. జీవసిద్ధి, సిద్ధార్థకుఁడు, భద్రభటాదులు, భాగురాయణుఁడు, శకటదాసు, రాక్షసుఁడు అందఱును తమ చోటుల తమతమపనులలో మెలఁకువతోనున్నారు. సిద్ధార్థకుఁడు చేత పెట్టె పట్టుకొని చెవిలో లేక దోపుకొని తాను అమాత్యరాక్షసు నౌకరునుగదా అని ముద్రంగొనకయే పాటలిపుత్రమునకుందరలినాఁడు. జీవసిద్ధి దారిలో అగపడి అట్లు చేయకురా, నీవు రాక్షసునివాఁడవు కానీ పిశాచమువాఁడవు కానీ సంకెళ్ళం బడుదువు అని హితవు చెప్పినాఁడు వాఁడు వినునా? తానును ఎక్కడికో పోవుటకు ముద్రనడుగుదునని జీవసిద్ధి భాగురాయణదర్శనము కోరిపోయినాఁడు.

భాగురాయణుఁడు రాజాస్థానముననే ముద్రలిచ్చుటకు ఒక ప్రక్కఁ గూరుచుండినాఁడు. అది కటకక్షేమమునకు చాలముఖ్యమగు పని యగుటం బట్టి దానిని తాను సొంతముగా చేయుచున్నాఁడు మలయకేతువును అప్పుడే ఆస్థానమునకుం దరలినాఁడు నాఁడు రాక్షసుని మాటలు చంద్రగుప్తునికి అతనిపైని యాపక్షపాతము తాను విన్నది మొదలు తన బుద్ధి వికల్పాకుల మైపోయినది. సత్యసంధుఁడై నాకుంగూర్చునా రాక్షసుఁడు, నందకుల భక్తుఁడై చంద్రగుప్తుంగూడునా, చాణక్యుని అట్లు నిరాకరించి పొమ్మన్నవానిని - నిశ్చయము తోఁపకున్నది. సరి ఆనా ప్రాణరక్షకుఁడు మిత్రము భాగురాయణుకడకే పోయెదను అని తరలినాఁడు. అతని చెంగటికి వచ్చినాఁడు. ఇంతలో క్షపణకజీవసిద్ధియు ముద్ర యడుగుటకు భాగురాయణుని కడకు వచ్చియుండెను. వానిం గాంచి, భాగురాయణుఁడు రాక్షస మిత్రమితఁడు ఏదేని రాక్షస కార్యము మీఁదనే బయటికి పోఁగోరినాఁడా అని సందేహించుచు 'ఏమి స్వామి, ఎక్కడికైనను రాక్షసు పనిమీఁద పోవలసి యున్నదా? అని యడిగెను. 'అయ్యో ఆట్టి పాపము పలుకకుము. ఎక్కడ రాక్షసుని పేరైనను వినంబడదో ఆచోటునకు పోఁగోరెదను' అని బదులు పలికెను, 'అబ్బో, మిత్రుని మీఁద చాలకోపము వచ్చినట్లున్నదే! అతఁడు ఏమి తప్పు చేసినాఁడు స్వామి మీకు? 'అని అతఁడడిగెను క్షపణకుఁడు చెప్పుచున్నాఁడు - 'అతఁడు నాకేమియు తప్పు చేయలేదు నాకు నేనే తప్పుచేసికొందును. ఆదంతయు మీ కెందులకు? ముద్ర ఇప్పింపుఁడు, పోయెదను - 'అట్లు గాదు. చెప్పకున్న ముద్ర

డయ్యెను' అని వాదులాడుకొని నిర్బంధింపఁగా ఇట్లు చెప్పెను "మందభాగ్యుఁడను నేను మొదట పాటలిపుత్రమున వసించుచు రాక్షసునికిమిత్రమనైతిని. ఆ దినాలలో రాక్షసుఁడు రహస్యముగా విషకన్యం బ్రయోగించి ఏలిన వానిని పర్వతేశ్వరుం జంపినాఁడు. నాకు అదేమియు తెలియదు, మఱి అందుకోసమని ఆపాడుముండాకొడుకు చాణక్యిగాఁడు నేను రాక్షసునిమిత్రమ ననినన్నుతిట్టి ఊరు వెడలఁగొట్టినాఁడు. ఇపుడును మరల రాక్షసుఁడు అట్టిదే ఏదియో తొడఁగుచున్నాఁడు. దాన నన్ను ఈలోకమునుండియే వెలఁగొట్టుదురేమో! అందులకై ముందుగానే ఎక్కడికైనను పోఁగోరినాఁడను" అని, అందులకు మరల భాగురాయణుఁడుఅనెను. "స్వామీ, చాణక్యుఁడు చంపించినాఁడు పర్వతకుని, అతనికి రాజ్యమున పాలు ఈవలసివచ్చు నని" అని యనుకొన్నారే. అని క్షపణకుఁడు బదులుపల్కెను 'ఆమాట అనుకొనుటయు పాపము. చాణక్యుఁడు, పాపము, విషకన్యపేరైనను విన్నవాఁడు కాఁడు' అని, ఇదెల్ల మలయకేతువును చెంగట నిలిచి వినుచుండెను. భాగురాయణుఁడు చూడలేదు తాను క్షపణకుని 'ఇందము నీకు ముద్ర యిచ్చెదను, కాని, ఈమాట కుమారునికిం జెప్పుదువుగాని రా!' అని పిలిచెను.

మలయకేతువు లోపలికిఁ జొచ్చుచు 'విన్నావయ్యా చెవులు చీల్చు నా మాటను, ఇంకను ఏల? మిత్రుఁడని అట్లు నమ్మి అంతయు నీ మీఁదనే పెట్టిన నాయనను ఎట్లు చంపితివయ్యా రాక్షసా! నీవు నిజముగా రాక్షసుఁడవా? అని యేడ్చుచు భాగురాయణు నెదుటికి వచ్చిన కుమారుని ఆతని యావేగమును గాంచి రాక్షసుప్రాణములకై శంకించి, వానిం గావలసిన దను చాణక్యులవారి యాదేశముం దలంచి భాగురాయణుఁడు కుమారుఁ గూర్చుండు మని నీతి ఇట్లు తెలియఁజెప్పెను. 'కుమార, అర్థశాస్త్రవ్యవహారులకు అర్థముం బట్టి అరిమిత్రవ్యవస్థ, లౌకికులం బోలె స్వేచ్ఛ కాదు. ఆదినాలలో ఇంకను సర్వార్థసిద్ధిని రాజుగా నిలుపఁగోరిన రాక్షసునికి చంద్రగుప్తునికంటెను అతనిసర్వసహాయుఁడు అతిబలాఢ్యుఁడు పర్వతకుఁడు శత్రు వాయెం గాన ఆతని నట్లు వ్యాజహత్యచేసినాఁడు. కావున ఆతనిని ఉపాలంభింపఁ దగదు; మఱి నంద రాజ్యము మన చేతికివచ్చువఱకు మనవాఁడుగానే ఉంచుకొనియు ఉండఁదగును.' అని ఆమాటలు లెస్సలని మలయకేతువును అంగీకరించెను.

ఇంతలో ముద్రలేక కటకము వెలువడం బోయి జాబుతో ఒకానొకఁడు పట్టువడినాఁడు. వానిని తమ కడకుం బంపితిమి. చూచి విచారింపఁదగును.' అని తాణాదారు దీర్ఘచక్షువు ఒక్కని భాగురాయణుని కడకుం బంపెను. వానింగాంచి 'ఎవరి వాఁడవురా నీవు' అని యడుగ, వాఁడు 'నేను అమాత్యరాక్షసులవారి సేవకుఁడను.' అనెను 'ముద్ర కైకొనక ఏల కటకముబయటికిపోవుచున్నావు?' అని యడుగ, "పని చాల జరూరైనది. త్వరగాపోవలసి వచ్చినది.' అనెను. 'ఏమిటిరా అజరూరైన పని, రాజాజ్ఞను కూడ దాఁటించునది?' అని యడిగి భాగురాయణుఁడు ఆతని చేతినుండి జాబు తీసికొని, దాని మీఁది రాక్షసుపేరి ముద్రంగాంచి, దానిని చెఱిగిపోనీక విప్పి, మలయకేతువునకుం జూపఁగా అతఁ డిట్లు చదివినాఁడు. "స్వస్తి. ఒక్కెడనుండి ఒకానొకఁడు తన చోటవే యున్న యొక్క గొప్పవానికిందెలుపుట, నాశత్రువుం దొలఁగించి సత్యవంతునిచే సత్యవాదిత నెఱపఁబడినది- ఇపుడు వీరికిని తొలుత ఇది యిది యిత్తునని షరత్తుచేసి యొప్పించి సంధిచేసికొన్న మన మిత్రులకు ఆషరత్తు ప్రకారము ఒప్పుకొన్నదానినికూడ ఒసంగి సత్యసంధుఁడు సంతోషపెట్టందగును. అట్టివారిని మనతట్టు చేర్చుకొన్నట్లైన వారు తమ యాశ్రయమును సైతము నాశనముచేసి ఉపహారిని ఆరాధింపఁగలరు. మఱవకున్నను, సత్యవంతునికి జ్ఞాపకముచేసెదను. వీరిలో కొందఱికి శత్రువుయొక్క బొక్కసమును ఏనుంగులును కావలయునఁట. కొందఱికి దేశము కావలయునఁట. శ్రీమంతుఁడు పంపిన నగలు మూఁడును అందినవి. నేనును జాబువట్టిది కాకుండుటకు తోడుకానుకగా ఏదియో ఒకటి పంపినాఁడను. దావిం జేర్చుకొనవలసినది. నోటి మాటలుగాకూడ సమాచారము ఆప్తతముఁడగు నీసిద్ధార్థకునిచే చెప్పిపంపినాఁడను. వినవలసినది" అని (ఇదియే తొలుత చాణక్యుఁడు సిద్ధార్థకునిచే శకటదాసునక్షరాలతో వ్రాయించి తెప్పించి ముద్రించి సిద్ధార్థకునిచేత ఇచ్చినజాబు. సమయాన ఇట్లు చేయుమని చాణక్యుఁడు కఱపినదానిని సిద్ధార్థకుఁడు నిపుణముగానే చేయుచున్నాఁడు.)

మలయకేతువు 'ఏమిటియీజాబు?" అన్నాడు. భాగురాయణుఁడు ఎవరికిరా ఈజాబు, చేతంగొనిపోవుచున్నావే నీవు, ఎఱుంగకుందువా? నీవు నోటిసమాచారము వినిపింపవలసినది ఎవరికి' అని యడిగి, వాఁడు 'నాకుతెలియదు' అనఁగా అది చెప్పు

నంతవరకు వానిం గొట్టుఁడు అని యాజ్ఞయిడెను బయటికిఁ గొంపోయి భటులు వానిం గొట్టుచుండ వాని చంకనుండి పెట్టెయొకటి ముద్రవేసినది యూడిపడెను. వారు దానిం గొనివచ్చి భాగురాయణునికిం జూపిరి ఇది యాజాబు తోడికానుక కాఁబోలు అనిదానిం గూడ ముద్ర చెఱిగిపోనీక తెఱచి చూపఁగా అందాభరణ మొకటి మలయకేతువు తాను రాక్షసునికి సొంతముగాఁ బంపినాఁడే అది అగపడెను. దానిం జూచి స్పష్టముగా ఈజాబు చంద్రగుప్తునికె అని యూహించి, సందేహము తీఱుటకు వానిని మరలగొట్టగా కొట్టించెను. వాఁ డంతట పాదములం ద్రెళ్ళి, నౌక రని యభయము పొంది సర్వముం జెప్పెను. 'నన్ను అమాత్య రాక్షసులవారు ఈజా బిచ్చి చంద్రగుప్తుని కడకుం బంపినారు, ఇఁక నోటి సమాచార మే మనఁగా 'వీరే నా ప్రియవయస్యులు, ఏవురు రాజులు తొలుత నీతో నేను ఒడంబడిక చేయుంచినవారు-కులూ తాధిపతి చిత్రవర్మ, మలయరాజు సింహనాధుఁడు, కాశ్మీరముదొర పుష్కరాక్షుఁడు, సింధునాథుఁడుసుషేణుఁడు, పారసీకపు టమీరు మేఘాక్షుఁడు. ఇందు తొలి ముప్వురకు మలయకేతుదేశము కావలయునఁట, తక్కిన యిరువురికిని ఏనుఁగులును బొక్కసమును కావలయునఁట. చాణక్యుని నిరాకరించి మహారాజు నన్ను సంతోషపెట్టినట్లే, వీరికిని తొలుత షరత్తుచేసికొన్నదానిని ఇచ్చి సంతోషపెట్టవలసినది. ఇంతే" అని దానిని విని మలయకేతువు "ఏమీ చిత్రవర్మాదులును నాకు ద్రోహము పూనిరా! అది నిజమే అగును. అందులకే వారికి రాక్షసునందు అంత ప్రీతి!' అని తలపోసికొని అంతట రాక్షసుం బిలుచుకొనిరమ్మనెను.

రాక్షసుఁడును సేనలం దరలించి అప్పటికి నెలదినాలైనదేమో ఒక తూరి యైనను మలయుం గలసికొనతీఱలేదు కుసుమపురము దగ్గఱుచున్నది తనసేన యంతయు చంద్రగుప్త సైనికులతో నిండిపోయినందున తనకు తప్పక జయము కలుగదేమో అని అంతలో వికల్పములు తోఁచును ఇంతలో వారందఱు తాను బోధించి చీలఁదీసిన చంద్రగుప్తాపరక్తులే కదా అని సమాధాన ధైర్యములు తోఁచును. కుసుమపురమునకు ఇంత చేరువుగా వచ్చినందున ఇఁకను సేనలు ఇట్లు దొమ్మిగా నడువరాదు, తాను చెప్పు విభాగముబడి నడువవలయును, అని తన యేర్పఱచిన విభాగమును పాటింప నుత్తరువు చేసెను. ఇట్లు అంతటికి మొనన తాను; తన వెనుక తమ పన్నిన సేనలతో ఖస

శబర రాజులు, నడుమ గాంధారులం గూడి యవన రాజులు, వెనుక హూణులం గూర్చుకొని శకరాజులునుంగా నడవవలసినది. దానికిని వెనుక వేఱుగా మిగిలిన కౌలూతాదులు దారిలో కుమారుం బలసి కాఁచుచు నడువ వలసినది—అని, ఇంతలో మలయకేతువుపిలుపు అందినది అచటికి పోఁగోరి, తన్నెపుడును అలంకృతునిగా చూడఁ గోరి తన సొంత యాభరణముతో నలంకరించెనే మలయకేతువు, కావున తానిపుడు ఊరక పోఁగూడదు అతఁడేమేని యనుకొనును అని, నాఁడు తాఁ గొన్న నగలు ప్రయాణమునను తనతో నున్న పికాఁబోలు వానిలో నొకదానిం దెమ్మని దానిని ధరించి మలయకేతువు ఉన్న చోటికిం దరలెను.

అచట చాణక్య రహస్య నీతి ప్రయోగమున జీవసిద్ది సిద్ధార్థకులవలన తన మీఁద నేమేమి తప్పులేర్పడియున్నవో తానేమియు నెఱుఁగఁడు. పోయి మలయకేతువు నెదుర కూర్చుండెను 'ఆర్యుఁడు' ఇన్నాళ్లు అగపడనందున నాకు మనమున భయముగలిగినది' అని మలయకేతు వనఁగా 'ఈ ప్రమాణములలో సేవకు ఏర్పాట్లుచేయుచుండి, నిన్నుం జూడరాఁ దీఱక ఇట్లు ఉపాలంభముపాలైతిని, అని రాక్షసుఁడనెను 'ప్రయాణమున సేవకుఁ ఇపుడెట్లెట్లు ఏర్పాటు చేయఁబడియున్నది? అని మలయకేతువు అడుగఁగా తన యేర్పాటునంతయు 'అంతటికి మొనన నేను' మొదలుకొని 'సకలమైనదానికి వెనుక మిగిలిన కౌలూతాదిరాజులు దారిలో కుమారుంబలపి కాఁచుచు నడవవలసినది' అను నంతవఱకు వివరముగా చెప్పెను.

మలయునికి మనస్సు కళుక్కుమన్నది 'ఏమీ! నన్ను నాశ మొందించి చంద్రగుప్తునారాధింపఁగోరినవారే నన్ను పరివారింపనున్నారు!' అనిఅనుకొన్నాఁడు అడిగినాఁడు రాక్షసుని 'ఈజాబిచ్చి, దానికి తోడుకానుక ఈనగనుఇచ్చి, ఈమానిసిని తమరు చంద్రగుప్తుకడకుం బంపినారా? అని. ఆమానిసిని, సిద్ధార్థకుఁడు, శకటుని మిత్రము, తన నౌకరు; ఆజాబు; అది శకటదాసునివ్రాఁతయని యాతఁడు చెప్పుట: దానిమీఁది తనముద్ర, ఆనగయు మలయకేతువు సొంతముగా తనకు పంపినది. ఆహా! తనమీఁదికి తప్పు ఏవిధముగాను భేదింపరాక ఎట్లు పొందికపడినది! ఇఁకను రాక్షసుఁడు ఏమనగలడు, ఏమిచేయగలడు? తాను సిద్ధార్థకుమొగముంజూచినాఁడు. అతడు నేలంజూచినాడు, ఇదిశత్రుప్రయోగమని తెలిసిపోయినది శకటదాసుని వేఱు వ్రాతలుతెచ్చి అక్షరసామ్యము, ముద్రందెచ్చి దాని సామ్యముం జూపినారు సిద్ధార్థకుఁడు శకటునిప్రాణాలు గాపాడినతన్మిత్రము,అహా శకటదాసు

అట్టి తనప్రాణమిత్రము అట్టి నందభక్తుఁడు, ఆతఁడు సయితము తన పెండ్లాము బిడ్డలం జేరఁదలంచుకొని నిత్యయశమునకు పెడమొగమిడి ఇట్లు కక్కుఱితికిం బాల్పడినాఁడు కాఁబోలు ' అని రాక్షసుఁడు ఇతికర్తవ్యము తోఁపక ఱిచ్చవడి యున్నాడు.

ఇంతలో మలయకేతువు రాక్షసుఁడు పెట్టుకొనియున్న నగలంగాంచి మరల అడుగుచున్నాఁడు. 'శ్రీమంతుఁడు పంపిన మూఁడునగలు చేరినపనిజాలునంగలదే ఇది అందొకటియా! అని దానిం బరకాయించిచూచి అది నాయన పర్వతేశ్వరునిదని గుఱుతుపట్టినాఁడు. 'ఏమీ! పర్వతేశ్వరునిదా' అని రాక్షసుఁడు నివ్వెఱపోయినాఁడు. 'ఓహో! తెలిసినది. ఈనగలు కూడ చాణక్యుని మానసులే అమ్మినారు నాకు!' అని యనుకొన్నాఁడు. మరల అడుగుచున్నాఁడు మలయకేతువు - నగలు మా నాయన యొడలిమీఁదివి, చంద్రగుప్తుని చేతిలోనివి, అతఁడే వెలపైకముగా వానిని నన్ను తనకు నిజముగా పచ్చిమాంసముగా ఎక్కువలాభమునకు అమ్మఁ జూపిన నీకు పంపినాఁడు కావలయు! నాఁడు మిత్రుని మా నాయనను విషకన్యం బ్రయోగించి కెడపితివి. నేఁడు మంత్రిపద మిచ్చి నన్ను మా నాయనంబోలెనే గౌరవించుచున్న కుమారుని నన్ను పచ్చిమాఁసముగా శత్రువునకు అమ్మం బూనితివే!' అని. రాక్షసుఁడు 'అయ్యో! విషకన్యను నేఁ బ్రయోగింపలేదే పర్వతేశ్వరునిపై' అనఁగా "మాకు జీవసిద్ధి అన్నియు, నీ యీ క్రొత్త కసాయి బేరము సయితము, చెప్పినాఁడులే' అని మలయుఁడన్నాడు. "ఏమీ జీవసిద్ధియు చాణక్యుని ప్రణిధియా! నా హృదయమునుంగూడ శత్రువులు వసపఱచుకొన్నారు! అయ్యయ్యో!" అని రాక్షసుఁడు తటకాపడినాఁడు.

మలయకేతువునకు కోపాన ఒడలుతెలియలేదు. ఆక్షణాననే ఉత్తరువు పంపినాఁడు.—'నా శరీరమునకు ద్రోహముచేసి చంద్రగుప్తు నారాధింపఁ బూనినారే వారిలో భూమింగోరిన ముప్పురను పెనుగోయ్యి త్రవ్వి ఆభూమిలోనేపాతివేయవలసినది. ఏనుఁగులంగోరిన యిర్వురను ఏనుగులకాలిక్రిందనేమట్టింపవలసినది. ఇఁకను రాక్షసా, నీవు వెడలిపో, చంద్రగుప్తుం జేరు. ఆచాణక్యుఁడు చంద్రగుప్తుఁడు, వారితోడ నీవు-ముప్పురును రండునాపైకి ముప్పురనుఒక్కుమ్మడిమడియింతును. భాగురాయణ, ఇఁక నించుకయు కాలహరణమువలదు, ఒక్క మొగిని నడువనీ కుసుమపురముమీఁదికి మన సేనలను." అని యుత్తరువులుచేసెను. అందఱును తమ పనులకుం జొచ్చిరి.

రాక్షసుఁడు ఒంటరి—'అక్క టకటా, పాపము, ఆచిత్రవర్మాదులును చంపఁబడినారు, నాకోసమే! నా మిత్రులెల్ల మడిసినారు, నావలననే. ఇఁకనే నేమి సేయుదును? తపోవనమునకుం బోదునా? కూడదు. మనస్సు పగలతో పొగులుచున్నది. నా దొరలను అనుసరింతునా, ఆత్మహత్య చేసికొని? కూడదు. అది ఆఁడువారి యోగ్యత. కత్తి దూసికొని అరిసేనంజెందుదునా? అదియుసరిగాదు. చందనదాసు ఖైదుపడి నాకై ప్రాణముం గోలుపోనున్నాఁడు చంద్రరుప్తుని జయించి వానిని విడిపింతునని యాసపడితిని. ఆయాసయడగారినది. ఇఁక వానిం గావనేని నాకన్న కృతఘ్నుఁడుండునా, ఇదె పోయెదను, పాటలిపుత్రమునకే' అని వెడలినాఁడు.

ఆహాహా చాణక్యప్రయోగముఎట్లునిర్వాహముం జెందినది! భాగురాయణుఁడు జీవసిద్ధి సిద్ధార్థకుఁడు ఒకరి నొకరు ఎఱుఁగకయే ఒద్దికగా తమ నాటకమునుఎంత చక్కఁగా ఆడినారు. తొలినాఁడు నాటిన చాణక్యనీతిబీజము అంకురించి ఎదిగి పెనువ్రానై మలయకేతువును ఒక పెద్దకొమ్మగా అటు విసరినది. ఎగసివిరిగి కూలి యెండుటకు; రాక్షసుని ఒక పెద్దకొమ్మగా ఇటువిసరినది. వంగి, సాగి, తమకు పట్టుగొమ్మయై ఇఁక ఫలములు కాచుటకు!

ఆఱవ యంకము

చిత్రవర్మాదులను మలయకేతువు ఆట్లు చంపింపఁగా, తక్కిన రాజులెల్ల ఈ దురాచారు కూళ పొత్తు ఇఁక తమకువలదు; తమ్మును ఎప్పుడేమి సేయునో అని దిగులుగొని, తటాలుననే వానిని వదలి! కటకమునుండి దిగులుగొన్న తమ సేనలం దరలించుకొని తమ తమ దేశములకు వెడలిపోయినారు. భద్రభట పురుదత్తాదులును భాగురాయణుఁడును మలయకేతుంబట్టి సంకెలలుపెట్టినారు. ఇంతలో చాణక్యుఁడు ఇప్పటికి మరల చంద్రగుప్త మంత్రియధికారమునం బ్రవిష్టుఁడు మేలి సేనతో కుసుమపురమునుండి వెలువడి, అట్లు అనాథమైపోయిన మలయునిమ్లేచ్ఛ సేనను పట్టుకొన్నాఁడు; నీరునిండిన మేఘాలంబోని యేనుఁగుల యఱపులును అలలంబోని గుఱ్ఱపుబారుల వరువులును కుసుమపురముచెంగటవినఁబడుచు కనఁబడుచున్నవి. రాక్షసుఁడును మలయకేతుకటకమునుండి అట్లు వెడలినవాఁడు.

ఎందుండి నందరాజ్యమును మరల తెత్తునని పూని పూర్వము పోయినాఁడో ఆ పాటలిపుత్రమునకే, భగ్నుఁడై మరల చందనదాసు స్నేహముచేత, వానిం గావఁ గందునా అని వచ్చినాఁడు. చాణక్యువేగు అతనిం గనుపెట్టియే యున్నాఁడు.

ఇట పాటలిపుత్రమున చందనదాసుని కేమో మోక్షమగపడలేదు సిద్ధార్థకుఁడును. అతనిమిత్రము సమృద్ధార్థకుఁడును చండాలవేషమున వానిని వధ్యస్థానముం జేర్చి చంపవలసినదని చాణక్యుఁడు ఆజ్ఞాపించినాఁడు. రాక్షసుఁడు పాటలిపుత్రము బయటి జీర్ణోద్యానవనముంజొచ్చి చందనదాసువృత్తాంతము నెట్లైనను ఎఱుంగఁగలనా అని తలంచుకొనుచు ఒక పగిలినబండతునుకమీఁద రవంతసేపు కూర్చుండినాఁడు. ఇంతలో ఒకవైపు పటహ శంఖధ్వనుల పెల్లు వినవచ్చినది. 'ఇసీ! ఇది మలయుంగట్టివైచినందులకు రాచనగరున సంతోషకోలాహలము అని యనుకొనెను' విధి నాఁడు నాకు వినిచినది శత్రుసిరిని; నేడు నన్ను ఇటకుం దెచ్చి చూపినది; ఇఁక నిపుడు అనుభవింపనుం జేయునేమో!' అని తలపోసికొనెను. ఇంతలో నొకఁడు అతనిం జూడనట్లే అతని యెదుటికివచ్చి తన మెడకు ఉరి బిగించుకొనుచుండెను. విచారింపఁగా ఆవివరము చెప్పజాలు సైతము ఓర్వరానివానివలె ఆతఁడిట్లు చెప్పెను. "ఈయూర బంగారుసెట్టి జిష్ణుదాసుఁడని ప్రసిద్ధుఁడున్నాఁడు. అతఁడు నాకు ప్రియవయస్యుఁడు. ఆతఁడు తన విభవమెల్ల దీనజనమున కిచ్చివేసి, నిప్పులంబడి శరీర మంత మొందించుకొందునని ఊరు వెడలిపోయినాఁడు. ఆ సుహృద్వాచ్యము చెవింబడకమునుపే నేను అసువులం బాయుదునని ఇట్లు పూనితిని," అని, "అతఁ డేల వెడలినాఁడు, చెప్పు బాబూ!" అని మరల బతిమాలుచు అడిగినాఁడు. రాక్షసుఁడు. అతఁడు తనకు ఓర్వరాక కాలహరణ మగుచున్నను ఎట్లో చెప్పుచున్నట్లు మరల పల్కెను.

'ఇందు పూలపాళెమునివాసి, రతనాలవర్తకుఁడు, మిత్రవత్సలుఁడు. చందనదాసు అని మేటికోమటిగలఁడు. అతఁడు జిష్ణుదాసునికి ప్రియసుహృత్తు. అతఁడు చంద్రగుప్తునికి విన్నవించినాఁడు 'నావద్ద కావలసినంతధనమున్నది. దానింగొని నాప్రియవయస్యుని చందనదాసును విడిపింపుము' అని చంద్రగుప్తుఁడు "ధనమేల! ధనముకోసము గాదు వానింజంపింపుట, దాఁచిన రాక్షసభార్యను సర్కారునకు అప్పగింపనందులకు ఆమెను అప్పగించిననే వానికి విడుపు; లేకున్న

చావే" అని, వధ్యస్థానమునకుం గొంపోవ ఆజ్ఞాపించినాఁడు. వానియశ్రోతవ్యము చెవిం బడకమునుపే నేను అగ్నింబడుదునని ఆతఁడు వెడలిపోయినాఁడు. నేనును ఇందులకై ఇట్లు వచ్చితిని. అని.

చందనదాసుని మిత్రవత్సలతకును అతిశిబియగు శరణాగత రక్షణ దీక్షకును హర్షముప్పొంగ రాక్షసుఁడు అనెను. 'బాబూ. నేను రక్షింతును చందనదాసుని. నీవు పరువునంబోయి అగ్నులంబడనీకి, ఆజిష్ణుదాసునిఆపుము. నేన రాక్షసుఁడను, ఇదిగో ఈ కత్తితో అడ్డమైనవారినెల్ల నఱికివైచి, చందనదాసుని విడిపింతును, అని ఉరవడిం బరిక్రమించెను. అ పురుషుఁడు హర్షపులకితుఁడై ఆతని పాదములం ద్రెళ్ళి లేచి విన్నవించెను-'అమాత్యులవారు మన్నింతురుగాక. ఇది వినుండు. మునుపు ఈ యూరిలో శకటదాసువధ ఆజ్ఞాపించినపుడు ఎవఁడో కత్తియుంకించి జళిపించి హంతకులందఱిమి చావుతప్పించి శకటదాసును దేశాంతరము గొనిపోయినాఁడు. చంద్రగుప్తుఁడు ఏల యట్లు ప్రమాదపడినారని ఆఘాతకులను, శకటునికి బదులుగా, చంపివేసినాఁడు. అది మొదలుకొని ఘాతకులు ఆయుధముంబూని, ముందుగాని వెనుకగాని ఎవఁడగుపడినను, అప్పుడే తమ్ముం గాచుకొనఁగోరి. వధ్యస్థానముం జేరకున్నను. తమ వధ్యుని ఉన్నచోట నున్నట్లే చంపివేయుచున్నారు. కావున తమరు ఆయుధముం బూనరాదు. పూనుట చందనదాసునికి సద్యోవధము గలిగించును, అన్నాడు.

అదివిని రాక్షసుఁడు తలపోసికొన్నాఁడు 'దుర్బోధముగా నున్నది చాణక్యవటుని నీతిసరణి: నాఁడు శకటునిచావు తప్పించినాకడకుం గొనివచ్చుట శత్రువులకు అభిమతమయ్యేనేని ఆఘాతకులనే యట్లుచంపినారు? అట్లుకాదేని, శకటుఁడు వారివస మయియుండఁడేని, అట్టి తప్పుడు జాబును ఎటువలె కల్పించును? నాకేమియు సమాధానము తోఁపకున్నది. అని, అంతట-సరి. ఇంకెందులకు, పనికిరాని యీకత్తిం బాఱవైచి ఇదే నేఁబోయి నామిత్రుంగావ నన్నే అర్పించుకొందును. అని అటు ఉరవణించెను.

ఏడవ యంకము

అట చందనదాసును వధ్యవేషమువేసి చండాలురు వధ్యస్థానమునకుం గొంపోవుచున్నారు. చాటుచు నున్నారు. "ఇదిగో వినుడు! రాజాపథ్యము విషముం

బోనిది. దానిని బొత్తిగా మానుడు. వీఁడుగో చందనదాసు అమాత్యరాక్షసు భార్యం దాఁచిపెట్టి రాజాపథ్యము చేసినాఁడు. వధ్యస్థానమునకు నడిపింపఁబడుచున్నాఁడు' అని, ఆతనివెంట కుటుంబినియు చిన్నికుమారుఁడునువచ్చుచున్నారు. ఎంత చెప్పినను వారు అనుగమనము మానకున్నారు. ఇఁక జాగు కూడ దని చండాలురు కొఱ్ఱునాటి చందనదాసును పట్టుకొన్నారు, ఆ కొఱుత వేయుటకు. కుటుంబిని రొమ్ము బాదుకొనుచు 'కావరయ్యా కావరయ్యా' అని వాపోవుచు గొంతుచినుఁగ ఏడువఁజొచ్చినది అప్పుడుతటాలున రాక్షసుఁడుజనులం ద్రోసికొని దారిచేసికొనుచు పరువునం బ్రవేశించి 'భయపడకు. అమ్మా. భయపడకు" అనుచు చండాలురం గాంచి 'చంపకుఁడురా, చందనదాసును, చంపకుఁడు ఆ వధ్యుని పూలదండను నాకు చుట్టుఁడు అనుచు దగ్గఱెను. దానిం జూచి, చందనదాసు తన క్లేశమంతయు వమ్ముచేయుచు ఈయన వచ్చినాఁడే, పాపము! అని బాష్పములు రాల్చెను. 'ప్రాణమిత్రమా, నేను స్వార్థమే అనుష్ఠించితిని. ఉపాలంభింపకుము- అనుచు రాక్షసుఁడు ఘాతకులం జూచి 'చెప్పుఁడురా పోయి, దురాత్మునికి చాణక్యునికి వీఁడుగో రాక్షసుఁడు వచ్చినాఁడు' అని

అట్లు చెప్పఁగానే చాణక్యుఁడు "ఎవఁడురా మంటలనిప్పును కొంగున కట్టినవాఁడు! ఎవఁడురా సదాగతిని గాలిని కదలనీక త్రాళ్ళ బిగించినవాఁడు ఎవఁడురా ఏనుఁగులం జీల్చిన సింహమును పంజరమునంబెట్టినవాఁడు! ఎవఁడురా బాహువులతో నక్రభయంకర వారాశిం దాఁటినవాఁడు.' అనుచు వచ్చి, "ఇదెల్ల నేఁ గావించినదిగాదు. నందకులముపై పెనుపగగొన్న దైవము!" అన్నాఁడు అదివిని, ఆతని నిలు వెల్లఁజూచి, రాక్షసుఁడు 'ఆహా! దురాత్ముఁడుగాఁడు, ఈయన నిజముగా మహాత్ముఁడు! సకలశాస్త్రములగని, సకలసద్గుణముప్రోవు. ఈయన గుణములకు మత్సరినై నేను ఇన్నాళ్లను అన్యథా తలంచితిని' అని అనుకొనెను. రాక్షసుని యెట్టెదుటఁ గని చాణక్యుఁడు 'వీఁడుగో ఆమహాత్ముఁడు వృషలుని సేనను నాబుద్ధిని నిదుర నెఱుఁగనీని జాగరాలు సేయించినపన్నకములకై వేచినవాఁడు!' అనుచు చేరఁ బోయి "అమాత్యా, విష్ణుగుప్తుఁడు అభివాదనము చేయుచున్నాఁడు' అని మ్రొక్కఁ బోయెను. "అమాత్యుఁడనా! ఆమాటకుసిగ్గగుచున్నది." అనియనుకొనుచు 'ఓయి, విష్ణుగుప్త, తాఁకకుమన్ను, చండాలురయంటుపడినవానిని!' అనివారించెను. చాణక్యుఁడును 'అమాత్యా, ఇతఁడు చండాలుఁడుగాఁడు: నీవెఱిఁగినవాఁడే రాజపురుషుఁడు

సిద్ధార్థకుఁడు, శకటదాసునితోవ్యాజస్నేహముచేసికొని, పాపము, అతనికేమియుఁ దెలియనీకుండనే ఆకపట లేఖను వ్రాయించినవాఁడు. వీఁడును మఱియొక రాజపురుషుఁడే" అని యన గానే శకటదాసుం గూర్చి ఎట్లును తీఱక చిత్తమును ఆకులముసేయుచున్న వికల్పములు ఒక్కుమ్మడి వీడిపోఁగా, రాక్షసుని చిత్తము ప్రసన్నమాయెను.

ఇంకనుచాణక్యుఁడు ఇట్లుచెప్పెను-'అమాత్యా, ఏలవిస్తరము? ఇది టూకి. ఈభద్రభటాదులు, ఆజాబు, ఈసిద్ధార్థకుఁడు, ఆమూఁడునగలు, అల్లి నీ మిత్రము క్షపణకజీవసిద్ధి, ఆయురిత్రాటిమానిపి, చందనదాసునియాచెఱబాధలు,-ఇవన్నియు వృషలునికి నీసంయోగముం గోరిన నానీతి విభవమే!' అని 'వీఁడుగో వృషలుఁడు నీదర్శనమునకువచ్చుచున్నాఁడు' అనెను-అతఁడును ఈమహాత్ములసంయోగమును విని వచ్చి, యుద్ధము లేకయే, తనకు ఈమహావిజయముం గూర్చిన యాచార్యునికి చాణక్యునికి మ్రొక్కి, ఆయనయాదేశముచే తన నాయనలయు తాతలయు మంత్రికి రాక్షసునికిఅభివాదనము చేసెను. రాక్షసుఁడును ఆతనింగాంచి, నందునిమౌర్యుని పులిపిల్లయేవీఁడు, బాల్యముననే మహాభ్యుదయశాలి యగునని నాతలంచినవాఁడే, క్రమముగా మహారాజపదముం గన్నాఁడు అని తలపోసికొనుచు విజయాశీస్సు పలికి ఆతని వినయము నభినందించి, చాణక్యుని సచ్ఛిష్యసంపదదృష్టమును మెచ్చుకొనెను. చాణక్యుఁడు అడిగెను, "అమాత్యా, చందనదాసు ప్రాణములకై ఆసగొందువా? అట్లేని మంత్రి యధికార చిహ్నమును ఈ శస్త్రం గైకొనుము" అనెను. రాక్షసుఁడు 'దీనికి నేనుతగను, విశేషముగా నీవుచేతఁబట్టియున్నదానికి,' అనఁగా చాణక్యుఁడు "ఏటిమాటలు ఇవి, నేను తగుదును, నీవు తగవు అని. నీ పౌరుషమహిమచే ఇప్పటికి పన్నెండు నెలలైనది-చూడు, వేళకు నీరు మేత లేక, నోట కళ్లెము వీపున జీనుతీయక మేనులు చిక్కిన యీ గుఱ్ఱాలను, హౌదాలు ఒంపరాక యాఐరువుకు వీపులు వాచిపోయిన యీయేనుగులను!' అని చూపి, 'ఐనను ఈమాటలేల ఇపుడు? నీవు శస్త్రముంబట్టకున్న చందనదాసుకు బ్రదుకు లేదు' అని తన నిశ్చయముం బలికెను. అంతట రాక్షసుఁడు "నాకిపుడు కార్యమార్గముపదేశించు దేవతకు. సుహృత్స్నేహమునకు ఇదె కేల్మోడ్పు" అని మొగిచి లొంగిపోయెను. చాణక్యుఁడు రాక్షసుచేతికి శస్త్రమిచ్చి, చంద్రగుప్తునికి ఆతని

యాశీస్సుం బలికించి, తానును ఇఁక వృషలుఁ డనుటమాని, ఇదె తొలుమాఱుగా రాజా, చంద్రగుప్తా యని యని పిలిచి ఇతోధికాభ్యుదయములు దైవాఱం గనుము అని మంగళాశంసం బలికెను

ఇంతలో భద్రభటాదులు మలయకేతువుం గట్టి వాకిటికి తెచ్చినారు. రాక్షసుఁడు తనకుఁ గొన్నాళ్ళాతఁ డాశ్రయమిచ్చినాఁడని వాని ప్రాణములం గావు మని చంద్రగుప్తుం గోరెను చాణక్యుఁడును అమాత్యుని తొలిప్రణయమును మన్నింపఁదగు ననుచు, "రాక్షసామాత్యుఁడు రక్షింపించినాఁడు నీ ప్రాణాలను" అని చెప్పి, మలయకేతువును అతని రాజ్యమున ప్రతిష్ఠించిరండని ఆభద్రభటాదులనే పంపెను అట్లే చందనదాసుని విడిపించి, అతనిని సర్వసామ్రాజ్యములో అన్ని నగరాలకు పెద్దసెట్టిం గావించెను ఈమహోత్సవహర్షచిహ్నముగా ఖైదులనుండియు ఎల్లవారిని విడుదలచేసెను

ముద్రారాక్షసనాటక విమర్శ

ఈ నాటకము కేవలము రాజ్యతంత్రపరము, మంత్రి ప్రతిమంత్రుల యుక్తి ప్రతియుక్తుల ప్రయోగముతో నిండినది. ఇందు ప్రధానోద్దేశము ప్రతిఘటించిన రాక్షసుని శత్రురాజమంత్రిని ఆశ్రయహీనుంజేసి ఎవరికోసము ఎవరిచే ఆ శత్రు రాజులు చంపఁబడిరో, చంద్రగుప్త చాణక్యులకు వసముచేసి స్నేహముచేసి స్నేహపఱిచి చంద్రగుప్తురాజ్యమును స్థిరపఱుచుట. ఇందులకై మలయకేతువుం గూడిన రాక్షసునిపై మలయకేతువునకు తుడువరాని అపనమ్మకముకలిగించి వీనిచే వానిని తఱిమివేయించి దిక్కుతోపనీక నిరాశ్రయుంజేసి, ఆతని ప్రాణమిత్రుని అతనికోసమే ప్రాణాపాయదశకు వచ్చినవానిం జందనదాసుని గావరప్పించి అతఁడు చంద్రగుప్తుని మంత్రిపదమునకు అంగీకరించుటే దానికి ఏకోపాయము, దాన అన్నిపగలుతీఱి రాజ్యము స్థిరమై అభ్యుదయముంగనునని ఆతనిని చంద్రగుప్తుని మంత్రిత్వమును అంగీకరింపఁజేయుట.

కాఁగా ఇందుప్రతికార్యము ప్రతిచలనము రాజ్యతంత్ర ప్రయుక్తము. ధర్మాధర్మములు, న్యాయాన్యాయములు సాధుతాసాధుతలు ఉద్దిష్టకార్యసాధకతా సాధకతలచే ఏర్పడునవే. ఒక్క స్త్రీ అగపడును. చందనదాసుభార్య–ఆమె ఆభర్తృమరణమున 'అయ్యో ఇఁక నేనెట్లు నాకెట్లు' అనిఏడవక భర్తతోడి సుఖదుఃఖాద్వైతమున ఆనిముసముననే చితికెక్క సిద్ధపడును. ఏకపుత్త్రుఁడు శిశువు పాదములంబ్రాలి 'నాయనా, ఇఁక నీవులేక నేను ఏమిచేయుదును' అనివాపోయిన బిడ్డకు, లాలన బుజ్జగింపులతడిలేక, చాణక్యుఁడు లేనిచోటుచేరు' అనిశుష్కపథ్యముచెప్పఁబడినది. ఇందుశర్మ–జీవసిద్ధి రాక్షసునితోను, భాగురాయణుఁడు మలయకేతునితోను సిద్ధార్థకుఁడు శకటదాసుతోను చేసినమైత్రి రాజ్యతంత్రప్రయుక్తమైన(కూట) మైత్రి శకటదాసుం దప్పించుకొననిచ్చిన ఘాతకులను అందులకైచంపినమాట రాజ్యతంత్రమునంజేరిన రహస్యశుద్ధాబద్ధము. అనుకొనును భాగురాయణుఁడు 'నాయందు ఇంతస్నేహవంతుఁడు కుమారుఁడు, మఱి అతనివంచింపవలసియున్నది' అని, సిద్ధార్థకుఁడును రాక్షసుం బట్టియీఁబోవుచు అందులకు ముందుతానుపట్టువడి 'మాటోంట్ల తల్లికి స్వామిభక్తికినమస్కారము' అని సమాధానము చెప్పికొనును–

జీవసిద్ధియు అనుచు- 'ఇంతలో నామిత్రము రాక్షసుఁడు రహస్యముగా విషకన్యం బ్రయోగించి పర్వతకుం జంపించినాఁడు' అని, మలయుఁడు విని అనుకొనుచు- 'ఏమి రాక్షసుఁడా నాయనం జంపినది, చాణక్యుఁడు కాఁడా' అని, జీవసిద్ధి సంతోషించును -బళి, ఆమాట వీని చెవిలో పడినదిపో - చాలును -అని ఇట్లు కథ కత్తిమీఁది సాముగా నడుచును

ఇందు అన్ని యంకములలోను బయలుపడు విషయములు, చాణక్యుని తట్టువి మెలఁకువతో సూటిగా తిన్నగా అనుకూలముగాను, రాక్షసుని తట్టువి పొరపాట్లు తనకు అనుకూలముగా భ్రమింపఁబడి పర్యవసానమున ఎదిరికే అనుకూలమగుచు రాక్షసవశీకరణమువంకకే ఏకముఖముగా ప్రవర్తిలును. అతని సిద్ధార్థకసత్కారము, మలయకేతుతృప్తికై పర్వతకునిదని ఎఱుఁగక గొన్న యాభరణములు ధరించి అతనిం దర్శించుట -మొదలగునవి అతర్కితముగా అట్లు విషమించి యుభయమును ఏకముఖముగా కార్యము అనంబడు రాక్షసుం బట్టుపఱుచుకొనుటకే ఉపయోగపడును.

ఇందు పాత్రములు జతలు జతలుగా అన్యోన్యగుణశీల తారతమ్య పరిగణనము అనుకూలమై వారు చక్కఁగా మనసున నిలుచునట్లు సంవిధానములు అల్లఁబడినవి - మంత్రులు చాణక్యరాక్షసులు, చంద్రగుప్త మలయకేతురాజులు, రాక్షసుని చందనదాసు చాణక్యుని యిందుశర్మ, రాక్షసుని శకటదాసు చాణక్యుని భాగురాయణ సిద్ధార్థకులు రాక్షసుని విరాధగుప్త చాణక్యుని నిపుణకులు, చాణక్యు కంచుకి వైహీనరి, రాక్షసు కంచుకి జాజలి- ఇట్లు పరిశీలనక్షము లగు జతలు

చాణక్యరాక్షసు లిరువురును పెద్ద యెత్తుగడలవారే ఇరువురు మేధావులైన రాజ్యతంత్రవిజ్ఞాతులు ఇరువురకు సాధింపవలయు పని యేగుఱి, దానికి తాము అవలంబించు మార్గము ధర్మ్యమా అధర్మ్యమా అను చింతలేదు. కార్యసిద్ధి కలుగవలసినది కలిగెనేని అది ధర్మ్యమే చాణక్యుఁడు అభిచారికమున నందులం జంపెను రాక్షసుఁడు చంద్రుం జంప నాభిచారిక విషకన్యం బుట్టించెను. ఉభయులును గొప్ప పరార్థ పరాయణులు కాని స్వార్థ పరులుకారు కాని చాణక్యుఁడు పొరపాటు చొరనీక పన్నాగము నంతయు ఒకటొకటి కుదుర్చుకొన్నాఁడు. కలవరము గందరగోళము ఎఱుఁగఁడు, పొరపాటు పడఁడు దిద్దుకొనఁడు. ఎంతేని జాగరూకతకలిగి యుండును. మఱుపులేదు, రాక్షసునికి మఱుపు పరాకు పొరపాట్లు. ఎట్టి రాక్షసుని చాణక్యుఁడు తానే మెచ్చుకొన్నాఁడు, 'సాధు అమాత్యరాక్షస, సాధు మంత్రిబృహస్పతే. సాధు ప్రజ్ఞావిక్రమశాలిన్' అని, చంద్రునికి అతని మంత్రిచేయవలయు నన్న

ఆపట్టుదలయు ఆతని ప్రశంసయే మఱి అతఁడు ఇందు ఆడుగడుగునను పొర పడుచును మఱచుచు నుండుట అదేల?

నాకు ఇట్లుతోఁచును తొలుత నందుల హత్యయు చంద్రుని జయమును రాక్షసుని సమాళించుకొనలేని దెబ్బ. ఆతని ప్రజ్ఞ మొక్కవోయినది. మఱి యది ప్రకృతిఁబొందనేలేదు. ఈనాటకమునఅతఁడొకపాటి నిజప్రకృతిం గోలుపోయియే యున్నట్టు కవిచూపినాఁడు. నిజముగాఅతఁడు చాలగొప్పవాఁడును అతినిపుణుఁడు సమర్థుఁడును అని చాణక్యుఁడు ఎఱిఁగి నమ్మియున్నాఁడు. 'నను వృషల వియుక్త స్తాదృశేనాసి పుంసా' - *III* - 2౬; 'తాదృశేన' అను మాటలో ఎంత గొప్ప నిండి యున్నది. అట్లే *I* - 1. 'దుర్లభాస్త్వాదృశాః' అను పరోక్ష ప్రస్తుతి, మఱియు 'యేన మహాత్మనా, ... సేనా వృషలస్య మతిశ్చ మే చిరమాయాసితా' - VII - . అనుస్వగత ప్రశంస, 'ఉత్తుఙ్గశిఖాకలాపకపిల శిఖి'తోను, సదాగతి' తోసు'అనే కపదాన వాసిత సటసింహముతోను',నైకనక్రమకరార్ణవము అన్నయర్ణవముతోను పోల్చిన నిర్వ్యాజపుమెప్పు, మాహాత్మ్యత్ తవ పౌరుషస్య మతిమన్ దృష్టారి దర్పచ్ఛిదః అను ముఖాముఖిస్తోత్రము. అని ఇట్లెల్ల చాణక్యుని మెచ్చుకోలు పొందినవాఁడు. చాణక్యుఁడు రహస్యమును సడలనీయఁడు. వేఁగు వేఁగును ఎఱుఁగఁడు వారును అన్యోన్యము పరాయివారే. అందఱిని చాణక్యుఁ డెఱుఁగును. రాక్షసుఁడుఉదారుఁడు, అఁదఱినినమ్మును. చాణక్యుఁడుక్రూరుఁడు, సందియఁడు రాక్షసుఁడో మృదువు క్రూరుఁడైనను చాణక్యుఁడు అనావశ్యకముగా బొట్టైనను నెత్తురు చిందనీయఁడు. 'నామాన్యేషాం లిఖామి ధ్రువ మహ మధునా చిత్రగుప్తః ప్రమార్ష్టు' అని యున్నాఁడు. మఱి వ్రాయకున్నను వారిపేరులకు చిత్రగుప్త ప్రమార్జనము కలిగించినాఁడు అది తప్పని పని ఐనది, ఐనను శకటదాసునికిని లందనదాసునికిని నిజముగా చావులేదు. అంతయు బూటకము, బెదరింపు, తప్పిం పఁబడినది, అట్లే అనుసు.

'ఏతే భద్రభటాదయః స చ తథా లేఖః స సిద్ధార్థక
స్త ద్భూలంకరణత్రయం స భవతో మిత్రం భదన్తః కిల
జీర్ణోద్యానగతః స చార్త పురుషః క్లేశః స చ శ్రేష్ఠినః
సర్వోఽయం వృషలస్య వీర, భవతా సంయోగ మిచ్ఛో ర్నయః'

అని చంద్రగుప్తవాక్యమును-'వినైవయుద్ధా దార్యేణజితం దుర్జయంపరబలంఁఅని.

చాణక్యుని పన్నిక మంతయు రాక్షసుం బట్టుటకు వల, వాని మెడకు తగిలింపను ఉరి, ఉచ్చు. సర్వము అనుకొన్నట్లు సూటిగా ప్రవర్తిల్లును. రాక్షసు పన్నిక మంతయు దానిం దప్పించుకొనుటకు, తెంచిపాఱవేయుటకు. మఱి అవి యందులకు తప్పి తన్ను వలలో ఇఱికింపను తానే వలలో ఇఱికికొనను, ఉరిలో తగులుకొననే ఉపయోగపడినవి. (1) రాక్షసుఁడు గృహజనమును తాను నందకార్యమును మానుకొనక దానసే ఉన్నానని పాటిలిపుత్రమున తన ప్రాణమిత్రము పట్టుబడి శూలమువఱకు లాగఁబడినాఁడు. ఆ చేతియుంగరము చాణక్యునిచేతఁబడి ఆ జాబుద్వారమున రాక్షసుని ప్రాణాపాయమువఱకు తెచ్చినది. (2) రాక్షసుఁడు విషకన్యం బ్రయోగించినాఁడు. చంద్రగుప్తుం జంప మఱి అది పర్వతకుం జంపినది చంద్రగుప్తునిచేత పడిన పర్వతకుని నగలు రాక్షసుని దేహమున కెక్కి మలయునికి అట్లు అతసని పట్టియిచ్చినవి. (3) రాక్షసుడు శకటాదులచే జరిపిన ఉపజాపములకు లోనైన భద్రభటాదులు మలయుని గుంటచేరి, రాక్షసుని మలయునింగూడ బెసకనీక మూటగా కట్టి చాణక్యునిచేత పెట్టినారు (4) రాక్షసుఁడు చాణక్య చంద్రగుప్తులకు జగడము పెట్టి చంద్రగుప్తుచే తాను చాణక్యుం దఱిమించినట్లు అనుకొన్నాఁడు. మఱి అది మలయకేతుని తనకు ప్రజల శత్రువుం జేసి వానిచే తన్ను (చాణక్యుని చేతులలోనికి) తఱిమించినడ. ఇట్లు రాక్షసుని ముద్రయు రాక్షసుఁడును కూడి "ముద్రారాక్షసము" అను పేరునకు పెద్ద యక్షరముల కెక్కినారు.

చంద్రగుప్త మలయకేతువులలో వాసి ఇంకను స్పష్టతరముగా నున్నది. చంద్రగుప్తుఁడు సమర్థుఁడు.

"బాల ఏవ హి లోకేఽస్మిన్ సంభావిత మహోదయః
క్రమే ణారూఢవాన్ రాజ్యం యూథైశ్వర్య మివ ద్విపః" VII-18.

అని మత్సరి శత్రువు రాక్షసుఁడు పల్కిన ప్రశంస. శిక్షితుఁడు వినీతుడు పొరపాటు సేయని ప్రజాపాలకుఁడు.

సువిస్రబ్ధైరఙ్గైః పథిషు విషమే ష్వ ప్యచలతా
చిరం ధుర్యే ణోఢా గురు రపి భువో యా స్వగురుణా
ధురం తామే వో_చ్చైర్నపవయసి వోఢుం వ్యవసితో,
మనస్వీ దమ్యత్వాత్ స్ఖలతి స. (చా-పా)న దుఃఖం చ వహతి III-౩.

మలయకేతువో అర్హత చాలని వాఁడు. చపలుఁడు. ఇంకను మిత్రునికి వెనుక నుండి కన్నులుమూసి నే నెవరో కనుగొని చెప్పు మను ఆటయాడు బాలుఁడు, పొంచి యితరుల రహస్యపు మాటలు వినువాఁడు. అంతలో బాలుని బడాయియు కలవాఁడు చంద్రుఁడు గురుపరాధీనుఁడు గురునిమాట జవదాటఁడు, ఆ జగడ మును సయితము గురువు నేర్పియే యాడును, మనసున తృప్తి వహించును. మలయకేతువో అంతలో నమ్మ వలసిన నమ్మదగిన రాక్షసుని నమ్మును. స్నేహించును మఱి అంతలో గూఢ శత్రువును, నమ్మదగినవానిని భాగు రాయణుని నమ్మి తనకు ప్రాణరక్షకుఁడని భ్రమసి కృతజ్ఞతతో అనంత రామాత్యపదవికి (Private Secretary) ఎక్కించుకొన్నాఁడు. తన ప్రాణము మీఁదికి తెచ్చుకొన్నాఁడు. చంద్రగుప్తుఁడు అర్థశాస్త్రకారులచే చెప్పఁబడిన 'ద్రవ్యము'. మలయుఁడు 'అద్రవ్యము.'

ఇఁక చందనదాసు ఈకలిలోను మిత్రునికై ఆత్మసమర్పణచేయు సర్వ త్యాగి, అతిశిబి, అతిబోధిసత్త్వుఁడు, అతిబుద్ధుఁడు. అంతటిది ఆతనికి రాక్షసుని యందుఁగల యదంభనిశ్చలమైత్రి ఇందుశర్మయో చాణక్యసహాధ్యాయి మిత్రము క్షపణకలింగమున క్రూరాభిచారిక పయోగములుచేసి కూటసాక్ష్యముచెప్పి మిత్రుని నమ్మించి పెనువంచనచేసినవాఁడు. భాగురాయణుఁడు హార్ధముగా అట్లు మైత్రి గొల్పుకొని మలయుని అట్లు భయంకరముగా ఎట్లు వంచింతునా యని మనసున ఆయనౌచితిని తలంచుకొనుచు మలయకేతువునకై జాలిబాధపడుచునే-కక్కుఱితి పడి దేహమును చాణక్యునికి అమ్ముకొని పరాధీనుఁడనైతినే అని యనుకొనుచునే ఆవంచనను ఎంతయు నేర్పుగాచేయును-సిద్ధార్థకుఁడు ధర్మాధర్మముల నంత పరిశీలింపనేర్చినవాఁడు కాఁడు. ఆతనది క్రింది అంతస్తు. దొరయుత్తరువు దేనిని సయితము నెరవేర్చును. ఆందు ధర్మాధర్మవిచారమునకు అతఁడు చొరఁడు. అట్లుదేనిం జేయుటకును అతఁడు తయ్యారు ఆతఁడేమో సిద్ధ + అర్థకుఁడు కార్యసిద్ధి గలవాఁడు

వైహీనరి రాజు వానతిని నెఱవేర్చువాఁడు. ఆతనికి చాణక్యునియందును మితి మీరిన గౌరవము గౌరవమునకన్న భయము. సమయస్ఫూర్తియు కలవాఁడు. కపట చాణక్యునిత్రోసివేసి, చంద్రుఁడు తాను స్వతంత్రుఁడుకాఁగా ఆ స్వాతంత్ర్య మును మిక్కిలి మెచ్చుకొనును, హర్షింపను హర్షించును. స్వగతముగానే 'న ఖలు అత్ర వస్తుని దేవస్య దోషః' అని తలంచును. 'దిష్ట్యా దేవ ఇదానీం దేవః

సంవృత్తః' అని మెచ్చుకొనును. మలయకేతు కంచుకి జాజలియ్యకు రాక్షసుఁడు 'అత్రభవాన్' అని 'అభివాదయే' అని 'ఆసనం' అని 'ఉపవిశతు' అని 'కుమార ఇవ అనతిక్రమణీయవచనో భవాన్' అని, అతఁడుపోవునపుడు మరల 'అభివాదయే' అని పూజ్యసముదాచారము జరిపినాఁడు. అట్టిది మఱి యేనాటకమునను అగుపడు నట్లులేదు ఇందును మరల అతఁడే చతుర్థాంకమున మలయకేతువుతోడం బ్రవేశించును. అక్కడ ఇట్టిదితోఁపదు. రాక్షసుఁడు తా నీయూరికి క్రొత్తవాఁడును ఇట మంత్రితకును క్రొత్తవాఁడైనందున ఒకపాటి క్రొత్తదనము బెరుకుచూపుచున్నట్లున్నది. దానికి జాజలి యాక్షేపింపఁడు. నాకెందుల కీయుపచారము అనఁడు, మఱి అంగీకరించును వైహీనరి చాణక్యునికడ భయముతో గడగడలాడును. నిపుణక విరాధగుప్తులలో నిపుణకుఁడు వేఁగుమాత్రము; మఱి తనపనిలో నిపుణకుఁడే. ఆ యుంగరము గనిపట్టి తెచ్చుట గడుసుదనమే అందులకు 'రాక్షసుఁడే నా చేతికి దొరకినట్లు' అనిసంతోషించి, చాణక్యుఁడు వానిని ఈసేవకు తగినఫలము త్వరలో పొందుదువులే అని చెప్పి పంపివేసెను విరాధగుప్తుఁడు చరమాత్రుఁడు గాఁడు, మఱి రాక్షసమిత్రము, తానును సంధియుఁడు 'దేవపాదోపజీవి,' అతఁడును రాక్షసుఁడును సుఖదుఃఖములు తలపోసికొనునంత కావలసినవాఁడు, ఇట్టివారు చాణక్యునికి ఒక్కరునులేరు అందఱును గడగడలాడు అధికారస్థులే.

ఈ నాటకమున నిలుకడగానుండు స్థాయిభావము 'ఉత్సాహము.' దానపుట్టు రసము వీరరసము. అది యిందు అంగిరసము. మఱేరసమును ఇందు ఎటను అగపడదు. ఈ యుత్సాహము అంతటం బర్వియున్నను ఒక్కొక్క పాత్రమందొక్కొక్క విధముగా ప్రకటమగుచున్నది. చాణక్యునియందు అదియెదిరియైనరాక్షసు సుగుణపక్షపాతముగా ప్రకటమగుచున్నది. అందులకయ్యే కదా అతనిని చంద్రగుప్తునికి తద్రాజ్యస్థైర్యార్థమై మంత్రిఁజేయఁగోరుట. చంద్రగుప్తునియందు ఆచార్య చాణక్య పరాధీనతగా ప్రకటమగుచున్నది. అతని సద్గుణ సర్వస్వము అదియే. మలయకేతునందుఅదిపితృపూజగా ప్రకటమగుచున్నది. అతఁడు చాణక్యునిజంపి పగతీర్చుకొనఁగోరును, చంద్రగుప్తుని సయితమును. అట్లుశత్రుస్త్రీలకుకన్నీరుకార్చి తనతల్లుల కన్నీరుతుడుచునట. రాక్షసునందు స్వామిభక్తిజ్వరముగా కాఁగును. భాగురాయణ సిద్ధార్థకాదులయందు భర్త చాణక్య భయగౌరవములుగా నాయుత్సాహము రూపొందును విరాధగుప్తుఁడు నందానురక్తరాక్షసమిత్రము. నిపుణక కర

భక్తులు నిజ భర్తృ భక్తిపరవశులు. చందనదాసునందు మిత్రునికైన నిజ ప్రాణ సమర్పణపర్యంతమైన స్వార్థత్యాగోత్సాహము. ఈ వివర్తములం బొందిన ఉత్సాహము అనురూప-అనుభావ సాత్త్విక వ్యభిచారి భావములంగూడి ఇందలి వీరరస మగును. ఉత్సాహమనఁగా "కార్యారమ్భేషు సంరమ్భః స్థేయా నుత్సాహఉచ్యతే." కార్యములం దొడంగుటయందు స్థిరతరసంరంభము ఉత్సాహమనఁబడును. ఇది దానికి తగిన విభావముచేతను అనుభావముచేతను అట్లే సంచారిభావముచేతను వ్యక్తమై ఈ యుత్సాహము వీరరసమగును.

'విభావే నానుభావేన వ్యక్తః సఞ్చారిణా తథా
రసతా మేతి రత్యాదిః స్థాయీభావః సచేతసాం' సా. ద.

అట్లే భవభూతి వీరచరితమున వీరరసమును - దాని స్థాయియైన ఉత్సాహముం గూర్చి చెప్పినాఁడు

అప్రాకృతేషు పాత్రేషు యత్ర వీరః స్థితో రసః
భేదైః సూక్ష్మై రభివ్యక్తైః ప్రత్యాధారం విభజ్యతే

'ప్రతి యాధారమందును పంచఁబడినది.' అని కవియే పల్కించినాఁడు. ఉత్తరచరితమున తృతీయాంకాంతమున 'ఏకో రసః కరుణ ఏవ' అనుశ్లోకము మీఁది రసాస్వాదినిలో—పు 216

ఇట రాముఁనియేడ్పు ఒకతెఱఁగుది వాసంతిది ఒకతెఱఁగుది. సీతయేడ్పు ఒక తెఱఁగుది. తమసదియు ఒక్కతెఱఁగుది అన్ని తెఱఁగుల యేడ్పునురాశిగా పోసినాఁడు. ఇన్నియు ఒక్క కరుణమునకే వివర్తములు

ఇందు రాక్షసవశీకరణము ప్రధానవస్తువు - దానిని 'ఆధికారిక' మందురు. చాణక్యుఁడు నందుల నాశనముచేసి చంద్రగుప్తుని సింహాసనమెక్కించినాఁడు. అతని పదమును స్థిరముచేయుటకు నందమంత్రియైన రాక్షసుని చంద్రగుప్తునికి మంత్రిగా సాధించును. ఏతత్సిద్ధికై మలయకేతును ఓడించి బంధించి పట్టువఱచుకొనును. ఈ మలయకేతువృత్తము ఇందు పతాక-"వ్యాపి ప్రాసఙ్గికంవృత్తం పతాకే త్యభిధీయతే." అదియు ఇందు తొలినుండియేఆరంభమైకడవఱకువ్యాపించును ఆధికారిక వస్తువును పతాకయు నిపుణముగానేకూర్చి పెనుపఁబడినవి-అట్లే ఇందు ప్రకరియు మొదటియంకముననే ఆరంభమై కడపటియంకమువఱకు పర్విసది. అదియేదనఁగా

చందనదాస వృత్తము 'ప్రాసఙ్గికం ప్రదేశస్థ చరితం ప్రకరీ మతా' అదెంతయు హృదయముం దాఁకునది అదియు నాటకాంతమున నిర్వహణముననే ముగియును. ఇదియొక మతము.

మఱియొక మతము—ఈనాటకమున చెప్పఁబడిన సర్వసంభవములును ఏకముఖముగా కడపట 'కార్యము' అని చెప్పఁబడిన రాక్షసవశీకరణమున సర్వాహముపొంది ముగియును బీజము అంకురించుటమొదలు అది వడివడిగా జీబుగా పెరిగిపర్వి కడపటికిటక్కఁట అభిలషిత పర్యవసానమునఫలమొసఁగిముగియును.

ఇందు ఉద్దిష్టఫలము చంద్రగుప్త రాజ్యలక్ష్మి స్థిరీకరణము. అది రాక్షస వశీకరణమున సాధ్యము. దానిసిద్ధికై అనుకూలదైవము అనుగ్రహించిన చాణక్యుని పన్నకములన్నియు ప్రవర్తిల్లును 'ఎందు నానావస్తురసములను కలిగించుచు బీజ సముత్పత్తి ప్రారంభముతో కూడుకొనియుండునో అది ముఖసంధి యనఁబడును' అన్నారు, ప్రారంభమనఁగా. 'ఔత్సుక్యమాత్ర మారమ్భః ఫలలాభాయ భూయసే' అను ఔత్సుక్యము, ఇందు మొదటినుండి ముద్రాలాభమువఱకును ఉన్నది ముద్ర దొరకఁగానే ఇఁకకార్యసాధనకు ఇదిమార్గముఅని ఆ కల్పించినజాబు–కూటలేఖ– అదెంత ప్రధానమో! అంతట ముఖసంధి ముగియుచు

ఇఁక ప్రతిముఖసంధి — 'ముఖసంధిలో ఉంపఁబడినట్టిది ఫలప్రధానోపాయము అగపడియు అగపడనియట్లు ఉద్భేదముం బొందుట ఎచటనో అది ప్రతిముఖము అనఁబడును' ప్రతిముఖము ఓందు యత్నావస్థలసంయోగము. అవాన్తరార్థవిచ్ఛేదే బిన్దురచ్ఛేదకారణమ్. 'నిపుణకుఁడు తననగర పర్యటనను వర్ణించునే అప్పుడు ఆపరాకున మఱుఁగుపడినట్టిది బీజము ముద్రచిక్కఁగానే బిరబిర ప్రయత్నమునకు కడంగించును. జాబుకుదర్పఁబడి అందు రాక్షసునికిమోసముగా అమ్మఁబడు నాభరణములకు 'అశూన్యార్థము' అని పేరుచెప్పని సూచన చేయఁబడినది. దానితోసిద్ధార్థకునికి ఒకముఖ్యమైనపని పెట్టఁబడినది భాగురాయణభద్రభటాదులు చాణక్యునివారే (రాక్షసునికి, తనయుపజాపముల సిద్ధియను భ్రమగొల్పుచు) కృతకకృత్యులుగా మలయకేతువుంగూడ పరారియైనారు. జీవసిద్ధి అవమాన ప్రకటనతో మలయకేతునికడనుండు రాక్షసుంజేరునట్లు తఱిమివేయఁబడినాఁడు. చందనదాసు పట్టుకొనఁబడినాడు, ఇట్లు రాక్షసుం బట్టుకొనవలయు సంకెల లంకె అన్నియు తయారుచేయఁబడినవి ఇదిప్రతిముఖము అంతట మొదటియంకము ముగియును.

ఇఁకను గర్భసంధి “ఫలప్రధానోపాయము మున్ను ఒకపాటి యుద్భేద మొందినట్టిది ఎచట సముద్భేదము (=నిండుగా అంకురించుటయు) మాటిమాటికి హ్రాసము (= అడ్డుపొందుటయు) అన్వేషణమును (= వెదకఁబడుటయును) గలదిగా నుండునో అది గర్భసంధి యనఁబడును.” ఇది రెండవయంకపుఁగథ ఇది పతాకయొక్కయు ప్రాప్త్యాశయొక్కయు సమ్మేళనము. కుసుమపురమందలి రాక్షసుని పన్నకము లన్నియు చాణక్య ప్రతిహతములైన వృత్తాంతము — అది యిందు పతాక—విరాధగుప్తుఁడు పూర్తిగా వివరించును. ఆపరాకున చాణక్యనీతి ప్రసార వృత్తాంతము ఇంచుక మఱుఁగుపడినట్టిది మరల చక్కఁగా వెలువడును. చాణక్య చంద్రగుపుల జగడపు వృత్తాంతము, రాక్షసోపజాపజయముగా భాగురాయణ భద్రభటాదులు చంద్రగుప్తుని వీడి ఇటు పరారియగుట అను మొదలగునవి రాక్షసునికి తనకనుకూలములు అనుభ్రమగొలిపి అతనినిఏమరునట్లుచేయును. ఐనను ఇవన్నియు నిజముగా చాణక్యుని పన్నకములే. వాన అటు వానిపరాకు. ఇటు వీని మెలఁకువ: రాక్షసునికి తగిలింప తయారగుచున్న సంకెలకు బిగువు ఎక్కింపఁబడుచున్నది. సిద్ధార్థకుఁడు రాక్షసునివలన (మలయకేతు నాభరణము) ఇనాము పొంది పెట్టెలో పెట్టుకొని రాక్షసుముద్ర వేసికొనును. వైతాళిక స్తనకలశుఁడు చంద్రగుప్తచాణక్యుల చీలికను బలపఱుప చంద్రగుప్తుని ఇంకను ఉసికొల్పు ఉత్తేజకములం బాడ సందేశముపొందును పర్వతకుని నగలు రాక్షసుంజేరును. ఇది గర్భసంధి.

ఇఁక విమర్శసంధి. ‘ఎందు ముఖ్యఫలోపాయము గర్భసంధియందుఏపాటి యుద్భిన్నమైనదో అంతకన్న అధికముగా నుద్భిన్నమో శాపాదులచేత సవిఘ్నంబునో అది ‘విమర్శ’యనఁబడును. ఈ మూఁడవయంకమున మొదట కథనడకకు రవంత ఆఁక చాణక్యుఁడు తానుగావించిన పనులకు కారణమును ప్రయోజనమును చంద్రగుప్తునికి తెలియఁజెప్పును, తానేల కౌముదియుత్సవము ప్రతిషేధించెనో, రాక్షస మలయకేతులం బట్టుకొన యత్నింపక తప్పించుకొని పోనిచ్చెనో, భాగురాయణ భద్రభటాది భృత్యులను ఏల తాను దండింపక విడిచెనో-అదంతయు బోధించును

ఇది ప్రకరీనియతా వ్యవస్థల సంయోగము ప్రాసంగికైకదేశ వృత్తియైన ప్రకరియొక్కయు అపాయముతొలఁగుటచేత నిశ్చితమైన ప్రాప్తి నియతాప్తియను దానియొక్కయుసంయోగము. ఇదిమూఁడవనాల్గవయంకముల వ్యాపించియున్నది. కరభకుఁడు పాటలినుండి వచ్చి స్తవకలశుని ప్రయత్నము ఫలించినది, చంద్రుఁడు

చాణక్యుని మంత్రిపదవినుండి తీసివేసినాఁడు అన్నమాట రాక్షసునికిఁ జెప్పిన ఈకరభక రాక్షససంభాషణయే, తత్కాలపు పాటలిస్థితి, ఇది ప్రకరి దీనిని మలయకేతు పొంచి వినును. అంతకు మును పే మలయకేతు మనసున రాక్షసుంగూర్చి కలిగియున్న గుమానును భాగురాయణుఁడు నేర్పుమీఱ మిక్కిలి పెంచును, అపనమ్మకము వృద్ధియగును - రాక్షసుఁడు తన్ను వంచించి చంద్రగుప్తునితో సంధి చేసికొని తన్మంత్రిపదమును ఇప్పుడు ఖాళీపడినదానిఁ గోరి తన్ను విడిచి పోఁగలఁడు అని గట్టిగా తోఁచునట్లుచేయును. ఈ సంభవములన్నియు ఒకవంకకు మొగ్గును, చాణక్యుఁడు ఇట్లు ఎంతయునేర్పుమీఱ రాక్షసునిమలయకేతువుచేతతిమించినాఁడు. కావున ఇఁక నిర్వహణ మొక్కటే అనే కడపటిది.

కడపటి మూఁడు అంకములును V, VI, VII, వస్తువును ముగింపునకు చేర్చును. అది కార్య ఫలాగమ యోగరూపమగు నిర్వహణసంధి Vవ అంకము శాకుంతలములో Vవ యంకమువలె కథాసంభవములయోగములో అత్యంతనిపుణతమము. సిద్ధార్థకుఁడుముద్రితలేఖతోను ఆభరణపేటికతోనుమలయుని స్కంధావారమునుండి రహదారిముద్రలేక పాటలికి బయలుదేఱును అతనియుద్దేశము మలయునికి పట్టువడుటయే క్షపణకుఁడుఆభయంకరమైనప్రకటనను, పర్వతకుంజంపినది రాక్షసుఁడు, చాణక్యుఁడు కాఁడు, అతని మిత్రమను నే నెఱుఁగుదును అనుటం జేయును ఇపుడుమరల అట్టిమణియొక విశ్వాసఘాతకు ప్రయత్నించుచున్నాఁడు అనియు చెప్పును సిద్ధార్థకుఁడును పట్టువడినాఁడు, ఆ ముద్రితలేఖతో, దానికి చాణక్యుఁడు ఏప్రయోజనమును ఉద్దేశించినాఁడో అదియు పూర్తిగా సమకూడును. తనవిశ్వాసఘాత ఋజువునకు ఏర్పడిన యీ సాక్ష్యము రాక్షసుఁడుఏవిధముగాను చెప్పి తప్పించుకొనరానిది, తాను, పట్టువడి తీఱవలసినదే. అట్లు మలయకేతువుచేతఁ ఱుమఁబడి చందనదాసుం గావ పాటలికివచ్చిఅందులకు ఆత్మసమర్పణము తప్ప ఉపాయము లేమి, తన్ను సమర్పించుకొని, తాను మంత్రిత్వమును ఒప్పుకొనక తప్పమిచే చంద్రుని మంత్రిపదమంగీకరించి శస్త్రముచేతపట్టినాఁడు. నాటకవస్తువు ముగిసినది.

ఒకతూఱి మరల వెనుమరలిచూచిన-మొదటియంకమున రాక్షసు వశపఱుచుకొని చంద్రసాచివ్యము ఒప్పించుటకు వలయు పన్నకములన్నియు లెస్సగా తొడంగఁబడినవి. అవి అర్థులకు అప్పగింపఁబడినవి. కథ నడక విద్యుద్వేగమున

ఉన్నది రెండవయంకమున రవంతహృద్యము తోఁచినను కథలో ముఖ్యమైన పనులే చేయఁబడినవి. మలయకేతువు రాక్షసునికి ఆభరణము లిచ్చుటయు అవి సిద్ధార్థుని ముద్రిత పేటికం జేరుటయు, పర్వతకుని యాభరణములు కొనుగోలుచే రాక్షసు పెట్టెంజేరుటయు, చంద్రచాణక్యులకు ఒండొరులకు కిట్టనిమాటయుపుట్టిన దనుటయు. అంతట కథకు మరల విద్యుద్వేగము తలకొనను మ్లేచ్ఛరాజులు చంపఁబడుదురు రాక్షసుఁడు తఱిమివేయఁబడును మలయుని సేన పాటలిపైకి నడచును. అది మలయుని పైకి తిరుగఁబడును. వాఁడు భద్రభటాదులచే కట్టి వేయఁబడును, రాక్షసుఁడు పాటలిచేరి చందనదాసును విడిపింప మఱి దారి లేక ఆత్మసమర్పణచేసి చంద్రగుప్త సాచివ్యము పొందును. మలయుఁడు కరుణచే వదలఁబడి మిత్రరాజుగా తనచోట ప్రతిష్ఠితుఁడగును.

ఈ నాటకమునదేశకాలగతులు ఇంచుక అసాధారణముగా తోఁచును గాని, అవి అన్ని గీర్వాణనాటకములందునుఉండునవే. ముద్రారాక్షసమున వానిస్ఫుటత కొంచెము ఎక్కువ. పాటలి నందమౌర్యరాజధాని యెంతటినగరము! చంద్రగుప్త మౌర్యుని పాటలిపుత్రము తొమ్మిదిమైళ్ళ పొడవును రెండుమైళ్ళ వెడల్పును అట. చంద్రగుప్త విక్రమాదిత్యుని కాలముననుఫాహియెన్, 'Pataliputra was still a flourishing city' అన్నాఁడు. మఱి తొలియంకమున చాణక్యశిష్యుఁడు చాణక్యుఁడున్నచోటునుండి విశ్వావసుసోదరులయింటికిపోయి మరలును ఒక్కక్షణముననే, సిద్ధార్థకుఁడున్నచోటికిపోయి మరలును, ఒక్కక్షణములోనే; వధ్యస్థానమునకుపోయి మరలును, ఒక్కక్షణాననే; చందనదాసునింటికిపోయి వానింగొని మరలును ఒకనిమిషములోనే వీధిలోఁబయటికిపోయి వచ్చుటయనునదికలదు, కావున దానిని ఒకపాటియొప్పుకొందుము గాక. మూఁడవయంకములో, చంద్రగుప్తుఁడు సుగాంగమున నుండఁగానే కంచుకి నిష్క్రమించి చాణక్యుని గుడిసెకు పోయి, అరఁగాననే దానిని సుగాంగమునకు ఇంచుక దూరాననున్నట్లుచూపి, అక్కడ కంచుకికి ప్రవేశమును చాణక్యునితో సంభాషణమును, అతనిందోడ్కొని, గుడిసెనుండి నిష్క్రమణములేకయే ఉభయులు పరిక్రమణమాత్రముననెసుగాంగమునకు చేరి చంద్రుంగలసికొని ఇరువురుసంభాషింతురు, అంకమంతయులేచిన తెర వ్రాలువఱకు ఒక చోటు ఒకకాలము అను సంప్రదాయమును అనుష్ఠించుచునే ఇందు సుగాంగమువేఱు చాణక్యునియిల్లువేఱుఐనను=దానివీథియు వేఱేమో-పాటలిపుత్రమునంతయు ఒకచోటుగాను అందు ఇవి అంగములుగాను భావించుచున్నాఁడా కవి?

అట్లేని తొలుతం గూడ కంచుకికి నిష్క్రమణముం జెప్పక. సుగాంగమునుండి పరిక్రమణమును చెప్పి చాణక్యునింటికి చేర్పఁదగునేమో, నిష్క్రమణము పరిక్రమణమునకుం బొరపాటా? అట్లేని తొలియంకమునను పాటలియంతయు ఒక్కచోటుగాను చాణక్యునింటినుండి విశ్వావసునింటికి సిద్ధార్థకునికడకు కాలపాశికుంచోటికి వధ్యస్థానమునకు పరిక్రమణమునే చెప్పియుండందగునేమో అప్పుడుసిద్ధార్థకుఁడు శకటునికి కొఱ్ఱు తప్పించుట పరిషత్తుఎదుటనే జరుగవలదా? కావున, అట్లుగాదు. అందెల్ల నిష్క్రమించిచూచివచ్చినట్లు చెప్పుటే ఉచితము. ఈమూఁడవయంకమున ప్రేక్షకులయెదుట రంగాన సుగాంగప్రాసాదమున చంద్రగుప్తుని కూర్చుండబెట్టి వానిని నిర్వ్యాపారుంజేసి కంచుకినిష్క్రమించి చాణక్యుని యిల్లు సొచ్చి అతనిని పరిక్రమణముననే చంద్రుం జేర్చుట సనిపడకున్నది. మఱియు ఏననయంకమున భాగురాయణ మలయకేతులు స్కంధావారమున ఒక్కెడంగూరుచుండి ముద్రలేక కటకమునుండి నిర్గమించుచు పట్టువడిన సిద్ధార్థకునిజాబు మొదలైనవానిని విచారణ చేయుచు రాక్షసుం బిలువనంపుటయు, ఆనౌకరు నిష్క్రమించి రాక్షసు బసకు పోయి తలపోఁతలలోనున్న రాక్షసుం బిలుచుటయు ఇరువురుంగూడిపరిక్రమణముననే కుమారమలయకేతునెదుటికింబోయికూర్చుండుటయు చెప్పఁబడినది. ఒక్కట ఏకకాలమున కుమారుని యధికారమండపమును రాక్షసావాసమును రంగాన ఎడయెడముగా అచటికి నౌకరుకు నిష్క్రమణానంతర ప్రవేశమును, అందుండి ఉభయులు పరిక్రమణముననే మలయకేతు నెదుటికి చేరుటయు అగపఱిచినాఁడు కవి సమాధానమెట్లో? అంకాన చోటుకాలములు మాఱకూడదను సంప్రదాయము ఇట్లు సనిపడనట్లు నిర్వహింపఁబడినది.

చాణక్యుని అల్లికలో కొన్ని పొరపాట్లు సందేహము

అత్యంతనిపుణముగా నిర్వహించిన యీనాటకవస్తువునిటఇచిఅడుగఁదగును. రెండవ యంకమున మలయకేతువు రాక్షసునికి తన మేని నగను తొడిగించుటను చాణక్యుఁడు ఎట్లుసంభావించును? రాక్షసుఁడు సిద్ధార్థకునికి పారితోషికము ఇచ్చునే గాక, అది మలయకేతువు రాక్షసునకుం బంపిన నగ యగుట ఎట్లు సంభావించును? అందులకు ఆతనిమెంతుకువగాని కుదుర్పుగానిఏమియులేదు. అట్లేరాక్షసుఁడు పర్వతకునినగలుకొన్నను, వానిని రాక్షసుఁడు అప్పుడుతొడుగుకొని మలయకేతు

నెదుటికింబోవుట - ఇదియు చాణక్యుఁడెట్లు సంభావించును? అది గాని ఇది గాని చాణక్యునికి పన్నకములోనికి మునుగలుగ ఎక్కుట యెట్లు? రాక్షసుఁడు గదా పర్వతకుం జంపినట్లు ఇప్పుడు మలయకేతువు జీవసిద్ధిమాటవలనకనుగొన్నాఁడు. మఱి పర్వతకుని యాభరణములు చంద్రగుప్తునొద్ద నుండుటయు అతఁడు రాక్షసునికిం బంపుటయు ఎట్లు? 'అలంకారత్రయం చ సత్యపతా య దనుప్రేషితం త దుపగతమ్.'అని యున్నదే ఆజాబులో అది రాక్షసుఁడు పర్వతకుం జంపిన వాఁడని ఎట్లు తెలుపును? చంద్రగుప్తుఁడుగదా వానింబంపినట్లు జాబులోనుండుట? రాక్షసుఁడు విషకన్యం బ్రయోగించినాఁడు పాటలినుండిపరారియైనాఁడు పర్వతకుఁడు పాటలిలో చచ్చినాఁడు, ఆకస్మికముగా? అదెట్లో? విషకన్యచేత అని కాలక్రమమున బయటికివచ్చినది. దానిం బ్రయోగించినవాఁడు రాక్షసుఁడని చాణక్యుఁడు పాటలిలో పర్వించినాఁడు. మలయకేతునికేమో ఆప్తవాక్యము, రహస్యము. చాణక్యుఁడు పర్వతకుం జంపినాఁడని అదెట్లో? దాన విషకన్య అన్న మాటలేదు కావుననే రాక్షసమిత్రము జీవసిద్ధి చెప్పిన మాటను ఇప్పుడు విని మలయకేతువు రాక్షసు పైకి తిరిగినాఁడు మఱి యాభరణములను చంద్రగుప్తుఁడు పంపుటయెట్లు కలుగును? తాను అనుమానించు తెఱఁగేమియు మలయకేతువు స్వగతముననేని భాగురాయణునితో మాటలాడి యేని తేల్చుకొనఁడే. అది యిప్పుడే కదా జరుగవలయును. మఱి అదేమియు లేక దానిని రాక్షసునిమీఁద తెల్చుకొని యీ యభియోగమేమి? రాక్షసుఁడును 'మౌర్యే భూషణ వి కయం నరపతౌ కో నామసంభావయేత్ తస్మాత్సంప్రతిపత్తి రేవ హి వరం" అనియెట్లు తలంచును? పర్వతకుని నగలు అంత వెలపొడుగువి అసాధారణాకారము గలవియు ఐన రాక్షసునికి ఆ తన మిత్రునివి పరిచితములు కావా? కనఁడా? వాఁ౦ దొడుగుకొని మలయు నెదుటికి ఎట్లుపోవును? మఱియు మ్లేచ్ఛరాజులు ఏవురు, వారు ఏకాకులా? తమ సొంతసేనల నడుపుకొని వచ్చి కదా మలయకేతుం గలసికొనియున్నారు. అట్లుండ వారిని అంత సులువుగా మాటమాత్రాన గుంటలలో పూడ్చుటయు ఏనుఁగులచే త్రొక్కించుటయు ఎట్లు సాధ్యపడినది?

నాటకలక్షణ ప్రతి

దృశ్యము శ్రవ్యముఅని కావ్యము రెండువిధములు అందుదృశ్యము అభినయింపఁబడును. దానికే నటునియందు రామాదిరూపము నారోపించుటచేత రూపకమని నామాంతరము. అభినయమనఁగా అవస్థను అనుకరించుట రూపకము ఉప

రూపకము అని రూపకము రెండు విధములు. అందు నాటకము ప్రకరణము భాణము ప్రహసనము డిమము వ్యాయోగము సమవకారము వీధి అంకము ఈహామృగము అని రూపకము పది విధములు. పదిరూపకములో ముద్రారాక్షసము నాటకమను తెగలోనిది [కడమరూపములకును ఉపరూపకములకును దానిదానికి చెప్పఁబడు విశేషము దప్ప సామాన్యలక్షణమెల్ల నాటకమునకు ఎట్లో అట్లే ఎఱుంగవలయును].

నాటకమునకులక్షణము ఎట్లన:- నాటకమున ఇతివృత్తము ప్రసిద్ధమైనది. అయిదు సంధులు ఉండును. విలాసము బుద్ధిలోనగు గుణములును నానావిభూతులును ఉండును. అది సుఖదుఃఖములచేత సముద్భవించునది, నానారసములచే నిండినట్టిది. అందు అంకములు అయిదు మొదలు పదివఱకు ఉండును. నాయకుఁడు ప్రఖ్యాత వంశుఁడు రాజర్షి ధీరోదాత్తుఁడు ప్రతాపవంతుఁడు గుణవంతుఁడు దివ్యుఁడేని దివ్యాదివ్యుఁడేనియుఁ గావలయును. శృంగారమేగాని వీరమేగాని ఒకటే అందు ప్రధానరసముగా నుండును. కడమ రసము లన్నియు అంగములు [అప్రధానములు]గా నుండును కార్యనిర్వహణమందు అద్భుతరసము. కార్యమందు పనిపడు పురుషులు నలువురేని అయిదుగురేని ముఖ్యులుగా నుందురు. దానిని గోపుచ్ఛాగ్ర సమగ్రముగా నిర్మింపవలయును

అంకలక్షణము:- అంకమున నాయకుని చరిత్రము ప్రత్యక్షముగా చూపఁబడును. రసభావములు వెలుఁగుచుండును, శబ్దార్థములు అగూఢముగాను గద్యవాక్యములు చిన్నవిగను ఉండవలయును, ఏదే నొక యవాంతరప్రయోజనము సమాప్తిచెందవలయును, బిందువు కొంచెము అంటియుండవలయును. కార్యములు పెక్కుగానుండఁగూడదు, బీజమునకు సంహారము కూడదు, నానాసంవిధానములు వలయును. పద్యములు మిక్కుటముగా నుండఁగూడదు అవశ్యక కార్యములకు భంగము కలుగఁగూడదు కథ అనేకదినములు పట్టునదిగా నుండఁగూడదు నాయకుఁడు ఆసన్నుఁడుగా నుండవలయును. పాత్రములు మువ్వురు నలుగు రుండవలయును.

ఈవక్ష్యమాణములు అందుం గూడవు- దూరమునుండి పిలుచుట, చంపుట యుద్ధము, రాజ్యము దేశము లోనగువానికి ఉపద్రవము, పెండ్లి, భోజనము, శాపము, ఉత్సర్జనము మరణము, రతము దంతక్షతములుసేయుట నఖక్షతములు

సేయుట, ఇట్లు లజ్జాకరములగు నితరకృత్యములును, శయనించుట, మోవి యానుట, ఇత్యాదులు, నగరాదులను ముట్టడించుట, స్నానమాడుట, మైపూఁత పూసికొనుట, ఇవి అంకమందు చూపఁగూడదు. అంకము మిక్కిలి దీర్ఘముగా నుండఁగూడదు. దేవీపరిజనాదులయు మంత్రులయు వణిజులయు భావరసోద్భవములైన ప్రత్యక్షచిత్రచరితములతోఁ గూడినదై యుండవలయును, దాని యంతమున పాత్రములందఱును నిష్క్రమింపవలయును.

రంగద్వార ప్రస్తావనాదులు కలదై బీజమును ఫలమును గలదై ఒక యంకము గర్భములోపల ప్రవేశించినదైన మఱియొక యంకము గర్భాంక (Interlude)మనఁబడును, ఉదా. బాలరామాయణమందలి సీతాస్వయంవరమును, ఉ. రా చరితమందలి కుశలవ జననభాగమును, (తెనుఁగు) ప్రతాపరుద్రీయమందు అష్టమాంకమున ఓడలో సుల్తాను మోలవర్తకు లాడించిన భాగమును.

నాటకమందు ముందుగా పూర్వరంగము, అటు పిమ్మట సభాపూజ, తర్వాత కవిని పేర్కొనుట, నాటకమునుగూడ పేర్కొనుట, తర్వాత ప్రస్తావన. అందు నాట్యవస్తువుకంటె ముందుగా రంగ విఘ్నోపశాంత్యర్థము నటులుగావించునట్టిది పూర్వరంగమనఁబడును. దీనియంగములలో ముఖ్యమైనదినాందియనునది, ఆశీర్వచనముతోఁగూడినట్టిది దేవద్విజ నృపాదులస్తుతి నాందియనిచెప్పఁబడును. అది మంగళకరములైన శంఖ చంద్ర కమల చక్రవాక కైరవములను వచించునదియు, ఏనిమిదేని పండ్రెండేని పదములు గలదియు గావలయును ప్రాయికముగా నాటకములలో నాందియని తలంపఁబడుచున్నట్టిది పూర్వరంగముయొక్క రంగద్వారనామకమైన యంగముగాని నాంది గా దని కొందఱిమతము.

సూత్రధారుఁడు మధురములును కావ్యార్థసూచకములును అగు శ్లోకములచేత రంగమును ప్రసన్నముఁగావించి రూపకనామమును కవినామ గోత్రాదులను కీర్తింపవలయును. భారతీవృత్తి నవలంబింపవలయును ప్రాయికముగా నేదేనొక ఋతువును ప్రస్తావింపవలయును. భారతియనఁగా సంస్కృతప్రాయమును నరాశ్రయము వగు వాగ్వ్యాపారము

సూత్రధారుఁడు నటితోనేని విదూషకునితోనేని పారిపార్శ్వకునితోనేఁ, కూడుకొన్నవాఁడై తమ కార్యములనుఁడి యత్నములై ప్రస్తుతమును ఆక్షేపించునవైన చిత్రవాక్యములచేత చేయు సల్లాపము ఆముఖ మనియు ప్రస్తావన యనియు చెప్పఁబడును.

ఏ వస్తువు నాయకునికి అనుచితమేని, రసమునకు విరుద్ధమేని, అగునో దానిని వదలవలయును, వేఱువిధముగా నేని కల్పింపవలయును.

అంకములయందు చూపరానిది అయినను అవశ్యము తెలుపవలసినదియగు కథను అర్థోపక్షేపకములచేత చెప్పవలయును అర్థోపక్షేపకములు అయిదు—విష్కంభక ప్రవేశక చూళి కాంకావతా రాంకిముఖములు

విష్కంభకము-భూతభవిష్యత్కథాంశములను తెలుపును, సంక్షిప్తార్థముగా నుండును, అంకమున కాదిలో చూపఁబడును. అది ఒకరో యిద్దఱో మధ్యపాత్రములచే జరుపఁబడిన యెడల శుద్ధమనఁబడును, నీచమధ్య పాత్రములచే జరుపఁబడినచో సంకీర్ణమగును

ప్రవేశకము-నీచపాత్రములచే నీచవాక్యములచే చేయఁబడును. రెండంకముల నడుమ వచ్చును. మిగత లక్షణము విష్కంభమున కెట్లో అట్లే.

చూళిక-యనునది పరదాలోనివారు చేయునట్టి యర్థసూచన

అంకాంతసూచిత పాత్రములు ఆ యంకమునకు తెంపు లేనియట్లుగానే పైయంకమును తొడంగుట అంకావతార మనఁబడును.

ఒక యంకములో అన్నియంకముల సూచనయు సేయఁబడునేని దానిని అంకముఖ మందురు.

బీజ బిందు పతాకా ప్రకరీ కార్యములు అయిదు అర్థ ప్రకృతులు

ఇంచుకగా ఉద్దేశింపబడి బహుప్రకారముల వ్యాపించునది ఫలమునకు ప్రథమ హేతువు బీజమనఁబడును.

అవాంతరకథ విచ్ఛేద మొందినప్పుడు దానిని పైకథతో సంధానము చేయునట్టిది బిందువు.

వ్యాపి యగు ప్రాసంగికవృత్తము పతాక యనఁబడును.
ప్రాసంగికమై ఏకదేశస్థమగు చరితము ప్రకరి.

ఏది సాధింప నపేక్షితమో దేనికొఱకై యారంభమో, దేని సిద్ధిచే సమాప్తియో అది కార్యమనఁబడును

ఫలార్థులు తొడఁగిన కార్యమునకు అయిదు అవస్థలు—ఆరంభ యత్న ప్రాప్త్యాశా నియతాప్తి ఫలాగమములు.

ఏరుసగా ఈ యైదవస్థలును మున్నుచెప్పిన యర్థ ప్రకృతులతో, యోగముం బొందుటచేత ఇతివృత్తము అయిదు భాగము లగును. అవి క్రమముగా ముఖ ప్రతి ముఖ గర్భ విమర్శోపసంహారము లని అయిదు సంధు లగును.

వ్యాఖ్యాత ఢుంఢిరాజు చేసిన

సంధి సంధ్యంగ సమన్వయాదికము

(వీని నన్నిటిని వ్యాఖ్యలో ఏటి జాగ్రత్తగా శ్రీ వేదము వేంకటరాయ శాస్త్రులవారు గుర్తిడినందున వీనికి వారి అభ్యుపగతిని ఊహింపవచ్చునేమో.)

ఇందు నాటకారంభమున నిష్కంభము చెప్పఁబడలేదు—ఏలన ప్రస్తావనలోనే "క్రోధాగ్నౌ ప్రసభ మదాహి నన్దవంశః" అని వృత్తకథాంశమును, 'మౌర్యేన్దోర్ద్విషదభియోగః'అనివర్తిష్యమాణకథాంశమును సూచింపఁబడినది.

ఏకేన ప్రయోజనేన అన్వితానాం కథాంశానాం అవాన్తర ప్రయోజనేన సంబన్ధః సన్ధిః, ఇట ముఖము

యత్ర బీజసముత్పత్తి ర్నానార్థరస సమ్భవా
ప్రారమ్భేణ సమాయుక్తా త న్ముఖం పరికీర్తితమ్. సా. ద.

మౌర్యలక్ష్మి స్థైర్యహేతువైన రాక్షస సంగ్రహ రూపమైన ముఖ్య ప్రయోజనముకోసము చాణక్యోపాయవిచారకథకు అనుకూలదైవము చేసిన రాక్షసముద్రాలాభము మొదలైన అవాంతర ప్రయోజనముతో సంబంధము అను అరంభ బీజ సంబంధమును బీజసముత్పత్తియు ఇట నున్నవి.

చంద్రగుప్త లక్ష్మిస్థైర్యము ఫలమైన రాక్షస సంగ్రహ కార్యమునకు హేతువు, దైవానుకూల్యముగల చాణక్యనీతిప్రయోగము బీజము. ఆ రాక్షస సంగ్రహకార్యము మలయకేతునిగ్రహము లేక ఘటింపదు. కావున ఆ నిగ్రహమును అవాంతర ప్రయోజనమగును.

ఎచట నానావస్తురసములను కలిగించుచు బీజసముత్పత్తి ప్రారంభముతో కూడుకొని యుండునో అది ముఖము. సా. ద. "కార్యాభియోగ ఏవ మాం వ్యాకులయతి"-అని 'కార్యాభియోగః'అనిబీజముఇంచుక ఉద్దేశింపఁబడినది.

1. 'శస్త్రం ధారయామి' అని చాణక్యుని పూనిక. ఇది బీజన్యాసము-విత్తనము నాటుట -'ఉపక్షేపము' అనుఅంగము- కావ్యార్థస్య సముత్పత్తి రుపక్షేపః

2. 'సోఽహం' అనేను-అనుట మొదలైనది, ఇది బీజబహుళీకరణము పరికరమను అంగము. బీజము, చాణక్యనీతి ప్రయోగమనునది. తప్పక చేయవలసినదే అని ప్రచురము చేయుట కానపరికరము.

3. 'అహో రాక్షసస్య-భక్తిగుణః' అనిబీజ విషయమున ఆశ్చర్యావేశము- 'పరిభావన'అను అంగము

4 'నీటోటి సీసంగి భక్తిగలవారు అరుదు' అనిబీజగుణ వర్ణనము 'విలోభన'మను సంగము

5 'తే భృత్యాః నృపతేః' - వారు, భృత్యులనఁగా రాజునకు - అని బీజగుణప్రోత్సాహనం భేదః' అని ఇది భేదము అను సంగము.

6 'నశయానేన స్థీయతే' - నేను నిద్రపోవుమండలేదు, మేలుకొనియే యున్నాను—అని-ఇది - బీజసంవిధానము. 'సమాధాన' మను అంగము బీజమును లెస్సగా విధించుటచేత,

7. 'యథాశక్తి క్రియతే' అనుట మొదలుకొని 'భవిష్యతి' అను వఱకు బీజానుగుణముగా ప్రస్తుతకార్యారంభము 'కరణము '

8. అందే 'వృషల' మొదలుకొని 'ప్రమార్ష్టు మిచ్ఛామి' వఱకు గల సందర్భము బీజమునకు అనుకూల సంఘటనయు ప్రయోజనవిచారము యుక్తి

9. 'శత్రుప్రయుక్తానాం' మొదలుకొని తత్రాప్తపురుషాః' వఱకు బీజసుఖ దుఃఖహేతువు విధానము.

10. 'అస్మత్తః కిఞ్చిత్ పరిహాస్యతే' - నావలన ఏమియు - ఇంచుకయు - కొంచెము లేదు — ఇది బీజనిష్పత్తియగుట పరిన్యాస'మను సంగము

11. 'తదేవ రాజ్యం సుఖయతి' అని బీజఫాసుగమము 'ప్రాప్తి'

ఇట్లు నానార్థరససంభవ మైన బీజ సముత్పత్తి నిరూపింపబడినది గాన ఇది సాంగమగు ముఖసంధి,

ఇఁక ప్రతిముఖసంధి - 'అగపడి యగపడక యుండు బీజముయొక్క వ్యక్తి ప్రతిముఖసంధి' సా. ద. తొలుత లక్ష్యమైయుండి అనఁగా వ్యక్తమైయుండి, నడుమ యమపటచర నిపుణకుని వృత్తాంతముచేత మఱుఁగుపడిన చాణక్యనీతి యోగము అను బీజము ముద్రదొరకుటతో మరల వ్యక్తమగుట వలన, యత్నముయొక్కయు బిందువుయొక్కయు కలిమి వలన ఇది ప్రతిముఖము.—

'కి మత్ర లిఖామి,' అని మరల చాణక్యుని యుద్యోగము బిందువు. అవాంతరార్థము విచ్ఛేదముపొందఁగా, అట్లుపొందనీక మరలనగపఱచుటబిందువు

1. 'గృహీతో జయ శబ్దః'—ఈ కార్యసిద్ధివిషయ మనోరథము విలాసము.

2 'ప్రవలాత్ ప్రతిగృహ్య అభరాణాని భవద్భి రహం ద్రష్టవ్యః' ఇది దృష్ట నష్టమగు బీజమును అనుసరించుట పరిసర్పము.

'అథవా న లిఖామి' - ఇది అనిష్టవస్తువును. నిక్షేపించుట - విధూతము' నిక్షేపించుట అనఁగా నిషేధించుట. విక్షేప అనియు పాఠము, అర్థము ఇదే

హస్తః గృహీతో రాక్షసః' - అరత్యుపశమనము ఇది శమము. అరతి యనఁగా చింత.

'సాఙ్గుళిముద్రం లేఖం అర్పయిత్వా - గమ్యతామ్'. అస్తుతే కార్యసిద్ధిః— బీజప్రకాశనమువలన ఉత్తరోత్తర వాక్యములచేత కార్యసిద్ధి ఇది ప్రశమనము మలయకేతు రాక్షసులకు విరోధము కలిగించుటకు లేఖరూపమైన ఉపాయము అనుష్ఠింపబడినది ఇఁకమీఁద రాక్షసుని మౌర్యసాచివ్యప్రవణుం జేయుటకు ఏడ వయంకమునచేయఁగల యుపాయమునకు బీజము నాటవలయునుగదాయని 'చందన దాసు నిపుడు చూడఁగోరుచున్నాను.' అనుట.

'భోః శ్రేష్ఠిన్, మా మైవం, సమ్భావిత మేవ ఇద మస్మాభిః - ' ఇత్యాది చందన దాసుని మోసముచేయుటకైన పరిహాస వచనము నర్మ

'పూర్ణిమాచన్ద్రేణేవ చన్ద్రశ్రియా అధికం నన్దన్తి - ఇది అనుగుణోద్ఘాటనార్థమైన ప్రీతి నర్మస్తుతి 8వ అంగము

'స చ అపరిక్లేశః కథం భవతి' మొదలైన ఇది రాజానురాగ హేతువగు వాక్య రచన ఉపన్యాసము.

"భవా నేవ" అని మొగమున కొట్టినట్లు నిష్ఠురపుమాట "వజ్రము". మునుపు పురమునుండి అతఁడు తొలఁగినపుడు ఇంట నుంచుకొనుట సరే పోనిమ్ము. మఱి యిపు డతఁడు మలయకేతుం జేరి దండెత్తి వచ్చుచుండఁగా అట్లు చేయుట అనుచితమనుట.

"ఆస్వాదిత ద్విరదశోణిత" ఇత్యాది స్వామ్యనురాగ ప్రకాశ విశిష్టమగు వచనము పుష్పము.

"శిబినా వినా త్వదన్యః కః కుర్యాత్-" ఇత్యాది - నీవు వానిని నయితము మించినవాఁడవు అని యనుటయు "పుష్పము "

"యే యాతాః కిమపి..." ఇత్యాది చతుర్వర్ణ నిర్వర్ణనం వర్ణసంహారః, అని ఇది వర్ణసంహారము-బ్రాహ్మణాది చతుర్వర్ణముల ప్రకృతులలో చేరిన వారిని "యే యాతాః" ఇత్యాదిచేత నిర్దేశించుటవలన.

ఇఁకను రాక్షసుఁడు చేసిన యుపాయములం జెప్పుటకై ప్రాప్త్యాశాపతాకల సంబంధము రూపముగా గల గర్భసంధి మూఁడవయంకమున ఆరంభింపఁబడుచున్నది. పూర్వాంకమున చూడఁబడి ఇందు రాక్షసునియు పాములవానియు సంవాదమను వ్యాపినియైన కథ పతాక అనఁబడుదానిచే అగపడకమఱఁగిన చాణక్యనీతియను బీజమును ఇఁక పైని మాటికి అన్వేషించుటవలన గర్భసంధి.

"కౌటిల్యధీరజ్జు" ఇత్యాది ప్రాప్త్యాశ. "ఉపాయాపాయ శఙ్కాభ్యాం కార్య సంభవః ప్రాప్త్యాశా" అని. "కౌటిల్యధీరజ్జునిబద్ధ" అని ఉపాయ శంక- "రాక్షసేన నికృష్యమాణా" అని అపాయశంక. ఈ రెంటివలన మౌర్యశ్రీస్థైర్యమను కార్యముయొక్క సంభవము కాదాచిత్కమని సంభావన. ఈ రెంటి సంబంధమువలన ఇది గర్భసంధి.

"నేదం విస్మృతభక్తినా న..." అని ఇది తత్త్వానుకీర్తనము 'మార్గము.'

"భగవతి కమలాలయే-" అను మొదలగునది రాక్షసుని వితర్కముం బ్రతిపాదించు వాక్యము "రూపము."

"తత్సంహతి భేదనాయ చ వ్యాహారితాః సుహృదః" అని ప్రకృతము యొక్క ఉత్కర్ష చెప్పుట "ఉదాహరణము "

'మయా తావత్ సుహృత్తమస్య చన్దనదాసస్య గృహే' ఇత్యాదిగా తొడంగి 'యదృశ్యరూపమ్'అను ముగింపువఱకు రాక్షసుని యుపాయాపాయశంకలు.

కంచుకి నిష్క్రమణము — ఇది ప్రస్తుతోపయోగి సమాధానవచనము ప్రసంగహము ఈ ప్రస్తుతము రాక్షసోత్సాహమేని, చాణక్యోపాయ బీజ మేని కావచ్చును ఆ బీజమునకు ఈ భూషణదానము సమాధానవచనము, వెంటనే ఆ భూషణములను నిర్వహణమున కూటలేఖకు తోడుగా ఉపయోగింపఁ బోవు చున్నందువలనను.

'కథం సర్వదర్శనః'అని శంకారూపము సంభ్రమము.

'అయే కుసుమపురవృత్తాన్తజ్ఞః' అని ఇది 'సంచింతితార్థప్రాప్తిక్రమము.'

'కార్యవ్యగ్రత్వాత్' అని ఇష్టజనానుసంధానరూపము ఇది 'అధిబలము.'

'వ్యక్తం అహితుణ్డిక చద్మనా విరాధగుప్తేన భవితవ్యమ్.'అని లింగముబట్టి అభ్యూహనము 'అనుమానము.'

'సఖే వర్ణయ-' అను నిది వ్యాపిని కథ పతాక.

'(ససంభ్రమమ్-) ప్రాకారం పరితః శరాసనధరైః' ఇత్యాది రోషసంభ్రమవచనము 'తోటకము'

'రాజభక్తిప్రకర్షాత్ నియోగకాలం అప్రతీక్షమాణేన' అను మొదలగునది, అపకారిజనమువలన భయము ఇది 'ఉద్వేగము'

'తత శ్చాణక్యహతకేన' ఇత్యాదియగు నిది చాణక్యుని యిష్టార్థోపాయానుసరణము 'ఆక్షేపము.' (కడపటి అంగము.)

'ఏక మపి నీతిబీజం బహుఫలతా మేతి' అని ఇది యొక బీజాన్వేషణము.

'న ఖలు వ్యాపాదితః'-చంపఁబడలేదు గదా-భయముతో దిగులుతో అడుగుట ఇదియు అపకారిజనునివలన భయము 'ఉద్వేగము.'

'అయం ఖలు ఆర్యోపదేశః-' ఇత్యాది ఇది మఱియొక బీజాన్వేషణము.

'చన్ద్రగుప్తస్య చేతఃపీడా ముత్పాదయతి. ఇత్థ మపి మ మానుభవః-' ఇదియు బీజాన్వేషణము.

'అలంకారసంయోగములు అమ్మఁబడుచున్నవి. కంటిలో వానిని చూడు-ఇత్యాదియు బీజాన్వేషణము

అంకముతో గర్భసంధియు ముగిసినది.

ఇకరాక్షసుఁడు కోరుకొనుచున్న చాణక్యచంద్రగుప్త విరోధముంజెప్పుటకు విమర్శసంధి. ఏదేని హేతువువలన గర్భసంధియందు ప్రసిద్ధమైన బీజార్థము యొక్క అవమర్శనము,- విమర్శసంధి ఈ మూఁడవయంకమున చాణక్యనీతి రూపబీజమునకు కౌముదీమహోత్సవ ప్రతిషేధమను ప్రకరిఅనంబడు చిన్నకథతో అవమర్శనమను ఫలప్రాప్తి ప్రత్యాశయు కలిగియున్నందున ఇది విమర్శసంధి నాల్గవ యంకమున రాక్షస కరభక సంవాదమును ప్రకరియే రెంటను ప్రకరి ప్రాప్త్యాశలకూర్పు చెప్పఁబడినందున ఈ రెండంకములును విమర్శసంధియే.

'కిం అవిదిత ఏవ అయం ... ఉత్సవప్రతిషేధః' ఇది బీజము యొక్క అవమర్శన మగుటవలన అవమర్శనము,

'భర్తు స్తథా కలుషితాం' ఇత్యాదియు బీజావమర్శనమే.

'రాక్షసం భేత్స్యామి' అను తన ప్రత్యాశను దృఢముగా చెప్పుటచేత ఇది 'అపాయాభావతః కార్యనిశ్చయః నియతాప్తికా' అన్నారే ఆ నియతాప్తి,

(సస్మితమ్), 'స్మితంకృత్వా' 'ఉపాలబ్ధుం . అహూతాః'అని స్వోపాలంభ మను దోషమును ప్రఖ్యాపించుటవలన 'దోషప్రఖ్యాపనము అపవాదము'అని యిది అపవాదము.

'ఏతే స్వకర్మణి అభియుజ్యామహే '-ఇదిగో నేను నాపనిని అక్కఱగా చూచుకొందును-అనుట-గురుని యవమాననము 'ఛలము.'

'త వాజ్ఞా ... మ య్యేవ స్థల న్తి-' ఇత్యాది యంతయు గురుకీర్తనము 'ప్రసంగము.'

(విహస్య) ఏత త్కృతం రాక్షసేనః - అను మొదలగు రాక్షసనీతివిభవ మును ఆధిక్షేపించు ఎత్తిపొడువును, తనశక్తిని ఉగ్గడించుటయు 'వ్యవసాయము.'

'అన్యేనైవ ఇదం అనుష్ఠితం కి మత్ర ఆర్యస్య-' ఇది గురుతిరస్కారము 'ద్రవము.'

'ఆః కేనః' అను నీబెదరింపు మాట 'ద్యుతి-'

'నన్దకులవిద్వేషి దైవేన-' ఇదియు అన్యోన్యాధిక్షేపము 'విరోధనము'.

'సంరమ్భోత్పన్ని-' మొదలైనది ఉద్వేజనము 'ద్యుతి'

'చాణక్యత శ్చలితభక్తిం-' ఇత్యాది స్వగుణావిష్కరణ 'విచలనము.'

'ఏవం అస్మాసు గృహ్యమాణేషు' ఇత్యాదిచేత చాణక్యుఁడుకోరిన రాక్షస మలయ విరోధము లెస్సగా ఏర్పడును అని భావిశ్రేయఃకథనము 'ప్రరోచన.'

మమ బుద్ధిః భూవివరం ప్రవేష్టుం ఇవ ప్రవృత్తా-అని యిట్లు నియతాప్తి ప్రదర్శింపఁబడినది.

ఇఁక నాల్గవయంకమందు రాక్షస కరభక సంవాదరూపమైన చిన్నకథయు ఒక ప్రకరి

'వాగీశ్వరీ ఉపశ్రుతిః వామాక్షిస్పన్దనేన ప్రస్తావం గతా' ఇత్యాది కార్య సంగ్రహణము 'అనుదానము'-కడపటి యంగము.

'న మయా సుచిర మపి విచారయతా-అర్థః అవధారితః-' ఇది మొదలు మలయకేతుని మోసవుచ్చు భాగరాయణ వాక్యజాత మంతయు బీజార్థముయొక్క అవమర్శనమే.

ఇట్లు నియతాప్తి ప్రకరీయోగరూప విమర్శసంధి ముగిసినది.

ఇఁక *V-VI-VII* అంకములలో ఫలాగమ-కార్యముల సంబంధము గలదైన నిర్వహణసంధి.

చలితో౽స్మి కల - నిజముగా అతఁడు పాటలికి బయలుదేఱలేదు-తాను పట్టువడి రాక్షసుం బట్టియిచ్చుటకు తాను బయలుదేఱినది. ఈ 'చలితో౽స్మికిల' అనునది బీజోపగమనము-సంధి అను అంగము.

'అహ మపి భాగురాయణాత్ ముద్రాం యాచే' అని భాగురాయణుని కడకు పోయెదను — అను నిది కార్యమార్గణము - రాక్షసునిమీఁద తంటా చెప్పి కాన మరయుట 'విరోధము.' అను అంగము.

భాగురాయణ భద్రభటుల యొండొరుల భాషితము 'జల్పనము.'

చాణక్యుఁడు తనకు పెట్టిన మహాప్రయోజనము అనుష్ఠింపఁబడుట, జీవసిద్ధి తాను కృతార్థుఁడనైతిని అనుకొనుట ఇది బీజానుగుణము కార్య ప్రఖ్యాపనము 'నిర్ణయము.'

'తదత్ర వస్తుని నోపాలమ్భనీయో రాక్షసః' అని కుపితమలయకేతును సమాధానపఱుచుట 'పర్యుపాసనము.'

అంతట సిద్ధార్థకప్రవేశము మొదలుకొని అంకము ముగియువఱకు ప్రథమాంకమున 'కి మత్రలిఖామి'అనుట మొదలుకొని 'కర్ణే ఏవం' అనునంతవఱకు ఉపక్షిప్తమైన బీజము పలుతెఱంగుల చెదరినట్టిది ఒకటిగా చేయఁబడుట అను బీజోపగమన రూపమైన సంధి అను అంగముయొక్కయే ప్రపంచము.

ఐదవ యంకమున మలయకేతునిచేత రాక్షసుఁడు నిగ్రహింపఁబడుట—తఱుమఁబడుట అవాంతరకార్యము నిర్వహింపఁబడినది. ఇఁక రాక్షసుని సంగ్రహించుట, చంద్రగుప్తలక్ష్మికి స్థైర్యముకలిగించుట యను మహాఫలము సిద్ధించుటకై VI-VII అంకములు.

ఇందు జీర్ణోద్యాన వర్ణన వ్యాజముచేత సౌధకులాదుల యుపముచేత నందకుల వినాశమును దాన తన హృదయపు-పరిశోషముఁ, మలయకేతుని మోసపుచ్చిన భాగురాయణుని కునీతి-అను అర్థములు ధ్వనితములు

ఆఱవయంకమున రాక్షసవశీకరణమైనది, ఇంక నీయేడవ అంకమున ఆతనిచే చంద్రగుప్త సాచివ్యము గ్రహింపింపవలయును

'కే నోత్తుఙ్గ శిఖాకలాప కపిలః' ఇత్యాదిగా అద్భుతార్థ ప్రాప్తి - ఉపగూహనము.'

'గురుభిః కల్పనాక్లేశైః' ఇత్యాది కష్టములన్నియు ఇప్పటికి తీఱినవి అను సిమఃఖప్రశమనము 'సముయము.'

'భృత్యా భద్రభటాదయః స చ తథా లేఖః' ఇది బీజవంతములైన ముఖాద్యర్థములు చెదరియున్నట్టివి ఐకార్థ్యము పొందింపఁబడినవి - అను కార్యార్థముల యుపసంహారము 'సంహారము.'

'జేతుం భువి జేతవ్య మసౌ సమర్థ ఏవ' అని వాంఛితార్థ ప్రాప్తి ఇది ఆనందము.'

'ఏష ప్రహ్వోఽస్మి'అను నిది తాను పొందిన కార్యమునుఅనుమోదించుట 'అభాషణము '

'ఆర్యప్రసాద ఏషః'అని తాఁ బొందినదానిని స్వీకరించుకొనుట 'కృతి.,

'నివేద్యతాం అమాత్యరాక్షసాయ.' అని ఇష్టకార్యదర్శనము ఇది 'పూర్వభావము.'

'రాక్షసేన సమం మైత్రీ' ఇత్యాది యీ శుభశంసనము 'ప్రశస్తి'నిర్వహణ సంధ్యుత్తమాంగము.

నాటకమున కాలగమనము

మహాకవులు తమ నాటకములలో కథా కాలగతిని చాలమెలఁకువతో, కాలము చెప్పఁబడుచున్నది అని యనుకొననీక, ఎంతో గూఢముగా సూచింతురు. దానిని కనిపట్టఁదగును.

ఇం దుండు సూచనలు, నిర్ణయమునకు సామగ్రి.

I. (1) 'చంద్రం సంపూర్ణమండల మిదానీం ' ఇత్యాది.

(2) పర్వతకుని పారలౌకికము. అభరణములను మంచి బ్రాహ్మణులకు దానము చేయఁ గోరుదును.

II 'చిరాత్ ప్రభృతి పరిత్యక్తోచిత శరీరసంస్కారః' 'చిరాత్'- ఎప్పటినుండి?

(3) జీవసిద్ధి శకటదాస సిద్ధార్థక భాగురాయణ భద్రభటాదులు తొలియంకపు దినాన పరారియైనవారును విరాధగుప్తుఁడును మలయకేతు రాజధానిని ఇంచుమించుగా ఒక్కదినమే చేరుదురు. నాఁడే కరభకుఁడు పాటలికి బయలుదేఱును

III. (4) కౌముదీమహోత్సవ దినము కార్తిక పూర్ణిమ - ఆశ్వయుజము గాదు హరిదృష్ట్యా కేకర ప్రస్తావము. కరభకుఁడు నాఁడే రాక్షసుని కడకు బయలుదేఱునా?

IV. (5) కరభకుఁడు మజిలీచేయని పయనముల నూఱుయోజనాల దూరమున నున్న మలయకేతురాజధానిం జేరును. అదియు పున్నమ నాలవయంకపు దినము. శయనం నముఞ్చతి - ప్రాతస్సాం సాయమా?

(6) 'అద్య దశమో మాసః తాత స్యోపరతస్య 'అని యనును మలయకేతువు. పదియవమాసికము కాఁబోలు నాఁడు.

(7) నాల్గవయంకమునకు ఒక పుష్యమియే, రాక్షసుఁడు సేనతో బయలుదేఱు టకు జీవసిద్ధి పెట్టిన మంచిదినము.

V. ఇదానీం ఇతః ప్రత్యాసన్నే కుసుమపురే.

100 యోజనాల దూరములో చాలనడచి సోనకు ఇద్దరికీ కాఁబోలు విడి దల కాదా సోనకు ఇంచుక దూరాన.

'అల్పైరహోభిః వయ మేవ, తత్ర గన్తారః' అని ఒక కొన్ని దినాల దూరాన.

గౌడీనాం లోధ్రధూళీ పరిమళ ధవళాన్. లోధ్రమును కాళిదాసు 'ఋతుసంహారము'లో హేమంతలింగముగా చెప్పినాఁడు. మేఘమున శిశిర లింగముగా చెప్పినాఁడు. కావున పౌషమో మాఘమో. కవులు హేమంత శిశిరములకు ఐక్యముం జెప్పుదురఁట. ద్వాదశమాసాః సంవత్సరః పఞ్చ ర్తవో హేమ న్త శిశిరయోః సమాసేన....అని హేమచంద్రుడు.

I ప్రథమాంకము ఫాల్గున పూర్ణిమ.

ఆ దినము భ్రాంతికలిగించి తప్పిపోయిన చంద్రగ్రహణము రాక్షసుఁడు మలయుం గూడి చంద్రుని యభిభవింపఁ గోరుచున్నాఁ డన్నమాట కుసుమ పుర మునకు అందినది. ఆ దినము పర్వతకుని పారలౌకికము, పర్వతకుఁడుచనిపోయి నేఁటికి నెల. మ్లేచ్ఛుఁడనఁబడిన వానిని పర్వతేశుఁడు శైలేశుఁడు అను పేరుగల వానిని ఆచారవ్యవహారములకు శూద్రుంగాఁ గొనఁదగును-చెప్పినాఁడు చారిత్రక రచయిత్రా ఇందలుఁడు విన్సెంటు ఏ-స్మిత్తు - "The name Vasudeva proves the rapidity with which the Kushans had been changed into Hindus" (Smith-I. P.-318).

యాజ్ఞవల్క్యులవారు చెప్పినారు.

'క్షత్రియస్య ద్వాదశాహాని విశః పఞ్చదశైవతు
త్రింశద్దినాని శూద్రస్య' అని.

కావున దానికి పూర్వపు మాఘపూర్ణిమ వాని మృతిదినముకానోపును (?) ఆనాఁడే మలయకేతువు భాగురాయణుఁడను తన యాప్తునిచే బెదరింపఁబడి కుసుమపురమునుండి పరారియయియుండును అప్పటికే పరారియైయున్న రాక్షసుఁడు వానిం జేరఁదీసి సంధి చేసికొని, ఉభయులును అంతట హుటాహుటి మలయుని యూరు చేరియుందురు క్రమముగా శీఘ్రమే ఆ వారి కలయికయు కుసుమపురముమీఁదికి ఎత్తిరాఁగలరన్న వదంతియు వ్యాపించియుండున. చాణక్యునికి నాఁడే ముద్రదొరకినది ఆదినమే శకటదాస సిద్ధార్థకులు జీవసిద్ధి భాగురాయణ భద్రభటాదులు-విరాధగుప్తుఁడును-కుసుమపురమును విడిచిపోయినారు. చందనదాసును పట్టుకొనఁబడినాఁడు

II. ద్వితీయాంకము – పరారియైనవారందఱును మలయుని రాజధానిం జేరినారు – ఫాల్గున – అమావాస్యయో చైత్రశుక్లపక్షమో, అదినమే మలయకేతు రాక్షసునికి సర్వార్థసిద్ధిచావు విన్నదిమొదలు, కాదా, నందులచావు మొదలుకొనియో, శరీరసంస్కారము మానుకొని యున్నవానికి, ఆభరణము పంపుటయు అది సిద్ధార్థకునికి ఇనామియ్యఁబడి వానిపెట్టెం జేరుటయు పర్వతకునగలు రాక్షసునిచే కొనంబడినవి. కరభకుఁడు పాటలికి తరలినాడు.

III. అంకము – కార్తికపూర్ణిమ – కౌముది మహోత్సవము – II. III. అంకములకు 7,8 నెలల యంతరము – జీవసిద్ధి భాగురాయణ భద్రభటాదులు శకటసిద్ధార్థకులు మలయకేతుని రాజ్యమున నాటుకొనుచున్నారు. చంద్రచాణక్యులకు భేదము–చీలిక ఎదుగుచున్నది. అది కౌముది మహోత్సవము చేయుమనుట మాననునుటలతో తీవ్రమై ఆదినము చాణక్యుఁడు శస్త్రము ఇచ్చివేసినాఁడు కరభకుఁడు దానిం గనిపట్టి చాణక్యుఁడు తరువాత ఏమి చేయును, తపస్సునకు అడవికి పోఁడా – అని కొన్నాళ్ళు కనుపెట్టి–మజిలీ లేని ప్రయాణముగా రాక్షసునికడ బయలుదేరినాఁడు, నూఱు యోజనాల దూరము

IV. అంకము–పర్వతకుని పదియవమాసికము–మలయకేతువు విసివి యాత్రకు తొందరపడుచున్నాఁడు కరభకునివలన చాణక్య నిరాకరణమును విని రాక్షసుఁడు దండయాత్రకు చిరముగాసిద్ధపఱిచియున్న సేననుతరలించును

జీవసిద్ధి మంచిదినము ఏర్పరచినాఁడు - మార్గశీర్ష (ధనుః) పూర్ణిమసాయంకాలము, చంద్రోదయ సమయమున. అట్లు మల యునికిని యాత్రకు త్వరపడుచున్నవానికి తెలియపఱచినాఁడు.

V. అంకము-సేన నడిచినది-కుసుమపురము ఆసన్నమైనది 'అల్పై రహోభిః గన్తారః'-ఒక కొన్ని నాళ్ళలో చేరఁగల దూరమ్మున శోణనదికి ఇద్దరిని కొంత దూరాననే సేన విడిసినది. జీవసిద్ధి భాగురాయణుని కటకనిర్గమనముద్ర యడుగవచ్చి వానితోను అచటికివచ్చిన మలయకేతునికి రాక్షసుఁడు విషాంగనచే పర్వత కుం జంపినాఁడని చెప్పును. సిద్ధార్థకుఁడును జాబు పెట్టెనగతో పట్టువడి రాక్షసుని పట్టువఱుచును. రాక్షసుఁడు తఱిమివేయఁ బడును. సేన శోణదాఁటను నడుచును. అది గౌడాంగనలు మొగానికిలోధ్రధూళిపూసికొనుకాలము హేమంత పౌషమాసమో శిశిరమాఘమాసమో.

VI. అంకము - మలయుని సేన శోణందాఁటి నడచును. అతనికి సాయము వచ్చినవారందఱు, వాఁడు దురాచారుఁడు సహాయ రాజుల జంపించినాఁడు అని అతనిని వీడి తమ దేశాలకు పోవు దురు. పాటలినుఁడిచంద్రుని సేన కత్తిదూయను బాణము వేయను అక్కఱలేకయే మలయుని సేనం బట్టుకొనును. రాక్షసుఁడు చందనదాసుం గావ తన్ను సమర్పించుకొన వధ్యస్థానమునకు ఉరవడించును.

VII. అంకము-కుసుమపురము-రాక్షసుఁడు చాణక్యునికింబట్టువడును. అతఁడును అతనిని గౌరవించి, చంద్రగుప్తుని మ్రొక్కించి, మంత్రిత్వమును అంగీకరింపించి మలయుని కట్టివేయఁబడిన వానిని విడిపించి సామంతునిగా అతని రాజ్యమున ప్రతిష్ఠింపించి చందనుని సర్వనగరశ్రేష్ఠిం జేసి-ఖైదీలనుకూడ విడిపించును, పౌషమాఘముల నన్యతరముననే, మంగళాంతము.

ఇందలి వృత్తములు

తల్లక్షణము - సూచి

పాదమున అక్షరాలలో మాత్రలో	సంఖ్య	శ్లోకములు	వృత్తము
1-8	22	I-8, 16, 28; 24, II-20, 22; III 28, 32; IV-8, 9, 10, V-14, 17, 23; VI-15, 18, VIII-7, 8, 12, 18, 17, 18.	అనుష్టుఫ్ పఞ్చమం లఘు సర్వత్ర సప్తమం ద్విచతుర్థయోః గురు షష్ఠం చ పాదానాం చతుర్ణాం స్యా దనుష్టుభి.
2-11	1	V-8	ఇన్ద్రవజ్రా స్యా దింద్రవజ్రా యది తౌ జగౌ గః
3-11	2	II-2; IV-13.	ఉపజాతి స్యా దింద్రవజ్రా...... ఉపేన్ద్రవజ్రా ప్రథమే లఘౌ సా ఇత్యనయో రుపజాతిః
4-12	1	IV-14	వంశస్థ జతౌ తు వంశస్థ ముదీరితం జరౌ.
5-13	3	I-7; III-12; V-13	ప్రహర్షిణీ త్ర్యాశాభి ర్మనజరగాః ప్రహర్షిణీయమ్ జభౌ సజౌ గితి రుచిరా చతుర్గ్రహైః

పాదమున అక్షరాలో మాత్రలో	సంఖ్య	శ్లోకములు	వృత్తము
7-14	19	I-8, 10, 26, II-6,8,17 III - 7, 9, 18, 31, 33, IV-6, 11,17: V-7, 16; VI-7, 13, VII-14	వసన్తతిలకా ఉక్తా వసన్తతిలకా తభజా జగౌ గః.
8-15	3	III - 15; VII - 3;	మాలినీ ననమయయాయు తేయం మాలినీ భోగిలోకైః
9-17	1	VI-16	పృథ్వీ జసౌ జసయలా వసుగ్రహయతి శ్చ పృథ్వీ గురుః
10-17	1	VI - 19	మన్దాక్రాన్తా మన్దాక్రాన్తామ్బుధి రస నగై ర్మోభనౌతౌ గయుగ్మమ్.
11-17	18	I-13,II-7, 10, III-3 4, 7, 8, 11, 16, 29 V-3,4,12; *VI*-6,11 12, 14, 17	శిఖరిణి రసై రుద్రైశ్ఛిన్నా యమనసభలా గః. శిఖరిణీ
12-17	3	*III*-6 *IV*-12, *VI*-20	హరిణీ నసమరసలా గః షడ్వేదై ర్హయైర్హరిణీ మతా
13-19	39	*I*- 12,14,15,23,25 *II*-4,5,9,12,13,15 16,18,2 ,23, *III*-1, 2,5,13,14 26 *IV*-5,	శార్దూల విక్రీడితమ్ సూర్యాశ్వై ర్యది మః సజౌ సతతగాః శార్దూల విక్రీడితమ్

పాదమున అక్షరాలో మాత్రలో	సంఖ్య	శ్లోకములు	వృత్తము
		15, V-5,10,15,18,21, 22,25, VI-5, 8, 10, VII-4,5 6,9,15,16.	
14-20	1	VI-16	సువదనా జ్ఞేయా సప్తాశ్వ షడ్భి ర్మరభనయ యుతా మ్లౌ గః సువదనా
15-21	25	I-1,2,11.20;II-14, III-10,19,20,21,22, 24,27,28,30,IV-3, 7,12,22,V-1,19,20, 24,VI-19,21,VII-19,	స్రగ్ధరా మ్రభ్నైర్యానాం త్రయేణ త్రిముని యతియుతా స్రగ్ధరాకీర్తి తేయమ్.
16-10 17-11	2	VII-10,11	వైతాళీయ (వియోగినీ) విషమే సమజా గురుః సమే సభరాలో ఽథగురుర్వియోగినీ
18.	18	I-5, 6,9,17,18,19, 21·II-11,19;IV-1, 18,19,31, V-1,IV-4, VIII-1,2,3,	ఆర్యా యస్యాఃపాదే ప్రథమేద్వాదశమాత్రా స్తథా తృతీయేఽపిఅష్టాదశద్వితీయే చతుర్థకే పఞ్చదశ సార్యా.
19.	4	II-1,IV-4 (ఉద్గీతి), V-9, VI-2.	గీతి ఆర్యాప్రథమార్ధసమం యస్యాః పరార్ధమీరితా గీతిః.
20.	2	IV-20, V2.	ఇవియు ఆర్యలే అగును,

—:(౦):—

శ్రీః

ముద్రారాక్షసనాటకమ్

నాన్దీ

శ్లో. ధన్యా కేయం, స్థితా తే శిరసి? శశికలా,
కిం ను నామైత దస్యాః ?।
నామై వాస్యాస్త; దేతత్ పరిచిత మపి తే,
విస్మృతం కస్య హేతోః ?
నారీం పృచ్ఛామి, నేన్దుం. కథయతు విజయా,
న ప్రమాణం య దీన్దు
ర్దేవ్యా నిహ్నోతు మిచ్ఛోరితి సురసరితం,
శాఠ్య మవ్యా ద్విభో ర్వః ॥ ౧

శ్లో. ౧ ధన్యా కా ఇయం=పుణ్యావతి, ఎవరు ఈమె? తే శిరసి స్థితా=నీ తలపై నెలకొనియున్నదే। శశికలా=చంద్రరేఖ. కిం=ఏమి? అస్యాః=ఈమెకు (దీనికి) నామ=పేరు, ఏతత్ ను=ఇదియా? అస్యాః=ఈమెకు (దీనికి) తత్ ఏవ నామ=అదియే పేరు ఏతత్=ఇది, తే=నీకు, పరిచితం అపి=చక్కఁగా ఎఱుకపడియున్నదే ఐనను, విస్మృతం=మఱువఁబడినదే, కస్య హేతోః=ఏకారణము వలననో? నారీం=స్త్రీని, పృచ్ఛామి=అడుగుచున్నాను, ఇన్దుం న-చంద్రుని కాదు, (అట్లేని), యది ఇన్దుః న ప్రమాణం-చంద్రుఁడు సమ్మతుఁడు, నీకు నమ్మకముచాలినఁవాడు, కా,దేని, విజయా-విజయ

కథయతు = చెప్పునుగాక ఇతి=ఈ తెఱంగున, దేవ్యాః=పార్వతీదేవివలన, సురసరితం=దేవనదిని, నిహ్నోతుం=దాఁపను, ఇచ్ఛోః = కోరినవాఁడైన, విభోః=ఈశ్వరునియొక్క, శాఠ్యం=కపటము,వః=మిమ్ము, అవ్యాత్=కాపాడునుగాక..

పార్వతిని మేననో తొడ పైననో ఉంచుకొనియున్నాఁడు ఈశ్వరుఁడు. గంగను తలపై ఉంచుకొన్నాడు-దాన ఈసెత్తి పార్వతి గంగను, ఈశ్వరుని ఎత్తిపొడువవలయు నని తొందఁగిసది. ఆయెత్తిపొడుపు గంగకు తగులనీకుండ ఆమెను దాఁపఁగోరి ఈశ్వరుఁడు వంకరజవాబులు చెప్పినాఁడు. 'ఇంత కృతార్థురాలు ఎవరో ఈమె, నీతలపైకూర్చున్నదే' అని గంగకు తగులవలయునని ప్రశ్న. ధన్యయందలి స్త్రీలింగమును తన తలపైనున్న "చంద్రకళ" యొక్క ఆపేరిమాటయందలి స్త్రీలింగమును పట్టుకొని, "నితలపైనున్నదే అదేమిటి"? అని తత్ ప్రశ్నార్థముగా తాఁగొన్నట్లు ఈశ్వరుని వంకరజవాబు, "చంద్రకళ" అని. "గంగ" అని చెప్పఁడాయెనే, ఆగంగను రచ్చకులాగుటకై దాని(ఆ.స్త్రీ') యొక్క పేరు అదియా అని మరల పార్వతిప్రశ్న. ఈశ్వరుఁడు మరలను ఆచంద్రకళశబ్దమునే ఊని, 'అదేదానిపేరు, చంద్రకళ పేరు చంద్రకళయే నీకు లెస్సగా వాడుకలో నుండునదేసే, దానిని, ఎట్లుమఱచితివో' అని ఈశ్వరుఁడు మరల పులిమిపుచ్చుట తరువాత 'స్త్రీని అడుగుచున్నాను' అని నిక్కచ్చిచేసినట్లుగా మరల పార్వతి పలికిన తెలివిడి. 'అడుగు' క్రియకు రెండు కర్మలు, ఎవరికి ప్రశ్నయో ఆమానిసి యొక కర్మ, దేనింగూర్చియో ఆవిషయ మొక కర్మ 'స్త్రీని' అను కర్మకు పార్వతియభిప్రాయము తనప్రశ్నకు 'విషయము', దానిని ఈశ్వరుఁడు వంకరగా త్రిప్పి తన ప్రశ్నకు మానిసి (కర్మయని) అర్థము చేసి, '(శశి=)ఇందు'నందు. (ఆ మగ వానియందు) నీకు నమ్మకములేకున్న పోనీ, (మీ) విజయయే చెప్పనీ'. అని ఏమరించుట ఇట్లు ఛలోక్తిచే పార్వతి ఒక యర్థములో అడిగిన ప్రశ్నకు తాను మరియొక యర్థమును వంకరగా కల్పించి ఆ ఎత్తిపొడుపు తగులనీక దాఁచి కాచినాఁడు ఈశ్వరుఁడు, ఆప్రభుని ఛలోక్తి కపట (నైపుణి) మిమ్ముఁగాచుఁగాత-అనుట. 'మిమ్ము' అనుట ప్రేక్షకుల వశీకరణమునకు.

ధన్య-విపరీతలక్షణ, అధన్య యనుట మగనితలపై కెక్కుట అధన్యత్వము కాని ధన్యత్వము గాదు

ఆపి చః—

శ్లో. పాద స్యావిర్భవన్తీ మవనతి మవనే
రక్షతః స్వైరపాతైః ।
సంకోచే నైవ దోష్ణాం ముహు రభినయతః
సర్వలోకాతిగానామ్ ।

జయవిజయలు—పార్వతిసఖులు. పార్వతీపరిణయ కుమారసంభవాదులం గాననగును.

"శైలరాజతనయా సమీపగామ్
ఆలలాప విజయా మహేతుకమ్" కుమార VIII-49

'ధన్యా'-మగనితలపై కెక్కుట భార్యకు, పతివ్రతకు తగదని, విపరీత లక్షణచే 'అధన్యా' అని యెత్తిపొడుపు అన్నను, ఇది శృంగారమున నాయిక యీర్ష్యమాట కావున దేవి తన్ను అంతకుం జైన కూర్చుండబెట్టుకొన్న సంతోషించు ననియు తలంపందగును.

ఇందు కావ్యార్థసూచనయు ఇంచుక కలదు. తిన్ననిమాటల పార్వతి రాక్షసుని ఋజునీతి-వంకరపాయల సురసరిత్తు చాణక్యుని కుటిలనీతి-శాస్త్రము-విభుడు చాణక్యుడు. "ఇన్దు" "చన్ద్రః" చంద్రగుప్తుడు. విజయా-మలయకేతు ప్రతీహారి చూ. V "విజయే, అపి ప్రత్యభిజానాసి భూషణ మిదమ్"?

ఇందు "వక్రోక్తి" అలంకారము—

యదుక్త మన్యథా వాక్య మన్యథాన్యేన యోజ్యతే
శ్లేషేణ కాక్వా విజ్ఞేయా సావక్రోక్తి స్తథా ద్విధా.

శ్లేషచేత కాని గొంతుసవ్వడిచేత కాని ఒక తెఱంగున చెప్పిన వాక్యమును వేఱొండు తెఱంగున యోజించుట-రెండు తెఱంగుల వక్రోక్తి.

శ్లో ౩ పాదస్య=అడుగుయొక్క, స్వైరపాతైః=ఇచ్చమెయి విచ్చలవిడి వైచుటలచేత, ఆవిర్భవన్తీం=పొడముచున్న, కలుగుచున్న, (ఆవిర్భవిత్రీం=పొడమగల-అనుట శ్రేయము) అవనతిం=క్రుంగుపాటును, అవనేః=భూమికి, రక్షతః=(కలుగనీక) మాన్పుచున్నవాడును; సర్వలోకాతిగానాం=

దృష్టిం లక్ష్యేషు నోగ్రజ్వలనకణముచం
బధ్నతో దాహభీతే ?
రిత్యాధారానురోధాత్ త్రిపురవిజయినః
పాతు వో దుఃఖనృత్తమ్॥ ౨

ఎల్లలోకములను దాఁటి దూసికొనిపోవునట్టి, దోష్ణాం=బాహువులయొక్క, ముహుః=మాటిమాటికైన, సంకోచేన ఏవ=కుదింపుతోడనే అభినయతః=ఆడుచున్న వాఁడును; ఉగ్ర జ్వలన కణముచం=తీక్ష్ణమైన నిప్పురవల విడుచు (=చల్లు) నదైన, దృష్టిం=చూపును, దాహభీతేః=కాలిపోవునను భయమువలన, లక్ష్యేషు=లక్ష్యవస్తువులపై-అగపడువానిపై, న బధ్నతః=నిగుడ్పని (ఉంపని) వాఁడును అగుచు, ఇతి=ఈ తెఱఁగున, ఆధారానురోధాత్=తన యాటకు తావైన పృథివి మొదలైనవానికి (అపాయము కలుగనీక) అనుకూలపఱచుటవలన. త్రిపురవిజయినః=త్రిపురాసురులను జయించినవానియొక్క (=రుద్రునియొక్క). దుఃఖనృత్తమ్=కష్టముతోడియాట, వః=మిమ్ము, పాతు=కాపాడునుగాక.

నటరాజు ప్రతిసాయంసంధ్యయందును తాండవనృత్తము ఆడును, అపుడు తాను వేయి చేతులు దాల్చును అప్పుడు ఆయెగురుట లేమి, దుముకుట లేమి, వంగుట లేమి, లేచుట లేమి విసరుట లేమి· మఱి అడుగులు అడ్డులేక వేసిన భూమి క్రుంగును. బాహువులను ముడువక పైకిని చుట్టురాను విసరిన అవి ఎల్ల లోకాలను డుస్సి వానికి (అందలివారికిని అందలివానికిని) పీడగలిగించును, నాశనమే చేయునేమో; ఆటలో ఏయొక్క కంటిని మూసికొన్నను ఆడువానికికష్టమే, మఱి తన సెగకంటిని మూసికొనక తెఱచిన అది భయంకరముగా నిప్పుకణములను ఉమియును-దానికి లక్ష్యమైనదెల్ల కాలిపోవును కావున మూసికొనవలయును.

త్రిపురవిజయినః-ఆ విజయసంతోషముచె ఉరవడిగా ఆడవలయునను ఉత్సాహముకలదు. ఆడిన అన్నిటికిని అపాయము కలుగును అట్లుకలుగనీక ఆడుట క్లేశావహము. ఆటయో మానరానిది.

'త్రిపుర విజయి'- చంద్రగుప్త శత్రువులగు నందులం జంపి వానికి రాజ్యము ఒసంగిన చాణక్యుఁడు; అట్లే మలయకేతురాక్షసాదులం గూడ చంప సమర్థుఁడు; మఱి రాక్షసుం జావనీక గాపాడి చంద్రగుప్తుని మంత్రిం జేయుటకై, దోష్ణాం, సంకోచేన-అని కుటిలనీతి ప్రయోగము చేయఁదలఁచియున్నవి.

సర్వలోకం-రాక్షసునికిం దగులంగల-అనుట

"ఆధారానురోధాత్" ఆధారము చంద్రగుప్తుడు—పలువురు టీకా కారులు రాక్షసుం డందురు ఇది, చంద్రగుప్తుండు అనుట శ్రేయము.

లక్ష్యేషు-చందనదాస శకటదాసాదులు,

నృత్తము-తాళమునకుసరిగా అంగముల విక్షేపము చేయుట మాత్రము, అర్థము ఎఱింగించుట కాదు. అడియెఱిగించునది నృత్యము

రాక్షసుని ఆపాయము చెందనీక పట్టువదలకొని తన సకలయత్నము నకు ఆధారమైన చంద్రగుప్తుని సాచివ్యమును గ్రహింపించుట సూచితము.

పాదస్య ఆవిర్భవన్తీం - ఆవిర్భవిష్యన్తీం - వర్త మానసామీప్యేలట్-అని డుంఢిరాజు, భవిష్యదర్థమున వర్త మాన ప్రయోగ మని, శ్రీవేదము వేంకటరాయ శాస్త్రిలవారు "ఆవిర్భవిత్రీం" అని శిష్యులకు నేర్పుచో పరించిరి. అప్పుడు కవి ప్రయోగమే సూటిగా భవిష్యదర్థక మగును. అట్లే "రక్షతోఽస్వైరపాతైః" అనియుపరించిరి. "స్వేచ్ఛ లేక సంకోచముతో" వేయునడుగులతో అని ఉన్న పాఠమునను స్వైర-"Slow, mild, gentle" మెల్లని-ఉద్ధతిలేని అనిఱ్ఱైగారు, "స్వైరం ప్రేషితై స్తర్ప యేతి"-మెల్లమెల్లంగా వీడంబడినవానితో, అని ఉ. రా. చ. III-2

ఇందు అలంకారము స్వభావోక్తి. దుఃఖనృత్తస్వభావము వర్ణితము గాన స్వభావోక్తి-అలంకారము-

"స్వభావోక్తిః స్వభావస్య జాత్యాదిస్థస్య వర్ణనమ్"

భూమ్యాదుల క్రుంగుట మొదలగుదాని యోగములేకున్నను యోగము కల్పించుట చేత "సంబంధాతిశయోక్తి"యు అలంకారము.

"త్రిపురవిజయినః"-సాభిప్రాయముగాన "పరికరా" లంకారమును-

"అలంకారః పరికరః సాభిప్రాయే విశేషణే"

నాన్ద్యన్తే-నాంది-రంగమున నాటక ప్రయోగమునకు ముందు నటకుటుంబము కావించు ఇష్టదేవతాపూజాదియందు, అనంగా పూర్వరంగ మనంబడుదాని యందు ఒక ప్రధానాంగము. ఆపూర్వరంగముం బ్రయోగించువాండు ఒక సూత్రధారుడు-దానితో నాటకకవికి ఏమియు సంబంధము లేదు.

ప్రస్తావనా

నాన్ద్యన్తే సూత్రధారః—అల మతిప్రసఙ్గేన. ఆజ్ఞాపితో ఒస్మి పరిషదా—యథా అద్య త్వయా సామన్తవటేశ్వరదత్త పౌత్రస్య మహారాజ భాస్కరదత్త సూనోః కవేర్విశాఖదత్తస్య కృతి రభినవం ముద్రారాక్షసం నామ నాటకం నాటయితవ్య మితి. యత్సత్యం కావ్యవిశేష వేదిన్యాం పరిషది ప్రయుఞ్జానస్య మ మాపి సుమహాన్ పరితోషః ప్రాదుర్భవతి. కుతః—

"యన్నాట్యవస్తునః పూర్వం రఙ్గవిఘ్నోపశాన్తయే
కుశీలవాః ప్రకుర్వన్తి పూర్వరఙ్గః స ఉచ్యతే".

అందునాంది–"ఆశీర్వచనముతోఁ గూడినదిగా దేవద్విజనృపాదుః స్తుతి నాంది యనఁబడును. అందు మంగల్యములగు చంద్రాదులు పేర్కొనంబడును. పద నియమము 8 అని 12 అని 18,22 అని కాని యుండును."

ఇట్లు నాటకారంభమున నుండు పద్యమును నాంది అని కొందఱు చెప్పినారు కాని, వాస్తవముగ ఇది పూర్వరంగముయొక్క "రంగద్వార" మను పేరి యంగము అనిసాహిత్యదర్పణకారుని మతము, ఏలయన ఇందు మొదట అభినయము=వాంగంగములది, తేఁబడును "రంగద్వారము మొదలుగా కవి నాటకమును రచించునది, యని భరతముని యనుశాసనము. కావున "నాన్ద్యన్తే సూత్రధారః" అనఁగా "నాంద్యంతమున సూత్రధారుఁడు దీనిని ప్రయోగించినాఁడు, ఇది మొదలు నాచేత నాటకము తొడంగఁబడుచున్నది" అని కవియభిప్రాయము సూచింపఁబడినది.'' అని. సా ద. "సూత్రధారః"-"సూత్రం కథాసూత్రం ధారయతీతి సూత్రధారః". సూత్రమును అనఁగా కథాసూత్రమును ధరించువాఁడు సూత్రధారుఁడు. ప్రధాననటుఁడు. ఒకసూత్రధారుఁడు తెరచాటుననేని తెరబయటనేని నాందిని పఠించును; అనంతరము అతఁడేయేని, అతఁడు పోయి (స్థాపకుఁడను పేరి) యింకొక సూత్రాధారుఁడేని తెరబయటప్రస్తావననుజరుపును.

అలం అతిప్రసఙ్గేన=ఎక్కువ మాటాడుటవలదు. "అలం" అనుదానికి "నిషేధము'' అర్థమైనపుడు తృతీయాయోగము, పరిషదాజ్ఞ త్వరగా చేయవలసి యున్నందున. ఇప్పటికే పూర్వరంగము చాలసేపు పట్టినది అనుట, కవేఃవిశాఖ

శ్లో. చీయతే బాలిశ స్యాపి సత్ క్షేత్రపతితా కృషిః ।
న శాలేః స్తమ్బకరితా వప్తు ర్గుణ మపేక్షతే॥ 3

దత్తస్యకృతిః-విశాఖదత్తకవి రచించినది వటే...పౌత్రస్య-ఇతనితాత వటేశ్వర దత్తుఁడు, అతనిహోదా సామంతుఁడని. భాస్కర.. సూనోః-ఇతని నాయన భాస్కరదత్తుఁడు-అతనిహోదా "మహారాజు'' అని. తాత నాయనలు చిన్న పెద్దరాజులు, కావున విశాఖదత్తునిది రాజవంశము-శుక్రనీతినుండి ఈ యుద్ధారములఁ గననగును-

"లక్షకర్షమితో భాగో రాజతో యస్యజాయతే
వత్సరే వత్సరే నిత్యం ప్రజానా మవిపీడనైః
సామన్తః స నృపః ప్రోక్తో యావల్లక్షత్రయావధిః
తదూర్ధ్వం దశలక్షాన్తో నృపో మాణ్డలికః స్మృతః
తదూర్ధ్వం తు భవే ద్రాజా యావద్వింశతిలక్షకః.
పఞ్చాశ ల్లక్షపర్యన్తో మహారాజః ప్రకీర్తితః
సామాన్తాదిసమా యేతు భృత్యా అధికృతా భువి
దే సామన్తాదిసంజ్ఞాః స్యుఃరాజభాగహరాః క్రమాత్.

యత్సత్యం=నిజముగా- కావ్యవిశేషవేదిన్యాం - మంచిమంచి కావ్యములను చదివి చూచి ఎఱింగిట్టిది-అని యిది ప్రేక్షకసభ ప్రశంస, "కావ్య" ప్రశంసయు. పరిషత్తు క్రొత్తనాటకమును నీవు ఆడింపవలసినది అని తన్ను తనకు కలుగఁగల సంతోషమును నిర్దేశించుకొనుటచేత నటప్రశంసయు గర్భితము.

ఇట్లు కవినటనాటక పరిషత్ ప్రశంసలం జేయుట "ప్రరోచన" అను ప్రస్తావనాంగము.

ముద్రారాక్షసమ్-ముద్రయా సఙ్గృహీతో రాక్షసః యస్మిన్ ఇతి, ముద్ర (ముద్దుటుంగరము)చే వశము చేసికొనఁబడిన రాక్షసుఁడుగలది,-అనుట.

నాటకమ్-దశవిధములగు రూపకములలో నాటకము ఒకటి.

కుతః-ఏలన,

శ్లో. 3. బాలిశస్య అపి=(చల్లకము మొదలైనది) ఎఱుంగనివాని యొక్కయు, కృషిః=సేద్యము, సత్ క్షేత్రపతితా=మంచిపొలమునం బడినట్టిది,

తద్యావదిదానీం గృహం గత్వా గృహిణీ మాహూయ గృహజనేన సహ-సఙ్గీతక మనుతిష్ఠామి (పరిక్రమ్య అవలోక్య చ) ఇమే నో గృహాః తద్యావత్ ప్రవిశామి (నాట్యేన ప్రవిశ్య, అవలోక్య చ) అయే! తత్కిమిద మస్మద్గృహేషు మహోత్సవ ఇవ దృశ్యతే స్వస్వకర్మ ణ్యధికతర మభియుక్తః పరిజనః. తథాహి —

చీయతే= (తనంతటనే) అభివృద్ధి గనును. శాలేః=వరియొక్క, స్తమ్బకరితా= చక్కని (లావు) దం టగుట, వపుః=చల్లినవానియొక్క, గుణమ్=శక్తిని, నేర్పును, తెలివిని, న అపేక్షతే=కోరదు

చల్లినవాని తెలివితో ఏమి పని, మంచిపొలాన పడిన గింజకు? అది పొలము గుణముచేత చక్కఁగా ఎదిగి దంటువాఱును, మంచికాపు కాయును.

ఇందు అలంకారము "అప్రస్తుత ప్రశంస"

'అప్రస్తుత ప్రశంసా స్యాత్ సా యత్ర ప్రస్తుతాశ్రయా'

అప్రస్తుతమగు శాలి స్తంబకరిత బాలిశకృషిచయనమును తన్మహాపరితోష ప్రాదుర్భ వాశ్రయములు.

నటుఁడు తన్నిట్లు బాలిశుంగాఁ జెప్పుకొనుట వినీతుఁ డగుటచేత, కాని నిజముగా నేర్పుచాలమి కాదు, అట్లు తన మంచిగుణమునే సూచించినాఁడు. "సత్క్షేత్ర" అనుటయు పరిషత్తుం బొగడుటయే ఈ ప్రరోచనకు ప్రయోజనము పరిషత్తును వశీకరించుకొనుట దాన తనకు అన్ని లాభములును కలుగును.

గృహం గత్వా గృహిణీం ఆహూయ గృహజనేన సహ-అని యిట్లు చెప్పుటచే ఈనటులు సకుటుంబముగా నాటకప్రయోక్తలు, అది వృత్తిగా గలవారు, కావున చాల నేర్పరులని సూచన. గృహిణీం=భార్యను-స్త్రీలును ప్రయోగమున పాల్గొనుదురు అనుట. ఈ మర్యాద కాళిదాసాది నాటకములందును కననగును. సఙ్గీతకమ్-"గీతం వాద్యం నర్తనం చ త్రయం సఙ్గీత ముచ్యతే", "తౌర్యత్రికం" అనఁబడునది "స్త్రీభిఃకృతం తు సఙ్గీతం సఙ్గీతక ముచ్యతే"-స్త్రీలుగూడినందున ఇట సఙ్గీతకమ్" అనుట

యావత్ అనుష్ఠామి=అనుష్ఠింపఁగలను- "యావత్" యోగముచేత "అ...మి"కి భవిష్యదర్థము. నాట్యేన ప్రవిశ్య-ప్రవేశించుటను అభినయించి-

శ్లో. వహతి జల మియం, పినష్టి గన్ధా-
నియ, మియ ముద్గ్రథతే స్రజో విచిత్రాః
ముసల మిద మియం చ పాతకాలే
ముహు రనుయాతి కలేన హుంకృతేన. ౮

భవతు, కుటుమ్బినీం ఆహూయ పృచ్ఛామి
(నేపథ్యాభిముఖ మవలోక్య.)

ఇదినటునికి అభినయసూచన. అయే-ఏమిః ఆశ్చర్యార్థకము-తాను ఎదురుసూడని దానిం గాంచినందులకు "*గృహేషు" "గృహాః"-అనుపుల్లింగ బహువచనమునకు ఏకవచనము "ఇల్లు" అర్థము మహోత్సవ ఇవ=పెద్ద పండుగువలె. అధికతరం=మామూలుకన్న ఎక్కువగా. అభియుక్తాః - అక్కఱతో పనులు చేయుచున్నారు. పరిజనః - పనివాండ్రు నౌకరులు. తథాహి - అట్లేకదా - ఆహూనిక తెలుంగుం జెప్పట.

శ్లో. ౮. ఇయం జలం వహతి = ఈమె నీరు మోయుచున్నది. ఇయం గన్ధాన్ పినష్టి = ఈమె గంధము మొదలగు వాసనలను నూఱుచున్నది. ఇయం= ఈమె. విచిత్రాః = పలుతెఱంగులైన స్రజః = పూలదండలను, ఉద్గ్రథతే = కట్టుచున్నది ఇయం చ = ఈమెయు, ముసలం = రోఁకటిని, పాతకాలే = దంచునపుడు, ముహుః = మాటిమాటికి - ఒక్కొక్కపోటునకును కలేన = ఇంపైన, హుంకృతేన = హుంకారముతో, అనుయాతి = అనుసరించుచున్నది.

జలం-అభ్యంగాది స్నానములకు, వంటలకు ఎక్కువ జలమును, పినష్టి-నూఱి కలిపి పరిమళముగా సిద్ధపఱుచుచున్నది. రోఁకటిదంపుడున గాసి తెలియకుండుటకు అట్లు హుంకరించుట వాడుక. అది విలాసమును.

కలేన - వాఁడు రసికుఁడు, ఆయింపును గుర్తించుకొనుచున్నాఁడు.

పిండివంటలు - పణ్యారములు చేయుప్రయత్నము, ఇవన్నియు శ్రాద్ధమునకును పండువునకు చేసికొనుట వాడుక.

ఇందు స్వభావోక్తి అలంకారము; గృహకర్మ ఉన్నది యున్నట్లే అందముగా చెప్పఁబడినందున.

భవతు - కానీ - కుటుమ్బినీం = ఇల్లాలిని, నేపథ్యాభిముఖం - నేపథ్యము తెర కాని, వేసములు వేసికొనుచు నటులుండు చోటు కాని; అటువంక చూచి - నటునికి అభినయసూచన.

శ్లో॥ గుణవత్యుపాయనిలయే స్థితిహేతోః సాధికే త్రివర్గస్య
మద్భవననీతివిద్యే కార్యాచార్యే ద్రుతముపేహి ౫

శ్లో॥ గుణవతి=ఓగుణవంతురాలా, (వినయ సౌశీల్య నిపుణతాదులు గల దానా), ఉపాయనిలయే (గృహకృత్యో) పాయముల తావలమా, స్థితి హేతోః=మనికికి కారణమైన, త్రివర్గస్య=ధర్మార్థకామము లను మూఁటి సమూహమునకు (సమూహమును అనుట), సాధికే=సాధించుదానా, మద్భవన నీతివిద్యే=నాయింటిపనుల మంచి మార్గములను ఎఱింగినదానా, కార్యాచార్యే = పనివాండ్రకెల్ల, సమయాన నాకు సయితము, ఇది చేయఁదగినది (ఇది కూడనిది) అని యుపన్యసించి నేర్పు దానా, ద్రుతం=వడిగా, ఉపేహి=ఇటురమ్ము

భార్యను ఇట్లు లాలించి పిలుచుట రసికతయు, అనుకూలనాయకతయు గృహకర్మనిర్వాహ మంతయు, సమర్థయైన భార్యకు విడిచిపెట్టియున్నాఁడు. అతనికి తెలియకయే, అతఁడు చెప్పకయు, అతనికి చెప్పకయు పండుగలను సొంతముగా నిర్ణయించి దానికి అన్నియు అమర్చుచున్నది భార్యయు స్వాధీన పతిక, ప్రౌఢ

మద్భ...నీతివిద్యే-అనుటవలన, దానికి చెందునట్లుగా, విశేషణములకు-శ్లేషచే రెండవయర్థము ధ్వనించుచున్నది. అది అప్రకృతము - వట్టి చమత్కార మునకు, నీతివిద్య - గుణవతి - రాజనీతివిద్యకు 'షాడ్గుణ్యం' అని సంధి విగ్ర హము యానము ఆసనము ద్వైధము, ఆశ్రయము - అని ఆఱు గుణములు, ఉపాయములు - నాలుగు, సామదానభేదదండములు. త్రివర్గము - క్షయ స్థాన వృద్ధులు, ఇవి రాజ్యస్థితి హేతువులు - చాణక్యుఁడును రాక్షసుఁడును మిక్కిలి నైపుణితో ప్రయోగించిన రాజనీతియే ఈనాటకమున ప్రధానవస్తువగుటచే, ఈశ్లోకపుధ్వని మిక్కిలి హృదయంగమముగా నున్నది.

గ్రహణము ప్రశస్తమైన పితృశ్రాద్ధకాలము-అందులకు బ్రాహ్మణులను పాత్రమైనవారిని నిమంత్రింతురు -

" రాహోశ్చ దర్శనే దత్తం శ్రాద్ధ మాచన్ద్రతారకమ్ ।
గుణవత్ సర్వకామీయం పితౄణా ముపతిష్ఠతి ॥" విష్ణుపురాణము.

ఇట నటీసూత్రధారులు పాటలీపుత్రపువారును ఆ కాలపువారును ఐపోయినారు

నటీ.— (ప్రవిశ్య) అజ్జ, ఇఅహ్మి. అజ్జాణిఓపణ మం అజ్జో అణుగేహ్ణాదు, (ఆర్య. ఇయ మస్మి, ఆజ్ఞానియోగేన మా మార్యో అనుగృహ్ణాతు.)

సూత్రధారః — ఆర్యే, తిష్ఠతు తావ దాజ్ఞానియోగః, కథయ, కి మద్య భవత్యా తత్రభవతాం బ్రాహ్మణానా ముప నిమన్త్రణేన కుటుమ్బక మనుగృహీతమ్, అభిమతా వా భవన మతిథయః సంప్రాప్తా, యత ఏష పాక విశేషారమ్భః ?

శ్లేషాలంకారము - విశేషణములకు భార్యపరముగా నొకయర్థము, నీతి పరముగా ఒకయర్థము.

వ్యాఖ్యాత ఢుంఢిరాజు అన్నాఁడు ఈ శ్లోకాన ఈ నాటకాన రాఁగల శరదృతువు, వీరరసప్రధాన నాటకముల ప్రస్తావనలో సూచింపవలసినది, సూచిం పఁబడినది - "అమ్బః'ప్రసాదాది గుణవతి, విజిగీషూణాం సామాద్యుపాయ నిలయే, తేషా మేవ దిగ్విజయావసర ప్రదాయిత్వేన అర్థసాధికే తన్ని బన్ధనాత్ ధర్మకామయోః తత్సాధికేచ, ఏవం లోకస్థితిహేతు త్రివర్గస్య సాధికే, జైత్రయాత్రాది కార్యాణాం ఆచార్యే అనుకూలత్వేన ప్రవర్తికే భోః శరత్ ద్రుత ముపేహి ఇతి విజిగీషుణా చన్ద్రగుప్తేన శరదాగమః ప్రార్థ్యతే" - అని. ఈయర్థ మెల్ల చాల క్లేశా కృష్టము. ఇందు జైత్రయాత్రకు తరలువాఁడు మలయుఁడు కాని చంద్రగుప్తుడు కాఁడు, చాణక్య నీతి, ఒకవంక నిరంతరయుద్ధసన్నాహ మున్నను, యుద్ధము, లేకయే జయ మును సాధించినది. 'శరత్ సజ్జ్రిమవిషయా' అని శరత్తును స్పష్టముగానే చెప్పఁదగును, పాడఁదగును. ఇట్లు రహస్యసూచనకాదు, వలసినది.

ఆర్య - నటి సూత్రిని, సూత్రి నటిని ఆర్య అనవలయు నని-నాటక పరిభాష - ఇయం అస్మి - ఇదిగో నేను - 'వచ్చితిని' అనుట, 'ఏమి చేయ వలయునో ఆపనుపుతో నన్ను ఆర్యుఁడు అనుగ్రహించును గాక - ఎంత నాజె మైన సంభాషణ.' పనుపు ఉండనీ, చెప్పు, ఇపుడు నీచే పూజ్యులైన బ్రాహ్మణులను (భోజనమునకు) పిలుచుటచే కుటుంబము అనుగ్రహించఁబడి నదా ? 'వా' = లేక - ప్రియులైన అతిధులు మన యింటికి వచ్చినారా ?

నటీ — అజ్జ, ఆమన్తిదా మఏ భఅవన్తో బహ్మణా. (ఆర్య, ఆమన్త్రితా మయా భగవన్తో బ్రాహ్మణాః)

సూత్రధారః—కథయ కస్మిన్ నిమిత్తే

నటీ—ఉవరజ్జది కిల చన్దో త్తి (ఉపరజ్యతే కిల చన్ద్ర ఇతి.)

సూత్రధారః—ఆర్యే, క ఏవ మాహ?

నటీ—ఏవం ఖు ణఅరవాసీ జణో మన్తేది. (ఏవం ఖలు నగరవాసీ జనో మన్త్రయతే)

సూత్రధారః—ఆర్యే, కృతశ్రమో ఽస్మి చతుఃషష్ట్యఙ్గే

యతః - ఏల (యడుగుచున్నాను అ)న, ఈయసాధారణ మగు వంటను చేయుచున్నావే; భగవన్తః - పూజ్యులు ఐన - ఆమన్త్రితాః = (విందునకు) పిలువఁబడిరి. చెప్పు, ఏకారణముననో, ఉపరజ్యతే కిల = ఉపరాగము - గ్రహణము - కలుగునఁట చంద్రునికి.

ఇందు శ్లేషాలంకారము - ఉభయాశ్రితము,

'నానార్థసంశ్రయః శ్లేషో వర్ణ్యావర్ణ్యోభయాశ్రితః.'

అతిథి - పిలువఁబడక యాదృచ్ఛికముగా వచ్చి ఒకపూట (దినము) ఉండి పోవువాఁడు, అభిమత = ఇష్టుఁడు - అతిథివిశేషము - అందులకు మంచి వంట చేయుదురు, సాధకములు, అప్పచ్చులు మొదలైనవి,

ఆర్యా, ఎవరు చెప్పినారు అట్లు? ఊరివారు చెప్పుకొనుచున్నారుకదా.

'నగర' మనఁగా ఆ కాలమున పాటలిపుత్రమునకు నిర్విశేషణముగానే అసాధారణ నిర్దేశము. ఇటీవలి వఱకు ఆంధ్రాదను దక్షిణాననుం గూడ 'పట్టణ' మని చెన్నపట్టణమునకుం బోలె. అది ఇఁక సడలునేమో. ధ్రువపండితుని యుదాహరణము - "స్థానే ఖలు కుసుమపురస్య అనన్యనగరసదృశీ నగర మి త్యవిశేషగ్రాహిణీ పృథివ్యాం స్థితా కీర్తిః." - ధూర్తవిటసంవాదము.

జ్యోతిశ్శాస్త్రే, తత్ ప్రవర్త్యతాం భగవతో బ్రాహ్మణా నుద్దిశ్య పాకః, చన్ద్రోపరాగం ప్రతి తు కే నాపి విప్రలబ్ధాసి. పశ్య—

శ్లో. క్రూరగ్రహః స కేతు శ్చన్ద్రమసంపూర్ణమణ్డల మిదానీమ్।
అభిభవితు మిచ్ఛతి బలాత్ ;

[నేపథ్యే]

ఆః ! క ఏష మయిస్థితే—

సూత్రధారః— రక్ష త్యేనం తు బుధయోగః. ౬

చతుష్ష ష్ట్యఙ్గే జ్యోతిశ్శాస్త్రే = అఱువదినాలుగు అంగములుగల జ్యోతిః శాస్త్రమందు - అనఁగా ఆశాస్త్రమందు పరిపూర్ణముగా. కృతశ్రమః - పాటు పడినవాఁడను. ఎంతయో కష్టపడి లెస్సగా నేర్చినవాఁడను, శ్రమ - hard study అప్టే తత్ - సరియేలే, అందులకు ఏమియు లేదులే - ప్రవర్త్యతాం = జరుగనీ, చన్ద్రోపరాగం ప్రతి తు - కాని, చంద్రగ్రహణముం గూర్చి అన్న నో - విప్రలబ్ధా అసి = మోసపుచ్చఁబడితివి. పశ్య = చూడు - అదియెట్లో.

శ్లో. ౬ క్రూరేతి. - క్రూరగ్రహః = క్రూరమగు గ్రహము - సూర్యాది తొమ్మిదింట నొకటియైనది, సః కేతుః = ఆకేతువు, చన్ద్రం = చంద్రుని, అసంపూర్ణమండలం=నిండుకొనని బింబముగలవానిని, ఇదానీం = ఇప్పుడు, బలాత్= బలవంతముగా, అభిభవితుం=పైకొనను - మ్రింగను, ఇచ్ఛతి=కోరుచున్నాఁడు గ్రహణము పట్టఁదగిన సందర్భములు బాగుగా కుదురలేదు.

ఆః - ఏమి ! ఆః - కోపమును తెలుపును - కః ఏషః = ఎవఁడు వీఁడు' మయి స్థితే = నేను ఉండఁగా - నన్ను సరకుసేయక అనాదరించి అనుట అనాదర సప్తమి.

ఏనం తు = కాని వీనిని, బుధయోగః=బుధుని - బుధగ్రహము-కూడిక- రక్షతి=కాచుచున్నది, తప్పించుచున్నది. వ్యాఖ్యాత ఢుంఢిరాజు ఉదాహరించుచున్నాఁడు.

నటీ—అజ్జ, కో ఉణ ఏసో ధరణీగోఅరో భవిఅ చన్దం గ్గహాభిజోయాదో రక్ఖిదుం ఇచ్ఛతి? (ఆర్య, కః పున రేష ధరణీ గోచరో. భూత్వా చన్ద్రం గ్రహాభియోగాత్ రక్షితు మిచ్ఛతి) ?

సూత్రధారః — ఆర్యే, యత్సత్యం మయాపి నోపలక్షితః, భవతు; భూయో ఽభియుక్తః స్వరవ్యక్తి ముపలప్స్యే

('క్రూరగ్రహ' —ఇత్యాది పునస్త దేవ పఠతి,)

"జ్యోతిః శాస్త్రే వ్యాససంహితాయాం గర్గవచనమ్ -

'గ్రహపఞ్చక సంయోగం దృష్ట్వా న గ్రహణం వదేత్ ".

యది న స్యాత్ బుధ స్తత్ర; (బుధం) దృష్ట్వా గ్రహం వదేత్"

అయిదు గ్రహముల కూడికం జూచి అందు బుధుఁడు లేకున్న గ్రహణ మును చెప్పఁగూడదు. వానింజూచి, వాఁడు అందుండుటం జూచి గ్రహణము చెప్పవలసినది ఈ ప్రమాణముచే బుధయోగము ఉన్ననే గ్రహణము లేకున్న గ్రహణములేదు - అని యేర్పడును మఱియట బుధుఁడన చాణక్యుఁడేని, తద్యోగమున చంద్రగ్రహణము - చంద్రగుప్తపరముగా - లేదనికదా బుధ యోగాననే గ్రహణమన్న శాస్త్రపారమునకు ఇటసంగతి యెట్లు? కావుననే ధ్రువపండితుఁడు 'బుధయోగమనఁగా. బుధదేవతాకమైన కన్యాలగ్న మగుట చేత గ్రహణములేమి. అనఁగా ఇది పగటివేళ - చంద్రునికి గ్రహణ మెట్లు కలుగును?' ఇట జ్యోతిఃశాస్త్రము ఇంకను అరయఁదగును.

కః పునః ఏషః . ఎవఁడు మఱి వీఁడు, ధరణీగోచరః భూత్వా - నేలమీఁద అగపడువాఁడు అయి (యే), చన్ద్రం = చంద్రుని, గ్రహ - అభి యోగాత్= గ్రహంపు ఎదిరింపునుండి, రక్షితుం ఇచ్ఛతి? = తప్పింపను కోరు చున్నాఁడు? యత్ సత్యమ్=నిజముగా, మయా అపి=మఱి నాచేత, న ఉప లక్షితః=కనిపట్టఁబడలేదు భవతు =కానిమ్ము, భూయః = మరల, అభి యుక్తః=పరాకు - అక్కఱ - కలవాఁడనై, స్వరవ్యక్తిం = కంఠధ్వని స్వరూ పమును, ఉపలప్స్యే = ఎఱిఁగెదను

[నేపథ్యే]

ఆః! క ఏష మయి స్థితే చన్ద్రగుప్త మభిభవితు మిచ్ఛతి?

సూత్రధారః — [ఆకర్ణ్య] ఆర్యే, జ్ఞాతమ్, కౌటిల్యః,

[నటీ భయం నాటయతి.]

సూత్రధారః—

శ్లో. కౌటిల్యః కుటిలమతిః స ఏష, యేన
క్రోధాగ్నౌ ప్రసభ మదాహి నన్దవంశః ;
చన్ద్రస్య గ్రహణ మితి శ్రుతేః సనామ్నో
మౌర్యేన్దో ర్ద్విషదభియోగ ఇత్యవైతి. ౭

త దిత ఆవాం గచ్ఛావః— (ఇతి నిష్క్రాన్తౌ)

[ఇతి ప్రస్తావనా]

మయి స్థితే = నేను ఉండఁగా-(బ్రదికి యుండఁగా)-నన్ను పాటింపక-అనుట, అభిభవితుం=అతిక్రమించుటకు, పైకి ఎత్తివచ్చుటకు-ఓడింప.

జ్ఞాతమ్ - ఎఱుంగఁబడినది - తెలిసికొంటిని, కౌటిల్యః - కౌటిల్యుఁడు - అనఁగా చాణక్యుఁడు. కుటిలుని గోత్రాపత్యము.

శ్లో. ౭. కౌటిల్యేతి - కుటిలమతిః - వంకరయాలోచనలు చేయుబుద్ధి గల, సః కౌటిల్యః = ఆ కౌటిల్యుఁడు, ఏషః - వీఁడు - యేన=ఎవనిచేత - అనఁగ వీనిచేత క్రోధాగ్నౌ = (తన) కోపమను అగ్నియందు, ప్రసభం - నెట్టన, బలాత్కారముగా, నందవంశః = నందులవంశ మను వెదురు (పొద), అదాహి = కాల్పఁబడినది, చన్ద్రస్య గ్రహణం ఇతి శ్రుతేః = చంద్రునియొక్క గ్రహణ మని వినుటవలన. సనామ్నః = సమానమైన - ఒకటే - పేరుగలవాఁడైన, మౌర్యేన్దోః=మౌర్యశ్రేష్ఠుఁడైన చంద్రగుప్తునియొక్క, (పైకి అనుట) ద్విషదభియోగః ఇతి = శత్రువులు ఎత్తివచ్చుట అని, (యెంచి) ఉపైతి = ఇటు (మనవద్దకు) వచ్చుచున్నాఁడు, సమీపించుచున్నాఁడు.

కౌటిల్యః అను పేరు వినఁగానే నటి భయముచే వణఁకుచున్నది-నందులచే అవమానితుఁడై, 'చూడుఁడు, మిమ్ము రూపుమాపెదను' అని ప్రతిన వట్టి ఏమేమో ప్రయోగములు చేసి నాశనము చేయుట ఆయూరిలో ప్రసిద్ధముగా నున్నందున, అతనిపేరన్న ఆయూరివారికి భయము-ఓరుగంటి యుగంధర మంత్రిపేరు దేశదేశాల, ఢిల్లీలో సయితము, భయముగొల్పిన దఁట "తమ పేరూ అంటే మాదేశంలో కూడా గడ్గడా గదా. ఈలాగ గనా మాదేశంలో టటీల్ జొలల్పాడ్తార్... ప్రోఢ యుగంధర్ దాడి పాడుతా నేకవకురా బాబా' ప్రతాప-1

నిష్క్రాన్తౌ=ఇరువురును నిష్క్రమింతురు

ఇతి ప్రస్తావనా=ప్రస్తావన-ముగిసినది, ప్రస్తావన యనఁగా- ·నటి యేని విదూషకుఁడేని పారిపార్శ్వికుఁడేనియు సూత్రధారునితో స్వకార్యము లంగూర్చి చిత్రవాక్యములతో నారంభించి నాట్యవస్తువును ప్రశంసించునట్టి సంభాషణ ఆముఖమనియు ప్రస్తావన యనియు పేర్కొనఁబడును.

"నటీ విదూషకో వాపి పారపార్శ్వక ఏవ వా
సూత్రధారేణ సహితాః సంలాపం యత్ర కుర్వతే
చిత్రై ర్వాక్యైః స్వకార్యోత్థైః ప్రస్తుతాక్షేపిభి ర్మిథః
ఆముఖం త ద్విజానీయాద్ బుధైః ప్రస్తావ నోచ్యతే".

గ్రంథమందు వివాహకథ యైనచో వసంతము నేని గ్రీష్మము నేని ప్రస్తావించుట సంప్రదాయము. 'శరత్ సఙ్గ్రామ విషయే, వివాహే గ్రీష్మ మాధవౌ'. ఇందు కథావిషయము సంగ్రామసంబంధముగలది, కావున శరత్తును ప్రస్తావించియుండఁదగును, కాని ప్రస్తావింపలేదు.

అయిదు భేదములుగల నాటకప్రస్తావనలో ఇది 'ఉద్ఘాత్యక' మనఁబడును. చూ - సా - ద—

"పదాని త్వగతార్థాని తదర్థగతయే నరాః
యోజయన్తి పదై రన్యైః, స ఉద్ఘాత్యక ఉచ్యతే.
యథా ముద్రారాక్షసే సూత్రధారః—

"క్రూరగ్రహః సకేతు శ్చన్ద్రమసమ్పూర్ణమణ్డల మిదానీం అభిభవితు మిచ్ఛతి బలాత్ - ఇతి - అనన్తరం నేపథ్యే ఆ ఏష మయి జీవతి సతి

చన్ద్రగుప్త మభిభవితు - మిచ్ఛతీతి" అత్ర అన్యార్థవ న్త్యపి పదాని హృదిస్థార్థాగత్యా అర్థాన్తరే సఙ్గమయ్య పాత్రప్రవేశః." 'ఎందు' అర్థము పొందుపడని పదములను వానికి అర్థము పొందుపడునట్లుగా నరులు (పా - నటులు) ఇతరపదములతోఁ గూర్తురో అది ఉద్ఘాత్యక మనఁబడును.

ఉదా — ముద్రా రాక్షసమున సూత్ర — 'క్రూరగ్రహము ఆకేతువు చంద్రు నసంపూర్ణమండలు నిపుడు బలిమిమెయి నభిభవింపఁ జూచుచున్నాఁడు.' దీని మూలమయిన సంస్కృతము పైయర్థమున నగతార్థము, 'అసమ్పూర్ణ మండలాభిభవము' అనుటచేత, అమూలమునకు శ్లేషచే అర్థాంతరము గలదు—

"గట్టిపట్టుదలగలవాఁడు (అమాత్య రాక్షసుఁడు) మలయకేతుసమేతుఁడై చంద్రగుప్తుని సంపూర్ణమండలుని అభిభవింపఁజూచుచున్నాఁడు" అని.

పైవాక్యమునకు అనంతరము—

[నేపథ్యమున] ఆః ఎవఁడు వీఁడు నేను బ్రతికియుండఁగా చంద్రగుప్తుని పూర్ణమండలుని అభిభవింపఁ గోరెడువాఁడు। [మరల సూత్రధారుఁడు— 'ఇతనిని బుధగ్రహముతోడి యోగము రక్షించుచున్నది." దీనివలన సూత్రధారుని వాక్యమునకు అర్థమునం బొందిక కలిగినది. దీని మూలమునకు "కోవిదుఁడైన చాణక్యునితోడి యోగము చంద్రుని రక్షించుచున్నది" అని శ్లేషచే అర్థాంతరము. ఈయర్థముచేత చాణక్యుని మతమునను పూర్వోక్తవాక్యమునకు అర్థసంగతి కలిగినది.

ఇచట అన్యార్థముగలవాని నైనను పదములను మనస్సులోని యర్థగతిచేత అర్థాంతరముం బొందించి పాత్రము ప్రవేశించినది.

ఇందు పాఠము 'చన్ద్ర సమ్పూర్ణమణ్డలం' అనియూ 'చన్ద్రమసం పూర్ణమణ్డలం' అనియూ అని విప్రతిపత్తికలదు. దాని నిర్ణయమునకు ఈ యుద్ఘాత్యక లక్షణము సాయపడుచున్నది. 'చంద్రుని అసంపూర్ణమండలుని కేతువు బలిమిమెయి పట్టఁజూచుట' యన్న అర్థము అగతము-పొందుపడనిది అగుచు చంద్రుని బుధగ్రహయోగము రక్షించుచున్నది, దీని జ్యోతిఃశాస్త్రము విచారింపవలసియున్నది అట్లు ఆరెండవ వాక్యముచే పూర్వవాక్యార్థము "గతము" — పొందిక

పడినది ఐనది. 'చన్ద్రిమసంపూర్ణ మణ్డలం' అని చాణక్యుఁడు గ్రహించిన విధము-చంద్రమస మన్నను చంద్రుఁడే కావున చంద్రగుప్తునికి అట్లును లోకాన వ్యవహారము గలదని తలంపఁదగును, అట్లుగొన్న 'చంద్రముని (=చంద్రగుప్తుని)పూర్ణమండలుని' అని యర్థము కుదురును.

ఇట్లు (నటీ) సూత్రధారులకును చాణక్యునికి గూడ - (నరులకు) వాక్యార్థము వారివారికిం దగినట్లు పొందికపడినది

(అ) సంపూర్ణమణ్డలం - మణ్డలం - చంద్రపరముగా బింబము. చంద్రగుప్తునిపరముగా - రాజ్యముయొక్క సప్తాంగములు

"స్వా మ్యమాత్యశ్చ రాష్ట్రఞ్చ దుర్గం కోశో బలం సుహృత్
పరస్పరోపకా రీదం సప్తాఙ్గం రాజ్య ముచ్యతే;
ఏకాఙ్గే నాపి వికల మేతత్ సాధు న వర్తతే-కామం- IV.1 2.

... ... ,., ...

సమ్పూర్ణమణ్డల స్తస్మాద్ విజిగీషుః సదా భవేత్". VIII-2.

అన్నియు లెస్సగానున్న రాజు సంపూర్ణమండలుఁడు—ఏదేని తగ్గిన అసంపూర్ణమండలుఁడు. "సాధు న వర్తతే" - అన్నాఁడు - రాజ్యము చక్కఁగా సాగదు.

మఱి "క్రూరగ్రహః" కూళపట్టుగలవాఁడు అనఁగనే ఆ విశేషణ మాత్రమున చాణక్యునికి విశేష్యము రాక్షసుఁడు ఎట్లు తోఁచును. దానికి "సకేతుః" అని "కేతువుతో"-మలయకేతువుతో "కూడుకొన్నవాఁడై" అని దీనిని విశేషణము చేయుటకుః రాహుకేతువులు రెండును సమయాన చంద్రుని కబళించు క్రూరగ్రహములు - ఇక్కడ "సః కేతుః" ఆకేతుఁడు - అనఁగా మలయకేతుఁడు. క్రూరగ్రహః=క్రూరమైన పట్టుదలగలవాఁడై చంద్రగుప్తుని పైకిఎత్తిరా సమకట్టుచున్నాడు. ఆసినిర్వహింతమాః కూడదు- "క్రూరగ్రహః" కూళపట్టుదలగల రాక్షసుడే చాణక్యునిచే గ్రహింపఁబడినాఁడు-చెప్పనుగదా దీనికి వాఖ్యంబోలె నన్దకులవినాశజనితరోషో రాక్షసః పితృవధామర్షితేన... మలయకేతునా సహ సన్ధాయ-., మహతా మ్లేచ్ఛబలేన వృషల మభియోక్తు ముద్యత ఇతి" అని. ఊరిలో అట్లు జనవాదము ప్రబలి తనచెవికి వచ్చియున్నందున- "క్రూరగ్రహః" అను విశేషణముననే రాక్షసుఁ డనువిశేష్యమును గ్రహించి 'ఆః; క ఏష మయి స్థితే' అని తొడఁగినాఁడు.

ప్రథమాఙ్కః

[తతః ప్రవిశతి శిఖాం పరామృశన్ సకోప శ్చాణక్యః]

చాణక్యః—క ఏష మయి స్థితే చన్ద్రగుప్త మభిభవితు మిచ్ఛతి? పశ్య—

శ్లో. ఆస్వాదిత ద్విరదశోణిత శోణశోభాం
సన్ధ్యారుణా మివ కలాం శశలాఞ్ఛనస్య

శిఖాం పరామృశన్ - సిగను (=జుట్టును) తడవుకొనుచు - అగ్రాసనమునుండి అవమానించి నందులచే లాగఁబడినపుడు చాణక్యుఁడు జుట్టు విప్పుకొని అప్పుడు ప్రతిజ్ఞచేసినాఁడు చూ-III. ౨౯. 'శిఖాంమోక్తుం బద్ధామపి...' ఆనందులను నాశముచేయక జుట్టును ముడువను అని. ఇప్పుడే నందనాశనము ముగించి చంద్రగుప్తప్రతిష్ఠ కావించి జుట్టును ముడుచు కొన్నాఁడు. కావున చంద్రాభిభవ మని మరల వినఁబడఁగానే, చేయి తనంతటనే ఆజుట్టుముడి మీఁదికి పోవుచున్నది "శిఖాం"కు కొన్నిట "ముక్తాం" అని విశేషణము ఉన్నది, అది అపపాఠము. "అద్యాపి బధ్యమానాం" - ఇపుడే ముడివైవఁబడుచున్నది-అనగా ముడివైచుకొన్నదే-వైచుకొని చాల సేపుకానిది, ముడుచుకొనియైనది అని. "శిఖాం మోక్తుం బద్ధా మపి పున రయం ధావతి కరః" III. 29. లోను, "వినా వాహన హస్తిభ్యాం ముచ్యతాం సర్వబన్ధనమ్-పూర్ణ ప్రతిజ్ఞేన మయా కేవలం బధ్యతే శిఖా, పట్టాభిషేకాది మహోత్సవసమయములలో ఖైదీలను, సేనలో కట్టివేయఁబడినగుఱ్ఱాలను ఏనుఁగులను కూడ కట్లు విప్పి స్వేచ్ఛ కలిగించుట ఆచారము. ఇట చాణక్యుఁడు సిగముడిని ఇఁక నే విప్పను. అనుట చమత్కారము. ముందే ముడివైవఁబడియున్న దనుటే.

శ్లో. ౧ ఆస్వాది తేతి - ఆస్వాదిత... ...శోభాం - రుచిచూడఁబడిన-లొట్టవేయుచు త్రాఁగబడిన - ఏనుఁగుయొక్క-నెత్తుటి - యెఱ్ఱకాంతికలదియు, శశలాఞ్ఛనస్య = చంద్రునియొక్క, సన్ధ్యారుణాం కలాం ఇవ =

జృమ్భావిదారిత ముఖస్య ముఖాత్ స్ఫురన్తీమ్
కో హర్తు మిచ్ఛతి హరేః పరిభూయ దంష్ట్రామ్ ౮

అపి చ

(సాయం) సంధ్య (సమయమగుట) చే ఎఱ్ఱనైన రేకం బోలియున్నదియు, అగు, స్ఫురన్తీం = తళ తళలాడుచున్న, దంష్ట్రామ్ = కోఱను, జృమ్భా విదారిత ముఖస్య = ఆవులింతలో తెఱవఁబడిన నోరుగలదైన, హరేః = సింహము యొక్క, ముఖాత్ = నోటినుండి, పరిభూయ = (దాచిని) లక్ష్యపెట్టక - అవమానించి, కః = ఎవఁడు, హర్తుం ఇచ్ఛతి = బలిమిమెయి కొనఁగోరును?

సింహము ఏనుఁగును వ్రచ్చి నెత్తురును లొట్టవేయుచు జుఱ్ఱి తృప్తితో సుఖముగా ఇప్పుడే అవులించుచు నోరు తెఱవఁగా, అందు నెత్తుటిపూతతో తళతళన మెఱయుచు అగపడిన దాని కోఱపంటిని ఏవఁడు పెఱుకుకొన సాహసించును?

సింహమువలె పగగొని ప్రతినపట్టిన క్రూరుఁడు తాను చాణక్యుఁడు. ఏనుఁగులంబోలె నందులం జంపి తృప్తిఁగొనినవాఁడు-దంష్ట్ర, సంధ్యారాగ రక్త చంద్రకళంబోనిది-ఎంత పెకిలింపరానిది. దానినోరు ఎంత అలవిపడని భయంకరమైన చోటు - ఎవఁడబ్బా అంత సాహసికుఁడు ! చేయి చాచిన, అదే పట్టుగా ఆమానిసినే నమలివేయదా?

'కః' - ఎవడురా అనుటచేత ఎదిరి సాహసికతయు దుఃసాధ్యసాధకతయు సూచితములు. హరేః దంష్ట్రామ్ - అనుటచే చంద్రగుప్త (లక్ష్మి) చెనకరామి సూ. "ఆస్వాదిత" - ఇప్పుడే త్రేన్చుచున్నది - రోషము చల్లాఱలేదనుట - సన్ధ్యారుణాం...కలాం"-నవతా వవర్ధిష్ణుతలు సూ "జృమ్భ"- అది మెలఁకువగానే జాగ్రత్తతో నున్నది - అనుట. తాను (చాణక్యుఁడును) అట్లే. స్ఫురన్తీం" పూర్ణమండలతయు ఇతరులకు చెనకరామియు సూ ఐనను కవి "చంద్రగుప్తం" అన్నాడు గాని వాని లక్ష్మిని స్త్రీలింగమును చెప్పలేదు

"ఒక సింహము ఏనుఁగుల రక్తమును అప్పుడే త్రాఁగి ఆవులించుచున్నది. ఆరక్తముచేత దాని కోఱపల్లు సంధ్యారాగమునందలి చంద్రకళవలె ఎఱ్ఱఁగా వెలుంగుచున్నది. అట్లావులింతలో నోరు తెఱచుకొనియున్న యా

శ్లో. నన్దకులకాలభుజగీం కోపానలబహులనీలధూమలతామ్
అద్యాపి బధ్యమానాం వధ్యః కో నేచ్ఛతి శిఖాం మే ౯

సింహమును ధిక్కరించి దానినోటిలోని యాకోఁఅను ఎవఁడు పెఱుకఁగోరుచున్నాడు " ఇందు నందులు ఏనుఁగులు, సింహము చాణక్యుఁడు, నోటిలోని కోఁఅ చాణక్యరక్షితుఁడైన చంద్రగుప్తుఁడు. ఇప్పుడే నందులం గూర్చి తృప్తుఁడైన చాణక్యుఁడు మహాసమర్థుఁడు రక్షకుఁడై యుండఁగా ఎవఁడు చంద్రగుప్తుని పట్టువాఁడు' అని భావము" వే. వేం. శాస్త్రిలు.

"రూపకాతిశయోక్తిః స్యాత్ నిగీర్యాధ్యవసానతః."

కలాంఇవ - అనుటచే ఉపమయు.

'చంద్రగుప్తమ్' - అనిన తర్వాత స్త్రీ లింగమైన దంష్ట్రను చెప్పు ఈ శ్లోకము అంత హృదయంగమము కాదేమో. వ్యాఖ్యాత "శ్రీమౌర్యలక్ష్మి" అని కల్పించుకొన్నాఁడు. దానికి పూర్వనిర్దేశము లేదు. కొన్నిట ఈ శ్లోకము మానఁబడినది

శ్లో ౯. నన్దకులేతి —నన్దకుల కాలభుజగీం=నందవంశమునకు నల్లత్రాఁచుంబోనిదియు, కోపానల. లతామ్-కోపమను నిప్పుయొక్క దట్టమగు నల్లని, పైకిప్రాఁకుచున్న తీవంబోని పొగ (మొత్తము) బోనిదియు నగు, మే శిఖాం=నాసిగను, జుట్టును, అద్యాపి బధ్యమానాం=ఇప్పుడె ముడివైవఁబడుచున్నదానిని, వధ్యః కః న ఇచ్ఛతి=చంపఁబడదగినవాఁడు ఎవఁడు ఇచ్ఛగింపఁడు ?

పగపట్టి కఱచి నాశనముచేయు భయంకరమగు నల్లత్రాఁచుంబోనిది, జుట్టు, నందులం జంపక ముడువరానిది, మనసున నిండి కుములుచున్న నాకోపపుఁ బొగంబోనిది, కాల్చక ఆఱనిది - ఇప్పుడే చంపి - కాల్చి - పగ సాధించినట్టిది యీ జుట్టు, దాననే ఇప్పుడే ముడివైవఁబడుచున్నట్టిది - అనఁగా ముడివైచుకొన్నది. మఱల దానిని విరియింపఁ గోరువాఁ డెవఁడుః ఎవండేని యున్న వానికి మరల ఆగతి కలుగును అనుట. వాఁడు వధ్యుఁ డగును. ఇచ్ఛగింపనివాఁడు వధ్యుఁడ - నిశ్చయము.

అపి చ

శ్లో. ఉల్లఙ్ఘయన్ మమ సముజ్జ్వలతః ప్రతాపం
కోపస్య నన్దకులకానన ధూమకేతోః
సద్యః పరాత్మ పరిమాణ వివేక మూఢః
కః శాలభేన విధినా లభతాం వినాశమ్? ౧౦

శార్ఙ్గ రవ, శార్ఙ్గ రవ!

'అద్యాపి బధ్యమానాం' - ఇప్పుడే ముడివైవఁబడుచున్న దానిని - ముడివేసికొని యనది. వర్తమానమునకు ఇప్పుడే కడచిన భూతము అర్థము. మరల విప్పింపఁ గోరువాఁ డెవఁడు అనుట, 'నన్దకుల కాలభుజగీం' - ఇత్యాది మాలా రూపకము

విషయ్యభేద తాద్రూప్య రఞ్జనం విషయస్య యత్ - రూపకమ్.

ఇచటను తరువాత 'ఉల్లఙ్ఘయన్' ఇత్యాదియందును రక్తికై ప్రకృతమైన శిఖయందును, కోపమందును తద్రూపత, భుజగీ ధూమలతా ధూమకేతువు లగుట సమారోపింపఁబడినది.

శ్లో. ౧౦. ఉల్లఙ్ఘయన్ ఇతి - కః = ఎవఁడు, సముజ్జ్వలతః = లెస్సగా మండుచున్న, నన్దకుల కానన ధూమకేతోః = నందవంశమను అడవికి దావాగ్ని యైన, మను కోపస్య=నాకోపముయొక్క, ప్రతాపం=సెగను, పరాక్రమమును, పరాత్మ పరిమాణ వివేక మూఢః=శత్రువియు తనయు పాటిని నిర్ణయించుకొను నెడ తెలివిలేనివాఁడై, ఉల్లఙ్ఘయన్=అతిక్రమించుచు, సద్యః=అ నిముసముననే, శాలభేన విధినా=మిడుతదైన క్రమముచేత-మిడుతవలె అనుట, వినాశమ్= చావును, లభతాం=పొందఁగోరుచున్నాఁడు?

మిడుత అగ్నిలో బుగ్గియై పోయినట్లు చంద్రగుప్తునిపైకి వచ్చువాఁడు నాకోపాగ్నిలో మాడి చచ్చును, నిజము.

చంద్రగుప్తునిపైకి మలయకేతుం గూర్చుకొని కూళపట్టుదలతో రాక్షసుఁడు ఎత్తిరానున్నాఁ డన్నమాట చెవింబడఁగానే చాణక్యునికి ఇంత పట్టరాని కోపము వచ్చినది, కావున ఈ మాటలు పొంగి పొరలి వచ్చినవి.

శిష్యః —[ప్రవిశ్య] ఉపాధ్యాయ. ఆజ్ఞాపయ.

చాణక్యః — వత్స, ఉపవేష్టు మిచ్ఛామి.

శిష్యః — ఉపాధ్యాయ, న న్వియం సన్నిహితవేత్రాసనైవ ద్వారప్రకోష్ఠశాలా. తదస్యా ముపవేష్టు మర్హ త్యుపాధ్యాయః.

చాణక్యః — వత్స, కార్యాభియోగ ఏవ అస్మాన్ వ్యాకులయతి, న పునరుపాధ్యాయసహభూః శిష్యజనే దుఃశీలతా. (నాట్యేనఉపవిశ్య)

శార్ఙ్గరవ-"కార్యసంరమ్భవైయగ్ర్యేణ ద్విరుక్తిః" కోపము, ఆయభిభవమును ఎదురుకొనుటకైన వేగిరపాటు పనుల పరాకు-వీనివలనిది యీద్విరుక్తి. శార్ఙ్గరవుఁడు-చాణక్యశిష్యుఁడు. శాకుంతలమున కణ్వులవారి పెద్ద శిష్యునిపేరుశార్ఙ్గరవుఁడు అపేరుం గొనుటలో కాళిదాసునికి విశాఖదత్తుని పూజ కలదు కాఁబోలు. చాణక్యుఁడు కణ్వులవారికంటె వేఱుతెఱఁగైనను మహర్షియే గొప్ప కార్యవశమున ధనావలిప్త దుష్టనృపులగు నందులను నాశనము చేయుటకై అట్టిపనులకై, తాత్కాలికముగా పట్టణవాసము చేయుచున్నాఁడు. ఇది ముగియఁగానే మరల అడవికి మరలఁగలఁడు. అడుగునుగదా అతని మార్గముల నూహింపఁగల రాక్షసుఁడు- "తపోవనం న గతః?" అని దానికి కరభకుఁడు జవాబు చెప్పను- "తపోవనం గచ్ఛతీతి శ్రూయతే" అని, చూ. IV-౧౧. ఉపవేష్టు మిచ్ఛామి=కూరుచుండఁ గోరుచున్నాను - అనఁగా ఆసనము తెమ్మ నాకు-అన్నమాట సన్నిహితవేత్రాసనా ఏవ-దగ్గరనే (ఉంపఁబడి) యున్న పేపది, బాఁప కుర్చీయొకలది అనుట. నన్ను అడుగవలసినది లేదు, వెదకవలసినదియులేదు. ఆసనము సిద్ధముగానున్నదే అనుట. ద్వారప్రకోష్ఠశాలా - వాటికి లోగిటిశాల (ఇంటిభాగము) ద్వారముచెంగటి చావడి. ఉపవేష్టుం అర్హతి-కూరుచుండఁదగును అనఁగా కూరుచుండవచ్చును అనుట. కార్యాభియోగః=పనులయందలి పూనిక అస్మాన్-నన్ను-అస్మ ద్బహువచనమునకు ఏకవచనము అర్థము-వ్యాకరణ సూత్రముచేతనే-

"అస్మదో ద్వయోశ్చ ఏకత్వే ద్విత్వేచ వివక్షితే అస్మదోబహువచనం వా స్యాత్. వయం బ్రూమః పక్షే అహం బ్రవీమి... .. .. సిద్ధాంత కౌముది-

వ్యాకులయతి-దాన, ఆసనము ఎదుటనున్నను దానిని చూడకపోవుటయు దానిం దెమ్మనుటయు. ఉపాధ్యాయసహభూః - ఉపాధ్యాయులకు సహజమైన

(ఆత్మగతమ్) కథమ్! ప్రకాశతాం గతో ఽయ మర్థః పౌరేషు, యథా కిల నన్దకుల వినాశజనిత రోషో రాక్షసః పితృవధామర్షితేన సకల నన్దరాజ్య పరిపణన ప్రోత్సాహితేన పర్వతకపుత్త్రేణ మలయకేతునా సహ సన్ధాయ, తదుపగృహీతేన చ మహతా మ్లేచ్ఛ బలేన పరివృతో వృషల మభియోక్తు ముద్యత ఇతి.

దుఃశీలతా - చెడు స్వభావము కలిగియుండుట. - లేనిపోని తప్పులు పట్టుట తిట్టుట కొట్టుటయుం గూడ. — ఒజ్జలకు సహజదోషములు. చాణక్యుఁడు గొప్ప ఒజ్జ - అట్టివి దోషములని యెఱిఁగినవాఁడు - అవి లేనివాఁడు, శిష్యుఁడు ఒజ్జను- "ఉపాధ్యాయ" అనవలయునని భరతనాట్య పరిభాష. ఉపాధ్యాయేతి చాచార్యమ్.' నాట్యేన - అభినయముచేత అనఁగా కూర్చుండుటను అభినయించును అనుట.

కథం - ఎట్టూ! ఏమీ! - అని ఇది ఆశ్చర్యార్థకము, ప్రశ్నార్థకము గాదు. నాటకములయందు ఈ యర్థమున దీని ప్రయోగము ప్రాయికము, ఎట్లు ఎల్లవారికి తెలిసి పోయినది? - అనుట కాదు. ఏమీ యెల్లవారికి తెలిసిపోయినదా ఈవిషయము! నేను అది యింకను బయటికి రాక అందఱికి తెలియకున్నది అని అనుకొనుచుంటినే - అనుట. యథా కిల - ఏమని యనఁగా - నన్దకుల వినాశ జనిత రోషః=నందులకులముయొక్క అడుగంటిన (దుంప) నాశనముచే కలిగిన రోషము గలవాఁడై రాక్షసః, పితృ వధామర్షితేన = నాయనఁ జంపినందులకు కోపముగొల్పఁబడి, సకల నన్దరాజ్య పరిపణన ప్రోత్సాహితేన - నందరాజ్యమును సర్వమును ఇత్తు ననుటచే మిక్కిలి ఉత్సాహమే ఎక్కింపబడిన - పర్వతక పుత్రేణ=పర్వతకుని కొమారుఁడైన, మలయకేతునా సహ=మలయకేతువుతో సంధి (పొందు) కుదుర్చుకొని, తదుపగృహీతేన=అతనిచే (స్నేహితులుగా) కూర్పఁబడిన. మహతా మ్లేచ్ఛబలేన=గొప్ప మ్లేచ్ఛులసేనతో, పరివృతః=(చుట్టు వాఱఁబడిన=) కూడుకొన్నవాఁడై, వృషలం అభియోక్తుం=వృషలుని (పైకి) ఎత్తివచ్చుటకు, ఉద్యతః ఇతి=పూనుకొన్నాఁడు అని -

ఇట్లెల్ల రాక్షసుఁడు ప్రయత్నించినను-అట్లు వానిని చేయునట్లు చేయుట, అందులకు రహస్యముగా కారణములు గలిగించుట-ఇందు రహస్యముగా చాణక్యుని పన్నకము కలదు. కావుననే "కథం" అని అతని యాశ్చర్యము, పర్వతకుఁడు తొలుత చాణక్యమిత్రము. అతనికి నందుల యర్ధరాజ్య మిత్తునని ఆస పెట్టిపొందు

కుదుర్చుకొని తాను అతని సేనా సాహాయ్యముతో ఆభిచారిక ప్రయోగమునుం జేసి నందులం జంపి జయము పొందినాడు. ఇంక వానికి సగము రాజ్యమీయ వలయునుకదా! దానిని ఈయక సర్వము చంద్రగుప్తునికిం గూర్పవలయునని అతనికోరిక, అందులకు పర్వతకుని లోకాననే లేకుండజేయుటెట్లు అని ఆలోచించుచున్నాడు. అప్పుడే నందనాశమునకు కుపితుడైన రాక్షసుఁడును చాణక్యునికిం బ్రతిక్రియసేయు టెట్లు అని ఆలోచించుచున్నాడు. చాణక్య సహాయుడైన పర్వతకుని, ఎవరికిని ఎంతసాయమైనను చేయగలవానిని చాణక్యునుండి రహస్యముగా భేదించి అంతకన్న లాభముంజూపి తనవానిం జేసికొని అందులకు గడంగ గోరుచున్నాడు. ఇది చాణక్యుడు తన సహాధ్యాయి మిత్రమై తన ప్రోత్సాహమున క్షపణకవేషమున రాక్షసునికిం బ్రాణమిత్రత నభినయించుచున్న ఇందుశర్మ =జీవసిద్ధి)వలన ఎఱింగినాడు. ఆ జీవసిద్ధిచేత రాక్షసుకు చంద్రగుప్తుం బరిమార్ప ఆభిచారికముగా విషకన్యను తయారుచేయించుచున్నాడు. చాణక్యుడు అది యెఱిఁగి అట్లు తయారుకాగానే దానిని ఎట్లో పర్వతకునిపైకి 'జోపించినాడు. పర్వతకుడు 'పర్వతకుఁడు'గాన అనియమితేంద్రియుడు తాను ఇంద్రియములు వేగి విషకన్యంగూడి మడిసినాడు. అంతట చాణక్యుడు తనవాడైన భాగురాయణుని తనతో బెడిసిపోయినట్లు అభినయింపుమని కార్యము రహస్యముగా నేర్పి పర్వతకపుత్రుడైన మలయకేతునితో ప్రాణమిత్రపదవింబొంద ప్రోత్సహించి అట్లు నడిపించుచున్నవాడు. అట్లే ఆ భాగురాయణునిచే మలయకేతువు చెవిలో రహస్యముగా ఆప్తమిత్రవాక్యముగా "మీ నాయనను చాణక్యుడు చంపించినాడు. ఇఁక నీవు (మనము)ఇక్కడ నుంకుట మంచిదికాదు-అపాయకరము. దూరముగా పోయి శత్రువుల మాయింప జతనములు సేయుట ఆవశ్యకము"—అనిచెప్పి అప్పటికి పాటలీపుత్రమునుండి తనయూరికి పరారియౌనట్లు చేసినాడు. అంతట "రాక్షసుకు జీవసిద్ధిసాయమున ఇట్లు విషకన్యతో పర్వతకుం జంపించినాడు" అని చాణక్యుడు బలమైనపుకారు లోకాన పఱపుచున్నాడు. చాణక్యుడు పర్వతకుం జంపించినాడు అని నమ్మఁబలుకుటచే మలయకేతు రాక్షస సంధి మైత్రులును బలముచెందినవి. ఇట్లు రాక్షసుడు మలయుంగూడిచంద్రగుపుని పైకి రాఁగల దన్నమాటయు లోకాన పుట్టి వ్యాపించుచున్నది ఇది కథా సంవిధానము. ఈ రాక్షసమలయకేతు సంయోగ చంద్రగుప్తాభియోగములకు ఎంతో చాణక్యుని కృషియుగలదు. కావున అతడనుట—"కథమ్! ప్రకాశతాం గతో౽యమర్థః— ఎట్టూ! ఈ విషయము ప్రకాశము పొందినదా! (పొందినదే.) ఇంతలో ప్రకాశము కాకుండునని అనుకొనుచుంటినే.

(విచిన్త్య) అథవా, యేన మయా సర్వలోకప్రకాశం నన్దవంశవధం ప్రతిజ్ఞాయ, నిస్తీర్ణా దుస్తరా ప్రతిజ్ఞాసరిత్, సోఽహ మిదానీం ప్రకాశీభవన్త మప్యేన మర్థం న సమర్థః కిం ప్రశమయితుమ్? కుతః, యస్య మమ.

శ్లో. శ్యామీకృత్యాననేన్దూ నరియువతిదిశాం
సన్తతైః శోకధూమైః,
కామం మన్త్రిద్రుమేభ్యో నయపవనహృతం
మోహాభస్మ ప్రకీర్య,

విచిన్త్య-లెస్సగా ఆలోచించి - ఆలోచించుటను అభినయించి_అని ఆ వేసగానికి ఎచ్చరిక. అథవా=ఐన నేమి? సర్వలోక ప్రకాశం=ఎల్ల జనులకు తెలియునట్లుగా, నిస్తీర్ణా=దాటఁబడినది-అనఁగా ప్రతిజ్ఞ నెఱవేర్ప (తీర్చుకొనఁ) బడినది. దుస్తరా—దాటుటకు అలవిపడనిది, ప్రతిజ్ఞా సరిత్=ప్రతిజ్ఞయనెడి నది తరువాతిపనులకు అడ్డముగానుండునది అనుట. సోఽహం=అట్టినేను, అనఁగా అంత సమర్థుఁడనైన నేను, ప్రకాశీభవన్తం అపి=బయటికి పొక్కినదానినైనను= ఎల్లవారికి తెలిసిపోయినదైనను,-అనఁగా దీనిని బయటికి రానీకుండ చేయవలయు ననుకొన్నాఁడు. మరి ఎట్లో వచ్చినది ఏనం అర్థం=ఎత్తిరాఁ జూచుచున్నాఁడను నీవిషయమును ఎత్తివచ్చుటకు అనుటయే, ప్రశమయితుం=అడంపను, శక్తుఁడను గానా యేమి?

శ్లో. ౧౧. శ్యామీకృత్యేతి.-తన క్రోధవహ్ని, అడవిలో దావాగ్నివలె, నందులను వెదురుబొంగు మొలకలను తెగఁగాల్చి, మఱి బొంగులేనందున అణఁగి యున్నది. మఱి బొంగుతగిలెనా, దానిని సయితము కాల్ప సమర్థము — అరియువతి దిశాం=శత్రుల స్త్రీ లనెడు దిక్కులయొక్క, ఆననేన్దూన్=తొలి భాగములు అను మొగములను చందురులను, సన్తతైః=తెంపుక లేక పర్విన, శోకధూమైః = దుఃఖమనెడు పొగలతో, శ్యామీకృత్య = నల్లవఱచి; మన్త్రిద్రుమేభ్యః = మంత్రులు. రాక్షసశుకనాసాదులు అను చెట్లమీఁదికి, నయ పవన హృతం=నీతియనెడి గాలి రేఁపిన, మోహాభస్మ=కార్యముతెలియఁగు తోఁపమి

దగ్ధ్వా సంభ్రాన్త పౌరద్విజగణరహితా
న్నందవంశప్రరోహాన్
దాహ్యాభావా న్నఖేదా జ్జ్వలన ఇవ వనే
శామ్యతి క్రోధవహ్నిః. ౧౧

అవివేకము-అను బూడిదను, కాముం=తనకు చాలునని తోఁచునంత ప్రకీర్య=చిక్కఁగా చల్లి, సమ్భ్రాన్త పౌరద్విజగణ రహితాన్=దిగులుపడిన పౌరులనెడు పక్షులగుంపు వీడి పఱచినందున అవిలేని వైన, నందవంశప్రరోహాన్=నందుల కులమను వెదురుయొక్క (కొమ్మలను) మొక్కలను, దగ్ధ్వా=కాల్చివైచి, క్రోధవహ్నిః=(నా) కోపమను అగ్ని, వనే జ్వలన ఇవ=దావాగ్నివలె, దాహ్యాభావాత్=మఱి కాల్పవలసినది లేనందువలననేకాని, న ఖేదాత్=అలసటవలన కాదు, శామ్యతి=ఆఱుచున్నది.

కాఱుచిచ్చువలె తన కోపము మండుచున్నది. (దాన) శత్రుకాంతలు మానక ఏడ్చుచున్నారు, ఆయేడ్పునకు చందురుంబోలిన వారి మొగాలు తెఱిపి లేక పొగచూఱినట్లు నల్లనయినవి. (నీడను పండ్లను ఒసంగఁగల) చెట్లం బోలినవారు మంత్రులు-వారికి ఉపాయమే తోఁపక పెనుగాలింబోలిన తన నీతి తన యిచ్ఛవచ్చినంత ఇక చాలునని తోఁచునంత బూది వెదఁజల్లినట్లు వారికి దిక్కు తెలియనీని అజ్ఞానముం గొల్పినది. పిట్టగుంపులు బెదరి కాఱుచిచ్చు సోఁకిన వెదురు మొక్కలంబోలె పౌరులు బెదరి నందవంశీయులను విడిచి పఱవఁగా, అట్లు మిగిలిన నందవంశీయుల నందఱిని కాల్చివైచి, మఱి కాల్పఁదగిన దేమియును ఎవరును లేనందున అడంగినది కాని, అలసటచేత కాదు—సుబోధకమై, రూపకములను ఉపమలుగా చేసి చెప్పిన తాత్పర్యము.

సాధారణముగా ఉపమానములుగా చెప్పునిందు దిక్ ధూమ భస్మాదులు ఇందు ఉపమేయములుగాను, ఉపమేయములుగా చెప్పు ఆననయువత్యాదులు ఉపమానములుగానుకల్పన సాదృశ్యమేకద ఉపమానోపమేయ కల్పనకు మూలము.

ఆ కోపము ఏడ్పింపవలసినవారిని ఏడ్పించి, ఏమి చేయను తోఁపకుండ చేయవలసినవారిని అట్లు కావించి, భయాన పఱపవలసినవారిని అట్లు చేసి, చంపవలసినవారిం జంపి అడంగినది దావాగ్నియు గాలివసమున కొన్నిట పొగ

అపి చ.

శ్లో. శోచన్తో ఽవనతై ర్నరాధిపభయా
ద్ధిక్శబ్దగర్భై ర్ముఖై
ర్మా మగ్రాసనతో ఽవకృష్ట మవశం
యే దృష్టవన్తః పురా
తే పశ్యన్తి తథైవ సంప్రతి జనా
నన్దం మయా సాన్వయం
సింహే నేవ గజేన్ద్ర మద్రిశిఖరాత్
సింహాసనా త్పాతితమ్. ౧౨

కొన్నిట బూడిద, కొన్నిట బెదరు, కొన్నిట కాల్చుటయు - వివిధవ్యాపారము కలది యగును కదా. నటి, "కౌటిల్యుడు" అను పేరు విన్నంతకే భయపడినది కదా. నటి ఆ యూరది.

భూతభవద్భావి కథాసందర్భములను, కాదు, కథనే ఎఱుంగుటకు మనకు నాటకాన భాషితములుమాత్రమే ఏకోపాయము. ఈ శ్లోకాన ఎంత కథ తెలియ వగుచున్నది! అట్లే తరువాతి శ్లో కానను, ఇంకను తర్వాతను.

రూపకాలంకారము సావయవముగా నిర్వాహముంగన్నది.

శ్లో. ౧౨ శోచన్త ఇతి.—పురా=మునుపు, యే(జనాః)=ఏ జనులు, శోచన్తః=ఏడ్చుచు, నరాధిపభయాత్=రాజువలనిభయమువలన ధిక్శబ్దగర్భైః= "చీ చీ" అని లోపల-గొణుగుకొనుచున్న, అవనతైః-వంచుకొనబడిన, ముఖైః- మొగాలతో, అగ్రాసనతః=(భోజన) అగ్రపీఠమునుండి, అవకృష్టం = దిగలాగి వేయఁబడి, అవశం=అసహాయుఁడనై ఏమియు బదులు చేయనేరకున్న, మాం= నన్ను, దృష్టవన్తః = చూచినారో, తే జనాః = ఆజనులు, సంప్రతి=ఇప్పుడు, తథైవ=అట్లే, మయా = నాచేత, సింహేన = సింగముచేత, అద్రిశిఖరాత్ = కొండకొమ్మునుండి, గజేన్ద్రం ఇవ = ఏనుఁగుమన్నినిం బోలె, సింహాసనాత్= సింగపుఁబీటనుండి, సాన్వయం=తనవంశము వారందఱితోనుంగూడ, పాతితం= పడఁద్రోయఁబడిన, నన్దం = నందుని, పశ్యన్తి = చూచుచున్నారు.

సో ఽహ మిదానీ మవసితప్రతిజ్ఞాభారో ఽపి, వృషలాపేక్షయా శస్త్రం ధారయామి. యేన మయా,

---

నందుఁడు నాడు నన్ను (భోజన) అగ్రాసనమునుండి లాగివేసెను, నేను అసహాయుఁడను, ఏమియు బదులుచేయలేక మిన్నకుంటిని. ఇట్లు బ్రాహ్మణునికి జరిగిన యవమానమునకు జనులు రాజభయమువలన తలవంచుకొన్నను నోట "ఛీ ఛీ" అనుటను మానలేరైరి. వారే ఇప్పుడు, నేను ఆనందునే వానివంశమువా రందఱితోనుంగూడ సింహాసనమునుండి, సింహము ఏనుగు మన్నిని కొండకొమ్ము నుండియుంబోలె, పడద్రోయగా అట్లు పడద్రోయఁబడిన వానిని జూచుచున్నారు. గజేన్ద్రం-అనుటచే దానితో మఱికొన్నియు దానిం బరివేష్టించినవి స్ఫురించును.

ఇచట ఒక తెఱగు పర్యాయమును ఉపమయు అలంకారములు. నాడు వారిచే అగ్రాసనమునుండి లాగివేయఁబడిన నన్ను చూచిన జనులు నేఁడు నాచే సింహాసనమునుండి లాగివేయఁబడిన వారిం జూచి అని పర్యాయము-'సింహే నేవ గజేన్ద్రం'అని ఉపమయు.

పర్యాయో యది పర్యాయే
　　ణైక స్యానేకసంశ్రయః
ఉపమా యత్ర సాదృశ్య
　　లక్ష్మీ రుల్లసతి ద్వయోః

సోఽహం = అట్టి నేను-సః = అట్టి-ఇది దానికి పూర్వముచెప్పిన యన్ని విశేషణములను ఆకర్షించును అట్లు పగతీర్చుకొన్న నేను - అనుట. అవసిత ప్రతిజ్ఞాభారః అపి = తీఱిన ప్రతిజ్ఞయొక్క బరువు కలవాడనైనను, బరువైన, నెఱవేర్చ కష్టమైన, ప్రతిజ్ఞ నెఱవేరినవాడనైనను, వృషలాపేక్షయా = వృషలుని (= చంద్రగుప్తుని)కోసము-వృషలుఁడనగా శూద్రుడు; చంద్రగుపుడు మౌర్యుఁ డగుటచే శూద్రుడు. వానిని చాణక్యుడు తొలికలయికలో "ఏరా వృషలా" అనగా అతడు వినీతుడై తన్ను ఆయన యెప్పుడును అట్లనుటయే అనుగ్రహము బాగు, అని అట్లే పిలుచుచుండు మని కోరెను. నాటకాంతమున రాక్షసుని అతనికి మంత్రిచేసి "అమాత్యరాక్షసలాభేన సుప్రీత శ్చన్ద్రగుప్తః సమాజ్ఞాపయతి" అనియు "భో రాజన్ చన్ద్రగుప్త" అనియు నిర్దేశసంబోధనలుచేయ గలడు. శస్త్రము= కత్తి మంత్రి యధికారమునకుగుఱుతు. మంత్రిగా పనులు చేయుచున్నాను అనుట.

శ్లో. సముత్ఖాతా నన్దా నవ హృదయరోగా ఇవ భువః,
కృతా మౌర్యే లక్ష్మీః సరసి నళినీవ స్థిరపదా,
ద్వయోః సారం తుల్యం ద్వితయ మభియుక్తేన మనసా
ఫలం కోపప్రీత్యోర్ద్విషతి చ విభక్తం సుహృది చ. ౧౩

"మంత్రి" ఆకాలమున సేనానాయకాగ్రణియు నందునికి రాజ్యమున రాక్షసుఁడే మొదటి సేనానాయకుఁడును ఏతన యంకమున ప్రవేశించునప్పుడు ఇట్లె సూచింపబడినాఁడు-"తతః ప్రవిశతి జవనికావృతశరీరః ముఖమాత్రదృశ్యః చాణక్యః' అని జవనిక అనఁగా కవచము-"మొగముమాత్ర మగపడునట్లుగా తక్కిన దేహమునకు కవచము తొడుగుకొన్నవాఁడై" అనుట, యుద్ధభూమిలో నుండినవాడు రాక్షసగ్రహణము మాట విని, ఆలస్యముచేయక, కవచితుఁడు గానే ఇక్కడికి వచ్చినాఁడు అనఁగా మంత్రిగా చాణక్యుఁడును కవచము తొడుగు కొనవలసినపుడు తొడుగుకొనువాఁడె, కత్తితో యుద్ధము చేయువాడే ఇప్పుడు తొడుగుకొనియున్నవాఁడె. దానితోడనే ప్రవేశించెను. రాక్షసునియెదుట దానిం దివిచి అతనికి నమస్కరించును.

శ్లో. ౧౩. సముత్ఖాతా ఇతి - భువః=భూదేవికి, హృదయరోగా ఇవ= గుండె జబ్బులవంటివారైన; నవ నన్దాః=నందులు తొమ్మండుగురు, సముత్ఖాతాః= చక్కఁగా-(దుంపతోగూడ) పెకలింపఁబడినారు సరసి = కొలనిలో, నళినీ ఇవ=తామరతీగవలె, లక్ష్మీః = రాజ్యలక్ష్మి, మౌర్యే = మురకొడుకైన చంద్ర గుప్తునియందు, స్థిరపదా=తిరముగ (ఎసేగియు లేక) నెలకొనియుండునట్లు, కృతా=చేయఁబడినది. ద్వయోః సారం=రెంటియొక్క, ప్రయోజనభాగము, న్యాయ్యము, తుల్యం=సమానము, ఇది యెంత యక్కఅయినదో (దుష్టశిక్షణము), ఆదియు అంతయక్కఅయినది- (శిష్ట ప్రతిష్ఠ) కోపప్రీత్యోః= (వారి మీఁది) కోపమునకును, (వీనిమీఁది) ప్రీతికిని, ఫలం ద్వితయం=రెండు ప్రయోజనములును, అభియుక్తేన మనసా=పూనికగల మనసుతో, ద్విషతిచ=శత్రువునెడను, సుహృది చ =మిత్రమునెడను, విభక్తమ్=పంచిపెట్టఁబడినది

నందులు పొగరుకొన్నవారు నన్ను జుట్టు పట్టిలాగివైచి కోప మెక్కించిన శత్రువులు మౌర్యుఁడు నన్ను గురువుగా ఆశ్రయించి శుశ్రూషించుచున్నవాఁడు. ప్రీతిగొల్పిన మిత్రము, వారిని చంపివైచితిని. వీని రాజుంజేసితిని నందులు

అథవా అగృహీతే రాక్షసే, కి ముత్ఖాతం నన్దవంశస్య కింవా స్థైర్య ముత్పాదితం చన్ద్రగుప్తలక్ష్మ్యాః ? (విచిన్త్య) అహో! రాక్షసస్య నన్దవంశే నిరతిశయో భక్తిగుణః! స ఖలు కస్మింశ్చిదపి జీవతి నన్దాన్వయావయవే,

---

ధనమదమత్తులు రాజులుగా భూదేవికి అనఁగా జనులకు, చాల బాధలు కలిగించుచున్నవారు. కొలనిలో తామరవలె మౌర్యునియందు రాజ్యము నానాఁటికి బాగుపడి వికసింపఁగలదు. నేను చేయవలసిన పనులు రెంటిని పూనికతో చేసి వైచితిని.

కోపప్రీతులఫలము వరుసగా శత్రువులయందును మిత్రులయందును పంచఁబడినది. కోప ప్రీతులు అని చెప్పినవరుసనే శత్రువులు మిత్రులు అని చెప్పినందున "యథాసంఖ్యము" అలంకారము. ఇవ .. ఇవ...అని చెప్పినందున ఉపమయు

యథాసంఖ్యం క్రమేణైవ క్రమికాణాం సమన్వయః.

అథవా-అట్లనఁజెల్లదు. రాక్షసే అగృహీతే = రాక్షసుఁడు వశపఱుచుకొనఁబడకయ యుండఁగా-నన్దవంశస్య కిం ఉత్ఖాతం=నందవంశమున(కు) ఏమి పెకలింపఁబడినది? అది పెకలింపఁబడనట్లే అనుట వా=మఱియు, చన్ద్రగుప్తలక్ష్మ్యాః = చంద్రగుప్త లక్ష్మికి – రాజ్యమునకు,అనుట కిం స్థైర్యం ఉత్పాదితం=ఏమి కుదురుపాటు, (తిరముగుట) కలిగింపఁబడినది? కలిగింపఁబడనట్లే-యనుట. విచిన్త్య=చక్కఁగా ఆలోచించి - ఇది వేసగానికి అభినయోపదేశము. అహో! = ఆశ్చర్యము ! రాక్షసస్య = రాక్షసునికి, నన్దవంశే = నందులకులమందు, నిరతిశయః = సాటిలేని-ఇంతకు మించి మఱెవ్వరికిని ఉండలేనంత -యనుట. భక్తిగుణః = గౌరవముతో కూడిన యనురాగాతిశయము. నన్దాన్వయావయవే - నందవంశముయొక్క అవయవము-వంశీయుని వంశముయొక్క అవయవమనుట మందము. సర్వార్థసిద్ధి పెద్దవాఁడు, ప్రధానుఁడే అవయవముగా చెప్పఁదగినవాఁడుకాఁడు "నన్దాన్వయే" అని యేని, "నన్దాన్వవాయే" అనియేని పఠింపఁదగును నందవంశమున-అనుట. కస్మింశ్చిత్ అపి జీవతి=ఎవఁడైనను బ్రదికియుండఁగా - అట్లు బ్రతికియున్నవానిని పట్టుకొని వానికై తాను ప్రయ

వృషలస్య సాచివ్యం గ్రాహయితుం న శక్యతే, తదభియోగం ప్రతి నిరుద్యోగః శక్యో నావస్థాపయితుమ్ అస్మాభి రన యైవ బుద్ధ్యా తపోవనగతో ఽపి ఘాతిత స్తపస్వీ నన్దవంశీయః సర్వార్థసిద్ధిః.

త్నము సాగించుచునేయుండును అని వృషలస్య.. నశక్యతే—వృషలుని మంత్రిత్వము అంగీకరింప జేయుటకు అలవిపడదు అని. తదభియోగం ప్రతి=వాని (వృషలుని)పై పగ గొని యెదిరించుటకు, నిరుద్యోగః=పూనిక లేనివాడుగా, పగమానుకొన్నవాడుగా, అవస్థాపయితుం = (ఊరక) ఉండునట్లు చేయుటకు, (న)శక్యః = అలవిపడదు. అస్మాభిః = నాచేత, అనయా ఏవ బుద్ధ్యా = ఈ తలంపుతోనే, తపోవనగతః అపి = తపోవనమును చేరినవాడైనను, తపస్వీ= దాన జాలిగొలుపుచున్నవాడైనను, ఘాతితః = చంపింపబడినాడు. సర్వార్థసిద్ధి పెద్దవాడు, వయసుముళ్ళినవాడు. నందుల మూలకిందము అతనికి పిల్లల, చాణక్యుని లాగి అవమానించిన ఆ నందులు. వారిని రూపుమాపి, జయను కొన్నారు కుసుమపురమును వశీకరించుటకై చాణక్య చంద్రగుప్త మిత్రుడైన పర్వతకుని సేనలు దాని ముట్టడిని బహుదినములు మఱి యుపాయములేక శత్రువులు లొంగిపోవలసినట్లుగా సాగించుచునే యుండెను. జనులకు చాలబాధలు కలుగుచుండెను దానినిఓర్వలేక అప్పుడు రాక్షసాదులకు పయితము తెలియనీక ముసలిసర్వార్థసిద్ధి, ఊరినుండి బయటికి సొరంగపుదారి యుండగా, దానిగుండ తప్పించుకొని బయటికిపోయి తపోవనమునకుం బరారియైనాడు చూ 11. "తతః సమన్తా దుపరుద్ధంకుసుమపురం అవలోక్య, బహుదివసప్రవృత్తమతిమహ దుపరోధవైశస ముభరి పౌరాణాం పరివర్తమానం అసహమానే, తస్యామ వ్యవస్థాయాం పౌరజనాపేక్షయా సురఙ్గా మే త్యాపక్రాన్తే తపోవనాయ దేవే సర్వార్థసిద్ధౌ" అవి వేగు చూపున కనిపట్టి చాణక్యుడు వానిం జంపించి నాడు అది రాక్షసునికి తెలియదు. (11 లో విరాధునివలన ఎఱుంగం గలదు. తపోవనగతుం జంపుట దోషము కాదా యన్న, రాక్షస సంగ్రహము నకు వలయు పని ఏదియు నిర్దోషమే అని చాణక్యన్యాయము

యావ దసౌ మలయకేతు మఙ్గీకృ త్యాస్మదుచ్ఛేదాయ విపుల తరం ప్రయత్న ముపదర్శయ త్యేవ (ప్రత్యక్షవ దాకాశే లక్ష్యం బద్ధ్వా), సాధు అమాత్య రాక్షస సాధు! సాధు శ్రోత్రియ, సాధు! సాధు! మన్త్రిబృహస్పతే సాధు! కుతః,

శ్లో. ఐశ్వర్యా దనపేత మీశ్వర మయం
లోకోఽర్థతః సేవతే
తం గచ్ఛ న్త్యను యే విప త్తిషు పున
స్తే తత్ప్రతిష్ఠాశయా

యావత్=ఇంతలో, అఙ్గీకత్య=అంగీకరించి, ఒప్పించి వసముచేసికొని-అస్మదుచ్ఛేదాయ=మమ్ము నాశనము చేయుటకు, విపులతరం=గొప్ప. ఉపదర్శయతి = చూపుచున్నాడు - సాగించుచున్నాఁ డనుట, ప్రత్యక్షవత్ = ఎదుటనున్నవానిం జూచినట్లే - లక్ష్యం బద్ధ్వా=చూపునిలిపి - ఇది అభినయోపదేశము, చాణక్య పాత్రమునకు-అట్లు చూచుట భావోద్రేకమున, రాక్షసునందు చాణక్యునికి ఎంత గౌరవమో, ఈ సంబోధనలు సూచించును. మన్త్రిబృహస్పతే-మంత్రిగా బృహస్పతియైనవాఁడా - అతనికి తుల్యుఁ డనుట, శ్రోత్రియ — "జన్మనా బ్రాహ్మణో జ్ఞేయః సంస్కారాద్ ద్విజ ఉచ్యతే। విద్యయా యాతి విప్రత్వమ్। త్రిభిః శ్రోత్రియ ఉచ్యతే। అ రాక్షసుఁడు కడపట - 'అయే అయ మమాత్య రాక్షసః యేన మహాత్మనా...భో అమాత్య రాక్షస విష్ణుగుప్తోఽహమ్ అభివాదయే—" అని చాణక్యుఁడు రాక్షసునికి అభివాదనము చేయును. సాధు=బళి, బేష్, శబాస్ — అనుట

శ్లో. ౧౪. ఐశ్వర్యా దితి,-ఐశ్వర్యాత్=రాచరికమునుండి, అనపేతం = తొలగని, ఈశ్వరం = రాజును, అయం లోకః = ఈజనము, అర్థతః= ధనము - ప్రయోజనము-వలన, అనఁగా అది కలుగు నని, సేవతే=సేవించును- ఆశ్రయించును, యే=ఎవరు, విపత్తిషు=(అతని) ఆపదలందు, తం = అతనిని అనుగచ్ఛన్తి = అనుసరింతురో, తే=వారు. పునః తత్ప్రతిష్ఠాశయా = మరల వాఁడు ప్రతిష్ఠ (=మంచిస్థితి, రాచటికము)బెందు నను నాసతో, (అనుగచ్ఛన్తి.) యే = ఎవరు. భర్తుః ప్రలయే అపి = దొర (= రాజు) యొక్క, నాశనమందు సైతము, పూర్వ సుకృత ఆసఙ్గేన = మునుపటి మేలి పనుల—ఉపకారముల—

భర్తు ర్యే ప్రలయేఽపి పూర్వసుకృతా
సఙ్గేన నిఃసఙ్గయా
భక్త్యా కార్యధురం వహన్తి బహవ
స్తే దుర్లభా స్త్వాదృశాః. ౧౪

అత ఏవ అస్మాకం త్వత్సంగ్రహే యత్నః, కథ మసౌ వృష లస్య సాచివ్యగ్రహణేన సానుగ్రహః స్యాత్—ఇతి. కుతః,

శ్లో. అప్రాజ్ఞేన చ కాతరేణ చ గుణః
స్యా ద్భక్తియుక్తేన కః ?

వలని స్నేహముచేత, నిఃసఙ్గయా (ఇప్పుడు), ఏయైహిక స్వార్థపుటాశయు లేని, భక్త్యా = గౌరవముతోడి యనురాగముతో, కార్యధురం = (అతనికోసమైన) (పగతీర్పు మొదలగు) పనులభారమును, వహన్తి = తాల్తురో, తే = అట్టి, త్వాదృశాః = నీబోంట్లు, బహవః = పలువురు, దుర్లభాః = అరుదు (అగుదురు).

బహవః-పాఠాంతరము - కృతినః-ధన్యులు, కుశలులు-ధన్యులనుటయె మేలు. ఈపాఠమును విశేషించునది, మేలు

ఇదెల్ల రాక్షసునికైన తన మెచ్చుకోలు-అతనికోసమైన తన పాటునకు చిత్తసమాధానము.

"ఐశ్వర్యా దనపేతం" ఇత్యాది లోకసేవకును ప్రతిష్ఠాశ అనుగమనమున కును నిస్సంగభక్తి కార్యధూర్వహనమునకును హేతువులుగా చెప్పఁబడినందున "కావ్యలింగము" అలంకా

సమర్థనీయ స్యార్థస్య కావ్యలిఙ్గం సమర్థనమ్.

అస్మాకం = నాకు. సానుగ్రహః-వృషలునియెడ (నిగ్రహము = కోపము మాని) దయగలవాఁడగున-అని, 'అనుగ్రహ' - ఇదియు చాణక్యునికి రాక్షసు నందు గల గౌరవమును, శత్రువునందైనను గుణపక్షపాతమును సూచించును

శ్లో. ౧౫ అప్రాజ్ఞేనేతి—ఎట్టి భృత్యుఁడు గుణవంతుఁడో, చెప్పు చున్నాఁడు-అప్రాజ్ఞేన చ = తెలివిలేనివాఁడును, కాతరేణ చ = పిరికియు ఐన (భృత్యేన = నౌకరుతో), భక్తియుక్తేన = ప్రీతియనురాగములు గలవాఁడు ఐన

ప్రజ్ఞావిక్రమశాలినోఽపి హి భవేత్
కిం భక్తిహీనాత్ ఫలం?
ప్రజ్ఞావిక్రమభక్తయః సముదితా
యేషాం గుణా భూతయే
తే భృత్యా నృపతేః, కళత్ర మితరే
సంపత్సు చాపత్సు చ. ౧౫

(ఐనను) వానితో, కః గుణః స్యాత్ = ఏమి ప్రయోజనము కలుగును? ప్రజ్ఞా విక్రమ శాలినః అపి = తెలివియు శౌర్యమును కలిగినవానివలన ఐనను, భక్తి-హీనాత్ = భయగౌరవములతో గూడిన స్నేహము లేనివానివలన, కిం ఫలం భవేత్‌హి = అరయఁగా ఏమి ప్రయోజనము? యేషాం = ఎవరికి, ప్రజ్ఞా విక్రమ భక్తయః = తెలివియు, శౌర్యమును, సగౌరవానురాగమును అను, గుణాః = మంచిగుణములు, సంపత్సు = సంపదలందును (సమృద్ధులందును) ఆపత్సు చ = ఆతపలందును, దెప్పరములందును నృపతేః భూతయే = రాజు యొక్క మేలుకోసము, సముదితాః = సమకూడియున్నచో, తేభృత్యాః = వారు నౌకరులు, బంట్లు, ఇతరే = అట్టివారు కానివారు (నౌకర్లు), కలత్రం = నిజముగా భార్యంబోలిన వాడు - వట్టి పోషణచేటుగా భారముగా నుండువారు, వట్టి తగులాటము.

నౌకరు కొకనికి భయముతోడి ప్రీతియున్నది, కాని తెలివిలేదు. వట్టి భీరువు - అట్టివాఁడు తన సామికి ఏమి ప్రయోజనము కూర్పఁగలఁడు? తెలివి యున్నది, పరాక్రమమును ఉన్నది, స్వామిభక్తి లేదు. అట్టివానివలన ఏమి ప్రయోజనము? నౌకరులకు కావలసిన మంచిగుణము లన్నియు సమకూడిన నౌకరే పనికివచ్చువాఁడు - సంపదలో కాని, ఆపదలో కాని, కానివాఁడు వట్టిబంధము.

అట్లే భాసుఁడు అన్నాఁడు ప్రతిజ్ఞాయౌగంధరాయణమున-'సర్వం హి సైన్య మనురాగ మృతే కలత్రమ్' పంచతంత్రమందును గలదు-I-8౬.

"యస్మిన్ కృత్యం సమావేశ్య నిర్విశంకేన చేతసా
ఆస్యతే, సేవకః స స్యాత్, కలత్ర మివ చాపరమ్.

"అప్రాజ్ఞేన" ఇత్యాది అప్రస్తుతమును ప్రశంసించినందున అప్రస్తుత ప్రశంస-అలం చూ. I ౩.

త న్మయాఽప్యస్మి న్వస్తుని న శయానేన స్థీయతే. యథా శక్తి క్రియతే తద్గ్రహణం ప్రతి యత్నః. కథ మివ.—అత్ర తావ ద్వృషలపర్వతకయో రన్యతరవినాశేఽపి చాణక్య స్యాపకృతం భవ తీతి విషకన్యయా రాక్షసే నాస్మాక మత్యన్తోపకారి మిత్రం ఘాతిత స్తపస్వీ పర్వతక ఇతి సఞ్చారితో జగతి జనాపవాదః

తత్=కావున. అస్మిన్ వస్తుని=ఈ విషయమునెడ, మయా-నస్థీయతే భావేప్రయోగము—నేను ఉండుట లేదు శయానేన=నిదురపోవుచున్నవాఁడ నగా, యథాశక్తి=శక్తి కొలది, కథం ఇవ=ఎటువలె ననఁగా, ఇతి=ఇట్లని. జనాపవాదః=జనుల దూఱు, జననింద, సఞ్చారితః=అంతట పర్వింపఁబడినది ఏమని యనఁగా – విషకన్యయా=విషకన్యతో - తత్ప్రయోగముచేత అనుట, రాక్షసేన=రాక్షసునిచేత, అస్మాకం = మాకు, అత్యన్తోపకారి = మిక్కిలియు ఉపకారము చేయువాఁడగు, మిత్రం=స్నేహితుఁడు, తపస్వీ="పాపము" అని జాలిపడఁదగినవాఁడు-ఉత పుణ్యానికి చంప బడుచున్నాఁడే-అని, ఎందుఁకు అనఁగా, అత్ర తావత్=ఈ విషయమున నన్ననో కదా. వీరిలో ఎన్ననో అన్యతర వినాశేన అపి=ఏ యొక్కనిని చంపుటచేత నైనను—ఏయొకనిని చంపి నను సరే-చాణక్యస్య అపకృతం భవతి ఇతి=చాణక్యునికి అపకారము చేయఁ బడిన దగును అని.—నిజము ఏమనఁగా-రాక్షసుడు కేవలము చంద్రగుప్తుం జంపనే విషకన్యం బ్రయోగించెను. అది చంద్రగుప్తుని మాని పర్వతుని మీఁదికిం బోవునట్లుగా ఆయాయుపాయములచేత చాణక్యుఁడు చేసినాఁడు. అట్లు చేసిన పర్వతకుఁడు చచ్చును, వాని కియ్యనొప్పుకొన్న అర్ధరాజ్యము ఈయనక్క ఱలేక పోవును. అది చంద్రగుప్తునకు దక్కును వాఁడు బ్రతికియే యున్న సగము రాజ్యము వానికి ఈయవలసినదే కదా, ఒడంబడిక తీర్చుకొనుటకు, పర్వతకుఁడు అనిగృహీతేంద్రియుఁడు, విషకన్యకు సులువుగా బలియైనాఁడు || అంకమున రాక్షసుని చారుఁడు మిత్రము విరాధగుప్తుఁడుచెప్పఁగలఁడు—"చన్ద్రగుప్త నిధ నాయ యుష్మత్ప్రయుక్తయావిషకన్యయా ఘాతితే తపస్విని పర్వతేశ్వరే" అని.

విషకన్యా-విషమయీ కన్యా - విషాఙ్గనా - అనియు విషాంగన తన దేహమున విషము ఎక్కింపఁబడిన అంగన, దానితో పురుషుఁ డొకమాఱు కూడిన వానికి సద్యోమరణము కలుగును, చెప్పినాఁడు సుశ్రుతాచార్యుఁడు.—

లోకప్రత్యయార్థం, అస్యైవ వార్థ స్యాభివ్యక్తయే "పితా తే చాణక్యేన ఘాతిత" ఇతి రహసి త్రాసయిత్వా భాగురాయణే నాపవాహితః పర్వతకపుత్రో౽(మలయకేతుః. శక్యః ఖ త్వేష

"విషకన్యోపయోగాద్వా క్షణా జ్జహ్యా దసూన్నరః" అని. మఱియు "ఆజన్మ విషసంయోగాత్ కన్యా విషమయీ కృతా స్పర్శో చ్చ వాసాదిభి ర్హన్తి తస్యాస్త్వేతద్ పరీక్షణమ్ - తన్మస్తకస్య సంస్పర్శా న్లాయతే పుష్పపల్లవౌ శయ్యాయాం మత్కుణైర్వస్త్రే) యూకాభిః స్నానవారిణా జన్తుభి ర్మ్రియతే జ్ఞాత్వా తా మేవం దూరత స్త్యజేత్. కాని ఇందు విషకన్య జీవసిద్ధిచే ఆభిచారికముగా హోమాన కల్పింపఁబడినది.

లోక ప్రత్యయార్థం=లోకుల నమ్మకము కొసము-జనులు ఆ యపవాదమును లెస్సగా నమ్మియుండుటకై - అస్య ఏవ అర్థస్య అభివ్యక్తయే = ఈ విషయమే బయటికి వచ్చుటకోసమును, పర్వతకపుత్రో మలయకేతుః అపవాహితః = పర్వతకుని కుమారుఁడైన మలయకేతువు, అపవాహితః=అవతలికి కొనిపోఁబడినాఁడు—ఊరు వదలి పరారియౌనట్లు చేయఁబడినాఁడు. మలయకేతువు పరారియైన, (నిజమే రాక్షసుఁడు పర్వతకుం జంపినమాట అని) పర్వతకుఁడు చంపఁబడుట బాగుగా ప్రకాశము పొంది జనుల నమ్మకమును పొందును.

విషకన్య, పర్వతకమృతి, మలయకేతువు పరారియగుట - అనునవి మూఁడు విషయములు. విషకన్యను రాక్షసుఁడు చంద్రగుప్తునిపైకి తోలినాఁడు. దానిని చాణక్యుఁడు చంద్రునికి తప్పించి ఆ రాక్షసునిచేతనే పర్వతకునిపైకి జోపించి వానిని చంపించినాఁడు; మఱియు రాక్షసుఁడే పర్వతకుం జంపించినాఁడని లోక ప్రవాదమునకు లోకాన నమ్మకమును కలిగించినాఁడు. మలయకేతువుతో ప్రాణస్నేహము పొందియున్న భాగురాయణుఁడు, నిజముగా (చంద్ర) చాణక్యుల సహోత్థాయి మిత్రము-చాణక్య ప్రయోగముచే రహస్యముగా మలయకేతువుతో చెవిలో మీనాయన చాణక్యునిచే చంపఁబడినాఁడఁట, సగము రాజ్యము ఈయ వలసివచ్చు నని, అని చెప్పి, "ఇఁక మనము (నీవు) ఇక్కడ నుండుట అపాయకరము, తొలఁగి పోవుదము పద అని చెప్పించి పరారియగునట్లు చేసినాఁడు రాక్షసుఁడు చంపించినాఁడన్న యూరి పుకారు ఇంచుకయు వానికి తెలియనీయలేదు. చాల మెలఁకువ వహించినాఁడు.

రాక్షసమతిపరిగృహీతోఽపి వ్యుత్తిష్ఠమానః ప్రజ్ఞయా నిగ్రహీతుం; న పున రస్య నిగ్రహాత్ పర్వతకవధోత్పన్నం రాక్షసస్య అయశః ప్రకాశీభవత్ ప్రమార్ష్టుం, ప్రయుక్తా శ్చ స్వపక్షపరపక్షయో రనురక్తాపరక్త జన జిజ్ఞాసయా బహువిధ దేశవేషభాషాచారసఞ్చార వేదినో నానావ్యఞ్జనాః ప్రణిధయః. అన్విష్యతే చ కుసుమపుర

రాక్షస మతి పరిగృహీతః = రాక్షసుని యభిప్రాయమున చేర్చుకొనబడిన వాఁడైనను-రాక్షసునితో వీఁడు కూడి రాక్షసుఁడు వీనిం గలుపుకొనఁగా వీఁడు - వ్యుత్తిష్ఠమానః = ఎత్తివచ్చుచున్నవాఁడైనను, ప్రజ్ఞయా = (నా) తెలివితో, నిగ్రహీతుం = అడంపను, శక్యః ఖలు ఏషః = వీఁడు అలవిపడువాఁడే కదా, ఇదియే - ప్రస్తావనలోని శ్లోకములో ఉండునది - 'క్రూరగ్రహః సకేతుః, ఇత్యాదికము - వాఁ డెత్తివచ్చుటకు ఇట్లెల్ల చాణక్యుఁడే పన్నాగములు పన్నినాఁడు, కావుననే అది జనులకు తెలిసిపోయినది, 'కథం ప్రకాశతాం గతోఽయ మర్థః-' అని 'నే ననుకొన్నంతయు ఐనదే' అని అనుకొని దీనిని "న సమర్థః కిం ప్రశమయితుం?" అని యనుకొన్నాఁడు పునః = అట్లు కాక, అస్య నిగ్రహాత్ = వీనిని మట్టు పెట్టుటవలన, పర్వతక వధోత్పన్నం రాక్షసస్యాయశః ప్రకాశీభవత్ ప్రమార్ష్టుం-నశక్యం అనిశేషము అధ్యాహార్యము - పర్వతకుం జంపుటవలన పుట్టిన రాక్షసుని అపకీర్తిని వెలికివచ్చుచున్న దానిని తుడిచివేయుటకు (నశక్యం = సాధ్యపడదు) అనఁగా వీనిని మట్టుపెట్టిన, అది రాజ్యార్థభాగమును ఇయ్యకపోవుటకే కదా అగును, దానపర్వతకుం జంపినదియు నేనే యని తేల వచ్చును కావున, ఇప్పుడు రాక్షసుని మీఁద పుట్టి వ్యాప్తి నందుచున్నదానిని తుడిచివేయ శక్యము గాదు దానిచే నిర్వహణమున కార్య సాధన కాఁగలదు, తాను కావించినవి, కావింపఁబోవునవి, రాక్షస సంగ్రహమునకైన తన పదకమును గదా ఇక్కడ వరునగా చెప్పుచున్నాఁడు, రాక్షస సద్యోపయశోవ్యాప్తి, మలయకేతుని తాత్కాలిక నిగ్రహమును.

స్వపక్ష పరపక్షయోః=నా పక్షమందును శత్రుపక్షమందును, అనురక్త అపరక్త జన జిజ్ఞాసయా-ఐనవారిని కానివారిని ఎఱుంగుకోరికతో, బహువిధ... వేదినః- పలుతెఱంగుల దేశాల వేషాల భాషల ఆచారముల నడువడుల(=సంచారముల) నెఱింగినవారు-నానావ్యఞ్జనాః=పలు వేసములు పూనినవారు ప్రణిధయః=

వాసినాం నన్దామాత్యసుహృదాంనిపుణం ప్రచారగతమ్ తత్తత్కారణముత్పాద్య, కృతకకృత్యతామాపాదితాః చన్ద్రగుప్తసహోత్థాయినో భద్రభట ప్రభృతయః ప్రధానపురుషాః ; శత్రుప్రయుక్తానాం చ తీక్ష్ణరసదాదీనాం ప్రతివిధానం ప్రతి అప్రమాదినః పరీక్షిత భక్తయః క్షితిపతి ప్రత్యాసన్నాః నియోజితా స్తత్రాప్త పురుషాః.

వేగులు, ప్రచారగతమ్=నడువడులకు చెందిన దంతయు, నిపుణం=చాలమెలఁకువతో, నేర్పుమీఱ-తత్తత్కా...ద్య=ఆయాకారణములు కల్పించి, (కారణములు 'స్త్రీమద్యమృగయాశీలా హస్త్యశ్వావేక్షణే అనభియుక్తా' - అను మొదలగు విధమున తృతీయాంకమున కూట కలహమున వివరింపఁబడినవి)

కృత్యుఁడు అనఁగా అసంతృప్తుఁడు, గాన అపరక్తుఁడు. కృత్యులు నలు తెఱంగులవారు అని నీతివిదులు-క్రుద్ధ లుబ్ధ భీత అవమానితులు. రాజుచేకోపము వచ్చునట్లు చేయఁబడినవాఁడు రాజువలన ధనాదికమునకు ఆసఁగొని ఆయాస తీఱనివాఁడు, ఏదేని కారణముచేత రాజు తన్ను ఎప్పు డేమి చేయునో అని భయముగొల్పఁబడినవాఁడు, రాజుచే అవమానింపఁబడినవాఁడు. వట్టియభినయపు అపరక్తతను పొందింపఁబడిరి శత్రురాజులు కృత్యులను కనిపట్టి రహస్యముగా తమ తట్టుకు లాగుకొని, వారివలన నమ్మకముతో శత్రురహస్యములను రంధ్రములను ఎఱుంగఁ గడంగుదురు చన్ద్రగుప్త సహోత్థాయినః=చంద్రగుప్తునితో గూడ తోడుగా ఏ పనికిని లేచువారు, కడంగువారు - అతనివృద్ధితో తాము ను వృద్ధి పొందువారు-బాల్యమునుండియు అని యనుకొనవచ్చును. ఏపనియందును ఎడబాటే లేనివారు, అంత మిత్రులు, విస్రంభపాత్రులు-అనుట. "బాల్యాత్ ప్రభృతి స్వసమానతయా దానమానాదిభి ర్వర్ధితాః ఇతి" వ్యాఖ్యాత ఢుంఢి. ప్రధాన పురుషాః=గొప్ప పరువు, పదవి గల సౌకరులు. తీక్ష్ణరసదాదీనాం= విషము పెట్టువారు మొదలైనవారు, ప్రతివిధానం ప్రతి=తగిన బదులు చేయుటం గూర్చి-మఱు సేఁతం గూర్చి-అప్రమాదినః-జాగ్రత్త వీడనివారు, పొరపాటు చేయనివారు, పరాకు కలిగియుండువారు. పరీక్షిత-పలుమాఱు పలువిధుల పరీక్షింపఁబడినవారు-భక్తి-గౌరవముతోడి అనురాగము, దేవునందు రాజునందు ఒజ్జయందును ఉండునట్టిది, ... ప్రత్యాసన్నాః - దగ్గరనుండు పరిచారకులు ఆప్త=మిక్కిలి పొందుపడిన, కావలసిన.

అస్తి చ అస్మాకం సహాధ్యాయి మిత్రమ్ ఇన్దుశర్మా నామ బ్రాహ్మణః స చౌశనస్యాం దణ్డనీత్యాం చతుఃషష్ట్యఙ్గే జ్యోతిశ్శాస్త్రే చ పరం ప్రావీణ్య ముపగతః, స మయా క్షపణకలిఙ్గధారీ నన్దవంశవధ ప్రతిజ్ఞానన్తర మేవ కుసుమ పుర ముపనీయ సర్వాన్నన్దామాత్యైః సహ సఖ్యం గ్రాహితః; విశేషతశ్చ తస్మిన్ రాక్షసః సముత్పన్న విస్రమ్భః. తే నేదానీం మహాత్ ప్రయోజన మనుష్ఠేయమ్ భవిష్యతి. త దేవ మస్మత్తో న కిఞ్చిత్ పరిహాస్యతే. వృషల ఏవ కేవలం ప్రధాన ప్రకృతి ష్వస్మా స్వారోపిత రాజ్యతన్త్రభారః సతతమ్ ఉదాస్తే. అథవా యత్ స్వయ మభియోగదుఃఖై రసాధారణై రపాకృతం త దేవ రాజ్యం సుఖయతి కుతః

అస్మాకం = నాకు - ఏ. వ. సహాధ్యాయి=కూడ ఒజ్జకడ చదువుకొన్న వాఁడు—ఆ సంబంధము లోకాన ఎంతేని స్నేహము కలిగించును, విస్రంభమును. ఔశనస్యాం=ఉపశనుఁడు- శుక్రాచార్యుఁడు-చెప్పినది. శుక్రనీతి ప్రసిద్ధమైనది. దండనీతి రాజ్యపాలనం గూర్చిన శాస్త్రము. చతుఃషష్ట్యఙ్గే=64 అంగములుగల— అనఁగా పూర్ణమైన ఆశాస్త్రమున అనుట పరం ప్రావీణ్యం=మిక్కిలి నేర్పుతో కూడిన పాండిత్యము. ఈ తన పాండిత్యమునందు రాక్షసునికి ఎంతయు నమ్మకము కలిగించినాఁడు, తనమాటను నమ్మి వాఁడు సమయాన చాణక్యునికి అనుకూల మగునట్లు మోసపోవునంత, సర్వనన్దామాత్యైః=శుకనాస రాక్షసాదులైన ఎల్లర తోడను-గ్రాహితః=కొలుపఁబడినాఁడు.

మహత్ ప్రయోజనమ్-రాక్షసమిత్రుఁడని కుసుమపురమునుండి తఱుమఁబడి, మలయకేతుపట్టణమునకు పోయి అందును రాక్షసుని యాప్తమిత్రముగా ప్రసిద్ధి వడసి, కట్టకడపట మలయకేతుఁడు తన నాయనయైన పర్వతకుని చాణక్యుఁడు చంపినాఁడు అని ఎంత కాలముగానో తాను నమ్మియుండఁగా, మంచి సమయమున వానియెదుట 'పర్వతకునికి విషకన్యం బ్రయోగించి చంపినవాఁడు రాక్షసుఁడు' అనిచెప్పి రాక్షసుని తఱుమగొట్టించినాఁడు అది ఆ మహాప్రయోజనము. సముత్పన్న విస్రమ్భః=లెస్సగా పొడమిన నమ్మకము గలవాఁడు అస్మత్తః నావలన. పరిహాస్యతే = కొదువ ఏమియు లేనే లేదు ప్రధానప్రకృతిషు ॥

ప్రధానామాత్యుఁడనైన నాయందు-రాజ్య తన్త్ర భారః=రాజ్య పరిపాలన పనిబరువును. వట్టి సచివాయత్తసిద్ధిగా నున్నాఁడు-ఉదాస్తే=ఏమియు చేయక తన అక్కఱ లేక ఊరక యున్నాఁడు.

చాణక్యుఁడు తాను నిదురపోక రాక్షససంగ్రహమునకు ఇప్పటికి కావించిన పనుల జాబితా ఇందు చెప్పఁబడినది—

1. రాక్షసుఁడు చంద్రగుప్తనిమీఁదికి విషకన్యం ప్రయోగింపగా, దానిని పర్వతకునిమీ దికిం ద్రిప్పి వానిం జంపించి, వానిని రాక్షసుఁడు చంపించినాఁ డని కుసుమపురమున పుకారు వ్యాప్తిగొల్పుట

2. పర్వతకుని చాణక్యుఁడు చంపించినాఁ డని రహస్యముగా మలయ కేతునికిం జెప్పించి వానిని ఊరు వెడలి పోవునట్టు చేసి వానికిని రాక్షసునికిని స్నేహపుఁ గూడికకు అవకాశము కలిగించుట.

3. స్వపక్ష పరపక్షముల ప్రచారము నెల్ల నెఱింగించుటకు నానాదేశ వేష భాషల నెఱిఁగిన వేగులను ఏర్పాటుచేయుట,

4. నందామాత్య సుహృత్తుల నడవడులను కనిపట్టించుట.

5. భద్రభటాదులను కృతకృత్యులం జేసి మలయకేతుం గొలువ చేరఁ బోనిచ్చుట.

6. శత్రుప్రయుక్త తీక్ష్ణరసదాదులం గనిపట్టి ప్రతివిధానము సేయు నమ్మకమైన ఆసన్న పరిచారకుల నియమించుట.

7. తన యిందుశర్మను రాక్షసాదులకు నమ్మిన మిత్రుం జేసి వానిని తన చేత నుంచుకొనుట.

అథవా=అట్లుగాదు; అది దోషము గాదు. యత్=ఏది. స్వయం= సొంతముగా చేసికొను, అసాధారణైః=సామాన్యములు గాని, మిక్కిలి పెద్ద వైన, అభియోగ దుఃఖైః=పూనికతోడి కార్యసాధనకైన ప్రయత్నముల క్లేశ ములచేత, అపాకృతం=విడువఁబడినదో, తత్ రాజ్యం ఏవ=ఆ రాచఱికమే, సుఖయతి=సుఖము కలిగించును. రాజు మంచి ద్రవ్యముగా-చెప్పిన మాటను విని గ్రహించి నడుచుకొనువాఁడుగా-నుండవలయును, మంత్రి చాల సమర్థుఁడును

శ్లో. స్వయ మాహృత్య భుఞ్జానాః బలినోఽపి స్వభావతః ।
గజేన్ద్రాశ్చ నరేన్ద్రాశ్చ ప్రాయః సీదన్తి దుఃఖితాః॥ ౧౬

(తతః ప్రవిశతి యమపటేన చరః)

చరః—

శ్లో॥ పణమహ జమస్స చలణే కిం కజ్జం దేవఏహి అణ్ణేహిం ।
ఏసో ఖు అణ్ణభత్తాణ హరఇ జీఅం చడపడన్తం ॥ ౧౭

[ప్రణమత యమస్య చరణౌ, కిం కార్యం దేవతై రన్యైః
ఏష ఖల్వన్యభక్తానాం హరతి జీవం పరిస్ఫురన్తమ్]

యోగ్యుఁడుగను ఉండవలయును. అట్టి సచివాయత్తసిద్ధిక మగు రాజ్యమే శ్లాఘ్యతమమైనదని చాణక్యుని యభిప్రాయము. చాణక్యునికి చంద్రునియందు ఎంత ప్రీతి! అతని రాజ్యతంత్రమున ఎంత పూనిక!

శ్లో ౧౬. స్వయ మితి —స్వభావతః=స్వభావముచేత, బలినః అపి= బలముగలవారైనను, గజేన్ద్రాః చ=పరికాంద్రును, నరేన్ద్రాః చ=రాజులును, స్వయం=సొంతముగా, ఆహృత్య=తెచ్చుకొని, భుఞ్జానాః = తినుచున్నవారు, దుఃఖితాః = మిక్కిలి దుఃఖము చెందినవారై, సీదన్తి = నాసిల్లుదురు.

స్వభావముచే రాజు తాను ఎంత బలవంతుఁడైనను, తన రాచకార్యము నెల్ల తాను సొంతముగా విచారించుకొనవలయు నేని ఎంతయో విసుకు గొనును. అట్లే గజేంద్రమును, మావటీఁడో, మఱి యట్టివాడో తన యథాకాలపు దాణ తనకు పెట్టక, తన మేతను తాను వెదకుకొని పోవలయు నేని అది నాసిల్లును. గజమును చెప్పుటచే, అది దాని స్వభావము అనుట - గజశాస్త్రమును అరయఁ దగును. మఱి యన్నిమృగములు అట్లు గావు. రాజును అట్లు; మఱి తక్కిన మానుసులు అట్లు గారు.

ఇందు అలంకారము అప్రస్తుత ప్రశంస. చూ. I-౪. అప్రస్తుతములను ప్రస్తుతాశ్రయముగా చెప్పుట చేత, తుల్యయోగితయు - నరేంద్రులకును గజేంద్రులకును ధర్మైక్యము చెప్పుటచేత-

'వర్ణ్యానా మితరేషాం వా ధర్మైక్యం తుల్యయోగితా.

శ్లో. పురిసస్స జీవిదవ్వం విసమాదో హోఇ భత్తి గహిఆదో
మారేఇ సవ్వలోఅం జో తేణ జమేణ జీఆమో.
[పురుషస్య జీవితవ్యం విషమా ద్భవతి భక్తిగృహీతాత్ ।
మారయతి సర్వలోకం యస్తేన యమేన జీవామః ॥] ౧౭

శ్లో ౧౬. ప్రణమతేతి - యమస్య=యముని యొక్క, చరణౌ=పాదములను (కు), ప్రణమత=మ్రొక్కుఁడు, అన్య దేవతైః=ఇతర (చిల్లర) దేవులచేత, కిం కార్యం=ఏమి పని, ప్రయోజనము? ఏష ఖలు=ఈతఁడే కదా, అన్యభక్తానాం=ఇతర (దేవ) భక్తులయొక్క, జీవం = ప్రాణమును, తడపడన్తం=తడపడ కొట్టుకొనుచున్నదానిని, హరతి=కొనిపోవును

శ్లో. ౧౭. పురుషేతి — పురుషస్య = మానిసియొక్క, జీవితవ్యమ్ = మనుగడ, విషమాత్ = క్రూరుఁడైనను, భక్తిగృహీతాత్=భక్తిచే పశపఱచుకొనఁబడిన, (యమాత్=యమునివలన) భవతి = అగుచున్నది. యః = ఎవఁడు, సర్వలోకం=ఎల్లజనమును, మారయతి = చంపుచున్నాఁడో, తేన యమేన = ఆ యమునిచేత జీవామః=బ్రదుకుచున్నాము

ప్రమత యమస్య చరణౌ-చాణక్యుం గొలువుఁడు, ఓనందానురక్తులారా, ఇతరుల నేల? ఇతరులం గొలుచువారిని అతఁడు చంపి దండించును-కబడ్దార్-అని ధ్వని. శకటదాస శూలారోపణము, చందనదాసబంధనము-ఇత్యాది రాఁగలది సూచితము.

ఇందు అలంకారము - అర్థాంతరన్యాసము, 'పురుషస్య జీవితవ్యం' ఇత్యాది సామాన్యము, సర్వలోక మారక యమునిచే తన జీవనము విశేషము.

ఉక్తి రర్థాంతరన్యాసః స్యా త్సామాన్య విశేషయోః

'జీవితవ్యమునకు భక్తిగృహీతాత్' అని హేతువుంజెప్పుటచే-కావ్యలింగమును,

చంపువానిచే బ్రదుకుచున్నా మనుట వ్యాఘాతమును.

'స్యా ద్వ్యాఘాతో ఽన్యథాకారి తథాకారి క్రియేత చేత్.'

'పురిసస్స జీవిదవ్వం హోది విసాదోవి భత్తిగహియాదో'-వేదము వేంకటరాయశాస్త్రులవారు ఈపాఠముం గొన్నారు విష మయినను భక్తిపూర్వకముగాఁ గొనఁబడె నేని పురుషునికి జీవన మగును. (ఇందులకు దృష్టాంతము,) సర్వలోకమును చంపువాడయిన యమునిచే మేము జీవించుచున్నాము.

జావ ఏదం గేహం పవిసిఅ జమపడం దంసన్తో గీఆఇం గాఆమి, [యావ దిదం గృహం ప్రవిశ్య యమపటం దర్శయన్ గీతాని గాయామి] (ఇతి పరిక్రామతి)

శిష్యః—(విలోక్య) భద్ర, న ప్రవేష్టవ్యమ్

చరః—హంహో బహ్మణ, కస్స ఏదం గేహమ్? [అహో బ్రాహ్మణ, కస్యేదం గృహమ్ ?]

ఈపాఠమున వాక్యములు రెండును వేఱు-అలంకారము దృష్టాంతమును. ఆపాఠమునను వాక్యములు రెండే ఐనను విషయాత్ అను విశేషణమునకు విశేష్యము యమాత్ అని అధ్యాహరించుకొనవలయును శాస్త్రులవారి పాఠమున విషమని విశేష్యముండి అన్వయము అర్థము సూటిగా నుండును.

వీఁ డెవఁడో యమపటమును, యముఁడు ప్రేతలం బెట్టు హింసలుచిత్రింపఁ బడియున్న పటమును చూపి, యముని మహిమను విశదముగా పాడుచు జీవించు వాఁడు-ఈ రెండు శ్లోకములయందును ఆ మహిమనే వివరించినాఁడు దేన జీవించు వారు ఆదేవతను స్తోత్రము చేయుదురు కన్నపు దొంగ నిశిథమున కన్నము వేయ దరలువాడు, తన దేవుని స్తోత్రముచేయును. త్రాఁగుబోతు గిడ్డంగికి వచ్చుచుం బోవుచుండువాఁడు త్రాగుడుల దేవతను స్తోత్రముచేయును. చూ, మృచ్ఛకటిక నాగానందము, వీఁడు చాణక్యుని వేఁగు-చాణక్యునే యముఁ డని నిర్దేశించుచున్నాఁడు-అని ధ్వని రాక్షసాదులను ఆశ్రయించినారు చత్తురు, చాణక్యుని ఆశ్రయించినవారు బ్రదుకుదురు-అని సూచన, 'విషమాత్'-చాణక్యుఁడుతనకు కాని వారియెడ క్రూరుఁడు, ఆందఱిని చంపువాఁడు మఱివాని వలననే మేము జీవించుచున్నాము-అనుట, ఇతరులకు—కానివారికి-క్రూరుఁ డైనను, మాకు ఐనవారికి నమ్మిన తన జనమునకు జీవనదాత-అని తన పరవశతను చాణక్యుని నిజజన సంభావనను సూచించినాఁడు.

పరిక్రామతి= (ఆయింటివంకకు) నడచును. ఇది ఆవేసగానికి అభినయోపదేశము అట్లే "విలోక్య"యు-శిష్యునికి. న ప్రవేష్టవ్యమ్-అనఁగా సులువుగా ఎవరి నన్న వారిని లోపలికి రానీయకు-అని శిష్యునికి ముదల ఉన్న ట్లున్నది.

శిష్యః — అస్మాక ముపాధ్యాయస్య సుగృహీతనామ్న ఆర్య చాణక్యస్య.

చరః — (విహస్య) హంహో బహ్మణ, అత్తకేరకస్స జెవ్వ, మహ ధమ్మ భాదుణో ఘరం హోది. తా దేహి మే పవేసం జావ దే ఉవజ్ఝాఅస్స జమపడం పసారిఅ ధమ్మం ఉవదిసామి. [అహో బ్రాహ్మణ, ఆత్మీయ స్యైవ, మమ ధర్మభ్రాతు ర్గృహం భవతి. తస్మాద్ దేహి మే ప్రవేశం, యావత్తవోపాధ్యాయస్య యమపటం ప్రసార్య ధర్మ ముపదిశామి]

సుగృహీతనామ్నః- "అథ యః ప్రాతః స్మర్యతే శుభకామ్యయా స సుగ్రహీతనామా స్యాత్ - సుగ్రహీతం శోభనోచ్చారణం బలికర్ణావివ న్మఙ్గల్యం నామ యస్య"

ఆర్య చాణక్యస్య=చాణక్యార్యుని యొక్క-సంస్కృతమున పేరులకు పూజకై చేర్పఁబడు ఆర్య ఆచార్య రావు రాయ అను పూజావాచకములు పేరులకు ముందు చేర్పఁబడును. తెనుఁగున కడపట - ఆచార్యదణ్డి, భట్టబాణ-దండాచార్యుఁడు, బాణభట్టుఁడు. విహస్య = పక పకనవ్వి - ఇది అవర్ణనమునకు, పసపఱుచుకొనుటకు, తాను స్వజనమును ధైర్యమున్నది. ఆత్మీయస్య ఏవ= నాకు చాల కావలసినవానిదే. నా సొంతగానిదే ధర్మభ్రాతుః=ఒక్కటే ధర్మము-సాధింపవలయు పని-గలవాఁడు-అగుటచే ఆధర్మాన తోఁబుట్టువుం బోనివాఁడు. ధర్మముచేత అన్న - బిచ్చగానికి అందఱు అన్నలే అనుట ధర్మం — ఇవి చేయఁ గూడని పనులు, చేసిన యాతనను గూర్చును; ఇవి చేయఁదగిన పనులు-ఇవి చేసిన యాతనలు తప్పును, పుణ్యలోకములు కలుగును-అనునది-ధర్మం-ఆయన యాచరింపవలసిన దానిని నేర్పెదను యమపటం ప్రసార్య-పాపులు, యాతనలు పొందుచున్న వారును - పాపులు యాతనలు పొందవలసినవారు - అని గూఢమ-కల పటమునుపఱచి-చూపి, ధర్మం=వారికి కావింపవలసిన పనిని సూచించెదను అని భావము.

శిష్యః — (సక్రోధమ్) ధిజ్ మూర్ఖ, కిం భవాన్ అస్మ దుపాధ్యాయా దపి ధర్మవిత్తరః ?

చరః—హంహో బహ్మణ మా కుప్ప, ణ హి సవ్వో సవ్వం జాణాది తా కిం వి తే ఉవజ్ఝయో జాణాది, కిం వి అహ్మా రిసా జాణన్తి. [అహో బ్రాహ్మణ, మా కుప్య న హి సర్వః సర్వం జానాతి తత్ కి మపి తవ ఉపాధ్యాయో జానాతి, కి మప్యస్మాదృశా జానన్తి.]

శిష్యః—మూర్ఖ, సర్వజ్ఞతా ముపాధ్యాయస్య చోరయితు మిచ్ఛసి

చరః—హంహో బహ్మణ, జఇ తవ ఉవజ్ఝాయో సవ్వం జాణాది, తా జాణాదు దావ కస్స చన్దో అణభిప్పేదో త్తి [అహో బ్రాహ్మణ, యది తవోపాధ్యాయః సర్వం జానాతి, తర్హి జానాతు తావత్ కస్య చన్ద్రో౽నభిప్రేత ఇతి]

శిష్యః— మూర్ఖ, కి మనేన జ్ఞాతే నాజ్ఞాతేన వా ?

చరః—తవ ఉవజ్ఝాఓ ఎవ్వ జాణిస్సది, జం ఇమిణా జాణిదేణ హోది. తుమం దావ ఎత్తి అం జాణాసి, కమలాణం చన్దో అణభిప్పే దో త్తి ణంపేక్ఖ. [తవ ఉపాధ్యాయ ఏవ జ్ఞాస్యతి య దేతేన జ్ఞాతేన భవతి త్వం తావ దేతావత్ జానాసి, కమలానాం చన్ద్రో౽నభిప్రేత ఇతి. నను పశ్య]

ధిక్=ఛీ, ధర్మవిత్తరః=ఎక్కువధర్మ విత్తువా - ధర్మ మెఱిఁగిన వాఁడవా ? మాకుప్యః=కోపపడకు, తత్=కావున, చోరయితుం = దొంగిలుటకు. కస్య చన్ద్రః అనభిప్రేతః—ఎవరికి చంద్రుఁడు ఇష్టుఁడు కాఁడో, కిం , ఇది యెఱుంగఁబడిన నేమి. యెఱుంగఁబడకున్న నేమి ? ఉపాధ్యాయ ఏవ=ఒజ్జయే-ఇతరులు ఎఱుంగఁ జాలరు అనుట, ఏతావత్=ఇంత, ఈపాటి, కమలానాం చన్ద్రః అనభిప్రేతః=కమలములకు చంద్రుఁడు ఇష్టుఁడు గాఁడు - అని

శ్లో. కమలాణ మణహరాణ వి రూఆహిన్తో విసంవదఇ సీలమ్ ।
సంపుణ్ణమణ్ణలమ్మి వి జాఇం చన్దే విరుద్ధాఇం ॥ ౧౯

[కమలానాం మనోహరాణా మపి రూపా ద్విసంవదతి శీలమ్
సంపూర్ణమణ్డలేఽపి యాని చన్ద్రే విరుద్ధాని.]

చాణక్యః—(ఆకర్ణ్య ఆత్మగతమ్) అయే చన్ద్రగుప్తా దప రక్తాన్ పురుషాన్ జానా మీ త్యుపక్షిప్త మనేన.

శిష్యః—మూర్ఖ, కి మిద మసంబద్ధ మభిధీయతే ?

చరః—హంహో బహ్మణ, సుసంబద్ధం జ్జేవ పదం భవే.
[అహో బ్రాహ్మణ సుసంబద్ధమే వైత ద్భవేత్]

శిష్యః—యది కిం స్యాత్ ?

శ్లో. ౧౯. కమలానాం=తామరలకు, మనోహరాణాం అపి=మనస్సును హరించునవి (=వికాసమొందినవి) అందమైనవి ఐనను, రూపాత్=ఆ యగపడు అందమునుండి, శీలమ్=స్వభావము, విసంవదతి=అననుగుణముగా-భిన్నముగా-అ దము గాక, ఉన్నది. యాని=ఏవి-అనఁగా అవి, సంపూర్ణమండలే అపి = నిండారిన బింబము కలవాఁడయినను, చన్ద్రే = చంద్రుని - యెడ, విరుద్ధాని = పగఁగొనుచున్నవి—కాక యున్నవి.

ఇందు అలంకారము అప్రస్తుత ప్రశంస, చూ. I - 3, కమలములకు మనోహరములకైనను శీలము రూపముతో విసంవదించును, పూర్ణచంద్రుని యెడ విరుద్ధము లగుటచేత.

ఈ వాక్యము శిష్యుని కేమియు బోధపడదు-పూర్ణచంద్రుఁడు కమలములకు కాకపోవుటలో విశేషమే మున్నది? మనోహరాణాం అపి-అనుటచే అవి వికాస మొంది యున్నను చంద్రునికి కాక యున్నవి! అవి మనోహరములగుటెట్లు చంద్రు నెదుట అని ఇది వానికి అసంబద్ధప్రలపితముగా తోఁచుచున్నది. ఆ మాటయే అనుచున్నాఁడు-'అసంబద్ధ మభిధీయతే' కిం - అని, 'ఏతత్ భవేత్' ఇది తప్పక కాఁగలదు అని వాక్యము సావశేషముగా నున్నందున, శిష్యుఁడు అడుగుచున్నాఁడు 'యది కిం స్యాత్' 'ఏమైనట్లైన అని చాణక్యుఁడు ఈశిష్యచర సంవాదమును

చరః—తాది సుణిదుం జాణన్తం లహే [యది శ్రోతుం జానన్తం లభే]

చాణక్యః—భద్ర, విస్రబ్ధం ప్రవిశ. లప్స్యసే శ్రోతారం జ్ఞాతారం చ.

చరః—ఏసో పవిసామి (ప్రవిశ్యోపసృత్య చ) జేదు అజ్జో [ఏష ప్రవిశామి. జయతు ఆర్యః]

చాణక్యః—(విలోక్య, ఆత్మగతమ్) కథ మయం ప్రకృతిచిత్త పరిజ్ఞానే నియుక్తో నిపుణకః[1] (ప్రకాశమ్) భద్ర, స్వాగతమ్ ఉపవిశ.

చరః—జం అజ్జో అణవేది. [య దార్య ఆజ్ఞాపయతి]
(భూమా వుపవిష్టః)

వినుచునే యున్నాఁడు కావున 'రూఅపి-న్తో విసంపదఇ శీలమ్' 'జాఇం చన్దే విరుద్ధాఇం' అనువాని భావమును గ్రహించినాఁడు చంద్రగుప్తుని వలన ద్వేషము గలవారిని (పైకి అనుకూలురుగా అగపడుచున్నను) తా నెఱుఁగుదును అని సూచించుచున్నాఁడు (ఉపక్షిప్తం)

భద్ర=అబ్బి-పరాయివానిని మంచితనముతో పలుకరించుమాట (=మంచి వాఁడా) శ్రోతారం జ్ఞాతారం = విను వానిని గ్రహించువానిని, శిష్యుఁడు వాకిటి సమీపముగా నున్నాఁడు - చరచాణక్య భాషితములను వినఁడు విస్రబ్ధమ్-జంకు లేక జేదు_జయతు—ఇది అమాత్యుం గలసికొన్నప్పుడు చరుఁడు పలుకరింప వలయు ఆచారపు మాట నమస్కారము అనక జయము అనుట ఏసో-ఏషః- ఇదిగో - (ప్రవేశించుచున్నాడు.) - ఇట్టి - ఇట్టి యర్థమున 'ఏషః' - ఇదిగో, వీఁడుగో - అని నాటకాల బ్రయోగింపఁబడుచుండును-అవ్యవహిత తద్ భావము. విలోక్య - చూచి ఇంతసేపును వాఁడు ఉన్నచోటు తనకు దూరము, మాటలు వినఁబడుచే కాని, చక్కఁగా అగపడుట లేదు-ఇపుడు సమీపింపఁగా - తెలిసినది- ప్రకృతి చిత్త పరిజ్ఞానే - ప్రజల మనస్సు - ఎఱుంగుటయందు నియుక్తః= ఏర్పాటు చేయఁబడిన వాఁడు స్వాగతమ్ ఉపవిశ - అనుట చాణక్యుని ఆదరముందెలుపుచు - నిపుణకః ఈపేరును 'నేర్పరి' అనిసార్థకమే.

ఆజ్ఞాపయతి--చాణక్యుఁడు చెప్పక తాను కూర్చుండఁడు-అట్టిది మర్యాద, వారి యంతరము, భూమౌ - నేలమీఁద చాణక్యుఁడును పీము చాపమీదనే

చాణక్యః—భద్ర, వర్ణ యేదానీం స్వనియోగవృత్తాన్తమ్. అపి వృషల మనురక్తాః ప్రకృతయః ?

చరః—అహ ఇం, అజ్జేణ ఖు తేసు తేసు విరాఅకారణేసు పరిహారిఅన్తేసు సుగుహీదనామహేఏ దేవే చన్దఉత్తే దిఢంఅణురత్తాఓ పకిదిఓ. కిందు ఉణ అత్థి ఎత్థ ణఅరే అమచ్చరక్ఖసేణ సహ పఢమం సముప్పణ్ణ సిణేహా బహుమాణా తిణ్ణి పురిసా దేవస్స చన్దసిరిణో సిరిం ణ సహన్తి.

[అథ కిం, ఆర్యేణ ఖలు తేషు తేషు విరాగకారణేషు పరిహ్రియమాణేషు సుగృహీతనామధేయే దేవే చన్ద్రగుప్తే దృఢ మనురక్తాః ప్రకృతయః. కిం తు పున ర స్త్యత్ర నగరే అమాత్య

(వేత్రాసన) కుర్చీలు ఆకాలమున ఉన్నవా? అ దేదియో అల్లికయే-ఎత్తైనదియు, ఏలన ప్రక్కనసే దానం గాక నేలనే అని చెప్పుటచేత, మఱి అక్కడ ఆసనములు లేవాయన్న, కలవు, చందనదాసు వచ్చినప్పుడు చాణక్యుఁడు ఆసనము జూపును, మఱి వాఁడును నేలనే కూర్చుండును, చాణక్యుని యెదుట, ఆతనియెడ అంత గౌరవము, తమకు అంత జంకు.

...నియోగ - ఆతనికి పెట్టిన పని. అపి - ఇతి ప్రశ్నే, 'అపి' ప్రశ్నను తొడంగును, వృషలం - వృషలునియందు - 'అను' అనుటచే ద్వితీయ.

అథకిం—అను సముదాయమునకు "అవును" అని అర్థము. 'కాకేమి' అను అవయవార్థము కూడదు. చరుఁడు చాణక్యునితో 'కాకేమి?' అను వహిగా మాటలాడ లేఁడు. ఆర్యేణ = అయ్య(గారి)చేత. తమచేత - అన్నట్లు. విరాగ కారణేషు=ద్వేషకారణములు, అప. . .జేషు-తొలఁగింపఁబడు చుండఁగా-ఎప్పటి కప్పుడు ఇంకను తొలఁగింపఁబడుచున్న వనుట-పరిపాలనలో ఆపని ఎప్పుడును జరుగుచునే యుండును, ఉండవలయును. దృఢం = గాటముగా, కిం తు - మఱి యేమనఁగా. 'అస్తి' - వాక్యారంభాలంకారము, అర్థములేని మాట.

రాక్షసేన సహ ప్రథమం సముత్పన్న స్నేహబహుమానా స్త్రయః పురుషాః. దేవస్య చన్ద్రశ్రియః శ్రియం న సహన్తే]

చాణక్యః—(సక్రోధమ్) నను వక్తవ్యం స్వజీవితం న సహన్త ఇతి. భద్ర, అపి జ్ఞాయన్తే నామధేయతః ?

చరః—కహం అజాణిఅ ణామహేయా అజ్జస్స ణివేదిఅన్తి. [కథ మజ్ఞాతనామధేయా ఆర్యస్య నివేద్యన్తే !]

చాణక్యః— తేన హి శ్రోతు మిచ్ఛామి.

చరః—సుణాదు అజ్జో. పఢమం దావ అజ్జస్స రిపుపక్ఖే బద్ధపక్ఖవాదో ఖవణఓ జీవసిద్ధీ. [శృణో త్వార్యః ప్రథమం తావత్ ఆర్యస్య రిపుపక్షే బద్ధపక్షపాతః క్షపణకో జీవసిద్ధిః.]

చాణక్యః—(సహర్ష మాత్మగతమ్) అస్మద్రిపుపక్షే బద్ధ పక్షపాతః క్షపణకః !

వాక్యాన క్రియ వేఱు ఉన్నది - 'న సహన్తే' అని, ప్రథమం=మును పే, తొలుతనే. చన్ద్రశ్రియః-అన్నమాట.

సక్రోధమ్-దానికి చాణక్యునికి చాల కోపము, ఇక ను వారు అట్లున్నారా అని. స్వజీవితం న సహన్తే-వారిని చంపివేయుంతును-అనుట

కథమ్-ఏమి ః పేరు తెలియంగ, బడని వారిని తమకు విన్నవింతునా ః అది తనపనిలో తన చేతకాని, అనిపుణత అగునని అట్లు చెప్పుచున్నాఁడు. చాణక్యుని మెప్పుగనుటకు, ప్రథమం తావత్ - మొట్టమొదట (తావత్ = మొట్ట), బద్ధపక్షపాతః = గట్టిగా స్నేహముగలవాఁడు. క్షపణకః = బౌద్ధ సన్యాసి - వారికి క్షపణకు లనేపేరు. క్షపణకుఁడన్న మాటకు సన్యాసి అనియే యర్థము. గోఁచిమాత్రమో, అదియులేకయో నుండువాఁడు. "జీవసిద్ధి" అని వాఁడు, ఆ ఇందుశర్మ. ఆవేసమునం బెట్టుకొన్న పేరు. సహర్షం = హర్షముతో - సంతోషముతో-కూడుకొన్నట్లుగా, హర్ష మేల యన - క్షపణకుని నందామాత్యులతో అతిస్నేహముగా నుండి తన పనిని సాధింపుమనితాను ఏర్పాటు

చరః— జీవసిద్ధీ ణామ సో జేణ సా అమచ్చరక్ఖసప్పఉత్తా విసకణ్ణా దేవే పవ్వదీసరే సమావేసిదా. [జీవసిద్ధి ర్నామ స యేన సా అమాత్యరాక్షసప్రయుక్తా విషకన్యా దేవే పర్వతేశ్వరే సమావేశితా]

చాణక్యః—(స్వగతమ్) జీవసిద్ధి రేష తావ ద స్మత్ప్రణిధిః. (ప్రకాశమ్) భద్ర, అ థాపరః కః ?

చరః— అజ్జ, అవరో వి అమచ్చరక్ఖసస్స పిఅవఅస్సో కాయత్థో సఅడదాసో ణామ. [ఆర్య, అపరో ఽపి అమాత్యరాక్షసస్య ప్రియవయస్యః కాయస్థః శకటదాసో నామ.]

చేసినవాఁడే. వాఁడు ఇట్లు చాణక్యచరుఁడు నయితము కనిపట్టలేనియట్లుగా ఆ స్నేహపు టభినయమును చేయుచున్నాఁడు. వానికి తాను పెట్టిన పనిని నిపుణముగా చేయఁగలఁ డని

చరవిషయమున చాణక్యుని మెచ్చుకువ నేర్పు ఎట్టిది అనఁగా, వారే ఒండొరులను ఎఱుఁగరు - ఇప్పుడు నిపుణకుఁడు వాని నెఱుఁగలేక పోయినాఁడు. వాఁడును నిపుణకుని ఎఱుఁగఁజాలఁడాయెను. జీవసిద్ధి అనఁగా ఎవఁడో వివరించుచున్నాఁడు-రాక్షసుఁడు పర్వతకుని పైకి తయారుచేయించిన విషాంగనను ఇతఁడు పర్వతకునిమీఁదకు దోపి వానినిఁ జంపినాఁడు. ఈలోకవాదమును చాణక్యుఁడు కుసుమపురమునం బర్వింపుమన్నదే. అదియు అట్లు పర్వుచున్నదనియు చాణక్యుని సంతోషము. రాక్షస జీవసిద్ధు లిర్వురుం గలసి పర్వతకుని విషాంగనతో చంపినారని. ఇది చాణక్యుఁడు పఱపఁగోరినది. అది అట్లే పర్వినదని చరునివార్త : ఈ దోషముం జెప్పియే జీవసిద్ధికి నిష్కాసనము విధింపఁబడును.

ఏష తావత్ - వీఁడు అనఁగా, వీఁడేమో, అస్మద్...ధిః = నా వేఁగే. వానిగుఱించి ఏమియు అనుకొననక్కఱలేదు, చేయనక్కఱలేదు - అనుట, ప్రియవయస్యః= ప్రియమైన మిత్రము-ఒక వయసువాఁడును అగును-బహుకాలముగా ఆబాల్యముగా మిత్రులు అన్నమాట కాయస్థః = కరణము వాఁడు - క్షత్రియునికిని శూద్రకును పుట్టినజాతి, కులము, లెక్కవ్రాయు గుమాస్తా పని చేయువాఁడు. ఆజాతికి తగినపేరు "శకటదాసు" అనునది.

చాణక్యః— (విహస్య, ఆత్మగతమ్) కాయస్థ ఇతి లఘ్వీ మాత్రా తథాపి న యుక్తం ప్రాకృత మపి రిపు మవజ్ఞాతుమ్. తస్మిన్ మయా సుహృచ్ఛద్మనా సిద్ధార్థ వినిక్షిప్తః. (ప్రకాశమ్) భద్ర, తృతీయం శ్రోతు మిచ్ఛామి.

చరః— తిదీయో వి అమచ్చరక్ఖసస్స దుదీయం హిఅఅం, పుప్ఫఉర ణివాసీ మణిఆరసెట్ఠీ చన్దణదాసో ణామ, జస్స గేహే కళత్తం ణ్ణాసీకదుఅ అమచ్చరక్ఖసో ణఅరాదో అవక్కన్తో.

(తృతీయో ఽపి అమాత్యరాక్షసస్య ద్వితీయం హృదయం పుష్పపురనివాసీ మణికారశ్రేష్ఠీ చన్దనదాసో నామ. యస్య గేహే కళత్రం న్యాసీకృత్య అమాత్యరాక్షసో నగరా దపక్రాన్తః)

విహస్య = పకపక నవ్వి, లఘ్వీమాత్రా = వాఁడేపాటి వాఁడు, చిన్న మాత్రపాటి, గుటుక్కున మ్రింగఁదగినంత లేక్కసేయఁదగినవాఁడు కాఁడు. ప్రాకృతం అపి = అముఖ్యమై లెక్కసేయఁదగనివాఁడు ఐనను - అవజ్ఞాతుమ్= లెక్కసేయకపోవుటకు, అవమానించుటకు, తస్మిన్ = వానియెడ, సుహృచ్ఛద్మనా=మిత్రవేషమున వినిక్షిప్తః = చక్కఁగా నెలకొల్పఁబడి యున్నాఁడు, 'సిద్ధార్థకః' అను పేరును చాణక్యుఁడు సార్థకమని తలంచును. పెట్టినపనికి తప్పక సిద్ధి కలిగించువాఁడు

ద్వితీయం హృదయం = రెండవ హృదయము-హృదయము సకలభావములకు చోటుగదా-వాఁడే తాను తానే వాఁడుగా అంత అభేదముగా నుండునంత స్నేహము, మణికారశ్రేష్ఠీ = రతనాలనగల వ్యాపారముచేయు సెట్టి - వృత్తిచే గొప్పధనికుఁడనియు తెలియుచున్నది సాహుకారి, సౌదాగరు ధనాధికం శ్రేష్ఠం అస్య అస్తీతి శ్రేష్ఠీ న్యాసీకృత్య = ఇల్లడయుంచి, కాపాడి మరల క్షేమముగా అప్పగింపుమని ఉంచి, కళత్రం = భార్యను - భార్యను ఆ యుద్ధపుముట్టడుల సంరంభమున ఇల్లడ యుంచుటయు కొనుటయు స్నేహమునకు నమ్మకమునకు పూర్ణమగు కొలత అపక్రాన్తః = తొలఁగిపోయినాఁడు పరారి ఐనాఁడు

చాణక్యః — (ఆత్మగతమ్) నూనం సుహృత్తమః. న హ్యనాత్మ సదృశేషు రాక్షసః కళత్రం న్యాసీకరిష్యతి. (ప్రకాశమ్) భద్ర, చన్దనదాసస్య గృహే రాక్షసేన కళత్రం న్యాసీకృత మితి కథ మవగమ్యతే ?

చరః—అజ్జ, ఇఅం అఙ్గుళీఅముద్దా అజ్జం అవగదత్థం కరిస్సది. [ఆర్య ఇయ మఙ్గుళీ ముద్రా ఆర్య మవగతార్థం కరిష్యతి.]

(ఇ త్యర్పయతి)

చాణక్యః—(ముద్రా మవలోక్య గృహీత్వా రాక్షసస్య నామ వాచయతి. సహర్షంస్వగతమ్) నను వక్తవ్యం రాక్షస ఏవ అస్మదఙ్గుళిప్రణయీ సంవృత్త ఇతి. (ప్రకాశమ్) భద్ర, అఙ్గుళి ముద్రాధిగమం విస్తరేణ శ్రోతు మిచ్ఛామి.

నూనం సుహృత్తమః=నిజముగా మిత్రశ్రేష్ఠము సందియములేదు, అనాత్మ సదృశేషు=తనయంతటివారు, తనకు సాటి, కానివారియెడ, కథం అవగమ్యతే= ఎట్లు ఎఱుంగఁబడుచున్నది ?

అఙ్గుళీయముద్రా=ఉంగరపు టాకారమున నున్న ముద్ర - అక్షరములు చెక్కినది, అదిమి గుఱుతువేయు సాధనము. ముద్దుటుంగరము-అనుట. ముద్రాం= ముద్దుటుంగరమును, సహర్షం = రాక్షసుని పేరు చదువఁగానే సంతోషము కలిగినది చూ బద్ధ పక్షపాతః, ప్రియవయస్యః, సుహృత్తమః-అని వారివారి రాక్షససంబంధపుఁ దారతమ్యము సూచితము. రాక్షసుని పేరి యుంగరము ః బళీ! ఇది చేతికి దొరకుట యనఁగా రాక్షసుఁడే చేత పట్టుపడినాఁ డని తలంపఁదగును. అస్మ దఙ్గుళి ప్రణయీ-నా వ్రేళ్ళకు చిక్కినాఁడు-వ్రేళ్ళకు అనఁగా చేతికి అనుట, ఉంగరమును వ్రేలఁబెట్టుకొన్నట్టు వానిని వ్రేళ్ళఁ బట్టుకొన్న వాఁడ నే-అన్నమాట, అధిగమం = పొందుట - విస్తరేణ = వివరముగా.

చరః—సుణాదు అజ్జో, అత్థి దావ అహం అజ్జేణ పౌరజణ చరిద అణ్ణేసణే ణిఉత్తో, పరఘరప్పవేసే పరస్స అణాసంకణిజ్జేణ ఇమిణా జమపడేణ హిణ్డన్తో, మణిఆర సెట్ఠి చన్దణదాసస్స గేహం పవిట్ఠోహ్మి. తహిం జమపడం పసారిఅ పఉత్తోహ్మి గీఆఇం గాఇదుమ్.

(శృణో త్వార్యః. అస్తి తావ దహ మార్యేణ పౌరజన చరితాన్వేషణే నియుక్తః. పరగృహప్రవేశే పరస్యానాశఙ్కనీయేన అనేన యమపటేన ఆహిణ్డమానో మణికారశ్రేష్ఠి చన్దనదాసస్య గృహం ప్రవిష్టోఽస్మి. తత్ర యమపటం ప్రసార్య ప్రవృత్తోఽస్మి గీతాని గాతుమ్.)

చాణక్యః—తతః కిమ్ ?

చరః—తదో ఎక్కాదో అవవరకాదో పఞ్చవరిసదేసీఓ పిఅదంసణీఅ సరీరాకిదీ కుమారఓ బాలత్తణ సులహ కోదూహల లోప్ఫుల్ల ణఅణో ణిక్కమిదుం పఉత్తో. తదో హా ణిగ్గదో హా ణిగ్గదో త్తి సంకాపరిగ్గహాణివేద ఇత్తిఓ తస్స ఎవ్వ అవవరకస్స అబ్భన్తరే ఇత్థియాజణస్స ఉట్ఠిదో మహన్తో కలఅలో, తదో ఈసి దారదేశదావిదముహీఏ ఎక్కాఏ ఇత్థిఆఏ సో కుమారఓ

"అస్తి" - వాక్యారంభాలంకారమైన అవ్యయము - దానికి అర్థములేదు. పౌరజన చరితాన్వేషణే=పురమందలి జనుల నడువడులను కనిపట్టుటయందు-నియుక్తః=ఏర్పాటు చేయఁబడినవాఁడనై, పరగృహప్రవేశే=పరాయి యిండ్లలో ప్రవేశ విషయమున-పరస్య=ఇతరునికి, అనాశఙ్కనీయేన=ఏమియు సందేహము పొంద వీలుకాని, ఆహిణ్డమానః=(వీధులు, బజారులు) అంతటను తిరుగుచున్నవాఁడనై, ప్రవిష్టోఽస్మి = ప్రవేశించినవాఁడనైతిని.

తతః కిమ్=తనువాత ఏ మైనది? ఏకస్మాత్ అపవరకాత్=ఒక లోగిలి (గర్భగృహము) నుండి = గదినుండి, పఞ్చవర్ష దేశీయః = ఇంచుమించుగా

ణిక్కమన్తో ఎవ్వ ణిబ్భచ్ఛిఅ అవలమ్బితో కోమలాఏ బాహులదాఏ. తస్సాఏ కుమారసంరోధసంభమప్పచలిదఙ్గులిదో కరాదో పురిసఅఙ్గులి పరిణాహప్పమాణ ఘడిఅ విఅలిఅ ఇఅం అఙ్గులిముద్దిఆ దేహాలీ బన్ధమ్మి పడిఅ ఉట్టిదా తాఏ అణవబుద్ధా ఎవ్వ మమ చలణపాసం సమాగచ్ఛిఅ పణామణిహుఅ కులవహూఅ విఅ ణిచ్చలా సంవుత్తా. మఏ వి అమచ్చరక్ఖసస్స ణామంకిదేత్తి అజ్జస్స పాదమూలం పావిదా తా ఏసో ఇమాఏ ఆఅమో

(తత శ్చ ఏకస్మా దపవరకాత్ పఞ్చవర్షదేశీయః ప్రియదర్శనీయశరీరాకృతిః కుమారకో బాలత్వసులభకౌతూహలోత్ఫుల్లనయనో నిష్క్రమితుం ప్రవృత్తః తతో 'హా! నిర్గతో, హా! నిర్గత' ఇతిశఙ్కాపరిగ్రహ నివేదయితా తస్యైవాపవరక స్యాభ్యన్తరే స్త్రీజన స్యోత్థితో మహాన్ కలకలః తత ఈషద్ద్వారదేశదాపిత ముఖ్యా ఏకయా స్త్రియా స కుమారకో నిష్క్రామ న్నేవ నిర్భర్త్స్యా వలమ్బితః కోమలయా బాహులతయా. తస్యాః కుమార సంరోధసంభ్రమప్రచలితాఙ్గులేః కరాత్ పురుషాఙ్గులి పరిణాహ

ఐదేండ్లవాఁడు, ప్రియదర్శనీయ...=కంటికి ఇంపైన అనఁగా అందమైన,-రూపము గలవాఁడు—సులభ = సహజమైన, సులువుగాకలుగు, కౌతూహల — వింతను చూచు ఆసచేత, ఉత్ఫుల్లనయనః=విప్పారిన కండ్లు కలవాఁడు, నిష్క్రమితుం ప్రవృత్తః = వెలికిరాఁ గడంగినాఁడు. "హా నిర్గతః" = అయ్యో బయటికి పోయినాఁడే, శఙ్కా పరిగ్రహ నివేదయితా = భయము గొనుట తెలుపునదైన స్త్రీజనస్య = ఆడువారియొక్క, మహాన్ కలకలః = పెద్ద గొల్లు, ఉత్థితః = పొడమినది. ఈష ద్ద్వారదేశ దాపిత ముఖ్యా = ఇంచుక వాకిటితట్టు ఉంపఁబడిన మొగముగల, నిష్క్రామన్ ఏవ=వెలువడుచుండఁగానే వెలువడియు వెలువడక మునుపే, నిర్భర్త్స్య=కసరి, అదలించి, బెదరించి, అవలమ్బితః = పట్టుకొనఁబడినాఁడు. కుమార సంరోధన సంభ్రమ ప్రచలితాఙ్గులేః=కుమారుని అడ్డగించు తొందరచే ఎక్కువకదలిన వ్రేళ్లుగల, పరిణాహ=

ప్రమాణ ఘటితా విగళి తేయ మంగుళిముద్రికా దేహళీబన్ధే పతితా ఉత్థితా తయా అనవబు ద్ధైవ మమ చరణపార్శ్వం సమాగత్య ప్రణామనిభృతా కులవధూ రివ నిశ్చలా సంవృత్తా, మ యాపి అమాత్యరాక్షసస్య నామాఙ్కి తేతి ఆర్యస్య పాదమూలం ప్రాపితా తస్మా దేషోఽస్యా అగమః)

చాణక్యః—భద్ర, శ్రుతమ్, అపసర, అచిరా దస్య పరిశ్రమస్య అనురూపం ఫల మధిగమిష్యసి.

చరః—జం అజ్జో ఆణవేదిత్తి (యదార్య ఆజ్ఞాపయతి)

(నిష్క్రాన్తః)

చాణక్యః—శార్ జ్గరవ, శార్ జ్గరవ

(ప్రవిశ్య)

శిష్యః—ఆజ్ఞాపయ.

వైశాల్యము, లావు ప్రమాణఘటితా = కొలతకు చేయఁబడినది, కావున ఆడు వ్రేలికి వదులై నది. జాఱి పడినదై, దేహళీబన్ధే పతితా = గడపపైఁ బడినదై, ఉత్థితా = ఎగిరినదై. అనవబుద్ధా ఏవ=ఎఱుంగఁబడనిదే ఐ, ప్రణామ నిభృతా= నమస్కార నిశ్చలవలె = నమస్కరించుచో కదలకున్నది యైన, కులాంగనవలె, కదలక నిలిచినది మయాపి = నాచేతను, రాక్షసుని పేరు చెక్కియున్నదే అని, తమ పాదాలకడకు చేర్పఁబడినది తగిన వినియోగముం బొందును, తమ యిచ్చ మెయి అని, కావున ఇది, ఇది దొరకుట - దొరకిన వృత్తాంతము - అనుట

ఆ వృత్తాంతమును అతఁ డంత వర్ణించి చెప్పుటయు, చాణక్యుఁడును ఓపిక పట్టి వినుటయు - అది రాక్షసుని ముద్ర యగుట ఉభయులకును చెప్పను వినను సంతోషముతోడి ఓపిక కలిగించినది. దాని ప్రయోజన మిదమిత్థ మని నిపుణకుఁడు ఎఱుఁగకున్నను, అదేదియో గొప్పదే అగునన్న స్థూలాభిప్రాయము గలదు చాణక్యుని పదకమున దీనికి చోటును చాణక్యుఁడు క్షణములో నిర్ణయించు కొన్నాఁడు

అచిరాత్ - ఇట్టివారిని ఇట్టిపనులు చేసినప్పుడు తృప్తిపఱచుటకు దీర్ఘపు విలంబము నీతి కాదు. అది చాణక్యుఁ డెఱుగును.

చాణక్యః—వత్స, మషీభాజనం పత్త్రం చోపనయ.

[శిష్య స్తథా కరోతి],

చాణక్యః—(పత్త్రం గృహీత్వా స్వగతమ్) కి మత్ర లిఖామి? అనేన ఖలు లేఖేన రాక్షసో జేతవ్యః

(ప్రవిశ్య)

ప్రతీహారీ—జేతు అజ్జో, [జయ త్వార్యః.]

చాణక్యః—(సహర్ష మాత్మగతమ్) గృహీతో జయశబ్దః. (ప్రకాశమ్) శోణోత్తరే, కి మాగమనప్రయోజనమ్.

ప్రతీహారీ — అజ్జ. దేవో చన్దసిరి సీసే కమలముఉళాఆర మఞ్జలిం ణివేసిఅ అజ్జం విణ్ణవేది "ఇచ్ఛామి అజ్జేణ అబ్భణుణ్ణాదో దేవస్స పవ్వదీసరస్స పారలోఇఅం కాదుమ్-తేణ అ ధారితపువ్వాఈ ఆహరణాఈ బహ్మణాణం పడివాదిమి త్తి.

మషిభాజనమ్=సిరాబుడ్డి—పత్త్రమ్=కాగితము, ఇట్టి వ్రాఁతసాధనములు అప్పుడు ఉండెనా? అప్పుడు ఎట్టివి ఉండినవి? తటాలున వ్రాతసాధనములు తెమ్మన్నాఁడు, ఈ మొహరును ఉపయోగించుకొనుటకు; అనఁగా చాణక్యునికి తన పని పదకము పూర్తిగా సూక్ష్మములతో కూడ, సద్యః స్ఫూర్తితో మనస్సున కుదుర్చుకొనఁబడినది-అనుట.

అనేన లేఖేన=ఈ జాబుచేత, లేఖ-పుల్లింగమున జాబు: స్త్రీలింగమున రేక, గీత జేతవ్యః = గెలువఁబడినవాఁడు - అట్లు గట్టిగా సంకల్పించుకొను చున్నాఁడు మనసున ఆసమయమున సరిగా తటాలున ప్రవేశించి 'జయతు ఆర్యః' అను ఆచారపుమాట పలికినది ప్రతీహారి. అందలి 'జయతు' 'జేతవ్యః' అనియను కొనుచున్న చాణక్యునికి 'ఉపశ్రుతి'గా అంటుకొన్నది. ఉపశ్రుతిని గొప్ప ప్రమాణముగా, శకునముగా చాణక్యుఁడు అభిప్రాయపడువాఁడు కావుననే 'గృహీతో జయశబ్దః'-జయ శబ్దము గ్రహించితిని అని సంతోషించుచున్నాఁడు.

శోణోత్తర-అని ద్వారపాలిక పేరు-అది ఒకవేళ (శోణ=) ఎఱ్ఱగా ఉన్నదేమో 'ఎఱ్ఱపిల్ల', "ఏమేఎఱ్ఱపిల్లా వచ్చితివి?" అన్నట్లు.

[ఆర్య, దేవశ్చన్ద్రశ్రీః శీర్షే కమలముకులాకార మఞ్జలిం నివేశ్య ఆర్యం విజ్ఞాపయతి-ఇచ్ఛామి ఆర్యే ణానుజ్ఞాతో దేవస్య పర్వతేశ్వరస్య పారలౌకికం కర్తుమ్ తేన చ ధారితపూర్వాణి ఆభరణాని బ్రాహ్మణానాం ప్రతిపాదయామీతి]

చాణక్యః — [సహర్ష మాత్మగతమ్] సాధు వృషల, మ మైవ హృదయేన సహ సంమన్త్ర్య సన్దిష్టవా నసి (ప్రకాశమ్) శోణోత్తరే, ఉచ్యతా మస్మద్వచనా ద్వృషలః సాధు వత్స, అభిజ్ఞః ఖ ల్వసి, లోకవ్యవహారాణామ్ త దనుష్ఠీయతా మాత్మనో

చన్ద్రశ్రీః—శ్రీచంద్రుఁడు-అందఱికి చంద్రగుప్తుని "చంద్ర" అనుట చాల వాడుకపడియున్నది కావుననే 'క్రూరగ్రహః సకేతుః' అను ప్రస్తావన శ్లోకములో అమాటకు అట్లు ప్రయోగము ఊరివారెల్ల 'చన్దసిరి' అని నిర్దేశించు చుందురేమో- శ్రీ చంద్రుఁడు' అని కమల ముకుల=తామరమొగ్గ అట్లు చాణక్యునికి సందేశ మంపునపుడు కూడ ప్రతీహారియెదుట 'శిరోంజలి' యాచార మునకు వెలితి చేయఁడు కావుననే ఆ యభినయమునుఁ గూడ చెప్పుచున్నది అనుజ్ఞాతః=అనుమతిపొందినవాఁడనై పారలౌకికం=ఔర్ధ్వదైహికక్రియ, కర్మాంతరము శ్రాద్ధము-పర్వతకుఁడు చచ్చి నేటికి ఎన్నాళ్ళు? ఏదినము అతనిపేర ఇట్లు దానము సేయుదురు? ప్రతిపాదయామి=ఇచ్చెదను

ఆసందేశము అట్లు మంచి సమయమునకు వచ్చినది ఏమని జాబువ్రాయు దునా, తప్పక రాక్షసునిచేత చిక్కించుకొనునట్లు అని తలపోసికొనుచుండఁగా ఈ నగలదానము ప్రస్తావింపఁబడినది వానింగూర్చిన మాటలు ఆజాబులో ఉత్తర (పిమ్మటి) భాగమునం జేర్పఁగలదఁట కావున "నాతో కలిసి ఆలోచించియే పంపెనా సందేశము అని అనుకొనఁదగినట్లు అంత అమరియున్నది" అని చంద్రుని మెచ్చుకొనుచున్నాఁడు. లోకవ్యవహారాణామ్=లోకపు వాడుకల, ఆచార ముల —పర్వతకుఁడు పెద్దరాజు వీరికి ఆప్తమిత్రము, వీరికడ చనిపోయినాఁడు. అతనివారు ఇక్కడ మఱెవ్వరు లేరు వారి హోదాకును, తమ మైత్రికిని, లోకపు మెప్పునకు తగినట్లు శ్రీచంద్రుఁడు కావింపను, చాణక్యుఁడు అంగీకరింపను— ఇదెల్ల సరిగ నున్నది శత్రువు రాక్షసుఁడు చంపించినాఁడు మిత్రులము మనము అన్నియు చేయవలయును" అన్నట్లు.

ఽభిప్రాయః. కింతు, పర్వతేశ్వరేణ ధృతపూర్వాణి గుణవన్తి భూషణాని గుణవద్భ్య ఏవ ప్రతిపాదనీయాని. త దహం స్వయ మేవ పరీక్షితగుణాన్ బ్రాహ్మణాన్ ప్రేషయామి

ప్రతీహారీ—జం అజ్జో ఆణవేది త్తి [య దార్య ఆజ్ఞాపయతి.]

(నిష్క్రాన్తా)

చాణక్యః—శార్ఙ్గరవ, ఉచ్యన్తా మస్మద్వచనాద్ విశ్వావసు ప్రభృతయ స్త్రయో బ్రాహ్మణాః "వృషలా త్ప్రతిగృహ్యాభరణాని భవద్భి రహం ద్రష్టవ్య" ఇతి.

శిష్యః—తథా (ఇతి నిష్క్రాన్తః)

చాణక్యః — ఉత్తరో ఽయం లేఖార్థః. పూర్వః కథ మస్తు? ఆః జ్ఞాతమ్. ఉపలబ్ధవా నస్మి ప్రణిధిభ్యో, యథా తస్య మ్లేచ్ఛరాజలోకస్య మధ్యాత్ ప్రధానతమాః పఞ్చ రాజానః పరయా సుహృత్తయా రాక్షస మనువర్తన్తే.

గుణవన్తి=గుణముకలవి, చాలవెలపొడుగై శ్రేష్ఠమైనవి. గుణవద్భ్యః=సత్య శౌచ శీలాద్యాచారగుణము గలవారికి - ప్రతిగృహ్య=దానము కైకొని ఉత్తరః అయం లేఖార్థః=ఇది జాబులో తరువాత-కడపట-వ్రాయవలసిన విషయము. పూర్వః=తొలుతది, కథం అస్తు=ఎట్లగును, ఏ మగును? తొలుత ఏమి వ్రాయుదును? ఆః-ఇది జ్ఞప్తికి తెచ్చుకొనుటం దెల్పు అవ్యయము ఉపలబ్ధవాన్=ఎఱింగినవాఁడను, ప్రణిధిభ్యః=వేఁగులవలన.

యథా=ఎట్లనఁగా, ఏమని యనఁగా. మ్లేచ్ఛ రాజలోకస్యమధ్యాత్=ఆ మ్లేచ్ఛరాజుల గుంపునడుమ, ప్రధానతమాః=మిక్కిలియు-తక్కిన యెల్లర కంటెను, ముఖ్యులైనవారు, పరయా=మిక్కిలియైన, సుహృత్తయా=స్నేహముతో, అనువర్తన్తే=అనుసరించుచుందురు వారు ఎవ రనఁగా

తే యథా—

శ్లో॥ కౌలూతశ్చిత్రవర్మా, మలయవరపతిః
సింహనాదో నృసింహః,
కాశ్మీరః పుష్కరాక్షః, క్షతరిపుమహిమా
సైన్ధవః సిన్ధుషేణః,
మేఘాఖ్యః పఞ్చమో ఽస్మిన్
పృథుతురగబలః పారసీకాధిరాజో,
నామా న్యేషాం లిఖామి ధ్రువ
మహ మధునా చిత్రగుప్తః ప్రమార్ష్టు. 20

శ్లో॥ ౨౦ కౌలూ తేతి —కౌలూతః=కులూతదేశపురాజు, చిత్రవర్మా=చిత్రవర్మయను పేరివాఁడు, మలయ నరపతిః=మలయదేశపురాజు నృసింహః=పురుషశ్రేష్ఠుఁడు సింహనాదః=సింహనాదు డను పేరుగలవాఁడు, కాశ్మీరః=కాశ్మీరదేశపురాజు, పుష్కరాక్షః=పుష్కరాక్షుఁడన్న పేరివాఁడు, సైన్ధవః=సింధుదేశపురాజు, క్షత రిపు మహిమా=శత్రువుల గొప్పను నాశనము చేసినవాఁడు సిన్ధుషేణః=సింధుషేణుఁ డను పేరు గలవాఁడును, అస్మిన్ = ఆ గుంపులో. పఞ్చమః = ఐదవవాడు, పృథుతురగబలః=గొప్పగుఱ్ఱపు దండు గలవాఁడు, పారసీకాధిరాజః=పారసీకపురాజు, మేఘాఖ్యః=మేఘుఁడను పేరు గలవాఁడు, ఏషాం నామాని = వీరి పేరులను, అహం = నేను, అధునా = ఇప్పుడు, ధ్రువం = గట్టిగా, లిఖామి = వ్రాయుచున్నాను, చిత్రగుప్తః ప్రమార్ష్టు=చిత్రగుప్తుఁడు తుడిచివేయుఁగాక

కులూతరాజు చిత్రవర్మ, మలయరాజు చాల శ్రేష్ఠుఁడగు మానిసి యఁట ఆసింహనాదుఁడు, కాశ్మీరరాజు పుష్కరాక్షుఁడు, శత్రువుల మట్టుపెట్టినవాఁడట. ఆసింధుదేశపురాజు సింధుషేణుఁడు, ఆపారశీకపురాజు, పెద్ద గుఱ్ఱపుదండు గలవాఁడు మేఘుఁడు.

కులూత దేశము-ఇపుడు 'కులు' అని పేర్కొనఁబడినది, సట్లేజి నదికి కుడితట్టు కాశ్మీరమునకు ఆగ్నేయమున కలదు 'మలయ' దేశము హిమాలయమున రపతి గండకి నదుల నడుమ ఊహింపఁబడుచున్నది నేపాళమున నేఁడు

(విచిన్త్య) అథవా న లిఖామి. సర్వం అనభివ్యక్తమేవాస్తామ్, శార్ఙ్గరవ,

---

'మలభూమి' యనుపేర చోటు గలదే, అది యగునేమో. మలయకేతుని - పర్వతేశ్వరుని - రాజ్యము పేరు ఈ నాటకమున ఎలకో అగపడదు. అది తూర్పున మలయమునకును దక్షిణాన కులూతమునకును పడమట కాశ్మీరమునకును అనుకొనియుండు ఒక పర్వతరాజ్యము. -దాని పేరే పర్వతరాజ్యమని యుండునేమో,

" తత్ర జన్యం రఘోర్ఘోరం పార్వతీయైర్గణై రభూత్ " అని రఘురాజు నుత్తరదిగ్విజయమున కాళిదాసు చెప్పినాఁడు. తత్ర అనఁగా హిమాద్రి యందు, పార్వతీయగణములతో 'ఘోరం' = భయంకరమైన యుద్ధమైనదఁట. అట్లే ఉత్తరదిగ్విజయమున అర్జునునకిని పార్వతీయులతో యుద్ధము భారతమున- "గణాన్ ఉత్సవసంకేతా నజయత్ సప్త పాణ్డవః". వారుఁ చాల బలాఢ్యులని ప్రసిద్ధి - ఆదేశము కుసుమపురమునకు చాల దూరమైనందున రహస్యరక్షణమునకును ప్రయోగైకాంతికి జయమునకును చాణక్యుఁడు, అన్నియు ఎఱింగినవాఁడు ఆపర్వతకుం గలుపుకొని వచ్చినాఁడు, నందులఁ జంపి ఆరాజ్యముం గొనుటకు, ఇప్పుడు అందు రాక్షసుఁడు మలయకేతుం గలుపుకొని అభియోగప్రయత్నములు చేయుచున్నాఁడు — 'అభిభవితు మిచ్ఛతి బలాత్' అని కులూతాది రాజ్యములు మలయకేతు దానిని అనుకొని యుండునవి. వారందఱితోను రాక్షసుఁడు చాల స్నేహము చేసికొని యున్నాఁడు. చిత్రగుప్తుఁడు - యమునికడ లెక్కలు వ్రాయువాఁడు - సకలప్రాణుల పేరులు వారి యాయువు తీఱు దినము ప్రకారము వాని లెక్కలో ఉండును. చచ్చినవారి పేరు ఇఁక నక్కఱలేదు గాన, అది వాఁడు తుడిచివేసికొనుచుండును. నేను ఇందు గట్టిగా వ్రాయుచును వాఁడు తుట్టమర తుడిచివేయును గాక - అనఁగా వారు చత్తురుగాక - [ఈ నా ప్రయోగముచేత] అనుట.

అథవా=అట్లు కాదు. న లిఖామి = (నేను) వ్రాయను - అంతలో చాణక్యుఁడు అభిప్రాయము మార్చుకొన్నాఁడు. ఆ పేరులను వ్రాయఁడఁట. మఱి, సర్వం = అంతయు అనభివ్యక్తమ్ ఏవ = అస్పష్టముగానే యుండుఁగాక = చక్కఁగా ఎఱుంగబఁడనిదే అగునుగాక.

'అథవా న లిఖామి-పూర్వం అనభివ్యక్తమేవాస్తామ్, నాట్యేన లిఖిత్వా'- అని యొకపాఠము, '... సర్వం అనభివ్యక్తమేవ అస్తామ్' అని యొకటి.

(ప్రవిశ్య)

శిష్యః--ఉపాధ్యాయ, ఆజ్ఞాపయ.

చాణక్యః — వత్స, శ్రోత్రియాక్షరాణి ప్రయత్నలిఖితాని. నియతమస్ఫుటాని భవన్తి త దుచ్యతా మస్మద్వచనాత్ సిద్ధార్థకః (కర్ణే కథయతి) ఏభి రక్షరైః కేనాపి కస్యాపి స్వయం వాచ్యమితి అదత్తబాహ్యనామానం లేఖం శకటదాసేన లేఖయిత్వా మా ముపతిష్ఠస్వ న చాఖ్యేయ మస్మై, చాణక్యో లేఖయ తీతి " ఇతి.

ఇందు ఏది శ్రేయము? సర్వం' శ్రేయము, పూర్వం' కాదు "చాణక్యుఁడు జాబు వ్రాసి యీ లేదు. చెవిని చెప్పి పంపినాఁడు. చూడుడు ఒకటి —పది పండ్రెండు వత్సరములనుండి ప్రసిద్ధుఁడైన ప్రతిమంత్రి చాణక్యుఁడు తన యెదిరి మంత్రికా- యస్థుని చేతిలో తన వ్రాఁతను, తనకు సర్వకార్య సాధకమైన యీ వ్రాఁతను- రాక్షసునిచేతఁ బడిన యెడల తనకు సర్వకార్య భంజకమగు దానిని పడనిచ్చు నని నమ్మ శక్యము గాదు రెండు...'పూర్వం' అను పాఠము సరి గాదు. పూర్వము అనభివ్యక్త మేని ఉత్తరము మాత్రము అభివ్యక్తముగా నున్నదా? జా బెల్ల అనభి వ్యక్తముగానే యున్నది కావున 'సర్వం' అనుపాఠమే సరి మూఁడు·—అ ప్రకారము చాణక్యుఁడు జాబే యిచ్చినయెడల 'ఏభి రక్షరైః' అను పదములకు పూర్వము 'లిఖితమును చేత నిచ్చి' అని సంకేత ముండవల యును. అదిలేదు నాలుగు·—సిద్ధార్థకుఁడు శకటదాసుని వ్రాఁతనుదెచ్చి యిచ్చెనే కాని దాని యసలును, చాణక్యలిఖితమును తెచ్చి యీలేదు దానిగతియేమాయెనో చాణక్యుఁడును అడుగలేదు ఈ హేతువులచేత వ్రాయకయే చెప్పి పంపె నను మతమే యనుమతముగా నున్నది "—వే వేం. శాస్త్రిలు శిష్యులు పాఠనిర్ణ యంపు మెలఁకువలను నేర్చుకొనుటకై ఈ విస్తరము ఉదాహృతము

నియతఁ=తప్పకుండ. అస్ఫుటాని=సరిగ అగపడనివి, తలకట్టు పొల్లు మొదలైనవి సరిగా అంటవు శ్రోత్రియ వేదపండిత బ్రాహ్మణునివి, ఏలన చదువు అంతయు సంతగా, చదువక వ్రాయక, నేర్చుకొన్నదే కే నాపి=ఎవనిచేతనో (వాఁడు జాబు వ్రాసిన వాఁడు), కస్య అపి=ఎవనికో=(వాఁడు జాబు వ్రాయఁబడిన వాఁడు, స్వయం వాచ్యం=స్వయముగా సొంతముగా చెప్పవలసినది ఉపతిష్ఠస్వ- (నా) వద్దకు రమ్ము.

శిష్యః—తథా. (ఇతి నిష్క్రాన్తః)

చాణక్యః—(స్వగతమ్) హన్త, జితో మలయకేతుః.

(ప్రవిశ్య లేఖహస్తః)

సిద్ధార్థకః—జేదు అజ్జో – అజ్జ, అఅం సో సఅడదాసేణ లిహిదో లేహో. [జయ త్వార్యః - ఆర్య, అయం స శకటదాసేన లిఖితో లేఖః]

చాణక్యః—(గృహీత్వా) అహో, దర్శనీయా న్యక్షరాణి. (అనువాచ్య) భద్ర, అనయా ముద్రయా ముద్రయైనమ్.

సిద్ధార్థకః—జం అజ్జో ఆణవేది. [య దార్య ఆజ్ఞాపయతి.] (తథా కరోతి)

చాణక్యః—శార్ఙ్గరవ.

(ప్రవిశ్య)

శిష్యః—ఉపాధ్యాయ, ఆజ్ఞాపయ.

హన్త! జితో మలయకేతుః-హన్త-సంతోషమును తెలుపును. బళి! జయింపఁబడినవాఁడు మలయకేతుఁడు. ఈజాబులోని పన్నకము అట్టిది అనుట-మలయకేతువు దాన జయింపఁబడినవాఁడగుట. ఇక్కడను 'జయము' అని ఉపశ్రుతి. దర్శనీయాని=ఎంత అందముగా ఉన్నవి' అప్పుడు తన యక్షరాలను అస్ఫుటాని 'అని ఇప్పుడు దర్శనీయాని అనుట వినువారికి—శిష్యునికి ఏసందేహము కలుగనీక కుండుటకు, ఆ యందము గోరియే వ్రాయించితి ననుట. అనువాచ్య=తనలో తాను—ఇతరులకు వినఁబడనీక-చదువుకొని. అఁదలి యాసంగతులు మరెవ్వరికిని తెలియవు-సిద్ధార్థకుఁడెఱుఁగును వ్రాయించినవాఁడు.

చాణక్యః — ఉచ్యతాం మద్వచనాత్ కాలపాశికో దణ్డపాశికశ్చ, యథా వృషలః సమాజ్ఞాపయతి. — “య ఏష క్షపణకో జీవసిద్ధి ర్నామ, రాక్షసప్రయుక్తయా విషకన్యయా పర్వతేశ్వరం ఘాతితవాన్ స ఏన మేవ దోషం ప్రఖ్యాప్య సనికారం నగరాన్నిర్వాస్యతా” మితి.

శిష్యః —తథా (ఇతి పరిక్రామతి.)

చాణక్యః—వత్స, తిష్ఠ తిష్ఠ. “యోఽయ మపరః కాయస్థః శకటదాసో నామ, రాక్షసప్రయుక్తో, నిత్య మస్మచ్ఛరీర మభిద్రోగ్ధుమిహ ప్రయతతే స చా ప్యేనం దోషం ప్రఖ్యాప్య శూల మారోప్యతామ్. గృహజనశ్చాస్య బన్ధనా గారం ప్రవేశ్యతా”మితి.

శిష్యః—తథా. (ఇతి నిష్క్రాన్తః)

సిద్ధార్థకః — (లేఖం ముద్రయిత్వా) అజ్జ, అఅం ముద్దితో లేహో. కిం అవరం అణుచిట్ఠీఅదు [ఆర్య, అయం ముద్రితో లేఖః. కి మపర మనుష్ఠీయతాం]

చాణక్యః—భద్ర, కస్మింశ్చి దాప్తజనానుష్ఠేయే కర్మణి త్వాం వ్యాపారయితు మిచ్ఛామి.

కాలపాశికః - మరణదండన నెఱవేర్చువాఁడు - ఆ యుద్యోగమునకే పేరు - దణ్డపాశికః - దండనలు (దండ్యులకు విధింపఁబడినవానిని) నెఱవేర్చువాఁడు - ఇప్పటి పెద్ద పోలీసు - ఉద్యోగస్థులం బోనివాఁడు. ఇదం = ఇదే ఇప్పుడె - ఇంచుకయు విలంబము లేకుండ, శాసనమ్-ఆ నిర్వాసనము, ఆ శూలారోపణము, ఆబంధనాగార ప్రవేశనమును.

ముద్రితః - రాక్షసునిదికదా ఆముద్ర.

ఆప్త జనానుష్ఠేయే-ఆప్తుఁడైనవాఁడు చేయవలసిన దానియందు, ఆత్మనా అనుష్ఠేయే-అనియు పాఠము-అది శ్రేయస్తరము. “నేను సొంతముగా చేయవలసిన పనియందు-ఆప్త జన” అనుట సిద్ధార్థకుఁడు దాన ఉబ్బి, పనిని అక్కఱతో

సిద్ధార్థకః — (సహర్షమ్) అజ్జ అణుగ్గిహిదో హ్మి. అణ వేదు అజ్జో కిం ఇమిణా దాసజణేణ అజ్జస్స అణుచిట్ఠిదవ్వమ్. (ఆర్య, అనుగృహీతో ఽస్మి. ఆజ్ఞాపయ త్వార్యః కి మనేన దాస జనేన ఆర్య స్యానుష్ఠాతవ్యమ్.)

చాణక్యః — ప్రథమం తావ ద్వధ్యస్థానం గత్వా ఘాతకాః సరోషదక్షిణాక్షి సంజ్ఞాం గ్రాహయితవ్యాః. తత స్తేషు గృహీతసం జ్ఞేషు భయాపదేశా దిత స్తతః ప్రద్రుతేషు, శకటదాసో వధ్యస్థానా దపనీయ రాక్షసం ప్రాపయితవ్యః. తస్మాచ్చ సుహృ త్ప్రాణపరి రక్షణ పరితుష్టాత్ పారితోషికం గ్రాహ్యం. రాక్షస ఏవకంచిత్కాలం సేవితవ్యః. తతః ప్రత్యాసన్నేషు పరేషు ప్రయోజన మిద మను ష్ఠేయమ్. (కర్ణే ఏవ మివ)

సిద్ధార్థకః—జం అజ్జో అణవేది, (య దార్యఆజ్ఞాపయతి).

చాణక్యః—(చిన్తాం నాటయిత్వా, ఆత్మగతమ్) అపి నామ దురాత్మా రాక్షసో గృహ్యేత?

చేయుటకు- 'ఆత్మనానుష్ఠేయే' అనుటలో వాఁడు మఱియు ఉబ్బి, మఱియు అక్కఱతో చేయుట కలుగును-అని. అర్య అనుగృహీతోఽస్మి...ఆర్యా— మహాప్రసాదము; ఈదాసజనునిచేత ఆర్యునికి కావలసినకార్య మేమోఆజ్ఞాపింపుము

సరోష...జ్ఞామ్-కోపముతో కుడికంటిని సంకోచించుట యనుసంజ్ఞను— సంజ్ఞా స్వరూపము చెప్పఁబడినది 'గృహీత సంజ్ఞేషు'=సన్నను గ్రహించినవారై భయాపదేశాత్ = భయకారణమువలన, రాక్షస ఏవ... = రాక్షసునే కొంచెము కాలము సేవింపవలసినది. రాక్షసుంబట్టువఱుచు పన్నక మంతయు చెవిలో చెప్పినాఁడు.

చిన్తాం నాటయిత్వా-చింతను, ఆలోచనను అభినయించి- నటునికిఎచ్చరిక. అపినామ-ఒనఁగూడవలయునను ఆసతోడి సంభావనకు, 'అపినామ' ఒనఁగూడ వలయునే, ఒనఁగూడునా? ఆశయు ప్రత్యాశయు తెలుపును, దానికి 'ఉపశ్రుతి'ని

సిద్ధార్థకః—అజ్జగహీదో, ['ఆర్య, గృహీతః',]

చాణక్యః — (సహర్ష మాత్మగతమ్) హన్త! గృహీతో రాక్షసః!

సిద్ధార్థకః — అజ్జ సందేసో. తా గమిస్సం కజ్జసిద్ధీఏ. [ఆర్య సందేశః. త ద్గమిష్యామి కార్యసిద్ధయే.]

చాణక్యః — (సాఙ్గుళీయముద్రం లేఖ మర్పయిత్వా.) భద్ర, గమ్యతాం, అస్తు తే కార్యసిద్ధిః.

సిద్ధార్థకః—తహా [తథా] [నిష్క్రాన్తః]

(ప్రవిశ్య)

శిష్యః—ఉపాధ్యాయ, కాలపాశికో దణ్డపాశిక శ్చ ఉపాధ్యాయం విజ్ఞాపయతి. ఇద మనుష్ఠీయతే దేవస్య శాసన మితి.

చాణక్యః—శోభనమ్ వత్స, మణికారశ్రేష్ఠినం చన్దనదాస మిదానీం ద్రష్టు మిచ్ఛామి.

'హన్త గృహీతః' సంతోషముతో గుర్తించుట, 'గృహ్యేత? గృహీతః' ఇది మరల ఉపశ్రుతి శకునము, చాణక్యుఁడు గుర్తించుచున్నాఁను అందులకే 'సహర్షమ్' హర్షము, ఆయినను 'గృహీతః' అనునది 'గృహీతః ఆర్యసన్దేశః' అని సిద్ధార్థక వాక్య ప్రథమావయవము. కార్యసిద్ధయే=కార్యసిద్ధికై-నీవు చెప్పినదాని సిద్ధికి - సాధించుటకు-అనుట-లేఖం-జాబునేకాక, ఆ (రాక్షసు) ముద్దుటుంగరముం గూడ-ఆరెంటితోను వానికి కార్యము, దానికి సిద్ధి యగుఁగాక-ధైర్యోత్సాహములు గొల్పు దీవెన

శోభనమ్ - మంచిది—అంగీకారముం దెలుపును-సరి - అన్నట్లు, ఇదానీం ఇప్పుడు-ఇతి నిష్క్రాన్తః........ప్రవిశ్య అంతలోనే బయటికి పోవుటయు, చందనదాసుని యిలు అదెంతదూరమో అక్కడికిపోయి పిలుచుకొని వచ్చుటయు-

శిష్యః—తథా, (ఇతి నిష్క్రమ్య చన్దనదాసేనసహ, ప్రవిశ్య) ఇత ఇతః శ్రేష్ఠిన్.

చన్దనదాసః—(స్వగతమ్)

శ్లో. చాణక్కమ్మి అకరుణే సహసా సద్దావిదస్స వి జణస్స।
ణిద్దోసస్స వి సంకా కిం ఉణ మహ జాద దోసస్స. ౨౧

[చాణక్యే నాకరుణేన సహసా శబ్దాపిత స్యాఽపి జనస్య
నిర్దోష స్యాపి శఙ్కా, కింపున ర్మమ జాతదోషస్య.]

ఈ కాలము రంగాన నిష్క్రమ ప్రవేశ వాక్యములచే లెక్కకు రాక మర్దితం బగును_అది నాటక రంగ ధర్మము 'రంగమాయ' Stage illusion. అటుపోయి ఇటు వచ్చుటలో ఆపనికి ఎంత కాలము వలయునో అంతయు జరిగినట్లు గ్రహింప వలయును, తెర దింపి యెత్తిన, ఆయాకథకు తగినట్లు దినము వారము సంవత్సరములు కూడ జరిగినట్లు గ్రహింపఁబడును. ఈ తొలియంకమున అట్టి సద్యో నిష్క్రమణ (పునః) ప్రవేశములు పెక్కు ఉన్నవి. ఇతః – ఇటు అని దారి చూపుట – అది గొప్పవారి యిండ్ల మర్యాద.

శ్లో. ౨౧. చాణక్యే నేతి – అకరుణేన=కరుణావిహీనుఁడైన, చాణక్యేన= చాణక్యునిచేత, సహసా = తటాలున, శబ్దాపితస్య అపి = పిలిపింపఁబడినమాత్ర కైనను, జనస్య=జనునికి, నిర్దోషస్య అపి = తనకు ఏదోషము లేనివానికైనను, శంకా = భయము, జాతదోషస్య = పొడమిన దోషముగల, తప్పుగల, మమ = నాకు, కిం పునః=మఱి చెప్పవలయునా?

కరుణా హీనుఁడైన చాణక్యుఁడు ఆకస్మికముగా పిలిపించెనేని, నిర్దోషుఁ డయిన జనునికిం గూడ భయము కలుగును; సదోషుఁడ నైన నామాట చెప్పవల యునా?

ఇందు అలంకారము అప్రస్తుత ప్రశంస. సంజాత దోషునిమాట చెప్పవలయునా అనుటచే కావ్యార్థాపత్తియు.

కైముత్యే నార్థసంసిద్ధిః కావ్యార్థాపత్తి రిష్యతే.

తా భణిదా మఏ ధణసేణ ప్పముహా ణిఅనివేస సంఠిఆ కదావి చాణక్కహదఓ గేహం మే విచిణ్ణావేది తా అవహిదా ణివ్వాహేహ భట్టిణో అమచ్చరక్ఖసస్స ఘరఅణం. మహ దావ జం హోది తం హోదు త్తి.

[తద్భణితా మయా ధనసేనప్రముఖా నిజనివేశసంస్థితా— కదాపి చాణక్యహతకో గేహం మే విచాయయతి. తస్మాదవహితా నిర్వాహత భర్తు రమాత్య రాక్షసస్య గృహజనమ్, మమ తావ ద్యద్భవతి తద్భవ త్వితి]

శిష్యః—భోః శ్రేష్ఠిన్, ఇత ఇతః.

చన్దనదాసః — అజ్జ అఅం ఆఅచ్ఛామి. (ఆర్య, అయం ఆగచ్ఛామి.)

(ఉభౌ పరిక్రామతః)

శిష్యః—(ఉపసృత్య), ఉపాధ్యాయ, అయం శ్రేష్ఠి చన్దనదాసః.

తన దోషము రాక్షస గృహజనమును ఇంట నుంచుకొని కాపాడుట. తత్-కావున, నిజ నివేశ సంస్థితాః-మా యింట నున్నవారు. తన్ను చాణక్యుఁడు పిలిపింపఁగానే, ఆపిలుపునకు పోవువాఁడు, అక్కడ ఏమి జరుగునో, తాను ఇంటికి మరలుట కలుగునో కలుగదో. తను అక్కడ నుండఁగానే ఒకవేళ ఎవరైనను ఇల్లు సోదాచూచుటకు రావచ్చును. రాక్షసగృహజనమును మీరు తత్క్షణము జాగ్రత్త గలవారై అవలికి కొనిపొండు-(భద్రము,) నా కేమైనను కానీ, అక్కడ. నేను లెక్కసేయను. తదనుభవనమునకు నేను సిద్ధము. అనుట, విచాయయతి-సోదా చేయింపగలఁడు - నిర్వాహత - అవలికి కొనిపొండు, అవహితాః=ఎచ్చరిక గలవారై. జయతు – ఇది ఆచారోక్తి=మంత్రికి సెట్టి

చన్దనదాసః—జేతు అజ్జో. (జయతు ఆర్యః)

చాణక్యః—(నాట్యేన విలోక్య) శ్రేష్ఠిన్, స్వాగతమ్, ఇద మాసనమ్. ఆస్యతాం.

చన్దనదాసః—(ప్రణమ్య) కిం ణ జాణాది అజ్జో జహ అణుచిదో ఉవఆరో హిఅఅస్స పరిహవాదో వి దుఃఖ ముప్పాదేది. తా ఇహ జ్జేవ ఉచిదాఏ భూమిఏ ఉవవిసామి.

(కిం న జా నాత్యార్యః య థానుచిత ఉపచారో హృదయస్య పరిభావా దపి దుఃఖ ముత్పాదయతి. తస్మా ది హైవ ఉచితాయాం భూమా వుపవిశామి.)

చాణక్యః—భోః శ్రేష్ఠిన్, మా మైవమ్. సంభావిత మేవేద మస్మద్విధైః భవతః. త దుపవిశ్యతా మాసన ఏవ.

చన్దనదాసః—(స్వగతమ్) ఉవక్ఖిత మణేణ దుట్ఠేన కిమపి. (ప్రకాశమ్) జం అజ్జో ఆణవేది త్తి. (ఉపక్షిప్త మనేన దుష్టేన (ధూర్తేన-పా.) కిమపి, యదార్య ఆజ్ఞాపయతి). (ఉపవిష్టః)

వలన, స్వాగతమ్-Welcome-ఇది ప్రశ్నకాదు-ఆసనము చూపి కూర్చుండుమనుట - తనకు కోమటికి మంత్రికడ అది అతిగౌరవము, హేళనముం బోనిది అని చందనదాసు తలంచినాఁడు. రతనాల సెట్టియెడ మంత్రికి ఈసముదాచారము అనుచిత మని చెప్పఁదగినది కాదేమో. మరి అతఁ డట్లు తలంచుచున్నాఁడు, చాణక్యుని యెదుటి సముదాచారము వేఱుగా తలంపఁబడుచుండెనేమో, సాహుకారులును నిలంబడుటయే కాఁబోలు-ఆస్థానమున-దివాణమున. నాట్యేన విలోక్య=చూచుటను అభియించి - వేసగానిసూచన. కిన్నజానాతి...యథా అనుచితః ఉపచారః...=ఆర్యునికి తెలియదా యేమి? అనుచితమైన సత్కారము హృదయమునకు తిరస్కారమునకన్న నెక్కువ దుఃఖమును గలిగించును. సంభావితమేవ...ఇది మా బోంట్లచే నీకు ఉచితమే. ఉపక్షిప్త మనేన...ఈదూర్తుఁ డేమో ఉద్ఘాటన చేయుచున్నాఁడు. సంవ్యవహారాణాం = వర్తక

చాణక్యః — భోః శ్రేష్ఠిన్ చన్దనదాస, అపి ప్రచీయన్తే సంవ్యవహారాణాం వృద్ధిలాభాః ?

చన్దనదాసః—(స్వగతమ్) అచ్చాదరో సంకణిఓ. (ప్రకాశమ్) అహ కిం, అజ్జస్స ప్పసాఏణ అఖణ్డిదా మే వాణిజ్జా. [అత్యాదరః శఙ్కనీయః. అథకిమ్, ఆర్యస్య ప్రసాదేన అఖణ్డితా మే వాణిజ్యా.]

చాణక్యః — న ఖలు చన్ద్రగుప్తదోషా అతిక్రాన్త పార్థివగుణా నధునా స్మారయన్తి ప్రకృతీః.

చన్దనదాసః—[కర్ణాపిధాయ] సన్తం పావమ్. సారఅణిసా సముగ్గఏణ విఅ పుణ్ణిమాచన్దేణ చన్దసిరిణా అహిఅం ణన్దన్తి పకిదిఓ. [శాన్తమ్ పాపమ్. శారద నిశాసముద్గతే నేవ పూర్ణిమాచన్ద్రేణ చన్ద్రశ్రి యాధికం నన్దన్తి ప్రకృతయః]

చాణక్యః—భోః శ్రేష్ఠిన్, య ద్యేవం, ప్రీతాభ్యః ప్రకృతిభ్యః ప్రతిప్రియ మిచ్ఛన్తి రాజానః.

చన్దనదాసః—ఆణవేదు అజ్జో, కిం కిత్తిఅం ఇమాదో జణాదో ఇచ్ఛీయదిత్తి [ఆజ్ఞాపయతు ఆర్యః కిం కియ దస్మాజ్జనా దిష్యతఇతి].

వ్యాపారములలో, బేహారములో - వృద్ధి లాభాః=విస్తరిల్లుటయు, లాభము వచ్చుటయు, అత్యాదరః=అతి మాత్రపు టాదరము, మిక్కిలి మన్నన, శఙ్కనీయః= భయము కలిగించును మనసున ఏమి పెట్టుకొని అడుగుచున్నాఁడో అనిగిలి, అన్యోన్య విస్రంభము లేదు, వీరికి. అఖణ్డితా-పరిపూర్ణముగానున్నది, కొదువలేక. వాణిజ్యా = వ్యాపారము - అయ్యగారి దయచేత. అతిక్రాన్త = దాటిపోయిన, మునుపటి. న ఖలు స్మారయన్తి = జ్ఞప్తిపఱుపవు గదా ప్రకృతీః=జనులను(కు) అనుట. వినఁగూడని మాటను వినవలసివచ్చినప్పుడు ఆపాపనిష్కృతికి చెవులు మూసికొనుటయు - ఆపాపము అడంగుగాక అనుటయు చన్ద్రశ్రియా = శ్రీ చంద్రుని (చంద్రగుప్తుని)చేత, నన్దన్తి=సంతోషించుచున్నారు. ప్రతి ప్రియం= బదులుమేలు—సంతోషణము-'ప్రత్యుపకారము' అని, రఘువులో మల్లి, కిం కియత్=ఏది? యెంత? అస్మాత్ జనాత్=అనితన్ను నిర్దేశించుకొనుట-వినయము.

చాణక్యః—భోః శ్రేష్ఠిన్ చన్ద్రగుప్తరాజ్య మిదం, న నన్ద రాజ్యమ్, యతో నన్ద స్యైవ హ్యర్థరుచే రర్థ సమ్బన్ధః ప్రీతి ముత్పాదయతి, చన్ద్రగుప్తస్య తు భవతా మపరిక్లేశ ఏవ.

చన్దనదాసః—(సహర్షమ్) అజ్జ, అణుగ్గహీదోహ్మి, [ఆర్య, అనుగృహీతో ఽస్మి]

యతః—ఏలయన, ఏల అట్లు చెప్పుచున్నాను అనఁగా. అర్థరుచేః = ధనమందు ఆసక్తి కలవాఁడు, 'నవ నవతి కోటీశ్వరు లని నందులప్రసిద్ధి' తొంబది తొమ్మిది కోట్ల బంగారు (ధనము) గలవారు అని, 'కిం కియత్'—ఏది' యెంత-అని తటాలున ఇతఁడు అడుగుటచేతను పూర్వరాజ్యమున ప్రసిద్ధమైన ఆరాజు నడవడి జ్ఞప్తి సేయఁబడుచున్నది, ఇతఁడే అతనికి ఎప్పుడెప్పుడు ఎంతెంత ఇచ్చినవాఁడో-వాఁడు అది తప్పని యెంచక రాజునకును ప్రకృతికిని నడుమ అట్టిది సహజమే అని యెంచు నట్లున్నది ఇతఁడు రాక్షసునియు, దాన నందులయు ఆప్తుఁడు గదా. మఱి ఇది దోషముగా నెంచి, పొగరుపోతులని నందులను మెచ్చని ప్రజయు అతిబహుళముగా, నుండెను. కావుననే చాణక్యుఁడు 'నవ హృదయరోగా ఇవ భువః' అని యన్నాఁడు, అర్థ సమ్బన్ధః=ధనముయొక్క సంబంధము, అపరిక్లేశః-భవతాం=మీకుకష్టము లేకుండుటే-మీకు దండనరూపమైన బాధకల్గింపకుండుటే, అనఁగా బాధ కలిగింపవలసి రాకుండుటే-బాధ కలిగింపవలసినట్లు ప్రజ తప్పు చేయకుండుటే అని గూఢము. పరిక్లేశః - అనుదానికి సామాన్యముగా బాధ అలసట - ఇత్యాది అర్థము, కామందకీయాది దండనీతిశాస్త్ర మందు 'పరిక్లేశము' దండనప్రకారములలో చెప్పఁబడినది. 'Torture' అనఁబడునది.

"వధోఽర్థగ్రహణం చైవ పరిక్లేశ స్తథైవ చ
ఇతి దణ్డవిధానజ్ఞై ర్దణ్డోఽపి త్రివిధః స్మృతః, అని.

నందులు అర్థరుచు లైనందున సాకులు వెదకి అర్థము గ్రహింతురు. చంద్రశ్రీ పరిక్లేశ ప్రయోగము చేయ నక్కఱలేకుండ జనులు నడుచుకొన్న సంతోషించును. అంతయే అతనికి కావలసినది. చందనదాసు తా నేమియు తప్పు చేసిన ప్రస్తావ మెందును లేనందున 'అనుగృహీ తోఽస్మి' = మహాప్రసాదము - ఇప్పుడు ఆంగ్లమున కృతజ్ఞతకు ఏనాటికిని "I thankyou" అందురే, అట్టి ఆచార మాత్రపు మాట. 'చిత్తము' అన్నట్లు, గౌరవద్యోతకాంగీకారము.

చాణక్యః—భోః శ్రేష్ఠిన్, స చ అపరిక్లేశః కథమావిర్భవతీతి నను భవతా ప్రష్టవ్యాః స్మః.

చన్దనదాసః—ఆణవేదు అజ్జో. (అజ్ఞాపయతు ఆర్యః.)

చాణక్యః—సఙ్క్షేపతో, రాజని అవిరుద్ధాభి ర్వృత్తిభి ర్వర్తితవ్యమ్.

చన్దనదాసః— కో ఉణ అధణ్ణో రణ్ణా విరుద్ధో త్తి అజ్జేణ అవగచ్ఛీఅది (ఆర్య, కః పున రధన్యో రాజ్ఞా విరుద్ధ ఇతి ఆర్యేణావగమ్యతే?)

చాణక్యః—భవా నేవ తావ త్ప్రథమమ్.

చన్దనదాసః— (కర్ణౌ పిధాయ) సన్తంపావం! సన్తంపావం! కీదిసో తిణాణం అగ్గిణాసహ విరోహో. (శాన్తమ్ పాపమ్! శాన్తమ్ పాపమ్! కీదృశ స్తృణానా మగ్నినా సహ విరోధః)

అపరిక్లేశః-దీనికి ఈయర్థమే ఇచట అదికియుండునది. సఙ్క్షేపతః-విస్తరము లేకుండ, పలుమాటలు లేకుండ, రాజని..,=రాజునెడ విరుద్ధము కాని, అనఁగా రాజునకు కాని, వృత్తిభిః=నడవడులతో. అధన్యః-అదృష్టహీనుఁడు. విరుద్ధః=విరోధించియున్నాడు, కాని పనులు చేయుచున్నాఁడు-అనగా కాకయున్నాఁడు?

భవాన్ ఏవ తావత్=నీవే సుమా-అది తనకు వినఁగూడని మాట వోలె, పాపముం గూర్చు మాటపోలె. చెవులు మూసుకొనుటయు శమిల్లుమ గాక పాపము? అని అనుటయు. కీదృశః—అదెట్టిది? తృణానాం=గడ్డి పోచలకు, అగ్నినా సహవిరోధః-నిప్పుతో పగ యనఁగా, వానిని అంతలో కాల్చివైచును గదా, నేను గడ్డిపోచపాటి, చంద్రశ్రీ, నిప్పుపాటి, గడ్డి నిప్పుజోలికి పోఁజెల్లునా? పోవునా? కాల్పఁబడదా? కాలిపోదా.

చాణక్యః—అయ మీదృశో విరోధః, యత్ త్వ మద్యాపి రాజాఽపథ్య కారిణో ఽమాత్యరాక్షసస్య గృహజనం స్వగృహ మానీయ రక్షసి.

చన్దనదాసః—అజ్జ అళీఅం ఏదం, కేణావి అణభిణ్ణేణ అజ్జస్స ణివేదిదమ్, (ఆర్య, అళీక మేతత్, కేనా ప్యనభిజ్ఞేన ఆర్యస్య నివేదితమ్.)

చాణక్యః—భోః శ్రేష్ఠిన్, అల మాశఙ్కయా. భీతాః పూర్వరాజపురుషాః పౌరాణా మనిచ్ఛతా మపి గృహేషు గృహజనం నిక్షిప్య దేశాన్తరం వ్రజన్తి, తత స్తత్ప్రచ్ఛాదనం దోష ముత్పాదయతి.

అయం ఈదృశో విరోధః–ఇడిగో (చూడు) ఇట్టిది ఆ విరోధము–విరుద్ధ వృత్తి=కానిపని. రాజాపథ్యకారిణః–రాజునకు చెఱుపుచేయు పనిని చేయుచున్న, రాక్షసస్య గృహజనం = రాక్షసుని గృహజనమును–భార్య (పిల్లలను) రక్షసి= కాపాడుచున్నావు, ఇంటిలో భద్రముగా పెట్టుకొనియున్నావు.

అళీకం = అసత్యము, దబ్బఱ. అనభిజ్ఞేన = (విషయమే) ఎఱుఁగని వానిచేత - నివేదితమ్ = ఎఱింగింపఁ బడినది. విన్నవింపఁ బడినది. అలం ఆశఙ్కయా=వలదు, భయము–నిషేధార్థమున 'అలం'తో తృతీయ, పర్యాప్త్యర్థమున ప్రథమ. భయపడి ఉన్నను లేదని బొంక నక్కఱలేదు. భీతాః= భయపడి, దేశాన్తరం వ్రజన్తి=పరదేశమునకు పోవుదురు–పరారి యగుదురు. అప్పుడు (ఆతొందరలో మఱి యుపాయముతోఁపక,) అనిచ్ఛతాం అపి = ఇచ్చగింపనివారైనను, వారియొక్క, గృహేషు=ఇంటియందు–బహువచనమునకు ఏకవచన మర్థము, పూర్వ రాజ పురుషాః=మునుపటి రాజు నుద్యోగస్థులు, సేవకులు, నిక్షిప్య=ఉంచి, ఇల్లడ యుంచికాదు, ఊరకవిడిచి, తత్ప్రచ్ఛాదనం= దానిని దాచుట, ఆసంగతి బయటికి తెలియనీకుండుట–ఇప్పటి రాజపురుషులకు తెలియనీకుండుట. దోష ముత్పాదయతి=దప్పిదము కలిగించును–తప్పిదమగును అనుట.

చన్దనదాసః—ఏవం ణేదం తస్సిం సమఏ ఆసి అహ్మాఘరే, అమచ్చరక్ఖసస్స ఘరఅణో త్తి [ఏవం ను ఇదమ్. తస్మిన్ సమయే ఆసీ దస్మద్గృహే అమాత్య రాక్షసస్య గృహజనః ఇతి]

చాణక్యః—పూర్వ మనృత, మిదానీ మాసీ దితి పరస్పర విరోధినీ వచనే.

చన్దనదాసః—ఎత్తిఅం జెవ్వ అత్థి మే వాఆచ్ఛలమ్ [ఏతావ దే వాస్తి మే వాక్ఛలమ్,]

చాణక్యః—భోః శ్రేష్ఠిన్, చన్ద్రగుప్తే రాజ న్యపరిగ్రహాః ఛలానామ్, తత్సమర్పయ రాక్షసస్య గృహజనమ్. అచ్ఛలం భవతు భవతః.

చన్దనదాసః—అజ్జ, ణం విణ్ణవేమి ఆసి అహ్మాఘరే అమచ్చ రక్ఖసస్స ఘరఅణో త్తి, [ఆర్య, నను విజ్ఞాపయామి, ఆసీ దస్మద్గృహే అమాత్యరాక్షసస్య గృహజన ఇతి]

ఏవం ను ఇదం - ఇట్లే కదా ఇది, (నీవు చెప్పినట్లే కదా అనుట) తస్మిన్ సమయే = ఆసమయమందు - రాక్షసుఁడు ఊరు విడిచి పోయినపుడు అనుట ఇతి - అనియే నేను చెప్పిన మాట పూర్వం = ప్రథమమున, తొలుత, అనృతం=అసత్యము ఇదానీం ఆసీత్ ఇతి=ఇప్పుడు 'ఉండెను' అని, వా ఆ చ్ఛలమ్=వాక్ఛలమ్=మాటల అభిప్రాయము 'ఛల' మనఁగా 'అభిప్రాయ' మని చందనుని యభిప్రాయము 'వాక్ఛలము' న్యాయశాస్త్రములోని మాటయు. 'అవిశే షాభిహితేఽర్థే, వక్తు రభిప్రాయా దర్థాన్తర కల్పనమ్ వాక్ఛలమ్' - సామాన్యముగా, స్పష్టముగా ఇదియే, అది కాదు అని తెలియనీని విధముగా పలికి, తర్వాత (బెదర వచ్చుటం జరికించి) అదికాదు నేఁ జెప్పినది, ఇదే యని చెప్పి (తప్పించుకొనుట.) వాక్ఛలము, మాటలో టక్కు

చాణక్యుఁడు 'టక్కు' అను నర్థము పట్టుకొని - అపరిగ్రహాః ఛలానాం= టక్కులు ఒప్పుకొనఁబడవు, అచ్ఛలం=టక్కులేమి, ఋజుత-అనుట, ఆసీత్—ఉండెను—మనఁపు అనుట - భూతకాలముం దెలుపును - 'అతీతం' అని నేను అన్నది ఇప్పటి మాట అనుట.

చాణక్యః—అ థేదానీం క్వ గతః ?

చన్దనదాసః—ణ జాణామి, [న జానామి]

చాణక్యః—[స్మితం కృత్వా] కధం న జ్ఞాయతేనామ? భోః శ్రేష్ఠిన్, శిరసి భయ, మతిదూరే తత్ప్రతీకారః.

చన్దనదాసః—(స్వగతమ్)

శ్లో. ఉవరి ఘణాఘణరడిఅం దూరే దఇతా కిమేద దా వడిఅం?
హిమవది దివ్వోసహిఒ సీసే సప్పో సమావిట్ఠో.

కథం న జ్ఞాయతే నామ = తెలియఁబడదు - ఎఱుఁగను అనుట యన్న, అ దెట్లు ? నీయింట నుండినది నీకు తెలియక ఎక్కడికి పోవును - అనుట.

శిరసి భయం = నెత్తిమీఁద భయము, దూరే తత్ప్రతీకారః = దూరాన, దానికి తీర్పు - అదితీఱు నుపాయము—రాక్షసుఁడు తీర్పు ననుకొనుచున్నావో ఏమో - వాఁడు నూర్ల యామడల దూరాన నున్నాఁడు.

చన్దనదాసః—చందనదాసుఁడును అట్లే తలపోసికొనుచున్నాఁడు స్వగత ముగా - మనసులో అనుట.

శ్లో ౨౨. ఉపరీతి-ఉపరి=పైన, మింట, ఘనాఘన రటితమ్ = వాన కురియుచున్న మేఘంపు టుఱుము, దూరే=దూరాన, దయితా = ప్రియురాలు, కిం ఏతత్ అపతితం=ఏమి యిది సంభవించినది ? హిమవతి=హిమవంతమున, దివ్యౌషధయః=దివ్యౌషధములు-శీర్షే=తలమీఁది, సర్పః=పాము, సమావిష్టః = కూరుచున్నది

ఇందుల తాత్పర్యము పై చాణక్యవాక్యమే. వర్షించుచున్న మేఘముల గర్జన నెత్తిమీఁద, ప్రియ దూరమందు. ఏమి యిది సంభవించినది ? హిమ వంతమున దివ్యౌషధులు, పాము శిరమునఁ గూర్చున్నది.

చూ మేఘ-

మేఘాలోకే భవతి సుఖినోఽ ప్యన్యథావృత్తి చేతః
కణ్ఠాశ్లేషప్రణయిని జనే, కిం పున ర్దూరసంస్థే=

(ఉపరి ఘనాఘనరటితం దూరే దయితా, కి మేత దాపతితమ్?
హిమవతి దివ్యౌషధయః శీర్షే సర్పః సమావిష్టః)

చాణక్యః—అన్యచ్చ. నన్దమివ విష్ణుగుప్తః—(ఇత్యర్ధోక్తే లజ్జాం నాటయిత్వా) చన్ద్రగుప్తమమాత్య రాక్షసః సముచ్ఛేత్స్యతీతి మా మైవం మంస్థాః. పశ్య,

శ్లో. విక్రాన్తైర్నయశాలిభిః సుసచివైః
శ్రీర్వక్రనాసాదిభి

రఘు. XIII–28

పూర్వానుభూతం స్మరతా చ యత్ర।
కమ్పోత్తరం భీరు తవోపగూఢం।
గుహావిసారీ ణ్యతివాహితాని
మయా కథంచిద్ఘనగర్జితాని.

ఈ శ్లోకపాఠము కొన్నిట లేదు. ప్రకరణమున చందదాసుని నోట 'దూరే దయితా' ఇత్యాదిగల శ్లోకము లేకుండుటయే తగునేమో. 'దయితా'కు రాక్షస సన్నిధికాదా రాక్షససంగతి అను ఉపమేయమును ఊహించుకొని, ఈ సమయావ రాక్షసుఁడున్న అపాయము లేకుండును గదా-అని 'దూరే దయితా' తోడి దీనిని పఠింపనయగునేమో. ఈ యిక్కట్టున రాక్షసుం దలఁపఁడా?

అన్యచ్చ-మఱియొకటియు, నీవుమనసునకు లెచ్చుకొనవలసినదని-అనుట ఇత్యర్ధోక్తే-అని సగము చెప్పఁగానే, తనబడాయి చెప్పుకొమనట్లు తలంపఁబడు నేమో అని సిగ్గు సముచ్ఛేత్స్యతి-దుంపనాశనము చేయఁగలడు-మామా ఏవం మంస్థాః-ఇట్లు తలంపఁ బోకుము, పోకుము-అనుటకు రెండు 'మా'లు, పశ్య-చూడుము-నేను వివరించెద ననుట.

శ్లో ౹౩ విక్రాన్తైరితి-విక్రాన్తైః=పరాక్రమముగలవారును, నయశాలిభిః-నీతిచే ఒప్పినవారును. ఐన సుసచివైః=మంచిమంత్రులయిన, వక్రనాసాదిభిః= వక్రనాసుఁడు మొదలగువారిచేత, ఈ పేరును రాక్షసనామమును-వంకరముక్కువాఁడు అనియు రాక్షసుఁడు అనునదియు ఒప్పుచాలనివి, నిజముగా ఇతిహాసమున అందింపఁబడి ప్రసిద్ధములుగా నున్నట్టివి కాకున్న, 'సుసచివులు' అనుచునే

ర్నన్దే జీవతి యా తదా న గమితా
  స్థైర్యం చలన్తీ ముహుః
తా మేకత్వ ముపాగతాం ద్యుతి మివ
  ప్రహ్లాదయ న్తీం జగత్
క శ్చన్ద్రా దివ చన్ద్రగు ప్తనృపతేః
  కర్తుం వ్యవస్యేత్ పృథక్ ? 23

ఇట్టి పేరులు నాటకకర్త విశాఖదత్తుఁడు కల్పించునా? నన్దే = నందుఁడు, జీవతి=బ్రతికియుండఁగా, యా శ్రీః=ఏసిరి-రాజ్యలక్ష్మి, ముహుః చలన్తీ = మాటి మాటికి (పడిపోవునట్లు) చలించుచున్నదై, ఊఁగులాడుచున్నదై, తదా-అప్పుడు - చాల కాల మైనను - స్థైర్యం = నిలకడను - తిరమైన దగుటను ప్రతిష్ఠను - న గమితా=పొందింపఁబడ లేదో, తాం = దానిని, ద్యుతిం ఇవ= కాంతి (వెన్నెల) వలె, ఏకత్వం ఉపాగతాం (చీలికలు లేక) ఒక్కటియగుటను పొందిన దానిని, జగత్=లోకమును-ఎల్లజనులను, ప్రహ్లాదయన్తీం=సంతోష పెట్టుచున్న దానిని, చన్ద్రాత్ ఇవ చందురునుండియుంబోలె, చన్ద్రగుప్తనృపతేః= చంద్రగుప్త రాజునుండి, పృథక్ కర్తుమ్=వేఱు చేయుటకు, కః=ఎవఁడు, వ్యవస్యేత్=పూనును?

చాణక్యునికి నందరాజ్యపు స్థితిగతులు చక్కఁగా ఎఱుక. అట్లే చందన దాసునకును - కావున చెప్పుచున్నాఁడు — వక్రనాసాది మంత్రులు పరాక్రమ శాలులే. నీతిశాస్త్ర ప్రయోగ పారంగతులే. గొప్ప మంత్రులే - ఐన నేమి? వారి కాలమున రాజ్యలక్ష్మి స్థైర్యము లేక ఊఁగులాడుచునే యుండినది. లోకము నకు సంతోషము లేకయే యుండినది అట్టి దానిని చంద్రునికిఁ గూర్చి, స్థిరపఱిచి, కళకళలాడించి, లోకసంతోషదాయకముం జేసితిని, దానిని ఎవరు అతని నుండి పెఱుకుకొని పోఁగలఁడు? పూర్ణచంద్రునినుండి వెన్నెలను ఎవడైనను ఎడఁబాప నేర్చునా?

'చలన్తీం ముహుః'—చలించుచున్న యనుటచే రాజ్యము నందునియందు స్థిరముగా నెలకొనలేదనియు, శత్రువుల యభియోగము పలుమాఱు కలుగుచుండె

అపి చ—[ఆస్వాదిత ద్విరదశోణిత ఇతి పూర్వోక్తం పఠతి)

చన్దనదాసః — (స్వగతమ్) ఫలేణ సంవాదిదం సే వికత్థిదం. [ఫలేన సంవాదిత మస్య వికత్థితమ్.]

(నేపథ్యే కలకలః)

చాణక్యః—శార్ఙ్గరవ, జ్ఞాయతాం కి మేతత్.

శిష్యః—తథా. (ఇతి నిష్క్రమ్య పునః ప్రవిశ్య.) ఉపాధ్యాయ, ఏష రాజ్ఞశ్చన్ద్రగుప్తస్యాజ్ఞయారాజాపథ్యకారీ క్షపణకో జీవసిద్ధిః సనికారం నగరా న్నిర్వాస్యతే.

చాణక్యః—క్షపణక! అహహా! అథవా అనుభవ రాజాపథ్యకారిత్వస్య ఫలమ్. భోః శ్రేష్ఠిన్, చన్దనదాస, ఏవ మయ

ననియు భావము - ప్రహ్లాదయన్తీం జగత్ - లోకమును సంతోష పెట్టుచున్నట్టిది. ఏకత్వమ్ ఉపాగతాం - (చంద్రగుప్తునితో) నొకటిగా కలసిపోయి నట్టిది. ఇట్లు రాజ్యస్థైర్యమునకు ముఖ్యకారణమైన ప్రజానురాగము చెప్పఁబడినది, ప్రజానురాగము లేనందున నందుని రాజ్యము స్థిరపడలేదు, అది కలిగినందున చంద్రగుప్తునిది స్థిరపడినది - ఐక్యముచే, చంద్రుని నుండి వెన్నెలను సూర్యుని నుండి తేజమును అగ్ని నుండి వేడిని వేఱుచేయ నలవిపడనట్లు-చంద్రగుప్తు నుండి రాజలక్ష్మిని తప్పించుట శక్యముగా దని భావము.

ద్యుతి మివ......చన్ద్రాత్ - ఇందు అలంకారము ఉపమ.

ఫలేన = అతఁడు పొందిన ఫలముతో, సంవాదితమ్ = సరిపోవుచున్నది. సరిపోలుచున్నది. ఇతయు అతఁడు నిజముగా సాధించినాఁడు రాజాపథ్య - What is unwholesome to the king, రాజునకు అహితమును, విరుద్ధమును, హాని కలిగించునదియు

క్షపణక - ఓయి సన్న్యాసి! అహహ! ఆశ్చర్యము! రాగద్వేషములు విడిచిన (విడువవలసిన) నీవా! అథవా - అట్లు కాదు. సన్న్యాసియైనను విడువకూడదు అనుభవ-అనుభవింపుము. ఆదేశ కారనిర్వాసనము, (క్షపణక-బళి-

మపథ్యకారిషు తీక్ష్ణదణ్డో రాజా. తత్ క్రియతాం పథ్యంసుహృద్వచః. సమర్ప్యతాం రాక్షసగృహజనః. అనుభూయతాం చిరం విచిత్రో రాజప్రసాదః,

చన్దనదాసః — ణత్థి మే గేహే అమచ్చఘరఅణో. [నాస్తి మే గేహే అమాత్యగృహజనః]

(నేపథ్యే పునః కలకలః)

చాణక్యః — శార్ఙ్గరవ, జ్ఞాయతాం కి మేతత్.

శిష్యః—తథా. (ఇతి నిష్క్రమ్య పునః ప్రవిశ్య) ఉపాధ్యాయ, అయ మపి రాజాపథ్యకా ర్యేవ కాయస్థః శకటదాసః శూల మారోపయితుం నీయతే.

చాణక్యః—స్వకర్మ ఫల మనుభవతు. భోః శ్రేష్ఠిన్, ఏవ మయం రాజాపథ్యకారిషు తీక్ష్ణదణ్డో, న మర్షయతి రాక్షసకలత్ర ప్రచ్ఛాదనమ్ భవతః, త ద్రక్ష పరకళత్రే ణాత్మనః కళత్రం జీవితం చ.

పోవుచున్నావు కదా కార్యసిద్ధికి అనిగూఢము) తీక్ష్ణదణ్డః = తీక్ష్ణ.. క్రూర-మైన దండన చేయువాఁడు - సన్న్యాసి నైనను విడువఁడు, పథ్యం = హితమైనది, సుహృద్వచః-నేను నీకు మిత్రమనై చెప్పుచున్నాను ఇది ఏ మిత్రమును చెప్పు హితవు. విచిత్రః-పలుతెఱంగుల ఆశ్చర్యమగు లాభము మేలు కలిగించునది -

కలకలః-గుంపున పుట్టిన పెద్ద మ్రోత, గొల్లు అయం అపి=వీ డును, శూలమారోపయితుం నీయతే కొఱ్ఱు ఎక్కింపఁబడుటకు కొఱుతవేయఁబడుటకు- నీయతే - కొనిపోఁబడుచున్నాఁడు, స్వకర్మ-ఫలం = తన పనుల - రాజునెడ పెక్కు మారణ ప్రయత్నములుచేసినందుల-ఫలము. న మర్షయతి=మన్నింపఁడు తత్=కావున. పరకళ త్రేణ=పరభార్యచేత-భార్యను పట్టియిచ్చుటచేత, ఆత్మనః కళత్రం జివితం చ=నీభార్యను, ప్రాణమును-నిన్ను కూడ కొఱుత వేయునేమో।

చన్దనదాసః—అజ్జ కిం మే భఅం దావేసి, సన్తం వి గేహే అమచ్చ రక్ఖసస్స ఘరఅణం ణ సమప్పేమి, కిం ఉణ అసన్తమ్. (ఆర్య, కిం మే భయం దర్శయసి? సన్త మపి గేహే అమాత్య రాక్షసస్య గృహజనం న సమర్పయామి, కిం పున రసన్తమ్?)

చాణక్యః—చన్దనదాస, ఏష తే నిశ్చయః!

చన్దనదాసః—బాఢం; ఏసో ధీరో మే ణిచ్చఓ. (బాఢం; ఏష ధీరో మే నిశ్చయః)

చాణక్యః— (స్వగతమ్.) సాధు!

శ్లో. సులభే ష్వర్థలాభేషు పరసంవేదనే జనః
క ఇదం దుష్కరం కుర్యా దిదానీం శిబినా వినా, 24

(ప్రకాశమ్) ఏష తే నిశ్చయః.

భయం దర్శయసి-భయము చూపుదువు-భయపెట్టెదవు-సన్తం అపి = ఉన్ననుం గూడ, అసన్తం కిం పునః=లేనిదానిమాట చెప్పవలయునా? లేదయ్యా అంటే నన్నేమో బెదిరింతువు; ఏష తే నిశ్చయః = ఇది నిశ్చయము, తిరుగు లేదు; బాఢం-గట్టిగా, నిజముగా-ధీరః-గట్టి, తిరుగులేని. సాధు-బళి.

శ్లో. ౨౪. సులభే ష్వితి —పర సంవేదనే - ఇతరుఁడు (ఫలాని చోట నున్నాఁడని) తెలుపుటచే, సులభేషు అర్థ లాభేషు = (అట్లప్పగించుటచేత) ధనములు సులువుగా దొరకుచున్నను, శిబినా వినా=శిబితప్ప, ఇదం దుష్కరం= ఇట్టి దుష్కరమును, కః జనః=(మఱి) ఏ జనుఁడు, ఇదానీం=ఇప్పుడు, కుర్యాత్= చేయును?

పరులను పట్టి యిచ్చుటచే (ఫలానాచోట ఉన్నారు అని చెప్పినమాత్రకే) అర్థములు సులువుగా లభించుచుండఁగా శిబిచక్రవర్తి గాక మఱి ఎవరు ఈకాలమున ఇట్టి దుష్కరధర్మమును చేయుదురు?

దానశీలతకు శిబిచక్రవర్తి కథ అతిప్రసిద్ధము. ఉశీనరము అని గాంధారము చెంత నొక దేశము, దాని చక్రవర్తి శిబి అతని దానశీలతాప్రసిద్ధిం గని, దేవతలు పరీక్షింపఁగోరి, అగ్ని పావురమును ఇంద్రుఁడు డేగయునై, డేగ పావురముం

చన్దనదాసః—బాఢమ్.

చాణక్యః—(సక్రోధమ్) దురాత్మన్. తిష్ఠ దుష్టవణిక్. అనుభూయతాం తర్హి నరపతిక్రోధః.

చన్దనదాసః—సజ్జోహ్మి. అనుచిట్ఠదు అజ్జో అత్తణో అహిఆరసరిసమ్ [సజ్జోస్మి అనుతిష్ఠతు ఆర్యః ఆత్మనోధికారసదృశమ్]

చాణక్యః — శార్ఙ్గరవ, ఉచ్యతా మస్మద్వచనాత్ కాలపాశికో దణ్డపాశికశ్చ—'శీఘ్ర మయం దుష్టవణిక్ నిగృహ్యతామ్,— అథవా—తిష్ఠతు. ఉచ్యతాం దుర్గపాలకో విజయపాలకః, గృహీత

దఱుముకొని రాఁగ అది తనయొడిలో వ్రాలి వానిని శరణుచొచ్చెను. డేగయు తనకు ప్రాణము పోవునంత ఆకలి, పావురము తన ఆహారము అని దానిని తన కిచ్చివేయుమనెను. దానిం గాపాడువాఁడై డేగ యొప్పుదలతో, రాజు దానియెత్తు తనతొడ కండను కోసి యిత్తు నని కోసి తక్కెడలో పావురమునకు సరిగా నుంచెను. కాని పావురమే మొగ్గుచూపెను. మరల మరల కండ ఎంత కోసి పెట్టినను అట్లేకాఁగా, కడపట శిబి తానే తక్కెడ సిబ్బిలో కూర్చుండెను. అప్పుడు తక్కెడ అటు మొగ్గెను డేగ ఎగిరి పోయెను. పావురము అగ్ని దేవుడు ప్రత్యక్షమై శిబిని మెచ్చుకొని వరము లొసఁగి మరలెను.

సక్రోధమ్-ఆత్మగతానంతరము ఈ క్రోధము తెచ్చుకోలు. కార్యసాధనాభినయము. నరపతిక్రోధః-రాజు కోపము=రాజునకు కోపము కల్గించుటచే ఏమగునో దానిని అనుభవింపుము. సజ్జః=సిద్ధముగా తయారుగా ఉన్నవాఁడను, అధికార సదృశం-నీ మంత్రితకు తగినట్లు నాకు ఏమి చేయఁదగునో అదిచేయుము నిగృహ్యతామ్ = దండింపఁబడును గాక, అథవా = అట్లు గాదు-నేను కాదు ఇతనిని దండించుట, తిష్ఠతు=ఉండునుగాక-తాళు, మయా వృషలాయ కథ్యతే-నేను (వీని దండమునం గూర్చి) వృషలునికిం జెప్పెదను. వృషల ఏవ=వృషలుఁడే, అస్య ప్రాణహరం దణ్డం=ప్రాణాలను హరించునదైన దండనను-అది ఏవిధమైనదో అతనియిష్టము, దుర్గపాలకః=కోటకాపరి. అతని పేరు 'విజయ

గృహసార మేనం సపుత్రకళత్రం సంయమ్య తావ ద్రక్ష, యావ న్మయా వృషలాయ కథ్యతే, వృషల ఏ వాస్య ప్రాణహారం దణ్డ మాజ్ఞాపయిష్యతి.

శిష్యః—య దాజ్ఞాపయ త్యుపాధ్యాయః. శ్రేష్ఠిన్, ఇత ఇతః.

చన్దనదాసః—అజ్జ, అఅ మాఅచ్ఛామి. (స్వగతమ్) దిట్ఠిఅ మిత్తకజ్జేణ మే విణాసో ణ పురిసదోసేణ, (పరిక్రమ్య శిష్యేణ సహ నిష్క్రాన్తః.) [ఆర్య, అయ మాగచ్ఛామి. దిష్ట్యా మిత్ర కార్యేణ మే వినాశో న పురుషదోషేణ.]

చాణక్యః—(సహర్షమ్) హన్త లబ్ధ ఇదానీం రాక్షసః కుతః

పాలకుఁడు' గృహీత గృహసారం–జప్తి చేయఁబడిన యింటిలోని యాస్తి గల వానిని–ఇంటిలోని యాస్తి యెల్లను జప్తి చేసి, సపుత్రకళత్రం – కొడుకు తోడను భార్యతోడనుం గూడ, సంయమ్య=సంకెలలు వైచి, తావత్ రక్ష యావత్ – అంతవఱకు కాపాడవలసిది – ఎంతవఱకు అనఁగా, ఇతః=ఇటు (రా) అనుట.

అఅం=ఇదిగో (వచ్చుచున్నాను.) దిష్ట్యా=సంతోషము; మిత్ర కార్యేణ – మిత్రునికోసము – మిత్రునికి నేను చేయు పనిచేత – నేలుచేత, న పురుష దోషేణ– (మఱి) నా తప్పుచేతఁగాదు మానిసిగా నేను కావించిన ఏదేని తప్పిదముచేతఁ గాదు–అనుట. వినాశః–చావు–చంపఁబడుటకే తాను కొనిపోఁబడు చున్నాఁడని అతని నిశ్చయము. కావుననే "మిత్ర కార్యేణ" ఇత్యాది సమాధా నము తలంచుకొని, యుపకారము తనకు కలిగినది గదా 'దిష్ట్యా' అని సంతోష పడుట అందులకే అతనిని తాఁబంపినట్లుఅతఁడు నమ్ముచున్నాఁడనియే చాణక్యు డును సహర్షముగా 'లబ్ధ ఇదానీం రాక్షసః కుతః' అవి తలంచుచున్నాఁడు. కుతః=ఏలనఁగా

శ్లో. త్యజ త్యప్రియవ త్ప్రాణాన్ యథా తస్యాయ మాపది
తథైవా స్యాపది ప్రాణా నూనం తస్యాపి న ప్రియాః.-౨౫

[నేపథ్యే కలకలః]

చాణక్యః—శార్ఙ్గరవ, శార్ఙ్గరవ,

(ప్రవిశ్య)

శిష్యః—ఉపాధ్యాయ, అజ్ఞాపయ.

చాణక్యః—కి మేష కలకలః ?

శ్లో. ౨౫. త్యజతీతి—తస్య ఆపది=అతని యాపదయందు, యథా=ఎట్లు, అయం=ఇతఁడు, అప్రియవత్=తనకు ప్రియము - తీపు - కానట్లు, ప్రాణాన్=ప్రాణము(ల)ను, త్యజతి=విడుచునో, తథాఏవ=అట్లే, అస్య ఆపది=ఇతని యాపదయందు, తస్య ఆపి=అతనికి సయితము. ప్రాణాః=ప్రాణము(లు) న ప్రియాః=ఇష్టము, తీపు, కాదు. నూనం=నిజము.

తన గృహజనమును సర్కారునకు అప్పగించుట రాక్షసునికి ఆపద-అది వానికి కలుగనుండఁగా, దానిని కలుగనీక ఇతఁడు తీపుపడక తన ప్రాణమును ఒడ్డుచున్నాఁడు. అట్లే ఇతనికి మరణదండన విధింపఁబడి కొఱ్ఱు నెక్కింపఁబడనున్నాఁడని వినఁగానే వాఁడును తన ప్రాణమునకు తీపునడక, వీనిం గావ దానిని ఒడ్డును.

ప్రాణాన్--సంస్కృతమున 'ప్రాణ' శబ్దము ప్రాణమను నర్థమున బహువచనముగానే ప్రయోగింపఁబడును, ఏలయన మానిసికి ప్రాణాలు ఐదు, ప్రాణాపాన వ్యా నోదాన సమానములు, కృష్ణుఁడు 'మమ ప్రాణా హి పాణ్డవాః' వారి సంఖ్య ఐదగుటయు సరిపడినది. వీనిం గావను తప్పక వచ్చి, అట్టే తనకు పట్టుపడవలయు నని చాణక్యుని పన్నకము.

సిద్ధార్థకుఁడు శకటదాసుని వధ్య భూమినుండి కొని పరారియైనాఁడు అని శిష్యుఁడు చెప్పగానే చాణక్యుఁడు ఆత్మగతముగా ,బళి, సిద్ధార్థక! కార్యము తొడంగ బడినది' అని అనుకొన్నాఁడు. రాక్షసుని మలయునుండి చీల్చి వశపఱచుకొనుపని తొడంగఁబడినది-అపన్నకమున ఇది తొలి పని. ఇందుండి ఇఁక నన్నియు అల్లుకొనును.

శిష్యః — (విభావ్య) ఉపాధ్యాయ, ఏష ఖలు శకటదాసం వధ్యమానం వధ్యభూమే రాదాయ సమపక్రాన్తః సిద్ధార్థకః.

చాణక్యః—(స్వగతమ్) సాధుసిద్ధార్థక, కృతః కార్యారమ్భః (ప్రకాశమ్) ప్రసహ్య కి మపక్రాన్తః? (సక్రోధమ్) వత్స, ఉచ్యతాం భాగురాయణో యథా త్వరితం సంభావయేతి.

దండకలో రావణుఁడు తన్ను అడ్డిన జటాయువును ఱెక్కలు నఱికి కూల్చి సీతను 'కుయ్యో' 'రామా' అని యేడ్చుచున్న దానిం గొని పఱవఁగా,

'దృష్ట్వా సీతాం పరామృష్టాం దీనాం దివ్యేన చక్షుషా
కృతం కార్యమితి శ్రీమాన్ వ్యాజహార పితామహః—
ప్రహృష్టా వ్యథితా శ్చాసం త్సర్వే తే పరమర్షయః
దృష్ట్వా సీతాం పరామృష్టాం దణ్డకారణ్య వాసినః
రావణస్య వినాశం చ ప్రాప్తం బుద్ధ్వా యదృచ్ఛయా.

రామా. అరణ్య, ౫౩

'కార్యం బాలకాణ్డేవిష్ణునా ప్రతిజ్ఞాతం కృతం-దేవకార్యం కృతం ఇతివ్యాజ హార, ప్రీత్యతిశయేన పురుషాన్తరాసన్నిధానేఽపి ఉదారహత్' అని వాఖ్యలు.

విభావ్య = పరికించి; వధ్యమానం = చంపఁబడుచున్న వానిని, వానిని తయారుచేసి కొఱ్ఱు ఎక్కింపఁబోవు నంతలో, వధ్యభూమేః-అందులకై ఏర్పాటు చేసిపెట్టియున్న చోటునుండి, ఆదాయ=తీసికొని, సమపక్రాన్తః-ఎక్కడికో పాఱి పోయినాఁడు. సాధు=బళి, కృతః కార్యారమ్భః=పని తొడంగఁబడినది. రాక్షస గ్రహణమునకైన నాపన్నకపుఁ బనిలో ఇది తొడంగుట-మొదట చేయ వలసినది. ఇఁకను అన్నియు దానికి అనుబంధములే.

ఇందు అలంకారము అనుమానము. ఎట్లితఁడు తెగి ప్రాణములు వదలునో అట్లే అతఁడును అని అనుమానించుటచేత.

ప్రసహ్య కిం అపక్రాన్తః--ఏమి బలాత్కారముగా పాఱిపోయినాఁడా? సక్రోధము_ఊకోపము, తెచ్చుకోలు-బయటి జనులకు_శిష్యునికి-అగపడుటకు, యథా-ఏమని యనఁగా, త్వరితం సంభావయ=త్వరగా కలిసికో_అని, కలిసికొని పట్టుకొని రమ్మను-అని చాణక్యునిమాట_బయటికి, సవిషాదమ్-శిష్యునికి దుఃఖము ఇట్లు తనగురువుమాట వృథ యైనదే, ఆయన యనుకొన్న పని కాఁబోదే అని.

(నిష్క్రమ్య ప్రవిశ్య చ)

శిష్యః — (సవిషాదమ్) ఉపాధ్యాయ, హా ధిక్ కష్టమ్! అపక్రాన్తో భాగురాయణో ఽపి.

చాణక్యః—(స్వగతమ్) వ్రజతు. కార్యసిద్ధయే. (ప్రకాశమ్ సక్రోధ మివ) వత్స, ఉచ్యన్తా మస్మద్వచనాద్ భద్రభట పురుషదత్త డిఙ్గరాత బలగుప్త రాజసేన రోహితాక్ష విజయవర్మాణః, శీఘ్ర మనుసృత్య గృహ్యతాం దురాత్మా భాగురాయణ, ఇతి.

శిష్యః—తథా. (ఇతి నిష్క్రమ్య పునః ప్రవిశ్య సవిషాదమ్) హా ధిక్, కష్టమ్! సర్వ మేవ తన్త్ర మాకులీభూతమ్, తే ఽపి ఖలు భద్రభట ప్రభృతయః ప్రథమతర ముష స్యే వాపక్రాన్తాః.

చాణక్యః — (స్వగతమ్) సర్వథా శివాః సన్తు పన్థానః. (ప్రకాశమ్) వత్స, అలం విషాదేన. పశ్య.

శ్లో. యే యాతాః కి మపి ప్రధార్య హృదయే
పూర్వం, గతా ఏవ తే;
యే తిష్ఠన్తి భవన్తు తే ఽపి గమనే
కామం ప్రకామోద్యమాః,

హా ధిక్ కష్టమ్-హా-అయ్యో, ఛీ కటా-అని సంతాపసూచకము. అపక్రాన్తః-పారిపోయినవాఁడు, అనుసృత్య - వెంటనంటి, తఱుముకొనిపోయి, ప్రథమతరమ్=ఇంకనుముందే, ఉషసి ఏవ=వేఁకువ యందే. స్వగతములచేత అందఱికిని ఇందుండి తరలిపోవుటకు ఈదినము మంచిదినముగా తాను ముందుగా ఏర్పాటు చేసినట్లు తోఁచును, విషాదేన అలం=దుఃఖము ఆఁపుకో,

శ్లో. ౨౬. యే యాతా ఇతి-యే=ఎవరు, కిం అపి=ఏదియూ, హృదయే=మనసులో, ప్రధార్య=ఉంచుకొని, నిశ్చయించుకొని, పూర్వం=ముందుగా యాతాః=పోయినారో, తే=వారు. గతా ఏవ=పోవనే పోయినవారే. వారిని మనము ఏమిచేయగలము అనుట. యే తిష్ఠన్తి=ఎవరు నిల్చియున్నారో పోవక, తే అపి=వారు సయితము, గమనే=పోవుటయందు, ప్రకామ

ఏకా కేవల మేవ సాధనవిధౌ
సేనాశ తేభ్యోఽధికా
నన్దోన్మూలన దృష్టవీర్య మహిమా
బుద్ధి స్తు మాగా న్మమ. ౨౭

(ఉత్థాయ) ఏష దురాత్మనో భద్రభటప్రభృతీ నాహరామి. (ప్రత్యక్షవత్ ఆకాశే లక్ష్యం బధ్వా, ఆత్మగతమ్) దురాత్మన్, రాక్షస, క్వేదానీం గమిష్యసి ? ఏషో ఽహా మచిరా ద్భవ న్తమ్

ఉద్యమాః = గట్టి పూనిక గలవారుగా, కామం = లెస్సగానే, వారి యిచ్ఛ మెయి, భవన్తు = అగుదురుగాక, అదియు నేను సరకుసేయను అనుట, ఏకా కేవలం ఏవ = ఒక్కటి మాత్రమే, మమ బుద్ధిః = నా బుద్ధి, సాధనవిధౌ = కార్యమును నెఱవేర్చు పనియిందు, సేనా శతేభ్యః అధికా = నూర్ల సేనల కంటెను, గొప్పదై నది నన్ద ఉన్మూలన దృష్ట వీర్య మహిమా = నందులను దుంపనాశనము చేయుటలో ప్రత్యక్షమైన రుజువైన, ప్రభావంపు పేర్మి గల దైనట్టిది మా గాత్ = పోవకుండును గాక

అబ్బాయి, నీకెందుకురా దుఃఖము? మనసులో ఏమో గట్టిగా నిశ్చయించు కొని ముందుగా పోయినారే, వా రేమో పోయినవారే ఇక వారు దొరకుదురా? పోయినం బోనీ, ఇంకను ఇపుడు ఎవరైనను ఏమేని పెద్దపని తలపెట్టుకొని పోవలయునని ఉన్నారా, వారినిం బోనిమ్ము, ఏమియు 'పరవా' లేదు ఎఎ రెవరు పోయిన వారి నందఱిని పోనీ, నన్ను విడిచి నా బుద్ధి యొక్కటి పోకున్నం జాలును అది నూఱు సేనలకన్నను గొప్పది కదా. నందులను దుంపనాశనము చేసి, అది తన ప్రభావమును రుజువు చేసియున్నది కదా ఇక నీ కెందుకు భయమును దుఃఖమును? ఉత్థాయ - లేచి — తొలుత తాఁ గూర్చుండియున్న ద్వారప్రకోష్ఠశాలలోని యాసనమునుండి అనుట ఆహరామి - తెచ్చెదను - ఈడ్చుకొనివచ్చెదను. క్వఇదానీం గమిష్యసి=ఇప్పుడు ఎక్కడికి పోఁగలవు? నిన్ను ఎటును పోనీక పట్టువఱుచుకొను దృఢమైన ఉరిని, నాపన్నకముచే, నీకు చుట్టురా వైచియున్నాను నీవు ఎటును బెసుక లేవు। అచిరాత్ = త్వరగానే, కొంచెము కాలములోనే.

శ్లో॥ స్వచ్ఛన్ద మేక చర ముజ్జ్వలదానశక్తి
ముత్సేకినా మదజలేన విగాహ్యమానమ్
బుద్ధ్యా నిగృహ్య వృషలస్య కృతే క్రియాయా
మారణ్యకం గజ మివ ప్రగుణీకరోమి. ౨౭

(ఇతి నిష్క్రాన్తాః సర్వే)

ముద్రారాక్షస నాటకే ముద్రాలాభోనామ

ప్రథమాఙ్కః

శ్లో॥ ౨౭. స్వచ్ఛన్దమితి — స్వచ్ఛన్దమ్ - తన యిచ్ఛమెయి, తన పట్టుదలతో, ఉన్నవానిని, ఏకచరమ్=ఒంటరిగా, మఱిసాయములేక, తిరుగుచున్నవానిని, ఉజ్జ్వల దాన శక్తిం = మిక్కిలి ప్రకాశించు - ఈవుల-బలముగలవానిని—కావలసినచోట ఎంతయేని కార్యము సాధింప దానముచే శక్తిగలవానిని, ఉత్సేకినా=పొంగుచున్న, మదజలేన = పొగరు తిమురుచేత, విగాహ్యమానమ్=వ్యాప్తుడైనవానిని, (భవన్తమ్=నిన్ను), అట్టిదే ఐన, (తన యిచ్ఛమెయి ఒంటరిగా, తనకు తానై, తిరుగుచున్నదనియు, ప్రకాశించు మదజలపు శక్తి గలదియు. పొంగారు ఆ మదబలము పైకొనియున్నదియునగు) ఆరణ్యకం గజం ఇవ = అడవియేనుగుం బోలె. బుద్ధ్యా=(నా) బుద్ధితో, నిగృహ్య = జయించి, వృషలస్య కృతే=వృషలుని కోసము క్రియాయాం=పనియందు ప్రగుణీకరోమి=వంకలు దిద్దును. (పా.) ప్రవణీకరోమి=వసపఱుచుకొందును.

అడవిలో మద మెక్కిన యేనుగు ఇట్లు గదా ఉండును-తన యిచ్ఛవచ్చినట్లు, అడ్డములు సరకుసేయక, తనకు తాను తిరుగాడుచు పొంగారు దానజలము కాఱుచును. దానిని బుద్ధిబలముతో జయించి వసముచేసికొని దానిచేత ఎంతెంతయో పని చేయించుకొందురు. అట్లే నిన్ను, అట్లెల్లనున్న వానిని నా బుద్ధితో జయించి వృషలునికోసము మంత్రిత్వమున ఆసక్తిగొనునట్లు చేయుదును

ఇప్పటికి ఇంతయైన దని గమనింపదగును—

(1) చాణక్యుని పన్నకపు సర్వలక్ష్యము శత్రువుగానున్న రాక్షసుని వసపఱుచుకొని, చంద్రగుప్తసాచివ్యమునకు ఒప్పించుట.

(౨) ఇందులకై నేర్పరులైన తన నమ్మిక వేఁగులను పనిగొనుచున్నాఁడు.

(అ) తన మిత్రమును ఇందుశర్మయను బ్రాహ్మణుని క్షపణక జీవసిద్ధి లింగమున రాక్షసునికి అంతరంగిక మిత్రముం జేసి, ఆ రాక్షస ప్రేరణమున అతఁడు విషకన్యచే పర్వతకుం జంపినాఁడని జనులను నమ్మఁ జేసినాఁడు. ఆతెఱంగుననే తనవాఁడే ఐన భాగురాయణుని - మలయకేతునికి ఆత్యంతాప్తుం జేసి, ఆ మలయకేతువును తనకు చంద్రునికిని మిక్కిలి శత్రువగునటులును, రాక్షసునికి సర్వాశ్రయ మగునట్లును చేసినాఁడు.

(ఇ) అట్లే తన మఱియొక నమ్మినవేఁగును. సిద్ధార్థకుని రాక్షసుని మిత్రమైన శకటదాసునికి మిత్రమును. ప్రాణముగాంచిన యాపుని మిక్కిలి విస్రంభపాత్రమును చేసి, అట్లే రాక్షసునికి అప్తుఁడుకాఁ గలయట్లు చేసినాఁడు.

(౩) చాణక్యుఁడు తన వేఁగువలన రాక్షసుని ముద్దుటుంగరమును తన పన్నకమున కంతటికిని కీలకము కాఁగలదానిని (ఈ నాటకము- పేరునకే ఎక్కిన దానిని) సంపాదించినాఁడు.

(4) శకటదాసుచే ఒక తప్పుడు జాబు వ్రాయించి దానికి ఈముద్ర వేసి సిద్ధార్థకునిచేతి కిచ్చి రాక్షసుని మలయునిచే తఱుమఁగొట్టించుటకు తగిన ప్రబలసాక్ష్యమును కుదిర్చినాఁడు.

(౫) పర్వతకుని యాభరణములను తాను ఏర్పఱించిన బ్రాహ్మణులచే దానము గ్రహింపించినాఁడు.

(౬) రాక్షసు సుహృత్తముని చందనదాసుసెట్టిని పట్టించి, రాజద్రోహ మను నేరము మోపి చంద్రగుప్తునిచే దండింపఁబడువఱకు కారలో ఉంపుమని యుత్తరువు చేసినాఁడు.

అన్ని విధముల కార్యము తొడంగఁబడిన దనియు, ఇక రాక్షసుఁడు తనకు చిక్కినట్లేయనియు అనుకొనుచున్నాఁడు.

ఇతి ప్రథమాఙ్కః- ప్రథమాంకము ముగిసినది.

ద్వితీయాఙ్కః

తతః ప్రవిశ త్యాహితుణ్డికః

ఆహితుణ్డికః

శ్లో. జాణన్తి తన్తజుత్తిం జహట్ఠియం మణ్డలం అహిలిహన్తి
జే మన్తరక్ఖణపరా తే సప్పణరాహివే ఉవఅరన్తి. ౧

శ్లో. ౧. జానన్తీతి.—ఆహితుణ్డికః — పాము (తుండ=) పగడతో - దానిని విప్పించి ఆడించి - జీవించువాడు, పాములవాఁడు యే = ఏ, మన్త్రి రక్షణపరాః=(1) పాములనుపట్టు కట్టు (రహస్య) మంత్రములను తమ వసమున నుండునట్లు కాపాడుకొనుటయందు ఆసక్తులయి, (2) రాజ్యపాలనకైన మంతన ములను వెలువరింపక చిత్తమునందు యుంచుకొనుటయందు ఆసక్తిగలవాఁడయి, తన్త్రియుక్తిం= (1) (మంచి విఱుపు) మందును వేయుటను (2) రాజ్యాంతః పరిపాలన యోగమును (యుక్తులను) జానన్తి = ఎఱుంగుదురో యథాస్థితం= (1) ఉన్నది యున్నట్లుగా, మఱి దాఁటి రానీక, (2) ఉన్న రూపున, మణ్డలం= (1) గిఱిని (మండలాకారపు గీతను) (1) రాష్ట్రమును - మిత్రోదాసీనశత్రుల ప్రోవును, కాదా వలయమును; అభిలిఖన్తి= (1) గీతురో (2) పర్యాలోచింతురో, తే=వారు, సర్ప నరాధిపౌ=పామును, రాజును, ఉపచరన్తి=సేవింతురు.

రాజుసేవకును పాముసేవకును ఇట్లుండవలయును. అట్లున్న నే వాఁడు సమర్థుఁడయి పామును గాని రాజును గాని లెస్సగా సేవించును. పాముల వాఁడు మంత్రము లెఱింగి వానిని రహస్యముగా దాఁచుకొనవలయును. లేకున్న వాని వీర్యము, బలము తగ్గిపోవును. వాఁడు సర్పమునకు మంచి మందు, మాఁటు ఎఱింగి యుండవలయును. మఱి యుపాయమును ఉన్నదానిని ఉన్నట్లుగా అక్కడనే బెసకనీక గిఱి. గిఱులు గీయనేర్చియుండవలయును. అట్లే రాజ సేవకుఁడును రాజ్యాంగముల యాలోచనలను-మంతనములను వెలికి తెలియనీక

[జానన్తి తన్త్రియుక్తిం యథాస్థితం మణ్డల మభిలిఖన్తి
యే మన్త్రరక్షణపరా స్తే సర్పనరాధిపా వుపచరన్తి]

(ఆకాశే) అజ్జ కిం తుమం భణాసి, "కోతుమం" త్తి? 'అజ్జ, అహం ఖు అహితుండిఓ జిణ్ణవిసో నామ', కిం భణాసి "అహం వి అహిణా ఖేలిదుం ఇచ్ఛామి' త్తి? అహ కదరం ఉణ అజ్జో విత్తిం ఉపజీవది? కిం భణాసి "రాఅఉలసేవకో హ్మి" త్తి ణం ఖేలది ఎవ్వ అజ్జో అహిణా కహం విఅ? అమంతో సహికుసలో

కాపాడవలయును. మనసుననే ధరింపవలయును, సమయాన ప్రయోగమునకు అంతః పరిపాలన యుక్తులను ఎఱుంగవలయును, అయినవా రెవరో కానివా రెవరో, తటస్థు లెవరో ఎఱుంగవలయును రాజుసేవ సర్పసేవం బోనిది; సర్పసేవ రాజసేవం బోనిది. అనుకూలమున అతిలాభము, ప్రతికూలమున మిక్కిలి ఆపద

అన్నిమాటలకును రెండర్థములు, శ్లేష.

ఇందు అలంకారము శ్లేష. అన్ని విశేషణములను రెండర్థములు-పాముల వానికిని రాజునకును చెందునవి చూ మాఘ II-88

తన్త్రావాపవిదా యోగై ర్మణ్డలా న్యధితిష్ఠతా
సునిగ్రహా నరేన్ద్రేణ ఫణీన్ద్రా ఇవ శత్రవః.

ఆకాశే-ఈ దీర్ఘ భాషిత మంతయు ఆకాశభాషితముగా నున్నది.

"కింబ్రవీ ష్యేవ మిత్యాది వినా పాత్రం బ్రవీతి యత్
శ్రుత్వే వానుక్త మ ప్యేక స్తత్స్యా దాకాశభాషితమ్
అప్రవిష్టైః సహాలాపో భవే దాకాశభాషితమ్ "

ఏమిచెప్పుచున్నావు అని, ఏమి ఇట్లా, అను మొదలైననది, పాత్రము లేకయే చెప్పి. (ఏదియో) విన్నట్లుగా చెప్పునిదానినే ఒకఁడు ఏది చెప్పునో దాని పేరు ఆకాశభాషితము.—మింటి లేక మింటితో మాటలాడుట ప్రవేశింపవారితో మాటలాడుట ఆకాశభాషితము. ఇది స్వగత ప్రకాశ జనాంతికాది పాత్రభాషిత

హాలగ్గాహీ మత్తమతంగ ఆరోహీ లద్ధాహిఆరో జిదకాసీ రాఆసేవఅ త్తి ఏ దే తిణ్ణి వి అవస్సం విణాస మణుహోంతి. కహం దిట్ఠమెత్తో అదిక్కంతో ఏసో. (పున రాకాశే) అజ్జ, కిం తుమం భణాసి, కిం ఏ దేషు పేడాలసముగ్గఏసు త్తి? అజ్జ జీవిఆఏ, సంపాదఆ సప్పా కిం భణాసి 'పేక్ఖిదు మిచ్ఛామి' త్తి? పసీదదు అజ్జో. అట్ఠాణం ఖు ఏదమ్, తా జఇ కోదూహాలం, ఏహి ఏదస్సిం ఆవాసే దంసేమి. కిం భణాసి 'ఏదం ఖు భట్టిణో అమచ్చ రక్ఖసస్స గేహం. ణత్తి అహ్మారిసాణం ఇహ పవేసో త్తి?' తేణ హి గచ్ఛదు అజ్జో. మమ ఉణ జీవిఆఏ పసాదేణ అత్థి ఏత్థ పవేసో. కథం ఏసో వి అతిక్కంతో.

[ఆర్య, కిం త్వం భణసి 'క స్త్వం' ఇతి? ఆర్య అహం ఖలు ఆహితుణ్డికో జీర్ణవిషో నామ. కిం భణసి 'అహ మపి అహినా ఖేలితు మిచ్ఛామీతి?' అథ కతరాం పున రార్యో వృత్తి

భేదములలో చేరినది ఇది చూళిక – అనఁగా 'అన్తర్జవనికాన్తఃస్థైఃశ్చూళి- కార్థస్య సూచనా'. 'తెరలోనున్నవారు అర్థమును – సూచించుట' అను విష్కంభప్రవేశకాదులవంటి చూళిక కన్నను వేఱు–మఱియు, దేవతంబోనిది తాను అగపడకయే మాటల వినుచుట – అశిరవాక్కు–ఊరక 'ఆకాశే' అని మాత్రము నిర్దేశింపఁబడునది కలదే–దానికన్నను గూడ వేఱు. ఆకాశభాషి తను రంగాన వేషములను తగ్గించుటకు గ్రహింపఁబడునది. చూళిక— ఆవశ్యక – అప్రధాన – కథాభాగముం దెలుపును. 'ఆకాశే' – అమానుష వాక్కును తెలుపును. అయ్యా, నీవు ఏమి చెప్పుచున్నావు. నీ వెవరవు అనియాః 'నీ వెవరవు' అను జవాబును తాను విని అనువదించుచున్నట్లు పలుకుట

జీర్ణవిషః – అని వాని పేరు – పాములవానికి తగిన పేరు – అన్ని విషాలను జీర్ణము చేసికొనువాఁడు. వాని విషపుఁ బురువుల భయము లే దనుట. ఖేలితుం = ఆడుకొనుటకు, వినోదించుటకు. వృత్తిం = జీవనోపాయమును,

ముపజీవతి? కిం భణసి 'రాజకుల సేవకో ఽస్మీ'తి? నను ఖేలతి ఏవ ఆర్యో ఽహినా. కథ మివ? అమన్త్రౌషధికుశలో వ్యాళగ్రాహీ మత్తమతఙ్గజారోహీ లబ్ధాధికారో జితకాశీ రాజసేవక ఇత్యేతే త్రయో ఽపి అవశ్యం వినాశ మనుభవన్తి. కథం! దృష్ట మాత్రో ఽతిక్రాన్త ఏషః. ఆర్య కిం త్వం భణసి 'కి మేతేషు పేటక సముద్గకేషు' ఇతి? ఆర్య, జీవికాయాః సమ్పాదకాః సర్పాః. కిం భణసి 'ప్రేక్షితు మిచ్ఛామి' ఇతి? ప్రసీదతు, ఆర్యః. అస్థానం ఖలు ఏతత్ తద్యది కౌతుహలం, ఏహి ఏతస్మిన్నావాసే దర్శయామి. కిం భణసి, ఇదం ఖలు భర్తు రమాత్య రాక్షసస్య గృహమ్. నా స్త్యస్మాదృశానా మిహ ప్రవేశః' ఇతి? తేన హి గచ్ఛ త్వార్యః, మమ పునః, జీవికాయాః ప్రసాదేన అ స్తీహ ప్రవేశః. కథం! ఏషో ఽపి అతిక్రాన్తః!

ఉపజీవతి=ఆశ్రయించును. రాజకుల సేవకః = రాజునింటి పనివాఁడు, నను ఖేలతి ఏవ = నిజముగా ఆడుచునే ఉన్నాఁడు. కథమ్ ఇవ = ఎటువలె? ఏతే త్రయః అపి = ఈముగ్గురును - (1) అమన్త్రౌషధికుశలః = మంత్రములయందును మందులందును నేర్పరి కానివాఁడు. వ్యాళగ్రాహీ = పాములు పట్టువాఁడు. (2) మత్త మతఙ్గజారోహీ = మదించిన ఏనుఁగు నెక్కువాఁడు; (3) లబ్ధాధికారః = పొందఁబడిన పదవిగలవాఁడు – జితకాశీ = (ఆ జయముచేతనే) పొగరు కొన్నవాఁడు కథం=ఏట్లూ! ఏమీ! అతిక్రాన్తః=దాఁటి పోయినాఁడు, అగపడకుఁడ. పేటక సముద్గకేషు = బుట్టలలోను పెట్టెలలోను, ప్రసీదతు = మన్నించుగాక - నేను ఇక్కడ వానిం జూపఁ జాలను – అస్థానం = కూడని చోటు. భర్తుః - సేవకులు దొరను 'భర్త' అనవలయు నని నాటక పరిభాష – 'భృత్యై ర్భట్టేతి చాధమైః' - ప్రసాదేన = అనుగ్రహముచేత - దానినింబట్టి అనుట, ఇట్టి ఆకాశభాషితము ఇంచుక దీర్ఘమైనను పరిక్రమణము మింటివైపు చూచుట వినుటను అభినయించుట మొదలగువానిచే, నటుఁడు సమర్థుఁడైన విసివింపదు.

(స్వగతమ్ సంస్కృత మాశ్రిత్య)

అహో ఆశ్చర్యమ్! చాణక్య మతి పరిగృహీతం చన్ద్రగుప్త మవలోక్య విఫల మివ రాక్షసప్రయత్న మవగచ్ఛామి రాక్షసమతి పరిగృహీతం మలయకేతు మవలోక్య చలితమి వాధిరాజ్యా చ్చన్ద్రగుప్త మవగచ్ఛామి. కుతః.

శ్లో. కౌటిల్య ధీ రజ్జు నిబద్ధ మూర్తిం
మన్యే స్థిరాం మౌర్యనృపస్య లక్ష్మీమ్
ఉపాయహస్తై రపి రాక్షసేన
నిక్రృష్యమాణా మివ లక్షయామి. ౨

స్వగతమ్ = ఇది భాషించుటలో భేదము - ఆకాశభాషితము ప్రకాశమే. స్వగతము - తనలో అనుకొనుట. పాములవాని వేసగానికి 'ప్రకాశ'మంతయు ఆవేసమునకుం దగిన ప్రాకృతము. మఱి వేసము దాల్చినవాఁడు, విరాధగప్తుఁడు మధ్యము పాత్రము. వాని భాషితము సంస్కృతమున ఉండవలయును, కావున 'సంస్కృతం ఆశ్రిత్య' అని యనుట. చాణక్య మతి పరిగృహీతం = చాణక్యుని బుద్ధిచే-సలహాలచే-వసముచేసికొనఁబడిన. అట్లే రాక్షసమ...విఫలం ఇవ = నిష్ప్రయోజనమైనదానింగా, అధిరాజ్యాత్ = మహారాజస్థానమునుండి, చలితం = కదలి పఁబడినవానిం బోలె, అవగచ్ఛామి=గ్రహింతును-తలంతును. కుతః = ఏలయన.

శ్లో. ౨. కౌటిల్యేతి — కౌటిల్య...ర్తిం = చాణక్యుని బుద్ధితో త్రాటితోనుంబోలె గట్టిగా కట్టఁబడిన దేహముగలదైన, మౌర్యనృపస్య లక్ష్మీం = చంద్రగుప్త రాజు (రాజ్య) లక్ష్మిని, స్థిరాం = తిరమైనదానింగా, మన్యే = తలంతును. (అట్టే) రాక్షసేన = రాక్షసునిచేత ఉపాయహస్తైః = చేతులంబోని (సామదానాదులయిన) యుపాయములచే, నికృష్యమాణా మివ = లెస్సగా లాగఁబడుచున్నదానిం బోలె, లక్షయామి = చూచుచును ఉన్నాను.

చాణక్యుని బుద్ధిశలముచే, త్రాళ్ళచేతం బోలె, మౌర్యునందు కదలనీక కట్టఁబడినవాని బోలెను, ఐనను రాక్షసునిచే ఆయా యుపాయప్రయోగములచే

తదేవ మనయోః బుద్ధిశాలినోః సుసచివయో ర్విరోధే సంశయి తేవ నన్దకుల లక్ష్మీః.

శ్లో. విరుద్ధయో ర్భృశ మివ మన్త్రిముఖ్యయో
ర్మహావనే వనగజయో రివాన్తరే
అనిశ్చయా ద్గజవశ యేవ భీతయా
గతాగతై ర్ధ్రువ మిహ ఖిద్యతే శ్రియా. ౩

అవలికి ఈడ్వఁబడుచున్న దానిం బోలెను, రాజ్యలక్ష్మిని తలంచుచున్నాను. మంత్రులు సమబలులుగా అగపడుచున్నారు కాన లక్ష్మి, రాజ్యము మౌర్యుని యందు స్థిరపడఁబడినను, అట్లుండనీక బలాత్కారముగా ఇవతలికి లాఁగివేయఁబడుచున్న ట్లున్నది.

'నిబద్ధ' అనుటయందలి భూతకాలతను, 'నికృష్యమాణా అనుటయందలి వర్తమానకాలతను గుర్తింపవలయును. చాణక్యుఁడు స్థిరపడిచియైనది. రాక్షసుఁడు లాగుచు ఉన్నాఁడు. నెగ్గునా? 'హస్తైః' - చేతులతో - బహువచనము - ఉపమ, రూపకము కాదు అని సూచించును

తత్=అదే లేక కావున, ఏనం, బుద్ధిశాలినోః=బుద్ధితో ఒప్పినవారైన, ప్రకాశించువారైన, విరోధే = వైరమున, సంశయితా ఇవ = సందియము పాలైనదివోలె, నన్దకులలక్ష్మీః = నందవంశీయుల రాజ్యలక్ష్మి.

శ్లో. ౩. ఇహ = ఇచట నిపుడు, భృశం ఇవ = మిక్కిలిగానుంబోలె, విరుద్ధయోః=వైరులైన, ఒకరికొకరు బొత్తిగాగిట్టనివారైన, మన్త్రిముఖ్యయోః= ప్రధానమంత్రులయొక్క, అన్తరే=నడుమ, శ్రియా=లక్ష్మిచేత, మహావనే= పేరడవిలో, వనగజయోః = అడవియేనుఁగుల, అన్తరే = నడుమ, గజవశయా ఇవ=పిడి యేనుగులచేతం బోలె, అనిశ్చయాత్=అనిశ్చయము - నిర్ణయము- లేమివలన, భీతయా = భయముగొన్నదై, గతాగతైః = రాకపోకలచేత, ఇహ = ఇట, ధ్రువం = నిజముగా, ఖిద్యతే = ఖేదము - కష్టము - ఇబ్బంది - పడుచున్నది

అడవిలో పిడి యేనుఁగునకై, దాని పొందు సుఖమునకై, పోటీపడిన గజరాజులు మిక్కిలియుం బోరుట కలదు. అంతలో అది బలవంతముగ దీనిని కొట్టివైచినట్లు తోఁచును. అంతట వెంటనే పిడి దానిని చేరంబోవును.

తద్యావదమాత్యరాక్షసం పశ్యామి. (ఇతి పరిక్రమ్య స్థితః)

(తతః ప్రవిశతి ఆసనస్థః పురుషేణ అనుగమ్యమానః సచిన్తో రాక్షసః)

ఇంతలో ఇది బలవంతమై దానిని కొట్టినట్లు తోఁచిన పిడి దీనిం జేర రావలయును. అవి గతాగతములు. అట్లున్నది రాక్షసచాణక్యుల నడుమ రాజ్యలక్ష్మియు, ఆ గతాగతములు చాల భయముతో కూడినవి. అటు పోయిన, ఇతనివలన నేమో, ఇటువచ్చిన అతనివలన నేమో అని.

పిడితో నున్న ఏనుగుతో దానిని చూచిన మఱి యొకటి పోటిపడి యుద్ధము సేయును. చూ. ఉ. రా చ. III. 1

'వధ్వా సార్ధంపయసి విహరన్ సోఽయ మన్యేన దర్పాద్
ఉద్దామేన ద్విరదపతినా సన్నిప త్యాభియుక్తః
మోదస్వ, విజయినా వధూద్వితీయేన...'

రఘు XII-93.

విక్రమ వ్యతిహారేణ సామాన్యాభూద్ద్వయో రపి.
జయశ్రీరన్తరావేది ర్మత్తవారణయో రివ.

'జయశ్రీః విక్రమస్య వ్యతిహారేణ పర్యాయక్రమేణ తయోర్ద్వయో రపి అన్తరా మధ్యే సామాన్యా సాధారణాభూత్, న తు అన్యతరనియతా తయోః రామరావణయోః.' సంజీ

లక్ష్మిని బెసకనీక త్రాళ్ళతో కట్టుటం జెప్పుట ఎట్లున్నది? అట్లే లక్ష్మి రాజుది కదా, 'రామ రావణయోః' అట్లు కాక మంత్రుల నడుమ నని చెప్పుట ఎట్లున్నది? చంద్ర మలయులం గదా? కాదు వారిదేమున్నది

పరిక్రమ్య- (రంగాననే) కొన్ని అడుగుల నడిచి.

స్థితః= (కనుపెట్టుకొని) నిలంబడినవాఁడు. యావత్ పశ్యామి-వర్తమాన కాలపు 'పశ్యామి' 'యావత్' తో కూడిన భవిష్యత్తు అర్థము. 'యావత్ పురా నిపాతయోర్లట్' అని.

విరాధగుప్తునితోడి భాగము విష్కంభాది కాదు' అంకావయవమే. ఇఁక మరల ఈ విరాధుని ప్రస్తావము చిరమునకు. గీర్వాణనాటక మర్యాదగా అంకమునడుమ వారికి నిష్క్రమణము కూడదు, లేదు మఱియట్లు చిరము

రాక్షసః—(సబాష్పమ్) కష్టం భోః కష్టం!

శ్లో. వృష్ణీనా మివ నీతివిక్రమగుణ వ్యాపార శాన్త ద్విషాం
నన్దానాంవిపులేకులే ఒకరుణయా నీతే నియత్యా క్షయమ్,
చిన్తావేశసమాకులేన మనసా రాత్రిం దివం జాగ్రతః,
సై వేయం మమ చిత్రకర్మరచనా, భిత్తిం వినా. వర్తతే. ౪

చూపఱయెదుట నిర్వ్యాపారముగా పాత్రము రంగాన నిలంబడియున్న, అది వారికిని ప్రేక్షకులకుం గూడ విసుకునకు కారణ మగును. ఈ యంకాన పాత్రల చలనము అభినయము లేదు అన సొడ్డును లేదను మఱి దీనిని విష్కంభము చేసి, నిష్క్రమణమును మరల సమయాన ప్రవేశమును చెప్పిన ఎట్లుండును? ఐనను ఇది విష్కంభాన ఉపసర్జనము చేయఁగూకని ప్రాధాన్యము గఁ ది అని ఆచార్యుల సమాధానము కాఁదగునేమో. అంతలో తన బుట్టలలో పెట్టెలలో పాము లెట్లున్నవి అని చూచుకొనుట మొదలగు విధాల తానును ప్రేక్షకులును సమాధానపడుచుండఁ దగును - రాక్షసుం జూచుచు, వినుచునే.

ఆసనస్థః - ఆసనము కుర్చియో, నేలకాదు, చాపయు కాఁదగునా? కష్టం భోః కష్టం! కటా! కటకటా! చింతను దుఃఖమును తెలుపును, సబాష్పమ్ = కన్నీటితో కూడుకొన్నట్లుగా. తన యీయొంటిపాటున కన్నీరు కార్చుట అధీరత కాదు - నందభక్తి ప్రీతుల యావేశము అగును.

శ్లో. ౪. వృష్ణీనా మితి — వృష్ణీనాం ఇవ = వృష్ణులదియుం బోలె, నీతి విక్రమ గుణ వ్యాపార శాన్త ద్విషాం=నీతియొక్కయు పరాక్రమము యొక్కయు, (గుణ=) అతిశయముయొక్క పని (ప్రయోగము) చేత అడంగిన శత్రువులు గల, నన్దానాం విపులే కులే = నందుల గొప్పవంశము, అకరుణయా నియత్యా = దయమాలిన విధిచేత క్షయంనీతే = నాశనము పొందింపఁబడఁగా. చిన్తా ఆవేశ సమాకులేన = దుఃఖము పైకొనుటచే మిక్కిలి కలఁగిపోయిన మనసా = మనస్సుతో, రాత్రిం దివం = రేలును పవళ్లును, జాగ్రతః మమ = మేలుకొనియున్న నాయొక్క, సా ఏవ ఇయం చిత్రకర్మ రచనా = ముందు నుండి యున్నదియే యైన, ఆ చిత్తరువు వ్రాయుపని, భిత్తింవినా = గోడ లేకయే, వట్టి గాలిలో జరుగునదిగా, నిరాధారమైనదిగా, వర్తతే = సాగుచునే యున్నది

నా యీ చిత్రకర్మకు, అనఁగా నీతి విక్రమ గుణ వ్యాపారుల సచివత్వమునకు(గోడ=)ఆశ్రయము లేకయున్నది. అది నందుల రాజ్యములకును నందులకును ఉపయోగపడవలసినది. ఆశ్చర్యము గొలుపు లాభములు వారికి కూర్పవలసినది, దానికి వారు, ఆశ్రయము (=గోడ). ఇపుడు గోడ లేని గాలిలోని గీత లైనవి- నేను మలయకేతుం గూడుటయు వానితో కలిసి ఏమియో చేయఁగోరుటయు, ఇదెల్ల గోడలేని చిత్రకర్మ.

వృష్ణీనాం-విపులే కులే...చూ. విష్ణుపు

'సంఖ్యానం యాదవానాం కః కరిష్యతి మహాత్మనామ్

యత్రాయుతానా మయుత లక్షే ణాస్తే స దాహుకః,

(ఆహుకోఽత్ర యదురాజా).

దేవాసురే హతా యే తు దైతేయాః సుమహాబలాః

ఉత్పన్నాస్తే మనుష్యేషు జనోపద్రవకారిణః

తేషా ముత్సాదనార్థాయ భువి దేవా యదోః కులే

అవతీర్ణాః కులశతం యత్రైకాభ్యధికం ద్విజ.

ద్వాపరయుగాన వృష్ణులకు మించిన రాజులు లేరు కృష్ణుఁడు 'వృష్ణి వంశ ప్రదీపకః'. 'విపులే' అనుటయు. ఈ యుద్ధారమున సూచితము

వృష్ణీనాం ఇవ-అని పోలికం జెప్పుటచే ఉపమ అలంకారము, మఱియు అతిశయోక్తి. విషయమును విషయిలో దాచినందున. భిత్తిం. వినా-గోడలేకయే- గోడ నంటకులము-

రూపకాతిశయోక్తిః స్యా న్నిగీ ర్యాధ్యవ సానతః

అభిత్తి చిత్రకర్మను మాఘకవియు చెప్పినాఁడు చూ. మాఘ-IV-28.

అన్యోన్య వ్యతికర చారుభి ర్విచిత్రై

స్త్రస్యన్నవమణి జన్మభి ర్మయూఖైః

విస్మేరాన్ గగనసదః కరో త్యముష్మిన్

ఆకాశే రచిత మభిత్తి చిత్రకర్మ.

అథవా = అట్లు గాదు. అట్లనఁగూడదు, అట్లుతలంపరాదు. మఱి 'దేవః స్వర్గ గతోఽపి శాత్రవవధే నారాధితః స్యా దితి' - నాదొర స్వర్గ గతుఁ డైనను, అతని శత్రువులను నేను చంపుదునేని, దాన ఆయన సంతోషము చెందినవాఁ డగును అని నా ప్రయత్నములకు సమాధానము గలదు.

అథవా,

శ్లో. నేదం విస్మృతభక్తినా, న విషయ వ్యాసఙ్గ రూఢాత్మనా,
ప్రాణప్రచ్యుతి భీరుణా న చ, మయా, నాత్మప్రతిష్ఠార్థినా,
అత్యర్థం పరదాస్య మేత్య నిపుణం నీతౌ మనో దీయతే
దేవః స్వర్గగతోఽపి శాత్రవవధే నారాధితః స్యాదితి. ౫

శ్లో. ౫. నేద మితి—పరదాస్యం ఏత్య=పరునికి-పరాయివానికి-మ్లేచ్ఛుఁడైన మలయకేతునికి దాసభావము-నౌకరగుటను పొంది, నిపుణం = చాల నేర్పుతో, నీతౌ = నీతి (ప్రయోగమున) యందు, మనః దీయతే = మనసు ఉంపఁబడుచున్నది, ఏల యన-'దేవః స్వర్గ......' అని.

మయా = నాచేత, న విస్మృత భక్తినా = మఱవఁబడిన (నంద) భక్తి కలవాఁడనై కాదు, న విషయ వ్యాసఙ్గ రూఢాత్మనా=రూపాదులైన యింద్రియార్థములందు తగులము మొలకెత్తిన-లేక ప్రసిద్ధిగన్న-మనసు గలవాఁడనై కాదు, న చ ప్రాణ ప్రచ్యుతి భీరుణా=ప్రాణము పోవుచేమో, చత్తునేమో అని భయపడినవాఁడ నయ్యెను కాదు, న ఆత్మ ప్రతిష్ఠార్థినా=నేను నా సొంత ప్రతిష్ఠ కీర్తి బాగు కోరినవాఁడనయ్యెను కాదు. మఱి యేమనఁగా-దేవః=(నా) ప్రభువు, స్వర్గగతః అపి = చచ్చినవాఁడైనను, ఆ స్వర్గమున నున్నవాఁడే, శాత్రవ వధేన = (అతని) శత్రువులను (నేను) చంపుటచేత, ఆరాధితః=సంతోషపెట్టఁబడినవాఁడు, స్యాత్ ఇతి=అగునుగాక అని

నేను నా దొరలయందలి భక్తిని మఱచినవాఁడ గాను, చావునకు భయపడినవాఁడను గాను, రూపాదులగు ఇంద్రియార్థములను హాయిగా అనుభవించు చుందము అను తగులము చెందినవాఁడను గాను. మఱి నాదొర స్వర్గముం జేరిన వాఁడు (అనఁగా చచ్చినవాఁడు), అందున్న వానినైనను నేను అతని శత్రువుం జంపి అతనికి అట్లు తర్పణము చేసి సంతోషపెట్టదును గాక, అతనికి నా ఋణము తీర్చుకొందును గాక అని ఇట్లు పరాయివాని చాకిరి ఒప్పుకొన్నాడు, శత్రునాశన నీతులు నేర్పుతో ఆలోచించి ఆలోచించి ప్రయోగించుచున్నాను

(ఆకాశ మవలోకయన్ సాస్రమ్.) — భగవతి, కమలాలయే, భృశ మగుణ జ్ఞాసి, కుతః

శ్లో. ఆనన్దహేతు మపి దేవ మపాస్య నన్దం
సక్తాఽసి కిం కథయ వైరిణి మౌర్యపుత్రే
దానామ్బురాజి రివ గన్ధగజస్య నాశే
తత్రైవ కిం న చపలే ప్రలయం గతాసి? ౬

ఆకాశం అవలోక్య=మిన్ను చూచి-మిన్ను, ఊర్ధ్వలోకము గదా, దేవతల యునికిపట్టు. లక్ష్మి దేవత కదా. కమలాలయే=లచ్చమ్మా, అగుణజ్ఞా అసి=(సద్) గుణముల నెఱుఁగనిదాన వైతివి, కుతః=ఏల యన.

శ్లో. ౬. ఆనన్దేనేతి ఆనన్ద హేతుం అపి=ఆనందమునకు కారణమైన వాని నైనను-ఆనందమిడువాని నైనను, దేవం నన్దం=నందదేవుని=నందమహా రాజును, అపాస్య=తొలఁగఁద్రోసి-విడిచి, వైరిణి=అతని శత్రువైన, మౌర్య పుత్రే=మౌర్యుని కొడుకైన చంద్రగుప్తునియందు, సక్తా అసి కిం?=వలపుగొన్న దాన వైతి వేమి? చపలే=క్షణచిత్తురాలా, గన్ధ గజస్య నాశే = మేలి యేనుఁగు చావున-చావఁగానే.

యస్య గన్ధం సమాఘ్రాయ నతిష్ఠన్తి ప్రతిద్విపాః
స వై గన్ధగజో నామ నృపతేర్విజయావహః.

దానామ్బు రాజిః ఇవ=మదపు నీటి చాలువలె, తత్ర ఏవ=అక్కడనే, ఆ చెక్కిటియందే-దానితోడనే, న ప్రలయం గతాసి కిం=నాశనము పొందనైతి వేలకో?

అట్టి సద్గుణముల ప్రోవైన నందుని కూడియున్నదానవు, అతనితోఁ గూడనే సహగమనము చేయక, అతని శత్రువును చెట్టపట్టితివే? గంధగజము చచ్చిన దాని మదజలంపుఁజాలు అందే ఎండి మాసిపోదా?

ఇందుఅలంకారము ఉపమ, దానామ్బురాజీ రివ అను అందమైనపోలిక చేత.

మౌర్యపుత్రే - చంద్రగుప్తుఁడు మురకు మనుమఁడు, కొడుకు కాఁడు. కొడుకు మౌర్యుఁడు చంద్రుని నాయన.

అపిచ, అనభిజాతే,

శ్లో. పృథివ్యాం కిం దగ్ధాః ప్రథితకులజా భూమిపతయః,
పతిం పాపే మౌర్యం య దసి కులహీనం వృతవతీ?
ప్రకృత్యా వా కాశప్రభవ కుసుమప్రాన్త చపలా
పురస్త్రీణాం ప్రజ్ఞా పురుష గుణ విజ్ఞాన విముఖీ. ౭

అపి చ, అవినీతే — త దహం ఆశ్రయోన్మూలనే నైవ త్వా

అపి చ = మఱియు-అనభిజాతే = కులహీనురాలా, హీనకులపు దానా,

శ్లో. ౭ పృథివ్యా మితి—పృథివ్యాం=భూమిమీఁద,ప్రథిత కులజాః= యశోవిరాజితములగు కులములం బుట్టిన, భూమిపతయః=రాజులు, దగ్ధాః కిం= కాలిపోయినారా? యత్=ఏల యడుగుచున్నాననఁగా, పాపే = పాపిష్ఠురాలా, మౌర్యం = మౌర్యుని, కులహీనం = హీనకులుని, పతిం వృతవతీ = భర్తగా వరించితివే. వా-అథవా = అట్లు గాక మతే మున్నది? ప్రకృత్యా = స్వభావము చేతనే, పురస్త్రీణాం ప్రజ్ఞా = స్త్రీల తెలివి, కాశప్రణవ— ......చపలా= రెల్లునం బుట్టిన పూవు కొసవలె నిలుకడ లేనిదై, పురుష గుణ విజ్ఞాన విముఖీ= పురుషుల గుణముల యెఱుకకు ప్రతిమొగమిడునది -ఎఱుంగ నిచ్చగింపనిది, ఎవరైన నేమి అనుకొనునని.

ఉత్తమకులములలో పుట్టిన రాజులు ఒక్కెవ్వరు లేకపోయినారా, అందఱు కాలిపోయినారా, మౌర్యుని, మురయను శూద్రి మనుమని కులహీనుని కోరు కొన్నావే! ఇల్లాండ్రకు తెలివి తక్కువ, పురుషుల గుణమును గ్రహింపఁజాలరు· వట్టి చపలచిత్తలు.

ఇందు అలంకారము ఉపమ, కాశకుసుమ ప్రాంతపుఁ బోలికచేత.

పురస్త్రీణాం — ఇత్యాది. అర్థాంతన్యాసము, 'ఉక్తి రర్థాన్తర న్యాసః స్యా త్సామాన్యవిశేషయోః' విశేషముతో సామాన్యము ఉక్తము.

అవినీతే = పొగరుకొన్నదానా, తత్ = కావున-పైన ఉపన్యసించిన నిన్నుం గూర్చిన కారణములనుబట్టి-అనుట. ఆశ్రయ ఉన్మూలనేన ఏవ=ఆశ్రయ మును—చాణక్యుని, చంద్రగుప్తుని ఊచముట్ట నాశనము చేయుటచేతనే-వారిని

మకామాం కరోమి. (విచిన్త్య) మయా తావత్ సుహృత్తమస్య చన్దనదాసస్య గృహే గృహజనం నిక్షిప్య నగరా న్నిర్గచ్ఛతా న్యాయ్య మనుష్ఠితమ్ కుతః, కుసుమపురాభియోగం ప్రతి అనుదాసీనో రాక్షస ఇతి తత్రస్థానా మస్మాభిః సహ ఏకకార్యాణాం దేవపాదోపజీవినాం నోద్యమః శిథిలీభవిష్యతి. చన్ద్రగుప్తశరీర మభిద్రోగ్ధు మస్మత్ప్రియుక్తానాం తీక్ష్ణరసదాదీనాం ఉపసంగ్రహార్థం పరకృత్యోపజాపార్థం చ మహతా కోశసఞ్చయేన స్థాపితః

చంపివేసెదను చూడు, ఏమనుకొన్నావో - అనుట, అకామాం = కోరికలేనిదానింగా, విచిన్త్య - ఆలోచించి, తలపోసికొని. అందులకై నేను ఏమేమి ప్రయత్నములు చేసియున్నావో ఎట్టెట్లు జాగ్రత్తపడి యున్నానో, సుహృత్తమస్య=అత్యంత ప్రాణమిత్రునియొక్క - గృహజనం = ఇంటివారిని, భార్యను కొడుకును, నిక్షిప్య=పదిలముగా ఉంచి, నిర్గచ్ఛతా = వెలువడినవాఁడనైన (నాచేత), న్యాయం = నాయము - తగవు-ధర్మము తప్పనిది. కుతః = ఏలన కుసుమపుర అభియోగం ప్రతి=కుసుమపురము మీఁదికి ఎత్తివచ్చు విషయముం గూర్చి-విషయమున, అనుదాసీనః-ప్రయత్నహీనుఁడునుగాఁడు, ఊరక యున్న వాఁడుకాఁడు. తత్రస్థానాం=అక్కడ నున్నవారియొక్క, ఉద్యమః=ప్రయత్నము-ఏక కార్యాణాం = ఒక్కటే-చాణక్య చంద్రగుప్త నాశనము అనునది - పని గలవారికి - ఇది 'సహోత్థాయినాం'ను పోలినదే, దేవ పాద ఉపజీవినాం = రాజైన నందుని చరణముల నాశ్రయించినవారికి, న శిథిలీ భవిష్యతి=సడలకుండ గలదు.

...శరీరం అభిద్రోగ్ధుం=దేహమునకు ద్రోహము (=కీడు,) చేయుటకు అనఁగా చంపుటకు, 'అభి'వలన 'శరీరం'అని ద్వితీయ, తీక్ష్ణ రస ద=విషము పెట్టువాఁడు, ఉపసంగ్రహార్థం = సంతోషముతో ఈతట్టు ఉండునట్లు చేయుటకు, పరకృత్య ఉపజాపార్థం = శత్రువులలో అపక్షముతో మనసున కారణ విశేషముచే (కృత్య=) బెడిసియున్నవారిని (ఉపజాప=) రహస్యముగా చెవిలో చెప్పి మన తట్టుకు చీలఁదీయుటకై, మహతా కోశసఞ్చయేన=పెద్ద సంచి మొత్తముతో, ...ఉపలబ్ధయే = ఎఱుంగుటకు, తత్సంహతి

శకటదాసః. ప్రతిక్షణ మరాతివృత్తాన్తోపలబ్ధయే తత్సంహతిభేదనాయ చ వ్యాపారితాః సుహృదో జీవసిద్ధిప్రభృతయః. తత్కిమత్ర బహునా?

శ్లో. ఇష్టాత్మజః సపది సాన్వయ ఏవ దేవః
శార్దూలపోత మివ యం పరిపోష్య నష్టః
తస్యైవ బుద్ధివిశిఖేన భినద్మి మర్మ
వర్మీభవేద్యది న దైవ మదృశ్యమానమ్. ౮

భేదనాయ=వారు మొత్తముగా కలిసియుండుటను చీలఁదీయుటకు, వారిని భేదోపాయములచే చెదిరిపోవునట్లు, (మన తట్టు చేరునట్లును) చేయుటకు, సుహృత్=జీవసిద్ధి-చాణక్యుని మిత్రము జీవసిద్ధి తన మిత్రమని రాక్షసుఁడు అంత నమ్మియున్నాఁడు. అది చాణక్యునియు జీవసిద్ధియు నేర్పు·కార్యసాధన వ్యగ్రత తత్కి మత్ర బహునా=కావున ఏల ఇందు పలుమాటలు?

శ్లో. ౮. ఇష్టాత్మజేతి—ఇష్టాత్మజః=కొడుకులందు అట్లు మిక్కి ప్రీతి గలవాఁడైన, దేవః=ప్రభువు (నందుఁడు), సపది=తత్క్షణమే, సాన్వయః ఏవ=తన వంశమువారందఱితోను కూడ, (ఒక్కఁడైనను మిగులకుండ), యం=ఎవనిని. శార్దూల పోతం ఇవ=పులిపిల్లవలె, పరిపోష్య=చక్కఁగా (బలియునట్లు) పోషించి, నష్టః=(తాను) నాశనమై పోయినాఁడో, తస్య ఏవ=అతనియొక్కయే, మర్మ=ఆయువుపట్టును, బుద్ధి విశిఖేన=నాబుద్ధి యను బాణముతో, దైవమ్=విధి, అదృశ్యమానం=కంటికి అగపడనిదయ్యే, యది న వర్మీభవేత్=కవచము-రక్షకము - కాకపోవునేని. భినద్మి=పగులగొట్టెదను. చీల్చివేయుదును.

నందుని కొడుకులందు అతి మమకారము, ప్రీతి. ఈ మౌర్య చంద్రులందును అట్లే. అందఱిని అట్లు పెంచి వృద్ధికి తెచ్చినాఁడు. వారందరితోను ఒక్కుమ్మడిగా నాశనమైపోయినాఁడు—చంద్రుఁడు కారణముగా, పులిపిల్లను ఎంతయో మురిపెముతో పెంచిన, అది పెద్దదై ఆ పెంచినవానినే తినివేయును. ఇపుడు అట్లయినది, మఱి నేను వానిని నాబుద్ధిబలముతో చంపివేయుదును. దైవము వానిం గాపాడక నాకు సాయపడునేని,

(తతః ప్రవిశతి కఞ్చుకీ)

కఞ్చుకీ—

శ్లో. కామం నన్ద మివ ప్రమథ్య జరయా చాణక్యనీత్యా యథా
ధర్మో మౌర్య ఇవ క్రమేణ నగరే నీతః ప్రతిష్ఠాం మయి

అలంకారము—పరికరము-'ఇష్టాత్మజ' అను హేతుగర్భ విశేషణము చేత శార్దూలపోత మివ-ఉపమ. బుద్ధి విశిఖేన-రూపకమును.

కఞ్చుకీ - కంచుకము అనఁగా అంగరకా - చొక్కా - అది యొక మాదిరిది, కంచుకి ఎప్పుడును తన యుద్యోగవశమున ధరింపవలసినది. అది దరించినవాఁడు కంచుకి. అంతఃపురపు నౌకరు. నౌకరు గావున సూచనలేకయు ప్రవేశము.

'అన్తఃపురచరో వృద్ధో విప్రో గుణగణాన్వితః' అనియు

'యే విద్యా సత్త్వ సంపన్నాః కామదోష వివర్జితాః
జ్ఞాన కుశలాః కాఞ్చుకీయాస్తు తే స్మృతాః'

అనియు లక్షణము. 'వృద్ధః' అని ముసలివాఁడుగాను,- నిర్వేదము-విషయముల యందు రోఁత-గలవాఁడు గాను నాటకములం గన్పట్టును, ఆ నిర్వేదమే శ్లోకాన వర్ణితము.

శ్లో. ౯, కామమితి—జరయా=ముదిమిచేత, కామం=కోరికను-ఆసను-ప్రమథ్య=చంపి, మయి=నాయందు, ధర్మః=ధర్మము, క్రమేణ = క్రమముగా ప్రతిష్ఠాం నీతః=గట్టి స్థితి పొందింపఁ బడినది, (మఱి) సంప్రతి = ఇపుడు, ఉపచీయమానం = వృద్ధిపొందుచున్న, తం అను=దాని యెడ, లోభః=పిసినితనము, సేవయా = (అంతఃపురపుఁ) గొలువు చేత, లబ్ధాన్తరః=సందుపొందినదై జయాయ=జయమునకై, యతతే=యత్నించుచున్నది, కాని, జేతుం=జయించుటకు, న శక్నోతి చ=శక్తి చాలనిదిగానే యున్నది. ఇదంతయు ఎటువలెనున్నదనఁగా - యథా = ఎట్లు, చాణక్య నీత్యా = చాణక్యుని నీతిచేత, నన్దఁ ప్రమథ్య=నందుని చంపి, మౌర్యః-మౌర్యచంద్రగుప్తుఁడు, క్రమేణ = (కాల) క్రమముగా, నగరే = కుసుమపురమున, ప్రతిష్ఠాం = తిరంపు టునికిని, కీర్తిని,

తం సంప్ర త్యుపచీయమాన మను మే లబ్ధాన్తరః సేవయా
లోభో రాక్షసవజ్జయాయ యతతే, జేతుం న శక్నోతి చ ॥
(పరిక్రమ్య ఉపసృత్య చ) ఇద మమాత్య రాక్షసస్య గృహమ్. ప్రవిశామి. (ప్రవి శ్యావలోక్య చ) స్వస్తి భవతే.

రాక్షసః—ఆర్య, అ భి వా ద యే. ప్రియంవదక, ఆసన మానీయతామ్.

పురుషః—ఏదం ఆసణం, ఉపవిసదు అజ్జో [ఇద మాసనమ్, ఉపవిశతు ఆర్యః].

నీతః = పొందఁపఁబడినాఁడో అటువలెను; ఉపచీయమానం = దిన దినమునకు అభ్యుదయము గాంచుచున్న, తం అను=ఆనందునియెడ, సేవయా=మలయకేతు సేవచే, లబ్ధాన్తరః = సందుపొందినవాఁడై, రాక్షసః = రాక్షసుఁడు జయాయ = జయింపను, యతతే=ప్రయత్నించుచున్నాఁడో, మఱి, జేతుం= జయింపను, న శక్నోతి చ=శక్తుఁడు కాకయున్నాఁడో అట్లును.

యథా, ఇవ, ఇవ, వత్-ఇవి అవయవముల జతలకు చేర్చిన ఉపమా వాచకములు. కావున అలంకారము ఉపమ.

ఈ కంచుకి మలయకేతు నింటివాఁడు. తొలినుండి రెండు పక్షముల స్పర్ధను, జయప్రయత్నాలను జయాలను చూచుచున్నవాఁడు. అతని వాక్కున జయము, కార్యసాధన, చాణక్యుని వంకనే మొగ్గుగా నున్నది మౌర్యుఁడు నగరాన ప్రతిష్ఠింపఁబడినాఁడు. ఆపని ఐపోయినది. అతడు ప్రతిక్షణాభ్యుదయము-ఉపచితి-పొందుచున్నాఁడు. అట్టి వానిని ఏదేని ఛిద్రమున కొట్టను రాక్షసుని ప్రయత్నము-మఱి అది నెగ్గుటలేదు.

భవతే స్వస్తి-నీకు స్వస్తి. స్వస్తితో చతుర్థి వచ్చును. 'భవాన్'కు 'నీవు' అని అర్థమైనను, ఏకవచనముననే అది గౌరవమును సూచించును, తెనుఁగున అట్టిమాటలేదు. 'అయ్యకు స్వస్తి'-అనఁదగు నేమో

ఆర్య అభివాదయే-అయ్యా నమస్కరించుచున్నాను. కంచుకి బ్రాహ్మణ వృద్ధు ఐనను నౌకరు; మంత్రియైన రాక్షసుఁడు మంచి శ్రోత్రియుఁడు అతనికి

కఞ్చుకీ—(ఉపవిశ్య) కుమారో మలయకేతు రమాత్యం విజ్ఞాపయతి. 'చిరాత్ ప్రభృతి ఆర్యః పరిత్యక్తోచితసంస్కార ఇతి పీడ్యతే మే హృదయమ్. యద్యపి సహసా స్వామిగుణాః నశక్యన్తే విస్మర్తుం, తథాపి మద్విజ్ఞాపనాం మానయితు మర్హ త్యార్యః' (ఇ త్యాభరణాని ప్రదర్శ్య) 'ఇమా న్యాభరణాని కుమారేణ స్వశరీరా దవతార్య ప్రేషితాని, ధారయితు మర్హ త్యమాత్యః.'

నమస్కరించుటయు, ఆసనము పెట్టించుటయు పరికింపఁదగినవి, మఱి యే నాటకమునను అగపడదు. ఒకవేళ రాక్షసుఁడు ఇక్కడ క్రొత్తగా మంత్రి యైనందున ఇక్కడివానిని అట్లు గౌరవముతో చూచుచున్నాఁడా? మలయకేతువు సైతము రాక్షసునకి 'విన్నపము' చేయును, మఱియు కంచుకిని ఇట్లు గౌరవింపఁడు.

చిరాత్ ప్రభృతి = చాలకాలము మొదలుకొని, పరిత్యక్త ఉచిత సంస్కారః = విడిచిపెట్టఁబడిన తగిన అలంకరించుకొనుట కలవాఁడు. మంత్రులు హోదాకు తగినట్లు దేహమును అలంకరించుకొందురు కాఁబోలు. చిరాత్ రాక్షసుఁడు ఇక్కడ మంత్రిపదవి పొంది ఎంత కాల మైనది? తన రాజులు నాశనమైనందునను, ఇప్పటికి తాను ఆ శత్రువులకు, ఏమియు చేయలేక పోయి నందునను అరతిచే 'సంస్కారము' ఒల్లమి. మలయకేతుకడ ఆ హోదాలో నుండియు అట్లుండుట అతనికి అగౌరవసూచక మగునేమో.

హృదయం పీడ్యతే = మనసు వెత చెందుచున్నది. ఇంకను ఇక్కడి తన సంపదను లెక్కచేయక ఆ దుఃఖాననే ఉన్నాఁడే అని. మద్విజ్ఞాపనాం = నా మనవిని, యది అపి = అయినప్పటికిని, స్వశరీరాత్ అవతార్య = తన దేహము నుండి తీసి; దానివలన వాని వెలపొడుగుతనము, మలయకేతుని రాక్షసునికైన ప్రీతిగౌరవములుతెలియును. మంత్రులు ఆభరణములుధరింతురా? ఈ ప్రసాధనము మఱెందును కనలేదు, వినలేదు. దుష్యంతాదులు అలంకరించుకొనునట్లే ఉన్నది. సమయాన 'ప్రత్యాదిష్ట విశేష మణ్డనవిధిః' అన్నాఁడు. శా. VI.

మ్లేచ్ఛులు - మంత్రులు - అట్టివి ఎక్కువగా ధరింతురేమో పర్వత కుని యాభరణములును ప్రస్తావితములు ఈ నాటకమున ఈ యాభరణములతో

రాక్షసః — ఆర్య, జాజలే, విజ్ఞాప్యతా మస్మద్వచనాత్ కుమారః—'విస్మృతా ఏవ భవద్గుణపక్షపాతేన స్వామిగుణాః కిం తు,

శ్లో. న తావ న్నిర్వీర్యైః పరపరిభవాక్రాన్తి కృపణై
ర్వహామ్యఙ్గై రేభిః ప్రతను మపి సంస్కారరచనామ్,
న యావ న్నిః శేష క్షపిత రిపుచక్రస్య నిహితం
సుగాఙ్గే హేమాఙ్కం నృవర, తవ సింహాసనమిదమ్,' ౧౦

చాల పని, ఆర్యజాజలే = జాజలయ్యా-సంస్కృతమున ఆర్య-'అయ్య' పేరునకు ముందు వచ్చును దానికి పూజ్యుఁడైన అను మొదలగు సర్థ మక్కఱలేదు అది నామావయవమే

అస్మ ద్వచనాత్ = మామాటగా, కుమారః—ఇంకను యువరాజే యువ రాజునకు 'కుమార' అని సంబోధన నిర్దేశముఁలు, తరువాతి శ్లోకములో చెప్పినట్లు 'సుగాంగ'మున పట్టాభిషేకము చేసికొనం దలంచేమో భవద్గుణ పక్షపాతేన = నీ గుణములయందలి ప్రీతిచేత, వానికి వసమనై

శ్లో. 10 నతావ దితి-యావత్ = ఎంతవఱకు, నిఃశేష క్షపిత రిపు చక్రస్య = తుదముట్ట-ఒక్కఁడైనను మిగులకుండ, పూర్తిగ నాశనము చేయఁబడిన శత్రుసమూహము గల, తవ = నీయొక్క, ఇదం = ఈ, హేమాఙ్కం = బంగరు గుఱుతుగలదైన - బంగరుతో చేయఁబడిన సింహాసనము, సుగాఙ్గే = సుగాంగమను నందుల ప్రాసాదమందు, న నిహితం = ఉంపఁబడ లేదో, తావత్ =అంతవఱకు, నిర్వీర్యైః=శౌర్యరహితములును, పర పరిభ వాక్రాన్తి కృపణైః= శత్రువులు కావించిన యవమానము పైకొనుటచేత మిక్కిలి దీనములుగా నున్న వియు ఐన, ఏభిః అఙ్గైః=ఈ యంగములచేత, ప్రతనుం అపి=ఇంచుకనైనను, సంస్కార రచనామ్=అలంకరించుకొనుటను, న వహామి=పూనను.

నేను నీ శత్రువులను ఒక్కనింగూడ మిగులనీయక చంపి, నీ బంగారు సింహాసనమును సుగాంగ ప్రాసాదమున నెలకొల్పి, నా బాహువీర్యముం బ్రతిష్ఠించియ కాని ఏ యలంకారమును పెట్టుకొనను

కఞ్చుకీ—అమాత్యే నేతరి, సులభ మేతత్ కుమారస్య. తత్ప్రతిమాన్యతాం కుమారస్య ప్రథమః ప్రణయః.

రాక్షసః—ఆర్య, కుమార ఇ వానతిక్రమణీయవచనో భవానపి. త దనుష్ఠీయతాం కుమార స్యాజ్ఞా.

కఞ్చుకీ—(నాట్యేన భూషణాని పరిధాప్య) స్వస్తి భవతే సాధయా మ్యహమ్.

రాక్షసః—ఆర్య, అభివాదయే.

(కఞ్చుకీ నిష్క్రాన్తః)

రాక్షసః — ప్రియంవదక, జ్ఞాయతాం కో உస్మద్దర్శనార్థీ ద్వారి తిష్ఠ తీతి.

అమాత్యే నేతరి=మంత్రివి-నీవు ఏలికగా నుండఁగా, అన్నియు నడుపువాఁడవు-దొరవు-గా నుండఁగా, ఏతత్ సులభం=ఇది సులువే-తప్పక జరుగునదే ప్రతిమాన్యతాం = గౌరవింపఁబడునుగాక - కుమారుఁడు పంపి గౌరవించినాఁడు-దానిని జరిపి బదులు (అతఁడు) గౌరవింపఁబడును కాక, ప్రథమః ప్రణయః=మొదటి కోరిక,-

రాక్షసుఁడు వచ్చి ఎంత కాలమయినది? ఇప్పటికి ఒకటియు మలయుఁడు అతనిం గోరలేదా? ఇదే తొలి కోరికయా? ఇన్నాళ్ళును కోరవలసిన అక్కఱ కలుగ లేదనుట. అనతిక్రమణీయ వచనః=దాటరాని మాటలవాఁడవు

నాట్యేన = అభినయముతో, పరిధాప్య=తొడిగి, అలంకరించి, అనఁగా ఆపనిని అభినయించి అని ఆవేసగానికి ఎచ్చరిక, సాధయామి=పోయెదను.

'ప్రాయేణ న్యన్తకః సాధిర్గమే రర్థే ప్రయుజ్యతే'-అని ప్రత్యేకముగా చెప్పఁబడినది. ఇట్లు ప్రయోగము నాటకములం గలదు, రాక్షసుఁడు అభివాదనము సేయుచున్నాఁడు. ఈ మంత్రి కంచుకుల సముదాచారము అపూర్వముగా నున్నది-ఆసనము పెట్టి కూర్చుండఁబెట్టుటయు, అనతిక్రమణీయవచనుఁడ వనుటయు, వీడ్కోలున నమస్కరించుటయు, దానికి అతఁడు బదులిడకయ పోవుటయు.

పురుషః—జం అమచ్చో ఆణవేది త్తి (పరిక్రమ్య ఆహితుణ్డికం దృష్ట్వా, అజ్జ, కో తుమమ్. [య దమాత్య ఆజ్ఞాపయతీతి. ఆర్య, కస్త్వమ్ ?]

ఆహితుణ్డికః—భద్ద, అహం ఖు ఆహితుండిఓ జిణ్ణవిసోనామ. ఇచ్ఛామి అమచ్చస్స పురదో సప్పేహిం ఖేలిదుమ్. [భద్ర, అహం ఖలు ఆహితుణ్డికో జీర్ణవిషోనామ. సర్పైః ఇచ్ఛామి అమాత్యస్య పురతః ఖేలితుమ్.]

పురుషః — చిట్ఠ, జావ అమచ్చస్స ణివేదేమి. (రాక్షసముపసృత్య) అమచ్చ, ఏసో ఖు సప్పజీవీ ఇచ్ఛతి సప్పం దంసేదుం, [తిష్ఠ యావ దమాత్యస్య నివేదయామి. అమాత్య, ఏష ఖలు సర్పజీవీ ఇచ్ఛతి సర్పం దర్శయితుమ్]

రాక్షసః—(వామాక్షి స్పన్దనం సూచయిత్వా, ఆత్మగతమ్) కథం! ప్రథమ మేవ సర్పదర్శనమ్! (ప్రకాశమ్) ప్రియంవదక, న నః కౌతూహాలం సర్పేషు తత్పరితోష్య విసర్జ యైనమ్.

ప్రియఁవదకుఁడని రాక్షసుని పురుషునికి-నౌకరునకు పేరు

ఖేలితుమ్ = ఆడుటకు - మంత్రిగారికి పాములయాట చూపఁగోరెదను నివేదయామి = విన్నవించెదను, దర్శయితుం=చూపుటకు-చూపి ఆడించుటకు అనుట వామాక్షిస్పందనం = ఎడమకన్ను అదరుటను - సూచయిత్వా = సూచించి - అభినయముతో అనుట మగవానికి ఎడమకన్ను అదరుట అపశకునము కథం = ఏమి! ఎట్లు! ప్రశ్నకాదు ప్రథమం ఏవ సర్పదర్శనం= తొలుతనే పాము(ల)ం జూచుట - అది అపశకునము రాక్షసునికి ఇట్లు మొదలనే రెండు అపశకునములు-ఎడమకన్ను అదరుట, పాము అగపడు (డుఁబోవు)ట. పాము ఎదురగుట అపశకునము.

సర్పదర్శనము — అమంగళము, అపశకునము,

ప్రియంవదకః—తథా, (ఇ త్యుపసృత్య) అజ్జ, ఏసో ఖు దే దంసణకజ్జేణ అమచ్చో ప్రసాదం కరేది, ణఉణ సప్ప దంసణేణ. [ఆర్య ఏష ఖలు తే దర్శనకార్యే ణా మాత్యః ప్రసాదం కరోతి, న పునః సర్పదర్శనేన.]

ఆహితుణ్డికః—భద్దముహ, విణ్ణవేహి అమచ్చం 'ణ కేవలం అహం సప్పజీవీ, పాఉడకవీ క్ఖు అహం. తా జఇ మే దంసణేణ అమచ్చో పసాదం ణకరేది, తా ఏదం పత్తఅం వాచేదు త్తి'. [భద్ర ముఖ, విజ్ఞాప యామాత్యం 'న కేవల మహం సర్పజీవీ, ప్రాకృత కవిః ఖ ల్వహమ్. తస్మా ద్యది మే దర్శనే నామాత్యః ప్రసాదం న కరోతి, తదా ఏత త్పత్రకం వాచయ' త్వితి.]

ప్రియంవదకః — (పత్రం గృహీత్వా రాక్షస ముపసృత్య) అజ్జ, ఏసో ఖు అమచ్చం విణ్ణవేది-ణ కేవలం అహం సప్పజీవీ, పాఉడకవీ ఖు అహం, తా జఇ మే అమచ్చో దంసణేణ పసాదం ణ కరేది, తదో ఏదం వి దావ పత్తఅం వాచేదు త్తి. [ఆర్య, ఏష ఖలు అమాత్యం విజ్ఞాపయతి'న కేవల మహం సర్పజీవీ, ప్రాకృత కవిః ఖ ల్వహం. తస్మాద్యది మే అమాత్యోదర్శనేన ప్రసాదం న కరోతి, తదా ఏత దపి తావ త్పత్రకం వాచయ' త్వితి]

చూ. మృచ్ఛకటి. IX 12.

"........భుజగపతి రయం మేమార్గ మాక్రమ్య సుప్తః,
......కథయతి మహాఘోరం మృత్యుం, న చాత్ర విచారణా."

'ప్రథమ మేవ' అన నక్కఱలేదు ఎప్పుడైనను అది అమంగళమే.

రాక్షసునికి మనసున శంక పరితోష్య = సంతోషపెట్టి - అనఁగా ఏమేని బహుమానము - రూకయో నూకయో ఇచ్చి - విసర్జయ = పంపి వేయుము-పొమ్మనుము. దర్శనకార్యేణ=దర్శనముచేత నీకు ఏమిపనియో-సమ్మానము పొందుట- అది కావించి-ఇదిగో ఈ రూక యిచ్చి, ప్రసాదం కరోతి = అనుగ్రహించును. ప్రాకృత కవిః ఖలు అహం = ప్రాకృతకవిని కదా నేను, పత్రకం వాచయతు = చీటి చదువునుగాక,

రాక్షసః—(పత్రం గృహీత్వా వాచయతి)

శ్లో. పాఊణ నిరవసేసం కుసుమరసం అత్తణో కుసలదాప
జం ఉగ్గిరేఇ భమరో అణ్ణాణం కుణఇ తం కజ్జం. ౧౧
[పీత్వా నిరవశేషం కుసుమరస మాత్మనః కుశలతయా
య దుద్గిరతి భ్రమరః, అన్యేషాం కరోతి తత్ కార్యమ్.]

(విచిన్త్య స్వగతమ్) అయే, కుసుమపురవృత్తాన్తజ్ఞో భవత్ప్రణిధి రితి గాధార్థః. కార్య వ్యగ్రతయా మనసః, ప్రభూతత్వాచ్చ ప్రణిధీనాం విస్మృతమ్ ఇదానీం స్మృతి రుపలబ్ధా. వ్యక్త మాహితుణ్డిక

శ్లో. 11. పీ త్వేతి,-ఆత్మనః కుశలతయా = తన నెప్పరితనముతో. కుసుమ రసం = పూఁదేనెను, నిరవశేషం = అంతయు-బొట్టునైన మిగులనీక - పీత్వా=త్రాగి, భ్రమరః = తుమ్మెద, యదుద్గిరతి = దేనిని వెలిఁగక్కునో, తత్ = అది-ఆ మకరందము-అన్యేషాం = ఇతరులకు-దాని యక్కఱ గలవారికి, కార్యం కరోతి = ప్రయోజనపడును.

తరువాతి రాక్షసభాషితము-'అయే, కుసుమపురవృత్తాన్తజ్ఞో భవత్ప్రణిధి రితి గాథార్థః' అనునది దీనిపై వ్యాఖ్యంబోలె, 'నేను నానైపుణితో కుసుమపురమందలి సకలవృత్తాంతమును ఎఱింగి వచ్చితిని దానిం జెప్పఁగలను. అది నీ కెంతయు ప్రయోజనకారి యగును' అనుట, భ్రమరాపదేశమున, అనఁగా తుమ్మెదమీఁద పెట్టి, తన వృత్తాంతము జెప్పినాఁడు.

ఇందు అలంకారము అప్రస్తుత ప్రశంస.

అప్రస్తుత భ్రమరకార్యము ప్రస్తుతాశ్రయము.

అయే = ఓహో-జ్ఞప్తి తెచ్చుకొనుట, తన మఱపునకు ఆశ్చర్యము-ఇవి తోఁచును- ఇది సంబోధన కాదు, అది 'అయి' = ఓయి. ప్రణిధిః = వేఁగు, చారుఁడు. ప్రభూతత్వా చ్చ = పెక్కువ వలనను—వారు చాలమంది, ఎవరిని ఎక్కడికి పంపినదియు జ్ఞాపక ముండవలయును మఱి యీ విరాధుంగూర్చి మఱచినాఁడు ఇందు తొలినుండి రాక్షసమంత్రికి అపశకునములను పొరపాటులను చెప్పుచున్నాఁడు 'గాథ'-అని ఒకి పద్యవృత్తభేదము.

చ్ఛద్మనా విరాధగుప్తే నా నేన భవితవ్యమ్. (ప్రకాశమ్) ప్రియంవదక, ప్రవేశ యైనమ్ సుకవి రేషః. శ్రోతవ్య మస్మాత్ సుభాషితమ్.

ప్రియంవదకః—తథా – (ఇత్యాహితుణ్డిక ముపసృత్య) ఉపసప్పదు అజ్జో. [తథా. ఉపసర్పతు ఆర్యః]

ఆహితుణ్డికః—(నాట్యేన ఉపసృత్య, విలోక్య చ, స్వగతమ్, సంస్కృత మాశ్రిత్య.) అయ మమాత్య రాక్షసః. స ఏషః.

శ్లో. వామాం బాహులతాం నివేశ్య శిథిలం కణ్ఠే, నివృత్తాననా,
స్కన్ధే దక్షిణయా బలాన్నిహితయా ప్యఙ్కే, పతన్త్యాముహుః,
గాఢాలిఙ్గనసఙ్గపీడితముఖం య స్యోద్యమాశఙ్కినీ
మౌర్య స్యోరసి నాధు నాపి కురుతే వామేతరం శ్రీః స్తనమ్.

అయం అమాత్యరాక్షసః = వీఁడుగో రాక్షసమంత్రి, స ఏషః–అతఁడు ఇతఁడు - అట్టివాఁడు ఇతఁడు, ఎట్టివాఁ డనఁగా అనుటకు మాట శ్లోకపు మూఁడవ పాదమున ఉన్నది-యస్య = ఎవనియొక్క అని.

శ్లో. 12. వామా మితి - వామాం బాహులతాం = తీగంబోని యెడమ బాహువును, భుజమును, శిథిలం = వదులుగా, ఆననట్లుగా, కణ్ఠే = మెడపై నివేశ్య = ఉంచి నివృత్తాననా = (అంతలో) మొగ మవలికి త్రిప్పికొన్నదై, స్కన్ధే = బుజాన, బలాత్ నిహితయా అపి = బలవంతముగా (పెట్టుకొనలేక–) పెట్టబడిన దైనను. అఙ్కే = ఒడిలో, తొడమీఁద, ముహుః = మాటిమాటికి, పతన్త్యా = పడుచున్న, కుడి బాహువుతో, గాఢాలిఙ్గన సఙ్గ పీడిత ముఖం – బిగి కౌఁగిటిలో చేరుపు (= ఒత్తిడి)చే నలిగిన మొన గలుగునట్లుగా, వామేతరం = కుడిదైన, స్తనం = చంటిని, శ్రీః = రాచసిరి, రాజ్యలక్ష్మి, మౌర్యస్య ఉరసి చంద్రగుప్తుని వక్షమున, యస్య = ఎవనియొక్క, ఉద్యమ ఆశఙ్కినీ = ప్రయత్నములకు భయపడుచున్నదై, అద్యాపి = ఇప్పటికిని, న కురుతే = చేర్పకున్నదో ఏషః-(అతఁడు ఇతఁడు-) అని అవతారికమాటతో అన్వయము.

(ప్రకాశమ్) జేదు అమచ్చో, [జయతు అమాత్యః.]

ఆలింగనము అనురాగకార్యము. అందును స్వయంగ్రాహము అనఁగా తానే సొంతముగా పైకొనుట అత్యంతానురాగకార్యము. అట్లు రాజ్యలక్ష్మి తాన కడంగి మౌర్యునియెదురుగా చేర నిలంబడి ఎడమ భుజమును తీగంబోలె చంద్రుని కుడితట్టునుండి మెడపై వదులు వదులుగా ఉంచి, అంతలో రాక్షసుఁడు ఏమి సేయునో అని జంకుచు మొగము వెనుమరలించి చూచుచు, కుడిబాహువల్లిని బలవంతముగా అతని (యెడమ) బుజాన ఉంచుటయు, అది మాటిమాటికి జాఱి ఒడిపై పడుటయుంగా, తన కుడి చంటి మొన చప్పటపడునట్లు అతని ఱొమ్మున ఆనించి ఆదుముటకు ఎవని జతనమును తలఁచుకొని జంకుచున్నదో-ఆరాక్షసుఁడు ఈయన.

ఈ మాటలచేతను రాజ్యలక్ష్మి స్వయంగ్రాహాలింగనము చేయునంత అనురక్తగాసున్నది మౌర్యునిమీఁద అని తెలియుచున్నది అయనను రాక్షసుఁడు ఏమి సేయునో అన్న జంకుచే చంటిమొన చప్పటపడునట్లుగా వాని ఱొమ్మున తగిలించి అదుమలేక యున్నది చాణక్యుఁడు ఇప్పటికి ఎంత సాధించినాఁడో ఇంకను ఏ కొంచెము సాధింపవలసి మిగిలియున్నదో తెలియుచున్నది. అది యించుకయే. అదియు ఐపోవుననియే సూచన.

శృంగారము కలికమునకైనను లేక, రాజు మంత్రుల పన్నాగములకు ప్రతిపన్నాగములతో వీరరసము పొంగి పొరలుచున్న యీ నాటకమున ఏదియో యనుషంగమున ఈ సంభోగశృంగారము కరము అస్వాద్యమే. ఆలింగనమును రహస్యమున చేయుటానిని, స్వేష్టమునే రాక్షసప్రయత్నముల తలంపుచే, చక్కఁగా చేయులేక జంకుచు అట్లట్లుచేయుట. జంకునకు రాక్షసభయము కాని నిజానురాగ మాంద్యము గాదు. అనురాగము పూర్ణమే, కావుననే అట్టి యాలింగమునకు ప్రయత్నము. తాను అనురాగముతో కౌఁగలించుచునే రాక్షసునికి జంకి సళ్ళుట—స్వభావోక్తి.

జయతు-ఇది ఆచారపు మాట-ఈ కాలమున 'గుడ్‌మార్నింగ్' అన్నట్లు. నౌకరులు దొరలకు జయమే-మేలే-కోరుచుండవలయును.

వ్యక్తమ్ = స్పష్టముగా - విరాధగుప్తేన అనేన భవితవ్యమ్ — భావే ప్రయోగము. వీఁడు నిజముగా విరాధగుప్తుఁడు కావలయును ఇపుడు జ్ఞప్తికి వచ్చుచున్నది. వానిపేరు పని అంతయు రహస్యము, దానికై ఏకాంతముం

రాక్షసః — (విలోక్య) అయే విరాధ (ఇత్యర్ధోక్తే) నను ప్రరూఢశ్మశ్రుః! ప్రియంవదక, భుజఙ్గై రిదానీం వినోదయితవ్యమ్. త ద్విశ్రమ్యతా మితః పరిజనేన, త్వ మపి స్వాధికార మశూన్యం కురు.

ప్రియంవదకః — తథా (ఇతి సపరివారో నిష్క్రాన్తః)

రాక్షసః — సఖే విరాధగుప్త, ఇద మాసనమ్, ఆస్యతామ్.

(విరాధగుప్తో నాట్యే నోపవిష్టః)

(రాక్షసః-(నిర్వర్ణ్య) అయే, దేవ పాదప ద్మోపజీవి నో ఽవ స్థేయమ్ (ఇతి రోదితి)

గోరినాఁడు. ఐనను అంతలోనే తొలుత ప్రియంవదకుఁడు వినునట్లుగా విరాధ (గుప్త) అనంబోయినాఁడు సగాన - అర్ధోక్తే-జ్ఞప్తికలిగినది, వానికిని తెలిసిపోవునని, విరాధను వేఱుమాటకు అవయవము చేసి కప్పి పుచ్చుచున్నాఁడు- విరాధ ప్రరూఢ శ్మశ్రుః = వికారముగా పెరిఁగిన గడ్డముగలవాఁడు - గడ్డము వికారముగా పెరిగినదే।

'భుజఙ్గైః వినోదయితవ్యమ్'—అంతలో తాను అప్పుడే చెప్పిన మాటను 'ననః కౌతూహలం భుజఙ్గేషు' అనుటను మరచిపోయినాఁడు. 'సుకవి రయం శ్రోతవ్యం సుభాషితం' అని తా నన్నదియు మఱచిపోయినాఁడు రాక్షసునికి అట్లు మనసు గందరగోళపడి యున్నది ఇఁక ఇతఁ డేమి సాధింపఁగలఁడో! అంతయే కాక, పాముఁయాటయైన, పరిజనమును ఉండఁదగునేమో, వారు చూడఁగూడదా?

అవస్థా ఇయమ్ - మొగాన గడ్డము అలయిక మొదలైనవి అంత స్ఫుటముగా నున్నవి వాఁడు పడిన కష్టములను చెప్పకయ చెప్పుచున్నవి. రోదితి = ఏడ్చుచున్నాఁడు - అంత వైక్లబ్యము చెందియున్నాఁడు, స్వామిపమ్ముం జూడఁగా ఏడుపు తానై నచ్చునంత, మన నందులకు మనము ఏమియు చేయలేక పోయితిమే చంద్రగానికిని ఏమియు చేయలేకున్నామే అని ఏడ్పు.

విరాధగుప్తః--అల మమాత్య. శోకేన, నాతిచిరా దమాత్యో ఽస్మాన్ పురాతనీ మవస్థా మారోపయిష్యతి,

రాక్షసః—సఖే, వర్ణయ కుసుమపురవృత్తాన్తమ్

విరాధగుప్తః—అమాత్య, విస్తీర్ణః ఖలు కుసుమపుర వృత్తాన్తః. తత్కుతః ప్రభృతి వర్ణయామి?

రాక్షసః—సఖే, చన్ద్రగుప్తస్యైవ తావ న్నగరప్రవేశాత్ ప్రభృతి అస్మత్ ప్రయుక్తైః తీక్ష్ణరసదాదిభిః కి మనుష్ఠిత మిత్యాదితః శ్రోతు మిచ్ఛామి.

విరాధగుప్తః—ఏష కథయామి. అస్తితావత్ - శక యవన

అలం శోకేన = శోకము మానుము - పురాతనీం అవస్థాం = మునుపటి (సంపన్నసుఖ) స్థితికి - ఆరోపయిష్యతి = ఎక్కింపఁగలఁడు, విస్తీర్ణః - కడు పొడుగు, మిక్కిలి వ్యాప్తికలది-పెద్దది, చాల చెప్పవలసినది. కుతః ప్రభృతి = ఎక్కడ మొదలుకొని, నగరప్రవేశా త్ప్రభృతి - నన్దభవన ప్రవేశము మొదలుకొని అనవలయును రాక్షసుఁడు విరాధుని కుసుమపురవృత్తాంతము చెప్పు మనుట 'నగరప్రవేశాత్ ప్రభృతి' కాదు. నగరము ప్రవేశించి చిరకాల మైనది, అప్పుడు రాక్షసుఁడును నగరమందే ఉండెను, నందభవన ప్రవేశమునకు చాణక్యుఁడు దీర్ఘపు వాయిదా వేసినాఁడు. అప్పటికి రాక్షసుడు బయటికి వెడలినాఁడు. కావున భవనమనుట సాధువు, అప్పటికి తాను పరారి యైనాఁడా? నగరము వసమైన ఎన్నాళ్ళకు భవనప్రవేశము? కి మనుష్ఠితం ఇత్యాదితః-ఏమి చేయఁబడినదో, అది మొదలుకొని.

నగరము వసమైనతరువాతను, ఎన్నాళ్ళో చంద్రగుప్తుఁడు నందభవనమున ప్రవేశింపక బయట నుండినాఁడు ఉండియు రాజ్యపుఁ బనులను విచారించుకొనుచున్నాఁడు. విరాధగుప్తుఁడు ఇంకను ముందునుండియే చెప్పఁదొడంగుచున్నాఁడు కాఁబోలు, వైశద్యమునకు.

ఏష కథయామి=ఇదిగో చెప్పుచున్నాను అస్తితావత్ - కథ చెప్పఁదొడంగు ఆచారపు మాటలు, అంతగా అర్థము లేనివి అస్తి తావత్ శకయవన

కిరాత కామ్బోజ పారసీక బాహ్లీక ప్రభృతిభి శ్చాణక్యమతిపరి గృహీతై శ్చన్ద్రగుప్త పర్వతేశ్వరబలై రుదధిభి రివ ప్రళయో చ్ఛలితసలిలైః సమన్తా దుపరుద్ధం కుసుమపురమ్.

రాక్షసః—(శస్త్ర మాకృష్య ససంభ్రమమ్) అయి, మయి స్థితే కః కుసుమపుర ముపరోత్స్యతి? ప్రవీరక, ప్రవీరక క్షిప్ర మిదానీమ్

కిరాత, ఇట 'అస్తితావత్' అనునది వృత్తాంతము దొడంగు వట్టి వాక్యాలంకారము - అర్థము లేనిది. "...ఉపరుద్ధం కుసుమపురం..." రాక్షసునికి నందుల కుసుమపురము రక్షించు పక్షపాతము ఒక తెఱఁగు ఉన్మాదపర్యంతమైనది నందులం దలంచుకొని అతఁడు ఎప్పుడును తబ్బిబ్బుగానే పొరపాట్లు చేయుచునే యున్నాఁడు-దాననే విరాధుఁడు తన వేఁగు అని స్మరింపలేక పోయినాఁడు, సర్పదర్శనమని అవశకున శంకచే తత్ ప్రవేశమును నిషేధించినాఁడు. ప్రాకృత కవనము వినం బిలిపించి-తాను మానుకొన్న పాములయాటను చూతునన్నాఁడు. అందులకైన నిజముగా ప్రియంవదకుఁ, పరిజనమును పొమ్మన నక్కఱలేదు. అట్లే కుసుమపుర ముపరుద్ధం అని ఇపుడు అనఁగానే తాను పిచ్చిరేఁగి అముట్టడి నాఁడు చేసినదానిని చేయను చెప్పినదానిని చెప్పనుం గడఁగినాఁడు. ప్రవీరకుఁడు నాఁటి యచటివాఁడు కాని నేఁటి యిచటివాఁడు కాఁడు. "వృత్తమిదం" అని జ్ఞప్తి పఱుపఁగానే 'కష్టం వృత్తమిదం-మయా పునర్జ్ఞాతం స ఏ వాయం కాల' ఇతి 'అజ్ఞాతః ప్రీతియోగాత్' అని ఏడ్చినాఁడు

చాణక్య మతి పరిగృహీతైః=చాణక్యుని పన్నాగముచే - అభిప్రాయముచే (=మతి) కైకొనంబడిన, చాణక్యునివారైన, శకయవన కిరాత కామ్బోజ పారసీక బాహ్లీకప్రభృతిభిః-వీరందరు భారతమునకు నైరృతి మూలలోని కొండరాజ్యాల వారు - పర్వతకునిసేనలు - బహుబలాఢ్యములు - ప్రలయోచ్ఛలిత సలిలైః = ప్రళయకాలమున పోటు ఎక్కిన = పొంగిన = ఉప్పెనలేచిన నీళ్ళుగలవైన, ఉదధిభి రివ=సముద్రములచేతంబోలె, ఉపరుద్ధం=ముట్టడింపఁబడినది. ససంభ్రమమ్ = వేగిరపాటుతో - రాక్షసునికి ప్రభుభక్తి దేశభక్తుల యున్మాదము రేఁగినది. మయి స్థితే = నేను ఉండఁగా, ప్రవీరక - ప్రవీరకుఁడు - అప్పటి రాక్షసుని నౌకరు.

శ్లో. ప్రాకారం పరితః శరాసనధరైః
క్షిప్రం పరిక్రమ్యతాం;
ద్వారేషు ద్విరదైః ప్రతిద్విపఘటా
భేదక్షమైః స్థీయతామ్;
త్యక్త్వా మృత్యుభయం ప్రహర్తుమనసః
శత్రోర్బలే దుర్బలే
తే నిర్యాన్తు మయా స హైకమనసో,
యేషా మభీష్టం యశః. ౧౩

విరాధగుప్తః—అమాత్య, అల మావేగేన. వృత్త మిదం వర్ణ్యతే.

శ్లో. ౧౩ ప్రాకారమితి—ప్రాకారం పరితః=నగరపుఁ బ్రహరి చుట్టును, శరాసనధరైః - విలుదాల్పులచే. విలుకాండ్రచే, పరిక్రమ్యతాం = పహరా తిరుగఁబడును గాక - చుట్టురా తిరుగఁబడును గాక. ద్వారేషు = గవనులలో - ప్రవేశమార్గములయందు, ప్రతిద్విపఘటాభేదక్షమైః = ఎదిరి యేనుఁగుసమూహముల చెదరఁగొట్ట సమర్థములైన, ద్విరదైః = ఏనుంగులచే, స్థీయతాం = నిలంబడునుగాక - అకర్మక క్రియ - భావే ప్రయోగము - యేషాం=ఎవరికి, యశః అభీష్టమ్=కీర్తి ఇష్టమో, తే మయా సహైకమనసః = నాతోడ సమానమైన యభిప్రాయముగల వారు, మృత్యుభయం త్యక్త్వా=చావునకైన భయమును విడిచి, దుర్బలేశత్రుబలే=బలహీనమగు (నీ) శత్రుసేనయందు, ప్రహర్తుమనసః = పోటు పొడువ కోరికగలవారు-పోటుమగలు, నిర్యాన్తు=వెలికి నడుతురుగాక.

మన విలుకాండ్రును, ఏనుంగులును ప్రాకారమునకు పహరాతిరుగుచు ఎదిరి ఏనుఁగు గుంపులం జొరనీక పాయఁగొట్టుచుఁ గవనులం గాచుచుందురుగాక, ఈ శత్రుసేన పట్టి బలహీనపుమూఁక, వారిని నేను చెండాడెదను. ఆ పోటున కీర్తి కోరి ప్రాణము ఒడ్డి నాతో కలయ మగలందఱు వెలువడుదురుగాక.

అలం ఆవేగేన=తొట్రుపాటు మానుము, వృత్తం ఇదం = జరిగిపోయినది ఇది-కథ;

రాక్షః—(నిఃశ్వస్య) కష్టం! వృత్త మిదం! మయా పునర్జ్ఞాతం, స ఏ వాయం కాల ఇతి. (శస్త్ర ముత్సృజ్య) త్వ మత్ర సఙ్గ్రామకాలే.

శ్లో॥ యత్రైషా మేఘనీలా చరతి గజఘటా
రాక్షస స్తత్ర యాయా,
ఏత త్పారిప్లవామ్భఃప్లుతి తురగబలం
వార్యతాం రాక్షసేన,
పత్తీనాం రాక్షసో ఽన్తం నయతు బల మితి
ప్రేషయ న్మహ్య మాజ్ఞా,
మజ్ఞాసీః ప్రీతియోగాత్ స్థిత మివ నగరే
రాక్షసానాం సహస్రమ్. ౧౪

తతః సమన్తా దుపదుద్ధం కుసుమపుర మవలోక్య బహుదివసప్రవృత్త మతిమహా దుపరోధవైశస ముపరి పౌరాణాం పరివర్తమాన మస

కష్టం = కట్టా, అయ్యో-మయా జ్ఞాతం=నాచే అనుకొనఁబడినది - నేను అనుకొంటిని, అత్ర సఙ్గ్రామకాలే=ఈ యుద్ధసమయమువ.

శ్లో. ౧౪. యత్రేతి—యత్ర = ఎక్కడ, ఏషా మేఘనీలా గజఘటా= ఇదిగో కాఱుమొయిలుంబోని ఏనుఁగుల గుంపో, రాక్షసః తత్ర యాయాత్= రాక్షసుఁడు అక్కడికి పోవునుగాక, ఏతత్ తురగబలం= ఈ గుఱ్ఱపుదండు, పారిప్ల వాంభః ప్లుతి = నీటి వెల్లువ దుముకుపవలె దూఁకుచున్నట్టిది, రాక్షసేన వార్యతాం = రాక్షసునిచే అడ్డగింపఁబడును గాక; పత్తీనాం బలం = కాల్బంట్ల సేనను, రాక్షసః=రాక్షసుఁడు, అన్తం నయతు = అంతమొందించుగాక-చంపి వేయునుగాక-అని, మహ్యం అజ్ఞాం ప్రేషయన్ = నాకు ఉత్తరువు పంపుచు, ప్రీతి యోగాత్=నాయందలి ప్రీతి తగులమువలన, నగరే=పట్టణమున, రాక్షసానాం సహస్రం స్థితం ఇవ అజ్ఞాసీః=రాక్షసుల వేయి-వేగురు రాక్షసులు-ఉన్నట్లు తలంచితివే!

హామానేతస్యామవ్యవస్థాయాం పౌరజనాపేక్షయా సురఙ్గా మేత్య అపక్రాన్తే తపోవనాయ దేవే సర్వార్థసిద్ధౌ, స్వామివిరహాత్ ప్రశిథిలీకృతప్రయత్నేషు యుష్మద్బలేషు, జయఘోషణావ్యాఘాతాది సాహసానుమితేషు అన్తర్నగరవాసిషు, పున రపి నన్దరాజ్య ప్రత్యానయనాయ సురఙ్గయా బహిరపగతేషు యుష్మాసు. చన్ద్రగుప్త నిధనాయ యుష్మత్ప్రయుక్తయా విషకన్యయా ఘాతితే తపస్విని పర్వతేశ్వరే,

రాక్షసః—సఖే, పశ్యాశ్చర్యమ్,

శ్లో॥ కర్ణే నేవ విషాఙ్గ నైకపురుష
వ్యాపాదినీ రక్షితా

శత్రువుల యేనుఁగులం జదుపవలసినవాఁడను నేనే, గుఱ్ఱపుదండును బెండు పఱుపవలసినవాఁడను నేనే-రాక్షసుని అక్కడికి పొమ్మను, అదిచేయుమను ఇక్కడికి పొమ్మను; ఇది చేయుమను అని వేగురు రాక్షసులున్నట్లు ఒక్కుమ్మడి ఉత్తరువులు సేయుచుంటివే. అబ్బ, ఎంత ప్రీతి, దౌరా నాయందు నీకు; ఆ దెంత నమ్మకము;

(a) అన్నితట్లను ముట్టడింపఁబడిన కుసుమపురముం గాంచి పెక్కు-దినములు సాగుచున్న ఆ మిక్కిలి గొప్పదైన ముట్టడి బాధను, పురవాసులకుఁ గలుగుచున్న దానిని, ఓర్వలేక, ఆస్థితియందును, పురవాసులకోసము (=అపేక్షయా సొరంగముం జొచ్చి ఏలినవాఁడు సర్వార్థసిద్ధి తపోవనమునకు తొలఁగిపోఁగా;

(b) ఏలినవాఁడు లేకపోవుటవలన, మీసేనలప్రయత్నములు డిందుపడఁగా

(c) జయమును చాటుటను అడ్డగించుట మొదలగు సాహస (కార్య)ములచే మీరు నగరములోపల నున్నారని యూహింపఁబడఁగా, మీరు మరలను, నందరాజ్యమును మరల తెచ్చుటకు (=నెలకొల్పుటకు) సొరంగముగుండ బయటికి తప్పించుకొనిపోఁగా, చంద్రగుప్తుం జంపుటకు మీరు ప్రయోగించిన విషకన్యచే పాపము దీనుఁడు పర్వతేశ్వరుఁడు చంపఁబడఁగా,

శ్లో ౧౩ కర్ణేనేతి-కర్ణేన ఇవ = కర్ణునిచేతం బోలె, ఏక పురుష వ్యాపాదినీ=ఒక్క పురుషుని (మాత్రము) చంపునదైన, బలవతీ=బలముగలదైన

హన్తుం శక్తి రివార్జునం బలవతీ
యాచన్ద్రగుప్తం మయా
సా విష్ణో రివ విష్ణుగుప్తహతక
స్యాత్యన్తిక శ్రేయసే
హైడిమ్బేయ మి వేత్య పర్వతనృపం
తద్వధ్య మే వావధీత్.

యాశక్తిః = ఏచిల్లకోల, అర్జునం హన్తుం ఇవ = అర్జునిం జంపుటకుం బోలె. యా విషాఙ్గనా=ఏ విసంపుఁబిల్ల బలవత్ ఏక పురుష వ్యాపాదినీ-పటిష్ఠము, ఒక్క వానిని మాత్రము చంపునదియు, చన్ద్రగుప్తం హన్తుం = చంద్రగుప్తుం జంపుటకు, రక్షితా = కాపాడఁబడినదో, సా = అది, విష్ణోః=విష్ణునికి, (కృష్ణుఁడుగా నవతరించియున్నవానికి) ఆత్యన్తిక శ్రేయసే = మిక్కిలియైన మేలునకై తద్వధ్య మేవ = (మరల అవతారమెత్తియైనను) తానె చంపవలసినవానినే హైడిమ్బేయం ఏత్య ఇవ = హిడింబకొడుకును (ఘటోత్కచుం) బొందినటువలె, విష్ణుగుప్త హతకస్య = పాడు విష్ణుగుప్తుని, ఆత్యన్తికశ్రేయసే = మిక్కిలి మేలునకు, పర్వత నృపం = పర్వతకరాజును. తద్వధ్యమేవ = (రాజ్యార్ధమీయక తప్పించుకొనుటకై)అతనికి చంపవలసిన వానినే,ఏత్య = పొంది, అవధీత్ = చంపెను.

అవయవ-అవయవమునకు 'ఇవ' తగిలించి ఉపమ పూర్ణము చేయఁబడినది. కర్ణుఁడు అర్జునుం జంపుటకు శక్తిని (ఇంద్రుఁ డిచ్చినదానిని) కాపాడుచుండెను. అది ఒక్కనిమీఁదికి ప్రయోగింపఁబడినంతనే వానిం జంపి మరల ఇంద్రుం జేరును. ద్రోణపర్వమున ఒక రాత్రియు జరిగిన ఘోరయుద్ధములో కర్ణుఁడు-కౌరవసేనయు-ఘటోత్కచుని ధాకకు తట్టుకొనలేక పోఁగా, అందఱు కర్ణుని, వానిం జూపి ఆపదం బాపుమని వేడుకొనఁగా, వాఁడు వేఱుపాయము లేక ఆశక్తిం బ్రయోగించెను. వాఁడు చచ్చెను, అది యింద్రునికి చేరిపోయెను. ఘటోత్కచుఁడు అతిబలాఢ్యుఁడు, పాండవేయుఁడగుటచే తాను అప్పుడు వానిం జంపుటకు వీలులేదు, తన పక్షమువాఁడు గదా. కాలాంతరమున ఐనను తనకు గాక ఇతరులకు అలవిపడువాఁడు కాఁడు. కావున ఏదేని సాకున వానిచావు తనకు కావలసియున్నది-అర్జున రక్షణమును చేయవలసియున్నది ఒక్కట రెండు లాభములు పొందినాఁడు, చాణక్యునికి పర్వతకునికి రాజ్యార్ధ మీక తప్పుటకు,

విరాధగుప్తః—అమాత్య, దైవ స్యాత్ర కామచారః. కిం క్రియతాం ?

రాక్షసః—తత స్తతః.

సర్వమును చంద్రునికె దక్కుటకు, పర్వతకుం జంపవలసి యున్నది. చంద్రగుప్తుని కాపాడవలసియు ఉన్నది. కావున రాక్షసుఁడు చంద్రగుప్తునికి ఉద్దేశించిన విషాంగన, అభిచారికమున జీవసిద్ధి కల్పించినదియు,ఒక్క నిమాత్రము చంపి తాను మాయమగునదియు,చంద్రగుప్తునికిం దప్పించి, పర్వతకుఁ జేరునట్లు చేయఁబడినది. చాణక్యునికి దాన బహులాభములు-పర్వతకుఁడు చచ్చినాఁడు ఆరాజ్యార్ధము దక్కినది, చంద్రగుప్తుఁడు బ్రదికినాఁడు పర్వతకునిమీఁదికి దానిని రాక్షసుఁడు పంపుచేసినాఁడు అని పుకారు పర్విెనది; రాక్షసునికి అపయశమును, కడపట రాక్షసునిం బట్టుపఱుప చాణక్యుని ఉపాయమునకు సంపాదింపఁబడినవి.

హైడింబేయుని చావు కృష్ణునికి అతిహర్షము కలిగించినది. చూ, మహాభార ద్రోణ-182 అధ్యా.

'హైడింబం నిహతం దృష్ట్వా......
వాసుదేవ స్తు హర్షేణ మహతా భిపరిప్లుతః
ననాద సింహనాదేన.........
వినద్య చ మహానాదం పరిష్వజత పాణ్డవమ్......
ననర్త హర్షసంవీతో వాతోద్ధూత ఇవ ద్రుమః......
యది హ్యేనం నాహనిష్యత్ కర్ణః శక్త్యామహామృధే
మయా వధ్యో భవిష్యత్ స భైమసేని ర్ఘటోత్కచః.'

"అట్లు మృతుండైన హిడింబాసుతుం జూచి......గోవిందుఁడు ప్రమోదంబు నొంది సింహనాదంబు సేసి......నర్తించుచు నరదంబు-నడిమి కరిగి కిరీటిం గౌఁగిలించుకొని......వీఁడు ఇపుడు సావకుండె నేనిఁ బదంబడి నేచు చంపవలయు......" విషకన్యను రాక్షసుఁడు ప్రయోగించినాఁడనుటకు వానిదే ఈ కంఠోక్తిసాక్ష్యము. దైవస్య అత్ర కామచారః - ఇందు దైవము తనయిచ్చమెయి ఏలినది. పితృవధ త్రాసాత్—నాయనచావువలని భయమువలన,

విరాధగుప్తః — తతః పితృవధత్రాసా దపక్రాన్తే కుమారే మలయకేతౌ, విశ్వాసితే పర్వతకభ్రాతరి వైరోచకే, ప్రకాశితే చ చన్ద్రగుప్తస్య నన్దభవనప్రవేశే, చాణక్య హతకేన ఆహూయాభిహితాః సర్వ ఏవ కుసుమపుర నివాసినః సూత్రధారాః, యథా 'సాంవత్సరి కాదేశా దర్ధరాత్ర సమయే చన్ద్రగుప్తస్య నన్దభవన ప్రవేశో భవిష్యతి తతః పూర్వద్వారా త్ప్రభృతి సంస్క్రియతాం రాజభవన' మితి. తతః సూత్రధారై రభిహితమ్. 'ఆర్య, ప్రథమ మేవ దేవస్య చన్ద్రగుప్తస్య నన్దభవన ప్రవేశ ముపలభ్య సూత్రధారేణ దారువర్మణా కనక తోరణ న్యాసాదిభిః సంస్కార విశేషైః సంస్కృతం ప్రథమ రాజభవన ద్వారమ్. అస్మాభి రిదానీ మభ్యన్తరే సంస్కార ఆధేయః' ఇతి. తత శ్చాణక్య వటునా అనాదిష్టే నైవ సూత్రధారేణ దారువర్మణా సంస్కృతం రాజభవనద్వార మితి పరితుష్టే నేవ సుచిరం దారువర్మణో దాక్ష్యం ప్రశ స్యాభిహితమ్ - 'అచిరా దస్య దాక్ష్యస్య అనురూపం ఫల మధిగమిష్యసి దారువర్మన్.' ఇతి.

అపక్రాన్తే=పరారికాఁగా-తొలఁగిపోఁగా; విశ్వాసితే = నమ్మకము గొల్పఁబడఁగా సూత్రధారాః-వడ్రంగులు - Carpenters, సాంవత్సరిక ఆదేశాత్ = జోస్యుల సలహాలవలన, పూర్వద్వారాత్ ప్రభృతి = తూర్పువాకిలి తొడంగి, సంస్క్రియతాం = అలంకరింపఁబడునుగాక, రాజభవనం = దొరగారి బంగాళా, ప్రథమమ్ ఏవ — తొలుతనే, ఉపలభ్య = ఎఱిఁగి, కనక తోరణ న్యాసాదిభిః = బంగారపు స్తంభద్వయముచేత నేర్పఱుపఁబడిన ద్వారమును ఉంచుట మొదలైన యసాధారణపు టలంకరణములచేత, ప్రథమరాజభవనద్వారమ్ = బంగాళా మొదటి వాకిలి, సింహద్వారము - అనుట, అభ్యన్తరే సంస్కార ఆధేయః = లోపల అలంకారము చేయవలసియున్నది. చాణక్యవటునా = 'చాణక్య' కుఱ్ఱనిచేత, అనాదిష్టేన ఏవ = ఉత్తరువు చేయఁబడనివాని చేతనే, ఉత్తరువులేకయే చేయఁబడినది, బళి - యని మిక్కిలి సంతోషపడిన వానివలె, దాక్ష్యం = నేర్పును, సుచిరం ప్రశస్య = చాలసేపు పొగడి, 'త్వరగానే తగిన ఫలమును పొందఁగలవుపో దారువర్మా' అని చెప్పఁబడినది,

రాక్షసః—(సోద్వేగమ్) సఖే, కుత శ్చాణక్య వటోః పరితోషః? అఫల మనిష్టఫలం వా దారువర్మణః ప్రయత్న మవగచ్ఛామి; యదనేన బుద్ధిమోహా దథవా రాజభక్తి ప్రకర్షా న్నియోగకాల మప్రతీక్షమాణేన జనిత శ్చాణక్యవటో శ్చేతసి బలవా న్వికల్పః. తత స్తతః,

విరాధగుప్తః—తత శ్చాణక్యహతకే నానుకూల లగ్నవశా దర్ధరాత్రసమయే చన్ద్రగుప్తస్య నన్దభవనప్రవేశో భవిష్య తీతి శిల్పినః పౌరాంశ్చ గృహీతార్థాన్ కృత్వా, తస్మి న్నేవ క్షణే పర్వతేశ్వరభ్రాతరం వైరోచక మేకాసనే చన్ద్రగుప్తేన స హోపవేశ్య కృతః పృథ్వీరాజ్యవిభాగః.

రాక్షసః—కిం వాతిసృష్టః పర్వతభ్రాత్రే వైరోచకాయ పూర్వప్రతిశ్రుతః రాజ్యార్ధవిభాగః?

సోద్వేగమ్=భయముతో (కూడుకొన్నట్లుగా) చాణక్యునికిసంతోష మెక్కడిది? ప్రయోజనము లేనిదియో, ఏదేని అనిష్టము (=కీడు ఫలముగాఁగలదియోఅగును దారువర్మ జతనము-అని తలంతును, ఊహింతును – బుద్ధిమోహాత్ = తెలివి తక్కువవలననో, భక్తి ప్రకర్షాత్=భక్త్యతిశయమువలననో, నియోగకాలం అప్రతీక్షమాణేన = ఏర్పాటువేళ ఎదురుసూడనివాఁ డయ్యె. బలవాన్ వికల్పః = గొప్ప-మాన్పరాని - సందియము. గుమాను. అనుకూల లగ్నవశాత్ = అనుకూలలగ్నము అగుటవలన-లగ్నము అనుకూల మగుటవలన, చన్ద్రగుప్తస్య... ప్రవేశో భవిష్య తీతి=చంద్రగుప్తుని నందభవన ప్రవేశము కాఁగలదని, శిల్పినః=వడ్రంగి లోనగు పనివారు. వడ్రఁగి సాలె మంగలి చాకలి ముచ్చి-అను నేవురును శిల్పులు-ఇచట నిపుడు వడ్రంగులు-తస్మిన్ ఏవ క్షణే = ఆ నిముసముననే - చంద్రగుప్తునికై చెప్పినదానియందే గృహీత అర్థాన్ = విషయము ఎఱింగింపఁబడిన వారింగా. వైరోచకం - అతనిపేరు - కొన్నిట పాఠము 'వైరోధకం' అని. ఏదైననేమి? చారిత్రక నిశ్చయ మగపడదు. కిం వాఅతిసృష్టః? = ఏమిః ఒసంగఁబడినదా? పూర్వ ప్రతిశ్రుతః = తొలుత

విరాధగుప్తః- -అధ కిమ్.

రాక్షసః—(స్వగతమ్) నియత మతిధూర్తేన చాణక్య వటునా తస్యాపి తపస్వినః కిమ ప్యుపాంశువధ మాకలయ్య పర్వతేశ్వర వినాశేన జనిత మయశః ప్రమార్ష్టు మేషా లోకప్రసిద్ధి రుపరిచితా. (ప్రకాశమ్) తత స్తతః.

విరాధగుప్తః—తతః ప్రధమ మేవ ప్రకాశితే రాత్రౌ చన్ద్రగుప్తస్య నన్దభవన ప్రవేశే, కృతాభిషేకే కిల వైరోచకే, విమల ముక్తామణి పరిక్షేప విరచిత చిత్రపటమయ వారవాణ ప్రచ్ఛాదిత శరీరే, మణిమయముకుట నిబిడ నియమిత రుచిరతర మౌళౌ, సురభి కుసుమదామ వైకక్ష్యావభాసిత విపులవక్షఃస్థలే, పరిచితతమై రప్యనభిజ్ఞాయమానాకృతౌ, చాణక్య హత కాదేశాత్ చన్ద్రగుప్తోపవాహ్యాం చన్ద్రలేఖాం నామ గజవశా మారుహ్య

ఇత్తునని ప్రతిజ్ఞచేయఁబడినదే అది, స్వగతమ్-స్వగత మేలః వారు అత్యంత విస్రంభముతో మాటలాడుకొనువారే- అచట మఱెవ్వరు లేరు, నియతం = తప్పకుండ, ఉపాంశువధః=రహస్యముగా- ఏకాంతమున చంపుట, ఆకలయ్య = ఆలోచించుకొనియే. ధూర్తేన = మోసగానిచేత, అయశః ప్రమార్ష్టుం = అపకీర్తిని తుడిచివేయుటకు, ఏషాలోక ప్రసిద్ధిః = ఈ లోకమున పలుపుట, ఇట్లు అందఱు అనుకొనునట్లు చేయుట, ఉపచితా = సమకూర్చఁబడినది. ప్రధమ మేవ ప్రకాశితే...... ప్రవేశే = తొలుతనే చంద్రగుప్తుని నందభవన ప్రవేశము ఎల్లవారికి తెలుపఁబడఁగా, ఆసమయమున, వానికి కాక, వైరోచకునికి అభిషేకము చేయఁబడినది. కిల=నిజముగా, విమల ముక్తా......శరీరే తెల్లని తళతళని ముత్తెములు కలయతాపి చేయఁబడిన మంచి నానా రంగులుగల, లేక బొమ్మలుగల - వస్త్రపుఁగవచముతో కప్పఁబడిన శరీరముగలవాఁడు, మణిమయ మౌళౌ = రతనాలు తాపిన కిరీటముతో బిగింపఁబడిన (=చెదరక చేయఁబడిన) దట్టంపుఁగడు నందంపు జుట్టు (సిగ) గలవాఁడు, సురభికుసుమ ...స్థలే=మంచి వాసన గుబాళించు జందెములవలె నిటునటు వేసిన పూలమాలలచే ప్రకాశవంతమై రాణించు వెడందయగు ఱొమ్ముగలవాఁడు, పరిచితతమైః అపి = మిక్కిలి పరిచితులచేతం గూడ, అనభి...తౌ = గుర్తుపట్టరాని

చన్ద్రగుప్తానుయాయినా రాజలోకేనానుగమ్యమానే దేవస్య నన్దస్య భవనం ప్రవిశతి వైరోచకే, యుష్మత్ప్రయుక్తేన దారువర్మణా సూత్రధారేణ చన్ద్రగుప్తోఽయ మితి మత్వా తస్యోపరిపాతనాయ సజ్జీకృతం యన్త్రతోరణమ్. అత్రాన్తరే బహిర్నిగృహీతవాహనేషు స్థితేషు చన్ద్రగుప్తానుయాయిషు నృపేషు, యుష్మత్ప్రయుక్తేనైవ చన్ద్రగుప్తనిషాదినా బర్బరకేణ కనకదణ్డికాన్తర్నిహితా మసిపుత్రికా మాక్రష్టుకామేన అవలమ్బితా కరేణ కనకశృఙ్ఖలావలమ్బినీ కనకదణ్డికా.

రాక్షసః—ఉభయోర ప్యస్థానే యత్నః!

విరాధగుప్తః — అథ జఘనాభిఘాత ముత్ప్రేక్షమాణా గజవధూ రతిజవనతయా గత్యన్తర మారూఢవతీ ప్రథమగ

యాకారము గలవాఁడు, చన్ద్రగుప్త ఉపవాహ్యం = చంద్రగుప్తుఁ డెక్కునదైన, చన్ద్రలేఖ-అని దాని పేరు-రాజుల గఱ్ఱాలకు ఏనుఁగులకు మంచి పేరులు పెట్టుదురు - గజవశాం = పిడి యేనుఁగును, చన్ద్రగుప్త అనుయాయినా = చంద్రగుప్తుని వెంటఁబోవు, రాజలోక = రాజుల (సామంతుల) సమూహముచే, అనుగమ్యమానే = వెంబడింపఁబడుచుండఁగా యుష్మత్ప్రయుక్తేన = నీవు ప్రయోగించిన - ఏర్పాటుచేసిన, చన్ద్రగుప్తః అయం ఇతి మత్వా = చంద్రగుప్తుఁడు వీఁడు అని తలంచి, సజ్జీకృతం = సిద్ధము చేయఁబడినది - యంత్రతోరణమ్ = (కీలుసాధనము) గల తోరణము - అత్రాన్తరే = ఇంతలో, బహిర్నిగృహీత... నృపేషు = బయటనే కళ్ళెములు లాగి నిలుపఁబడిన గఱ్ఱాలు గలవారై ఆగి యుండఁగా, చన్ద్రగుప్త నిషాదినా = చంద్రగుప్తుని మావటీని చేత-కనక శృఙ్ఖలా=బంగరు మొలనూలుగొలుసునుండి, అవలమ్బినీ = క్రిందికి వ్రేలుచున్న,కనకదణ్డికా = బంగరు చిన్నకఱ్ఱ-అందుదాచఁబడియున్న చిన్నకత్తి

అస్థానే = అసమయమున, తగనిచోట, జఘనాభిఘాతం = పిఱుందుమీఁద దెబ్బను, ఉత్ప్రేక్షమాణా = ఎదురు చూచుచున్నదై, అతిజవనతయా = మిక్కిలి వడిగలదై, గత్యన్తరం = వేఱునడకను - మునుపటికన్న త్వరగల నడకను, ఆరూఢవతీ = ఎత్తికొన్నదాయెను, పొందినదాయెను, అనురోధ =

త్యనురోధ ప్రత్యాకలిత ముక్తేన ప్రభ్రష్టలక్ష్యం పతతా యన్త్రతోరణేన ఆకృష్టకృపాణీవ్యగ్రపాణి రనాసాదయ న్నేవ చన్ద్రగుప్తాశయా వైరోచకం హత స్తపస్వీ బర్బరకః. తతో దారువర్మణా యన్త్రతోరణస్థల మారూఢేన యన్త్రఘట్టనబీజం లోహకీలక మాదాయ హస్తినీగత ఏవ హత స్తపస్వీ వైరోచకః.

రాక్షసః — కష్టం! అనర్థద్వయ మాపతితమ్, న హత శ్చన్ద్రగుప్తో హతౌ వైరోచక బర్బరకౌ దైవేన. అథ సూత్రధారో దారువర్మా కథమ్?

విరాధగుప్తః — వైరోచకపురఃసరేణ పదాతిలోకే నైవ లోష్టఘాతం హతః

రాక్షసః—(సాస్రమ్) కష్టమ్! అహో వత్సలేన సుహృదా దారువర్మణా వియుక్తాః స్మః. అథ తత్ర త్యేన భిషజా అభయదత్తేన కి మనుష్ఠితం?

అనుకూలముగా. ప్రత్యాకలితముక్త = లెక్కించుకొని విడువఁబడిన ప్రభ్రష్ట లక్ష్యం=గురి దప్పినట్లుగా, ఆకృష్టకృపాణీ వ్యగ్ర పాణిః = దూసిన కత్తితో మిక్కిలి పనివడుచున్న చేయిగలవాఁడే దానితో పొడువ గమకించుచున్న వాఁడే అనాసాదయన్ ఏవ వైరోచకం = వైరోచకుని చేరకయే, అందు కొనకయే—యున్నవాఁడు ...తోరణేన = పడిన యంత్రపుఁ దోరణముచేత, చంపఁబడినాఁడు, తపస్వీ బర్బరకః—పాపము అదీనుఁడు బర్బరకుఁడు; యన్త్రతోరణ స్థలం ఆరూఢేన=యంత్రతోరణమున్నచోటు పైకి ఎక్కియున్న వాఁడు ఆయెత్తుచుండి, ఏనుఁగుమీఁద ఎత్తులోనున్న వైరోచకుని, యన్త్రఘట్టన బీజం = యంత్రమును బిగించి ఆడించు మూలసాధనమైన. యినుపమేకుతో చంపఁబడినాఁడు కష్టం = కట్టా! అనర్థ ...తితమ్ = కీడుల జంట రెండు కీడులు పొసఁగినవి వైరోచకపురఃసరేణ = వైరోచకునిముందునడచుచున్న, లోష్టఘాతం = మట్టిపెళ్ళలతో కొట్టికొట్టి, వత్సలేన సహృదా – అహో దారువర్మకు నాయఁదు ఎంత వాత్సల్యము–అ దెంత నెయ్యము – అతఁడు నాకు లేక పోయి నాఁడు, తత్రత్యేన = ఇక్కడివాఁడేఐన, భిషజా = వైద్యునిచేత సర్వం = అం

విరాధగుప్తః.— సర్వ మనుష్ఠితమ్.

రాక్షసః— కిం హతో దురాత్మా చన్ద్రగుప్తః?

విరాధగుప్తః— అమాత్య, దైవా న్న హతః

రాక్షసః— (సవిషాదమ్) త త్కిమిదానీం కథయసి సర్వ మనుష్ఠితమిత మితి?

విరాధగుప్తః— అమాత్య, కల్పిత మలిన యోగచూర్ణ మిశ్రిత మౌషధం చన్ద్రగుప్తాయ. తత్ప్రత్యక్షీకుర్వతా చాణక్య హతకేన కనక భాజనే వర్ణాన్తర ముపలభ్య అభిహిత శ్చన్ద్రగుప్తః- 'వృషల, సవిష మిద మౌషధమ్, న పాతవ్యమ్! ఇతి.

రాక్షసః— శఠః ఖ ల్వసౌ వటుః, అద స వైద్యః కథమ్?

విరాధగుప్తః— త దేవౌషధం పాయితో మృత శ్చ.

తయు- అతఁ డెంత చేయవచ్చునో అంతయు చేసినాఁడు త త్కిమిదానీం కథయసి సర్వ మనుష్ఠిత మితి? = మఱి (= అట్లయిన) అంతయు చేయఁబడె నని చెప్పెద వేమి? యోగచూర్ణం = మాయపు పొడి, మంత్రవిద్యచే కల్పింపఁబడిన పొడి, అది రహస్యముగా ప్రాణము హరించును అది కలిపినమందు తయారు చేసి యిచ్చినాఁడు. ప్రత్యక్షీకుర్వతా = సొంతముగా కంటితో చూచిన వాఁడైన కనకభాజనే వర్ణాన్తరం ఉపలభ్య - రాజునకు ఇచ్చు మందు గావున, దానిని బంగారు పాత్రలో పెట్టి యిచ్చినాఁడు - ఉపలభ్య = కనిపట్టి. ఎఱిఁగి, సవిషం = విషముతో కూడియున్నది - త్రాగఁకూడదు, శఠః = మోసగాఁడు, దుష్టుఁడు, పాయితః = త్రాఁపఁబడినాఁడు-త్రాఁగి అంతట వచ్చినాఁడు-గిన్నె లో మందు రంగుమాఱుట. దాని సెబ్బర, సుశ్రుతాది వైద్య గ్రంథములందు గలదు- అట్టి విషయమున రాజులు మంత్రులు కూడ నిపుణులు కాదగు నని కామందకము నను కలదు. గొప్ప (వైద్య) శాస్త్ర జ్ఞాన రాశి - వైద్యశాస్త్రము ఊఁచముట్ట నెఱిఁగినవాడు

రాక్షసః—(సవిషాదమ్) అహో మహా న్విజ్ఞానరాశి రుపరతః! అథ తస్య శయనాధికృతస్య ప్రమోదకస్య కిం వృత్తమ్?

విరాధగుప్తః—య దిత రేషామ్,

రాక్షసః—(సోద్వేగమ్) కథ మివ?

విరాధగుప్తః—స ఖలు మూర్ఖః తం యుష్మాభి రతిసృష్టం మహాన్త మర్థరాశి మవాప్య మహతా వ్యయే నోపభోక్తు మారబ్ధవాన్. తతః 'కుతో ఽయం భూయాన్ ధనాగమ' ఇతి పృచ్ఛ్యమానో యదా వాక్యభేదా న్బహూ నవదత్, తదా చాణక్య హతకేన విచిత్రవధేన వ్యాపాదితః

రాక్షసః---(సోద్వేగమ్) కథం! అత్రాపి దైవే నోపహతా వయమ్. అథ శయితస్య చన్ద్రగుప్తస్య శరీరే ప్రహర్తు మస్మత్ప్రయుక్తానాం రాజగృహ స్యాన్తర్భిత్తి సురఙ్గా మేత్య ప్రథమ మేవ నివసతాం బీభత్సకాదీనాం కో వృత్తాన్తః

విరాధగుప్త—అమాత్య, దారుణో వృత్తాన్తః.

రాక్షసః---(సావేగమ్) కథం! దారుణో వృత్తాన్తః! న ఖలు విదితా స్తే తత్ర నివసన్త శ్చాణక్య హతకేన ?

శయన = పడుకబిల్లు-అధికృతః = దానిని విచారించుకొను అధికారమున ఉన్నవాఁడు, యత్ ఇతరేషాం = ఇతరులకు ఏదియో అదియే-చావు అనుట కథం ఇవ—అది యెటువలె, అతిసృష్టం = ఇయ్యఁబడిన, మహతా వ్యయేవ ఉపభోక్తుమ్ = చాల ఎక్కువ ఖర్చుచేసి (భోగాలు) అనుభవింపను, ధనాగమః = ధనము రాక, ఎక్కడినుండి వచ్చినది నీకు ఈవిస్తారపు ధనము? : క్యభేదాన్ = ఒకసారి చెప్పిన(సమాధాన)వాక్యమును మఱియొక మాఱు చెప్పక వేఱు దానిని చెప్పట-విచిత్రవధేవ = ఏనుఁగు కాలమట్టించుట, తునుకలుతునుకలుగా కోయించుట—మొదలగునవి కొన్ని-చిత్రవధల విధములు - సోద్వేగమ్ = భయముతో, దిగులుతో-కథం = ఎట్టూ! ఏమి! దారుణము-భయంకరము క్రూరము-ప్రవిష్ట

విరాధగుప్తః—అమాత్య, అథ కిమ్, ప్రాక్ చన్ద్రగుప్త ప్రవేశా చ్ఛయనగృహం ప్రవిష్టమాత్రే నైవ నిపుణ మవలోక యతా దురాత్మనా చాణక్య హతకేన కస్మాచ్చి ద్భిత్తి ఛిద్రాద్ గృహీతభక్తావయవాం నిష్క్రామన్తీం పిపీలికాపఙ్క్తి మవలోక్య పురుషగర్భ మేత ద్గృహ మితి గృహీతార్థేన దాహితం త చ్ఛయనగృహమ్. తస్మిం శ్చ దహ్యమానే ధూమావరుద్ధ దృష్టయః ప్రథమ మభిహిత నిర్గమనమార్గం అనధిగమ్య ద్వారం, సర్వ ఏవ బీభత్సాదయో జ్వలన ముపగమ్య త త్రైవ నష్టాః.

రాక్షసః—(సాస్రమ్) కష్టం భోః కష్టమ్! సఖే పశ్య, దైవ సంపదం దురాత్మన శ్చన్ద్రగుప్తస్య, కుతః,

శ్లో. కన్యా తస్య వధాయ యా విషమయీ
గూఢం ప్రయుక్తా మయా

మాత్రేణ ఏవ = చొరఁగానే, లోపలఅడుగు పెట్టఁగానే, నిపుణం = పరకాయించి, నేర్పుతో, లెస్సగా, భిత్తిఛిద్రాత్ = గోడలోని బొక్కనుండి, గృహీత భక్తావయవాం = గ్రహింపఁబడిన - మోచుచున్న - అన్నపు - ఖాత్ - తునుకలుగల. నిష్క్రామన్తీః = బయటికివచ్చుచున్న, పిపీలికాపఙ్క్తిం = చీమలబారును. పురుషగర్భం ఏతత్ = దీనిలోపల మనుష్యులు ఉన్నారు అని. ఇతి గృహీతార్థేన = ఇట్లని గ్రహింప బడిన విషయము గలవా డైన, —విషయమును గ్రహించిన వాడైన. దాహితః = కాల్చివేయఁబడినది. తస్మిన్ దహ్యమానే చ = అదికాల్పఁ బడుచుండఁగా ధూమావరుద్ధ దృష్టయః = పొగచే కమ్మఁబడిన — అడ్డగింపఁ బడిన—చూపులు గలవారై, ప్రథమం అభిహితం = మొదట చెప్పఁబడిన, పిహిత-అనియు పాఠము. మూయఁబడిన, నిర్గమన మార్గం = బయటికి పోవు దారిని, అనధిగమ్య = ఎఱుంగలేక, (చేరలేక) జ్వలనం ఉపగమ్య = మంటను పొంది (= కాలి.). దురాత్మనః = పాడు మనసుగలవాఁడైన-మిక్కిలి చెడ్డవాఁడైన.

శ్లో. ౧౬. కన్యేతి - తస్య వధాయ = వానిని చంపుటకై, యా విషమయీ కన్యామయా గూఢం ప్రయుక్తా = ఏ విసంపుఁబిల్ల నాచేత రహస్యముగా (రహస్యము దాని సవిషత, కావున పంపు అందఱి యెదురనే కాఁదగును) ప్రయో

దైవా త్పర్వతక స్తయా స నిహతో
యస్తస్య రాజ్యార్ధహృత్ ;
యే శస్త్రేషు రసేషు చ ప్రణిహితా
స్తై రేవ తే ఘాతితాః,
మౌర్య స్యైవ ఫలన్తి పశ్య, వివిధ
శ్రేయాంసి మన్నీతయః,

విరాధగుప్తః—అమాత్య, తథాపి ఖలు ప్రారబ్ధ మపరి
త్యాజ్య మేవ. పశ్య,

శ్లో. ప్రారభ్యతే న ఖలు విఘ్నభయేన నీచైః
ప్రారభ్య విఘ్ననిహతా విరమన్తి మధ్యాః

గి: పఁబడినదో, తయా=దానిచేత, యఃతస్య రాజ్యార్ధ హృత్=ఎవఁడు అతని సగము రాజ్యమును హరించువాఁడో, సః పర్వతకః=ఆపర్వతకుఁడు, దైవాత్= విధివలన, నిహతః = చంపఁబడినాఁడు. యే=ఎవరు, శస్త్రేషు= ఆయుధము లందును, రసేషు = విషములందును, ప్రణిహితాః = ఉంపఁబడిరో, అప్పగింపఁ బడిరో, తైః ఏవ=వానిచేతనే - ఆయాయుధములచేతనే, రసములచేతనే, తే = వారు. ఘాతితాః=చంపఁబడిరి. మన్నీతయః=నానీతులు, మౌర్యస్య ఏవ=చంద్ర గుప్తునికే, వివిధ శ్రేయాంసి = పలు తెఱంగుల మేళ్లను, ఫలన్తి = కలిగించు చున్నవి, పశ్య=చూడు

మౌర్యుని చంపుటకు నేను నాతెలివికొలఁది ఎన్ని తెఱంగుల ప్రయోగము లనో చేసితినిః అవి అన్నియు అతనికే పలు తెఱంగుల మేళ్లు కూర్చినవి. అట్లున్నది, వాని అదృష్టము, చూడుమాః

'తై రేవ తే ఘాతితాః ...' ఇందు కొందఱు విషమాలంకారముం జెప్పుదురు, కార్యము కారణమునకు విరుద్ధ మగుటం జేసి. 'విషమం వర్ణ్యతే యత్ర ఘట నాననురూపయోః'

శ్లో. ౧౭ ప్రారభ్యత ఇతి — నీచైః = క్షుద్రులచేత, అధములచేత, విఘ్నభయేన = అడ్డుల-అంతరాయముల - అవి కలుగునను - భయముచేత న ప్రారభ్య తే ఖలు=తొడంగనే పడదు గదా-మంచిపని అని శేషము, ప్రారభ్యః

విఘ్నైః పునః పున రపి ప్రతిహన్యమానాః
ప్రారబ్ధ ముత్తమగుణా న పరిత్యజన్తి. ౧౭

అపి చ.—

శ్లో. కిం శేషస్య భరవ్యథా న వపుషి,
క్ష్మాం న క్షిప త్యేష యత్ ?
కిం వా నాస్తి పరిశ్రమో దినపతే
రాస్తే న య న్నిశ్చలః ?
కిం త్వఙ్గీకృత ముత్సృజన్ కృపణవ

తొడంగి, విఘ్ననిహతాః = అంతరాయములచేత దెబ్బతిన్నవారై, మధ్యాః మధ్యములు - నడితరమువారు, విరమన్తి = మానుదురు విఘ్నైః=అంతరాయములచే, పునః పునః అపి = మరలను మరలను - మాటి మాటికి, ప్రతిహన్యమానాఃఅపి=అడ్డగింపఁ-ఎదురుదెబ్బకొట్టఁ-బడిన వారయ్యును, ఉత్తమాః= గొప్పవారు, ప్రారబ్ధం=తొడంగఁబడిన దానిని, మంచిపనిని, న పరిత్యజన్తి= మానరు.

అధములు మంచిపనిని తొడంగనే తొడంగరు, అడ్డులు తగులు నను భయముచేత. నడితరమువారో, తొడంగుదురు, కాని అంతరాయము పొడసూపఁగానే మానుకొందురు. గొప్పవారు మంచిపనిని తొడంగక ఉండనే ఉండరు- తొడంగి, యెన్ని యంతరాయములు తగిలినను వానిని ఎట్లో దాఁటి ఆతొడంగిన దానిని సాధింతురు.

శ్లో. ౧౮ కి మితి.-యత్ ఏష క్ష్మాం న క్షిపతి=ఇతఁడు (=శేషుఁడు) భూమిని(క్రిందికి) త్రోసివేయనందున, శేషస్య=ఆశేషునికి, వపుషి=మేన, న భరవ్యథా కిం=మోఁతబాధ లేదా యేమి? యత్ నిశ్చలః న ఆస్తే=కదలనివాఁడుగా-పయనము సాగించువాఁడుగా - ఉండనందువలన, దినపతేః=సూర్యునికి, పరిశ్రమః నాస్తి కిం=అలయిక లేదా ఏమి? కిం తు=(లేక కాదు,) మఱేమి యనఁగా, శ్లాఘ్యః జనః = మెప్పుగను జనుఁడు, కృపణవత్ = నీచునివలె, అఙ్గీకృతం=(చేయను) అంగీకరింపఁబడిన దానిని, ఉత్సృజన్=మానుకొనుచు, అనఁగా మానుకొనుటకు,-లజ్జతే=సిగ్గుపడును. ప్రతిపన్నవస్తుషు=అంగీకరించిన

శ్లాఘ్యో జనో లజ్జతే
నిర్వ్యూఢం ప్రతిపన్న వస్తుషు సతా
మేత ద్ధి గోత్ర వ్రతమ్. ౧౪

విషయములయందు, నిర్వ్యూఢః - నిర్వ్యూఢం (అనియు పాఠము.) నెఱవేర్చుట (=నిర్వాహము) ఏతత్=(అను) నిది, సతాం = సత్పురుషులకు-ఉత్తములకు, గోత్రవ్రతమ్=వంశపరంపరగా వచ్చు మానరాని (నోముంబోని) యాచారము.

భూమి ఎంత బరువు:—దానిని పడగలమీఁదికి ఎప్పుడు ఎత్తుకొన్నాఁడో, దింపకుండ మోయుచునేయున్నాఁడుగదా అట్లే సూర్యుఁడును ఒక నిముషము నిలుచుచున్నాఁడా. అరథము పఱువు వాఱుచునే యున్నది-ఆయన యలసట చెందినట్లు ఒక్కక్షణము ఎప్పుడును నిలుచుట లేదు. గొప్పవారు పూనుకొన్న పనిని చేయుదురే కాని మానరు—అది వారి కులవ్రతముం బోనిది.

చూ. శాకుం. V. ౯.

భానుః సకృద్యుక్త తురఙ్గ ఏవ,
రాత్రిం దివం గన్ధవహః ప్రయాతి,
శేషః సదై వాహిత భూమి భారః
షష్ఠాంశవృత్తే రపి ధర్మ ఏషః.

చూ. ఈసుభాషితమును.

సదా చరతి తిగ్మాంశుః, సదా వహతి మారుతః
సదా ధత్తే భువం శేషః. సదా ధీరోఽవికత్థనః.

'ప్రారభ్యతే' ఇత్యాదిశ్లోకము భర్తృహరియందును కలదు. ఇది ఎవరి సొంతమో ఎవరి యనువాదమో. ఈనాటకము ప్రాచీనమే, ఇదిప్రకరణమున చక్కనిసంగతి గలిగియున్నది. విశాఖదత్తుని సొంతమే కాబోలు. భర్తృహరి చాల గొప్ప కవి-, మూఁడు శతకములును ఆయన సొంతములే కాఁదగినను, ఎందుండియేని కైకొనుటనుంగూడ చేసి యుండనొప్పునేమో. నిర్ణయింపరాదు. వారి తారీఖులు అవిప్రతిపన్నముగా నిశ్చయములైన, ఇదియు కొంతనిశ్చయము పొందవచ్చునేమో.

రాక్షసః—సఖే, ప్రారబ్ధ మపరిత్యాజ్య మితి ప్రత్యక్ష మే వైత ద్భవతామ్. తతస్తతః.

విరాధగుప్తః—తతః ప్రభృతి చన్ద్రగుప్త శరీరే సహస్రగుణ మప్రమత్త శ్చాణక్యః ఏభ్య ఏత దీదృశం భవతీ త్యన్విష్య నిగృహీత వాన్ పురవాసినో యుష్మదీయా నాప్తపురుషాన్.

రాక్షసః—(సోద్వేగమ్) కథయ కథయ, కే కే నిగృహీతాః?

విరాధగుప్తః—ప్రథమం తావత్ క్షపణకో జీవసిద్ధిః సనికారం నగరా న్నిర్వాసితః.

రాక్షసః—(స్వగతమ్) ఏతావత్ సహ్యమ్. న నిష్పరిగ్రహం స్థానభ్రంశః పీడయిష్యతి. (ప్రకాశమ్) వయస్య, క మపరాధ ముద్దిశ్య నిర్వాసితః?

విరాధగుప్తః—ఏష రాక్షస ప్రయుక్తయా విషకన్యయా పర్వతేశ్వరం వ్యాపాదితవా నితి.

రాక్షసః—(స్వగతమ్) సాధు కౌటిల్య సాధు,

ప్రత్యక్షం ఏవ భవతాం=మీకు ప్రత్యక్షమే. అనఁగా నేను ప్రయత్న మును మానక సాగించుచు నే ఉన్నా నుగదా. సహస్రగుణం అప్రమత్తః=వేయిం తలు జాగ్రత్త గలవాఁడై, ఏభ్యః...తీతి అన్విష్య=వీరివలన ఇట్టిది కలుగు చున్నది అని వెదకి, నిగృహీతవాన్,=దండించినాఁడు, పుర.. షాన్ = ఊరిలో నున్న మీవారైన ఆప్తపురుషులను = నమ్మకమైన మిత్రులను — హితులను సోద్వేగమ్=దిగులుతో, ప్రథమం తావత్=మొట్ట మొదట - సనికారమ్ = అవ మానముతో కూడుకొన్నట్లుగా - నిర్వాసితః=ఇంకను రాఁగూడదని తఱుమఁ గొట్టఁబడినాఁడు; వెడలగొట్టఁ బడినాడు. ఏతావత్ సహ్యమ్ = ఈపాటి ఓర్వఁదగినది, నిష్పరిగ్రహమ్ - వాఁడు సన్యాసి, భార్యబిడ్డలు ఇల్లు ఆస్తి - ఏమియు గలవాఁడు కాఁడు—అట్టి వానిని స్థానభ్రంశః=ఊరినుండి వెడలిం చుట, న పీడయిష్యతి = పీడింపఁబోదు. కం అపరాధం ఉద్దిశ్య = ఏ నేరమును ఉద్దేశించి, వ్యాపాదితవాన్ = చంపినాఁడు. సాధు సాధు - బళి బళి, కౌటిల్య, యస్య తవ - అని అన్వయము.

శ్లో॥ స్వస్మిన్ పరిహృత మయశః,
పాతిత మస్మాసు, ఘాతితో౽ర్ధరాజ్యహరః;
ఏక మపి నీతి బీజమ్
బహుఫలతా మేతి యస్య తవ. ౧౯

(ప్రకాశమ్) తత స్తతః?

విరాధగుప్తః—తత శ్చన్ద్రగుప్త శరీర మభిద్రోగ్ధు మనేన వ్యాపారితా దారువర్మాదయ ఇతి నగరే ప్రఖ్యాప్య శకటదాసః శూల మారోపితః,

రాక్షసః—(సాస్రమ్) హా సఖే శకటదాస. అయుక్తరూప స్తవాయ మీ దృశో మృత్యుః, అథవా, స్వామ్యర్థ ముపరతో

శ్లో. ౧౯. స్వస్మి న్నితి—అయశః = అపయశస్సు - స్వస్మిన్ = తన మీఁద, పరిహృతం = తొలఁగింపఁబడినది, అస్మాసు = నామీఁద, పాతితం = వైపఁబడినది, అర్ధరాజ్యహరః సగము రాజ్యము హరించువాఁడు-నీవు ఈయవలసిన వాఁడు - మౌర్యునికి సగమే మిగులు నట్లుగా, ఘాతితః = చంపఁబడినాఁడు. ఏకం అపి నీతిబీజం = ఒక్కటి యైనను నయపు-పన్నకపు విత్తనము, యస్య తవ = ఏనీకు, బహుఫలతాం = పెక్కు ఫలములు గలదగుటను, ఏతి = పొందుచున్నది-

(1) నీమీఁద అయశమును తప్పించుకొనుట.

(11) దానిని నామీఁద పెట్టుట,

(111) సగము రాజ్యము ఈయవలసినది (ఈయ నక్కఱ) లేకపోవుట,-

మూఁడు = బహు, శరీరం అభిద్రోగ్ధుం = దేహమును గుఱిపెట్టి చంపుటకు,- వ్యాపారితాః = పనిపెట్టఁబడిరి — ప్రయోగింపఁబడిరి ప్రఖ్యాప్య = చాటించి, శూలం ఆరోపితః = కొఱత వేయఁబడెను - (కొఱ్ఱు ఎక్కింపఁబడెను.) సాస్రమ్ - రాక్షసునికి శకట దాసునందు అంత వాత్సల్యము, కన్నుల నీరు కాఱినది, అయుక్తరూపః = ఎంతయు - మిక్కిలియు - తగనిది, రూపన్- అని పత్యయము అతిశయార్థకము. ఈదృశః = ఇట్టిది, కొఱతవేయఁబడుట, అథవా = అట్లు గాదు, అ ట్లనఁగూడదు - స్వామ్యర్థం = ఏలినవాని కోసము, ఉపరతః = చచ్చితివి - కావున, న శోచ్యః — (నీకై

న శోచ్య స్త్వమ్, వయ మే వాత్ర శోచ్యాః, యే నన్దకులవినాశే ఽపి జీవితు మిచ్ఛామః.

విరాధగుప్తః—అమాత్య, స్వామ్యర్థ ఏవ సాధయితవ్య ఇతి ప్రయతసే.

రాక్షసః—సఖే,

శ్లో. అస్మాభి రము మేవార్థ మాలమ్బ్య, న జిజీవిషామ్,
పరలోకగతో దేవః కృతఘ్నై ర్నానుగమ్యతే. ౨౦

కథ్యతా, మపర స్యాపి సుహృద్వ్యసనస్య శ్రవణే సజ్జో ఽస్మి.

ఎవ రైనను - నేను-) దుఃఖపడవలసినవాఁడవు గావు. నేనే నాకై దుఃఖపడ వలసినవాఁడను. నందకులమే ఉత్సన్నమైనను బ్రదుకగోరుచుండువాఁడను. స్వామి అర్థంఏవ=ఏలినవాని ప్రయోజనమే, అతనిశత్రువులపై పగతీర్చు కొనుటే, సాధయితవ్యః=నెఱవేర్పఁబడవలసినది, ఇతి...=అని ప్రయత్నించు చున్నావు.

శ్లో. ౨౦. అస్మాభిరితి—అస్మాభిః = నాచేత, అముం అర్థం ఏవ = ఈప్రయోజనముననే, జిజీవిషామ్ న = బ్రతుకుమీఁద యాసను కాదు, ఆలమ్బ్య = అవలంబించి, అందుకై పూనికవహించి, పరలోకగతః దేవః = దివంగతుఁడైన ప్రభువు-(నందుఁడు), కృతఘ్నైః = కృతఘ్నుఁ(డనైన నా) చేత, న అనుగమ్యతే = వెంబడింపఁబడలేదు — సహగమనము - కూడనే చచ్చుట - చేయఁబడలేదు.

మిత్రమా.-దొరగారు దివంగతుఁడైన వెంటనే నేనును అక్కడికి తరలి యుండవలసితది. నాకు ఇఁక ప్రాణముమీఁద ఆసలేదు. మఱి ఆయనపనినే, పగతుఱ చంపి, తీర్పవలయు నని ప్రాణము పట్టుకొని యున్నాఁడను.

సుహృద్ వ్యసనస్య=మిత్రునిఆపదను, శ్రవణే=వినుటయందు, సజ్జః = సిద్ధముగా - తయారుగా - ఉన్నాను. ఏతత్=ఈ శకట దాసవృత్తమును, ఉప

విరాధగుప్తః—ఏత దుపలక్ష్య, చన్దనదాసే నాపవాహిత మమాత్యకళత్రమ్.

రాక్షసః—క్రూరస్య చాణక్యవటోః విరుద్ధ మయుక్త మను ష్ఠితం తేన.

విరాధగుప్తః—అమాత్య, న న్వయుక్తతరః సుహృద్ద్రోహః

రాక్షసః—తత స్తతః ?

విరాధగుప్తః—తతో యాచ్యమానే నానేన న సమర్పిత మమాత్య కళత్రం యదా, త దాతికుపితేన చాణక్యవటునా...

రాక్షసః—(సోద్వేగమ్) న ఖలు వ్యాపాదితః ?

విరాధగుప్తః—న హి. గృహీతగృహసారః సపుత్ర కళత్రో బన్ధనాగారే నిక్షిప్తః.

రాక్షసః—త త్కిం పరితుష్టః కథయసి 'అపవాహితం రాక్షస కళత్ర'మితి. వను వక్తవ్యం 'సంయమితః సపుత్ర కళత్రో రాక్షస' ఇతి.

లక్ష్య ఎఱింగి, అపవాహితం అవతలికి కొనిపోఁబడినది. విరుద్ధం విరోధమైన పని అయుక్తం (కావుననే) కూడనిది, సుహృద్ద్రోహః మిత్రునికిద్రోహము-చంపుటంబోని కీడు, న సమర్పితం యదా అప్పగింపఁబడక పోవునప్పటికి, తదా అప్పుడే, సోద్వేగమ్ దిగులుతో కూడుకొన్నట్లుగా - అతనికి కొఱ్ఱు బనది, అతనికి మఱి యెట్టిచావు కలిగింపఁబడినదో అని దిగులు-ఆతొందరలో తానే 'చంపఁబడలేదు,గదా' అని మునుగలుగ అడుగుచున్నాఁడు. గృహీత గృహ సారః-ఇంటిలోని వెలగలయాస్తి యంతయు - సొత్తంతయు - జప్తి చేయఁబడి, కొడుకు భార్యలతో కూడ, సంయమితః రాక్షస ఇతి... రాక్షసుఁడే అట్లు సంకెలతోఁ గట్టఁబడినవాఁడని కదా చెప్పవలసినది.

(ప్రవిశ్య)

పురుషః—జేదు అమచ్చో! ఏసో ఖు సఅడదాసో పడిహార భూమి ముపట్ఠిదో, (జయ త్వమాత్య! ఏష ఖలు శకటదాసః ప్రతిహార భూమి ముపస్థితః.)

రాక్షసః—భద్ర, అపి సత్యమ్?

పురుషః—కిం అలిఅం అమచ్చపాదేసు విణివేదేమి? (కి మళీక మమాత్యపాదేషు వినివేదయామి?)

రాక్షసః—సఖే విరాధగుప్త, కథ మేతత్?

విరాధగుప్తః—అమాత్య, స్యా దేత దేవం, యతో భవ్యం రక్షతి భవితవ్యతా.

రాక్షసః—ప్రియంవదక, కి మద్యాపి చిరయసి? శీఘ్రం ప్రవేశ యైనమ్.

పురుషః—తథా (ఇతి నిష్క్రాన్తః)

పురుషః = నౌకరు దౌవారికుఁడు, ప్రతిహారభూమిం = దర్వాజకడ, ఉపస్థితః = వచ్చియున్నాఁడు, ఇట్లు శకటుఁడు అనిముసాననే వచ్చినాఁడను కవిపన్నాగము - కేవలఘు దైవికప్రయోగమగునాః అతఁడు రేపు చేరియుండ వచ్చును కదాః ఈ కథలన్నిటిని విరాధగుప్తుఁడు తాను కుసుమపుమున నుండియే చూచియే వచ్చినాఁడు. తొందరపయనములనే వచ్చియుండును. కొజ్జుమీఁదినుండి తప్పించు కొన్నవారును ఎకాయెకి హుటాహుటి వచ్చియుందురు, ఒక దినమే రవంత ముందు వెనుకలుగా చేరినారు ఇది సంభవమే, అపి సత్యం = నిజమేనా ? అమాత్య పాదేషు = మంత్రులవారికి, మంత్రిగారికి, వినివేదయామి = నివేదింతునా ? కథ మేతత్ = ఇది యెట్లు ? నీవు అట్లుచెప్పితివే, ఇప్పుడే, ఇప్పుడే ఈమాట వినబడుఁచున్నదే. భవ్యం రక్షతి భవితవ్యతా = కావలసిన దానిని, విధి కాపాడును, అంతే, అద్యాపి చిరయసి = ఇంకను ఆలస్యము చేయుచున్నావు ?

(ప్రవిష్టః సిద్ధార్థకః, శకటదాసశ్చ)

శకటదాసః— (స్వగతమ్)

శ్లో. దృష్ట్వా మౌర్య మివ ప్రతిష్ఠితపదం
        శూలం ధరిత్ర్యాః స్థలే,
    త ల్లక్ష్మీ మివ చేతనాప్రమథినీం
        మూర్ధావబద్ధస్రజమ్,
    శ్రుత్వా స్వామ్యపరోప రౌద్ర విషమా
        నాఘాతతూర్యస్వనాన్
    న ధ్వస్తం ప్రథమాభిఘాతకఠినం
        యత్తన్మదీయం మనః ౨౧

శ్లో. ౨౧. దృష్ట్వేతి—యత్ మదీయం మనః=ఏ నాదైన మనస్సు, ధరిత్ర్యాః స్థలే=నేలమీఁద దానిచోట-నేలమీఁది యూరిలో కుసుమపురాన, మౌర్యం ఇవ=(11) చంద్రగుప్తునివలె, శూలం=(1) కొఱ్ఱును, ప్రతిష్ఠిత పదం=లెస్సగా నాటఁబడిన—నెలకొల్పఁబడిన-(11)పదవిగలవానిని-(1)అడుగు భాగము గలదానిని, దృష్ట్వా=చూచి, తత్ లక్ష్మీం ఇవ=వాని రాచసిరివలె, చేతనాప్రమథినీం=జీవమును కలియఁబెట్టి-నలిపి-చంపునదైన, మూర్ధావబద్ధ స్రజమ్=తలపై కట్ట(చుట్ట)ఁబడిన పూదండను, దృష్ట్వా=చూచి, స్వామి అపరోప రౌద్రవిషమాన్=దొరను (పదవినుండి) దించుట (నాశనము చేయుట) వలని (శత్రుజయమునకైన)భయంకరములును చెవికి ఇంపనివియు నగు, ఆఘాత తూర్య స్వానాన్=కొట్టఁబడిన వాద్యపు మ్రోఁతలను, శ్రుత్వా=విని, ప్రథమ అభిఘాత కఠినం=మొదటి దెబ్బకు గట్టివారి - మొద్దువాఱి—పోయినదో, తత్ (మదీయం మనః)=ఆ నాదైన మనసు, నధ్వస్తమ్=ధ్వంసము(నాశనము)కాలేదు

శూలము మీఁది నుండి తప్పించుకొనఁగానే, ఒక్కఁటే, నడుమ నిలువని ప్రయాణముగా రాక్షసుని కడకు వచ్చినాఁడు, ఎప్పుడెప్పుడు అతనిం జూడఁ గందునా అని. కావున ఆ శూలారోపణము, ఆ దండ, ఆ తూర్యఘాతములే అతనికి తలఁపుగా జ్ఞప్తిగా-అబ్బ! వానిని తప్పించుకొంటిని గదా యన్న దిగులు తీఱినట్టియు, దొరం గాంచఁగన్నట్టియు సంభ్రమము. రాచసిరిచే కౌగలించుకొనఁ

(ఉపసృ) త్యావలోక్య చ, సహర్షమ్) అయ మమాత్య రాక్షస స్తిష్ఠతి, య ఏషః

శ్లో. అక్షీణభక్తిః క్షీణే ఽపి నన్దే స్వామ్యర్థ ముద్వహన్

పృథివ్యాం స్వామిభక్తానాం ప్రమాణే పరమే స్థితః. ౨౨

(ఉపసృత్య ప్రకాశమ్) జయ త్వమాత్యః.

రాక్షసః—(విలోక్య సహర్షమ్) సఖే, శకటదాస, దిష్ట్యా కౌటిల్యగోచరగతో ఽపి త్వం దృష్టో ఽసి. త త్పరిష్వజస్వ మామ్.

(శకటదాస స్తథా కరోతి)

రాక్షసః—(చిరం పరిష్వజ్య) ఇద మాసనమ్, ఆస్యతామ్.

బడిన చంద్రగుప్తుని ఏలెనున్నది తనకొఱుమానును పూలయలంకారమును. చంద్రగుప్తుఁడు రాజగుట వానికి అంత భయంకరముగా నున్నది-అనుట సహర్షం=హర్షముతో-అప్పుడు అతనికి అదెంత హర్షముగా నుండును! అయ మమాత్య... తి-వీఁడుగో రాక్షసమంత్రి ఉన్నాఁడు-ఏషః ఈయన.

శ్లో. ౨౨. అక్షణేతి—నన్దే క్షీణే అపి నందుఁడు చచ్చినను, అక్షీణ భక్తి తఱుగని భక్తిగలవాఁడై స్వామి అర్థం ఉద్వహన్ ఏలినవానిపనినే పూని జరుపుచున్నవాఁడై, పృథివ్యాం భూమిలో, లోకములో, స్వామి భక్తానాం ఏలినవానియందు భక్తిగలవారికి, పరమే ప్రమాణే ఉత్కృష్టమైన మెట్టులో, మేరలో, స్థితః ఉన్నాఁడు.

తన ప్రభువు చనిపోయినను అతనిపనియందు వ్యాపృతుఁడై ఇాలో రాజభక్తులలో మొదటి మెట్టులో నున్నాఁడు.

కౌటిల్య గోచర గతః అపి=కౌటిల్యునికి కంటఁబడినవాఁడవు—పట్టువడిన వాఁడవయ్యు, మరల నాకు అగపడితివయ్య, పరి... మాం=కౌఁగిలించుకొనుము. చిరం చాలసేపు-చావుతప్పించుకొని, పునర్జన్మగా వచ్చినందులకు తగినట్లు-

(శకటదాసో నాట్యే నోపవిష్టః)

రాక్షసః—సఖే శకటదాస, అథ కో ఽయం మే ఈదృశస్య హృదయానన్దస్య హేతుః ?

శకటదాసః—(సిద్ధార్థకం నిర్దిశ్య) అనేన ప్రియసుహృదా సిద్ధార్థకేన ఘాతకాన్ విద్రావ్య వధ్యస్థానా దపహృతో ఽస్మి.

రాక్షసః—(సహర్షమ్) భద్ర సిద్ధార్థక, కిం పర్యాప్త మిద మస్య ప్రియస్య ? తథాపి గృహ్యతామ్.

(స్వగాత్రా దవతార్య భూషణాని ప్రయచ్ఛతి.)

సిద్ధార్థకః—(గృహీత్వా, పాదయో ర్నిపత్య స్వగతమ్) అఅం ఖు అజ్జస్సోవ దేసో, హోదు. తహా కరిస్సమ్. (ప్రకాశమ్) అమచ్చ ఎత్థ పఢమపవిట్ఠస్స ణత్థి కోవి పరిచిదో, జత్థ ఏదం అమచ్చస్స పసాదం ణిక్ఖివిఅ ణివ్వుదో భవిస్సమ్, తా ఇచ్ఛామి అహం ఇమాఏ ముద్దాఏముద్దిదం అమచ్చస్స ఎవ్వ భణ్డాఆరే ఠావిదుమ్, జదా మే పఓఅణం తదా గేణ్హిస్సమ్.

(అయం ఖలు ఆర్యోపదేశః, భవతు, తథా కరిష్యామి. అమాత్య, అత్ర ప్రథమప్రవిష్టస్య నాస్తి కో ఽపి పరిచితః; యత్ర ఇమ మమాత్యస్య ప్రసాదం నిక్షిప్య నిర్వృతో భవామి. తస్మా

నాట్యేన ఉపవిష్టః కూర్చుండుట నభినయించినాఁడు - కూర్చున్నాఁడు అనుటయే-వేసగానికి తెలుపుట. హృదయానన్దస్య హృదయంపు టానందమునకు కారణము-ఘాతకాన్ విద్రావ్య ఘాతకులను తఱుమఁగొట్టి, అపహృతః అస్మి= కొనిరాఁబడితిని, ఇదం పర్యాప్తంకిం ఇదిచాలునాయేమి? అవతార్య తీసి, విడఁదీసి: స్వగతమ్-'అయం ఖలు ఆర్యోపదేశః'-ఇది కదా అయ్య (చేయుమని) నేర్పినది. కానిమ్ము అట్లు చేయుదును. ప్రథమ ప్రవిష్టస్య ఇదె తొలిమాఱుగా ప్రవేశించినవానికి, పరిచితః నాస్తి పరిచయమైన వాఁడు, ఎఱిఁగినవాఁడు లేఁడు నిక్షిప్య ఉం(దా)చుకొని, ప్రసాదం అనుగ్రహముగా ఇచ్చినవానిని, నిర్వృతః=

దిచ్ఛా మ్యహ మేతయా ముద్రియా ముద్రితం అమాత్య స్యైవ భాణ్డాగారే స్థాపయితుమ్, యదా మే ప్రయోజనం తదా గ్రహీష్యామి,]

రాక్షసః—భద్ర, కో దోషః? శకటదాస, ఏవం క్రియతామ్

శకటదాసః—య దాజ్ఞా పయ త్యమాత్యః, (ముద్రాం విలోక్య జనాన్తికమ్) అమాత్య, భవన్నామాఙ్కి తేయం ముద్రా.

రాక్షసః—(విలోక్య ఆత్మగతమ్)సత్యం. నగరా న్నిష్క్రామతో మమ హస్తాత్ బ్రాహ్మణ్యా ఉత్కణ్ఠావినోదార్థంగృహీతా. తత్కథ మస్య హస్తముపాగతా? (ప్రకాశమ్) భద్ర, సిద్ధార్థక, కుతస్త్వ యేయ మధిగతా?

హాయిగా—ఏమియు కాదు పోదు అని చింతలేక సుఖముగా, ఏతయా ముద్రయా ముద్రితం ఈ ముద్రతో ముద్రవేయఁబడిన దానిని. అమాత్యస్య ఏవ భాణ్డాగారే మంత్రిగారి భండారము-బొక్కసము-ననే, యదా మే ప్రయోజనం= ఎప్పుడు నాకు (దానితో) పనియో అప్పుడు కైకొందును. కోదోషః తప్పుఏమిః జనాన్తికమ్ = రాక్షసునికి మాత్రము వినఁబడునట్లుగా, ఇతరులకు వినఁబడ నట్లుగా, రంగాన మాటలాడుటకు జనాంతిక మని పేరు.

త్రిపతాకా కరే ణాన్యా నపవా ర్యాన్తరా కథామ్
అన్యో న్యామన్త్రణం య త్స్యాత్ జనాన్తే త జ్జనాన్తికమ్.

భవన్నామాఙ్కితా = నీపేరుతో గుర్తిడఁబడియున్నది. సత్యం = నిజమే బ్రాహ్మణ్యా = బ్రాహ్మణిచేత, భార్యచేత - రాక్షసుఁడు తన భార్యను ఇట్లు నిర్దేశించుచున్నాఁడు-ఇది యాచారము కాఁబోలు - ఉత్కణ్ఠా వినోదార్థం = విరహమున నన్ను చూచు కోరికను తీర్చుకొనుటకు, అధిగతా = పొందఁబడినది. అబ్బీ ఎక్కడిది యిది నీకుః కథం అస్యహస్తం ఉపాగతా = వీనిచేతికి ఎట్లు

సిద్ధార్థకః—అత్థి కుసుమపురే మణిఆరసెట్ఠీ చందనదాసో ణామ, తస్స గేహ దుఆర పడిసరే పడిదా. మప ఆసాదిదా [అస్తి కుసుమపురే మణికారశ్రేష్ఠీ చన్దనదాసో నామ. తస్య గేహద్వార పరిసరే పతితా, మయా ఆసాదితా,]

రాక్షసః—యుజ్యతే.

సిద్ధార్థకః—అమచ్చ, ఎత్థ కిం జుజ్జఇ ? [అమాత్య, అత్రి కిం యుజ్యతే?]

రాక్షసః—భద్ర, యన్మహాధనానాం గృహే పతిత స్యైవం విధస్య ఉపలబ్ధి రితి.

శకటదాసః—సఖే, సిద్ధార్థక, అమాత్యనా మాఙ్కి తేయం ముద్రా త దితో బహుతరే ణార్థేన భవన్త మమాత్య స్తోషయిష్యతి. దీయతా మేషా.

వచ్చినది? మణికారశ్రేష్ఠీ = రతనాల బేరాల సెట్టి. గేహద్వారపరినరే = ఇంటి వాకిటి చెంత, యుజ్యతే = యుక్తము(సరి)గానే ఉన్నది. అత్ర కిం యుజ్యతే = ఇక్కడ ఏమిటి సరిగా ఉండునది? రాక్షసుఁడు ఏమి సెప్పనో అని యీప్రశ్న-పొరపాటున మతేదేని అతని గృహజనాదిం గూర్చిన రహస్యము ఎఱుంగుటకు దారి ఏర్పడునా అది చూచుటకు సిద్ధార్థకుని యత్నము. మహాధనానాం=గొప్ప ధనికులయొక్క యిండ్లచెంత పడిన యిట్టివి దొరకుటకు కలిగినదే-యుక్తముగానే ఉన్నది-అని రాక్షసుఁడు అందులకు సందు ఈయలేదు,

అమాత్య నామాఙ్కితా=అమాత్యుని పేరు గుఱుతు పెట్టఁబడి ఉన్నది. ఇతః బహుకారేణ అర్థేన=ఇంతకన్నను చాల ఎక్కువయైన ధనముతో, (ఇంతః ముద్రవెలయంత. అనుట) తోషయిష్యతి=ఇచ్చి సంతోషపెట్టఁగలడు, దీయతాం ఏషా=ఇది యిచ్చివేయఁబడును గాక-ఇచ్చివేయుము అనుట, సను ప్రసాద

సిద్ధార్థకః — అజ్జ, ణం పసాదో ఏసో జం ఇమాఏ ముద్దాఏ అమచ్చో పరిగ్గహం కరేది, (ఆర్య, నను ప్రసాద ఏషః, య దస్యా ముద్రాయా అమాత్యః పరిగ్రహం కరో తీతి.)

(ఇతి ముద్రా మర్పయతి)

రాక్షసః — సఖే, శకటదాస, అన యైవ ముద్రయా స్వాధికారే వ్యవహ_ర్తవ్యం భవతా.

శకటదాసః——య దాజ్ఞాపయ త్యమాత్యః.

సిద్ధార్థకః—అమచ్చ, విణ్ణవేమి, (అమాత్య, విజ్ఞాపయామి)

రాక్షసః—బ్రూహి, విస్రబ్ధమ్.

సిద్ధార్థకః —జాణాది ఎవ్వ అమచ్చో జహ చాణక్క వడుకస్స విప్పిఅం కదుఅ ణత్థి పుణో పాడలిఉత్తే పవేసో త్తి, ఇచ్ఛామి అహం అమచ్చచలణే ఎవ్వ సుస్సూసిదుమ్.

(జానా త్యే వామాత్యో, యథా చాణక్య వటుకస్య విప్రియం కృత్వా నా_స్తి పునః పాటలిపుత్రే ప్రవేశ ఇతి, ఇచ్ఛా మ్యహం అమాత్యస్య చరణా వేవ శుశ్రూషితుమ్.)

ఏషః అనుగ్రహముగదా, ఇది-అట్లు రాక్షసుఁడు దీనిని గ్రహించుట అనుగ్రహ ముగదా-అమాత్యః పరిగ్రహం కరోతి మంత్రి కైకొనుట అనుట-ఉత్తరకార్యసాధనకు ఆపని తనకు మిక్కిలి కావలసినదే కదా అని గూఢము-ప్రకటముగా నిది వాక్యసరణికిని చెల్లును-ఈయుంగరము నా కెందు లకు, నాకు ధనమే కావలసినది; మఱియు ఈపాటి నేను మంత్రికి చేయఁగల సాయము-ఆయనది ఆయనకే ఇచ్చివేయుట-అదియు కలుగును.

అర్పయతి ఇచ్చివేయును. స్వాధికారే నీ యుద్యోగమునందు—వ్యవహ_ర్తవ్యమ్ వ్యవహరింపవలసినది-అందుకావలసిన యెడలనెల్ల ఈ ముద్రనే వాడవలసినది, బ్రూహి విస్రబ్ధమ్ ఏమియు జంకుపడక చెప్పుము — చాణక్య వటుకస్యవిప్రియంకృత్వా చాణక్యగానికి కానిదానిని - అపకారమును—కావించి అమాత్యచరణౌ ఏవ మంత్రిపాదాలనే, శుశ్రూషింతును కొలుచుటకు—అస్మత్

రాక్షసః—భద్ర, ప్రియం నః, కింతు త్వదభిప్రాయాపరిజ్ఞానాన్తరితో ఽయ మస్మదనునయః. త దేవం క్రియతామ్.

సిద్ధార్థకః — (సహర్షమ్) అనుగిహిదో హ్మి. (అనుగృహీతో ఽస్మి)

రాక్షసః—శకటదాస, విశ్రామయ సిద్ధార్థకమ్.

శకటదాసః—తథా, (ఇతి సిద్ధార్థకేన సహా నిష్క్రాన్తః)

రాక్షసః—సఖే, విరాధగుప్త, వర్ణయ వృత్తశేషమ్. అపి క్షమన్తే ఽస్మదుపజాపం చన్ద్రగుప్తప్రకృతయః?

విరాధగుప్తః—అమాత్య. బాఢం క్షమన్తే, యథా ప్రకాశ, మనుగచ్ఛన్త్యేవ.

రాక్షసః—సఖే, కిం తత్ర ప్రకాశమ్?

అనునయః నేనే అడుగుట-ఎరా అబ్బి నాకడనే యుందువా అని - త్వదభిప్రాయాపరిజ్ఞాన అంతరితః నీ యభిప్రాయమును ఎఱుంగమిచేతనే ఎడముగలది-నీవేమనుకొందువో అని ఊరకుంది ఈపాటి ఆలస్యము చేసితిని. బంగారముగా అట్లే ఉండుము.

సహర్షమ్ సంతోషముతో-తన యయ్య చాణక్యుఁడు చెప్పినదంతయు చేయను తనకు ఒనఁగూడినదే అనియు — మంత్రికి వాక్యసరణిలో ఇపుడు అంగ్లజ్ఞులు అందురే-'Thank You' అని, అట్టి ఆచారనిర్వాహమునకు తగినదిః హర్షము చూపుటయు అట్లు పలుకుటయు.

విశ్రామయ విశ్రాంతి కొనునట్లు చేయుము-పాపము, నీకోసము చాల కష్టపడినాఁడు, వానిని నీవు చూచుకో సేదదేర్చు—అనుట. క్షమన్తే ఓర్చుకొందురా, దానికి వసమగుచున్నారా? ఉపజాపం భేదోపాయములను—చంద్రగుప్తునికి కాక ఏలినవారి పక్షపు కుట్రలను ఓర్చుకొనుచున్నారా? మన తట్టు చేరఁగలరా? బాఢం సరి, అవును, తప్పక చేరఁగలరు—యథాప్రకాశం బయటికి ఎఱుంగనగుచున్న విధాన, అనుగచ్ఛన్తి ఏవ — అనుసరించుచును ఉన్నారు. కిం తత్ర ప్రకాశమ్ ఏమిటిది అది, అక్కడ ప్రకట మగుచుండుట,

విరాధగుప్తః—అమాత్య, ఇదం తత్ప్రకాశమ్. మలయకేతో రపక్రమాణాత్ ప్రభృతి, కుపిత శ్చన్ద్రగుప్త శ్చాణక్య స్యోపరి. చాణక్యోఽప్యతిజితకాశితయా సహమాన శ్చన్ద్రగుప్తం తైస్తై రాజ్ఞాభఙ్గైశ్చన్ద్రగుప్తస్య చేతఃపీడా ముపచినోతి. ఇత్థ మపి మ మానుభవః.

రాక్షసః—(సహర్షమ్) సఖే, విరాధగుప్త, గచ్ఛ త్వం అనేనైవ వాహితుణ్డిక చ్ఛద్మనా పునః కుసుమపురమ్, తత్ర మే ప్రియసుహృ ద్వైతాళిక వ్యఞ్జనః స్తన (పా.వ) కలశో నామ ప్రతి వసతి. స త్వయా మద్వచనా ద్వాచ్యః యథా చాణ క్యేవ క్రియమాణే ష్వాజ్ఞాభఙ్గేషు చన్ద్రగుప్తః సము త్తేజనసమర్థైః శ్లోకై రుపశ్లోకయితవ్యః, కార్యం చ అతినిభృతం కరభక హస్తేన సందేష్టవ్య మితి,

---

అపక్రమణాత్=తప్పించుకొని వచ్చుట మొదలుకొని, కుపితః...ఉపరి=చంద్రగుప్తుఁడు చాణక్యునిమీఁద కోపము చెందియున్నాఁడు అని-ఎందుకు వానిని అట్లు తప్పించుకొని పోనిచ్చితిని—అని. అతి జితకాశితయా=తన జయముచే మిక్కిలి గర్వించినవాఁ డగుటచేత, అసహమానః-ఆ కోపమును ఓర్వలేనివాఁడై, తైఃతైః అజ్ఞాభఙ్గైః=ఆ యా యుత్తరువుల యతిక్రమణముచేత, చేతః పీడాం=మనోవ్యథను, ఉపచినోతి=పెంచుచున్నాఁడు. ఇత్థం అపి మను అనుభవః=ఇట్లును నా యనుభవము-అనియు నా యెఱుకకు వచ్చినవే—అనుట.

సహర్షమ్-సంతోషముతో-మంచి సమయము సందు దొరికినది అని వైతాళిక వ్యఞ్జనః=వైతాళికుని వేసాన నున్నాఁడు. వానిచే చంద్రగుప్తుని నౌకరిలో చొప్పించియున్నాను. ప్రతివసతి=నివసించు చున్నఁడు, కాపురమున్నాఁడు. మ ద్వచనాత్=నా మాటవలన, నామాటగా - యథా = ఏమని యనఁగా, క్రియామాణేషు = చేయఁబడుచుండఁగా, సముత్తేజన సమర్థైః శ్లోకైః ఉపశ్లోకయితవ్యః—రోస మెక్కింపఁజాలు మెచ్చుకోళ్ళతో (=శ్లోకైః), పొగడఁబడ వలసినది. కార్యం చ=(దాని వలన ఏమి జరుగునో ఆ) పనిని, కరభక హస్తేన=కరభకునిచేత, సందేష్టవ్యం=సమాచారము (=సందేశము) పంపవలసినది

విరాధగుప్తః—య దాజ్ఞాపయ త్యమాత్యః.

(ఇతి నిష్క్రాన్తః)

పురుషః—(ప్రవిశ్య) అమచ్చ, ఏసో ఖు సఅడదాసో విణ్ణవేది—ఏదే ఖు తిణ్ణి అలంకారసంజోఅ విక్కిణిఅన్ది తా పచ్చక్ఖీకరేదు అమచ్చో, (అమాత్య, ఏష ఖలు శకటదాసో విజ్ఞాపయతి — ఏతే ఖలు త్రయో ఉలఙ్కారసంయోగా విక్రీయన్తే. తస్మాత్ప్రత్యక్షీకరో త్వమాత్యః—ఇతి.)

రాక్షసః—(విలోక్య) అహో మహార్హా ణ్యాభరణాని, భద్ర, ఉచ్యతా ఉమస్మద్వచనా చ్ఛకటదాసః, పరితోష్య వి క్రేతారం, గృహ్యతా మితి.

పురుషః—తథా. (ఇతి నిష్క్రాన్తః)

కరభకుఁడు శాకుంతలమున ఉన్నాఁడు, కాలరిగా-వాఁడు దుష్యంతునికి అమ్మగారి పిలుపును చెప్పుటకు పంపఁబడినాఁడు, కరభకము ఒంటెపిల్ల. అది దూరములు అలయిక ఓర్చి తిరుగఁకాలర్లకు తగిన సంజ్ఞ అగును, దీనను విశాఖదత్తుఁడు శార్ఙ్గరవునిచేతం బోలె కాళిదాసును జ్ఞప్తి చేసి పూజించుచున్నాఁ డని తలంపదగును.

త్రయః అలంకార సంయోగాః—మూఁడు జోడుల సొమ్ములు-సంయోగము కూడిక-ఒక దానిని పెట్టుకొన్న మరియొక దానిని, అట్లు దానితోఁ దనున్నయన్నిటిని పెట్టుకొనవలయును. అందు ఏయొకటి లేకున్నను ఆ కూడికకు వెలితియే-అట్లు మూఁడు కూడికలు-అన్యోన్యాపేక్ష గల నగల ప్రోవులు ఒక్కొక్కటియు ఒండొంటితో కూడికొన్నట్టి పోగు, విక్రియన్తే = అమ్మ (ఁజూప)ఁబడుచున్నవి, ప్రత్యక్షీకరోతు=సొంతముగా చూచునుగాక.

అహో = ఆశ్చర్యద్యోతకము - కన్నుల మిఱుమిట్లు గొల్పుచుంబోలె నున్నవి. మహార్హాణి = చాల వెలపొడుగివి. పరితోష్య = తృప్తి పఱచి, అనఁగా అట్టి వెల-అడిగిన వెల ఇచ్చి - గృహ్యతాం = తీసికొన వలసినది —

రాక్షసః—యావ దహ మపి కుసుమపురాయ కరభకం ప్రేషయామి, (ఉత్థాయ) అపినామ దురాత్మన శ్చాణక్యా చ్చన్ద్రగుప్తో భిద్యేత? అథవా, సిద్ధ మేవ నః సమీహితం పశ్యామి, కుతః,

శ్లో. మౌర్య స్తేజసి సర్వభూతలభుజా
మాజ్ఞాపకో వర్తతే,
చాణక్యో ఽపి మదాశ్రయా దయ మభూ
ద్రాజేతి జాతస్మయః,
రాజ్యప్రాప్తికృతార్థ మేక, మపరం
తీర్ణప్రతిజ్ఞార్ణవం,

అపినామ_తన యిచ్ఛతో కూడిన సంభావనను తెలుపును - వీనితోడి ప్రశ్న- అపి నామ భిద్యేత = బెడియునా? బెడిసిన బాగుగా నుండును - నాయిష్టము తీఱును-అథవా = ఏల సందేహించుట? సిద్ధం...... పశ్యామి = నాకోరిక సిద్ధించిన దనియే తలంతును, కుతః=ఏలయన.

శ్లో. ౨౩. మౌర్యేతి...మౌర్యః=చంద్రగుప్త మౌర్యుఁడు, తేజసి = పరాక్రమమున - ప్రాభవమున, సర్వ భూతల భుజాం = ఎల్ల రాజులకును, ఆజ్ఞాపకః = ఉత్తరువులు చేయువాఁడుగా, వర్తతే = ఉన్నాఁడు, చాణక్యః అపి = చాణక్యుఁడును, " మదాశ్రయాత్ = నా యాశ్రయమువలన - నా ఆసరావలన, - ప్రాపువలన, అయం=ఇతఁడు, రాజా అభూత్ ఇతి = రాజు ఆయె " నని, జాతస్మయః = గర్వము చెందియున్నాఁడు, రాజ్య ప్రాప్తికృతార్థం ఏకం=రాజ్యముపొందుటచే, (కృతార్థ) అక్కఱ తీఱిన యొకనిని, తీర్ణ ప్రతిజ్ఞార్ణవం అపరం=ప్రతిన సముద్రమును-దుస్తర మగు ప్రతినను-దాఁటిన వాఁడైన మఱియొకనిని, కృతకృత్యతా ఏవ = (ఒండొరులకైన) వారి అక్కఱ తీఱిపోవుటయే, నియతం = తప్పకండ, లబ్ధాన్తరా = సందు - అవకాశముపొందినదై, సౌహార్దాత్ భేత్స్యతి = మైత్రినుండి ఒండొరులను కానీక వేఱు చేయఁగలదు, శత్రువులం జేయఁగలదు.

ఇఁకను చంద్రగుప్తునికి చాణక్యునితో పని లేదు, అతని సాయ మక్కఱలేదు. చాణక్యునికి పంతము తీర్చుకొనుచు నెఱవేఱినది, దానితో

సౌహార్దా త్కృతకృత్యతైవ నియతం
లబ్ధాన్తరా భేత్స్యతి,

(ఇతి నిష్క్రాన్తాః సర్వే)

ముద్రారాక్షస నాటకే భూషణ విక్రయో నామ

ద్వితీయాఙ్కః

మఱింత గర్వము ఎక్కువ యైనది, 'నేను చేసిన రాజే కదా వీఁడు' అని, లెక్క సేయమి, వాని మీఁద అధికారము చూపఁబోవును, వాఁడును ఓర్వక తప్పక ఎదురుతిరుగఁ గలఁడు, అట్లు ఇరువురును ఒండొరులకు కాక చెడిసి పోవుదురు ఈసందున చంద్రుని ఇంచుక పేనిన, పుఁయెక్కును, అది ఇపుడు కర్తవ్యము.

'...నియతం లబ్ధాన్తరా భేత్స్యతి' మౌర్యుని సర్వలోకాతిగ రాజతేజము చాణక్యుని స్మయము, మౌర్యుని కృతార్థత చాణక్యుని తీర్ణప్రతిజ్ఞత - అను సాధనములు వాన సాధ్యము వారు ఒండొరుల చెడియుటయు చెప్పఁబడినది, కావున అనుమానము.

"మౌర్యస్తేజసి సర్వభూతభుజాం ఆజ్ఞాపకో వర్తతే" అని ఇపుడు మౌర్యుని ప్రాభవముం గూర్చి రాక్షసుఁడే పల్కుచున్నాఁడు. ఈయంకరపుఁ గథాకాలము మొదటి యంకపు కథ దినము నుండి కుసుమపురము నుండి త్వరగల ప్రయాణమునసే విరాధ శకట విశ్వావసువాదులు మలయుని రాజధానిని, నూఱుయోజనాల దూరాన నున్న దానిని' చేరునంత కాలమే ఐనది కావున మొదటి యంకపుఁ గథకాలమును ఇంచుమించుగా ఇదియే నందులు చచ్చి, రాక్షసుఁడు రాజధానిముట్టడిని తీర్చుట మానుకొని, కుసుమపురరాజ్యము మౌర్యునికి హస్తగతమై ఎన్ని నాళ్లయినవో! మఱి మొదటి యంకపు గథనాఁడే "క్రూరగ్రహః సకేతుః చన్ద్రమసం అభిభవితు మిచ్ఛతి బలాత్" అను కుసుమపురమందు పర్విన పుకారు చెవింబడి కుపితుఁడై, ఈ మలయగానిని మాత్రము నేను మట్టుపెట్టనేరనా అని కోపావిష్టుండై పలుకుచు తన పరిస్థితులం దలపోసికొనుచు ఇఁక కర్తవ్యమును నిశ్చయించుకొనుటకు చాణక్యుఁడు తొలియంకమున ప్రవేశించినాఁడు అది, చచ్చిన పర్వతుని పారలౌకికము చేయుచు

వాని సొమ్ములను దానమిచ్చిన దినము-చచ్చినయేన్నాళ్ళకు ఇట్లు పారలౌకికము చేయుదురో, అందులకు కాలనియమము కలదా? ఇట్లు కథాకాలగమనమును అరయుచుండఁదగును.

ఇందు తొలి యంకమున సూచించిన కొన్ని విషయముల వివరము రాక్షసధనముతో శకటుఁడు మౌర్యుం జంపింపఁ జేసిన ప్రయత్నములు, అవి యెట్లు విఫలములై రాక్షసప్రయుక్తులనే చంపెనో, అది తెలిసినది, అట్లే తొలి యంకమున చాణక్యుఁడు రాక్షసుం బట్టువఱచుకొనం దొడఁగిన ప్రయత్నములు కొంతవఱకు అతినిపుణముగానే సాగున తెలిసినది. (1) మలయకేతువు రాక్షసునికి నిజదేహసంస్కార విరక్తిం దీర్చ తన సొంత యాభరణములనే తొడిగించినాఁడు-వానిని అప్పుడే గొంతసేపటికి శకటుని కొఱితికి తప్పించి తన కడకు తెచ్చిన చాణక్యప్రణిధి సిద్ధార్థకునికి అత్యంతప్రీతితో పారితోషికము-ఈయఁగా వాఁడు దానిని పెట్టియం బెట్టుకొని తనచేత నున్న రాక్షసముద్రయే వేసి రాక్షసు కడనే ఇల్లడయుంచినాఁడు, ఆముద్రను, రాక్షసునికి ఇచ్చివేసినాఁడు. వాఁడు దానితోనే తన కాయస్థవ్యవహారములం జరుపుమని దానిని శకటునికి ఇచ్చినాఁడు సిద్ధార్థకునికడ చాణక్యుఁడు శకటుని చేత వ్రాయించినజాబును రాక్షసముద్రితము ఉన్నదికదా, సిద్ధార్థకుఁడు రాక్షసునికి నమ్మిన నౌకరు ఐ అందే యున్నాఁడు పర్వతకుని యాభరణములను దానము పుచ్చుకొన్న చాణక్యుని మానుసులు విశ్వావసుప్రభృతులు వానిని అమ్మఁజూపఁగా, వాని తత్త్వ మెఱుఁగని రాక్షసుఁడు అవి యనర్ఘములు అని తాను గ్రహించినాఁడు చాణక్యుఁడు వానికి ఏదో ప్రయోజనమును ఏర్పఱించి యున్నాఁడు. చందనదాసు సకుటుంబముగ తనకోసము చాణక్యునిచే పట్టువడి కైదువడి దండనకు వాయిదాపడియుండుట రాక్షసునికి తెలియవచ్చెను. వాన తానే చాణక్యునికిం బట్టువడినట్లు రాక్షసునికిం దోఁచెను. వానికి మోక్షమెట్లు? మౌర్యచాణక్యులు అట్లట్లు ఒండొరులకు కాక బెడిసిపోవునట్లున్నది. అని కుసుమపురపుఁ బుఖార్ అనియు విరాధుని మాట సరియే తాను తనమానిసి మౌర్యవైతాళికుఁడుగా నున్న వానిచేత మౌర్యునికి ఉత్తేజనము పలికించి మౌర్యచాణక్యుల ఒండొరులకుం గానీక చీల్చి, తనపగ సాధించి చందనదాసుని, విడిపింపఁగల ననుకొనును ఈసర్వమును వట్టి బూటకము, చాణక్యప్రయోగమే తనకు తెలియనీక తగిలించుచున్న ఉరియే యని ఎఱుఁగడు.

ఇది ద్వితీయాఙ్కః—ద్వితీయాంకము ముగిసినది

తృతీయాఙ్కః

-:౦.-

(తతః ప్రవిశతి కఞ్చుకీ)

కఞ్చుకీ—(సనిర్వేదమ్)-

శ్లో. రూపాదీ న్విషయా న్నిరూప్య కరణై

ర్యైరాత్మలాభ స్త్వయా

లబ్ధ, స్తేష్వపి చక్షురాదిషు హతాః

స్వార్థావబోధక్రియాః,

అఙ్గాని ప్రసభం త్యజన్తి పటుతా

మాజ్ఞావిధేయాని తే,

న్యస్తం మూర్ధ్ని పదం తవైవ జరయా,

తృష్ణే, ముధా తామ్యసి ౧

అంతట కంచుకి ప్రవేశించుచున్నాఁడు. కఞ్చుకీ-ఇతఁడు చంద్రగుప్తుని కంచుకి.

శ్లో. ౧, రూపాదీన్ విషయాన్ = రూపరసగంధస్పర్శశబ్దములు అను ఇంద్రియార్థములను, యైః కరణైః=ఏ చక్షురాది కరణ (=సాధన) ములతో పరికించి, త్వయా = నీచేత, ఆత్మలాభః = పుట్టుక, లబ్ధః=పొందఁబడినదో, తేషు చక్షరాదిషు అపి=ఆ కన్ను ముక్కు మొదలైనవానియందును, స్వార్థ ఆవబోధ క్రియాః=తమ విషయముల నెఱుంగు పనులు, హతాః=అడగారినవి (అట్లే) తే ఆజ్ఞావిధేయాని=నీ యుత్తరువులకు లొంగినవి యైన, అఙ్గాని = అవయవములు, ప్రసభం=నెట్టన-అవివార్యముగ, పటుతాం=బలముకలిమిని, త్యజన్తి=కోలుపోవుచున్నవి. (ఇంకను) తవ మూర్ధని ఏవ=నీ తలమీఁదనే, జరయా=ముదిమిచేత, పదం న్యస్తం=అడుగు పెట్టబడినది - నీవే తాౘిక్కి

(పరిక్రమ్య, ఆకాశే) 'భోభోః, సుగాఙ్గప్రాసాదాధికృతాః పురుషాః, సుగ్రహీతనామా దేవ శ్చన్ద్రగుప్తో వః సమాజ్ఞాపయతి'.- 'ప్రవృత్త కౌముదీ మహోత్సవ రమణీయం కుసుమపుర మవలోకయితు

వేయఁబడు చున్నావు, తృష్ణే = ఓకామమా, ఓలోభమా, ముధా = వృథాగా, నిష్ప్రయోజనముగా, తామ్యసి = ఆలసించుచున్నావు

అన్తః పుర చరో వృద్ధో—అన్నారు కంచుకిని వాని ముసలి తనఁపు విసుకును నాటకాలఁ జెప్పుదురు-ముసలివానికి లోకముమీఁద విసుగు సహజమే కదా. ఓసి కామమ్మా ఎందులకు నీ వింకను విడిచిపోక నన్ను పట్టుకొని ఊఁగు లాడుచున్నావే? కన్ను చూడఁజాలదు, ముక్కునకు వాసన తెలియదు, దేహ మంతయు తాఁకు తెలిసికొనలేక మొద్దువాఱిపోయినది చెవికి వినఁబడదు, వానిని పట్టుకొని కాదా నీవు నాలో ఉండుట? మఱియు నాచేతులు కాళ్ళు మొదలగు అంగములు-చేయుమన్న చేయుచు పొమ్మన్న నడుచుచు, వంగుమన్న వంగుచు లెమ్మన్న లేచుచు చెప్పిన ట్లెల్ల చేయుచుండినవో అవి నీమాటను చేయ నిరాకరించుచున్నవి. ఇంత యెందులకు, ఆ జర నీతలమీఁదనే కాలిడి అడఁగఁ ద్రొక్కి-వేయుచున్నది. ఇంకను ఎందులకు నీవు పోకుండ ఆలస్యము చేయుట?

ఇంత ముసలివాఁడ నైనను అసలు మానుకో లేక ఈఱనావాయాడిగము చేయుచున్నావే: =అని విసుగుకొనుట.

పరిక్రమ్య = రంగాన నడిచి, ఆకాశే = మింటివైపు చూచుచు, సుగాఙ్గ ప్రాసా దాధికృతాః పురుషాః = సుగాంగమను పేరుగల కుసుమపుర రాజభవన మున అయాపనులకు ఏర్పాటుచేయఁబడియుండు నౌకరులారా, సుగృహీతనామా, పున్నెంపుఁ బేరు గల ఏలినవాఁడు చంద్రగుప్తుఁడు-మిమ్ము ఆజ్ఞాపించుచున్నాఁడు= (ఏమని యనఁగా) ప్రవృత్త...ణీయం=ప్రవర్తిల్లి-జరిగిన - వెన్నెలపండుగుచే సొబగారుచున్న, కుసుమ...చ్ఛామి = కుసుమపురమును చూడఁగోరుచున్నాను. కృత్తికాదీపోత్సవ విశేషము స్మృతులం జెప్పఁబడినది.

మా స్యూర్జే కృత్తికాధిష్ణ్యే సాయంకాలే ప్రరోపయేత్
దీపాం శ్చైవ మహాదీపాన్ అనేకాన్ సర్వతో గృహే
దేవాలయే నృపగృహే సభాయాం పుణ్యభూమిషు

మిచ్ఛామి. తత్ సంస్క్రియన్తా మస్మద్దర్శనయోగ్యాః సుగాఙ్గ ప్రాసాదోపరిభూమయః." ఇతి. (పునరాకాశే) కిం బ్రూథ 'ఆర్య, కి మవిదిత ఏ వాయం దేవస్య కౌముదీ మహోత్సవప్రతిషేధః' ఇతి? 'ఆః దైవోపహతాః, కి మనేన వః సద్యః ప్రాణహారేణ కథోపో ద్ఘాతేన? శీఘ్ర మిదానీమ్

శ్లో. అలిఙ్గన్తు గృహీతధూపసురభీన్
స్తమ్భా న్పినద్ధస్రజః,

కృత్తికాదీప విధినా సమారాధన ముత్తమమ్
స్థానస్య రాజరాష్ట్రస్య సంపత్కర మనుత్తమమ్
విప త్ప్రశమనం బ్రహ్మన్ ప్రీణనం జాతవేదసః
ఏవ మేవ విధానేన కృత్తికోత్సవ మాచరేత్.

తత్=కావున, సంస్క్రియన్తాం=అలంకరింపఁబడునుగాక, అస్మద్దర్శన యోగ్యాః = నేను చూచుటకుఁ దగిన, బంగళా, ఉపరిభూమయః = పైచోట్లు-డాబా పైభాగములు, ఇతి, అని తన మాటలు ఒకనిమిషము, జవాబు వినఁదగినంత సేపు అపి-పునః ఆకాశే = మరల మింటివైపున, కిం బ్రూథ = ఏమి చెప్పు చున్నారు? అనఁగా ఎవరో చెప్పినమాటలను విన్నట్లు అభినయించి ఆమాటలను తాను 'ఇట్లనియా మీరు అనుట' అన్నట్లు, మరల పలుకుట - దీనికే ఆకాశ భాషితము అని పేరు-మఱియొక పాత్రను ప్రవేశపెట్టక, ఒక్కనితోడనే కథ నడుపుట, ఆర్య...ఇతి - అయ్యా, ఏమి ఇది మీకు తెలియనేతెలియదా, ఏలిన వాని వెన్నెలపండుగ - అనఁగా చంద్రగుప్తుఁడు చేయుమని యుత్తరువిడిన దాని - యొక్క, ప్రతిషేధః - (చేయఁ) గూడదని ఆపుట. సద్యః ప్రాణ హరేణ = తత్క్షణమే ప్రాణము మీఁదికి తెచ్చు, కథోపోద్ఘాతేన = కథను తొడంగుటచేత.

శ్లో. ౨, అలిఙ్గన్త్వితి-గృహీత ధూప సురభీన్=పట్టింపఁబడిన వాసన పొగచే సువాసనగల, స్తమ్భాన్=గుంజలను. పినద్ధస్రజః = కట్టఁబడిన (పూల)

సంపూర్ణేన్దు మయూఖ సంహతి రుచాం
సచ్చామరాణాం శ్రియః
సింహాఙ్కాసన ధారణాచ్చ సుచిరం
సఞ్జాతమూర్ఛా మివ
క్షిప్రం చన్దనవారిణా సకుసుమః
సేకో ఽనుగృహ్ణాతు గామ్. ౨

దండలును, (అట్లే) సంపూర్ణ ఇన్దు మయూఖ సంహతి రుచాం = నిండు చందురుని కిరణాల మొత్తమువంటి కాంతిగలవైన, సత్ చామరాణాం = మంచి చామరముల, తెల్లని చామరముల, శ్రియః=కాంతులును, ఆలిఙ్గన్తు=కౌఁగిలించు కొనునుగాక, సుచిరం సింహాఙ్కాసన ధారణాత్ = చాలసేపు సింగపు గుఱుతు గల ఆసనమును మోయుటచేత, సఞ్జాత మూర్ఛాం ఇవ = మూర్ఛ కలిగినదానింబోలె నున్న, గాం=భూమిని, చన్దనవారిణా = గంధపునీటితో సకుసుమః సేకః=పూలతోకూడిన తడుపుట, క్షిప్రం — వెంటనే, త్వరగా, అనుగృహ్ణాతు చ=అనుగ్రహించును గాక.

స్తంభములకు మంచి వాసన ధూపము-పొగ-పట్టించి, పూలరసములను రాకాచంద్రకిరణాల మొత్తములుం బోని చామరములును కట్టి అలంకరింతురు గాక, అట్లే నేలమీఁద మంచి గంధపునీరు పూలు గల కలయంపి చల్లఁబడును గాక - చాలకాలముగా చాల బరువైన సింహాసనము మోయుచుండుటచే మూర్ఛ వచ్చినదియుంబోలె నున్నది-అది తీఱునుగాక.

ఇందు సమాసోక్తియు ఉత్ప్రేక్షయు అలంకారములు- స్తంభ చామరశ్రీల యాలింగన ప్రస్తుతమున అప్రస్తుత కాముక వృత్తము పరిస్ఫురించుచున్నది. మూర్ఛిల్లినది వోలె నున్నదానిని- అనుటచే వస్తూత్ప్రేక్ష.

సామాసోక్తిః పరిస్ఫూర్తిః ప్రస్తుతే ప్రస్తుతస్యచేత్,
సమ్భావనా స్యా దుత్ప్రేక్షా వస్తు హేతుఫలాత్మనా.

వీరరసముతో బిఱ్ఱుగా నుండు నీ నాటకమున అందందు ఇట్టి శృంగార రసపు మాటల తునకలు కవి పడవేయుచున్నాఁడు, ఇంచుక ఊపిరి సళ్ళించు కొనుటకు, ఊరుఁగాయవలె నుండుటకు.

కిం బ్రూథ 'ఆర్య ఇద మనుష్ఠీయతే దేవస్య శాసనమ్' ఇతి? భద్రాః, త్వరధ్వమ్. అయ మాగత ఏవ దేవ శ్చన్ద్రగుప్తః. య ఏషః,

శ్లో. సువిస్రబ్ధై రఙ్గైః పథిషు విషమే ష్వ ప్యచలతా
చిరం ధుర్యేణోఢా గురు రపి భువో యాస్య గురుణా
ధురం తా మే వోచ్చై ర్నవవయసి వోఢుం వ్యవసితో
మనస్వీ దమ్యత్వాత్ స్ఖలతి చ న దుఃఖం వహతి చ." 3

ఇదం అనుష్ఠీయతే-ఇదం = ఇదె-అని యవ్యవహితతను తెలుపును, భద్రాః=మంచివాండ్రారా. వీఁడుగో దొర చంద్రగుప్తుఁడు రానే వచ్చినాఁడు. ఇతఁడు ఎట్లున్నాఁ డనఁగా.

శ్లో. 3 సువిస్రబ్ధైరితి—సువిస్రబ్ధైః =(బాగుగా వాడుక పడుటచే అన్ని విధాల జంకులు తీఱి, తమపై తమకే) నమ్మకము గలవైన, అఙ్గైః = అవయవములతో, విషమేషు=చాల ఎగుడుదిగుడులైన. పథిషు అపి=మార్గమలందు సైతము, అచలతా=దారి తప్పని వాఁడును, ధుర్యేణ = భరువు మోయఁజాలిన వాఁడును, ఐన, అస్య గురుణా=ఇతని నాయనచేత, యా అస్యభువః (ధూః) = ఏ యీ భూమియొక్కభారము, చిరం ఊఢా=చాలకాలము మోయఁబడినదో. తాం ఏవ ధురం=ఆ బరువునే, ఉచ్చైఃనవ వయసి = నిండు (మిక్కిలియు గ్రొత్తః) జవ్వనమున, వోఢుం వ్యవసితః = మోయఁబూనుకొన్నవాఁడై. మనస్వీ=మానసపు టున్నతి, పరువు పట్టుదల గలవాఁడు (అగుటచే), దమ్యత్వాత్ = నేర్పఁ దగినవాఁ డగుట వలన, నేర్వను - శిక్షకు - అడంగు వాఁ డగుటవలన. స్ఖలతి చ = అందందు తొట్రుపడునేకాని, నదుఃఖం వహతి చ = దుఃఖము—ఖేదము - చెందఁడు. సువిస్రబ్ధైః=మంచినమ్మకముగల, గడుసు వారగు, అఙ్గైః=స్వామ్యమాత్యాది రాజ్యాంగములతో, విషమేషు = చాల చిక్కు కలిగించునవైన, పథిషు=రాజ్యతంత్రములయందు, అచలతా=పొరపాటు ఎఱుఁగని, ధుర్యేణ=రాజ్యభారనిర్వహణ సమర్థుఁడైన, అస్యగురుణా = ఇతని నాయనచేత యా భువో ధూః = ఏభూ (రాజ్య) భారము, చిరం ఊఢా =

(నే ప థ్యే)

ఇత ఇతో దేవః

చాల కాలము మోయఁబడినదో, నిర్వహింపఁబడినదో -ఇట్లు రాజ్యపరమైన క్లిష్టపరముల రెంళవ యర్థమును యోజించుకొనవలసినది.

అన్ని విధములుగాను సమర్థుఁడైన నాయనం బోలినవాఁడు. దమ్యుఁడును మనస్వియు, తాను యౌవనమున నుండి. జాఱుపాటు సరుదుకొనుచు భేదమును ఎఱుఁగక రాజ్యమును నిర్వహించుచున్నాఁడు.

చూ రఘు_VI-78.

అసౌ కుమార స్తమజోఽనుజాత స్త్రివిష్టప స్యేవ పతిం జయన్తః
గుర్వీం ధురంయో భువనస్య పిత్రా ధుర్యేణ దమ్యః సదృశం బిభర్తి.

ఇందు పిత్రా సదృశం బిభర్తి—చిరం నిరూఢేన పిత్రా సదృశం తుల్యం యధా తథా బిభర్తి—అనియు—'యథా కశ్చి ద్వత్సతరోఽపి ధుర్యేణ మహో క్షేణ సమం వహతీ త్యుపమాలంకారో ధ్వన్యతే' అనియు సంజీవని విశాఖదత్తుని మనసున ఈ శ్లోకము మెలఁగుచుండెనని భావౌపమ్యముచేత శబ్దసాదృశ్యముచేతను తోఁచుచున్నది. 'సదృశమును' ఉపమచేత వివరించినాఁడు. అయినను ఇందు 'స్ఖలతి చ' అను పాఠము ఉండఁదగును ఏలన అందు అజుఁడు యువరాజు జీవత్పితృకుఁడు—ఇంకను ఆతోడున నుండువాఁడు. ఇంద్రజయంతులును అట్టి వారే. ఇట చంద్రుఁడో మృతపితృకుఁడు, సర్వథా స్వతంత్రుఁడు; కంచుకి, ముదుసలి, నాయనకాలపువాఁడు-పోలికయు భేదమును చెప్పఁగలడు. స్ఖలన మున్నను, మనస్వియుదమ్యుఁడును సదుగుపాటుచేసికొనుచు వ్యవహరింపఁగలడు అనుట, గుర్వీం, ధురం, భువనస్య, పిత్రా, ధుర్యేణ, దమ్యః-ఈపదముల సామ్య మును లెస్సగా పరికింపఁదగును.

నేపథ్యే - తెరమఱుఁగున—మానిసి అగపడఁడు. మాటలు వినఁబడును. ఇతః ఇతః దేవః=ఇటు ఇటు ఏలినవారు ప్రతీహారీ చ -ద్వారపాలిక, స్త్రీ—ఇట. ఆమాటలు ఈప్రవహారిని కావలయు-దారిచూపుట ప్రతీహారి పని, దారి దొర ఎఱుఁగమివలనం గాదు, రాజు హోదాకు ఇది యొక గౌరవోపచారము—దారిచూపుచు ముందుండుట. రంగాన, అట్లు వినఁబడుటయు వెంటనే మానుసులు

(తతః ప్రవిశతి రాజా ప్రతీహారీ చ)

రాజా—(స్వగతమ్) రాజ్యం హి నామ రాజధర్మాను వృత్తిపరస్య నృపతే ర్మహ దప్రీతిస్థానమ్ కుతః,

శ్లో. పరార్థానుష్ఠానే రహయతి నృపం స్వార్థ పరతా;
పరిత్యక్తస్వార్థో నియత మయథార్థః క్షితిపతిః;
పరార్థ శ్చేత్ స్వార్థా దభిమతతరో, హా న్త పరవాన్ !
పరాయత్తః ప్రీతేః కథ మివ రసం వేత్తి పురుషః ౭

వచ్చుటయు ప్రేక్షకులకు ఆకర్షకము రాజ్యం హి నామ - రాజ్యము - రాజుధర్మము, పరిపాలనాదికము-అనఁగా. రాజధర్మ అనువృత్తి పరస్య= రాజధర్మమును జరుపుటలో ఆసక్తిగలవానికి, నృపతేః = రాజునకు - ఇట సార్థకము-జనుల పాలయితకు, మహత్ అప్రీతిస్థానం=సంతోషమును పోఁగొట్టి మిక్కిలి క్లేశము కలిగించునది.

శ్లో. ౭ పరార్థేతి - పరార్థ అనుష్ఠానే = ఇతరుల - ప్రజల— పనులను చేయుటయందు - స్వార్థపరతా = తన యక్కఱల యాసక్తి, నృపం=రాజును, రహయతి=విడిచిపెట్టును, అనఁగా అతఁడు తన సొంతమునకై ఏమియు చేసికొనఁజాలఁడు. (అట్లు) పరిత్యక్తస్వార్థః = తన యక్కఱలను మానుకొన్న వాఁడు, నియతం = నిజముగా, అయథార్థః = దబ్బరయైన, అసత్యమైన, క్షితిపతిః = రాజు - నిష్ప్రయోజనమైన రాజు - క్షితిపతిశబ్ద వాచ్యుఁడు - పేరునకు మాత్రము అనుట — ఏసుఖమును ఉపభోగింపనేరని వాఁడు, పరార్థః = ఇతరులపని - ప్రయోజనము. స్వార్థాత్ = తనసొంతపని ప్రయోజనము-కన్నను, అభిమతతరః = ఎక్కువ ప్రియ మగునేని, హన్త = అయ్యో. (వాఁడు), పరవాన్ = పరాధీనుఁడు - నౌకరుం బోలె (అట్లు) పరాయత్తః = పరాధీనుఁడైన, పురుషః = జనుఁడు, కథం ఇవ = ఎటువలె, ప్రీతేఃరసః ప్రీతియొక్క చవిని — తియ్యనను, వేత్తి=ఎఱుంగఁగలఁడు?

పరుల యక్కఱలనే తీర్చురాజు తన యక్కఱలం దీర్చుకొననేరఁడు- అట్టివాఁడు ఏభోగమును ఎఱుంగనేరనివాఁడు ఏమి రాజు? కేవలము పరాధీనుఁడు, ఏసంతోషమును సొంతానకు చెందలేఁడు.

అపి చ, దురారాధ్యా హి రాజలక్ష్మీ రాత్మవద్భి రపి రాజభిః.
కుతః,

శ్లో. తీక్ష్ణా దుద్విజతే, మృదౌ పరిభవ
త్రాసా న్న సంతిష్ఠ తే,
మూర్ఖం ద్వేష్టి, న గచ్ఛతి ప్రణయితా
మత్యన్తవిద్వ త్స్వపి,
శూరేభ్యో ఽప్యధికం బిభే త్యుపహాస
త్యేకాన్తభీరూ. నహో!
శ్రీ ర్లబ్ధప్రస రేవ వేశవనితా
దుఃఖోపచర్యా భృశమ్. ౫

ఇందు అలంకారము అప్రస్తుతప్రశంస ఇందు ప్రశంసింపఁబడిన అప్రస్తుత రాజవృత్తము ప్రస్తుతవృషలాశ్రయి.

ఆత్మవద్భిః అపి రాజభిః=సమాహితచిత్తులైన రాజులచేతం గూడ—నిర్వికార మనస్కులచేతం గూడ - "ఉదయాది ష్వవికృతి ర్మనసః సత్త్వ ముచ్యతే-ఆత్మవాన్ సత్త్వవానుక్తః ఇత్యుత్పలమాలయాం" అని రఘుసంజీవని VIII-10. దురారాధ్యా=సంతోషపెట్ట నలవిపడనిది.

శ్లో ౫. తీక్ష్ణాదితి — తీక్ష్ణాత్ = మోటుగాను కోపిగాను ఉండువానివలన ఉద్విజతే=భయపడును, విసుగుకొనును; మృదౌ=మెత్తనివానియందు, పరిభవ త్రాసాత్=(ఇతరులు)తన్ను అవమానింతు రను భయమువలన, న సంతిష్ఠతే-నెలకొనదు; మూర్ఖాం = తెలివిలేనివానిని. ద్వేష్టి = ఇచ్ఛగింపదు, ఇచ్చ మెచ్చదు. అత్యన్తవిద్వత్సు అపి = మిక్కిలి పండితులయందు సైతము ప్రణయితాం న గచ్ఛతి=స్నేహము గలుగుటను పొందదు; శూరేభ్యః అపి=వీరులవలనం గూడ, అధికం బిభేతి=మిక్కిలి వెఱగుపడును, ఏకాన్తభీరూన్=ఎప్పుడును ఎందును పిఱికులను, ఉపహసతి=హేళవముసేయును, అహో!—ఆశ్చర్యము! శ్రీః = (రాజ్య) లక్ష్మి, లబ్ధప్రసరా = ఎక్కువ చనవుపొందిన, వేశవనితా ఇవ = వెలయాలివలె భృశం = మిక్కిలి దుఃఖోపచర్యా = కష్టముతో ఉపచరింపఁ దగినది, సేవింపఁ దగినది.

అన్యచ్చ. కృతకకలహం కృత్వాస్వతన్త్రేణ కిఞ్చిత్కాలాన్తరం వ్యవహర్తవ్య మిత్యార్యాదేశః స చ కథమపి మయా పాతకమి వాభ్యుపగతః, అథవా శశ్వ దార్యోపదేశ సంస్క్రియమాణ మతయః స దైవ స్వతన్త్రా వయమ్, కుతః,

---

రాచసిరిసేవ, రాచసిరిని ఆరాధించుట కరము క్లేశము ఎట్లున్నను ఏదియో సాకున బెదర కలుగుచుండును, బెడియుచుండును ఎట్లనఁగా శ్లోకాన స్పష్టముగా వివరించినట్లు

చూ రఘు—VIII--9– ఆ యువరాజు క్రొత్తదనపుఁబ్రస్తావముననే--
"న ఖరో న చ భూయసా మృదుః పవమానః పృథివీరుహా మివ
స పురస్కృత మధ్యమక్రమో నమయామాస నృపా ననుద్ధరన్-"

"ఖరః–తీక్ష్ణః- .. . .. అత్ర కామన్దకః—
మృదు శ్చే దవమన్యేత తీక్ష్ణా దుద్విజతే జనః
తీక్ష్ణశ్చైవ మృదుశ్చైవ ప్రజానాం స చ సమ్మతః" అని సంజీవని
భర్తృహరి రాజసేవం గూర్చి చెప్పినదియు స్మరింపఁదగును–

-47 'మా నాన్మ్కకః .....' ఇత్యాదియు.

ఇందు అలంకారము ఉపమ 'వేశవనితా ఇవ' అనుటచే, వేశ మనఁగా ఓలి–ధనము

ఇట్లుండఁగా – అన్యచ్చ = ఇదియొకటి (వచ్చినది) ఏమనఁగా – కృతక కలహం = మిథ్యాజగడము కృత్వా = జరిపి–జగడముచేసి, స్వతన్త్రేణ = (తనతో పనిలేని) సొంత పరిపాలనతో, కిఞ్చిత్ కాలాన్తరం = కొద్దికాలపు బెడము-అవకాశము, వ్యవహర్తవ్యం = (పాలన) జరుపవలసినది-ఆదేశః = ఉత్తరువు-కథమపి = ఎట్టకేలకు, పాతకం ఇవ=పాపము బోలె, అభ్యుపగతః= ఒప్పుకొనఁబడినది అథవా-అట్లు గాదు–అట్లనఁజనదు నే నొక విధముగా ఎల్లప్పుడును స్వతంత్రుఁడనే-కుతః = ఏలన

శశ్వత్ ఆర్యోపదేశ సంస్క్రియమాణ మతయః = ప్రతినిముసమును అయ్యగారి ఉపదేశముచేత దిద్ది నేర్పి చక్కఁబెట్టుచున్న బుద్ధిగలవాఁడను– ఉత్తమ పురుష బహువచనమునకు ఏకవచనము అర్థము-

శ్లో. ఇహ విరచయన్ సాధ్వీం శిష్యః
క్రియాం న నివార్యతే;
త్యజతి తు యదా మార్గం మోహా
త్తదా గురు రఙ్కుశః,
పరతర మతః స్వాతన్త్ర్యేభ్యో
వయం హి పరాఙ్ముఖాః. ౬

(ప్రకాశమ్.) ఆర్య వైహీనరే, సుగాఙ్గమార్గ మాదేశయ.

శ్లో. ౬ ఇహేతి—ఇహ-ఇట, శిష్యః=శిష్యుఁడు, సాధ్వీం క్రియాం = మంచిపనిని, విరచయన్ = చేయుచు, న నివార్యతే = మాన్పఁబడఁడు-అడ్డగింపఁబడడు, తు = మఱి, యదా=ఎప్పుడు. మోహాత్ = అజ్ఞానమువలన, మార్గం = (సరియైన) మార్గమును, త్యజతి = వీడునో, తదా = అప్పుడు గురుః అఙ్కుశః = గురువుపోడిచెడి ఆయుధము. దండించి మంచిదారిని జ్ఞప్తి పఱిచి, అటుత్రిప్పువాఁడు - ఎప్పటి కప్పుడు తప్పును మొట్టికాయ వేసి దిద్దువాఁడు, తస్మాత్ = కాఁబట్టి, వినయరుచయః=వినయమందు-నేర్చి నడుపఁబడుటయందు - ప్రీతిగలవారైన, సన్తః మంచివారు, సదా ఏవ = ఎల్లప్పుడునే నిరఙ్కుశాః=పొడుపు తప్పించుకొనువారే అతః పరతరం=ఇంతకు మించి స్వాతన్త్ర్యేభ్యః = స్వతంత్రతవలన-స్వతంత్రముగా చేయుటవలన, వయం = నేను. పరాఙ్ముఖాః హి = పెడమొగ మిడువాఁడనే-స్వాతంత్ర్యము పూనువాఁడం గాను.

శిష్యుఁడు సాధువుగా నడచుకొనునేని గురువుచే అడ్డగింపఁబడఁడు, మఱి మెచ్చుకోలుతో బేష్, కాసీరా. అని అంగీకారముతో ప్రోత్సహింపఁబడును. సాధుమార్గము తొలఁగు నేని గురువు మొట్టును, దిద్దును గురువునకు అడఁగి నడచుకొను సదాచారులు ఎప్పుడును స్వతంత్రులే. ఇప్పుడు "నీవు స్వతంత్రుని వోవ నుండుము. ఇట్టిట్లు." అని ఆయనయే నేర్పియున్నాఁడు—అట్లు నడచుకొందును అంతకు మిం చి నేనేమియు సొంతముగాఁ జేయఁబోను. కావున నేను ఈ స్వతంత్రతలోను పరతంత్రుఁడనే

కఞ్చుకీ—ఇత ఇతో దేవః, (నాట్యేన పరిక్రమ్య) అయం సుగాఙ్గ ప్రాసాదః, శనై రారోహతు దేవః.

రాజా—(నాట్యే నారుహ్య, దిశో ఽవలోక్య,) అహో శరత్సమయ సంభృత శోభానాం దిశా మతిరమణీయతా. కుతః,

శ్లో. శనైః శ్యానీభూతాః సితజలధర చ్ఛేద పులినాః
సమన్తా దాకీర్ణాః కలవిరుతిభిః సారసకులైః
చితా శ్చిత్రాకారై ర్నిశి వికచ నక్షత్ర కుముదై ర్
నభ స్తః స్యన్దన్తే సరిత ఇవ దీర్ఘా దశ దిశః. ౭

అర్య వైహీనరే=వైహీనరయ్యా - సుగాంగంబంగాళా దారిచెప్పుము-చూపుము-నాట్యేన పరిక్రమ్య - నాలుగుఅడుగులు నడచుటను అభినయించి-వేసగానికి సఁహా - శనైః=మెల్లగా-దొరగారికి కంచుకి యుపచారపుమాట అహో ! =ఆశ్చర్యము! శరత్ సమయ సఁభృత శోభానాం=శరత్కాలముచే నిఁడార నింపఁబడిన కాంతిగలవైన, దిశాం=దిక్కులయొక్క, అతి రమణీయతా = మిక్కుటఁపు టందము! కుతః = ఏలయన—ఏల యిట్లు చెప్పుచున్నా ననఁగా—

శ్లో. ౭ శనై రితి—నభస్తః=మింటినుఁడి, దీర్ఘాః = పొడుగులై, దశదిశః (1) పది దిక్కులును (—తూర్పు మొదలైనవి నాలుగుదిక్కులను ఆగ్నేయముమొదలగు నాలుగు విదిక్కులును క్రిందుమీఁదు అను రెండును కలసి మొత్తము-పది.) నభస్తః= (11) మింటినుండి (1) శ్రావణమాసమును, అనఁగా వర్షర్తువును దాటినందున, శరత్తు వొచ్చినందున, సరిత ఇవ= (11) నదులవలె, శనైః=మెల్లఁగా, కాలక్రమమున, శ్యానీభూతాః(1) ఎడమలై-మబ్బు అంతట కమ్ముటచే చక్కఁగా వెవ్వేఱుఁగా అగపడవు - ఇప్పుడు ఇది తూర్పు ఇది దక్షిణము అన్నట్లు స్పష్టముగా తెలియుచున్నవై (11) సన్నగిలిన ప్రవాహము గలవై, సిత జలధర చ్ఛేదపులినాః=(1) ఇసుకదిన్నెలుంబోలె తెల్లమేఘంపు దునుకలు గలవై (11) తెల్లమేఘంపుఁ దునుకలంబోని యిసుకదిన్నెలు గలవై, (1) (11) సమన్తాత్ = అంతటను, కలవిరుతిభిః = (1) మధురంపుఁ గూతలుగల, సారసకులైః=(1) (11) బెగ్గురుల గుంపులచే,ఆకీర్ణాః=

శ్లో. అపా ముద్వృత్తానాం నిజ ముపదిశన్త్యా స్థితిపదమ్,
దధత్యా శాలీనా మవనతి ముదారే సతి ఫలే,
మయూరాణా ముగ్రం విష మివ హరన్త్యా మద, మహో,
కృతః కృత్స్న స్యాయం వినయ ఇవ లోకస్య శరదా. ౮

ఇమా మపి,

(ii) చల్లి నట్లు వ్యాప్తములై, నిశి = రాత్రియందు, చిత్రకారైః = నానా = విచిత్రమగు - ఆకారముగలవైన - వికచ నక్షత్రకుముదైః = (i) స్పష్టముగా తెలియుచున్న కుముదములంబోని నక్షత్రముల (ii) నక్షత్రములంబోని విరిసిన తెల్లగలువలచేత, చితాః = (i) (ii) కప్పఁబడినవై, స్యన్దన్తే = (i) వెలువడుచున్నవి (ii) ప్రవహించుచున్నవి.

ఇది శ్రావణము దాఁటిన తరువాతి శరద్వర్ణన. దిక్కులు ఆయావిశేషణములచే నదులం బోలి యున్నవి. నదులును ఆయావిశేషణములచే దిక్కులం బోలి యున్నవి. రెండును ప్రకృతములే-పూర్ణమైన ఉపమ-ఆ పున్నమ వెన్నెలలో పెక్కు అంతస్తులుగలదైన సుగాంగపు డాబామీఁదికి ఎక్కి నిలంబడి చుట్టునుం జూచిన ఆ దిక్కులును, ఒక వేళ అక్కడికి అగపడునేమో ఆయూరి యేఱు శోణయు-అప్పుడు ఈ శ్లోకాన వర్ణితమైన సౌభాగ్యము, దిక్కులన్నియు స్పష్టముగా వెలికి ప్రవహించినట్లుండుట, అట్లే నదియు నదులును ఆ తెల్లమేఘాలు ఆ యిసుకదిన్నెలు, ఆ కూయు బెగ్గురుల గుంపులు, ఆనక్షత్రాలు ఆ తెల్లగలువలు ఆ ప్రకృతి సౌభాగ్యము అశరల్లక్ష్మి,

ఇందు శ్లేషయు ఉపమేయోపమయు.

నభస్తః-(1) మింటినుంచి (2) శ్రావణాంతరము ఇత్యాదిచే శ్లేష-సరిత్తుల వలె దిక్కులు, దిక్కులవలె సరిత్తులు అని.

పర్యాయేణ ద్వయోస్త చ్చే దుపమేయోపమా మతా.

శ్లో. ౮. అపామితి—ఉద్వృత్తానాం పొంగి వెల్లువలు పొడిచిన, అపాం=నీళ్ళకు (నదులయు ఇతరజలాశయములయు అనుట) నిజం=తన, స్థితిపదం=ఉనికి పట్టును, మట్టును, ఉపదిశన్త్యా=నేర్పుచున్నదియు, శాలీనాం=వరులకు, ఫలే=పంట, ఉదారే సతి దండి కాఁగా, అవనతిం=వంగుటను—

శ్లో. భర్తు స్తథాకలుషితాం బహువల్లభస్య
మార్గే కథంచి దవతార్య తనూభవన్తీమ్

అడఁగుటను, దధత్యా = కలిగించుచున్నదియు, మయూరాణాం = నెమిళ్ళకు, ఉగ్రం విషం ఇవ = తీక్ష్ణమగు విషముం బోలె, మదః=క్రొవ్వును, హరన్త్యా= పోఁగొట్టుచున్నదియు నై, అహో = ఆశ్చర్యము! శరదా = శరత్తుచేత, కృత్స్నస్య = లోకస్య=సకలలోకమునకును-ఎల్లవారికిని, వినయః=అడంకువ, కృతః = కలిగింపఁబడినది.

శరత్తు లోకమున కంతటికి అడఁకువ సమకూర్చినట్టు లున్నది-వెల్లువలు అడఁగి జలాశయములలో నీళ్ళు తగుమట్టుం బొందినవి. వరులు పంట దంటి కొలఁది వంగిపోయినవి (మళ్ళలో అనుట). నెమిళ్ళ పొగరు మానినది - విసముచేతం బోలె అవి పొగరుకొని కేకలు వేయుటను తాండవించుటను చేయుచుండినవి ఇపుడు వానికి అన్నియు మానినవి. ఇవి యవి యన నేల - శరత్తు లోకమునకు అంతటికి వినయము నేర్పినట్టు లున్నది. జలాశయముల నీళ్ళు తమ మట్టునకు దగినవి. వరులు చాలబరువుగా పండినవి - దానికే వంగి పోయినవి. నెమళ్లకు ఇపుడు ఆటపాటలు లేవు, లోకమంతయు కుదురుగా అడఁగియున్నది.

ఇందు అలంకారములు-శ్లేషయు, ఉత్ప్రేక్షయు.

స్థితిపద (థ)మ్-(1) ఉండవలన చోటిని - మార్గమును (2) నడవడి తీరును; అవనతిం - (1) వంగుటను, (అడఁకువను) అని శ్లేష. విషమువంటి మదమును అని ఉపమ, వినయః కృత ఇవ-నేర్పఁబడినది వోలె-అని ఉత్ప్రేక్ష.

ఇమాం అపి = ఈమెను సయితము, గంగను సయితము, నీళ్ళు తేర్చి సముద్రముం జేర్చుచున్నది - కోపము తీర్చి దూతి నాయికను నాయకుం గూర్చినట్లు-అది ఎట్లనఁగా.

శ్లో. ౯-భర్తురితి-బహువల్లభస్య = పెక్కండ్రు ప్రియులుగల, భర్తుః = నాయకుని యెడ, తథా కలుషితాం = (1) అట్లు, అనఁగా మిక్కిలి కోపముచే కలఁగిపోయిన దానిని, (11)వండు బురదతో మడ్డిగానున్న దానిని, తనూభవన్తీం= (దాననే) చిక్కిపోవుచున్నదియు. (ii) వెల్లువ తగ్గి సన్నమగు ప్రవాహము

సర్వాక్షిస్మనా రతికథా చతు రేవ దూతీ
గఙ్గాం శర న్నయతి సిన్ధుపతిం ప్రసన్నామ్ ౯

గలదియు, నగు, గఙ్గాం = నాయికంబోని గంగానదిని. రతి కథా చతురా = సింగారపు రతి - ప్రేమ – విషయముల నిపుణురాలగు, దూతీ ఇవ=కుంటెన కత్తెవలె, తార్చుస్త్రీవలె. శరత్=శరత్తు, ప్రసన్నామ్ = (i) వండు దిగిపోయి నిర్మలమైన, (ii) కోపము తీఱి సంతసము గొన్నదానిని, సిన్ధుపతిం=సముద్రి మును, సముద్రుఁడను ప్రియుని, నాయకుని, నయతి=చేర్చుచున్నది, కూర్చుచున్నది వర్షలో గంగనీళ్ళు మిక్కిలి వండునిండి కలఁగిపోవును కరలు గట్లు దాఁటి యూళ్ళమీఁదికిం దొరలును, ఒడ్డుతెలియని వెల్లువ; ఇప్పుడు శరత్తు రాఁగా, వండు అడుగునకు దిగి ప్రవాహము కట్టలకు లోఁబడి, సన్నగిల్లి ముత్తెపుఁదేట లయి, కుదురుగా సముద్రిమునం గలయును. దానిని గంగానాయికను శరద్దూతిక, ప్రియుఁడు బహువల్లభు డఁగుటకు-పూర్వపు ఋతువులలో నీళ్లు ఎండి ఎన్ని నదులో సముద్రమును అందుకొనలేకయే యుండును. వర్షలో అన్నియు సముద్రము పైకి పొరలివచ్చును. సాగర బహువల్లభత చాల ఈర్ష్యం గొల్పునంతగా నుండును-అందులకు మానమువహించి అటునిటు పోవుచు చిక్కిపోవుచు నుండం జూచి, బోధించి అలుక ఈఁతీర్చి దారికి తెచ్చి ప్రసన్నను-కోపము వీడి సంతోషముగలదానిని-చేసి నాయకుని సముద్రిం గలుపుచున్నది. ఇది చంద్రగుప్తభాషితము కావున ఇందు డు ఢిరాజు, వాఖ్యాత, రూపకాతిశయోక్తిని భావించి రాక్షసమతిపరిగృహీత నందరాజ్యలక్ష్మిని చాణక్య నీతి శరత్తు సాగరగంభీర చంద్రునిం గూర్చుట అని చెప్పుట - సరసముగా సాధువుగాఁ దోఁపదు. మఱి వీరరస ప్రాధాన్యమున వేఱుతీఱుగా కఱుకుగా నుండు నాటకాన, వ్యాజమున ఈతీయని శృంగారభావ వర్ణన చిత్రమును తేలికపఱచుచు ఉపదంశముం బోలె ప్రతిపాకముం బోలెను రాణించుచున్నది.

సింధుపతి బహువల్లభతకు కాంతానువృత్తి నేర్పునకు-

రఘు XIII_౯ అనన్యసామాన్య కళత్రవృత్తిః పిబత్యసౌ పాయయతే చ సిన్ధూః
ఆసౌ=సముద్రః.

ఇందు అలంకారము రతికథాచతురా దూతీవ-అని ఉపమయ.

కలుషితాం (1) అలిగినదానిని (2) బురదతో కలఁగినదానిని. ప్రసన్నాం-

(1) అలుక తీఱినదానిని కలఁక తేఱినదానిని—అని శేషము

(సమన్తా న్నాట్యే నావలోక్య) అయే! కథ! మప్రవృత్త కౌముదీ మహోత్సవం కుసుమపురమ్! ఆర్య వైహీనరే, అథాస్మద్వచనా దాఘోషితః కుసుమపురే కౌముదీమహోత్సవః?

కఞ్చుకీ—అథ కిమ్.

రాజా—తత్ కిం న గృహీత మస్మద్వచనం పౌరైః!

కఞ్చుకీ—(కర్ణౌపిధాయ) శాన్తం పాపం, శాన్తం పాపమ్. పృథివ్యా మస్ఖలితపూర్వం దేవస్య శాసనం కథం పౌరేషు స్ఖలిష్యతి?

రాజా—తత్ కథ మప్రవృత్త కౌముదీమహోత్సవ మద్యాపి కుసుమపురమ్?

శ్లో. ధూర్తై రన్వీయమానాః స్ఫుటచతురకథా
కోవిదై ర్వేశనార్యో

నాట్యేన ఆవలోక్య = చూచుట నభినయించి - నటునికి ఎచ్చరిక - అయే = ఓహో! ఏమి! కథం! = ఎట్టూ! అప్రవృత్త కౌముదీమహోత్సవం = జరుగని వెన్నెల పెద్దపండుగు కలదిగా నున్నది! అథ-ఆఘోషితః = చాటఁబడినదా? 'అథ' ప్రశ్నం దొడంగును. అస్మద్వచనాత్=నామాట - ఉత్తరువు మేరకు, పౌరైః = పురవాసులచేత, న గృహీతం=గ్రహింపఁబడలేదే - ఏమి? కర్ణౌ పిధాయ = చెవులు మూసికొని-వినఁగూడని దానిని - మాట గ్రహింపమిని - విననొల్లమిని అభినయించుటకు చెవులు మూసికొనుట. 'శాన్తం'=అట్లు విను పాపము శమిల్లునుగాక-అస్ఖలితపూర్వం=మును పెప్పుడును జాఱనిది, తప్పిపోనిది, తత్=అట్లైని, అద్యాపి=ఇప్పటికిని, కథం = ఎట్లు (ఆవిధముగా ఉన్నది?) చెప్పుము అనుట.

శ్లో. ౧౨- ధూర్తైరితి — స్ఫుట చతుర కథా కోవిదైః = ప్రసిద్ధమైన (చదురు) = చమత్కారపు మాటలలో పండితులైన, ధూర్తైః = విటులచే - 'షోకిల్లా' 'షోకువాలా' లచే, అన్వీయమానాః=కూడుకొనఁబడినవా రగుచు - ఒంటి చేతుల కంఠాల కౌఁగలించుకొన్న వారగుచు, వేశ నార్యః = వెలయాండ్రు

నాలఙ్కుర్వన్తి రథ్యాః పృథు జఘనభరా
క్రాన్తిమన్దైః ప్రయాతైః
అన్యోన్యం స్పర్ధమానా న చ గృహవిభవైః
స్వామినో ముక్తశఙ్కాః
సాకం స్త్రీభి ర్భజన్తే విధి మభిలషితం
పార్వణం పౌరముఖ్యాః, ౧౦

కఞ్చుకీ—ఏవ మే వైతత్.

రాజా—కి మేతత్?

పృథు జఘన భర ఆక్రాన్తి మన్దైః = పెను మొల బరువు అఱుముటచే, మన్దైః= మెల్లనైన, ప్రయాతైః = నడకలతో, రథ్యాః=వీథులను, న అలఙ్కుర్వన్తి = అలంకరింపకున్నారు-వీథులకు అదే యొక అలంకారముగా ఆజంటలు నడువకున్నారే। స్వామినః = అఢ్యులగు, పౌరముఖ్యాః = పౌరులలో పెద్దలు, ముఖ్యులైనవారు, అన్యోన్యం స్పర్ధమానాః = ఒండొరులతో పోటివేసికొన్నవారై, గృహవిభవైః = ఇంటిసంపదలతో, ముక్తశఙ్కాః = జంకుమానినవారై, స్త్రీభిః సాకం = ఇల్లాండ్రగూడి, అభిలషిత = (మిక్కిలి) యిష్టమైన, పార్వణం విధిం = పున్నమ పండుగ సేఁతను. న చ భజన్తే = పొందకున్నారే-పండుగ పనులు చేయకున్నారే।

ఇది కార్తికమాసపుఁ బున్నమనాఁటి కృత్తికాదీపోత్సవ మగునా? అది గొప్ప పండుగ - బయట పిండిఆరఁబోసిన శారదమైన వెన్నెల, ఇండ్లలో ఎక్కుడపట్టినను దీపాలు, లెక్కలేనివి; టపాకాయలు కాల్చి పగలొత్తులను చిచ్చుబుడ్లును గాలుతురేమో-అకుసుమపురమున ఏమి యాచారమో - పార్వణ విధికి - అడ్డులేక వెలయాండ్రు విటులం గూడి, వీథులను సయ్యాటలతో అలంకరింపకున్నారే। అఢ్యులు పోటి వేసికొన్నట్లుగా ఇండ్లలో పండుగును నడపకున్నారే

ఏవం ఏవ ఏతత్=ఈలాగే ఇది, ఏలినవారు సెలవిచ్చినట్లే-కిం ఏతత్= ఏమి యిది? కంచుకి 'దేవ ఇదం' 'ఏలినవాఁడా ఇది' అని చెప్పఁదొడఁగ

కఞ్చుకీ—దేవ, ఇదమ్.

రాజా—స్ఫుటం కథయ,

కఞ్చుకీ—ప్రతిషిద్ధః కౌముదీమహోత్సవః.

రాజా—(సకోపమ్) ఆః! కేన?

కఞ్చుకీ—దేవ, నాతఃపరం విజ్ఞాపయితుం శక్యమ్.

రాజా—(న ఖలు ఆర్యచాణక్యే నాపహృతః ప్రేక్షకాణా మతిశయ రమణీయ శ్చక్షుషో విషయః ?

కఞ్చుకీ—దేవ, కోఽన్యో జీవితుకామో దేవస్య శాసన మతివర్తేత ?

రాజా—శోణోత్తరే, ఉపవేష్టు మిచ్ఛామి.

ప్రతీహారీ—దేవ, ఏదం సింహాసణమ్. [దేవ, ఏతత్ సింహాసనమ్].

రాజా—నాట్యే నోపవిశ్య) ఆర్యవైహీనరే, ఆర్య చాణక్యం ద్రష్టు మిచ్ఛామి.

కఞ్చుకీ—య దాజ్ఞాపయతి దేవః. (ఇతి నిష్క్రాన్తః)

జంకు చూపును. ప్రతిషిద్ధః = అడ్డగింపఁబడినది-కూడదని మాన్పఁబడినది. ఆః-ఆ = అని కోపసూచకపు మాట. విజ్ఞాపయితుం=విన్నవింపను, ప్రేక్షకాణాం= చూపఱకు, అతిశయ రమణీయః = మిక్కిలి మనోహరమైన, చక్షుషో విషయః= కనువిందు, న ఖలు ఆర్యచాణక్యేన = చాణక్యయ్యచేత కాదుకదా? కోఽన్యః = మరెవఁడు, అతివర్తేత = ఉల్లంఘించును, అతిక్రమించును, శోణోత్తర = ద్వారపాలికపేరు - సంజ్ఞ, ఒకవేళ అది చాలఎఱ్ఱనిదై పేరు సార్థకమగునా 'ఎఱ్ఱమ్మ'-ఎఱ్ఱయ్య - అను పేరులుం గలవు. ద్రష్టుం ఇచ్ఛామి=చూడఁగోరుచున్నాను - అనఁగా పోయి పిలుచుకొనిరా - అనుట.

(తతః ప్రవిశతి ఆసనస్థః స్వభవనగతః కోపానువిద్ధాం
చిన్తాం నాటయం శ్చాణక్యః)

చాణక్యః—కథం! స్పర్ధతే మయా సహ దురాత్మా రాక్షసః!

శ్లో. కృతాగాః కౌటిల్యో భుజగ ఇవ నిర్యాయ నగరా
ద్యథా నన్దాన్ హత్వా నృపతి మకరో న్మౌర్యవృషలమ్,
త థాహం మౌర్యేన్దోః శ్రియ మపహరా మీతికృతధీః
ప్రకర్షం మద్బుద్ధే రతిశయితు మేష వ్యవసితః. ౧౧

స్వభవనగతః=తనయింటిలో నున్న వాఁడు, ఆసనస్థః = ఆసనమున నంగూర్చున్న వాఁడు - కోపానువిద్ధాం = కోపముతో కూడుకొన్న - ఎక్కడ నుగాంగము! ఏవీథిలో! ఎక్కడ చాణక్యయ్యయిల్లు, ఏవీథి! ఎంతదూరము! ఐనను-అంతయు నాటకసంప్రదాయమున ఒకయంకాన-రంగమున తెర దింపుట యెత్తుటవంటి మార్పు లేకయే, ఒక్క వరుసనే అన్యోన్యాంగములుగా చెప్పఁబడుచున్న వే-ఇట్టివి యెన్నియో మొదటియంకానం జూచితిమి కదా. కవి విశాఖదత్తుని దారి తెలిసియున్నది. కథం=ఎట్టూ! ఏమి! దురాత్మా రాక్షసః-చెడ్డవాఁడు రాక్షసుఁడు. రాక్షసునియందు తనకు గౌరవము ఎక్కువగానే కలదు. ఐనను ఇపుడు తన మార్గమునకు అతని యెదిరిప్రయోగమునకు వచ్చిన కోపాన ఇట్లు దూషించుచున్నాఁడు.

శ్లో. ౧౧ కృతాగా ఇతి-కృతాగాః=(తనకు) చేయఁబడిన తప్పిదము గలవాఁడై, కౌటిల్యః = కౌటిల్యుఁడు, భుజగ ఇవ = పామువలె నగరాత్ = పట్టణమునుండి, నిర్యాయ=బయటికి పోయి (=వెలువడి), యథా = ఎట్లు నన్దాన్ హత్వా = నందులం జంపి, మౌర్యవృషలం = మౌర్యకొడుకైన వృషలుని. నృపతిం అకరోత్ = రాజుం జేసెనో, తథా = అట్లే, అహం = నేను, మౌర్యేన్దోః = మౌర్యుఁడైన చంద్రునియొక్క, శ్రియం = సిరిని, అపహరామి = ఒడిచికొందును, ఇతి=అని, కృతధీః = తలంపుఁగొన్న వాఁడై, ఏషః=ఇతఁడు. మద్బుద్ధేః = నా బుద్ధియొక్క, ప్రకర్షం = అతిశయమును, అతిశయితుం=మించుటకు, వ్యవసితః=పూనుకొన్నాఁడు.

(ఆకాశే లక్ష్యం బద్ధ్వా) రాక్షస రాక్షస, విరమ్యతా మస్మా ద్దుర్వ్యసనాత్.

శ్లో, ఉత్సిక్తః కుసచివదృష్ట రాజ్యభారో
నన్దోఽసౌ న భవతి; చన్ద్రగుప్త ఏషః,
చాణక్యస్త్వ మపి నైవ· కేవలం తే
సాధర్మ్యం మదనుకృతేః ప్రధానవైరమ్, ౧౨

ఎట్లు పగపట్టిన పామువలె చాణక్యుఁడు అట్లు అగ్రాసనము నుండి యీడ్వఁబడి అపకృతుఁడై, ఊరువెడలిపోయి, (తగినప్రయత్నము గావించి అనుట) నందులం జంపి చంద్రుని రాజుంచేసినాఁడో అట్లే నేను (నగరము వెలువడియున్నవాఁడను అనుట) చంద్రగుప్త లక్ష్మిని ఒడిచికొందును అని నాబుద్ధిని మించను చూచుచున్నావే!

ఆకాశే లక్ష్యం బద్ధ్వా—మింట గుఱి నిలిపి-ఇట్లు మింటివంక చూచి ప్రత్యక్షముగాఁ గాంచినట్లు పిలిచి మాటలాడుట ఉన్మాదపర్యంతమైన భావోద్రేకము, దుర్వ్యసనాత్ = చెడుపూనిక నుండి, విరమ్యతాం = మానుకొనఁబడునుగాక-మానుకోవయ్యా, ఈచెడుపూనికను-అనుట.

శ్లో. ౧౨. ఉత్సిక్త ఇతి-ఉత్సిక్తః=పొగరుకొన్న వాఁడును, కుసచివ ...భారః=పనికిమాలిన మంత్రులచేత విచారింపఁబడుచున్న రాచకార్యముల బరువుగలవాఁడును ఐన, నన్దః=నందుఁడును, అసౌ=వీఁడు, న భవతి=కాఁడు; ఏషః=(మఱి)=వీఁడు, చంద్రగుప్తః=చంద్ర గుప్తుఁడు, త్వం అపి చ-నీవును, చాణక్యః న ఏవ=చాణక్యుఁడవు కానేకావు, మదనుకృతేః=నన్ను పోలుటలో, తే సాధర్మ్యం=నీకుసమానధర్మముకలిగి యుండుట, కేవలం ప్రధానవైరం=ప్రధానుఁడైన చంద్రగుప్తునితో విరోధము మాత్రమే.

నందుఁడు వట్టి పొగరుపోతు, వానికి రాజ్యమును చూచుకొను మంత్రులు నట్టి పనికిమాలినవారు, చేతకానివారు· అట్టి నందుఁడు గాఁడు చంద్రగుప్తుఁడు-మఱి వినయసంపన్నుఁడు, మంచి మంత్రిచే రాజ్యము విచారించు కొనఁబడు చుండువాఁడు-నీవును చాణక్యుఁడవు, సమర్థుఁడును కార్యశూరుఁడును ఐన వాఁడవు. కావు-నీకు నాతో ఎందులో పోలిక? ఒక్క ప్రధానునితోడి పగ అనుటయందే. మఱి నాతో పోటి పెట్టుకొందువు!

(విచిన్త్య) అథవా నాతిమాత్ర మత్ర వస్తుని మయా మనః ఖేదయి-
తవ్యమ్ కుతః,

శ్లో. మద్భృత్యైః కిల సోఽపిపర్వతసుతో
వ్యాప్తం ప్రవిష్టాన్తరై
రుద్యుక్తాః స్వనియోగసాధనవిధౌ
సిద్ధార్థకాద్యాః స్పశాః,
కృత్వా సంప్రతి కైతవేన కలహం
మౌర్యేన్దునా రాక్షసమ్
భేత్స్యామి స్వమతేన భేదకుశల
స్త్వేష ప్రతీపంద్విషః. ౧౩

విచిన్త్య = ఆలోచించి (వేసగానికి అభినయోపదేశము) అథవా = అట్లుగాదు, అత్ర వస్తుని = ఈవిషయమున, మనః = మనసు, న అతిమాత్రం ఖేదయితవ్యమ్ = మిక్కిలిగా కష్ట పెట్టుకొనఁబడ నక్కఱవేదు. కుతః=ఏలన.

శ్లో. ౧౩ మద్భృత్యైరితి-ప్రవిష్టాన్తరైః = నమ్మకము కలిగించి మనస్సు కెక్కినవారైన. మద్భృత్యైః = నానౌకరులచేత. సః పర్వతసుతః అపి=ఆపర్వతేశనికొడుకు మలయకేతువును, వ్యాప్తః = ఆక్రమింపఁబడినాఁడు-స్పశాః = వేఁగులవారు, సిద్ధార్థకాద్యాః = సిద్ధార్థకుఁడు మొదలైనవారు. స్వనియోగ సాధన విధౌ = తమకు పెట్టినపనిని సాధించు పనియందు, ఉద్యుక్తాః = పూనిక కలిగియున్నారు. సంప్రతి = ఇప్పుడు, మౌర్యేన్దునా = మౌర్య చంద్రునితో, కైతవేన=కపటముచేత, కలహం కృత్వా = జగడమాడి, స్వమతేన = నాబుద్ధితో, భేదకుశలః = భేదోపాయప్రయోగమున నేర్పరినై, ఏషః = ఇదిగో ఇప్పుడే, ప్రతీపం రాక్షసం = ప్రతికూలుఁడుగానున్న రాక్షసుని, ద్విషః = శత్రువు ఐన మలయుని నుండి, భేత్స్యామి = చీలఁదీసెదను.

నాసేవకులు భాగురాయణ భద్రభటప్రభృతులు, మంచి చారవలో మనసు కెక్కి మలయకేతువును—తన వారనిలెస్సగా నమ్మించి – ఆక్రమించి యున్నారు. పెద్దపెద్ద ముఖ్యములగు అధికారములలో నంతయు వీరే. నావేగులు సిద్ధార్థకుఁడు మొదలైనవారు తమకు నేను పెట్టిన పనులు సాధించుటలో మంచి పూనుదలతో నున్నారు. ఇఁక నిప్పుడు నేను కపటముగా చంద్ర

(ప్రవిశ్య)

కఞ్చుకీ—కష్టం ఖలు సేవా.

శ్లో. భేతవ్యం నృపతే, స్తతః సచివతో, రాజ్ఞస్తతో వల్లభా,
దన్యేభ్యశ్చ వసన్తి యే ఽస్య భవనే లబ్ధప్రసాదా విటాః,
దైన్యా దున్ముఖ దర్శనాపలపనైః పిణ్డార్థ మాయస్యతః
సేవాం లాఘవకారిణీం కృతధియఃస్థానేశ్వవృత్తిం విదుః ౧౪

గుప్తునితో జగడము పెట్టుకొందును నేనో భేద ప్రయోగమున కడు సమర్థుఁడను. నా బుద్ధిబలముతో నాకు ఎదురు తిరిగియున్న రాక్షసుని మలయునుండి ఇప్పుడు చీలఁజీసెదను.

ప్రవిశ్య = ప్రవేశించి-వైహీనరయ్యే ఇప్పటికి ఇక్కడికి చేరినాఁడు—అప్పుడు నిష్క్రమించుటయు, ఇప్పుడు ప్రవేశించుటయు-చాణక్యుని తలఁపోతలకాలముననుచాణక్య కంచుకుల మాటలప్పుడును. చంద్రుఁడు రంగాననే ఉన్నవాఁడు; ఏమి చేయుచుండును? ఈనాటక ప్రయోగపద్ధతియొక్క మంచి సెబ్బరలు ఆలోచింపఁదగును. సేవా=నౌకరి, ఊడిగము, కష్టం=క్లేశావహము-'సామాన్యే నపుంసకమ్' అను వ్యాకరణపు టనుమతిచేత నపుంసకము

శ్లో ౧౪. భేతవ్య మితి—నృపతేః=(మొదట) రాజువలన, భేతవ్యం=భయపడవలసియున్నది. తతః=తరువాత, సచివతః=మంత్రివలన, (భేతవ్యం అనుట అర్లే తరువాతను) తతః=అటు తరువాత, రాజ్ఞః వల్లభాత్=రాజునకు ప్రియుఁడైన వానివలన, (భేతవ్యం), యే విటాః=ఏకోడెకాండ్రు. అస్య భవనే=ఇతనియింట. లబ్ధప్రసాదాః =(వాని) అనుగ్రహము చూఱగొన్నవారై, వసన్తి = ఉందురో. అన్యేభ్యఃచ=ఆ ఇతరకోడెకాండ్రందఱి వలనం గూడ (భేతవ్యమ్), దైన్యాత్=పేదఱికమువలన, పిణ్డార్థం= (కూటి) ముద్దకై, ఉన్ముఖదర్శన అపలపనైః = (వెలికిలి) మొగము ఎత్తుకొని చూచుట (ఎత్తిచూపుట), తన భావములను బయటికి తెలియనీక దాఁచుట-అనువీనిచేత, ఆయస్యతః=పాటుపడు (= శ్రమపడు) వానియొక్క, లాఘవకారిణీం = చులకన కలిగించునదైన, సేవాం = నౌకరిని, కృతధియః=పండితులు, స్థానే=న్యాయముగానే, శ్వవృత్తిం = (వెలికిలపొరలి మొగ మెత్తి చూపి (చూచి) దెబ్బకు జడుపుకు ఒడలు ముడుచుకొనుటల సామ్యమువలన) కుక్కనడవడిగా, విదుః = తలంతురు.

(పరిక్ర మ్యావలోక్య చ) ఇద మార్య చాణక్య గృహమ్. యావ త్ప్రవిశామి, (ప్రవి శ్యావలోక్య చ) అహో! రా జా ధి రా జ మన్త్రిణో విభూతిః! తథా హి.

శ్లో॥ ఉపలశకల మేత ద్భేదకం గోమయానాం,
వటుభి రుపహృతానాం బర్హిషాం స్తూప మేతత్.
శరణ మపి సమిద్భిః శుష్యమాణాభి రాభి
ర్వినమిత పటలాన్తం దృశ్యతే జీర్ణ కుడ్యమ్. ౧౫

కూడు లేక పేదఱికమువలన సేవకుఁడైనవానికి స్వేచ్ఛ లేదు, సర్వము పరేచ్ఛయే. రాజును చూచిననే కాదు, మంత్రిని చూసిననే కాదు, రాజప్రియుఁ జూచిననేకాదు, ఆతని యింట చొరవపొందియుండు కోడెశాం డ్రందఱివలన గూడ భయపడవలెను, మొగమెత్తి వారికిం జూపుచు, మనసులో తన భావముల వేనిని అగపడనీక దాఁచుచు, అట్లు వంగివంగి ఆ కూటిముద్దకై శ్రమపడలయును, వాఁడు ఎంతయు చులకన, కుక్కయు ముద్దవేయువానికి తా వెలికిల కడుపును ఎత్తినమొగమును చూపును, చేయెత్తినను కణ్ణు యాడిఁచినను ముడుఁగుచుండును కదా, కావున పెద్దలు సేవను శ్వవృత్తియని చెప్పుట సరిగానే యున్నది.

ఆర్య చాణక్య గృహం = చాణక్యయ్య యిల్లు అహో ఆశ్చర్యము! రాజాధిరాజు - సమ్రాట్టు-ఐన చంద్రుని మంత్రియొక్క, విభూతిః = సంపద! తథాహి=అట్లేగదా.

శ్లో. ౧౫. ఉపలేతి - ఏతత్ = ఇది, ఉపలశకలం = ఱాతి తునక, గోమయానాం భేదకం=ఆవుపేడ (యుండ) లను పగులకొట్టుకొనునది, ఏతత్= ఇది, వటుభిః=వడుగులచేత (శిష్యులచేత) ఉపహృతానాం = కొనితేఁబడిన, బర్హిషాం = దర్భల, స్తూపం = మోపు, శరణం అపి = ఇల్లు సయితము శుష్యమాణాభిః = ఎండఁబెట్టఁబడిన, ఆభిః = ఈ, సమిద్భిః = సమిధలతో— హోమార్థమైన మడి (మోదుగు రావి మొదలైన) చిదుగులతో - జీర్ణకుడ్యమ్= ఉప్పరిసిన పాతగిల్లిన గోడలు గలిగి, వినమిత పటలాన్తం = వంగి పోయిన- వంపఁబడిన-పూరికప్పం జూరు కలదిగా, దృశ్యతే=అగపడుచున్నది.

చాణక్యుఁడు శుద్ధ శ్రోత్రియుండు, ఋషింబోనివాఁడు, ఋషియే - కారణాంతరమున పట్టణవాసము సాచివ్యము చేయు చున్నాఁడు-నగరానను,

తత్ స్థానే ఖ ల్వస్య వృషలోద్య శ్చన్ద్రగుప్త ఇతి, కుతః

శ్లో. స్తువన్తి శ్రాన్తాస్యాః క్షితిపతి మభూతై రపి గుణైః
ప్రవాచః కార్పణ్యా ద్య దవితథవాచో ఽపి పురుషాః
ప్రభావ స్తృష్ణాయాః స ఖలు సకలః స్యా: దితరథా,
నిరీహాణా మీశస్తృణ మివ తిరస్కారవిషయః ౧౯

మంత్రియైనను, ఇం॥ మునివృత్తియే, ఇల్లు పూరిగుడిసె. ఆవుపేడ యుండలు_ పిడకలుచేసినవి యైనను కావు, ఉండలుగానే ఎండిపోయినవి - వానిని పగుల గొట్టుకొనుటకు జాతితునుక, శిష్యులు, వారు మోసి తెచ్చిన దర్భమోపు, ఉప్పుఁడసిన గోడలు, కుంగిన చూరు, దానిని క్రుంగఁజేయుచున్న యాఱఁబెట్టిన సమిధలు - ఎట్టి నిరీహుఁడో, ఎట్టి అగ్న్యుపాసకుఁడో, ఎట్టి గురువో - ఈ వ్యాపారములే ప్రధానములు, సాచివ్యము అప్రధానముంబోలె, అంత సులువుగా ఇంత రాజుల దింపి అంత రాజుల నెక్కించు ఘనకార్యమును చేయుచున్నాఁడు, వానికి ఎందును ఎన్నఁడును అపజయ ముండదు—అట్టి నిష్ఠాపరుఁడు.

ఉపలశకలం- ఇత్యాదిలో అలంకారము స్వభావోక్తి, ఉన్నది యున్నట్లుగా అందముగా చెప్పుటచేత.

తత్=కాఁబట్టి స్థానేఖలు=యుక్తమేకదా - చన్ద్రగుప్తః వృషలోద్య - చంద్రగుప్తుఁడు 'వృషల వృషల' అని యనఁబడుట, కుతః-ఏలన—

శ్లో. ౧౯. స్తువన్తీతి - అవితథవాచః పొల్లు పోని మాటలవారైన - వాడుకగా సత్యము పలుకువారైన, పురుషాః అపి - పురుషులు సయితము, కార్పణ్యాత్ = దైన్యము - పేదఱికము - వలన, ప్రవాచః = మాటకారులై శ్రాన్తాస్యాః = నోరు అలయునట్లుగా, క్షితిపతిం = రాజును, అభూతైః అపి గుణైః = లేని పోని గుణములతో, స్తువన్తి యత్ = పొగడుట యేదియో, సః=అది, సకలః అంతయు, తృష్ణాయాః = పేరాసయొక్క, ప్రభావః స్యాత్ ఖలు-మహిమయగును కదా, ఇతరథా = అట్లు కాదేని, నిరీహాణాం = కోరికలు లేనివారికి - కోరికలు జయించినవానికి, ఈశః = రాజు, తృణం ఇవ = గడ్డి (పరక) వలె, తిరస్కారవిషయః=అనాదరమునకు విషయము-గోచరము.

(విలోక్య సభయమ్) అయే త దయ మార్యచాణక్య స్తిష్ఠతి.

శ్లో. యో నన్దమౌర్యనృపయోః, పరిభూయ లోక,
మస్తోదయా వదిశ దప్రతిభిన్నకాలమ్,
పర్యాయ పాతిత హిమోష్ణ మసర్వగామి
ధా మ్నాతిశాయయతి ధామ సహస్రధామ్నః. ౧౩

కొందఱు పొల్లువోనిమాటల మహిమలగలవారయ్యు - పేదరికమువలన మాటకారులుగా నోరు నొవ్వ రాజును - ఇంద్రుఁడవు చంద్రుఁడవు అని లేనిపోని గుణములు చెప్పి స్తోత్రము చేయుట పేరాసమహిమ నిస్పృహులకు మహారాజులు గడ్డి పరకలకన్న చులకనై కంటికి దిసించరు.

నిరీహాణా మీశః-ఇత్యాది అర్థాంతరన్యాసము.ను

సభయమ్ = భయముతో - ఊరకయే భయము చాణక్యుఁడన్న, మఱి యిప్పుడో అతఁడు ఉత్సవప్రతిషేధము చేసినాఁ డని, చంద్రగుప్తుఁడు గ్రుచ్చి యడుగఁగా చెప్పవలసి, చాడివలె-చెప్పినాఁడు. కావున మఱింత భయము అయే-ఒకింత నిర్వేరం దెలుపును-అహో అని. త దయం=వీఁడుగో-చాణక్యయ్య ఉన్నాఁడు.

శ్లో.౧౩. య ఇతి - యః = ఎవఁడు లోకం పరి భూయ = జనులను లక్ష్యపెట్టక, (లోకాలోకపర్వతము ను దాఁటి యనియు) నన్ద మౌర్య నృపయోః= నందరాజునకును మౌర్యరాజునకును, అప్రతిభిన్నకాలమ్=వేఱుపడని - ఒక్కటియే యైన కాలమందు, అస్తోదయౌ = అస్తమించుటను (=చచ్చుటను) ఉదయించుటను (= అభ్యుదయము గనుటను) అదిశత్ = ఒసంగినాఁడో, (కావుననే) ధామ్నా = ప్రతాపపు వెలుఁగుచేత, తేజస్సుచేత, పర్యాయ పాతిత హిమోష్ణం = వరుసగ ఒకదాని వెంబడి యొకటిగా, ఏకకాలమునం గాక, పఱపినట్టి చలువ వేడులు గలదియు. (అప్పుడును) అసర్వగామి = అంతటికి చెందునట్టిదియునగు, సహస్రధామ్నః ధామ = వేయివెలుఁగులవాని= సూర్యుని-తేజమును, అతిశాయయతి = మించుచున్నాఁడు.

ఈతఁడు తేజమున వేయివెలుగుల సూర్యుని సయితము మించినవాఁడు, సూర్యుఁడు (లోకా) లోకపర్వతము దాఁటలేఁడు, అతఁడు ఏకకాలమున

(జానుభ్యాం భూమౌ నిపత్య) జయ త్వార్యః.

చాణక్యః—వై హీనరే, కి మాగమన ప్రయోజనమ్?

కఞ్చుకీ—ఆర్య, ప్రణత ససమ్భ్రమోచ్చలిత భూమిపాల మౌళిమాలా మాణిక్యశకల శిఖా పిశఙ్గీకృత పాదపద్మయుగళః సుగృహీత నామధేయో దేవ శ్చన్ద్రగుప్త ఆర్యం శిరసా ప్రణమ్య విజ్ఞాపయతి —అకృతక్రియా న్తరాయ మార్యం ద్రష్టుమిచ్ఛామి-ఇతి.

ఉదయము నేని అస్తము నేని వేఁడినేని చలువనేని, ఈఁగలఁడు - ఒక్కమ్మడి రెంటిని ఈఁజాలఁడు, మఱుగులందోసికొనలేఁడు, ఆసర్వగామి గొడుగుగోర చాలును, అడ్డుటకు, చాణక్యుఁడు లోకమును లక్ష్యపెట్టక, మఱుఁగువడక అంతటం బర్వినతేజముతో ఒక్కమ్మడి నందునికి అస్తమును చంద్రునికి ఉదయమును ఒసంగినాఁడు. 'లోక'శ్లేష, ఆసర్వగామి-ఇదంతయు ఉత్తమాటల చమత్కారము-అర్థపులోతులేనిది

ఇందు లోకము (1) జనము(11)(లోకా) లోకపర్వతము-అని శ్లేషయు-ఉపమేయమున ఉపమానమునకన్న విశేషముం జెప్పుటచేత వ్యతిరేకమును అలంకారములు క్రమాన్వయముం జెప్పుటచేత యథా సంఖ్యమును.

ధామ్నా-ఒక్క కిరణముచేత-అని అపై ధామఁ=కాంతిని మించుచున్నాఁడే.

జానుభ్యాం భూమౌ నిపత్య = మోకాళ్ళ మీఁద నేలపై బడి - మోకటించి - మిక్కిలి వినయముతో ఎక్కువ గౌరవముం జూపుటకు — ఇది. జయతు ఆర్యః = జయము ఆర్యునికి. ఆచారోక్తి. ఆగమన ప్రయోజనమ్ = వచ్చిన పని. మౌళిమాలా-తలల వరుసలోని, మాణిక్యశకల = కెంపుతునకల-మాణిక్యము తక్కిన జాతిరత్నములకును ఉపలక్షణము - తునకకు కాఁతి యెక్కువ-శిఖా = (కాంతి) కిరణములచేత, పిశఙ్గీకృత-పచ్చవాఱిన, ఇంత పొడుగు విశేషణము చంద్రగుప్తస్తుతి గాదు, అది చాణక్యస్తుతి - చాణక్యుని చేత కదా అతనికి ఈరాజాధిరాజత్వము అకృతక్రియా న్తరాయః=మఱిపనులచే అడ్డగింపఁబడని - మించి పోవుపనులు లేక తీఱికగా నున్న - ఇది పిలుపులో మర్యాద తీఱికగా నున్న కొంచెము ఇటురండి' అనుట.

చాణక్యః—వృషలో మాం ద్రష్టు మిచ్ఛతి, వైహీనరే, న ఖలు వృషలశ్రవణపథం గతో ఽయం మత్కృతః కౌముదీ మహోత్సవప్రతిషేధః ?

కఞ్చుకీ—ఆర్య, అథ కిమ్.

చాణక్యః—(సక్రోధమ్) ఆః కేన కథితమ్ ?

కఞ్చుకీ—(సభయమ్) ప్రసీద త్వార్యః, స్వయమేవ సుగాఙ్గ ప్రసాదగతేన దేవే నావలోకితమ్, అప్రవృత్త కౌముదీమహోత్సవం పురమ్.

చాణక్యః—ఆఃజ్ఞాతమ్, భవద్భిర న్తరా ప్రోత్సాహ్యకోపితో వృషలః. కి మన్యత్ ?

(కఞ్చుకీ భయం నాటయం స్తూష్ణీమధోముఖ స్తిష్ఠతి)

చాణక్యః—అహో రాజపరిజనస్య చాణక్యోపరి ప్రద్వేష పక్షపాతః! అథ క్వ వృషలః ?

కఞ్చుకీ—(భయం నాటయన్) ఆర్య, సుగాఙ్గగతేన దేవే నాహ మార్యపాదమూలం ప్రేషితః.

చాణక్యః—(ఉత్థాయ) సుగాఙ్గమార్గ మాదేశయ.

కఞ్చుకీ—ఇత ఇత ఆర్యః.

వృషలో మాం ద్రష్టు: ఇచ్ఛతి-వృషలుఁడు నన్ను చూడగోరుచున్నాఁడు-అంతయేనా నీవు చెప్పుమాట, సరే - నఖలు వృషల శ్రవణ పథం = వృషలుని చెవిమార్గమునకు, వినికికి-నేఁగావించిన వెన్నెల పండుగు ఆటంకము-అథ కిమ్ = అవును, అందినది. ప్రసీదతు ఆర్యః-అర్యుఁడు మన్నించునుగాక-స్వయం ఏవ అవలోకితం = సొంతముగానే చూడఁబడినది - కనుగొనఁబడినది — ఆః = ఆ-కోపపు మాటపొంగు. తతః = అంతట, అన్తరా = లోలోపల, ప్రోత్సాహ్య = మిక్కిలి ఉత్సాహముకలిగించి, పూన్చి, కిమన్యత్ = మఱి యేమున్నది, ప్రద్వేషపక్షపాతః = మిక్కిలి పగవంకకు ఒరగుట, మిక్కిలి పగ పూనుట అనుట. ఆర్య పాదమూలం = అయ్యగారి పాదములకడకు, ఇతఇతః - ఇటు

(ఉభౌ పరిక్రామతః)

కఞ్చుకీ—ఏష సుగాఙ్గప్రాసాదః; శనై రారోహ త్వార్యః.

చాణక్యః—(నాట్యే నారుహ్యావలోక్యచ) అయే, సింహాసన మధ్యాస్తే వృషలః. సాధు సాధు.

శ్లో. నన్దైర్వియుక్త మనపేక్షితరాజరాజై,
రధ్యాసితం చ వృషలేన వృషేణ రాజ్ఞామ్.
సింహాసనం సదృశపార్థివసఙ్గతం చ
ప్రీతిం పరాం ప్రగుణయన్తి గుణా మమైతే. ౧౮

ఇటు అని దారి చూపుట గొప్ప మర్యాద—రాజు పెద్దమంత్రి బోనివారికి చూపఁబడునది. ఏషః - ఇదిగో - ఈ చూపుటయు మర్యాదయే, శనైః = మెల్లఁగా-ఇదియు ఉపచారపు మాటయే, అయే = అహో! సింహాసనం - ద్వితీయ, అస్తేకు అధ్యుపసర్గ యున్నందున.

సాధు సాధు = బళి బళి.

శ్లో. ౧౮. నన్దై రితి—అనపేక్షితరాజరాజైః = కుబేరుని సైతము లక్ష్య పెట్టని-ధనమదాంధులైన, నన్దైః = నందులచే, వియుక్తం = విడిచిపెట్టఁబడినది; రాజ్ఞాం వృషేణ = రాజశ్రేష్ఠుఁడైన, వృషలేన = చంద్రగుప్తునిచేత, అధ్యాసితం చ = ఎక్కి-కూర్చుండఁబడినది, సింహాసనం = సింగపుఁ బీట, సదృశ పార్థివ సఙ్గతం చ = తగిన రాజుతో కూడుకున్నది, ఏతే గుణాః = ఈ మూఁడు నుంచి ఫలితములును, మమ = నాకు, పరాం ప్రీతిం = మిక్కిలి సంతోషమును, ప్రగుణయన్తి = పెంచుచున్న వి.

ధన మదాంధులు నందులు, కుబేరుని లెక్క గొననివారు, తొలఁగి పోయినారు. రాజశ్రేష్ఠుఁడు రాజైనాఁడు. సింహాసనము తగిన రాజుతో కూడుకొన్నది. ఈ మూఁడును (నా నీతి) ఫలితములు. నాకు ఎంతయు సంతసమును పెంచుచున్నవి.

(ఉపసృత్య) విజయతాం వృషలః.

రాజా—(ఆసనా దుత్థాయ) ఆర్య, చన్ద్రగుప్తః ప్రణమతి.

(ఇతి పాదయోః పతతి.)

చాణక్యః—(పాణౌ గృహీత్వా) ఉత్తి ష్ఠోత్తిష్ఠ, వత్స,

శ్లో. ఆశై లేన్ద్రాచ్ఛిలాన్తఃస్ఖలిత సురనదీ
శీకరాసార శీతాత్
తీరాన్తా న్నైకరాగ స్ఫురిత మణిరుచో
దక్షిణ స్యార్ణవస్య
ఆగ త్యాగత్య భీతి ప్రణత నృపశతైః
శశ్వ దేవక్రియన్తామ్

ఇందు అలంకారము సముచ్చయము-ఏకకాలమందే జరిగిన నందవియోగము, వృషలా ధ్యాసనము, సదృశపార్థివ సంగతియు చెప్పుటచేత.

గుణః – (కలిగిన) ఫలితము, కలిగిన మంచి, – చూ శాకుం.-'సంభావనాగుణ మవేహి త మీశ్వరాణాం, భారవి-'గుణ మహతాం మహతే గుణాయ యోగః.' మందుగుణము-మందువలని మంచి.

విజయతాం — మంత్రి తానును మంత్రి సముదాచారమును జరుపుచున్నాఁడు, వృషలుఁడనుచునే. ఇది యిట ఆశీర్గర్భమును. పాదయోః పతతి= పాదములం బడును-పాణౌ గృహీత్వా = చేతులం గొని-వత్స = అబ్బాయి, శిష్యుంబోలెను కొడుకుంబోలెను ఉపచారము.

శ్లో. ౧౭. ఆశైలేన్ద్రాద్ ఇతి శిలాతః స్ఖలిత సురనదీ...శీతాత్=(జాలం) ద్రాఁటిలిన దేవనది గంగ నీటి తుంపురులం జల్లనైన, శైలేన్ద్రాత్ ఆ=కొండదొరహిమాలయము-మొదలుకొని, నైకరాగస్ఫురితమణిరుచః=పలురంగులు తళతళమనుచున్న రతనాల కాంతుల గలదైన, దక్షిణస్య అర్ణవస్య-దక్కినంపు సముద్రముయొక్క, తీరాన్తాత్ = తీరపు (ఒడ్డు), హద్దు (=అన్త) వఱకు, ఆగత్య ఆగత్య=ఎడతెగక వచ్చి, భీతి ప్రణత నృపశతైః = భయముతో ప్రణమిల్లిన రాజుల నూఱుల-లెక్కలేని రాజుల-చేత. శశ్వత్ ఏవ=ఎల్లప్పుడునే, తవ=

చూడారత్నాంశుగర్భా స్తవ చరణయుగ
స్యాఙ్గులీరన్ధ్రభాగాః. ౧౯

రాజా—ఆర్యప్రసాదా దనుభూయత ఏవ సర్వమ్. త దుప విశ త్వార్యః.

(ఉభౌ యథోచిత ముపవిష్టౌ)

చాణక్యః—వృషల, కి మర్థం వయ మాహూతాః?

రాజా—ఆర్యస్య దర్శనేన ఆత్మాన మనుగ్రాహయితుమ్.

చాణక్యః—(సస్మితమ్) అల మనేన ప్రశ్రయేణ. న నిష్ప్రయోజన మధికారవన్తః ప్రభుభి రాహూయన్తే.

రాజా—ఆర్య, కౌముదీమహోత్సవప్రతిషేధస్య కిం ఫల మార్యః పశ్యతి?

నీయొక్క, చరణయుగస్య అఙ్గులీ రన్ధ్రభాగాః=పాదయుగళియందలి వ్రేళ్ళ సందుప్రదేశములు, చూడారత్నాంశు గర్భాః = (చూడ=) కిరీటపు రతనాల కాంతులు గలవిగా, క్రియన్తాం = చేయఁబడునుగాక.

ఉత్తరాన హిమాలయము మొదలుకొని దక్షిణాన సముద్రతీరమువఱకు వ్యాపించిన సకలలోకమందలి రాజులును నీకు ఎప్పుడును పాదాక్రాంతు లగుచుందురుగాక. నీవు ఎప్పుడును సర్వ భూమండలమునకు రాజాధిరాజవు, చక్రవర్తివిగా నుందువుగాక.

ఆర్యప్రసాదాత్=అయ్యయనుగ్రహమువలన, అన్నీ అంతయు అనుభవింపఁబడుచునే యున్నది ఉపవిశతు = కూర్చుండునుగాక, యథోచితం = వారి వారికి తగినట్లు-ఎవరి యాసనమున వారు.

కిమర్థంవయం ఆహూతాః=ఎందులకు నన్ను పిలిపించితివి-బహువచనమునకు ఏకవచన మర్థము-ఉత్తమపురుషలో, అనుగ్రాహయితుం=(నన్ను) అనుగ్రహింపించుకొనుటకు, అలం=మానుము. అనేన ప్రశ్రయేణ=ఈయడఁకువను-తృతీయతో 'అలం'కు 'మాను' అని యర్థము. అధికారవన్తః=అధికారమున-ఉద్యోగమున-ఉండువారు, ప్రభుభిః=దొరలచేత, కిం ఫలం ఆర్యః పశ్యతి=ఏమి ప్రయో

చాణక్యః — (స్మితం కృత్వా) ఉపాలబ్ధుం తర్హి వయ మాహూతాః.

రాజా — శాన్తం పాపం, శాన్తం పాపమ్. నహి నహి. విజ్ఞాపయితుమ్.

చాణక్యః—యద్యేవం తర్హి విజ్ఞాపనీయానా మవశ్యం శిష్యేణ స్వైరరుచయో న నిరోద్ధవ్యాః.

రాజా—ఏవ మేతత్. కః సన్దేహః ? కిం తు న కదాచి దార్యస్య నిష్ప్రయోజనా ప్రవృత్తి రిత్యస్తి నః ప్రశ్నావకాశః

చాణక్యః—వృషల, సమ్య గ్గృహీతవా నసి, న ప్రయోజన మన్తరా చాణక్యః స్వప్నేఽపి చేష్టత ఇతి.

రాజా—ఆర్య, అత ఏవ శుశ్రూషా మాం ముఖరయతి.

జనము చూచును-తలంచును, స్మితం కృత్వా=నవ్వి-అలక్ష్యపు-ఎగతాళి-నవ్వు. తర్హి ఉపాలబ్ధుం = అప్పటికి, అట్లైన, తప్పువట్టి దూషించుటకు, నిందించుటకు.

శాన్తం పాపం=దూషించు తలంపుగాను పాపము అడంగును గాక-ఎంత అనరాని వినరాని మాట యది ; విజ్ఞాపయితుం = విన్నపము చేయుటకు, యద్యేవం = అట్లైని, తర్హి=అప్పటికి, విజ్ఞాపనీయానాం=విన్నవింపఁ బడవలసిన వారియొక్క-అట్లు గురువులైన పెద్దలయొక్క, స్వైరరుచయః=విచ్చలవిడియగు ఇష్టములు, న నిరోద్ధవ్యాః = అడ్డగింపఁబడఁగూడవు. ఏవం ఏతత్=ఇట్లే ఇది. తమరు చెప్పినది సరియే - అనుట. కిం తు = అయినప్పటికిని, నిష్ప్రయోజనా ప్రవృత్తిః = ఉపయోగము లేనిదిగా ఉండదు నరక-ప్రవర్తనము, ఇందువలన నాకు అడుగుటకు అవకాశము ఉన్నది. ప్రయోజనం అన్తరా=ప్రయోజనములేక-'అన్తరా'తో ద్వితీయ యగును. శుశ్రూషా...=వినంగోరిక, నన్ను పలికించుచున్నది.

చాణక్యః—వృషల, శ్రూయతామ్. ఇహ ఖల్వర్థ శాస్త్ర కారా స్త్రివిధాం సిద్ధి ముపవర్ణయన్తి—రాజాయత్తాం సచివాయత్తా ముభయాయత్తాం చేతి. తతః సచివాయత్త సిద్ధే స్తవ కిం ప్రయోజనాన్వేషణేన, యతః వయ మే వాత్ర నియుక్తా వేత్స్యామః. (పా వర్త్స్యామః)

(రాజా సకోపం ముఖం పరావర్తయతి)

(నేపథ్యే వైతాళికౌ పఠతః)

అర్థశాస్త్రకారాః = అర్థశాస్త్ర – రాజ్యపాలన విధి శాస్త్రము చెప్పిన వారు, చారిత్రకముగా కౌటిల్యుఁడు అనఁగా చాణక్యుఁడు గొప్ప యర్థశాస్త్ర కారుఁడు. విశాఖదత్తకవి ఆ కౌటిల్యుని ఇందు పాత్రముం జేసి, వాని అర్థశాస్త్ర రహస్యములను ఉపన్యసించుచున్నాఁడు. అది సరియె కదా అగును. సిద్ధిం= రాజ్యపాలనసిద్ధి, రాజాయత్తాం=రాజు నధీనము ఐనది, సచివాయత్తాం = మంత్రి యధీనమైనది. ఉభయాయత్తాం=ఆ యిరువురికి అధీనమైనది సచివాయత్త సిద్ధేః తవ=మంత్రికి అధీనమైన సిద్ధిగలవాఁడవైన నీకు-నీరాజ్యాన పాలనసిద్ధి, సర్వరాజ కార్యసిద్ధి మంత్రియధీనమున నుండునది-కావున ఆ ప్రయోజనముకు విచారించి యెఱుఁగుట నీకెందుకురా? నేనే ఆపనికి ఏర్పాటు చేయఁబడినవాఁడను, కావున నేనెఱుఁగఁగలను, రాజా సకోపం ముఖం పరావర్తయతి=రాజు కోపముతో మొగమును అవలికి త్రిప్పికొనును. తన్ను అస్వతంత్రుఁడని సొంతాన కొఱగాని వాఁడని చెప్పినట్లైనది అని అతఁడు కోపము చెంది, మొగము అటు త్రిప్పు కొన్నాఁడు.

నేపథ్యే=తెర మఱుఁగున-అనఁగా నుగాంగమున వైతాళికులు ఎక్కడ నుండవలయునో అక్కడనుండువారై ఈ పొగడికలను పాడుచున్నారు అనుట, రాజుమందిరమున వారున్న చోటికి రాజుకచ్చేరియు మాటలును అగపడుచును వినఁ బడుచు నుండునా? లేకున్న వారు సమయము సందర్భము ఎఱిఁగి ఎట్లు రాజు ప్రశంసాదుల వ్యవహరింతురు? అట్లు గాదు. వారి ప్రధానమైన పని రాజునకు— అనుకూలముగా అందముగా పాడి-కాలసూచన చేయుట. అట్టిది నాటకములం జూపట్టుచున్నది. అకాలమున విద్యుత్ ప్రసారపు (ఎలెక్ట్రిసిటి) టనుకూలములు

ఏకః—

శ్లో. ఆకాశం కాశపుష్ప చ్ఛవి మభిభవతా
భస్మనా శుక్లయన్తీ,
శీతాంశో రంశుజాలై ర్జలధర మలినాం
క్లిశ్నతీ కృత్తి మైభీమ్,

లేవుగదా. ఒకవేళ కాలము తెలుపుట-సభను ముగించి లేవను మధ్యాహ్నమైనది—అను మొదలగునది గడియారములం బోని కాలసూచకయంత్రములచే నెఱింగియో మింట సూర్య చంద్ర స్థానములం జూచియో బంగాళాలో వారికి ఏర్పఱుపఁ బడియుండు చోటునుండి పాడుదురు ఇట వైతాళికుఁడు ముఖ్యముగా ఉద్దేశించినది కాలసూచనయే. చాణక్యుఁడు అట్లే దానిం బ్రశంసించుచు చెప్పిన వాక్యము-అది శరత్తును రాత్రియు అగుటయే—'విశిష్ట' దేవతాస్తుతి రూపేణ ప్రవృత్త శరద్గుణ ప్రఖ్యాపన మాశీర్వచనమ్'. అది రాజు మొగము త్రిప్పునపుడు వినంబడుట కాకతాళీయము. అస్తన(వ)కలశుఁడును ఉత్తేజమునం బలుకుట తనంతట వైతాళికపాటగా, రాక్షస ప్రయోగముచే, ఆ తెఱంగుది అగుటయే కాని. దానికి రాజు మొగము త్రిప్పుకొనుటతో ఏ సంబంధమును లేదు-అట్లు సమకాలికతయో అవ్యవహితతయో తోఁచుటయు కాకతాళీయమే. వైతాళికులు పాడి సభారంభ కాలమో, మధ్యాహ్నమగుటయో, సాయంసంధ్య యగుటయో కచ్చేరి ముగియుటయో-మొదలగు దానిని సూచించుట కాళిదాసు నాటకము లన్నింటను హర్ష నాటకములందును, ఇతర స్థలములందును ప్రాయికము.

శ్లో. ౨౦. ఆకాశ మితి—ఐశీ తనుః శర దివ వః క్లేశం హరతు—ఈశుని దేహము శరత్తువలె మీక్లేశమును హరించునుగాక-అని ఉపమ చెప్పఁబడినది. మఱి ప్రతివిశేషణమును శ్లిష్టముగా ఈశ తనువునకును శరత్తుకును చెందునట్లు రచితము ఎట్లన—ఆకాశం=సకలావకాశమును, కాశపుష్పచ్ఛవిం అభిభవతా = తెల్లుపూల కాంతిని తిరస్కరించుచున్న (దేహాన ఉద్ధూళించుకొన్న), భస్మనా = బూడిదతో, శుక్లయన్తీ = తెల్లవఱుచు చున్నదియు;

కాపాలీ ముద్వహన్తీ స్రజ మివ ధవళాం
  కౌముదీ మి త్యపూర్వా
హాస్యశ్రీరాజహంసా హరతు శర దివ
  క్లేశ మైశీ తను ర్వః. ౨౦

శీతాంశోః = (శిగపూవైన) చంద్రుని (చలివెలుఁగు) యొక్క, అంశుజాలైః = కిరణాల మొత్తములతో, జలధరమలినాం = మబ్బువలె నల్లనిదైన, ఐభీం కృత్తిమ్ = ఏనుగు (గజాసురుని) దైన తోలు (కప్పడము)ను, క్లిశ్నతీ = రంగు నలియఁజేసి తెల్లవఱుచుచున్నదియు, ధవళాం కాపాలీం స్రజం = తెల్లని పుఱ్ఱెలపేరును, కౌముదీం ఇవ = తెల్లగలువలదానిం బోలె, ఉద్వహన్తీ = తాల్చినదియు, హాస్య శ్రీ రాజహంసా = రాజహంసలం బోని (బొబ్బ) నవ్వు కాంతి గలదియు నై, శరత్పరముగా-ఆకాశం = మింటిని, కాశపుష్ప... యన్తీం-బూడిదంబోని తెల్లపూలకాంతితో తెల్లవఱుచుచున్నదనుట - చంద్రి కిరణకాంతులతో మబ్బుల నలుపును ఎగరగొట్టుచున్నదనుట-పుఱ్ఱెలంబోని తెల్ల గలువల మాలికలు కలిగియున్నదనుట. (అపూర్వా) వర్షలో లేకుండి అప్పుడు క్రొత్తగా వచ్చిన హంసలతో అందముగా నవ్వుచున్నదనుట అట్టి) శరత్ ఇవ = శరదృతువువలె, క్లేశం = కష్టమును- హరతు = తొలఁగించును గాక.

పూర్ణమైన యుపమ - శరత్తునకును ఈశుదేహమునకును ప్రత్యంగ సాదృశ్యము - వానమసకలు తీఱి క్రొత్తగా వచ్చిన శరత్తు - ఇట్టి దిట్టిదని చెప్పరాని యపూర్వ గుణాభిరామయగు ఈశు తనువు. రెండును సమప్రధాన ములే-ఆయావిశేషణములచే అట్లు ఒప్పుచున్నట్టివి మీకు అన్ని కష్టములను తొలఁగించునుగాక అనుట.

శ్లేషధ్వనియు.

'శర దివ' అనుట మేలు, 'తను రివ' అనుట కన్న. ఇందు ఈశుఁడు, తరువాతిదానిలో హరి అని వరుస చూ, నాగా II-1౪-'వపురివ రౌద్రం శ్మశాన మిదం'.

ఇందు అలంకారము ఉపమ ఐశీతనుః శర దివ-అని పోలిక పెంపుదు అందముగా చెప్పుటచేత.

అపి చ,

శ్లో. ప్రత్యగ్రోన్మేషజిహ్మా క్షణ మనభిముఖీ
రత్నదీపప్రభాణా,

మాత్మవ్యాపారగుర్వీ, జనితజలలవా
జృమ్భితైః సాఙ్గభఙ్గైః,

నాగాఙ్కం మోక్తు మిచ్ఛోః శయన మురు ఫణా
చక్రవాళోపధానమ్

నిద్రాచ్ఛేదాభితామ్రా చిర మవతు హరే
ర్దృష్టి రాకేకరా వః. ౨౧

అపిచ-మఱియు

శ్లో. ౨౧. ప్రత్యగ్రేతి,—సాఙ్గభఙ్గైః = అవయముల విఱుపులతోను, జృమ్భితైః=ఆవులింతలతోను, ఉరుఫణాచక్రవాళోపధానం-పెద్దపడగల మొత్తమే తలాపిగా - దిండుగా-గల, నాగాఙ్కం = పాముగుర్తుగాఁగల, పాము రూపవు, శయనం=పడుకను, మోక్తుం ఇచ్ఛోః = విడువఁగోరుచున్న —హరేః ఆకేకరా దృష్టిః = నారాయణుని యొక్క అప్పుడే నాలుగు నెలల నిద్రమేల్కొనుటచే చక్కఁగా విడక, అరమూఁతగాను మసకగాను ఉన్న క్రేగంటిచూపు, ప్రత్యగ్ర ఉన్మేష జిహ్మా = క్రొత్తగా తెఱచుటచే ఇంకను అరమోడ్పుగాను కొసల మసకగాను ఉన్నట్టిదియు, రత్నదీపప్రభాణాం = శేషుని ఫణామణులయు ఇంకను రత్నాలే ఐనదీపాలయు కాంతులకు, క్షణం అనభిముఖీ = ఒక్క నిముసము ఎదుర్కొనలేనిదియు- అదియు అప్పుడే తెఱచుటచేత ఎక్కువ ధగధగని వెలుతురును చూడలేమి, ఆత్మవ్యాపారగుర్వీం = తన పనికి - చూచుటకు=ఏమో బరువెక్కినదియుంబోలె నున్నదియు, జడనుగొన్నదియు, జనితజలలవా=పొడమిన ఇంచుక (కన్ను) నీరుగలదియు. నిద్రాచ్ఛేదాభితామ్రా = నిద్ర తెగుటచే (= తటాలున తొలఁగుటచే) ఎక్కువ కెంపెక్కి యున్నదియు నై ఉన్నట్టిది, వః=మిమ్ము, చిరం = చాలకాలము- ఎల్లప్పుడును అనుట. అవతు = కాపాడునుగాక.

ద్వితీయః—

శ్లో. సత్త్వోత్కర్షస్య ధాత్రా నిధయ ఇవ కృతాః
కేఽపి కస్యాపి హేతో
ర్జేతారః స్వేన ధామ్నా మదసలిలముచాం
నాగయూథేశ్వరాణాం

చాలసేపు హాయిగా నిద్రపోయి మేలుకొన్నవాఁడు సులువుగా అనుగ్రహ ప్రవణుఁడుగా నుండును. కావున ఆయనను ఇట్లు ధ్యానాన సేవించుట. ఉత్థానైకాదశి-కార్తిక - శుద్ధైకాదశి. నేఁడు కౌముది అనఁగా పున్నమ, వెన్నెల పండుగ దినము, నాలుఁగు నెలలు ఒకే నిద్రగా పోవువారికి, ఈ నిద్ర మేల్కొనునప్పటి లక్షణాలు నాలుగుదిములైనను ఉండగా - మనబోంట్లకు ఐదు పది నిముషాలు ఉండునే, 'దృష్టి రాకేకరా కిఞ్చిత్ స్ఫుటాపాఙ్గే ప్రసారితా మీలితార్ధపుటాలోకే తారావ్యావర్త నోత్తరా' - అని మల్లినాథుఁడు ఉదాహరించినాఁడు - క్రొత్తగా అప్పుడే నిద్రనుండి తెఱచుటచే-అరతెరపుగాను మసకగాను ఉన్నదియు, తటాలున పళపళన రత్నదీపాలకాంతి యగపడఁగానే ఒకనిముసము దానిని ఎదురుకోలేక కుంచిత మైనదియు, జడను గొనియున్నదియు, కన్నీటిబొట్లను కలదియు, అన్నాళ్ళు మూసికొని యిపుడు తెఱచుటచే కెంపెక్కియున్నదియునగు నారాయణుని పెనుపాపపాన్పుమీఁదిది, ఒళ్ళు విఱుపులతోను ఆవులింతలతోను కూడుకొన్నది మిమ్ము శాశ్వతముగా రక్షించునుగాక.

ఇందు అలంకారము స్వభావోక్తి, ఆకేకర దృష్టియందు అంతయు ఉన్నది యున్నట్లుగా అందముగా చెప్పఁబడినందున.

శ్లో. ౨౨. నృవర = ప్రభూ, కే అపి = ఏ కొందఱో, నృపతయః = రాజులు, త్వాదృశాః = నీబోంట్లు, సార్వభౌమాః = చక్రవర్తులు, కస్య అపి హేతోః = ఏకారణమువలననో, ధాత్రా = బ్రహ్మచేత, సత్త్వోత్కర్షస్య = బలాతిశయమునకు, నిధయ ఇవ = కొటారులవలె, కృతాః = (చేయఁ)-సృష్టింపఁబడినారు, స్వేన ధామ్నా=తమ తేజు (పరాక్రమము) చేత, జేతారః - జయశీలులు, మదసలిలముచాం = మదజలము ఓడ్చు, నాగయూథేశ్వరాణాం = పరికాంద్ర, జేతారః = జయించు, మృగాణాంఅధిపతయః = సింహములు,

దంష్ట్రాభఙ్గం మృగాణా మధిపతయ ఇవ
వ్యక్త మానావ లేపా
నాజ్ఞాభఙ్గం సహన్తే నృవర నృపతయ
స్త్వాదృశాః సార్వభౌమాః ౨౨

అపి చ,

శ్లో. భూషణా ద్యుపభోగేన ప్రభు ర్భతి స ప్రభుః
పరై రపరిభూ తాజ్ఞ స్త్వ మివ ప్రభు రుచ్యతే ౨౩

దంష్ట్రాభఙ్గం ఇవ = కోఱల విఱుచుటం బోలె, వ్యక్త మా నావలేపాః = ప్రసిద్ధములైన పరువు గర్వములు గలవారు_ఇన్నిమాటలు ఎందులకు? ఒక్క-మాటలో - త్వాదృశాః = నీబోంట్లు, ఆజ్ఞాభఙ్గం = (తమ) ఉత్తరువులకు భంగపాటును, న సహన్తే = ఓర్వరు.

దొరా, ఎక్కడనో నూటికి ఒకఁడు, కోటికి ఒకఁడుగా నీబోటి సార్వభౌములు, ఎక్కడనో ఏకారణముచేతనో బ్రహ్మచేత బలాతిశయంపుఁ గొటారులుగా సృజింపఁబడుదురు - వారు తమ తేజముచేత జయశీలురు - అపజయమెట్టిదో ఎన్నఁడును ఎందును ఎఱుఁగరు' మత్త గజయూధపతుల జయించు సింగముం బోలినవారు - ఆ సింగములు తమ దంష్ట్రాభంగమును సహించునా? అట్లే వారికి అదెంత పరువు? అదెంత గర్వము! వారు తమ యాజ్ఞకు భంగమును ఎందేని ఎన్నఁడేని ఓర్తురా?

ఇందు అలంకారము ఉపమ_మృగాధిపతులవలె నీబోటి నరపతులు-అను పోలిక చెప్పుటచేత.

శ్లో. ౨౩. భూషణాదీతి - భూషణాది ఉపభోగేన = సొమ్ములయు (భోగములయు) అనుభవముచేత, ప్రభుః = రాజు, న ప్రభుః భవతి = రాజు కానేరఁడు, (మఱేమనఁగా) పరైః = ఇతరులచేత, త్వం ఇవ = నీవలె, అపరిభూత అజ్ఞః = తిరస్కరింపఁబడని ఉత్తరువు గలవాఁడే, ప్రభుః = రాజు అని ఉచ్యతే = చెప్పఁబడును.

సొమ్ములచేతను విషభోగాలచేతను కాదు రాజు రాజగుట, డబ్బు గలవాని కెల్ల అవి సులభములే-మఱి తన యుత్తరువునకు ఎదురులేనివాఁ డెవఁడో వాఁడు రాజనఁగా,

చాణక్యః—(స్వగతమ్) ప్రథమం తావ ద్వైశిష్ట దేవతాస్తుతి రూపేణ ప్రవృత్త శరద్గుణ ప్రఖ్యాపన మాశీర్వచనమ్. ఇద మపరం కి మితి నావధారయామి. (విచిన్త్య) ఆః జ్ఞాతమ్. రాక్షస స్యాయం ప్రయోగః, దురాత్మన్ రాక్షస! దృశ్యసే భోః! జాగర్తి ఖలు కౌటిల్యః !

రాజా—ఆర్య, వైహీనరే, ఆభ్యాం వైతాళికాభ్యాం సువర్ణశతసహస్రం దాపయ.

కఞ్చుకీ—య దాజ్ఞాపయతి దేవః. (ఇతి పరిక్రామతి)

చాణక్యః—(సక్రోధమ్) వైహీనరే, తిష్ఠ, న గన్తవ్యమ్, వృషల, కి మయ మస్థానే మహా నర్థోత్సర్గః ?

రాజా — (సకోపమ్) ఆర్యే ణైవం సర్వత్ర నిరుద్ధచేష్టాప్రసరస్య మే బన్ధన మివ రాజ్యం, న రాజ్య మివ.

చాణక్యః—వృషల, స్వయ మనభియుక్తానాం రాజ్ఞా మేతే

ప్రథమం=మొదటిది-శరద్గుణ ప్రఖ్యాపనం ఆశీర్వచనమ్. శరత్తుమేలిమిం ప్రకటించు దీవెన -వైతాళికుఁడు తన ధర్మముగా చేయవలసిన కాలసూచనయు మేలుకోరుటయు, మఱి యీ యింకొకటి, ఏమిటి? నేను నిశ్చయింప లేకున్నానే- ఆః=అని జ్ఞప్తికి తెచ్చుకొనుటను కనిపట్టుటను తెలుపుమాట. జ్ఞాతమ్=తెలిసినది.—ఇది రాక్షసుని ప్రయోగము. దృశ్యసే భోః=అగపడుచున్నావయ్యా. కనుగొంటినిలే. జాగర్తి = మేలుకొనియున్నాఁడులే. సువర్ణశతసహస్రమ్ = లక్ష బంగారులు - వరహాలు అన్నట్లు ఇది భల్లాలుని భోజప్రబంధపు భోజుని యక్షరలక్షల బహుమానములం దలంపించుచున్నది. చన్ద్రగుప్తుఁడు చాణక్యునితో "ఖజ్యా" పెట్టుకొనుటకుంబోలె నున్నది, ఇంత మొత్తముం జెప్పుట. దాపయ = ఇప్పింపుము-ఇమ్మనిచెప్పుము, అస్థానే = అకారణముగా ఆసమయమున తగని వారికి అను॰. ఇవన్నియు అర్థములే, కాన ఏదేనియు సరే, ఉత్సర్గః = ఇచ్చుట,...చేష్టా ప్రసరస్య = పనులసాగుటగలవానికి, బన్ధనమ్= సంకెలంబడుట – జైలులోఉండుట - స్వయం అనభియుక్తానాం = సొంతముగా

దోషాః సంభవన్తి తద్యది న సహసే తతః స్వయ మభియుజ్యస్వ.

రాజా—ఏతే స్వకర్మ ణ్యభియుజ్యామహే.

చాణక్యః — ప్రియం నః. వయ మపి స్వకర్మ ణ్యభియుజ్యామహే.

రాజా — య ద్యేవం, తర్హి కౌముదీమహోత్సవ ప్రతిషేధస్య తావత్ ప్రయోజనం శ్రోతు మిచ్ఛామి.

చాణక్యః—వృషల, కౌముదీమహోత్సవానుష్ఠానస్య కిం ప్రయోజన మి త్యహ మపి శ్రోతు మిచ్ఛామి.

రాజా—ప్రథమం తావ న్మ మాజ్ఞా ఽవ్యాఘాతః

చాణక్యః—వృషల, మ మాపి త వాజ్ఞావ్యాఘాత ఏవ కౌముదీమహోత్సవప్రతిషేధస్య ప్రథమం ప్రయోజనమ్ కుతః,

శ్లో. అమ్భోధీనాం తమాలప్రభవ కిసలయ
శ్యామ వేలావనానా
మా పారేభ్య శ్చతుర్ణాం చటుల తిమికుల
క్షోభి తా న్తర్జలానామ్

నిర్వహించుకొననివారికి. పనులం జూచుకొననివారికి. దోషాః = నేరములు, చాలములు, ఏతే = ఇదిగో ఇప్పుడే అట్లు పూనుకొందును, నః ప్రియం = నాకు ఇష్టము, వయం అపి = నేనును నాపనులం జూచుకొందును - వీనికి గూడార్థము ఉండవచ్చును, లేకయుం బోవచ్చును. లేకుండుటయ సాధీయము, యది ఏవం=అట్లు ఐన - నేను సొంత దొరను ఐనందున, ప్రయోజనం ఉపయోగము, ఇరువురికిని ఇఁక మాటల జగడము-ఆజ్ఞా + అవ్యాఘాతః ఉత్తరువును ఎదురులేక జరుపుట, ఉత్తరువును ఎదిరించుట—ఇవి యెండొరుల ప్రయోజనములు.

శ్లో. ౨౪. అమ్భోధీనా మితి-తమాల ప్రభవ...వేలావనానాం = తమాలములం (చీకటిచెట్లలో - కానుగుచెట్లలో) బుట్టిన చిగుళ్ళచే నల్లనివైన తీరమందలి యడవులు గలవియు, చటుల తిమి కుల క్షోభి తాన్తర్జలానాం = త్రుళ్లుచున్న

మా తే వామ్లాన పుష్పా తవ నృపతిశతై
రుహ్యతే యా శిరోభిః
సా మ య్యేవ స్ఖల న్తీ కథయతి వినయా
లఙ్కృతం తే ప్రభుత్వమ్. ౨౪

అథ త్వ మపర మపి ప్రయోజనం శ్రోతు మిచ్ఛసి? త ద పి కథ యామి.

రాజా—కథ్యతామ్.

చాణక్యః—శోణోత్తరే, మద్వచనాత్ కాయస్థ మచలం బ్రూహి—'య త్త ద్భద్రభట ప్రభృతీనా మితో ఽపరాగా దప క్రమ్య మలయకేతు మాశ్రితానాం లేఖ్యపత్రం దీయతామ్' ఇతి.

తిమి లనుమిక్కిలి పెద్ద చేఁపల గుంపులచే కలంపఁబడిన లోతునీళ్లు గలవియు, నగు, చతుర్ణాం = నాలుగు. అమ్భోధీనాం = సముద్రముల యొక్క ఆపారేభ్యః = తీరములవరకు, అమ్లానపుష్పమాలా ఇవ = వాడని పూలమాల వలె, యా = ఏది, నృపతిశతైః = నూర్లకొలఁది రాజులచేత, శిరోభిః = తలలచేత ఉహ్యతే = మోయఁబడుచున్నదో-శిరసావహింపఁబడుచున్నదో అనుట, సా = అది, మయి ఏవ = నా (ఒక్కని) యందే స్ఖలన్తీ = తడఁబడుచు, అనుష్ఠింపఁ బడనిదై, తే ప్రభుత్వమ్ = నీదొరతనమును, వినయాలంకృతం = వినయములో ఒప్పారుచున్నదానింగా, కథయతి = చెప్పుచున్నది చాటుచున్నది.

నీయాజ్ఞను అడ్డుటవలని తొలిప్రయోజనము నాకు ఏమనఁగా, ఈలోకాన ఎందును వ్యాహతిలేని నీయాజ్ఞ. సార్వభౌమునియాజ్ఞ, నాయొక్కనియెడ సాగక తడబడి తప్పి, నీవు నాకు ఎంతయు విధేయుఁడవు. వినయశాలివి అని చాటును, అది తొలిప్రయోజనము, నాకు.

అథ...శ్రోతుం ఇచ్ఛసి = వినంగోరెదవా? 'అథ'-ప్రశ్నం దొడంగును. తత్ అపి = దానిని సయితము-మద్వచనాత్ = నామాటగా, కాయస్థం = కరణమును, లెక్కల గుమస్తాను-కాయస్థులు - క్షత్రియునికి శూద్రభార్య యందు పుట్టిన జాతివారు. అచలం, ఇది వాని పేరు. ఇతః = ఇక్కడినుండి అపరాగాత్ = ద్వేషమువలన, అపక్రమ్య = (బెడిసి) తొలఁగిపోయి, లేఖ్య పత్రం = జాబు. దస్తావేజు, దీయతామ్ = ఈఁబడునుగాక అని — దస్తావేజును

ప్రతీహారీ—జం అజ్జో ఆణవేది. (ఇతి నిష్క్రమ్య పునః ప్రవిశ్య) అజ్జ ఇమం పత్తఅమ్ [య దార్య ఆజ్ఞాపయతి ... ... ఆర్య, ఇదం పత్రకమ్.]

చాణక్యః—(గృహీత్వా) వృషల దృశ్యతా మిదమ్.

రాజా—(ఆత్మగతం వాచయతి.) స్వస్తి. సుగృహీత నామధేయస్య దేవస్య చన్ద్రగుప్తస్య సహోత్థాయినాం ప్రధానపురుషాణా మితోపక్రమ్య మలయకేతు మాశ్రితానాం ప్రమాణలేఖ్యపత్ర మిదమ్. తత్ర ప్రథమ మేవ తావ ద్గజాధ్యక్షో భద్రభటః అశ్వాధ్యక్షః పురుదత్తః మహాప్రతీహారస్య చన్ద్రభానో ర్భాగినేయో డిఙ్గరాతః దేవస్య స్వజనసమ్బన్ధీ మహారాజో బలదేవగుప్తః దేవస్యైవ కుమారసేవకో రాజసేనః సేనాపతేః సింహబలస్య కనీయాన్ భ్రాతా భాగురాయణో మాలవరాజపుత్రో లోహితాక్షః క్షత్త్రిగణముఖ్యో విజయవర్మేతి ఏతే వయం దేవస్య కార్యే

ఇమ్మని, చెప్పు. య దార్య ఆజ్ఞాపయతి=అయ్యగారి ఆజ్ఞ-చిత్తము-ఉత్తరువును గ్రహించు ఆచారపుమాట - ఉత్తరువు సేయఁగానే మారుపలుకక చేయంబోక, నౌకరు అంగీకరించి కదంగుచు చెప్పుమాట. దృశ్యతాం ఏతత్ - చూడఁ బడునుగాక ఇది - దీనిని చూడు - ఆత్మగతమ్ - దానిని తనలోనే చదువుకొనును-రహస్య రక్షణమునకు-నౌకరులు అందఱు వినునట్లు చదువుట రాజు మర్యాదయు కాదు. ప్రమాణలేఖ్యపత్రమ్ - నిజమైనది అని ఒట్టువెట్టి వ్రాయఁబడినకాగితము - దస్తావీజు, ప్రధాన పురుషాణాం = ముఖ్యమైన నౌకరులయొక్క-అన్నిముఖ్యమైన అధికారపదవులలో ఉన్నవారి యొక్క, గజాధ్యక్ష-ఏనుఁగులయధ్యక్షుఁడు - ఆసేనాంగమునకు అధికారి, మహా ప్రతీహారస్య - దఫేదారుయొక్క - రాజ్యాంగ ప్రతీహారులందఱిలోను పైవాఁడు- భాగినేయః = మేనల్లుఁడు, స్వజనసమ్బన్ధీ = సొంతమైన వారి వియ్యంకుఁడు, (కాదా బంధువు) కుమారసేవకః = పసివాఁడుగ ఉన్నప్పటినుండి ఏలినవానిని సేవించుచున్నవాఁడు - కనీయాన్ - వయసున చిన్నవాఁడు - తమ్ముఁడు

అవహితాః స్మ— ఇతి (ప్రకాశమ్) ఆర్య, ఏతావ దేతత్పత్రకమ్. అథై తేషా మపరాగ హేతూన్ విజ్ఞాతు మిచ్ఛామి.

చాణక్యః—వృషల, శ్రూయతామ్, అత్ర యౌ వేతౌ గజాధ్యక్షాశ్వాధ్యక్షౌ భద్రభట పురుషదత్త నామానౌ తౌ ఖలు స్త్రీమద్యమృగయాశీలౌ హస్త్యశ్వావేక్షణే ఽనభియుక్తౌ, మయాధికారాభ్యాం అవరోప్య స్వజీవనమాత్రేణైవ స్థాపితావితి పరపక్షే స్వేన స్వేనాఽధికారేణ గత్వా మలయకేతు మాశ్రితౌ. యౌ వేతౌ డిఙ్గరాత బలగుప్తౌ, తా వప్యత్యన్తలోభాభిభూతౌ త్వద్దత్తం జీవన, మబహుమన్యమానౌ తత్ర బహు లభ్యత ఇ త్యప

అనుట. ఏతేవయమ్ = ఇదిగో మేమందఱము—దేవస్యకార్యే అవహితాః = ఏలిన వానిపనియందే మనస్సు ఉంచి అక్కఱతో ఉన్నాము — అనఁగా వీరందఱు మలయుని ఆశ్రయించుట ఇతని పనికోసమే అనురహస్యము — ఇందుగలదు - కావుననే దానిని చూడుమన్నాఁడుగాని బయటికి వినఁబడనీయలేదు, చాణక్యుఁడు 'దృశ్యతాం' అని. అపరాగహేతూన్ = అసంతోష—అతృప్తి—ద్వేష-కారణము లను-అవి ప్రకటింపఁదగినవి, ప్రకటింపవలసినవి-కావున ఈయన యడుగుటయు ఆయన వివరించుటయు — విన్నవారు ధర్మమే. వారినితొలఁగి పోనిచ్చుట — తఱిమివేయుట—అని యనుకొనుటకు. స్త్రీ మద్యమృగయాశీలౌ = పరాంగనా వారాంగనలేకావలదు—ఇంటిపట్టుననే పత్నులయెడనే విశేషవిషయ లౌల్యమును, వారి 'మిలిటరి' యధికారములకు దోషమేకాఁదగును—మఱి అట్టిదియు ఉన్న చెప్పవలయునా? త్రాగుడు వేట — శీలౌ — లంపటులు అనుట; కావున అనభియుక్తౌ = తమపనులలో అక్కఱలేనివారు, పరాకుగలవారు, అవరోప్య = దింపి, తొలఁగించి, స్వజీవన — తమకూటికి చాలిన పాటిగా. ఉంపఁబడినారు అని, శత్రుపక్షమున, స్వేన స్వేన అధికారేణ = తన తన యుద్యోగముతోనే- మల...తౌ = మలయకేతువుం జేరినారు, అత్యన్తలోభాభిభూతౌ = మిక్కిలియైన యాసచే పైకొనఁబడినారు — జీవనమ్ = బ్రతుకు తెరువు-జీతము మొదలైన దానిని, అబహుమన్యమానౌ = సరకుసేయనివారై, గౌరవింపనివారై, బహు లభ్యతే = ఎక్కువ—చాల దొరకును, తవ ప్రసాదాత్ = నీయనుగ్రహమువలన,

క్రమ్య మలయకేతు మాశ్రితౌ. యో ప్యసౌ భవతః కుమార సేవకో రాజసేన ఇతి, సోఽపి తవ ప్రసాదా దతిప్రభూత కోశ హస్త్యశ్వం సహసైవ తన్మహదైశ్వర్య మవాప్య పున రుచ్ఛేద శఙ్కయా ఉపక్రమ్య మలయకేతు మాశ్రితః. యోఽయ మపరః, సేనాపతేః సింహబలస్య కనీయాన్ భ్రాతా భాగురాయణో ఽసా వపి తత్ర కాలే పర్వతకేన సహ సముత్పన్నసౌహార్దః, తత్ప్రీత్యా చ పితా తే చాణక్యేన వ్యాపాదిత ఇ త్యుత్పాద్య రహసి త్రాస యిత్వా మలయకేతు మపవాహితవాన్. తతో భవదపథ్యకారిషు చన్దనదాసాదిషు నిగృహీతేషు, స్వదోషాశఙ్కయా ఽపక్రమ్య మలయకేతు మాశ్రితః. తే నా ప్యసౌ మమ ప్రాణరక్షక ఇతి కృతజ్ఞతా మనువర్తమా నే నాత్మనో ఽనన్తరమమాత్యపదం గ్రాహితః. యౌ తౌ లోహితాక్షవిజయవర్మాణౌ, తా వప్యత్

అతిప్రభూత కోశ హస్తి అశ్వం = చాల ఎక్కువయైన బొక్కసమును, ఏనుఁగులను గుఱ్ఱాలతోడి దానిని సహసైవ = ఒక్కుమ్మడిగా, తత్ మహత్ ఐశ్వర్యం—మూఁడును అసమస్తములు, వేఱు వేఱు మాటలు, అగొప్పసంపదను పునః ఉచ్ఛేదశఙ్కయా = మరల దానిని తెగఁ గోయుదురన్న భయముతో, కనీయాన్ భ్రాతా = తమ్ముఁడు, తత్ర కాలే = ఆసమయమున, తత్ప్రీత్యా = ఆ (పర్వతకునియందలి) ప్రీతితో, అపవాహితవాన్ = పరారియౌనట్లుచేసి నాఁడు. భవదపథ్య = నీకు కీడు-నీకు కూడని-తగనిదానిని, నిగృహీతేషు = దండింపఁబడఁగా, స్వదోషాశఙ్కయా = తాఁ గావించిన తప్పువలని భయము చేత—తానును నిగ్రహింపఁబడుదును అని, అసౌ మమ ప్రాణరక్షకః = వీఁడు నాప్రాణాలను కాపాడినవాఁడు, ఆత్మనః అనన్తరం అమాత్యపదం = తన ప్రక్కనే-ఎడమే లేకుండునట్టి - మంత్రిపదవి - గ్రాహితః = కైకొనునట్లు చేయఁబడినాఁడు - పి. ఏ. అనియు, పి యస్-పెర్సనల్ అసిస్టెంట్, ప్రైవేటు సెక్రటరి - అని వ్యవహరింతురే అట్టి రాజాన్యవహితత గల పదవిని, ప్రధానామాత్యుఁడైన రాక్షసునికన్నను, రాజునకు చేరువైన పదవిని పొందింపఁ

మానిత్వాత్ స్వదాయాదేభ్య స్త్వయా దీయమాన మసహమానౌ మలయ కేతుమాశ్రితౌ. ఇ త్యేషా మపరాగ హేతవః.

రాజా—ఏవ మేతేషు పరిజ్ఞాతాపరాగహేతుషు, క్షిప్ర మేవ కస్మా న్న ప్రతివిహిత మార్యేణ ?

చాణక్యః—వృషల, న పారితం ప్రతివిధాతుమ్.

రాజా—కి మకౌశలా దుత ప్రయోజనాపేక్షయా ?

చాణక్యః—కథ మకౌశలం భవిష్యతి ? ప్రయోజనాపేక్షయైవ

రాజా—ప్రయోజన మిదానీం శ్రోతు మిచ్ఛామి.

చాణక్యః—శ్రూయతాం, అవధార్యతాం చ. ఇహ ఖలు విరక్తానాం ప్రకృతీనాం ద్వివిధం ప్రతివిధానమ్ - అనుగ్రహో నిగ్రహశ్చ అనుగ్రహ స్తావ దాక్షిప్తాధికారయో ర్భద్రభటపురుదత్తయోః పున రధికారారోపణ మేవ అధికారశ్చ తాదృ శేషు వ్యసనయోగా దనభియు క్తేషు పున రారోప్యమాణః సకల మేవ

బడినాఁడు—నిజప్రాణదాతయు నాయన మిత్రమును అని. అతిమానితయా = అతిమాత్రపుఁ బరువుగలవారగుట వలన, స్వదాయాదేభ్యః = తమ దాయాదులకు, వారును తమకుసమానులగుటయా అని ఈసు, పరిజ్ఞాతాపరాగ హేతుషు - చక్కఁగా ఎఱుంగిబడిన ద్వేషకారణములు గలవారు కాఁగా, కస్మాత్ న ప్రతి విహితమ్ = ఏల దానికి తగిన, వారికి తగిన, ప్రతిక్రియ, మాఱుచేఁత, చేయఁబడలేదు? న పారితం = శక్యముకాలేదు, అలవిపడలేదు, అకౌశలాత్ = నేర్పులేమి — చేతకామి వలన. ప్రయోజనం = ఉపయోగము శ్రూయతాం అవధార్యతాం = వినఁబడునుగాక, అవధరింపఁబడును గాక - విని, గ్రహించి చక్కఁగా చిత్తమునకు తెచ్చుకో. ద్వివిధం ప్రతివిధానమ్ = మాఱుసేఁత — దిద్దుట-ఇరు తెఱంగులు-అనుగ్రహః = మంచిసేయుట, దండించుట. ఆక్షిప్త..= తొలఁగింపఁబడిన......... ఆరోపణం = ఎక్కించుట, ఉంచుట..., రాజ్యస్య

రాజ్యస్య మూలం హస్త్యశ్వ మవసాదయేత్. డిఙ్గరాత బలగుప్తయో రతిలుబ్ధయోః సకలరాజ్యప్రదానే నా ప్యపరితుష్యతో రనుగ్రహః కథం శక్యః? రాజసేన భాగురాయణయో స్తు ధనప్రణాశ భీతయోః కుతో ఽనుగ్రహ స్యావకాశః? లోహితాక్ష విజయవర్మణో రపి దాయాద మసహమానయో రతిమానినోః కీదృశో ఽనుగ్రహః ప్రీతిం జనయిష్య తీతి పరిహృతః పూర్వః పక్షః. ఉత్తరో ఽపి ఖలు వయ మచిరా దధిగతనన్దైశ్వర్యాః సహోత్థాయినం ప్రధానపురుషవర్గ ముగ్రేణ దణ్డేన పీడయన్తో నన్దకులానురక్తానాం ప్రకృతీనా మవిశ్వాస్యా ఏవ భవామ ఇ త్యతః పరిహృత ఏవ. తదేవ మనుగృహీ తాస్మ త్కృత్యపక్షో రాక్షసోపదేశ ప్రవణో మహీయసా మ్లేచ్ఛబలేన పరివృతః పితృవధామర్షీ పర్వతకపుత్రో

మూలం = రాజ్యమునకు సర్వమూలము, నిలుపు సాధనము, అవసాదయేత్ = సన్నగిల్లుచు, బలహీనమగును-నాశనమగును- అతిలుబ్ధ- పేరాసపోతులు- అతుష్యతోః = తృప్తి చెందనివారికి, ధనప్రణాశభీతయోః=తమ ధనము నాశనమగునని భయపడినవారికి, అచిరాత్=ఇటీవలనే - చాలకాలము కాలేదు - సహోత్థాయినం మనతోకూడ లేచువారు-మన యభ్యుదయముతో కూడని తాము అభ్యుదయము పొందువారు-అట్లు అన్నిట మనకు తోడుగా ఉన్నవారు, ప్రధానపురుషులు - గొప్పగొప్ప ఉద్యోగాలలో నుండినవారు-వారిని, ఉగ్రేణ దణ్డేన పీడయన్తః = తీక్ష్ణమైన-భయంకరమైన దండనతో పీడించువారమై అవిశ్వాస్యాః = నమ్మదగనివారము, అనుగృహీత అస్మత్పక్షః(కృత్యపక్షఃఅని పాఠము కాఁబోలును) మనతట్టు ఉన్నవారినెల్ల అనుగ్రహించి, తనతట్టు చేర్చుకొన్నవాఁడై, భద్రభట పురుదత్తులు క్రుద్ధకృత్యులు. డింగరాత బలగుప్తులు లుబ్ధకృత్యులు, రోహితాక్ష విజయసేనులు అవమానితకృత్యులు. భాగురాయణుఁడు మలయునికి 'ఆత్మనః అనంతర మమాత్యపదం'-తనకు ఎడము లేక ప్రక్కనే ఉండు అమాత్యుని పదవిఁ గన్నాఁడు, అత్యంతాంతరంగికుఁడు-ప్రాణమొసంగదగిన యుపకారి. 'Private Secretary' అందురే అట్టి పదవి అనుట. రాక్షస. ణః = రాక్షసుని సలహాలకు చెవి యొగ్గుచు. పితృవధ అమర్షీ = నాయనను జంపినారన్న కోపముగలవాఁడై,

మలయకేతు రస్మానభియోక్తుముద్యతః. సోఽయం వ్యాయామకాలో, నోత్సవకాల ఇతి, దుర్గసంస్కారే ప్రారబ్ధవ్యే. కిం కౌముదీమహోత్సవే, నేతి ప్రతిషిద్ధః.

రాజా—ఆర్య, బహు ప్రష్టవ్య మత్ర.

చాణక్యః—వృషల, విస్రబ్ధం పృచ్ఛ. మ మాపి బహ్వాఖ్యేయ మత్ర.

రాజా—సోఽ ప్యస్య సర్వ స్యానర్థస్య హేతు ర్మలయకేతుః, కస్మా దపక్రామ న్నుపేక్షితః ?

చాణక్యః—అనుపేక్షణే ద్వయీ గతి, నిగృహ్యేత వా ప్రతిశ్రుతం రాజ్యార్ధం ప్రతిపాద్యేత వా. నిగ్రహే తావత్, పర్వతకోఽస్మాభి రేవ వ్యాపాదిత ఇతి కృతఘ్నతాయాః స్వహస్తో దత్తః స్యాత్, ప్రతిశ్రుత రాజ్యార్ధ ప్రతిపాదనే ఽపి పర్వతకవినాశః

అభియోక్తుమ్ = ఎత్తివచ్చుటకు, సోఽయం అట్టి – ఇపుడు చెప్పిన యిన్ని సందర్భములలో కూడినట్టి - యిది, వ్యాయామకాలః = యుద్ధ సన్నాహములతో పాటుపడవలయు - కాలము. పండుగుకాలము కాదు-దుర్గ సంస్కారే=కోటను చక్కపఱుచుట, అత్ర = ఇందు, ఈ విషయమున. విశ్రబ్ధం=జంకులేక, ధారాళముగా, ఆఖ్యేయం=చెప్పవలసియున్నది.

'ప్రష్టవ్యం' 'ఆఖ్యేయం' 'వ్యాయామకాలః' 'నోత్సవకాలః' 'కిం ఉత్తరం ఆర్యస్య-ఇట్లు మాటలక్రమము సర్వమును జగడము - కలహము - ప్రకారము.

అస్య సర్వస్య అనర్థస్య హేతుః-ఈ సకలమైన కీడునకును కారణము - అపక్రామన్ = పరారియగుచో, పలాయితుఁడగుచో, అనుపేక్షణే = ఉపేక్ష చేయమియందు, ద్వయీ గతిః=రెండు మార్గములు-నిగృహ్యేత = దండింపఁబడవలయును. ప్రతిపాద్యేత = ఒసంగఁ బడవలయును - ప్రతిశ్రుతం = వాగ్దానము - ప్రతిజ్ఞ - చేయఁబడినది. ఒప్పుకొన బడినది. స్వహస్తః = చేయూఁత, పర్వతక వినాశః = పర్వతకుం జంపుట (?) ...చావు (?) - కృతఘ్నతా

కేవలం కృతఘ్నతామాత్రఫలః స్యాదితి, మలయకేతు రపక్రామ న్నుపేక్షితః.

రాజా — అత్ర తావ దేవమ్. రాక్షసః పున రిహైవ వర్తమాన ఆర్యే ణోపేక్షిత ఇత్యత్ర కి ముత్తర మార్యస్య ?

చాణక్యః—రాక్షసోఽపి స్వామిని స్థిరానురాగిత్వాత్ సుచిర మేకత్రవాసా చ్చ శీలజ్ఞానాం నన్దానురక్తానాం ప్రకృతీనా మత్యన్త విశ్వాస్యః ప్రజ్ఞా పురుషకారాభ్యా ముపేతః సహాయసంప దాభి యుక్తః కోశవా నిహై వాన్తర్నగరే వర్తమానః ఖలు

మాత్ర ఫలః-వీరిరువురును ఇట్లు మాటలాడుకొనుటచే, పర్వతకుం జంపిన వారు తామే అని తమలో తా మనుకొనుచున్నారా? తమకు రహస్యములేదు కదా. లేదనియె అత్ర తావత్ ఏవమ్=ఈవిషయమున సరియే ఇట్లు. స్వామిని = (తన) దొరయందు-నందునందు, స్థిర అనురాగిత్వాత్ = సడలని యనురాగము కలవాఁడగుటవలన, శీలజ్ఞానాం = వాని శీలమును ఎఱింగిన. నన్దానురక్త - ప్రకృతీనాం=నందులందు అనురాగము గల ప్రజకు, అత్యన్త విశ్వాస్యః = మిక్కిలియు నమ్మదగినవాఁడు, పురుషకార=బలము సహాయ సంపదా = సహాయుల—సహాయముల - పెక్కువతో, కోశవాన్=బొక్కసము— ధనము - గలవాఁడు, అన్తః కోపమ్ = రాజ్యములోపల - నగరములోపల పితూరి - (కోపకార్యమగు) కలహము - ప్రజాకోపము—అల్లరులు తిరుగుబాట్లు లేవఁదీయును-లేపును

'మహా నన్తఃకోప ముత్పాదయేత్.'

చూ. భారవి-II. 51

"అణురప్యపహన్తి విగ్రహః ప్రభు మన్తః ప్రకృతి ప్రకోపజమ్,"

ఉపేక్షితః-చూ. సుభాషిత

యచ్ఛక్తావ ప్యుపేక్షన్తేకదాచి దపకారిణమ్"

సమూలకాషం కషితు ముపాయోసౌ—న మూర్ఛత

మహాన్తి మన్తఃకోప ముత్పాదయేత్, దూరీకృత స్తు బాహ్యాకోప ముత్పాదయ న్నపి కథ మ ప్యుపాయై ర్వశయితుం శక్య ఇ త్యాయ మత్రస్థ ఏవ హృదయేశయః శఙ్కు రి వోద్ధృత్య దూరీకృతః.

రాజా— ఆర్య, కస్మా ద్విక్రమ్య న గృహీతః ?

చాణక్యః—రాక్షసః ఖ ల్వసౌ; విక్రమ్య గృహ్యమాణో యుష్మద్బలాని బహూని నాశయేత్, స్వయం వా వినశ్యేత్. ఏవం స త్యుభయథా పి దోషః. పశ్య—

ఉపాయైః-ఈయుపాయములు కామందకీయము బడి ఏడు - (1) రాక్షసుఁడు పరారియగుటను ఉపేక్షించుట-ఉపేక్ష (2) వానిని మలయునుండి చీల్చుట-భేదము, (3) జీవసిద్ధిమిత్రముచే ఉద్బంధనప్రయత్నాభినయము-ఇది ఒక తెలుఁగు ఇంద్రజాలము (4) చందనదాసుని కొఱుతవేయు మని ఉత్తరువు చేయుట దండము, (5) సిద్ధార్థక సమిద్ధార్థకులను చండాలవేషము పూన్చుట మాయ. (6) రాక్షసునికి మౌర్యసాచివ్యమునుబూన్చుట సామ, (7) చందన దాసుని సర్వనగర శ్రేష్ఠ శ్రేష్ఠిం జేయుట-దానము.

బాహ్య కోపమ్ = బయటి కోపము - కలహము - పితూరి, ఉత్పాదయన్ అపి = కలిగించుచున్నను, వశయితుం=లోబఱుచుకొనుటకు, శక్యః = సాధ్య పడును-అత్రస్థః ఏవ=ఇక్కడనున్న వాఁడే, హృదయే శయః=గుండెలోనున్న శఙ్కుః ఇవ=మేకువలె, ఉద్ధృత్య=పైకిలీసి—పెఱికి, దూరీకృతః = దూరము చేయఁబడినాఁడు-తొలఁగింపఁ బడినాఁడు, విక్రమ్య = పరాక్రమించి, యుద్ధము చేసి, రాక్షసః ఖలు అసౌ=రాక్షసుఁడు గదా ఇతఁడు-ఎట్టియోధుఁడు, ఎంత పరాక్రమశాలి వానిని పట్టనీకుతరమగునా? వానివలన నిన్ను కాపాడు(రక్షించు) కొనగలవా? అనుట, వాఁడును పరాక్రమించి, బలాని బహూని=సేనలను పెక్కింటిని, స్వయం వా=తానే కాని, వినశ్యేత్=నాశన మగును - చచ్చును అనుట ఉభయథా అపి=రెండువిధములను పశ్య = చూడు—అనుగ్రహింపుము

శ్లో. స హి భృశ మభియుక్తో యద్యుపేయా ద్వినాశం,
నను వృషల వియుక్త స్తాదృశే నాపి పుంసా;
అథ తవ బలముఖ్యాన్ ఘాతయేత్; సాపి పీడా;
వనగజ ఇవ తస్మాత్ సో ఽభ్యుపాయై ర్వినేయః ౨౩

రాజా—న శక్నుమో వయ మార్యస్య మతి మతిశయితుమ్. సర్వథా అమాత్య రాక్షస ఏ వాత్ర ప్రశస్యతరః.

చాణక్యః—(సక్రోధమ్) న భవా నితి వాక్య శేషః భో వృషల, తేన కిం కృతమ్?

శ్లో. ౨౩ స ఇతి-సః = అతఁడు. హి = ఎఱుఁగవా? ప్రసిద్ధమేకదా? అభియుక్తః = ఎదిరింపఁబడినవాఁడై, యది వినాశం ఉపేయాత్ = వినాశము (చావు) పొందునేని, వృషల, తాదృశేన = అట్టివాఁడైన, = పుంసా = పురుషునిచేత, వియుక్తః నను అసి = విడువఁబడిన వాఁడవు అగుదువుకదా- అథ = అంతయే కాదు, మఱియు, తవ బలముఖ్యాన్ = నీ సేన మొనగాండ్రను, ఘాతయేత్ = చంపివేయును, సా అపి = అదియు, పీడా = బాధయే - తస్మాత్ = అందువలన, సః = అతఁడు, వనగజఇవ = అడవియేనుగువలె, అభ్యుపాయైః = తగినయుపాయములచేత, వినేయః = వశపఱుచుకొనఁదగినవాఁడు.

మఱింతగా వానిని ఎదిరించిన వాఁడేని చచ్చును, మనలనేని చంపును. ఏదైనను జరుగవచ్చును, రెండును జరుగవచ్చును, రెండును కూడనివే, రెంటను మనకు నష్టమే. మఱి వాఁడు మనకుకావలసియే యున్నది-కాన తగినయుపాయములతో వంచుకొనవలయును

న శక్నుమః = సమర్థుఁడనుగాను, మతిం అతిశయితుం బుద్ధిని మించుటకు, ఇట్లు మాటకుమాట చెప్పుటకు, అట్లు వాదముచేయుటకు, కాని అవి యన్నియు పొరపాట్లనియే నామనసుకు గట్టిగా తోఁచియున్నది. సర్వథా = అన్నివిధాల, ఎటుచూచినను, ప్రశస్యతరః = ఎక్కువశ్లాఘ్యుఁడు - న భవాన్ ఇతి వాక్యశేషః = నీవుకావు అన్నమాటయే యేన ఖలు మహాత్మనా-ఏప(=అ) మహాత్మునిచేత కదా.

రాజా—శ్రూయతామ్ యేన ఖలు మహాత్మనా

శ్లో॥ లబ్ధాయాం పురి యావదిచ్ఛ ముషితం
కృత్వా పదం నో గళే,
వ్యాఘాతో జయఘోషణాదిషు బలా
దస్మద్బలానాం కృతః
అత్యర్థం విపులైః స్వనీతివిభవైః
సమ్మోహ మాపాదితా
విశ్వా స్యే ష్వపి విశ్వసన్తి మతయో
న స్వేషు వర్గేషు నః. ౨౬

శ్లో. ౨౬. లబ్ధాయా మితి–లబ్ధాయాం = (మనకు) పట్టువడిన, పురి = నగరమందు, నః గలే = మన మెడ మీఁద–గొంతుమీఁద, పదం కృత్వా = కాలు పెట్టి–త్రొక్కి, యావదిచ్ఛం = ఇచ్ఛ (వచ్చిన) వఱకు, ఉషితం = వసింపఁబడినది, అస్మత్ బలానాం = మనసేనలకు, జయఘోషణాదిషు = జయము చాటింపు మొదలైన వానియందు, బలాత్ = బలత్కారముగా; వ్యాఘాతః = అడ్డగింపు, కృతః = చేయఁబడినది, అత్యర్థాం = మిక్కుటముగా, విపులైః = గొప్పవి–మనకు ఆకళింపుకానివి – ఐన, స్వనీతివిభవైః = తన నీతిసంపదల (పెంపు) చేత,...నీతిబలముచేత, సంమోహం ఆపాదితాః = మైకము – ఏమి సేయనుండో?పమి–కలిగింపఁబడినవై, నః మతయః = మన బుద్ధులు–నీది, నాది అందఱిది–అనుట–విశ్వాస్యేష్వపి = నమ్మఁదగిన వారియందే, స్వేషువర్గేషు = మన బృందములయందే, నవిశ్వసన్తి = నమ్మకున్నవి, నమ్మకము లేకయున్నవి.

పట్టణము – రాజధాని – మన వశమయిన తరువాత కూడ, రాక్షసుఁడు ఇందే తన యిష్టము వచ్చినంత కాలము ఉండినాఁడు, అప్పుడు వాఁడు కాలితో మన గొంతు త్రొక్కినట్లు మనకు ఊపిరియాడక, ఉక్కిరిబిక్కిరి యగుచుండినది. నగరము పట్టువడి జయము చేపడినను, మన సేనలు దానిని సూచింప జయభేరులు వాయింపఁ బూనిన్న, ఎంతమాత్రము వాయింపనీయలేదు, ఏమేమో పెద్ద పెద్ద నీతిబలంపుఁ బ్రయోగములచే, మన బుద్ధులకు ఏమియు తోఁపనీకుండ చేసినాఁడు, దాన మనవారినే మనము నమ్మలేక పోయితిమి.

చాణక్యః — (విహస్య) ఏతత్ కృతం రాక్షసేన! వృషల. మయా పునర్ జ్ఞాతం నన్ద మివ భవన్త ముద్ధృత్య, భవా నివ భూతలే మలయకేతూ రాజాధిరాజపదే నియోజిత ఇతి.

రాజా— అన్యే నైవేద మనుష్ఠితమ్ ; కి మత్రార్యస్య ?

చాణక్యః— హే మత్సరిన్,

శ్లో. ఆరుహ్యారూఢ కోప స్ఫురణ విషమి తా
గ్రా ఙ్గులీ ముక్తచూడాం
లోకప్రత్యక్ష ముగ్రాం సకలరిపుకులో
త్సాదదీర్ఘాం ప్రతిజ్ఞామ్.
కే నాన్యే నావలిప్తా నవనవతిశత
ద్రవ్యకోటీశ్వరా స్తే

ఇందు అలంకారము సముచ్చయము. ఏకకాలమందే జరిగిన యనేక కార్యములను-యావదిచ్ఛవాసము, జయఘోషణ వ్యాఘాతము, నీతివిభవమున సమ్మోహపాదనము,

విహస్య = పకపకనవ్వి, జ్ఞాతం = తలంపఁబడినది, ఉద్ధృత్య= పెకలించి రాజాధిరాజపదే = చక్రవర్తి పదవియందు, యోజితః = ఉంపఁబడినాఁడు. అత్ర ఆర్యస్య కిం = ఇందు అయ్యకు-అయ్యడి—ఏమున్నది?

మత్సరిన్ = ఈసుపోతు

శ్లో. ౨౭. ఆరుహ్యేతి—ఆరూఢ...చూడాం = పెరిఁగిన కోపంపుఁ దోఁచుటచే ఎగుడుదిగుడైన వ్రేళ్ళకొనలచే విప్పఁబడిన జుట్టుకలదియు, సకల రిపుకుల ఉచ్ఛేద దీర్ఘాం = ఎల్లశత్రు సమూహమును దుంపనాశనముచేయు నంత పొడుగుదియు, (కావుననే) ఉగ్రాం = భయంకరమైనదియు నైన ప్రతిజ్ఞాం = ప్రతినను, లోకప్రత్యక్షం = ఎల్ల లోకుల యెదుట, ఆరుహ్య = ఎక్కి-గట్టిగా పూని, అన్యేన కేన=మఱి యితరుడు ఎవనిచేత, అవలిప్తాః= పొగరెక్కినవారైన. తే = ఆ, నవ నవతి శత ద్రవ్య కోటీశ్వరాః = తొంబది

నన్దాః, పర్యాయభూతాః పశవ ఇవ, హతాః
పశ్యతో రాక్షసస్య॥

అపి చ,

శ్లో. గృధ్రై రాబద్ధచక్రం వియతి విచలితై
ర్దీర్ఘనిష్కమ్పపక్షై—
ర్ధూమై ర్ధ్వస్తార్కభాసాం సఘన మివ దిశాం
మణ్డలం దర్శయన్తః
నన్దై రానన్దయన్తః పితృవననిలయాన్

తొమ్మిది నూర్ల కోట్ల ధనమునకు స్వాములైన నన్దాః = నందులు, పర్యాయభూతాః = వరుసవెట్టి ఒకరి వెనుక నొకరుగా, పశవః ఇవ = మేకలవలె, రాక్షసస్య పశ్యతః = రాక్షసుఁడు చూచుచుండఁగా, అతని నాదరింపక, హతాః = చంపఁబడిరి?

నేను లోకులయెదుట జుట్టు విప్పుకొని శత్రువుల నందఱిని, ఒక్కనిం గూడ మిగులనీక, చంపుదునని ప్రతిజ్ఞచేసి, ఆ ధనమదాంధ నందులను, రాక్షసు కన్నులయెదుట, మేకలంవోలె వరుసవెట్టి చంపితినే, ఇట్లు మఱి యెవ రైనను చేసియున్నారా?

పశవ ఇవ-అనుటచే ఉపమ

శ్లో.౨ల గృధ్రైరితి—దీర్ఘ నిష్కమ్ప పక్షైః = చాపినట్టి పొడుగులును కదలిక లేనియు నగు రెక్కలు గలిగి, ఆబద్ధ చక్రైః = చక్రములు—గుండ్రముగా - తిరుగుటలు - కలుగునట్లుగా, వియతి విచలితైః = మింట ఎగురుచున్న-తిరుగుచున్న, గృధ్రైః = గద్దలచేతను, ధూమైః = పొగలచేతను, సఘనం ఇవ = మబ్బుతోనుంటోలె-మబ్బు కమ్మినట్లుగా, ధ్వస్త అర్కభాసాం = (నాశనము) అగపడనీక చేయఁబడిన సూర్యుని వెలుఁగులు గల, దిశాం = దిక్కుల, మణ్డలం = మొత్తమును, దర్శయన్తః = అగపడునట్లు చేయుచున్న వియు, నన్దైః = నందులతో—వారి పీనుగుల మేదోమాంసాదులతో అనుట—పితృవననిలయాన్ = వల్లకాట గాఁపున్న, ప్రాణినః జీవులను-నక్కలు

ప్రాణినః పశ్య చైతాన్
నిర్వాన్త్యద్యాపి నైతే స్రుత బహుల వసా
వాహినో హవ్యవాహాః.

రాజా—అన్యేనైవేద మనుష్ఠితమ్.

చాణక్యః—అః కేన ?

రాజా—నన్దకులవిద్వేషిణా దైవేన.

చాణక్యః—దైవ మవిద్వాంసః ప్రమాణయన్తి.

తోడేళ్ళు బోరువగద్దలు మున్నగువానిని, ఏతాన్ = ఇవిగో వీనిని, ఆనన్దయన్తః = సంతోషపెట్టుచున్నవియు, హవ్యవాహాః = (చితల = సౌదల) నిప్పులు, స్రుత బహుల వసా వాహినః = కాఱిన మిక్కుటంపుఁ గ్రొవ్వు మోచుచున్నవై, ఏతే = ఇవిగోఇవి, అద్య అపి = ఇప్పుడును. ననిర్వాన్తి = ఆఱకున్నవి, పశ్య = చూడు

మింట వలయము వలయముగా పర్విన గద్దలతోను పొగలతోను ఎందును తెలియనీక మబ్బుకమ్మినట్లు చేయుచున్నవి దిక్కులను, నక్కలుగద్దలు పీకి తినుచు జుఱ్ఱుచు ఇప్పుడును ఇక్కడ సంతోషించుచున్నవి. ఈచితనిప్పులు మిక్కిలిగా ఆ నందుల పీనుగుల క్రొవ్వుకాఱుటచే ఇప్పటికిని ఇవి చల్లాఱకున్నవి, చూడవోయి.

పగతీర్చుకొన్న యాకోప సంతోషావేశము ఇపుడును రేఁగఁగా అవి కన్నులకు దోఁచునట్లు మనస్సున భాసింపఁగా ఇట్లు చూపి చెప్పుచున్నాఁడు

అన్యేన ఏవ = మఱియొకనిచేతనే, నన్దకుల విద్వేషిణా = నందుల కులముపై పగఁగొన్న దైవేన = దైవముచేత - దైవం = విధిని, అవిద్వాంసః = మూర్ఖులు, ప్రమాణయన్తి నమ్ముదురు, చాణక్యుఁడు ఊరక వాదమునకు ఇట నిట్లు చెప్పుచున్నాఁడు కాని అతనికిని సర్వము దైవాధీన మని దైవపారమ్యమున విశ్వాసము గలదు. చూ. VII–౬.

" 'కేనోత్తుఙ్గ' ఇత్యాది.
చాణ్డాలః—నీతినిపుణ బుద్ధినా ఆర్యేణ
చాణక్యః—మా మైవమ్—నన్దకుల విద్వేషిణా దైవేన.
రాక్షసః—అయం...మహాత్మా కౌటిల్యః."

రాజా—విద్వాం సోఽ ప్యవికత్థనా భవన్తి.

చాణక్యః—(సకోపమ్) వృషల, భృత్య మివ మా మారోఢు మిచ్ఛసి.

శ్లో. శిఖాం మోక్తుం బద్ధా మపి పున రయం ధావతి కరః,
(భూమౌ పాదం ప్రహృత్య)
ప్రతిజ్ఞా మారోఢుం పున రపి చల త్యేష చరణః,
ప్రణాశా న్నన్దానాం ప్రశమ ముపయాతం త్వ మధునా
పరీతః కాలేన జ్వలయసి మమ క్రోధదహనమ్. ౨౯

రాజా—(సావేగ మాత్మగతమ్) అయే! కథం సత్య మేవార్యః కుపితః! తథాహి—

అవికత్థనాః = బడాయిఖోరులు కానివారు — తమ్ము తాము పొగడుకొననివారు. భృత్యం ఇవ మాం ఆరోఢుం—నౌకరుంబోలె నామీఁద ఎక్కి సవారి చేయుటకు, తిట్టుటకు ఇచ్ఛసి = కడంగుచున్నావు.

శ్లో. ౨౯. శిఖామితి పునః = మరల, శిఖాం = సిగను. బద్ధాం అపి = ముడువఁబడినదాని నైనను, మోక్తుం విప్పుటకు, అయం కరః = ఈచేయి, ధావతి = దౌడెత్తుచున్నది. పునః = మఱల, ప్రతిజ్ఞాం = ప్రతినను, ఆరోఢుం = పూనుటకు, ఏష చరణః = ఈపాదము, = చలతి = కదలుచున్నది. నన్దానాం—నందుల, ప్రణాశాత్ = నాశనమువలన, ప్రశమం ఉపయాతం = చల్లాఱుటం బొందిన, మమ క్రోధదహనం = నా అలుకయగ్నిని, కాలేన పరీతః = చావు మూఁడిన వాఁడవై, త్వం అధునా = నీవిపుడు, జ్వలయసి = రగిలించుచున్నావు.

నీకు చావు మూఁడినది—చల్లాఱిన నాకోపాగ్నిని రగుల్చుచున్నావు—నిన్ను(చంపుదు నని)మరల ప్రతిజ్ఞ సేయుటకు, చేయి ముడిచిన సిగను విప్పను, పాదము, నేలను తాటింపను కడంగుచున్నవి — ఏ మనుకొన్నావో!—

క్రోధవహ్ని—రూపకము.

'చరణః చలతి' అనుచో 'భూమౌ పాదం ప్రహృత్య' నేలమీఁద పాదముం గొట్టి ఇవి కోపప్రతిజ్ఞకై తమంతటనే జరుగుచేష్టలు - ఇదంతయు చాణక్యుని అభినయము. ఐనను దానిని ఎంత చక్కగా చేయుచున్నాఁ డనఁగా చంద్రగుప్తుఁడు అది నిజమే అనుకొని దిగులుపడుచున్నాఁడు.

శ్లో. సంర మ్భోత్స్పన్ది పక్ష్మ క్షర దమల జల
క్షాలన క్షామ యాపి
భ్రూభ ఙ్గోద్భేద ధూమం జ్వలిత మివ పురః
పిఙ్గయా నేత్రభాసా;
మన్యే, రుద్రస్య రౌద్రం రస మభినయత
స్తాణ్డవేషు స్మరన్త్యా,
సఞ్జాతో గ్రప్రకమ్పం కథ మపి ధరయా
ధారితః పాదఘాతః. 30

శ్లో. ౩౦ సంరమ్భేతి-సంరమ్భ ఉత్స్పన్ది...క్షామయా అపి=ఆటోపము (=వేగిరపాటు) చేత, పైకికదలి (=లేచి) విప్పారినరెప్పలు గలదియై కాఱుచున్న తేట నీటఁ గడుగఁ బడుటచే-నీటి వ్యాప్తిచే అన్నమాట-కాంతి తగ్గిన దైనను, పిఙ్గయా=ఎఱ్ఱనిదైన, నేత్రభాసా = కండ్ల కాంతిచేత, పురః = (నా) యెదుర, భ్రూభఙ్గ ఉద్భేద ధూమం = బొమముడి పొడముట యను పొగతో, జ్వలితం ఇవ = ధగ్గని మండినట్లున్నది తాణ్డవేషు = ఉద్ధత - విసరుతోడి - నృత్యముల యందు, రౌద్రం రసం అభినయతః = రౌద్రరసమును అభినయించుచున్న, రుద్రస్య = రుద్రుని, (కర్మకు షష్ఠి, స్మృధాతువునకు) స్మరన్త్యా ధరయా = జ్ఞప్తికి-తలఁపునకు-తెచ్చుకొనుచున్న భూమిచేత, సంజాత ఉగ్రప్రకమ్పం= పొడమిన భయంకరపు - అతిమాత్రపు - పెద్దయదురుపాటు చెందినట్లుగా, పాదఘాతః=అడుగుదెబ్బ, కథ మపి = ఎట్టకేలకు, ధారితః = మోయఁ (ఓర్వ) బడినది - అని - మన్యే=తల తును.

ఆయాటోపమున రెప్పలు విప్పారినవి, కన్నులు కాఱునీటికి కొంత మసకపడినవి. ఐనను ఆబొమముడిపాటు పొగవలె నుండఁగా, గంటి యెఱ్ఱ కాంతి నా యెదుర ఒకమంట మండినట్లుండినది. నేలమీఁద కాలితో తన్నిన తన్నునకు నేల అదిరిపోయినది. మఱి దాని నెట్లు ఓర్చుకొన్నదో - ఆదెబ్బకు శివుని తాండవపు రౌద్రరసాభినయమున తనకు తగులునే ఆ తన్నులు, తలఁపునకు వచ్చియుండును భూమికి-సందియము లేదు.

రౌద్రరసము కోపస్థాయికము, రుద్రదేవతాకము నగు రసము - దాని యభినయమున సంరంభము, పక్ష్మోత్స్పందనము, జలక్షరణ క్షాళనములు.

చాణక్యః — (కృతకకోపం సంహృత్య) వృషల వృషల, అల ముత్తరోత్తరేణ యద్యస్మత్తో గరియాన్ రాక్షసో ఽవగమ్యతే, త దిదం శస్త్రం తస్మై దీయతామ్. (ఇతి శస్త్ర ముత్సృజ్యోత్థాయ, ఆకాశే లక్ష్యం బధ్వా, స్వగతమ్) రాక్షస రాక్షస, ఏష భవతః కౌటిల్యబుద్ధి విజిగీషో ర్బుద్ధేః ప్రకర్షః

శ్లో. చాణక్యత శ్చలిత భక్తి మహం సుఖేన
జేష్యామి మౌర్య మితి సంప్రతి యః ప్రయుక్తః
భేదః కి లైష భవతా, సకలః స ఏవ
సంపత్స్యతే శఠ, త వైవ హి దూషణాయ. ౨౧

(ఇతి నిష్క్రాన్తః)

భ్రూభంగము, నేత్రపింగత పాదాఘాతము - మొదలగున వన్నియు అనుభావములు, ఆవేగము సంచారిభా , అశ్రు మొ , సాత్వికభా , ఉండును.

'జ్వలితమివ' 'మన్యే'- అను సంభావనలు ఉత్ప్రేక్ష

కృతకకోపం = తెచ్చుకోలు కోపమును, సంహృత్య=మాని, అలం ఉత్తరోత్తరేణ - అలం = వలదు - నిషేధార్థకము - దానికి తృతీయాయోగము - మాటకుమాట చెప్పుట - వాదులాడుట - గరీయాన్ = గొప్పవాఁడు, యది అవగమ్యతే = ఎంచఁబడునేని, తత్ = అప్పటికి. దాన, 'యది' ఇది ఎదురు మాట — శస్త్రం = కత్తి — మంత్రియధికారపు గుఱుతు - ఆకాశే లక్ష్యం బధ్వా - మింట చూపు ఇట్లు నిలుపుట ఉన్మాదపర్యంతపు భావోద్రేకముచేత, ...విజిగీషోః = జయింపఁగోరిన వానియొక్క—ప్రకర్షః = ఉత్కర్ష = మేలిమి.

శ్లో ౨౧ చాణక్యత ఇతి-చాణక్యతః = చాణక్యుని వలన, చలితభక్తిం= తొలఁగిన భక్తిగలవాఁడైన, మౌర్యం = చంద్రగుప్తుని, అహం = నేను, సుఖేన= సులువుగా, జేష్యామి జయింపఁగలను, ఇతి = అని, సంప్రతి = ఇప్పుడు, యః ఏషః భేదః కిల భవతా ప్రయుక్తః = ఏ యీ విడఁదీయుట (కిల =) అనునది నీచేత ప్రయోగింబడినదో, స ఏవ = అదియే. సకలః = సర్వమును, తవ ఏవ దూషణాయ = నీకీడునకే, శఠ = వంచకుఁడా సంపత్స్యతే = కాఁగలదు, ఒనఁగూడఁగలదు

రాజా—ఆర్య వైహీనరే, అతః ప్రభృత్యనాదృత్య చాణక్యం చన్ద్రగుప్తః స్వయమేవ రాజ్యం కరిష్యతీతి గృహీతార్థాః క్రియన్తాం ప్రకృతయః.

కఞ్చుకీ—(ఆత్మగతమ్) కథం! నిరుపపద మేవ చాణక్య మితి, నార్యచాణక్య మితి! హన్త! సంగృహీతో ఽధికారః! అథవా, న ఖల్వత్ర వస్తుని దేవదోషః; కుతః,

---

చాణక్యుఁడు లేకపోయిన, చంద్రగుప్తుని సులువుగా జయింపఁగలను' వా రిరువురికి కాకుఁడఁ జేయవలయును. అని మాకు చీలిక కలిగించితివి, కాని ఇదియే అన్ని విధముల నీకీడునకే కాఁగలదుపో, శరుఁడా.

ఇందు అలంకారము విషమము. మౌర్యునికి చాణక్యునుండి తాను కల్పింపఁగోరిన భేదమున మలయకేతువునుండి తనకుంభేదము కలుగుటచే విషమము. అనిష్టస్యాప్యవాప్తిశ్చ తదిష్టార్థ సముద్యమాత్ విషమాలంకారః.

అనాదృత్య చాణక్యం = చాణక్యుని అదరింపక సరకుసేయక, గృహీతార్థాః = ఎఱుంగఁబడిన విషయముగలవారుగా – ఎఱింగినవారుగా – అనుట క్రియన్తాం = చేయఁబడుదురుగాక, ప్రకృతయః = ప్రజలు నగరాన చాటింపఁబంపుము – అనుట కథం = ఎట్లు ఏమీ! – ఆశ్చర్యార్థకము, నిరుపపదం ఏవ = తోడు, మాట (= ఉపపదం) గౌరవార్థమైన ఆర్య' "అమాత్య అనువానిఁబోనిది, "ఆర్య" "అయ్య" అనుటయే, చూ ప్రతాపరుద్రీయము II

"చెకుముకి – ఓహో! ఏమి పరోపదేశపాండిత్యము! మీరు ఎవరిసెలవు మీఁద వచ్చినారు ఈప్రతాపరుద్రుని రాష్ట్రములోనికి?...

వలీఖాను–(ఆత్మగతము) అరే "ప్రతాపరుద్రుని" అంటాడు, "గారూ" చెప్పలేదు, "రాజా" చెప్పలేదు. ఇతఁ డేమి ఆయన్కి ద్వేషడా?

చెకుముకి-ఈప్రతాపుని జోస్యుఁడు రెండవభాగముమాత్రమే చదివినాఁడు.

వలీఖాను-(ఆత్మగతము) మళ్లీ "ప్రతాపుని" ఆని బలే హగౌరవంచెస్తాడు!'

హన్త–ఆశ్చర్యము! ఇది కలవరపాటుంగూడ తెలుపును, సంగృహీతః—కైకొనంబడినది, పెఱుకుకొనంబడినది, అధికారః = చెల్లుబడి, పదవి. అథవా = ఐనను–అత్ర వస్తుని–ఈవిషయమున, దేవదోషః = ఏలినవాని తప్పు-

శ్లో. స దోషః సచివస్యైవ యదసత్ కురుతే నృపః,
యాతి యన్తుః ప్రమాదేన గజో వ్యాళత్వవాచ్యతామ్. ౩౨

రాజా—ఆర్య, కిం విచారయసి ?

కఞ్చుకీ — దేవ, న కిఞ్చిత్. దిష్ట్యా దేవ ఇదానీం దేవః సంవృత్తః.

రాజా—(ఆత్మగతమ్) ఏవ మస్మాసు గృహ్యమాణేషు, స్వకార్యసిద్ధికామః సకామో భవ త్వార్యః. (ప్రకాశమ్) శోణోత్తరే, అనేన శుష్కకలహేన శిరోవేదనా మాం బాధతే. శయనగృహ మాదేశయ.

ప్రతీహారీ—ఏదు దేవో. [ఏ త్వేతు దేవః.]

శ్లో. ౩౨ స ఇతి. నృపః = రాజు, అసత్ కురుతే = ఆదరింపకపోవును. (ఇతి) యత్ = అనుట ఏది (కలదో) సః దోషః = అతప్పు, సచివస్య ఏవ = మంత్రికే—మంత్రిదే — గజః = ఏనుఁగు, వ్యాలత్వవాచ్యతామ్ = పోకిరిది అను నిందను, యన్తుః = మావటీని, ప్రమాదేన = పొరపాటుచేత, అరయమిచేత, పరాకుచేత, యాతి = పొందును కిం విచారయసి = ఏమి ఆలోచించుచున్నావు?

ఇందు అలంకారము దృష్టాంతము — రాజు అసత్తు చేయు దోషము సచివునిదే, గజము వ్యాళమగు దోషము యంతదే. అని బింబప్రతిబింబభావము,

"చేద్బింబప్రతిబింబత్వం దృష్టాన్త స్తదలంకృతిః."

ఈయాత్మగతమున రవంత సేపు ఏదియో ఆలోచించుచు, లేక సందేహించుచు ఉన్నాఁడని అట్లు అడుగుట, దిష్ట్యా = బళి — సంతోషముం దెలుపును—దేవః సంవృత్తః — నిజముగా దొర — ఏలినవాఁడు — సంవృత్తః = ఐనాఁడు. గృహ్యమాణేషు = తలపఁబడుచుండఁగా, నన్ను ఇట్లు ఎల్లరు తలంతురేని, సకామో భవతు = కోరికి తీఱినవాఁడు అగునుగాక, శుష్కకలహేన = ఉత్త జగడము చేత, ప్రయోజనములేని వట్టి జగడముచేత, శిరోవేదనా = తలనొప్పి, తలయేరు, శయనగృహం ఆదేశయ = పడుకటింటిని చూపుము — చూపుటను ఎఱుఁగమి చేతఁగాదు—అది రాచమర్యాద.

రాజా—(ఆత్మగతమ్)

శ్లో. ఆర్యాజ్ఞ యైవ మమ లఙ్ఘిత గౌరవస్య
బుద్ధిః ప్రవేష్టు మివ భూవివరం ప్రవృత్తా,
యే సత్య మేవ హి గురూ నతిపాతయన్తి
తేషాం కథం ను హృదయం న భినత్తి లజ్జా ? 33

ఇతి నిష్క్రాన్తాః సర్వే.

ముద్రారాక్షసనాటకే కృతక కలహో నామ

తృతీయాఙ్కః

శ్లో. 33 ఆర్యాజ్ఞేతి—ఆర్యాజ్ఞయా ఏవ = అయ్యగారి యుత్తరువు చేతనే, లఙ్ఘిత గౌరవస్య = మీఱిన గౌరవము గలవాఁడనైన, మమ = నా యొక్క, బుద్ధిః = బుద్ధి, భూవివరం = నేలలో బొరియను, ప్రవేష్టుం ఇవ = చొచ్చుటకుం బోలె = సిగ్గునను అవమానమునను అనుట, ప్రవృత్తా = పూనినది సిగ్గునకును అవమానమునకును తల వంచుకొనుటయు దాఁచుకొనుటయు లోకాన కలిగినదే. యే = ఎవరు, సత్యం ఏవ = నిజముగానే, గురూన్ = గురువులను- ఆచార్యులను - పెద్దలను, అతిపాతయన్తి = అతిక్రమింతురో, తేషాం = వారికి, లజ్జా = సిగ్గు, హృదయం = దెందమును, కథంను నభినత్తి = ఎట్లు చీల్ప కుండునో గదా.

నేను ఇట్లు ఆర్యునిమీఁది గౌరవమును తిరస్కరించితిని, అది ఆయన చేయుమని చెప్పినదే, నేర్పినదే, నాసొంతనడత కాదు అందులకేనాకు ఎంతయో సిగ్గుగా ఎందేని బొఱియలోదూఱి దాఁగుదునా అన్నట్లున్నదే, నిజముగా అతిక్రమిఁచిన అదెంత సిగ్గుకలుగదు-దాన నాదెందము చీలిపోదా!

ఇతి అంకము ముగిసినది, నిష్క్రాన్తాః సర్వే అందఱు నిష్క్రమించి నారు, అంకాంతమున సర్వపాత్రనిష్క్రమణము చెప్పవలసినది- అని శాస్త్రము- ఇది దాని పాటింపు.

ఇందు కలహము కృతకమైనను, చాణక్య చంద్రగుప్తులు అది నిజమే అని తోఁచునంత చక్కఁగా నటించినారు కౌముదియుత్సవమునకైన యుత్తరువు దాని ప్రతిషేధము మొదలుకొని, చంద్ర చాణక్యులవాదులాట, అందు ఓడియు చంద్రుఁడు, ఎటుచూచినను రాక్షసుఁడే గొప్పమంత్రి యనియనుటయు, చాణక్యునిదెల్ల దైవానుకూలమున జరిగినదే కాని చాణక్యు పౌరుషమునఁ గాదనుటయు, చాణక్యునిది వట్టి బడాయిమాటలు అనుటయు, చాణక్యుఁడు కోపముతో ఉండుటయు, ఎట్లో శాంతించి అట్లేని ఇదిగో శస్త్రము మీ రాక్షసునికే ఇచ్చుకో అని చాణక్యుఁడు చివుక్కున లేచిపోవుటయు, చంద్రగుప్తుఁడును ఇఁకను తానే, చాణక్య సంబంధము లేక సొంతముగా రాజ్యము విచారించుకొందు నని ఊరిలో చాటింపుమని తానును ఈపాడు జగడముచే తలనొప్పియని శయనగృహమునకు పోవుటయు.

ఈ కలహమెల్ల చాణక్యుని మంత్రపుఁబన్నకమే. కానిదానిని రాక్షసుఁడు తాను సాధించిన దని, ఇఁకఫర్వాలేదు అని, చంద్రగుప్తు నవలీలగా జయింతునని యనుకొనఁగలఁడు. మఱి తన పన్నకమున రాక్షస మలయకేతువులకు చీలిక ఎట్లు ఏర్పడకపోవునో చూతునుగాక అని చాణక్యుఁడు తలంచెను.

ఇతి తృతీయాఙ్కః-తృతీయాంకము ముగిసినది

చతుర్థాఙ్కః

(తతః ప్రవిశ త్యధ్వగవేషః పురుషః)

పురుషః—హీ హీమాణహే హీమాణహే

శ్లో. రాఅణిఓఅ మహీఅ! కో ణామ గఆగఅ మిహ క రేఇ,
అట్ఠాణ గమణ గుర్వీ పహుణో అణ్ణా జఇ ణహోఇ. ౧

జావ అమచ్చ రక్ఖసస్స ఏదం గేహాం గచ్ఛామి. (శ్రాన్తవత్ పరిక్రమ్య) కో ఎత్థ దువారిఆణం? ణివేదేహ భట్టిణో అమచ్చ రక్ఖసస్స పసో కరభఓ తువరంతో పాటలిపుత్తఆదో ఆగదోత్తి.

[ఆశ్చర్య మాశ్చర్యమ్!

శ్లో. రాజనియోగో మహీయాన్ కో నామ గతాగతమిహ కరోతి
అస్థాన గమన గుర్వీ ప్రభో రాజ్ఞా యది న భవతి? ౧

అధ్వగవేషః = బాటసారి వేసమువాఁడు – చాల దూరము దారి నడచి వచ్చినట్లు అగపడుచున్నాఁడు. పురుషః = సేవకుఁడు – (మాసిసి అనియు) వేసాన సేవకతయు తోఁచును ఇతఁ డెవఁడో ఎట్లు తెలియును? అతని తొలిబాషితముననే తెలిసి పోవును, అది నాటక (రచన) సంప్రదాయము, నాటకకథా కరపత్రముం జూచి కాదు, దాని నెఱుంగుట – ఇపుడు పెక్కునాటకములలో ఈ పొరపాటు ఉండును, హీ హీమాణహే – ప్రాకృత పదసముదాయము - ఆశ్చర్యార్థకము, కొన్నియెడల సంతోషార్థకమును.

శ్లో. ౧. రాజనియోగేతి _ రాజనియోగః = రాజును త్తరువు, మహీయాన్ = దొడ్డది దాటరానిది; అస్థాన గమన గుర్వీ = (అస్థాన =) తగనిచోట_కొండ రాయి రప్ప మయము కాఁబోలు దారులు - పాటలినుండి మలయుని కొండల

యావ దమాత్యరాక్షస స్యైత ద్గేహం గచ్ఛామి. కో ఽత్ర దౌవారికాణామ్? నివేదయ భర్తురమాత్యరాక్షసస్య, ఏష కరభక స్త్వరయన్ పాటలిపుత్రా దాగత ఇతి.)

(ప్రవిశ్య)

దౌవారికః — భద్ద, సణేహిం మన్తేహి, ఏసో అమచ్చో కజ్జ చింతా జణిదేణ జాఅరేణ సముప్పణ్ణ సీసవేఅణో అజ్జ వి సఅణం ణ ముంచది. తా చిట్ఠ ముహుత్తఅం, లద్ధావసరో తుహ ఆఅమణం ణివేదేమి.

రాజ్యమునకు - అట్టిచోట మైలు ఆమడగా - అట్లు లేని పొడువుగా తోఁచును, పోవుటచే - నడచుటచే చాల దీర్ఘమైన, అంతకన్నను ఇది మేలి యర్థము కాఁబోలు రాకపోకలు త్వరగా జరుగవలయునని. అస్థాన = ఆగుట లేక - మజిలీ లేక నడచుటచే (=గమన) మఱింత దూరము నడచు (నడిపించు) టచే మిక్కిలియు గొప్పదిగా-దూరముగా తోఁచు, ప్రభోః ఆజ్ఞా = రాజు నుత్తరువు, యది న భవతి=ఉండకన్నట్లయిన, కోనామ=ఎవఁడు నిజముగా, గతాగతం= రాకపోకలు, ఇహ=ఇందు, ఇచట. కరోతి=చేయును?

రాజునుత్తరువు ఎంత దొడ్డదయ్యా! ఎంత కష్టమైనపని నైనను ఏవేళలో చేయవలసిన దైనను కిమాకమా అనక విసుకుకొనకుండ చేయించును.

ఇందు అలంకారము అప్రస్తుత ప్రశంస. ఇందలి యప్రస్తుతము, కరభక గతాగతము ప్రస్తుతాశ్రయి. అస్థాన-దారిలోఁగాని పోయినచోటఁగాని నిలువక అలపు తీర్చుకొనుటకు కాలవ్యయము సేయక అనియు. శయన-పడుకగది.

అమాత్య రాక్షసస్య = రాక్షస మంత్రియొక్క - వీనికి ఈ యూరివీథులు ఇండ్లు బాగుగాతెలియును - వాఁడు మునుపు ఇక్కడ నున్నవాఁడే, శ్రాన్త వత్ = బడలినవానివలె - వేసగానికి ఎచ్చరిక యిది - బడలిక తెలియునట్లు నడవవలయును—ఆప సోపాలు పడుచు. భర్తుః = దొరకు - రాక్షసమంత్రికి, నౌకరు దొరను భర్త అనవలయు నని నాట్యపరిభాష - త్వరయన్=తొందరగా తలుముచు - నివేదయ=విన్నవింపుము - ఏషః = వీఁడుగో - చూపుచుంబోలె-

[భద్ర, శనై ర్మన్త్రయ, ఏషో ఽమాత్యః కార్యచిన్తాజనితేన జాగరేణ సముత్పన్న శీర్షవేదనో ఽద్యాపి శయనం న ముఞ్చతి, తస్మా త్తిష్ఠ ముహూర్తకమ్. లబ్ధావసర స్త వాగమనం నివేదయామి.]

పురుషః—భద్దముహ తహ కరేహి. [భద్రముఖ, తథా కురు.]

(తతః ప్రవిశతి శయనగృహగత ఆసనస్థః శకటదాసేన సహ సచిన్తో రాక్షసః)

రాక్షసః—(ఆత్మగతమ్)

శ్లో॥ మమ విమృశతః కార్యారమ్భే విధేయతామ్,
అపి చ కుటిలాం కౌటిల్యస్య ప్రచిన్తయతో మతిమ్,
అథ చ విహితే మత్కృత్యానాం నికామ ముపగ్రహే,
కథ మిద మి హే త్యున్నిద్రస్య ప్రయా త్యనిశం నిశా ౨

తొందరగా చెప్పుట. భద్ర - దౌవారికుఁడు పీనికిం బరిచితుఁడు గాఁడు కావున పరాయివానిం బోలె - 'భద్ర' అనుట. శనైః = మెల్లఁగా - సన్నగొంతుతో - జాగరేణ = జాగరము - నిద్రలేమి చేత - చింతలు మనసున ఉన్న నిద్రపట్టదు ముహూర్తకం = రవంతసేపు, లబ్ధావసరః = సందు - సమయము - పొందినవాఁడనై, సచిన్తః=ఆలోచనలతో కూడుకొన్నవాఁడై.

ఆత్మగతమ్-పడుకటిల్లు, ఒంటిపాటు, శకటుఁడు మాత్రమే ఉన్నాఁడు-వానికిని తెలియనీని ఆలోచన - ఆత్మగతము కాఁబోలు.

శ్లో. ౨. మమేతి — కార్య ఆరమ్భే = నాపనికి మొదట, విధేః అవిధేయతాం=విధి ప్రతికూలముగా నుండుటను, విమృశతః=లెస్సగా పర్యాలోచన చేయుచుండఁగాను, అపి చ=మరియు కౌటిల్యస్య=చాణక్యునియొక్క, కుటిలాం=వంకరయైన-గ్రహింపను సులువు కాని, మతిం = బుద్ధిని, ప్రచిన్తయతః = తల

అపి చ,

శ్లో. కార్యోపక్షేప మాదౌ తను మపి రచయం,
   స్తస్య విస్తార మిచ్ఛన్,
బీజానాం గర్భితానాం ఫల మతి గహనం
   గూఢ ముద్భేదయం శ్చ

పోసికొనుచుండఁ గాను, అథ చ = అంతట - మఱియు అచట, మత్కృత్యానాం=నాపనులకు, నికామం = మిక్కుటముగా, ఉపగ్రహే = ఆటంకము, తప్పిపోవుట, విహితే=కావింపఁబడఁగా. కథం ఇదం ఇహ ఇతి=ఎట్లు ఇది యిక్కడ అని, అనిశం=ఎల్లప్పుడును ఉన్నిద్రస్య=నిద్రలేక మేలుకొనియున్న, మమ = నాకు, నిశా=రాత్రి. ప్రయాతి=కడుపొడుగుగా సాగుచున్నది.

నాపనిలో నాకు విధి మొదటినుండి ప్రతికూలముగానే యున్నది. కౌటిల్యునిబుద్ధియు అతిగహనముగా దుర్బోధముగా నున్నది. వీనిని ఎప్పుడు ఎందువలననా ఎట్లా అని విమర్శించుకొనచు తలపోసికొనుచునే యున్నాను. ఇఁకను నా కావించు పనులకా - విషకన్య ప్రయోగము ద్వారబంధ తోరణ ప్రయోగము, పడకటింటి ప్రయోగము - మొదలైనవాని కన్నిటికిని అట్లట్లు ఆటంకములు ఎదురుతిరుగుటలు కూర్పఁబడినవి. ఇఁక నిది ఎట్టు చేయుటయా అని చింతిలు నాకు నిద్రయే లేదు. రాత్రి యంతయు జాగరమే.

శ్లో. ౩. కార్యేతి - నాటకానాం కర్తా వా = నాటకముల రచయిత కాని, అస్మద్విధః వా = నాబోఁటివాఁడా, రాచమంత్రి, కాని - తొడంగిన దానిని ముగించుటకు(ఇమంక్లేశం) ఇట్టి కష్టమును, అనుభవించును. ఆదౌ కార్య ఉపక్షేపం =పనిని తొడంగుట- ఈ నాటకాన రాక్షసునికి పని యేమి ? మలయకేతుం గూడుకొని మ్లేచ్ఛసేనం గూర్చుకొని వచ్చి కుసుమపురమున చంద్రుం జంపి నిర్బాధముగా మలయకేతును రాజుం జేసి అట్లు నందుల పగఁ దీర్చి కృతకృత్యుఁ డగుట. (అందులకు వలసిన సర్వమూలమైన) కార్య ఉపక్షేపం = పనిని తొడఁగుటను, తను మపి = ఇంచుకగానే, రచయన్ = కావించుచు, తస్య=దానియొక్క, విస్తారం ఇచ్ఛన్ = విస్తరించుటం గోరుచు (అందులకు కడంగుచు,) బీజానాం=విత్తులవంటివైన ఆ ప్రయోగారంభములు, గర్భితానాం= చూలు- దాల్చినట్లు ఉబ్బినవానియొక్క, నిండినవాని యొక్క, అతిగహనం= కడు చిక్కు ఐన, ఫల =ఫలితమును, ప్రయోజనమును, గూఢం=రహస్యముగా,

కుర్వన్ బుద్ధ్యా విమర్శం, ప్రసృత మపి పునః
  సంహరన్ కార్య జాతమ్,
కర్తా వా నాటకానా మిమ మనుభవతి
  క్లేశ, మస్మద్విధో వా. 3

ఉద్భేదయన్ చ = వెలువరించుచు, బుద్ధ్యా = బుద్ధితో, విమర్శం = మంచి సెబ్బరలను, కష్టము లేసులను, పర్యాలోచించుటను, కుర్వన్ = చేయుచు, కార్యజాతం=పనుల మొత్తమును, ప్రసృతం అపి = అటు నిటు మించి ప్రసరించిన-వ్యాపించినదాని నైనను, పునః సంహరన్ = మఱల పోవుటచేయుచు, ముగించుచు, అస్మద్విధః = నాబోఁటియు, ఇమం క్లేశం అనుభవతి = ఇట్టి కష్టమును - ఆయాసమును - అనుభవించును

రాక్షసునికి ఇట కార్యమనఁగాను దాని నుపక్షేపించుటయనఁగాను బీజము లనఁగాను గర్భితములనఁగాను తక్కినవి అనఁగాను, జరిగిన యంతములనుండి కాని, (జరుగనున్న వాని నుండికాని) 'ఫలానా అని ఏవ్యాఖ్యాతయు ఏయాంగ్ల 'నోట్సు' - కారుఁడును వివరింపఁడు గదా తొలుత రహస్యముగా ఆరంభింపఁబడిన కార్యజాతమును నడుమ నడుమ విస్తరింపఁజేయుచు, దాఁగిన మంత్రముల, మంత్రిప్రయోగముల, ఫలమును, అనఁగా వానిచే సాధింపవలసిన దానిని, మాటిమాటికి వెలువరించుచు, బుద్ధితో లెస్సగా పర్యాలోచించుచు భవిష్యత్తుకు పర్వినదానిని శుభఫలము కలుగునట్లుగా ఉపసంహరించుచు - ముగింపునకుఁ దెచ్చుచు, నాబోఁటి మంత్రి మిక్కిలి ఆయాసమును అనుభవించును - అని ధుండిరాజు వ్రాసెను గాని అందును ఏమన ఏదియో - అనుటను పేర్కొనఁడాయెను.

కర్తావా నాటకానాం - నాటకకర్తకు సంబంధించిన రెండవ యర్థమున వ్యాఖ్యాత కాని టీకాకారుఁడు గాని దశరూపకమును వల్లించుటే కాని, కార్య విస్తరణ బీజగర్భితత విమర్శసంహారము అనువాని లక్షణముల వల్లించుటే కాని అవి ప్రకృత ముద్రమున ఎట్లో యేమో చెప్పఁడు. కార్యోపక్షేపం = నాటకేతి వృత్త కార్య బీజమును నాటుటను, ఆదౌ = ఆరంభమున, ముఖసంధిలో, తనుం అపి = ఇంచుగా నైనను, రచయన్ = కావించుచు, తస్య = ఆబీజము యొక్క, విస్తారం = వ్యక్తమగుటను-అట్టి విస్తరమును, ఇచ్ఛన్ = కోరుచు -

అనఁగా ప్రతిముఖసంధిలో కావించుచు అనుటయే, గర్భితానాం = అగపడి అంతలో మాయమైనట్లు ఉన్న, బీజానాం = విత్తనమువంటి యాకార్యము యొక్క, గహనం ఫలం = చాల చిక్కుగలదైన ఫలమును, గూఢం = రహస్యముగా (నే), గర్భసంధిలో. ఉద్భేదయన్ = వెదకి కనిపట్టుచు, బుద్ధ్యా = బుద్ధితో, విమర్శం = (బీజ) అను సంధానమును, కుర్వన్=చేయుచు, ప్రసృతం అపి = ఎట్లెట్లో చెదరిపోయిన దానినైనను, కార్యజాతం = ముఖ ప్రతిముఖ - ఆదుల కార్యసమూహమును, సంహరన్ = (నిర్వహణసంధిలో) ఒక్కొక్కటిగా ఏక ప్రయోజనము కలవానింగా-కూర్చుచు, నాటకానాం కర్తా వా (అస్మద్విధః)= నాటక రచయితకాని (మాబోటివాఁడు - విశాఖదత్తుంబోని వాఁడు అనియుం గొనవచ్చునేమో) ఇమం క్లేశం = ఈ (గొప్ప) కష్టమును - ఆయాసమును, అనుభవతి = అనుభవించును.

ఇదెల్ల ఇట్లే చాణక్యుం గూర్చియు చెప్పఁదగును. అప్పుడు ఆవివరము ఎట్టిదగునో దానిని ఉపన్యసింపఁదగును ఐనను కవి రాక్షసునికి చెప్పినాఁడు కాని, చాణక్యుం గూర్చి చెప్పలేదు. రాక్షసుఁడు ఇప్పటికి చంద్రుని చాణక్యు నుండి చీలిన వానింజేసినాఁడు. ఐనను ఇందు అతని భాగ మెంతః రవంతయే. అదియేని కలదా? అక్కఱ తీఱిన చంద్రునికిని జితకాశి చాణక్యునికిని జగడము తనంతనే వచ్చినట్లు వచ్చినది అని రాక్షసభ్రాంతి. నిజముగా అది గూఢముగా చాణక్యుని కార్యము కాని రాక్షసునిది కాదు. రాక్షసుఁడు కావించిన దంతయు ఆ స్తవ (న) కలశునిచేత చేయించిన యించుక పాటి యుత్తేజనము- రాక్షసుని దంతయు భ్రాంతిమూలము-అసత్యమే, ఆచంద్ర చాణక్యుల భేదమును జగడమును.

కర్తా వా...అస్మద్విధో వా - అనిపోలిక చెప్పుటచే అలంకారము ఉపమ.

ఇందు నాటక పరిభాష యంతయు ఇముడ్పఁబడియున్నది, ఐదు సంధులును కొన్ని సూచింపఁబడినవి, కొన్ని పేర్కొనంబడినవి, ఉపక్షేపము ముఖ సంధ్యంగములలో ఒక ముఖ్యమైనది. 'బీజన్యాస ఉపక్షేపః' అని దానిచే ముఖసంధి సూచితము. 'దృష్టనష్టానుసరణం పరిసర్ప'-అని ప్రతిముఖసంధ్యంగమైన పరిసర్పమును సూచించు 'విస్తార మిచ్ఛన్' అనుటచే సూచితము, "గర్భితానాం"-గర్భసంధి కంఠరవముచేతనే చెప్పఁబడినది. అంతియకాక

తదపి నామ దురాత్మా చాణక్యవటుః.

(ఉపసృత్య)

దౌవారికః—జేదు. [జయతు]

రాక్షసః—అతిసన్ధాతుం శక్యః స్యాత్ ?

దౌవారికః—అమచ్చో. [అమాత్యః]

గర్భబీజసముద్భేదా దాక్షేపః 'పరికీర్తితః' అని దాని యంగము ఆక్షేపము సూచితము. తక్కిన రెండు సంధులును 'విమర్శం' అనియు 'సంహరన్' అనియు స్పష్టముగా పేర్కొనఁబడినవి

కార్యముచంద్రగుప్త రాజ్యస్థైర్యాపాద నార్థక రాక్షస సంగ్రహణము, అందుల ఉపక్షేపము ముద్రాలాభము, కూటలేఖ-చందనదాసబంధన-పారితోషికా భరణలాభ - భూషణవిక్రయాదులచే దాని విస్తరము, అట్లే కుసుమపుర చంద్ర కృత్యుల భద్రభటాదుల మలయకేతువీట చొనపుటయు. చాణక్యం జితకాశి వృత్తరాజామాత్య కృతక కలహ మలయ మ్లేచ్ఛమిత్ర సచివాది సంహతిని భాగురాయణ జీవసిద్ధి సిద్ధార్థకులం బ్రయోగించి పగిల్చి బెదరగొట్టుటః, రాక్షసు నేకాకిం జేసి, చందనదాసుం గావ ఊరికి నాకర్షించి, అట్లట్లు శస్త్రము గ్రహింప నియ్యకొలిపి మలయుని నిజౌదార్యప్రకాశముగాఁగాచి తన రాజ్యాన నిలిపి చంద్రసామ్రాజ్యమునకు సర్వ ప్రతిష్ఠం గూర్చుట. దీనిని లెస్సగా సమ కూర్చుట నాటకకవి పడ్డ క్లేశము. సర్వభంగమైన రాక్షసామాత్య క్లేశమును సర్వవిజయముగన్న చాణక్యామాత్య క్లేశమును అట్లట్లు ఆరయందగును.

అపి నామ - ఆసతో ప్రత్యాశతో కూడుకొన్న సంభావనం దెలుపు ప్రశ్నను తొడంగును. ఇట ప్రత్యాశయు ఆసయు చాణక్యుని యతి సంధానము నకు - అందులకైన ఆసం దెలుపు ప్రశ్న - మఱి యిట దౌవారిక రాక్షస భాషితముల కూర్పులో గొప్ప యుపశ్రుతులు, శుభాశుభములం దెలుపునవి, కూడినవి. రాక్షసుఁడు వానిం బరికించి పర్యాకులితుఁడగును. అపి నామ దురాత్మా చాణక్యవటుః అను దానితో కాకతాళీయముగా దౌవారికుని "జేదు"= 'జయతు' తగులుకొని ఉపశ్రుతియైనది. "ఆచాణక్యగాఁడు జయించునా అబ్బా!' అని—అట్టి చాణక్యజయము తనకు కోరికయై సిద్ధించునని తోఁచునట్లు. ఉపశ్రుతి ప్రబలప్రమాణము, రాక్షసుఁడును చాణక్యుఁడును దానినిసమానముగా నమ్ముదురు

రాక్షసః—(వామాక్షిస్పన్దనం సూచయిత్వా ఆత్మగతమ్) దురాత్మా చాణక్యవటు ర్జయ, త్వతిసన్ధాతుం శక్యః స్యాదమాత్య-ఇతి వాగీశ్వరీ వామాక్షిస్పన్దనేన ప్రస్తావగతా ప్రతిపాదయతి. తథాపి నోద్యమ స్త్యాజ్యః (ప్రకాశమ్) భద్ర కి మసి వక్తుకామః ?

దౌవారికః—అమచ్చ ! కరభఓ దుఆరే చిట్ఠది. [అమాత్య, కరభకో ద్వారి తిష్ఠతి]

రాక్షసః—శీఘ్రం ప్రవేశయ.

దౌవారికః—తహ (ఇతి నిష్క్రమ్య పురుష ముపసృత్య) భద్ద ఉపసప్ప అమచ్చం. [తథా ...భద్ర ఉపసర్ప అమాత్యమ్].

కరభకః—(ఉపసృత్య) జేదు అమచ్చో. [జయ త్వమాత్యః].

రాక్షసః—భద్ర. ఉపవిశ.

కరభకః—జం అమచ్చో ఆణవేది. [యదమాత్య ఆజ్ఞాపయతి] (ఇతి భూమావుపవిష్టః.)

రాక్షసః—(ఆత్మగతమ్) కస్మిన్ ప్రయోజనే మ మాయం ప్రహితః ఇతి ప్రయోజనానాం బహుత్వా న్నఖ ల్వవధారయామి.

(ఇతి చిన్తాం నాటయతి.)

అతిసన్ధాతుం శక్యః స్యాత్ "మోసపుచ్చుటకు శక్యమగునా" అను దానితోను దౌవారికుని 'అఅమచ్చో'=అమాత్యః-(మంత్రి రాక్షసుఁడు) అనునది ఉపశ్రుతిగా తగులుకొన్నది. చాణక్యజయమును రాక్షసుని యతి సంధానమును (వాగీశ్వరి వలన) ఉపశ్రుత మైనది. అప్పుడే రాక్షసునికి 'వామాక్షిస్పందనమ్' ఎడమ కన్ను దరుటయు కలిగినది. పురుషునికి వామాంగస్ఫుర్పరణ-అక్షి - బాహు - ఊర్వాదులంది-మిక్కిలి యమంగళమును అపజయమును సూచించును. అవే చాణక్యునికి గొప్పజయమును సూచించునవి. ప్రతిపాదయతి = తెలుపుచున్నది, న ఉద్యమః త్యాజ్యః-ప్రయత్నము మానరాదు, అట్లు మొండి పట్టుగానే ఉన్నాఁడు రాక్షసుఁడు.

(తతః ప్రవిశతి వేత్రపాణి ర్ద్వితీయః పురుషః)

పురుషః — ఓసలేహ ఓసలేహ. ఆఅదో, అవేహ అవేహ మాణవా, కిం ణ పేక్ఖహ ?

[అవసరత అపసరత. ఆగతః — అపేత అపేత మానవాః, కిం న పశ్యథ ?]

శ్లో. దూలే పత్తాపత్తీ, దంసణం వి దుల్లహా మధణ్ణైః
కల్లాణకులహారాణం దేఆణం విఅ మణుస్సదేఆణం. ౪

కస్మిన్ ప్రయోజనే మమ అయం ప్రహితః ఇతి...న అవధారయామి - ఏపనిలో, మమ = నాయొక్క ప్రయోజనముతో అన్వయము - ఇతఁడు పంపఁబడినాఁడు అని 'చిన్తాం' జ్ఞప్తిచేసికొననైన ఆలోచనను, నాటయతి - అభినయించును - వేసగానికి ఎచ్చరిక అట్లేగదా రెండవ యంకమునను తన అహితుండికు వేసపు వేఁగు విరాధగుప్తుఁడు, తనకు (= రాక్షసునికి అత్యంత మిత్రము) రాఁగా, వానిని స్మరింపలేక పోపొమ్మని చెప్పుమని. తరువాత ఎదుటికి రాఁగా పెద్దగా గడ్డము పెరిఁగియున్నవానిని ఎట్టకేలకు గుర్తు పట్టినాఁడు కదా. ఈ మఱపు ఒక పెద్దదోషము సచివరాక్షసునియందు. దీనిఁబట్టి యెఁదెందు ఎట్టి పరాకులు ఏమరుపాటులు ఉండునో - మనకు తెలియుచున్నది కదా, ఈ కృతక కలహాది సందర్భముల అతఁ డెట్లెట్లు వంచితుఁడో. ఇట అతఁ డనును - "ప్రయోజనానాం బాహుల్యాత్" అని తన యనవధారణమునకు కారణమును. నిజముగా ఇతనికన్నను చాణక్యునికి మఱియు ఎక్కువ ప్రయోజనములును, ప్రణిధ్యాదులును. అపసరత అన్నను అపేత యన్నను అర్థము సమానము - అవలికి జరుగుఁడు, అవలికి పొండు - ద్వితీయః - అపరః - పురుషః = రెండవ - కాదా మఱియొక (పా.) నౌకరు. ఆదివఱకు ఉన్న నౌకరు రాక్షసునివాఁడు, వీఁడు మలయకేతునితో వచ్చుచున్నవాఁడు, కిం న పశ్యథ = ఏమీ చూదరా।

శ్లో. ౪ దూరే - ఇతి - కల్యాణ కుల ధరాణాం = మేరువు - బంగారు కొండ - పైనుండు దేవానాం ఇవ = దేవతలకుం బోలె, శుభముల ఐశ్వర్యము గల కులమునం బుట్టిన - మహోన్నత వంశమునం బుట్టిన, మనుష్యదేవానాం

[దూరే ప్రత్యాసత్తి, ర్దర్శన మపి దుర్ల మధన్యైః కల్యాణకులధరాణాం దేవానా మివ మనుష్యదేవానామ్.]

(ఆకాశే)

అజ్జా కిం భణాహ — కిం ణిమిత్తం ఓసాలణం కరిఅ ది త్తి. అజ్జా, ఏసో క్ఖు కుమాలో మలఅకేదు సముప్పణ్ణసీసవేఅణం అముచ్ఛ రక్ఖసం పేక్ఖిదుం ఇదో ఏవ అఅచ్ఛది. తా ఓసాలణా కరీఅది.

రాజులయొక్క, ప్రత్యాసత్తిః=చేరిక-చేరుపు సంగతి. దూరే=దూరాన, చేరికగా, ద్గ్గఱుట-దొరకనే దొరకదు. (ఇఁకను) అధన్యైః=అధన్యులచేత, పుణ్యము చేసికొనని వారిచేత, దర్శనం అపి=చూచుట సయితము, దుర్లభం=దొరకదు, దొరకనే దొరకదు. అనుట.

మేరువుమీఁది దేవతలం బోలె, మహోత్కృష్ట వంశజులైన రాజులం గంటఁ జూచుట సయితము కలుగదఁట, ఇఁక చేరిక, వారిఁగలిసికొనుట ఎంత దుర్లభము (ఎంతదూరము), చెప్పవలయునా!

ఇందు అలంకారము-దేవానాం ఇవ-అని పోలికం జెప్పుట చేత ఉపమయు, కల్యాణ కుఃధరాణాం అని శ్లేషయు - రెండు అర్థముల పదము ప్రయోగించుట చేత-ఒకటి ప్రకృతమునకు, ఒకటి అప్రకృతమునకు చెందును.

ఆకాశే=మింట, అనఁగా ఇది ఆకాశ భాషితము-అనఁగా ఎవరోదూరాన అడిగినట్లుగా ఆప్రశ్నను తానే అనువాదము చేసి, దానికి తాను జవాబుచెప్పుట. అట్లు కథను ఎఱింగించి నడపుట.

కిం భణథ=ఏమి చెప్పుచున్నారు? కిన్నిమిత్తం=ఎందులకు, అపసారణా= తొలఁగించుట, ఏషః = వీఁడుగో-చూపుచుం బోలె చెప్పుట, కుమారః మలయ కేతుః-రాజ్యపాలన చేతికి వచ్చినను ఇంకను యథావిధిగా పట్టాభిషిక్తుఁడు కాలేదు - ఇంకను యువరాజువలెనే - కావున 'కుమార' అనుటయే సముదాచారము. సముత్పన్న శీర్ష వేదనం= పొడమిన తలనొప్పి గలవాఁడైన, ఇత ఏవ ఆగచ్ఛతి=ఇటేవచ్చు చున్నాఁడు, అనుగమ్యమానః=అనుసరింపఁబడు

[ఆర్యాః, కిం భణథ, కిం నిమిత్త మపసారణా క్రియత ఇతి. ఆర్యాః, ఏష ఖలు కుమారో మలయకేతుః సముత్పన్న శీర్ష వేదన మమాత్యరాక్షసం ప్రేక్షితు మిత ఏ వాగచ్ఛతి. తస్మా దపసారణా క్రియతే]

(ఇతి నిష్క్రాన్తః పురుషః)

(తతః ప్రవిశతి భాగురాయణేన కఞ్చుకినా చా
నుగమ్యమానో మలయకేతుః)

మలయకేతుః—(నిశ్వ స్యాత్మగతమ్) అద్య దశమో మాస స్తాత స్యోపరతస్య, న చాస్మాభి ర్వృథా పురుషాభిమాన ముద్వహద్భి స్త ముద్దిశ్య తోయాఞ్జలి రప్యావర్జితః. ప్రతిజ్ఞాత మేత త్పురస్తాత్.

శ్లో॥ వక్ష స్తాడన భిన్న రత్నవలయం భ్రష్టోత్తరీ యాంశుకం
హా హే త్యుచ్చరి తార్తనాద కరుణం భూరేణురూక్షాలకమ్

చున్నవాఁడై నిశ్వస్య = నిట్టూర్చి - దుఃఖముచేత - అద్య దశమో మాసః = ఇపుడు పదవనెల తాతస్య ఉపరతస్య = చచ్చినాయనకు - అనఁగా నాయన చనిపోయి పదినెలలైనది నేఁటికి - అసట అస్మాభిః=నాచేత, వృథా పురుషాభిమానం ఉద్వహద్భిః = నిష్ప్రయోజనముగా నే నొక మగవాఁడ నన్న పరువు వహించిన వానిచేత, తం ఉద్దిశ్య = ఆయనను ఉద్దేశించి, ఆయనపేరు చెప్పి, తోయాఞ్జలిః= (నువ్వుల) నీటి దోసిలి, దోసెడు నీరైనను - తిలోదకమైనను, న అవర్జితః = ఈఁబడలేదు - వదలఁబడలేదు, పురస్తాత్ = ముందు, ఇదం ప్రతిజ్ఞాతం = ఇది - ఇట్లు-ప్రతిజ్ఞచేయఁబడినది-ఒప్పుకొనఁబడినది - ఎట్లనఁగా-

శ్లో. ౫ వక్షస్తాడ నేతి - వక్షః తాడన...యం = ఎక్కువ దుఃఖాన- ఆయున్మాదంపు చేష్టగా - రొమ్ము (చేతులం) బాదుకొనుటచే పగిలిన రతనాల గాజులు గలదియు, భ్రష్ట ఉత్తరీయ అంశుకమ్ = తొలఁగిపోయిన పట్టు పైట గలదియు, హాహా ఇతి ఉచ్చరిత ఆర్తనాద కరుణం = అయ్యో అయ్యయో అని బిగ్గరగా పలుకఁబడిన యేడ్పునాదముచే జాలిగొల్పునదియు, భూరేణు రూక్ష అలకం = నేలదుమ్ముతో మురికిచే గరుకైన ముంగురులు గలదియు

తాదృ జ్మాతృజనస్య శోకజనితం సంప్ర త్యవస్థా న్తరం
శత్రుస్త్రీషు మయా విధాయ గురవే దేయో నివాపాఞ్జలిః, ౫

కి మత్ర బహునా ?

శ్లో. ఉద్యచ్ఛతా ధుర మకాపురుషానురూపాం
గ న్తవ్య మాజినిధనేన పితుః పథా వా
ఆచ్ఛిద్య వా స్వజననీజన లోచనేభ్యో
నేయో మయా రిపువధూనయనాని బాష్పః. ౬

సైన మాతృజనస్య=తల్లులయొక్క, శోకజనితం=దుఃఖాన కలిగిన, తాదృక్= అట్టి, సంప్రతి అవస్థాన్తరం=ఇప్పటి దశావిశేషమును, శత్రుస్త్రీషు=శత్రువుల భార్యలందు, విధాయ = కలిగించి, మయా = నాచేత, గురవే = నాయనకు, నివాపాఞ్జలిః=తిలతర్పణపు నీటిదోసిలి. దేయః=ఇవ్వఁదగినది

అట్లు ఏడ్చుచున్నారే మాఅమ్మలు: రొమ్ము బాదుకొనుటలో రతనాల గాజులు పగిలిపోయినవి; పట్టు పైఁట తొలఁగి పోయినది, అయ్యో అన్న జాలి అఱపులు. ముంగురులు ధూళితో కలుతలైనవి అదేవిధముగా నాశత్రువుల భార్యలను ఏడ్చునట్లు చేసి కాక, నేను మానాయకునకు తిలోదకాలు విడువను- అని ప్రతిజ్ఞ పట్టితిని.

ఇందు అలంకారములు - పర్యాయమును స్వభావోక్తియు-మాతృజనము యొక్క శోకమున విశేషమును ఉన్నది యున్నట్లు చెప్పినందునను - వక్షస్తాడనముచు రత్నవలయభిన్నతను ఉత్తరీయ భ్రంశమును కరుణార్త నాదమును ధూరేణు-రూక్షాలకలను-పెక్కింటిని ఒక్క మాతృజనమందు చెప్పినందునను

మాతృజనము-పర్వతకుండు బహుపత్నీకుఁడైనందున అందఱుతల్లులేఅనుట
కిం అత్రబహునా-ఈవిషయాన ఏల పలుమాటలు.

శ్లో. ౬ ఉద్యచ్ఛ తేతి—అకాపురుష అనురూపాం = కుత్సితుండు - నికృష్టుఁడు కాని - అనఁగా ప్రకృష్టుఁడు - చాల గొప్పవాఁడైన పురుషునికి తగిన, ధురం = రాజ్యభారమును, ఉద్యచ్ఛతా = మోయుచున్నవాఁడనై, ఆజినిధనేన = జగడాన చావుచే, పితుః పథా=నాయన దారిం బట్టి, గన్తవ్యం

(ప్రకాశమ్) ఆర్య జాజలే, ఉచ్యన్తా మస్మద్వచనా దనుయాయినో రాజానః — ఏక 'ఏ వాహ మమాత్య రాక్షస స్యాతర్కితగమనేన ప్రీతి ముత్పాదయితు మిచ్ఛామి. త త్కృత మనుగమనక్లేశేన' ఇతి.

కఞ్చుకీ—తథా. (ఇతి పరిక్ర మ్యాకాశే) భోభో రాజానః, కుమారః సమాజ్ఞాపయతి — 'న ఖ ల్వహం కేనచి దనుగ న్తవ్యః' ఇతి. విలోక్య సహర్షం) కుమార స్యాజ్ఞాన న్తర మేవ సర్వే రాజానః ప్రతినివృత్తాః. పశ్యతు కుమారః.

వా = పోవనైనను తగును, వా = అట్లుకాదేని, స్వజననిజనలోచనేభ్యః = నాతల్లుల కన్నులనుండి, అచ్ఛిద్య = తివిచి, బాష్పః (శోకపుఁ) గన్నీరు, మయా=నాచేత, రిపు వధూ నయనాని=శత్రువుల భార్యల కన్నులను, నేయః= పొందింపఁదగును.

గొప్పవారింబోలె నేను రాజ్యపరిపాలకుఁడ నగుదు నేని, నే నైనను యుద్ధాన చావవలయును, నాయన మార్గాన, శత్రువు నయినను చంపవలయును, దేన మాతల్లుల కన్నీరు నెట్టన శత్రురాజ భార్యల కన్నులం జేరునో.

పితుః పథా-నాయన పోయిన పితృలోకమార్గమున అనుట-నాయనవలె తానును విషాంగనయొడిలోచచ్చి అనికాదు నాయన ఆజినిహతుఁడు కాఁడు.

జాజలయ్యా, నామాటగా నావెంట వచ్చుచున్న రాజులతో (నా సామంతులతో) చెప్పుము - ఒక్కఁడనుగానే నేను, అతర్కితగమనేన = ముందుగా ఎఱుంగఁబడనియు ఊహింపఁబడనియు - అకస్మికపు అనుట - పోవుటచేత, రాక్షసస్యప్రీతిం ఉత్పాదయితుం ఇచ్ఛామి = రాక్షసునికి ప్రీతి కలిగింపఁగోరుచున్నాను. కృతం—-అలం - అనుదానింబోలినది అర్థమునను ప్రయోగమునను - దానికి నిషేధము అర్థము, తృతీయతో యోగము - ...క్లేశేన=ఆయాసము - ఇది యుపచారపు మర్యాదమాట,...అనన్తరం ఏవ= వెంటనే, పశ్యతు కుమారః = చూచునుగాక కుమార మహారాజు. ఇక్కడికి అతనికి వారు అగపడుచున్నారు. కొందఱు గుఱ్ఱాలమీఁదను, కొందఱు ఏనుఁగుల మీఁదను - ఉన్నారు. వారు అట్లు నిషేధమును వినఁగానే తటాలున గుఱ్ఱాలను ఏనుఁగులను ఆపి వెనుమరలం జూచుచున్నారు. కుమారుఁడును మిత్ర

శ్లో. సోత్సేధైః స్కన్ధదేశైః ఖరతర కవికా
కర్ష ణాత్యర్థ భుగ్నైః
రశ్వాః కైశ్చి న్నిరుద్ధాః, ఖ మివ ఖురపుటైః
ఖణ్డయ న్తః పురస్తాత్,
కేచి న్మాతఙ్గముఖ్యై ర్విహత జవతయా
మూకఘణ్టై ర్నివృత్తాః,
మర్యాదాం భూమిపాలా జలధయ ఇవ తే
దేవ, నోల్లఙ్ఘయన్తి ౭

మంత్రి భాగురాయణుఁడు పాదచారముకాగానే, రాక్షసుని కోసమైన మర్యాదగాఁ వచ్చుచున్నారు మఱి మలయునిది అదెంత పరిభవము! కావుననే మునుపు నాయనను చాణక్యుఁగుడు ఇపుడు వీనిని రాక్షసుఁడును ఆశ్రయించుట.

శ్లో ౭ సోత్సేధై రతి - ఖరతర...భుగ్నైః = (ఇనుపవి అగుటచే) కఠినములైన కళ్లెములను లాగుటచే మిక్కిలియు వంకరగా వంగిన వగుటచే, సోత్సేధైః = మిక్కిలి యెత్తుతో కూడుకొనిన స్కన్ధదేశైః = మూపు ప్రదేశములతో, పురస్తాత్ = (తమ) ఎదుట, ఖం = మింటిని, ఖురపుటైః-గొరిజల-గిట్టల-దొప్పలతో—దొప్పలంటోని గిట్టలతో అనుట ఖణ్డయ న్త ఇవ = చీల్చుచున్నవియుం బోలె నన్న, అశ్వాః = గుఱ్ఱములు, కైఃచిత్ = కొందఱిచేత, నిరుద్ధాః = నిలుప (అడ్డగి ప)ఁబడినవి, కేచిత్-మఱికొందఱన్ననో, విహతజవతయా = వడిమాన్పఁబడినవగుటచేత, మూకఘణ్టైః = అంతవఱకు శబ్దించుచున్నవి దీన, మూగలైపోయిన గంటలుగలవైన, మాతఙ్గముఖ్యైః = ప్రధానమైన (= పెద్దలైన) ఏనుగులతో, నివృత్తాః = వెనుమఱలిపోయిరి. దేవ = ఏలినవాఁడా, భూమిపాలాః = రాజులు, జలధయ ఇవ = సముద్రములవలె, తే మర్యాదాం = కట్టఁబోలె నీకట్టుబాటును, న ఉల్లఙ్ఘయన్తి = జవదాటరు.

ఇందు తటాలున రౌతులు గుఱ్ఱములను మరలించుకొనుటయు గజారూఢులు గజములను మరలించుకొనుటయు సవిశేషముగా-ఒప్పుగా వర్ణింపఁబడినందున స్వభావోక్తి. జలధయ ఇవ అనుటచే ఉపమయు. మర్యాదయందు శ్లేషయు. సామంతులు ప్రభువునాజ్ఞను మీరరుగ-అని యర్థాంతర న్యాసమును అలంకారములు.

మలయకేతుః—ఆర్య, త్వ మపి సపరిజనో నివర్తస్వ. భాగురాయణ ఏకో మా మనుగచ్ఛతు

కఞ్చుకీ—తథా. (ఇతి సపరిజనో నిష్క్రాన్తః)

మలయకేతుః—సఖే, భాగురాయణ, విజ్ఞప్తో ఒహ మిహాఽగచ్ఛద్భి ర్భద్రభటప్రభృతిభిః యథా 'న వయ మమాత్య రాక్షసద్వారేణ కుమార మాశ్రయణీయ మాశ్రయామహే. కిన్తు, కుమారస్య సేనాపతిం శిఖరక మురీకృత్య దుష్టామాత్యపరిగృహీతా

ఆర్య - అయ్య - కంచుకి జాజలి, మఱి యథావిభవముగా పరిజనులు. నున్నారో - సపరిజనః - అన్నాఁడు. భాగురాయణ ఏకః - భాగురాయణుఁడు ఎంత సమర్థుఁడు! మలయుని మనసునకు ఎంత ఎక్కియున్నాఁడు! వాఁడు తనకు కొఱవిఅని మలయుఁడు ఎఱుంగఁడుగదా. 'విజ్ఞప్తః-భద్రభట ప్రభృతిభిః అని ఇప్పుడు భాగురాయణుని అడుగుచున్నాఁడు. మఱి వారును ఆశకటదాస సిద్ధార్థక విశ్వావసులు చేరినప్పుడే ఆరాజధానిం జేరియుండరా - రెండవ యంక కాలముననే. నాఁటికిని నేఁటికిని నడుమ ఎంతకాలమున్నది? ధ్రువ పండితుఁడు నాటకకథా కాలగతి పరిశీలనమున - సూచించినాఁడు రెండవ యంకము ఫాల్గున—అమావాస్య - పూర్వాహ్ణమఁట. నాల్గవయంకము మార్గ శీర్షపూర్ణిమయట. ఎడము ఎనిమిదియు నర నెల—ఇన్నూట ఏఁబది యైదు దినాలు-అదెట్లో? నాఁడు పాటలికి తరలిన కరభకుఁడు మజిలీ చేయని ప్రయాణ ములతో మరలినాఁడు - ఎట్లైనను సరియే, ఇన్నాళ్లకు అనంతరమా ఈ సందియముం దీర్చుకొనుట? నిన్న మొన్నటి సంగతియైనం గదా? ఇది, కాల విషయము ఆలోచింపఁదగును. తరువాత పరిశీలింతము. ఏమో అప్పుడు తోఁప లేదు, ఆదిసరిగానే తోఁచినది. ఇపుడు ఆలోచనకు కళుక్కని తగిలినది తాఁబోలు. విజ్ఞప్తః=విన్న విఁపఁబడితిని, యథా=ఎట్లనఁగా, ఏమని యనఁగా, ఉరీకృత్య=ఒప్పించి, ఇయ్యకొల్పి, సిఫారసు చేయించుకొని, దుష్టామాత్య పరి గృహీతాత్=దుష్టుఁడగు చాణక్యమంత్రిచే పరిగ్రహింపఁబడిన-చాణక్య దౌష్ట్యముం జెప్పుచున్నారు - వానితో తాము కానివారని. చంద్రుని దేమున్నది; వట్టి అస్వతంత్రుఁడు - చేతిబొమ్మ. అభిరామిక గుణయోగాత్ = తమ యిచ్చ మెచ్చిన మంచిగుణముల కూడికవలన-కలిమివలన. సుచిరం అపి విచారయతా=

చ్చన్ద్రగుప్తా దపరక్తాః కుమార మాభిరామికగుణయోగా దాశ్రయణీయ మాశ్రయామహే ' ఇతి త న్న మయా సుచిరమపి విచారయతా తేషా మయం వాక్యార్థో ఉపధారితః

భాగురాయణః—కుమార, న దుర్బోధో ఉయ మర్థః. విజిగీషు మాత్మగుణసంపన్నం ప్రియహితద్వారే ణాశ్రయణీయ మాశ్రయే దితి నను న్యాయ్య ఏ వాయ మర్థః,

---

చాలసేపు — లెస్సగా - ఆలోచించుచును, నిశ్చయించి ఎఱుంగఁబడలేదు, న దుర్బోధః అయం అర్థః=ఈవిషయము అంత ఎఱుఁగుటకు కష్టమైనది కాదు విజిగీషుం = జయముకోరువాని, అనఁగా నిత్యోత్సాహిగా నుండువానిని, ఆత్మగుణ సంపన్నం = తనకు ఉండవలసిన మంచిగుణము లెల్ల గలవానిని, 'అభిరామికగుణయోగము' అన్నమాటయే, ప్రియహితద్వారేణ=ప్రియుఁడును హితుఁడును అయిన వాని ద్వారమున-అశ్రయేత్=ఆశ్రయింపఁదగును అది నీతి శాస్త్రము.

రెండవయంకమున విరాధగుప్తుఁడు వచ్చిన కొంతసేపటికి శకటదాస సిద్ధార్థకులును, మఱి యించుక సేపటికి నగలు అమ్మ విశా వస్వాదులును వచ్చిరి నాఁడు రాక్షసునితో తన కడపటి మాటలలో - ఇంకను ఇపుడు కుసుమపురమున ఏమి విశేషములు అన్నందులకు చంద్రగుప్తునికి మలయుని తప్పించుకొని పోనిచ్చినాఁడని చాణక్యునిమీఁద ద్వేషమనియు చాణక్యుఁడును తన ప్రతిజ్ఞ తీర్చుకొన్న జయమునకు చాల గర్వించి చంద్రగుప్తుని లక్ష్య పెట్టక ఆజ్ఞాభంగము గావించుచుండుననియు కుసుమపురమున బయటకి వచ్చుచున్నది అన్నాఁడు కావున భాగురాయణ భద్రభటాదులు అయూరువదలు నప్పటికే చాణక్యుఁడు కృతక కలహపుఁ బన్నాగమును, రాక్షసునికి నిలువ నీడ లేక చేయఁగల ఉపాయముగా, పన్నియుండును. దానికి వారు ఏమేమి యెట్లెట్లు చేయఁదగునో నేర్పియుండును. వారును కడు సమర్థులు పని చెప్పినదానిని కొంత స్వబుద్ధితోనే నిపుణముగా నిర్వహింపఁ గలవారు. కావున భాగురాయణుఁడు ఇపుడు కడునేర్పుతో మలయునికి రాక్షసుపై నమ్మకము లేకుండఁజేయును, ద్వేషము కలిగింపను; కడంగుచున్నాఁడు భద్ర భటాదులును 'న వయం అమాత్యరాక్షస ద్వారేణ కుమారం - ఆశ్రయామః'

మలయకేతుః—సఖే భాగురాయణ, న న్వమాత్య రాక్షసో ఽస్మాకం ప్రియతమో హితతమశ్చ.

భాగురాయణః — ఏవ మేతత్. కి న్త్వమాత్య రాక్షస శ్చాణక్యే బద్ధవైరో, న చన్ద్రగుప్తే. త ద్యది కదాచి చ్చాణక్య మతిజిత కాశిన మసహమానః స సాచివ్యా దవరోపయే త్తతో నన్ద కులభక్త్యా నన్దాన్వయ ఏ వాయ మితి సుహృజ్జనాపేక్షయా చామాత్యరాక్షస శ్చన్ద్రగుప్తేన సహ సన్దధీత. చన్ద్రగుప్తో ఽపి పితృపర్యాయాగత ఏవాయ మితి సన్ధి మనుమన్యత. ఏవం స త్యస్మాసు కుమారో న విశ్వసే దిత్యయ మేషాం వాక్యార్థః.

అని తొడంగినారు భాగురాయణ భ దభటాదులు కుసుమపురమును చంద్రగుప్త 'సహోత్థాయులు' ప్రధానపురుషులు ఒండొరులు పూర్వపరిచితులు కాకయు. తాము ఏకకార్యాన్వితులు అని యెఱుంగకయు ఉందురా? అట్లే సిద్ధార్థక, జీవసిద్ధులును తాము ఒండొరులను, వీరినిం గూడను ఎఱుంగకుందురా? ఉందుర ఏమో చాణక్యునిది-అదెంత బుద్ధి, వానినీతి అదెంత కుటిలము గహనము!

నను అమాత్యరాక్షసః అస్మాకం ప్రియతమో హిత తమశ్చ?=రాక్షసామాత్యుఁడు నాకు ప్రియతముఁడును హితతముఁడునుం గాఁడా? ఏవం ఏతత్ = ఇట్లే ఇది. అనఁగా అదినిజమే, ప్రియతముఁడే హితతముఁడే ఇప్పుడు. మ తెప్పుడైనను ఇఁక ముందు కాకపోవునేమో, అందులకు శంకావకాశము ఉన్నది రాక్షసునికి చాణక్య ద్వేషమ కాని చంద్రగుప్తద్వేషము లేదు. నందకులము వాఁడే అని ఒకపాటి పక్షపాతమును హృదయమున దాఁగి యుండఁదగును. కావున ఎట్లుండి ఎట్లువచ్చునో. కావున అతనిని మాని శిఖరకుం బట్టుకొని వాసిసిఫారసు సంపాదించుట, అతిజితకాశినం = జయము గొన్నానని మిక్కిలి గర్వించియున్నవానిని, అసహమానః=ఓర్చుకొనలేనివాఁడై, సాచివ్యాత్ = మంత్రిత - మంత్రిపదవినుండి, అవరోపయేత్ = తొలఁగింపఁ గలఁడు, నన్దాన్వయ ఏవ అయం = నంద వంశమువాఁడే వీఁడు, సుహృజ్జనాపేక్షయా=మిత్రులకోసము, వారి మాటమీఁద, సందధీత = సంధి - పొందు-రాజీ పడవచ్చును, పితృపర్యాయ-ఆగతఏవ = నాయన వరుసన వచ్చినవాఁడే

మలయకేతుః—యుజ్యతే. అమాత్యస్య గృహ మాదేశయ,

భాగురాయణః—ఇత ఇతః కుమారః

(ఉభౌ పరిక్రామతః)

భాగురాయణః—ఇద మమాత్యగృహమ్ ప్రవిశతు కుమారః

మలయకేతుః—ఏష ప్రవిశామి.

యుజ్యతే=సరిగానేయున్నది, యుక్తముగానే యున్నది.

అర్థశాస్త్రమునం జెప్పఁబడియున్నది - 'లోకయాత్రావిద్ రాజానం ఆత్మద్రవ్య ప్రకృతి సంపన్నం ప్రియహితద్వారేణ ఆశ్రయేత్.......అహం ఆశ్రయేప్సుః, అసౌ విజయేప్సుః, అభిగామికగుణయుక్తః ఇతి

భాగురాయణ భద్రభటాదులు, సిద్ధార్థక శకటదాసులు, విరాధగుప్తుఁడు అందఱును ఆదినమో మఱుదినమో కుసుమపురమునుండి మలయురాజధానికి వెడలినారు. అట్లే అచటికిచేరినారు. రాక్షసువేఁగు విరాధగుప్తుఁడు. అప్పటికేచంద్ర చాణక్యులకు మనోభేదములు రాజుచున్నవి అన్నాఁడు. కావున దానికి ఎదిరి పన్నకము మలయ రాక్షస భేదనమును సాధింపుమని అప్పటికే వారివారికి అట్లట్లు చాణక్యుఁడు నేర్పి పంపినాఁడు. ఇట ఇపుడు భాగురాయణుఁడు అందులకుం గడంగుచున్నాఁడు. వారును శిఖరసేను సిపారసు కోరుటయు అందులకు కడంగుటయే. అది ప్రక్రాంతమగుచున్నది.

భాగురాయణుఁడు మంచి మేధావి, చాణక్య శిక్షితుఁడును. ఇట మలయ రాక్షస భేద సిద్ధికి తాను అవలంబించు సుపాయము భేదము. కామందక నీతి ప్రకారము అది త్రివిధము.

స్నేహాపరాగానయనం సంఘర్షోత్పాదనం తథా
సంతర్జనం చ-భేదజ్ఞై ర్భేదస్తు త్రివిధః స్మృతః. కామం. VIII-8

ఏష ప్రవిశామి=ఇదిగో ప్రవేశించుచున్నాను-అని ప్రవేశించుచు చెప్పుట, ప్రవేశింపక ఒక యడుగు ఎత్తి పెట్టులోపల, మాటలు, కుసుమపురముం గూర్చినవి వినఁబడినవి.

రాక్షస— (ఆత్మగతమ్) అయే స్మృతమ్, (ప్రకాశమ్) భద్ర, అపి దృష్టస్త్వయా కుసుమపురే స్తనకలశః ?

పురుషః —అమచ్చ, అహ కిం. [అమాత్య, అథకిమ్]

మలయకేతుః— (ఆకర్ణ్య) భాగురాయణ, కుసుమపుర వృత్తాన్తః ప్రస్తూయతే. న తత్ర తావ దుపసర్పామః, శృణుమ స్తావత్, కుతః,

శ్లో. సత్త్వభఙ్గ భయా ద్రాజ్ఞాం కథయ న్త్యన్యథా పురః,
అన్యథా వివృతార్థేషు స్వైరాలాపేషు మన్త్రిణః. ౮

న ఉపసర్పామః = దగ్గఱ పోకుందము, తావత్ = వాక్యాలంకారము - శృణుమః = విందము - ద్వివచనమునకు బహువచనము, ఏకవచనమునకుం బోలెనే.

ఈ సమాగమము కేవలము కాకతాళీయము - ఆ ప్రస్తావము ఇప్పుడే జరుగుట ఏల కలుగవలయును? ఇది పన్నకము కాదు, నిజముగా కాకతాళీయమే = లోకాన ఇట్టివి కలుగునవే, గ్రహచార-దైవ-వశమున.

అయే = ఆఁ, జ్ఞప్తి చేసికొనుటం దెలుపును.

శ్లో. ౮ సత్త్వ భఙ్గేతి —మన్త్రిణః = మంత్రులు, సత్త్వ భఙ్గ భయాత్ = ఉత్సాహమునకు భంగము - డిందుపాటు - చెఱుపు - కలుగు నను భయమువలన, రాజ్ఞాంపురః = రాజులయెదుట, అన్యథా = ఒకవిధముగా, కథయన్తి = పలుకుదురు వివృత ఆర్థేషు = తెల్లముగా తెలుపబడిన - దాపరికము లేని - విషయములుగల స్వైర-ఆలాపేషు = (ఎవరేని విందురు అను మొదలైన) జంకులేని సంభాషణలలో, అన్యథా = ఒకవిధముగా - అనఁగా అంతకన్నను వేఱు విధముగా. (కథయన్తి).

దొరలకు ఉన్నది యున్నట్లు చెప్పినట్లయిన ఉత్సాహభంగము కలుగునని ఎదురుగా ఒక విధముగా పలుకుదురు, మంత్రులు. వారే మఱుఁగున దాపఱికము అక్కఱలేక జంకులేక మాటలాడు మాటలలో మఱియొక విధముగా పలుకుదురు. ఇది మంత్రుల లక్షణము.

భాగురాయణః—యదాజ్ఞాపయతి కుమారః.

రాక్షసః— భద్ర, అపి తత్కార్యం సిద్ధం?

పురుషః—అమచ్చప్పసాపేణ సిద్ధం. [అమాత్య ప్రసాదేన; సిద్ధమ్.]

మలయకేతుః—సఖే భాగురాయణ, కిం తత్కార్యమ్?

భాగురాయణః—కుమార, గహనః సచివవృత్తాన్తః. నైతావతా పరిచ్ఛేత్తుం శక్యతే, అవహిత స్తావ చ్ఛృణు.

రాక్షసః—భద్ర, విస్తరేణ శ్రోతు మిచ్ఛామి.

పురుషః—సుణాదు అనుచ్చో, అత్థి దావ అహం అమచ్చేణాణత్తో జహా.—కరభఅ. కుసుమపురం గచ్ఛ, మహ వఅణేణ భణ వేఆలిఅం థణకలశం, జహా చాణక్కహాదపణ తేసు తేసు అణ్ణాభంగేసు అణుచిట్ఠీఅమాణేసు చందఉత్తో ఉత్తేఅణసమత్థేహి సిలోఏహి ఉవసిలో అఇదవ్వోత్తి.

[శృణో త్వమాత్యః, అస్తి తావదహ మమాత్యే నాజ్ఞప్తః—యథా—'కరభక, కుసుమపురం గచ్ఛ, మమ వచనేన భణ

భద్ర = బాబూ, అపి తత్ కార్యం సిద్ధం = ఆపని ఐనదా ? అమాత్య ప్రసాదేన = దొరగారిదయ : ఐనది. దొరగారిదయచే ఐనది తమకు నామీఁద దయ పూర్తి కాఁబట్టి, తమరు పెట్టిన పని సిద్ధింప - సాధింప-(గంటిని-అనుట- నౌకరు నుపచారోక్తి.

గహనః=ఎఱుంగరానిది, చాల చిక్కులుగలది; ఏతావతా=ఈపాటితో, పరిచ్ఛేత్తుం=విడదీయుటకు అనఁగా ఎఱుంగుటకు, అవహితః=అక్కఱపట్టి, చెవి మనసు దానిపై ఉంచి, విస్తరేణ = వివరముగా, మమ వచనేన = నామాటగా, నేను చెప్పితిని అని; చాణక్య హతకేన = అపాడు చాణక్యగానిచేత, ఉత్తేజన సమర్థైః = ప్రేరేపఁ జాలినవైన, ఉపశ్లోకయితవ్యః = పొగడవలసినవాఁడు - పొగడవలసినది-అనుట.

వైతాళికం స్తనకలశం యథా, చాణక్యహతకేన తేషు తేషు ఆజ్ఞాభఙ్గేషు అనుష్ఠీయమానేషు చన్ద్రగుప్తః ఉత్తేజనసమర్థైః శ్లోకై రుపశ్లోకయితవ్యః.' ఇతి.]

రాక్షసః—భద్ర తత స్తతః.

కరభకః—తదో మఏ పాడలిఉత్తం గదుఅ సుణావిదో అమచ్చసందేసం వేతాళిఓ థణకలసో. ఏత్థంతరే ణందఉల విణాస మూణస్స పోరజణస్స పరితోసం సముత్పాదఅన్తేణ రణ్ణా ఆఘోసిదో కౌముదీమహోసవో. సో అ చిరకాల పరివట్టమాణో జణిద పరిచఓ అభిమద వధూజణ సమాగమో విఅ ససిణేహం మాణిదో ణఅర జణేణ.

[తతో మయా పాటలీపుత్రం గత్వా శ్రావితః అమాత్య సన్దేశం వైతాళికః స్తనకలశః. అత్రాన్తరే, నన్దకుల వినాశ దూనస్య పౌరజనస్య పరితోషం సముత్పాదయతా రాజ్ఞా ఘోషితః కౌముదీమహోత్సవః, స చ చిరకాల పరివర్తమానో జనితపరిచయో ఽభి మత వధూజన సమాగమ ఇవ సస్నేహం మానితో నగరజనేన.]

రాక్షసః—(సభాష్పమ్) హా దేవ నన్ద!

శ్రావితః=వినిపింప-ఎఱింగింప - బడినాఁడు, అత్రాన్తరే = ఇంతలో, ...దూనస్య=దుఃఖము-సంతాపము-పాలైన, పరితోషం=సంతోషము,...ఉత్పాదయతా=కలిగించు(కలిగింప.గోరిన)వాఁడైనవానిచే, ఆఘోషితః=చాటఁబడినది, పరివర్తమానః = చాలకాలముగా ఏటేట మరలి మరలి వచ్చునట్టిది - కావుననే, జనితపరిచయః=జనులకు వాడుకపడి ఎఱుకలోనున్నట్టిది—ఇటీవల ఈ యుద్ధాలు ముట్టడులు అశాంతి కొంతకాలముగా నిలిచిపోయినది. అభిమత వధూజ సమాగమః=వియోగమున నుండి మరల సమాగత-సంగత కాంతవలె. మానితః= అదరింపఁబడినది.

శ్లో. కౌముదీ కుముదానన్దే జగ దానన్ద హేతువా
కీదృశీ సతి చన్ద్రేఽపి నృపచన్ద్ర త్వయా వినా. ౯

కరభకః—తదో సో లోఅలోఅణాణందభూదో అణిచ్ఛంతస్స ఏవ తస్స ణివారిదో చాణక్కహదఏణ. ఎత్థంతరే థణకలసేణ చంద ఉత్తసముత్తేజిఆ సిలోఅపరిపాటీ పవట్టిదా.

[తతః స లోకలోచనానన్దభూతో ఽనిచ్ఛత ఏవ తస్య నివారిత శ్చాణక్య హతకేన. అత్రాన్తరే ప్రవర్తితా.]

రాక్షసః—కీదృశీ సా?

పురుషః—'సత్త్వోద్రేకస్యే' త్యాది పూర్వోక్తం పఠతి

శ్లో ౯. కౌముదీతి—కౌముదీ=కౌముది-ఆపేరిపండుగు, కుముద ఆనన్దే=కుత్సిత ముదమునకు ఆనందింపువాఁడైన=కుత్సితముదపు వారికి - క్షుద్రులకు - ఆనందము గలిగించు వాఁడైన క్షుద్రుల నానందింపఁజేయువాఁడైన-చన్ద్రే సతి=చంద్రగుప్తుఁ డున్నను, (కుముదములకు=) తెల్లగలువలకు ఆనందము (వికాస) గలిగించు, చంద్రుఁడు ఉన్నను, నృపచన్ద్ర=రాజశ్రేష్ఠుఁడా, నందుఁడా జగత్ ఆనన్ద హేతునా=సకల (జగత్తు=)లోకమునకు ఆనదమునకు హేతువైన, త్వయావినా=నీవు లేక, కీదృశీ=ఎట్టిది?-వ్యర్థము అనుట.

ఈ చంద్రగుప్తుఁడును కౌముది చేయుటయా? అదెవరికి సంతోషము కలిగించును, క్షుద్రులకే. ఏలన అసలు వాఁడు ఏపాటి? క్షుద్రుఁడు. నందుఁడో జగానికి ఆనంద మిడువాఁడు. అతఁ డున్న కౌముది; ఇతఁడున్న ఏమి కౌముది? ఇందు కు + ముదా-ఆనన్దే, కుముద + ఆనన్దే-అనియు, చన్ద్రే-చన్ద్రగుప్తే-చన్ద్రమసిచ-అను శ్లేషలో చంద్ర చంద్రగుప్తుల పోలిక ఇమిడియున్నందున, ఉపమాగర్భితశ్లేషయు చంద్రుని కుముదానందనుని నందుఁడు జగదానందుఁడు మించుటం జెప్పుటచేత వ్యతిరేకమును అలంకారములు.

అనిచ్ఛత ఏవ తస్య—అనాదరషష్ఠి-అతఁడు ఇష్టపడకయే ఉన్నను (దానిని ఆదరింపక), నివారింపఁబడినది. అత్రాన్తరే=ఇంతలో, శ్లోకపరిపాటీ శ్లోకములవరుస, కీదృశీ సా=ఎట్టిది అది? ఏవి ఆశ్లోకాలు?

రాక్షసః——(సహర్షమ్) సాధు స్తనకలశ, సాధు. కాలే భేదబీజ ముప్త, మవశ్యం ఫల ముపదర్శయతి, కుతః,

శ్లో. సద్యః క్రీడారసచ్ఛేదం ప్రాకృతోఽపి న మర్షయేత్
కిం ను లోకాధికం తేజో బిభ్రాణః పృథివీపతిః ? ౧౦

మలయకేతుః——ఏవ మేతత్.

రాక్షసః——తత స్తతః.

కరభకః——తదో చందఉత్తేణ అణ్ణాభంగ కలుసిదేణ వసంగ సూచిదం అమచ్చగుణం వసంసిఅ అపబ్భసిందో అహిఆరాదో చాణక్కహదఓ, [తత శ్చన్ద్రగుప్తే నాజ్ఞాభఙ్గ కలుషితేన ప్రసఙ్గ సూచిత మమాత్య గుణం ప్రశ స్యాపభ్రంశితోఽధికారాచ్చాణక్య హతకః.]

సాధు సాధు = బళి బళి; కాలేన = (తగిన) సమయాన, భేదబీజం=వేఱు చేయుటకైన విత్తనము-అట్టివి కాగల ఉపశ్లోకము-అనుట. ఉప్తం=నాటఁబడినది. అవశ్యం=తప్పక, ఫలం = పంటను-చీలికను.

శ్లో. ౧౦. సద్య ఇతి–సద్యః = అప్పుడే, తక్షణమే చేసిన, క్రీడా రసచ్ఛేదం=ఆట మాధుర్యానుభవమును మాన్పుటను, ప్రాకృతః అపి = నీచుఁడును, పనికిమాలినవాఁడును, న మర్షయేత్ = మన్నింపఁడు, ఓర్చుకొనఁడు, లోకాధికం = ఎల్లవారిని మించిన, తేజః = ప్రభావమును, బిభ్రాణః = తాల్చినవాఁడైన, పృథివీపతిః = రాజు, కిం ను = ఏమి చెప్పవలయును ;

ఎంత నీచుఁడును తాను అనుభవించుచున్న (పండుగు) ఆటల యనుభవ ప్రీతికి తటాలున అడ్డుకలిగించిన ఓర్వఁడే-లోకాతిగప్రాభవశాలిమాట చెప్పవలయునా ?

ఇందు అలంకారము అర్థాపత్తి. ప్రాకృతుఁడే ఓర్వఁడనుటచే పృథివీపతి ఓర్చునా యనుటను సాధించుట కావ్యార్థాపత్తి.

ఏవం ఏతత్ = అట్లే యిది ఇది నిజమే. తనకును అది లెస్స యని తోఁచినది. తానే యగునేని, అట్టి సందర్భము కలుగునేని, అందులకు ఎంతయో ప్రతీకారము చేయఁగలను అనుట, ఆజ్ఞా భఙ్గ కలుషితేన = (తన) ఉత్తరువునకు

మలయకేతుః—సఖే, భాగురాయణ, గుణప్రశంసయా దర్శిత శ్చన్ద్రగుప్తేన రాక్షసే పక్షపాతః,

భాగురాయణః—న తథా గుణప్రశంసయా, యథా చాణక్యవటో ర్నిరాకరణేన.

రాక్షసః—కి మయమేవైకః కౌముదీమహోత్సవప్రతిషేధ శ్చన్ద్రగుప్తస్య చాణక్యంప్రతి కోపకారణ ముతాన్యద ప్యస్తి?

మలయకేతుః—సఖే చన్ద్రగుప్తస్యాపరకోపకారణాన్వేషణేన కిం ఫల మేష పశ్యతి?

భాగురాయణః— కుమార, మతిమాం శ్చాణక్యో న నిష్ప్రయోజన మేవ చన్ద్రగుప్తం కోపయిష్యతి; న చ కృతవేదీ చన్ద్రగుప్త ఏతావతా గౌరవ ముల్లఙ్ఘయిష్యతి. సర్వథా చాణక్య చన్ద్రగుప్తయోః పుష్కలకారణా ద్యో విశ్లేష ఉత్పద్యేత, స ఆత్యన్తికో భవిష్యతీతి

కలిగిన చెఱుపునకు, దానివలని యవమానమునకు కోపము చెందినవాని చేత, ప్రసఙ్గసూచితం=అక్కడ సందర్భవశమున సూచింపఁబడిన, అమాత్యుని దొరగారి-నీయొక్క అనుట-గుణమును ప్రశంసించి, అపభ్రంశితః=తొలఁగింపఁబడినాఁడు. గుణప్రశంసయా=రాక్షసుని గుణముల మెచ్చుకోలుచేత-అని మలయకేతువు అన్నాఁడు-దానికి మఱింత బలముకలిగించుటగా, భాగురాయణుఁడు 'చాణక్యనిరాకరణేన'-చాణక్యుని తొలఁగించుటచేత, రాక్షసునియందలి చంద్రగుప్త పక్షపాతమునకు రెండును సమానమైన కారణములు—ఒండొంటితో పోటి పడునవి, ఉత=లేక—సమానమైన మఱియొకదానిని సూచించును, మతిమాన్ చాణక్యః...బుద్ధిమంతుఁడు చాణక్యుఁడు, ప్రయోజనము లేకయే చంద్రగుప్తునికి కోపము కలిగింపఁడు; చంద్రగుప్తుఁడును (=కృతవేదీ) కృతజ్ఞుఁడు — తనకు అతఁడు చేసినమేలును చక్కఁగా ఎఱిఁగినవాఁడు, ఈపాటికే అతనిని అవమానింపఁడు—అతనియందు తనకుఁ గల గౌరవమును అతిక్రమింపఁడు= పాటింపకపోఁడు, ఎల్ల తెఱంగుల చాణక్య చంద్రగుప్తులకు సమృద్ధమైన కారణము వలన ఏయెడబాటు (=విశ్లేషః) కలుగునో అది ఎప్పటికిని ఉండునది - త్వరగా

కరభకః— అత్థి అణ్ణం వి. చందఉత్తస్స కోవకారణమ్. ఉవేక్ఖిదో దేణ అవక్కమంతో మలఅకేదూ అమచ్చరక్ఖ త్తి. [అస్త్యన్య దపి చన్ద్రగుప్తస్య కోపకారణమ్. ఉపేక్షితో ఒనే నాపక్రామన్ మలయకేతుః అమాత్య రాక్షస ఇతి]

రాక్షసః—శకటదాస, హస్తతలగతో మే చన్ద్రగుప్తో భవిష్యతి. ఇదానీం చన్దనదాసస్య బన్ధనా న్మోక్షస్తవ చ పుత్రదారైః సహ సమాగమః.

మలయకేతు—సఖే, భాగురాయణ. హస్తతలగత ఇతి వ్యాహరతః కో౽స్యాభిప్రాయః?

భాగురాయణః—కి మన్యత్? చాణక్యా దపకృష్టస్య చన్ద్రగుప్తస్యోద్ధరణా న్న కిఞ్చి త్కార్య మవశ్యం పశ్యతి.

రాక్షసః—భద్ర, హృతాధికారః క్వ సాంప్రత మసౌ వటుః?

తీఱిపోనిది, అగును అని ఉపేక్షితః=ఉపేక్షింపఁబడినాఁడు - అపక్రామన్=(తప్పించుకొని)అవలికి పోవుచున్నవాఁడు, హస్తతలగతః=చేతికిచిక్కినవాఁడు-సులువుగా చంపుటకు అని రాక్షసునిభావము, నాకు వసమైనాఁడు నాయందలి పక్షపాతముచేత - అని భాగురాయణుని భేదనపు మాట. చంద్రగుప్తుఁడు అట్లు నాకు చేతికి చిక్కినతరువాత వానిని నలిపివేయుదునుగదా-అంత చందన దాసునికి చెఱతొలఁగును - నీవును హాయిగా క్షేమముగా నీకుటుంబముతో కలసికొందువు - అంతే - అది రాక్షసునిమాటధోరణి. భాగురాయణుఁడు దానిని పెడధోరణికి రాక్షస చంద్రగుప్తుల స్నేహసంధివంకకు త్రిప్పి కేతువును-రాక్షసు నుండి భేదించును. కిం అన్యత్=మఱి యేమున్నది? చాణక్యునుండి తొలఁగింపఁబడిన చంద్రగుప్తుని రాజ్యము నుండి తొలఁగించుటవలన ఇంక తన కేమియు తప్పక కావలయు పనిలేదు - వానికి తోఁపదు ఇఁక నెందులకు వానిపైకి ఎత్తిపోవుట, వానిని ఓడించుట చంపుట మొదలైనది.-అనుట. అతనిద్వేషి చాణక్యుఁడు గాని చంద్రుఁడుకాఁడు. హృత అధికారః=తన నుండి పెఱుకుకొనఁబడిన యధికారముగలవాఁడై. సాంప్రతం = ఇప్పుడు - సావేగం = తొట్రుపాటుతో

కరభకః—తహిం ఎవ్వ పాడలిఉత్తే పడివసది. [తస్మి న్నేవ పాటలీపుత్రే ప్రతివసతి.]

రాక్షసః—(సావేగమ్) భద్ర, తత్రైవ ప్రతివసతి? తపో వనం న గతః ప్రతిజ్ఞాం వా పున ర్నసమారూఢవాన్?

కరభకః—అమచ్చ, తపోవణం గచ్ఛది త్తి సుణీఅది. [అమాత్య. తపోవనం గచ్ఛతీతి శ్రూయతే.]

రాక్షస—శకటదాస, నేద ముపపద్యతే. పశ్య.

శ్లో. దేవస్య యేన పృథివీతల వాసవస్య
స్వాగ్రాసనాపనయనా న్నికృతి ర్న సోఢా,
సోఽయంస్వయంకృత నరాధిపతే ర్మనస్వీ
మౌర్యా త్కథం ను పరిభూతి మిమాం సహేత, ౧౧

కూడుకొన్నట్లుగా - న ఇదం ఉపపద్యతే = ఇది సంభవింపదు, సకారణముగా తోఁపదు, పశ్య=చూడు-అనుపపన్నమగుటను వివరింతును.

శ్లో ౧౧ దేవస్యేతి—యేన = ఎవనిచేత, పృథ్వీతల వాసవస్య దేవస్య= భూలోకమునకు ఇంద్రునివంటి వాఁడైన(మన)ఏలినవాఁడైన (నందునియొక్క-అతఁడు కావించిన), స్వ అగ్రాసన అపనయాత్ = తన అగ్రాసనమునుండు అవతలికి తొలఁగించుటవలని, నికృతిః=అవమానము, న సోఢా=ఓర్వఁబడలేదో, సః అయం=ఆవీఁడు-అట్టిఁడు, మనస్వీ=పరువు - ఆత్మాభిమానము గలవాఁడు, దాని భంగమునకు ఎంతయు కోపము చెందువాఁడు, స్వయం కృత నరాధిపతేః= తాను చేసిన రాజైన మౌర్యాత్=చంద్రునివలన. ఇమాం పరిభూతిం=ఈ యవ మానమును, కథంను సహేత=ఎటువలె ఓర్చును?

ఎంత గొప్పరాజు మన నందుఁడు, ఈలోకానికి ఇంద్రునివంటి వాఁడు అంతటివాఁడు తన్ను భోజన-అగ్రాసనమునుండి తొలగించినాఁడని, ఆయవ మానమునకు అంతంతలు చేసినాఁడే-మఱి యట్టివాఁడు, మౌర్యుఁడు, కులహీనుఁడు, తాను కావించిన రాజు, అట్టి వానివలని యింతటి యవమానమును ఓర్చునా?

మలయకేతుః—సఖే చాణక్యస్య వనగమనే పునఃప్రతిజ్ఞారోహణే వా కాస్య స్వార్థసిద్ధిః ?

భాగురాయణః — నాత్యన్త దుర్బోధో౽య మర్థః యావద్యావ చ్చాణక్యహతక శ్చన్ద్రగుప్తా ద్దూరీభవతి, తావత్తావ దస్య స్వార్థసిద్ధిః.

శకటదాసః—అల మన్యథా వికల్ప్య. ఉపపద్యత ఏవై తత్, పశ్య త్వమాత్యః—

శ్లో. రాజ్ఞాం చూడామణీన్దుద్యుతి ఖచితశిఖే
మూర్ధ్ని విన్యస్తపాదః
స్వై రే వోత్పాద్యమానం కిమితి విషహతే
మౌర్య ఆజ్ఞావిఘాతమ్ ?

ఇందు అలంకారము పృథివీతలవాసవ విశేషణము సాభిప్రాయమగుటచే పరికరము పరిభూతిని ఓర్వమికి స్వయంకృత నరాధిపతితా మనస్వితలు కారణములగుటచే కావ్యలింగమును,

ప్రతిజ్ఞా ఆరోహణే = ప్రతిజ్ఞం బూనుటయందు, స్వార్థలాభః = ఏమి సొంతప్రయోజనము కలుగును; అతనికి ఏమిలాభము? నాత్యంత దుర్బోధః.. = అది యంత యెఱుంగుటకు కష్టమైన విషయము కాదే యావత్ యావత్ = ఎంతెంత, తావత్ తావత్ = అంతంత అలం అన్యథా వికల్ప్య = వేఱుగా సందేహింపవలదు. 'అలం' కు నిషేధార్థమున 'క్త్వాల్యప్పు'ల యోగమును గలదు - ఏతత్ ఉపపద్యత ఏవ = అది సుసంభావనీయమే. అట్లనఁగా, అమాత్యుఁడు చూచును గాక.

శ్లో ౧౨. రాజ్ఞా మితి—రాజ్ఞాం = రాజులయొక్క, చూడామణి ఇను ద్యుతి ఖచిత శిఖే = కిరీటమండలి రతనాల వెన్నెలలతో వ్యాప్తమైన సిగయందు విన్యస్తపాదః = ఉంచఁబడిన పాదములుగల, మౌర్యః = మౌర్యుఁడు. స్వైః ఏవ= తన - వారిచేతనే, ఉత్పాద్యమాన = కలిగింపఁబడుచున్న, ఆజ్ఞా -విఘాతమ్ = ఉత్తరువుల నడ్డగించుటను కిం ఇతి విషహతే = ఏమని ఓర్చుకొనును?

కౌటిల్యః కోపనో ఽపి స్వయ మభిచరణ
జ్ఞాత దుఃఖప్రతిజ్ఞో
దైవా త్తీర్ణప్రతిజ్ఞః పున రపి న కరో
త్యాయతిగ్లానిభీతః. ౧౨

రాక్షసః—శకటదాస, ఏవ మేతత్, గచ్ఛ, విశ్రామయ కరభకమ్.

కౌటిల్యః = కౌటిల్యుఁడును, కోపనః అపి = సులువుగా కోపము చెందు స్వభావము గలవాఁడైనను, స్వయం అభిచరణ దుఃఖ ప్రతిజ్ఞః = సొంతముగా చేసిన తోఁడుబోఁతుచేత ఎఱుంగఁబడిన కష్టంపుఁ ప్రతిజ్ఞకలవాఁడే దైవాత్ తీర్ణప్రతిజ్ఞః = ఎట్లో (అనుకూల) దైవమువలన, దాఁటిన—జరుపుకొనఁబడిన—ప్రతిజ్ఞకలవాఁడు, ఆయతి గ్లాని భీతః = ఉత్తరకాలమున కలుగఁగల శ్రమంపు దౌర్బల్యమునకు భయపడినవాఁడై, పునః అపి = మరలం గూడ, నకరోతి = చేయఁడు

రాజాధిరాజు పెద్ద చక్రవర్తి తనవారే తన యాజ్ఞకు ఎదురుతిరిగిన ఓర్చునా? కౌటిల్యుఁడ న్నసో ప్రతినపట్టి, తోఁడుబోఁతులు చేయు పెను గష్ట మనుభవించి ఎట్లో తత్ప్రతిజ్ఞం దాఁటినాఁడు, ఇఁక ప్రతిజ్ఞ చేయఁబోఁడు? చేసినట్లైన దానివలన తరువాత ఎంత శ్రమపడవలయును, దానిం దీర్చుకొనటకు. అది బాగుగా ఎఱిఁగినవాఁడు, ఇఁక నెన్నఁడు ప్రతిజ్ఞలు చేయఁబోఁడు

అభిచరణ జ్ఞాత దుఃఖప్రతిజ్ఞః చూ. కామన్దక—

య స్యాభిచార వజ్రేణ వజ్రజ్వలనతేజసా
పపాత మూలతః శ్రీమాన్ సుపర్వా నన్దపర్వతః
ఏకాకీ మన్త్రశక్త్యా యః శక్త్యా, శక్తిధరోపమః
ఆజహార నృచన్ద్రాయ చన్ద్రగుప్తాయ మేదినీమ్.

కథాసరిత్.

చాణక్యనామ్నా తే నాథ శకటాలగృహే రహః
కృత్యాం విధాయ సప్తాహాత్ సపుత్త్రో నిహతో నృపః

ఏవం ఏతత్—ఇట్లే ఇది, నీవు చెప్పినది ఎంతయు సరి. పో, పోయి కరభకుని సేదదేర్చుము. అహం అపి=నేనును, కుమారం ద్రష్టుం ఇచ్ఛామి=కుమారుం

శకటదాసః—తథా, (ఇతి పురుషేణ సహ నిష్క్రాన్తః)

రాక్షసః—అహ మపి కుమారం ద్రష్టు మిచ్ఛామి.

మలయకేతుః—(ఉపసృత్య) అహ మే వార్యం ద్రష్టు మాగతః.

రాక్షసః—(నాట్యే నావలోకస్య) అయే కుమారః! (ఆసనా దుత్థాయ) ఇద మాసనమ్. ఉపవేష్టు మర్హతి కుమారః.

మలయకేతుః—అయ ముపవిశామి. ఉపవిశ త్వార్యః (యథార్హ ముపవిష్టః.) ఆర్య, అపి సహ్యా శిరోవేదనా?

రాక్షసః—కుమార, కుమారస్యాధి రాజశబ్దే నాతిరస్కృతే కుమారశబ్దే, కుతో మే శిరోవేదనాయాః సహ్యతా?

మలయకేతుః—ఉరీకృత మేత దార్యేణ. న దుష్ప్రాపం భవిష్యతి. తత్కియన్తం కాల మస్మాభి రేవం సంభృతబలై రపి శత్రువ్యసన ముదీక్షమాణై రుదాసితవ్యమ్?

జూడఁ గోరెదను. నాకు కావలయు మంచివార్త వచ్చినది, ఇఁకను కుమారు పనిని త్వరలో తీర్పగలను అను ఇంచుక ఉత్సాహముతో అనుమాట ఇది. నాట్యేన అవలోక్య - అనఁగా చూచుటను, అభినయించి - రాక్షస వేషగానికి అభినయమునకు ఎచ్చరిక. చాలవఱకు అభినయమునకు వలయు ఎచ్చరికలు కవి వ్రాఁతలోనే యుండును. అయే-అనుకొనని యీ దర్శనమునకు - 'నేను కుమారుని' అని తాను అనునంతలో "నేనే ఆర్యుని" అనుమాట విన్న తటకా పాటుకు మాట - "అయే" అని, ఆసనాత్ ఉత్థాయ - ఇది మంత్రికి రాజునెడ సముదాచారము. అతిరస్కృతే = మాపఁబడకుండఁగా, నా తలనొప్పి నీకు అధిరాజపదవి ఎట్లు గూర్తునా అనుచింతవలనిది, మఱి అన్యము గాదు, అన్యకారమునం దొలఁగుటకు ఉరీకృతం ఏతత్ ఆర్యేణ = అది ఆర్యునిచే అంగీకరింపఁబడినది, చేపట్టబడినది; (ఇఁకను) న దుష్ప్రాపం భవిష్యతి = పొందుటకు కష్టమైనది కాదు, తాను కరభక రాక్షసుల మాటలను పొంచి చెవి యొగ్గి విని కొన్న యభిప్రాయమును వెలికి తెలియనీకుండ చేర్పుగా జాణగామాట లాడుచున్నాఁడు. సంభృతబలైః=దండిగా కూర్చుకొన్న సేనలుగలవారమయ్యు శత్రువ్యసనం=శత్రుఛిద్రమును. శత్రువు సులువుగా లోకువకాఁదగిన యెదరును, ఉదీక్షమాణైః = ఎదురుచూచుచు కనుపెట్టుకొని, ఉదాసితవ్యం = ఊరకుండ

రాక్షసః —కుతోఽద్యాపి కాలహరణస్యావకాశః? ప్రతిష్ఠస్వ విజయాయ

మలయకేతుః—ఆర్య, శత్రువ్యసన ముపలబ్ధమ్?

రాక్షసః—ఉపలబ్ధమ్

మలయకేతుః—కీదృశం తత్?

రాక్షసః—సచివవ్యసనమ్, కి మన్యత్? అపకృష్టశ్చాణక్యాచ్చన్ద్రగుప్తః.

మలయకేతుః—ఆర్య, సచివ వ్యసన మేవ?

రాక్షసః—అన్యేషాం భూపతీనాం కదాచి దమాత్యవ్యసన మవ్యసనం స్యాత్ న పున శ్చన్ద్రగుప్తస్య

మలయకేతుః—ఆర్య, నైతదేవమ్. చన్ద్రగుప్త ప్రకృతీనాం చాణక్యదోషా ఏ వాపరాగహేతవ, స్తస్మింశ్చ నిరాకృతే ప్రథమ

వలయును, దండెత్తి బయలుదేరక? కుతః అద్యాపి ..=ఇఁక నిప్పుడును కాలహరణమునకు—ఆలస్యమునకు-ఏమి అవకాశము - కారణము — ప్రతిష్ఠస్వ=బయలుదేఱుము - శత్రువ్యసనం ఉపలబ్ధమ్ = శత్రువుల వ్యసనము - ఛిద్రము-బల హాని కారణమును సమయమును, ఉపలబ్ధమ్ = దొరకినదా? తెలియవచ్చినదా? కాకువుచే ప్రశ్న. సచివవ్యసనం = మంత్రివలని వ్యసనము దైవికపు ఆపద, అపకృష్టః = అవతలికి లాఁగివేయఁబడినవాఁడు - కాకుండఁ జేయఁబడినాఁడు, సచివవ్యసనం ఏవ = సచివవ్యసనమాత్రమా? అంతయేనా? మఱేమియు లేదా? అనుట ఇదియు కాకువుచే ప్రశ్న. కదాచిత్ = ఎప్పుడైన ఒకప్పుడు, అవ్యసనం స్యాత్ = వ్యసనము - బలహీనస్థితియు కాలమును ఆపద, కాకపోవచ్చును, పునః చన్ద్రగుప్తస్య = చంద్రగుప్తునికన్ననో కాదు, న ఏతత్ ఏవం = ఇది యట్లుగాదు, చంద్రగుప్త ప్రకృతీనాం చంద్రగుప్తుని ప్రజలకు, చాణక్యదోషా ఏవ = చాణకునియందలి దోషములు మాత్రమే, అపరాగ హేతవః = ద్వేషకారణములు తస్మిన్ చ నిరాకృతే=వాఁడు తొలఁగింపఁబడఁగా,

మపి చన్ద్రగుప్తానురక్తాః సంప్రతి సుతరా మేవ తత్రానురాగం దర్శయిష్యన్తి.

రాక్షసః— మా మైవమ్, తాః ఖలు ద్విప్రకారాః ప్రకృతయః—చన్ద్రగుప్త సహోత్థాయిన్యో, నన్దానురక్తాశ్చ, తత్ర చన్ద్రగుప్త సహోత్థాయినీనాం చాణక్య దోషా ఏవ విరాగ హేతవో, న నన్దకులానుగతానామ్, తాస్తు ఖలు నన్దకుల మనేన పితృభూతం ఘాతిత మి త్యపరాగామర్షాభ్యాం విప్రకృతాః సత్యః, స్వాశ్రయ మలభమానా శ్చన్ద్రగుప్త మే వానువర్తన్తే త్వాదృశం పునః ప్రతిపక్షోద్ధరణే సమ్భావ్యశక్తి మభియోక్తార మాసాద్య క్షిప్ర మేనం పరిత్యజ్య త్వా మే వాశ్రయిష్యన్తి, ఇ త్యత్ర నిదర్శనం వయ మేవ.

ప్రథమం అపి = మొదటనే, అసలులోనే, చన్ద్రగుప్తే అనురక్తాః = చంద్రగుప్తునందు అనురాగముగలవారు, సంప్రతి = ఇపుడు, తత్ర = అతనియందు. సుతరాం ఏవ మిక్కిలిగానే, అనురాగం దర్శయిష్యన్తి అనురాగము చూపఁగలరు, మా మా ఏవం అట్లు కాదు, అట్లు కాదు, తాః...తయః ఆ ప్రజలు రెండు తెగలవారు - రెండువిధాలవారు. (1) చన్ద్రగుప్త సహ ఉత్థాయినః చంద్రగుప్తునితో కూడ తమ వృద్ధి (క్షయములు) కలవారు - వాని వృద్ధి తమ వృద్ధి వాని పాటు తమ పాటు అన్నట్లు, వానితో లేచుటయు (అడఁగుటయు) కలవారు,(నందులయందు) అనురక్తులు. వారిలో చంద్రగుప్తునితో తమ తగ్గు మొగ్గులు గలవారికి చాణక్యుని దోషములే ద్వేషకారణములు, అని నందకులమును చెందినవారికి అట్లుగాదు, వారన్ననో - నందకులాను రక్తుల— నందవంశము తనకు తండ్రిదైనట్టిది, వీనిచే చంపఁబడినది అని ద్వేషమును కోపమును వహించి బెడిసిన వారగుచు, స్వాశ్రయం అలభమానాః = తమకుతగిన ఆసరా దొరకనివారై -(అరమనసుతోడనే) చంద్రగుప్తునే అనుసరించుచున్నారు త్వాదృశంపునః - మఱి నీటోటివానిని, శత్రువుచు మెకలించుటయందు, లెక్క సేయఁదగిన సామర్థ్యముగలవానిని దండెత్తి వచ్చువానిని పొంది, త్వరగా-వెంటనే వానిని (చంద్రుని) త్యజించి నిన్నే ఆశ్రయింపఁగలరు - (ఇతి అత్ర) అను ఈవిషయమువ నీకు దృష్టాంతము-ఋజువు-నేనే, (వయం ఏవ)

మలయకేతుః—ఆర్య, కి మేత దేక మేవ సచివవ్యసన మభియోగకారణం చన్ద్రగుప్త, స్యాహోస్వి దన్యమ ప్యస్తి ?

రాక్షసః—కి మన్యై ర్బహుభి రపి? ఏ తద్ధి ప్రధానతమమ్.

మలయకేతుః—ఆర్య, కథ మివ ప్రధానతమమ్? కి మిదానీం చన్ద్రగుప్తః స్వకార్యధురా మన్యత్ర మన్త్రిణి, ఆత్మని వా సమాసజ్య స్వయం ప్రతివిధాతు మసమర్థః ?

రాక్షసః—బాఢ మసమర్థః. కుతః, స్వాయత్తసిద్ధిషు ఉభయాయత్తసిద్ధిషు వా భూమిపాలేషు త త్సంభవతి, చన్ద్రగుప్త స్తు దురాత్మా నిత్యం సచివాయత్తసిద్ధా వేవ స్థిత, శ్చక్షుర్వికల

(దీనిచే రాక్షసుఁడు నందానురక్తుఁడును చంద్రగుప్తాపరక్తుఁడును, చాణక్య ద్వేషియు నయ్యు, చాల కాలము వారికి పట్టుపడి వసమై పోయిన కుసుమ పురమున ఆశ్రయాలాభముచే చంద్రానువర్తిగా అనివార్యమును అంగీకరించినవానివలె సంధి చేసికొన్న అభినయముతో పగతీర్చుకొను ఉపాయమును వేఁచిచూచుచు - ఉండెననుట తెలియుచున్నది. చంద్రగుప్తుఁడును అన్నాఁడు i11లో-"యావ దిష్ట ముషితం కృత్వా పదం నో గళే" అని)

ఆహోస్విత్—లేక ఒకి వేళ బహుభిః అపి అన్యైః-ఇతరములు పెక్కింటి చేతనైనను, కిం = ఏమి? ఏమి ప్రయోజనము? ప్రధానతమమ్ = అన్నింటి కంటెను ముఖ్యమైనది. కథం ఇవ = అ దెటువలె? స్వకార్యధురాం = తన కార్య భారమును, అన్యత్ర మన్త్రిణి వా=వేఱు మంత్రియందైనను, లేక ఆత్మని వా = తన యందే కాని, సమాసజ్య = ఉంచి, స్వయం = సొంతముగా, ప్రతివిధాతుం = పనులు సేయుటకు, అసమర్థః = శక్తుఁడు కాఁడా? బాఢం అసమర్థః = అవును, నిజముగా-ఎంతయు-అసమర్థుఁడు కుతః = ఏలయనగా - స్వాయత్త సిద్ధిషు = రాజ్యపాలన యాదేఱుట తమకే వసమున ఉండువారియెడను, ఉభయాయత్త సిద్ధిషు వా=తమయు మంత్రియు ఇరువురయు, వసమున నుండు వారికిని, తత్=అది, ప్రతివిధానము చేయుట, సంభవతి=పొసగును. నిత్యం సచివాయత్త సిద్ధౌ = ఎప్పుడును రాజ్యపాలసిద్ధిని మంత్రివసముననే ఉంచుకొని, స్థితః =

ఇ వాప్రత్యక్ష లోకవ్యవహారః కథ మివ స్వయం ప్రతివిధాతుం సమర్థః స్యాత్?

శ్లో. అత్యుచ్ఛ్రితే మన్త్రిణి పార్థివే చ
విష్టభ్య పాదా వుపతిష్ఠతే శ్రీః;
సా స్త్రీస్వభావా దసహా భరస్య
తయో ర్ద్వయో రేకతరం జహాతి. ౧౩

ఉన్నవాఁడు, (కావున) చక్షుర్వికల ఇవ = కన్నులు లేక పోయిన వానివలె, అప్రత్యక్ష లోకవ్యవహారః—లోకపు నడువడిని విషయమును ఎఱుంగనివాఁడు. కథం ఇవ = ఎటువలె, ప్రతివిధాతుం = ఎదురుసేయుటకు-మాఱుసేఁతకు.

శ్లో. ౧౩ అత్యుచ్ఛ్రిత ఇతి - శ్రీః = (రాచ) సిరి, అత్యుచ్ఛ్రితే = చాల ఉన్నతిని పొందిన, మన్త్రిణి = మంత్రియందును, పార్థివే చ = రాజునందును, పాదౌ = పాదములను, విష్టభ్య = గట్టిగా పట్టుగా—ఊని, ఉపతిష్ఠతే = ఉండును. సా = అది, స్త్రీ స్వభావాత్ = ఆఁడుది యగుటం బట్టి భరస్య అసహా = బరువునకు ఓర్చుకొనలేనిదై, తయోః ద్వయోః = వా రిరువురిలో, ఏకతరం = ఎవనినో ఒకని, మంత్రిని గాని రాజునుగాని, జహాతి=విడుచును.

లక్ష్మి ఏమో, ఉన్నతిగన్న వారగుదురు రేని, మంత్రిని రాజును ఊనుకొని, చాల పట్టుతోడనే నిలుచును గాని, ఆయున్నతిలో సామ్యస్థితి చిర ముండుట అరుదు-వైషమ్యము ఏపాటి కలిగినను, నిలువలేక తడఁబడి ఒక్కని మీదనే ఒరఁగిఊనును. స్వాయత్తముగానో సచివాయత్తముగానో కడకుతేలును.

ఉభయాయత్తతకు రాజ్యమున స్థైర్యము తక్కువ.

చంద్రునిరాజ్యము తొలినుండి సచివాయత్తము గానే ఉండినది. కొంత కాలమునకు (ఇప్పటికి) ఉభయాయత్తత ఇంచుక అగపడఁజొచ్చినది, అందు చంద్రుని అధిరాజ్యమును చాణక్యుని జితకాశితయు అన్యోన్య మత్సరము పుట్టించి పెంచినవి. రాజ్యము ఒకతట్టుకు ఒరఁగుటలో, చంద్రునిమీదికి ఒరఁగినది, సిద్ధి స్వాయత్తముం బోలె నైనది కాని చంద్రుఁడో తొలినుండి అతిమాత్ర సచివాయత్త సిద్ధి యగుటచే, చాల లేదు. శక్తుఁడు కాలేదు-కావున.

శ్లో. నృపో ఽపకృష్టః సచివా త్తదర్పణః
స్తనంధయో ఽత్యన్తశిశుః స్తనా దివ
అదృష్ట లోకవ్యవహార మన్దధీ
ర్ముహూర్త మప్యుత్సహతే న వర్తితుమ్. ౧౪

మలయకేతుః—(ఆత్మగతమ్) దిష్ట్యా న సచివాయత్త తన్త్రో ఽస్మి. (ప్రకాశమ్) యద్య ప్యేవం తథాపి బహు ష్వభియోగ కారణేషు సత్సు, వ్యసన మభియుఞ్జానస్య శత్రు మభియోక్తురైకా న్తికీ మేవ కార్యసిద్ధి ర్భవతి.

శ్లో. ౧౪. నృప ఇతి.—తదర్పణః=తన్ను, రాజ్యమును అతనికి అర్పించు కొన్న వాఁడైన, నృపః = రాజు—పుట్టు సచివాయత్తసిద్ధి యైనవాఁడు, సచివాత్ = మంత్రినుండి, స్తనంధయః (= చన్ను త్రాఁగువాఁడు) - చంటిపాప ఐన, అత్యన్తశిశుః = మిక్కిలియు నిసుగు, స్తనాత్ ఇవ = చంటినుండి వోలె, అపకృష్టః=లాగఁబడినవాఁడై, అదృష్ట లోక వ్యవహార మన్ద ధీః = చూడఁబడని లోకములోని నడవడిగల చుఱుకు కాని మొద్దు బుద్ధి కలవాఁడై, ముహూర్తం అపి=రవంత సేపయినను, వర్తితుమ్=ఉండుటకు, న ఉత్సహతే=ఉత్సహింపఁడు

కేవలము సచివాయత్తసిద్ధి యైనవాఁడు, పాలన తంత్రమంతయు మంత్రికి అప్పగించి వేసినవాఁడు, వానివలన లాగివేయఁబడిన ఏమియు చేయనేరఁడు. వానికి లోకవ్యవహారము బొత్తిగా తెలియదు గదా చంటిపాప, తల్లికి ఎడపిన మన నేర్చునా?

దిష్ట్యా! = నా యదృష్టము! ఏవం యది అపి = ఇట్లు ఐనను గూడ, తథాపి = అట్లును, అభియోగం - ఎత్తిపోవుటకు—వ్యసనం = వ్యసనము నుచ్ఛిద్రమును, అభియుఞ్జానస్య = కనిపట్టఁ దివురుచున్నవానికి, (అట్లుకనిపట్టి) శత్రుం అభియోక్తుః=శత్రువును ఎదురుకొను వానికి, ఐకాన్తికం = తప్పిపోవని, నిశ్చయమైన, కార్యసిద్ధిః=అట్టితప్పిపోవని నిశ్చయమైనదే ఐన.

రాక్షసః — ఐకాన్తికీ మేవ కార్యసిద్ధి మవగన్తు మర్హతి కుమారః. కుతః,

శ్లో. త్వ య్యుత్కృష్టబలేఽభియోక్తరి నృపే, నన్దానురక్తే పురే,
చాణక్యే చలితాధికారవిముఖే మౌర్యే నవే రాజని,
స్వాధీనే మయి,
(ఇత్యర్ధోక్తే లజ్జాం నాటయన్)
మార్గమాత్ర కథనవ్యాపార యోగోద్యమే
త్వద్వాఞ్ఛాన్తరితాని సమ్ప్రతివిభో తిష్ఠన్తి సాధ్యాని నః ౧౫

కార్యసిద్ధిం అవగన్తుం అర్హతి కుమారః=కార్యసిద్ధినే గట్టిగా తలంపవలసి నది కుమారుఁడు. కుతః-ఏలయన-చూడు ఎన్ని కారణములున్న వో-జయము నకు—

శ్లో. ౧౫. త్వయీతి.—ఉత్కృష్టబలే నృపే త్వయి = శ్రేష్ఠమైన సేనాదిబలముగల రాజవు నీవు, అభియోక్తరి = ఎత్తి-పోవువాఁడవు కాఁగా, పురే=(కుసుమ) పురము, నన్దానురక్తే=నందులయం దనురాగముగలది కాఁగా, చాణక్యే = చాణక్యుఁడు, చలిత అధికార విముఖే = తననుండి తొలఁగిపోయిన చెల్లుబడి గలవాఁడై పెడమొగమిడినవాఁడు కాఁగా, మౌర్యే = మౌర్యుఁడు, నవే రాజని = క్రొత్త - అనుభవముచాలని - రాజు కాఁగా, స్వాధీనే మయి= నేను నీవసములోనివాఁడను కాఁగా, - అనుటలో తన పొగడ్త గర్వితముగా నున్నందున ఆత్మశ్లాఘాపరాఙ్ముఖతచే సిగ్గు - నాటయన్ = అభినయించుచు- వేసగానికి ఎచ్చరిక. - మార్గ మాత్ర కథన వ్యాపార యోగోద్యమే = దారిమాత్రము చెప్పుచుపోయమాత్రమున పూనిక కలవాఁడను కాఁగా - నీవు చాల గొప్పవాఁడవు స్వతంత్రుఁడవు సచివాధీనుఁడవు కావు అనుటను గట్టిగా సూచించుట—; విభో = ప్రభూ, నః సాధ్యాని = మనసాధ్యము లన్నియు జయమున కైన మనపనులును జయమునుం గూడ - సంప్రతి=ఇప్పుడు, త్వద్వాఞ్ఛాన్తరితాని=నీకోరికయే మఱుఁగు(=అడ్డము)గాఁ గలవిగా, నీవు కోరవలసిన మాత్రములుగా-తిష్ఠన్తి=ఉన్నవి.

మలయకేతుః—యద్యేవ మభియోగకాల మార్యః పశ్యతి, తతః కిం ఆస్యతే?

శ్లో. ఉత్తుఙ్గా స్తుఙ్గకూలం స్రుతమదసలిలాః ప్రస్యన్దిసలిలం
శ్యామాః శ్యామోపకణ్ఠద్రుమ మతిముఖరాః కల్లోలముఖరమ్
స్రోతః ఖాతా వసీదత్తట మురు దశనై రుత్పాదిత తటాః

మనపనులు, మనముసాధింపవలసిన వన్నియు చంద్ర చాణక్యుల గెలిచి (చంపి) నంద సామ్రాజ్య లాభ పర్యంతమైనవి—నీకోరికయే, నీవు ఈ - కానీ-సహీ - అనుటయే మఱుఁగు-అడ్డము-గా గలిగి ఉన్నవి. సహీ - అన్నావా- అంతే అన్నియు సిద్ధించినట్లే-ఏలన-నీవు ఎంత బలాధికుఁడవు, అట్టి నీవు దండెత్తుట, కుసుమపురమున అందఱును మనతట్టే యున్నట్లు వారు నందులపై అనురక్తులై మన శత్రువుల ఓటమిని కోరుచుండు మన మిత్రులు అగుట, చాణక్యుఁడు అన్ని మానుకొని దేనికిని పూనుకొననివాఁడు. మౌర్యునికి రాజ్యము క్రొత్తరాజ్య పాలన క్రొత్తఅగుట, నేనెంతటివాఁడను, నేను నెప్పుకొనఁగూడదులే, చాణక్యునికి ఉద్ది, నీకు సర్వవిధముల వశ్యుఁడునుగా అన్నిటికి దారులు ఉపాయములు చెప్పుచుండఁగా - అసలు నీకొకరు చెప్పవలసినదిలేదు, అన్నియు ఎఱిఁగిన సమర్థుఁడవు-ఐనను నీకు కావలసిన ఉపాయములనెల్ల చెప్పుటకు నేను సిద్ధముగా ఉన్నాను-ఇంక నేమున్నది? నీవు 'కానీ' అనవలసినదే, అన్నియు ఐపోఁగలవు

యది ఏవం అభియోగకాలం ఆర్యః పశ్యతి = ఇట్టిది యభియోగమునకు కాల మని ఆర్యుఁడు తలంచునేని, కిం ఆస్యతే = ఏల ఊరక యుండుట?

శ్లో. ౧౬ ఉత్తుఙ్గా ఇతి.—ఉత్తుఙ్గాః=మిక్కిలి యెత్తయినవియు, స్రుతమదసలిలా = కాఱుచున్న మదజలము గలవియు, శ్యామాః = నల్లనివియు, అతిముఖరాః='ఘీం' అని మిక్కిలి శబ్దించుచున్నవియు-మిక్కిలి ఘీంకారము చేయుచున్నవియు, ఉరుదశనైః - లావు దంతములతో, ఉత్పాదితతటాః=నాశనము చేయఁబడిన గట్టుకలవియు, సిన్దూర శోణాః=సిందూరపు పూతచే ఎఱ్ఱగానున్నవియు నగు, మమ గజపతయః=నా మేటి యేనుఁగులు, తుఙ్గకూలం = ఎత్తయిన గట్లుకలదియు, ప్రస్యన్దిసలిలం=ఎక్కువగా పాఱుచున్న నీరుకలదియు, శ్యామోపకంఠ ద్రుమం=చెంగట ముదురుపచ్చని చెట్లుగలదియు, కల్లోలముఖరం = అలలతో మ్రోగుచున్నదియు, స్రోతః ఖాతావసీద త్తటం = ప్రవాహ

శోణం సిన్దూరశోణా మమ గజపతయః పాస్యన్తు శతశః ౧౬

అపి చ,

శ్లో. గమ్భీరగర్జితరవాః స్వమదామ్బుమిశ్ర
మాసారవర్ష మివ శీకర ముద్గిరన్త్యః
విన్ధ్యం వికీర్ణ సలిలా ఇవ మేఘమాలా
రున్ధన్తు వారణఘటా నగరం మదీయాః. ౧౭

ములచే త్రవ్వఁబడుటచే - కోయఁబడుటచే - క్రుంగుచున్న గట్టుగలదైన శోణం = (పేరున మాత్రము శోణము-ఎఱ్ఱనిది-ఐన) శోణము అను నదమును, శతశః = నూర్లు నూర్లుగా, - నూఱువిధములుగా, పాస్యన్తు = త్రాగుదుగాక.

మలయకేతువు పెద్ద కొండరాజ్యమువాఁ డగుటచేతను, వానిం గూడినరాజులును అట్టివారే అగుటచేతను సేనలో గజాంగము చాల గొప్పది శ్లాఘ్యమైనది. మలయుని సేనలు ఇన్నాళ్లును శోణకు అద్దరిని విడిసియున్నవి ఇఁక విలంబము వలదు-తత్క్షణమే అవి శోణను దాఁటునుగాక, కుసుమపురము ముట్టడికి-అని యుత్తరువు-గజపతులకును శోణకును సమానపదములనే ప్రథమలోను-ద్వితీయలోను ప్రక్క ప్రక్కన ప్రయోగించుట ఒక శబ్దాలంకార చమత్కారము. అట్టి యేనుఁగులు ఇట్టిశోణను నూఱులుగా వెదజల్లునుగాక-అట్లు అవలికి దాఁటును గాక.

చూ. ౧౭ చల్లుట అందున్నది. పునరుక్తి.

శోణ గంగయుపనదులలో ఒకటి, కుసుమపురమునకు గంగయొద్దున నున్న దానికి రవంత పడమరగా గంగ గలయును. అది దక్షిణాన వింధ్య ప్రాంతమున పుట్టి, ఉత్తరముగా ప్రవహించి గంగలో కలియును

ఇందు వ్యతిరేకాలంకారము.- వ్యతిరేకో విశేషశ్చేత్ ఉపమానోపమేయయోః-ఇందు గజశోణలలో విశేషము చెప్పఁబడినందున.

శ్లో. ౧౭. గమ్భీరేతి.-గమ్భీర గర్జిత రవాః = లోతైన - మంద్రమైన-గర్జిత-'ఘీం' లను-బృంహితముల-ధ్వనిగలవియు, స్వ మ దామ్బు మిశ్రం శీకరం=తమ మదపునీటితో కలసిన, శీకరం = తొండాల, చివరి మదమును, ఆసారవర్షం ఇవ = జడివానం బోలె, ఉద్గిరన్త్యః = వెడలఁగ్రక్కుచున్నవై,

(ఇతి భాగురాయణేన సహ నిష్క్రాన్తో మలయకేతుః)

రాక్షసః—కః కోఽత్ర భోః?

(ప్రవిశ్య)

పురుషః—అణవేదు అమచ్చో, [ఆజ్ఞాపయ త్వమాత్యః]

రాక్షసః—ప్రియంవదక, సాంవత్సరికాణాం ద్వారి కస్తిష్ఠతి?

మదీయాః = నావియైన, వారణఘటాః = ఏనుఁగు గుంపులు, వికీర్ణ సలిలాః = వెదఁజల్లిన నీళ్లుగల, మేఘమాలాః = కాదంబినులు - మేఘముల బారులు. విన్ధ్యం ఇవ = వింధ్యముం బోలె, నగరం = కుసుమపురమును, రున్ధన్తు = ముట్టడించునుగాక

శోణను దాఁటగానే నాయేనుఁగుల గుంపులు కుసుమపురమును, వానజడులతో మేఘాలబారులు వింధ్యముం బోలె, మదశీకరముల గ్రక్కుచు ముట్టడించును గాక.

మేఘమాలా ఇవ - అనిపోలిక చెప్పుటచే ఉపమ. 'త్వద్వ్యాక్షాన్తరితాని' అన్నందులకు వెంటనే గజములతో ఏఱు దాఁటి నగరమును ముట్టడింపవలసినదే అని ఉత్తరువు వేసి తటాలున భాగురాయణునితో మరలిపోయినాఁడు.

భాగురాయణుని భేదనపటువులగు వాక్యలతోఁడి కరభక రాక్షస భాషితములను విన్నాఁడు. వెంటనే రాక్షసుఁడు పలికిన - ఇఁక ఆలస్యము వలదు, ముట్టడికి నడువవలసినదే అను రాక్షసుని మాటలను విన్నాఁడు, సచివవ్యసన బలాబలములం గూర్చిన వాదులాడినాఁడు. మఱి మనసులో సమాధానపడినాఁడా? ఐనను తత్క్షణము ముట్టడికి నడువుండు అని యుత్తరువు చేసినాఁడు పోయినాఁడు. మలయుని మనసు ఎంతయో కలఁగియుండదా? రాక్షసునిపై సందియములు అందు చొచ్చియుండవా?

కః కోఽత్రభోః - ఓరీ, ఎవఁడురా అక్కడ? — ఇది నౌకరుల నెచ్చరించి పిలుచు మాటల గుమి. సాంవత్సరికాణాం కః = జోస్యులలో ఎవఁడు? ఎప్పుడును ఎవరో జోస్యులు వాకిట కనుపెట్టుకొని యుందురా యేమి? ఇది అపరాహ్ణము - రాక్షసుఁడు పెద్దమంత్రి - అతనివాకిట, అన్ని విధాలవారును కను

పురుషః—క్ష్వణఓ, [క్షపణకః.]

రాక్షసః—(ఆత్మగతమ్ అనిమిత్తం సూచయిత్వా) కథం! క్షపణకః!

పురుషః—జీవసిద్ధీ. [జీవసిద్ధిః.]

రాక్షసః—(ప్రకాశమ్) అబీభత్సదర్శనం కృత్వా ప్రవేశయ.

పురుషః—తహ. [తథా] (ఇతి నిష్క్రాన్తః)

(ప్రవిశ్య)

క్షపణకః—

శ్లో. సాసణ మలిహన్తాణం పడివజ్జహ
మోహవాహి వెజ్జాణం

పెట్టుకొని యుండఁదగును కావున ఎవఁడేని యుండవచ్చును. క్షపణకః= ఏమీ, క్షపణకుఁడా? క్షపణకదర్శనము, అపశకునము, అమంగళము అని ఆచారపు నమ్మకము క్షపణకుఁడు సన్న్యాసి, బౌద్ధునికిన్న జైనుఁడు బీభత్స (=రోత కలిగించు) దర్శనము గలవాఁడును. క్షపణక - శబ్దార్థము త్రోయువాఁడు, నాశనము చేయువాఁడు అనియు-ఆమాట వినంబడుటయు అశ్లీల మని తలంపు. త్రోపుడు నాశనము అను ఉపశ్రుతియు. వెంటనే "జీవసిద్ధి" అనుట-బౌద్ధుఁడనియు, పర్వాలేనివాఁడు, తన మిత్రమే, జీవనమునకు సిద్ధి కలిగించువాఁడని ఉపశ్రుతియు.

క్షపణక—బౌద్ధ (జైన) సన్యాసి - అన్నియు మానకొన్నవాఁడు - త్రోయువాఁడు-అమంగళ-హాని-సూచకము-ప్రథమ మేవ అనియన్నను అనకున్నను అందులో ఉపశ్రుతి గ్రహణమును. వెంటనే "జీవసిద్ధి" అని వినంబడుట-శుభసూచకమగు నుపశ్రుతి. ప్రాణహానియుండదు, శుభావసానము సూచితము.

శ్లో. ౧౮. సాసణమితి. — మోహవ్యాధి వైద్యానాం = అజ్ఞానమను రోగమునకు వైద్యులైన, అర్హతాం=మహాబౌద్ధులకు-బౌద్ధమతమందును జైనమతమందును గొప్పమతగురువులకు, మతప్రవర్తకులై-దేవతలై ఐన-వారిపేరువలె,

జే ముహుత్తమాత్త కడుఅం
పచ్ఛా పత్థం ఉవదిసంతి. ౧౮

(ఉపసృత్య) ధమ్మసిద్ధీ హోదు సావగాణమ్.

[శాసన మర్హతాం ప్రతిపద్యధ్వం
మోహవ్యాధి వైద్యానామ్
యే ముహూర్తమాత్ర కటుకం
పశ్చాత్ పథ్య ముపదిశన్తి.

బుద్ధుఁడు, జినుఁడు, క్రీసుఁడు-అని వ్యవహారము-అట్లే అంతటి పూజ్యమైన పేరే "అర్హత్ అని, హిందువులలో "భగవన్" అన్నట్లు - భగవాన్ నారదః - వసిష్ఠః-వాసుదేవః - అనుటఁబోలె, "సర్వజ్ఞో జిత రాగాది దోష స్త్రైలోక్య పూజితః, యథాస్థి తార్థవాదీ చ దేవోఽర్హ న్పరమేశ్వరః" అని లక్షణము—శాసనం = ఉత్తరువున, ఉత్తరువుంబోని యుపదేశమును, ప్రతిపద్యధ్వం = అనుసరింపుఁడు, యే = ఎవరు, - అనఁగా - ఏలయన -) వారు, ముహూర్త మాత్ర కటుకం = రవంత సేపుమాత్రమే - చేదుగాను కారముగాను-అప్రియముగా నుండునదైనను, పశ్చాత్ = పిమ్మట, పథ్యం=హితమగు దానిని, ఉపదిశన్తి=ఉపదేశింతురు.

క్షపణకుఁడు గొప్ప బుద్ధుఁడు బుద్ధభక్తుఁడు - ఊరకయే, తానే ఇట్టి మంచి సూక్తులం బాడుచు తిరుగుచుండును. బుద్ధుల ఉపదేశమును అనుసరింపుఁడు. అది అనుష్ఠానమున తొలుత అప్రియముగా తోఁచినను పిమ్మట మేలు కూర్చును. వారు అజ్ఞాన మను రోగమును మాన్పు వైద్యులు సుమా.

క్షపణకుఁడు చాణక్యుని మానిసి, మునుపు కుసుమపురమునఁ గాని ఇపుడిందు గాని లోకానికి తన యుపదేశముగా ఎపుడు పాడు పాట ఇది-శాసన మర్హతాం ఇత్యాది, ఇందు గూఢధ్వని ఏమన అర్హత్తయిన చాణక్యుని కొలువుఁడు, అతఁడు అజ్ఞానము తీర్చును. అతని యుపదేశము తొలుత కటువైనను పర్యవసానమున ఎంతయు హితము కలిగించును.

ఇందలి అలంకారము రూపకము - అర్హత్తులు...వైద్యులు అనుటచేత

(ఉపసృత్య) ధర్మసిద్ధి ర్భవతు [శ్రావకాణామ్,]

రాక్షసః — భదన్త, నిరూప్యతాం తావ దస్మత్ప్రస్థానదివసః.

క్షపణకః — (నాట్యేన చిన్తయిత్వా) సావగా, ణిరూవిదా మఏ, ఆమజ్ఝణ్ణాదో ణివుత్తసవ్వకలాణా తిహీ, సంపుణ్ణచందా పుణ్ణమాసీ, తుమ్హాణం ఉత్తలాఏ దిసాఏ దక్ఖిణాం దిసం పత్థిదాణ అదక్ఖిణే ణక్ఖత్తే, అవి అ,

---

ధర్మసిద్ధిః భవతు - ధర్మ మనఁగా వారి భాషలో మోక్షము. అది కలుగును గాక, శిష్యులకు ఇది వట్టి ఆచారోక్తి. ఆశీర్వదించు పద్ధతి. భదన్త- బౌద్ధమతమున అట్టిగొప్పవారిని - సన్యాసులను ఎచ్చరించు - పలుకరించు-నిర్దేశించు మాట. స్వామి, భగవన్ అనుటంబోనిది.

ప్రస్థాన దివసః=బయలుదేఱు దినము, నిరూప్యతాం=నిరూపింపఁబడును గాక-చూచి నిర్ణయింపఁబడును గాక.

నాట్యేన చిన్తయిత్వా-ఆలోచించుటను అభినయించి-వేసగానికి సంజ్ఞ-ఇది రాక్షసుఁడు విన్నమాట కాకపోవచ్చును-ఇటు తర్వాత అతఁడు 'ఉపసృత్య=(రాక్షసు) సమీపించి ధర్మసిద్ధిత్యాది ఆశీర్వదించుట కావున అతఁడు ఇందు రాక్షసుఁడు గ్రహింపఁదగినదానిని రాక్షసుని తన మనసున ఉంచుకొని చెప్పినాఁడు-అన్ని అతనికి రెండఁగల గూఢోపదేశమును ఇందు అరయుట తగదు ఇది సామాన్యోక్తి. నిరూపితా మయా-నాచేత చూచి నిర్ణయింపఁబడినది. ఆమధ్యాహ్నాత్=మధ్యాహ్నము వఱకు, తిథిః=తిథి, సంపూర్ణచన్ద్రా=నిండు చంద్రుఁడు గలది, పౌర్ణమాసీ= పూర్ణిమ, నివృత్త సర్వకళ్యాణా=మరలిపోయిన-తొలఁగిపోయిన - అన్నివిధములైన శుభములు గలది, అనఁగా చాల అశుభదము. పూర్ణిమ తిథి ప్రయాణమునకు అప్రశస్తము - (తరువాత కృష్ణ ప్రతిపత్తు వచ్చును-అది యన్నిటికిని మంచిది.) మఱియు, యుష్మాకం=మీకు, ఉత్తరస్యాః దిశః=ఉత్తరదిక్కునుండి, దక్షిణాం దిశం=దక్షిణదిక్కుంగూర్చి, ప్రస్థితానాం=బయలుదేఱినవారికి, అదక్షిణం నక్షత్రం-ప్రతికూలమైన నక్షత్రము. మంగళం కృష్ణపాడ్యమి' అని పామరుల నానుడియు కలదు.

శ్లో. అత్థాహిముహే సూరే ఉదిఏ సంపుణ్ణమండలే చందే
గమణం బుధస్స లగ్గే ఉదిరత్థమిదే అ కేదుమ్మి. ౧౯

[శ్రావక, నిరూపితా మయా, మధ్యాహ్నే నివృత్తసర్వ కల్యాణా తిథిః సంపూర్ణచన్ద్రా పౌర్ణమాసీ, యుష్మాక ముత్తరస్యాదిశో దక్షిణాం దిశం ప్రస్థితానాం అదక్షిణం నక్షత్రమ్. అపి చ,

[శ్లో. అస్తాభిముఖే సూర్యే, ఉదితే సంపూర్ణమణ్డలే చన్ద్రే
గమనం బుధస్య లగ్నే ఉదితాస్తమితే చ కేతౌ.]

శ్లో. ౧౯ అత్థాహిముహ ఇతి—సూర్యే=సూర్యుఁడు, అస్తాభిముఖే=అస్తమింప నుండఁగా, చన్ద్రే = చంద్రుఁడు, సంపూర్ణమణ్డలే = నిండుబింబము గలవాఁడై, ఉదితే = ఉదయింపఁగా, ఉదితాస్తమితే చ కేతౌ = కేతువు ఉదయమును అంతటనే అస్తమయమును పొందినవాఁడు కాఁగా బుధస్య లగ్నే= బుధుని-బుధదేవతాకమైన-లగ్నమందు, గమనం=పోవుట,-బయలుదేఱఁదగును-అనుట

ఇపుడు చాంద్రముగా మార్గశీర్షమాసము; సౌరముగా ధనుర్మాసము. సాయంలగ్నము మిథున మగును. మిథున లగ్నము ద్విస్వభావము. ధనుర్మాస మగుటచే - సూర్యుఁడు సప్తమకేంద్రమందు ఉండును. సూర్యుఁడు క్రూర గ్రహము. కేతువును పాప గ్రహము దాని కూడికయు కలదు. అట్టిది ప్రయాణమునకు తగదు, అనిష్టద మగును. అయినను లగ్నముయొక్క బుధదేవతాకత కలదు ఉదితుఁ డయిన పూర్ణ చంద్రుని యోగమును గలదు. కావున 'గమనం' అని జోస్యుఁడు దానిని విధించి చెప్పినాఁడు.

ఖదన్త- 'ఖాని నక్షత్రాణి దన్తాని యస్య'-అని జోస్యుఁడు.

ఆమధ్యాహ్నాత్ నివృత్తకల్యాణా పూర్ణమాసీ - మధ్యాహ్నము వఱకు పూర్ణిమ కళ్యాణకరము గాదు.

(పా) నిర్వృత్తకల్యాణా - మధ్యాహ్నమునకు తర్వాత అన్ని కల్యాణములు నిర్వర్తింపఁబడినవి - అన్ని తెఱంగుల కల్యాణములు గలది పూర్ణమాసి. ఇంకను పాఠాంతరము-నివృత్త సప్తమకరణా - ముగిసిపోయిన ఏడవకరణము

రాక్షసః — భదన్త. తిథి రేవ న శుధ్యతి.

(భద్రయనునది మంగళకరమైనది) గలది - అది ముగియుట మధ్యాహ్నము దాటు నప్పటికి. పూర్ణిమ, ప్రొద్దు వాలుకొలఁది సూర్యుఁడు అస్తమించు చున్నందునను చంద్రుఁడు పొడుచుచున్నందునను చాల శుభకరము.

సాయంకాలము బయలుదేఱినట్లయిన సూర్యుఁడు, క్రూరుఁడైనవాఁడు అస్తమించు చుండును. అతని సెబ్బర తొలఁగును. చంద్రుఁడు ఉదయించుచున్న వాఁడు శుభుఁడు, చంద్రబలము కలుగును. కేతువు ఉదితుఁడై అస్తమించును-వాని సెబ్బరయు తొలఁగును. లగ్నమునకు బుధుఁడు అధిపతి. సౌమ్యుఁడు అతఁడును శుభుఁడు. చంద్రుఁడు సరే, ఆలగ్నమందే ఉన్నాఁడు. కావున ఆలగ్నమున ప్రయాణము మంచిది, కర్తవ్యము.

మఱియొక అర్థము శ్లేషచే ధ్వనితము, ప్రాకృత 'అత్థ'కు 'అర్థ' అనియు 'సూరే'కు 'శూరే' అనియును ఛాయ-శూరుఁడు రాక్షసుఁడు అర్థాభిముఖుఁడు, మౌర్యసాచివ్య మను అర్థమును-గొప్పప్రయోజనమును పొందువాఁ డగును. చంద్రగుప్తుఁడు సంపూర్ణ (రాజ్య-ప్రకృతి) మండలముగలవాఁ డగును-కేతువు అనఁగా మలయకేతువు, ఉదితాస్తమితుఁడు, ఇపుడు అభ్యుదయమునం బోలె నుండువాఁడు అస్తమింపఁగలఁడు-భంగ మొందగలఁడు. ఇవన్నియు 'బుధస్య లగ్నే' సకలమెఱిఁగిన చాణక్యుని కలయికచే సిద్ధించును.

ఇపుడు చాంద్రమాన మాసము మృగశీర్షము, సూర్య మాన మాసము ధనుస్సు. ధనుర్మాసమున సూర్యోదయమున లగ్నము ధనుస్సు-సాయం చంద్రోదయమునకు మిథునలగ్నమును. చంద్రునికి ఆయాలగ్నస్థితిం బట్టి దిగ్నిశ్చయము చేయఁబడినది. మిథునచంద్రుఁడు పడమట స్థితుఁ డనఁబడును. కావున రాక్షసునికి ఉత్తరమునుండి దక్షిణమునకు తరలువానికి చంద్రుఁడు లగ్నముంబట్టి పడమటివాఁడైనవాఁడు (దక్షిణుఁడు) కుడితట్టు ఉండువాఁ డగును, సుఖసంపద లొసంగునని శాస్త్రము. మఱియు నక్షత్రములు ఆయాదిక్కుల ప్రయాణమునకు అవి అవి యనుకూలమనియు కలదు. మృగశిరోమాసపూర్ణిమకు నక్షత్రము పూర్వ ఫల్గుని. అదియు దక్షిణమునకు అనుకూలము, శుభము.

తిథిః ఏవ న శుధ్యతి. — తిథియే - పౌర్ణమాసి - శుద్ధముగా లేదు. అని రాక్షసుఁడు తన సామాన్యజ్ఞానమున ఆక్షేపమును సందేహమును సూచించి

క్షపణకః—సావగా

శ్లో. ఎక్కగుణా తిథీ చఉగ్గుణే ణక్ఖత్తే
చఉసత్తిగుణే లగ్గే ఏసే జోహాస తంత సిద్ధంతే. ౨౦

[శ్రావక,

శ్లో ఏక గుణా తిథి శ్చతుర్గుణం నక్షత్రమ్.
చతుఃషష్టి గుణం లగ్న మేష జ్యోతిష తన్త్రి సిద్ధాన్తః]

తా,

శ్లో. లగ్గే హోఇ సులగ్గే సోమమ్మి గహమ్మి జఇ వి దుల్లగ్గే
వహేసి దీహం సిద్ధిం చందస్స బలేణ గచ్ఛంతే ౨౧

[తస్మాత్.

శ్లో. లగ్నం భవతి సులగ్నం సౌమ్యే గ్రహే యద్యపి దుర్లగ్నమ్
వహసి దీర్ఘాం సిద్ధిం చన్ద్రస్య బలేన గచ్ఛన్.]

నాఁడు అందులకు జోస్యుఁడు తిథి అంత ముఖ్యము గాదు ఇతరములే ముఖ్యములు. అవి బాగుగా నున్నవి. ఈదోషమును హరించునవిగను ఉన్నవి అని శాస్త్రము చెప్పుచున్నాఁడు.

శ్లో. ౨౦. ఎక్కగుణేతి—తిథిః=తిథి. ఏకగుణా = ఒక్కంత గుణము గలది నక్షత్రం=నక్షత్రము, చతుర్గుణం=(దానికి) నాలుగింతలు గుణముగలది. లగ్నం = లగ్నము, చతుఃషష్ఠి గుణం = అఱువది నాలుగింతలు గుణము గలది ఏష జ్యోతిష తన్త్రి సిద్ధాన్తః=ఇది జోస్యపు శాస్త్రపు (సిద్ధాంతము=) నిర్ణయము, తస్మాత్ = అందువలన.

శ్లో. ౨౧. లగ్నం=లగ్నము, యది అపి దుర్లగ్నం=చెడ్డలగ్న మైనను, గ్రహే సౌమ్యే=గ్రహము సౌమ్యము-మంచిది-అగునేని, సులగ్నం భవతి = మంచి లగ్నము అగుచున్నది. (మఱియు) చన్ద్రస్య బలేన=చంద్రునిబలముతో, గచ్ఛన్=పోవుచున్న వాఁడ వయి, దీర్ఘాం=చిరకాలపు చాలకాలము ఉండునదైన. సిద్ధిం=సిద్ధిని-ఫలప్రాప్తిని, వహసి=పొందుచున్నావు.

రాక్షసః—భదన్త, అపరైః సాంవత్సరికైః సహ సంవాద్యతామ్

క్షపణకః—సంవాదేదు సావగో, అహం ఉణ గమిస్సం, [సంవాదయతు శ్రావకః, అహం పున ర్గమిష్యామి.]

ఇందు శ్లేషచే అర్థ ధ్వని కలదు-అది జీవసిద్ధి నిజముగా తాను చాణక్యుని వాఁడును తత్ప్రియుక్తుఁడునుం గాన అట్టి అర్థమును ధ్వనింపఁజేయుచున్నాఁడు కాని, దానిని ఆపాతముగా రాక్షసుఁడు గ్రహింపఁడు-ద్రష్టలు తక్కిన శ్రోతలు గ్రహింతురు. రాక్షసుఁడును ఆసిద్ధి కలిగినపుడు, వెనుమరలి ఆలోచించుకొని సంతోషింపఁగలఁడు (శూరే=) శూరే = శూరుఁడు - రాక్షసుఁడు - ప్రాకృతమున సూర్య శూరులు ఇరువురును 'సూరులు', (అత్థాహి ముహే=) అర్థాభిముఖే=అత్థే అత్థము అస్తమను-(మౌర్యసాచివ్యము అను) అర్థము-ప్రయోజనము తన్ను ఎదుర్కొనునట్లుగాఁ గలవాఁడై, చన్దే=చంద్రగుప్తుఁడు, సంపూర్ణమణ్డలే = సకల రాజ్యాంగ సంపూర్ణుఁడు కాఁగా, కేతౌ చ = మలయకేతువు, ఉదితాస్తమితే చ = ఉదితుఁడై పరాక్రమించుచున్న వాఁడే అస్తమితుఁడు — శత్రు బందిగృహీతుఁడు కాఁగా - బుధస్య లగ్నే = సకలశాస్త్ర విశారదుఁడు, తెలివితో ఈసర్వము సాధించిన చాణక్యుసతో యోగము, సంయోగము కలుగునట్లుగా, గమనం = ఈప్రయాణము. (మఱియు) (ఇట్లు) ప్రస్థితానాం=బయలుదేరినవారికి (మీకు) అదక్షిణం న క్షత్రమ్=క్షత్రము - క్షత్రి బృందము, భాగురాయణ భద్రభట ప్రభృతి, ప్రతికూలము గాదు-అనుకూలమే, చంద్రస్య బలేన=చంద్రగుప్తుని బలముతో-ఆభాగురాయణ భద్రభటాదులే చంద్రగుప్తుని బలము-వారు వానివారు వారితో పోవుచున్నవాఁడవై-వారు నిన్ను కాపాడి మలయుని నిగ్రహింతురు.

లగ్నం భవతి సులగ్నం - ఇత్యాది యందును గూఢధ్వని కలదు. (లగ్నం=) నీవు చాణక్యుం గలసికొనుట (సులగ్నం=) మిక్కిలి శుభప్రదమగును పట్టు (గ్రహే) సడలి, (దుర్లగ్నం=) దుష్టమలయకేతు కలయిక కలిగియున్నను (చంద్రస్య)చంద్రగుప్తుని బలముతో భాగురాయణ భద్రభటాదులతో కూడుకొని పోవుచున్నవాఁడవై, చిరకాలముండఁగల మౌర్యసాచివ్యసిద్ధిని పడయఁగలవు.

సంవాద్యతాం = సరిచూచుకొనఁబడును గాక, నఖలు కుపితః భదన్తః-కుపితుఁడు కాలేదు గదా భదంతుఁడు? నాపై అని శేషము, నిజముగా కుపితుఁడే.

రాక్షసః—న ఖలు కుపితో భదన్తః ?

క్షపణకః—కువిదే ణ తుమ్హాణం భదంతే. [కుపితో న యుష్మాకం భదన్తః.]

రాక్షస—క స్తర్హి !

క్షపణకః—భఅవం కఅంతో, జేణ అత్తణో పక్ఖం ఉజ్ఝిఅ పరపక్ఖో పమాణీ కరీఅది [భగవాన్ కృతాన్తః, యే నాత్మనః పక్షముజ్ఝిత్వా పరపక్షః ప్రమాణీక్రియతే.]

(ఇతి నిష్క్రాన్తః క్షపణకః.)

రాక్షసః—ప్రియంవదక, జ్ఞాయతాం కా వేలా వర్తత ఇతి.

ప్రియంవదకః—అత్థాహిలాసీ భఅవం సూరో, [అస్తాభిలాషీ భగవాన్ సూర్యః]

రాక్షసః —(ఉత్థాయ విలోక్య) అయే, అస్తాభిలాషీ భగవాన్ భాస్కరః, సంప్రతి హి,

---

దానిని ఇంకను విశేషించి చెప్పుచున్నాఁడు, భదంతుఁడు కాదు నీమీఁద కుపితుఁడు మఱి, కృతాంతః=విధి, యేన=ఏలన, ఆత్మనః పక్షం=నీ సొంత పక్షమును - నీవాఁడనైన నన్ను, పరపక్షః = ఇతరపక్షము-మీఱెవరేని జోస్యుఁడు-నీసొంతపక్షము అనఁగా మీ నందవంశమువాఁడైన చంద్రగుప్తుని, పరపక్షః-పరాయిపక్షమువాఁడు - అస్తాభిలాషీ = అస్త (పర్వత)మును కోరుచున్నాఁడు - అస్తమింప -నున్నాఁడు అనుట అత్థాహిలాసీ - భవం సూరో - ఇందు అస్తాభిలాషీ శూరః (మలయకేతుః) అని, అర్థాభిలాషీ శూరః (రాక్షసః) అనియు ఉపశ్రుతిని వ్యాఖ్యాత చెప్పినాఁడు కాని, 'భగవాన్' అని అంతర్గడువు ఒకటి యున్నది - ధ్రువపండితుఁడు దానిని తొలఁగింతును-అనును కాని—అప్పుడును ఉపశ్రుతియు శ్లేషయు లేవవు ఏలయన ఏదియు 'కా వేలా వరతే' అనుదానితో ఉపశ్రుతిగా అంటుకొనవు

శ్లో. ఆవిర్భూతానురాగా క్షణ ముదయగిరే
    రుజ్జిహానస్య భానోః
పర్ణచ్ఛాయైః పురస్తా దుపవనతరవో
    దూర మాశ్వేవ గత్వా
ఏతే తస్మి న్నివృత్తాః పున రపరగిరి
    ప్రాన్త పర్యన్త బిమ్బే
ప్రాయో భృత్యా స్త్యజన్తి ప్రచలితవిభవం
    స్వామినం సేవమానాః. ౨౨

ఇతి నిష్క్రాన్తాః సర్వే.

ముద్రారాక్షస నాటకే రాక్షసోద్యోగోనామ
చతుర్థాఙ్కః

శ్లో. ౨౨ ఆవిర్భూ తేతి—ఉదయగిరేః = పొడుపుకొండనుండి, ఉజ్జిహానస్య=ఉదయించుచున్న, భానోః = సూర్యునికి, ఆవిర్భూత అనురాగాః = పొడమిన స్నేహముగలవై. (=పర్విన సంధ్యారాగముగలవై,) ఉపవన తరవః= తోటలోని చెట్లు, పర్ణ చ్ఛాయైః = ఆకులనీడలతో, క్షణం = నిముసము, పురస్తాత్ = ముందుగా, ఆశు ఏవ = చాలవడిగా, దూరం=చాలదూరము - పడమటి కొనవఱకు, గత్వా = పోయి, - ముందు నడచు సేవకులవలె అనుట, ఏతే=ఇవిగో ఇవి, తస్మిన్=అతఁడు, అపర గిరి ప్రాన్త పర్యన్త బిమ్బే=క్రుంకు కొండ కొనచేత దబ్బని త్రోయఁబడిన బింబము కలవాఁడు కాఁగా, పునః= మరల, నివృత్తాః = వెనుమరలిపోయినవి. ప్రాయః = తఱచుగా, భృత్యాః = (పోషింపఁ బడవలసిన వారైన) నౌకరులు, సేవమానాః = నౌకరిచేయుచుండి, ప్రచలిత విభవం = తొలఁగిపోయిన విభవము (సంపద – పోషించుశక్తి) గల, స్వామినం=దొరను, త్యజన్తి=విడిచిపెట్టుదురు.

సూర్యోదయమునకు ముందు అప్పుడే తెల్లవాఱుచున్నందున, ఇవి చెట్లు ఇవి నీడలు అను భేదము లేక అంతయు ఒకటిగానే సందె చీకటి వలె నుండును. సూర్యుఁడు ఉదయింపఁగానే చెట్లు చక్కఁగా అగపడి నీడలు ఒక్క నిమిషము నవే పడమట కడవఱకుం బర్వి సూర్యునికి దొరకు స్నేహముచే ముందుగా

వడివడిగా పరువెత్తిన నౌకరులవలె చెట్లు నీడలుగా వ్యాపించును. సూర్యుఁడు పైకి ఎక్కు కొలఁది, ఆతనిం డాయునట్లు చెట్లు తమ చోటికి వచ్చుచు మధ్యాహ్నమునకు చెట్లు దొరను చేరువగా ఎట్టయెదుట సేవించుచున్నట్లుండును. సూర్యుఁడు వ్రాల దొడంగఁగానే నీడలువానిని విడిచి దూరముగా తూర్పుగా పరువెత్తుచున్నట్లుండి అతనిని క్రుంకుమెట్ట అటు క్రిందికి దబ్బున ద్రొబ్బఁగా-అగ్నియు మాసికొన్నట్లు చెట్లు తమ నెలవులం జేరిపోయినవి అట్లు చెట్లు ఇఁక ఆతలంపే లేకయున్నవి

మలయకేతువు సంపదనుండి తొలఁగగానే తన నౌకరు లందఱిచేతను విడువఁబడుట ఇందు ధ్వనితము కాఁబోలు

ఇందు అలంకారము అర్థాంతరన్యాసము-ఛానూపవనతరువుల వృత్తమను విశేషముం జెప్పి ప్రాయో భృత్యా ఇత్యాది సామాన్యముచే సమర్థించుటచేత.

ధ్రువపండితుఁడు 'అమారం' అని పఠించి ఉదయగిరిం దోఁపఁగానే తాను రాగాముతో, ప్రొద్దుచెట్లనీడల రూపాన అత్యంత కాంతిసంపదతో ఎక్కుకొలఁది (అదూర) చేరవచ్చి వాలి అస్తంగతుఁడుకాఁగానే ఎడసి దూరముగా పోవును ఉదయగిరిం బొడువఁగానే చెట్లునీడల రూపాన అత్యంతానురాగముచెంది, అత్యంతకాంతితో మింటికెక్కు కొలఁది చేరఁబోయి, వాలఁజారఁగానే క్రమముగా దూరమై అస్తమింపఁగానే అదృశ్యమైనవి అని, చేరఁబోవుట కవికి ఇష్టమైన దానిని 'అదూరం' అనుమాటచే నర్మతో చెప్పియుండు డు

ఈ నాలవయంకమున భాగురాయణ భద్రభటాదుల యుక్తులచే, శిఖరకుని సిఫారసుతో ప్రవేశము సంపాదించుకొనుట, చాణక్య చంద్రగుప్త కలహ వృత్తాంత శ్రవణమున అడుగడుగునను ఒక్కొక్క సంఘటనకు ప్రస్తావనమున కును తన వ్యాఖ్యచే రాక్షసునికి చాణక్యద్వేషమకాని చంద్రగుప్తద్వేషము లేదనియు అతఁడు తొలఁగిన తనకు చేరవలయునని యాస యనియు మలయకేతునికి తోఁపఁగలయట్లు, రాక్షసునెడ వికల్పములు కల్పింపఁబడినవి మలయునికి రాక్షసునెడ విశ్వాసము ఊపఁబడినది రాక్షసుఁ డిదేమియు ఎఱుగఁడు తాను ఋజువుగా పైప్రయత్నములకు చొరను, పాటలిపైకి సేనను నడుపను యాత్రకు దినము కుదుర్చుకొన్నాఁడు

ఇతి చతుర్థాఙ్కః - రంగమునుండి అందఱును నిష్క్రమింతురు-అది అంకము ముగియుచున్నది.

ముగిసినది చతుర్థాంకము

ప్రవేశకః

—:o:—

(తతః ప్రవిశతి లేఖ మలఙ్కరణస్థగికాం
ముద్రితా మాదాయ సిద్ధార్థకః)

సిద్ధార్థకః— హీ హీమణహే హీమణహే. [ఆశ్చర్య మాశ్చర్యమ్.]

శ్లో. బుద్ధిజలణిజ్ఝరేహిం సించంతీ దేసకాలకలసేహిం
దంసిస్సది కజ్జఫలం గురుఅం చాణక్కణీదిలదా. ౧

తా గహీదో మప అజ్జ చాణక్కేణ పుఢమలిహిదో అమచ్చరక్ఖసస్స ముద్ధాలంఛిఓ అఅం లేహో, తస్స జెవ్వ ముద్దాలంఛిఅ ఇఆం

లేఖం = జాబును-పుల్లింగమున "లేఖః" అనఁగా జాబు, అలంకరణ స్థగికాం=నగ (పెట్టియున్న) పెట్టెను, ముద్రితాం=ముద్రవేయఁబడిన దానిని - రెండవ యంకమున రాక్షసుఁడు తనకు ఇనాముగా ఇచ్చిన నగను దాఁచి, రాక్షసుని ముద్రతో-అప్పుడు తనచేత నున్నదానితో ముద్ర వేసి పెట్టుకొన్న దానిని, ఆదాయ-చేతఁగొని.

హీ హీమాణహే-ప్రకృతమున ఆశ్చర్యమును సంతోషమును తెలుపు మాటలు-ప్రాయికముగా ద్విరుక్తములు-అరరే! అన్నట్లు, బళిబళి అన్నట్లు.

శ్లో. ౧. బుద్ధి జలేతి-బుద్ధి జల నిర్ఝరైః=బుద్ధి అను జలము వెల్లువగా పరుగునం బాఱు సెలయేళ్ళచే, దేశకాల కలశైః=(తగిన) చోటు (తగిన)కాలము అను కుండలతో (కుమ్మరించినట్లు), సిచ్యమానా=తడుపఁబడు చున్నదై చాణక్య నీతి లతా = చాణక్యుని నీతి తీగె, గురుకం = గొప్ప. కార్యఫలం=ప్రయోజనము అను ఫలమును, దర్శయిష్యతి=చూపఁగలదు-కాయఁగలదు.

ఆహరణపేడిఆ, చలిదోహ్మి కిల పాడలిఉత్తం జావ గచ్ఛామి. (పరిక్రమ్యావలోక్య చ) కహం ఖవణఓ ఆఅచ్ఛది. జావ సే అసఉణభూదం దంసణం మహా సంమదమెవ్వ. తా ణపడిహరామి.

[బుద్ధిజలనిర్ఝరైః స్సిచ్యమానా దేశకాలకలశైః
దర్శయిష్యతి కార్యఫలం గురుకం చాణక్యనీతిలతా.

తస్మాద్గృహీతో మ యార్యచాణక్యేన ప్రథమలేఖితో ఽమాత్య రాక్షసస్యముద్రాలాఞ్ఛితో ఽయంలేఖః, స్తస్యైవ ముద్రాలాఞ్ఛి తేయ మాభరణపేటికా. చలితో ఽస్మికిల పాటలిపుత్రమ్. యావ

తీఁగె ఐనను - గుమ్మడింబోనిది, తీఁగెకు కాయ బరువా అన్నట్లు- పెద్ద కాయను కాచునట్లు-, సెలయేళ్ళ నీళ్లు పోషకతరములగునేమో- వానిని కడవలతో కాలానఁబోసిన, మంచి సారవంతపు నేలలో నాఁటిన తీఁగె గోముగా పెరిఁగి పెద్ద కాయలు దండిగా కాచును చాణక్యుని బుద్ధి అంత వడిగా పన్నకములం ఐన్ని సళ్ళించి మళ్ళించి నడపి జయఫలములం బడయును

సిద్ధార్థకుఁడు శకటుని కొఱతికి తప్పించి పరారియగుటంగూర్చి చాణక్యుఁడు అనెను-'సాధు సిద్ధార్థక, కృతః కార్యారమ్భః-బళి, సిద్ధార్థక, కార్యమారంభింపఁబడినది' అని, ఇపుడు వాఁడే ఇట్లు ప్రయాణముం దరలుట అభినయించి ఆకార్యమునకు ఫలాగమము కలుగఁబోవుచున్నది, ఇప్పటి తన పని అట్టిది అని సూచించుచున్నాఁడు.

తస్మాత్=అందువలన- చాణక్య నీతిలతా ఫలాగ మారంభముం గూర్ప- అనుట. అట్టిది తన యీ ప్రయాణపుం బ్రయోజనము. ప్రథమలేఖితః=మునుపు- తొట్టతొలుత- వ్రాయింపఁబడినట్టిది. ముద్రాలాఞ్ఛితః=ముద్రగుర్తువేయఁబడినది, చలితః అస్మి కిల—బయలుదేరినాఁడను గదా.

ఇట్లు తరలి, ఆయూరికిం బోవుట కాదు తన యుద్దేశ్యము-మఱి యట్లట్లు పట్టువడి ఆ జాబు పెట్టెల ప్రయోజనమును, రాక్షసుని పట్టియిచ్చుటను నెఱవేర్పవలయును-'కిల'లో ఇదెల్ల ఇమిడియున్నది.

ద్గచ్ఛామి ... ... కథం! క్షపణక ఆగచ్ఛతి. యావ ద స్యాశకున భూతం దర్శనం మమ సమ్మత మేవ. తస్మా న్న పరిహారామి.]

(ప్రవిశ్య)

క్షపణకః—

శ్లో. అలహంతాణం పణమామి జే దే గంభీలదాప బుద్ధీప
లోఉత్తలేహిం లోయ సిద్ధిం మగ్గేహిం గచ్ఛంది. ౨

[శ్లో. అర్హతానాం ప్రణమామి యే తే గమ్భీరతయా బుద్ధేః
లోకోత్తరై ర్లోకేసిద్ధిం మార్గై ర్గచ్ఛన్తి]

అస్య అశకునభూతం దర్శనమ్=అశకున మనఁగా అపశకునము, చెఱుపును సూచించునది, న పరిహరామి = మానను

వీనికి తొలఁగిపోను, ఇప్పుడు మానుకొని మరొక మంచి వేళలో పోను నాప్రయాణమునకు భంగమే కదా నాకు ఇష్టము. కావున అపశకునముం బాటింపను- 'శకున మడ్డగించిన పనిచేయరాదను.' అను నీతిని జరప. మఱి యీ శకున విచారమున ఇది యాలోచింపఁదగును. సిద్ధార్థకుని ప్రస్థానమున-అనగా వాఁడనిన చలనమున వాని యుద్దేశ్యమే ఆప్రయాణభంగ మేని వాడు కోరిన ఫలమే, వానియిష్టమే అది యగునేని, క్షపణకదర్శనము అపశకునమున వానికి ఆయిష్టము, అట్లు పట్టువడుట జరుగక తప్పవలదా -అనుట, పరిక్రమ్య-రంగాన కొన్ని యడుగులు ఇటో అటో నడచి అనఁగా పాటలీపుత్రదిక్కునకు. కథం - ఎటూ, ఏమిః

శ్లో. ౨. అలిహంతాణ మితి =యేతే=ఏ వారు, బుద్ధేః గమ్భీరతయా=బుద్ధియొక్క గాంభీర్యము- అగాధత -దాని తలము (=అడుగు) ఎవరికి తాకరామిచేత-లోకోత్తరైః =లోకశ్రేష్ఠములైన, మార్గైః = దారులచే, లోకే-సిద్ధిం గచ్ఛన్తి=ముక్తిని పొందుదురో, (ఆ) అర్హతానాం=ఆ బుద్ధులకు. ప్రణమామి= నమస్కరించుచున్నాను.

సిద్ధార్థకః—భదంత వందామి. [భదన్త, వన్దే.]

క్షపణకః — సావగా, ధమ్మసిద్ధీ హోదు. (నిర్వర్ణ్య) సావగా, పత్థాణసముబ్వహణే క అవ్వవసాఅం విఅ తుమం పక్ఖామి. [శ్రావక, ధర్మసిద్ధి ర్భవతు. శ్రావక, ప్రస్థానసముద్వహనే కృత వ్యవసాయ మివ త్వాం పశ్యామి.]

సిద్ధార్థకః — కహం భదంతో జాణాది? [కథం భదన్తో జానాతి ?]

క్షపణకః—కిం ఎత్థ జాణిదవ్వం ? పసో దే మగ్గాదేసకుసలో సఉణో కరగదో లేహో అ సూఅది. [శ్రావక, కి మత్ర జ్ఞాత

బౌద్ధుల మత రహస్యములోని మాట కాబోలు వ్యాఖ్యాత ఢుండిరాజు ఉదాహరించుచున్నాడు- "జల నిమజ్జిత ముక్త అలాబువత్ శశ్వత్ ఉత్ప్లుత్య ఊర్ధ్వగమన మేవ ముక్తిరితి అర్హతానాం మతమ్-" అని. ఒండెడ మఱొక టియు చెప్పినాఁడు- 'కేశోల్లుఞ్చన తప్తశిలాధిరోహణాది తీక్ష్ణతపసా మోక్ష ఇతి అర్హతానాం మతమ్-' అని. క్షపణకుని యీ వాక్యము ఎవరికిని జవాబు గాదు. ఎవరిని ఉద్దేశించిన భాషితము గాదు. వాఁడు సాధువువోలె తిరుగుచు అప్పుడప్పుడు తానే పాడుకొనుచుండు సూక్తులలో ఒకటి ఈ వేసవు క్షపణకుని యర్హతుఁడు చాణక్యునికంటె ఎవరునులేరు-కాన ఇందును, పూర్వోతరములందును చాణక్యనీతియే ఉద్దిష్టము-ప్రశంసనీయము అతిగంభీరమైన చాణక్యనీతి లోకో త్తర కార్యసిద్ధి గూర్చును- అనుట సిద్ధార్థక జీవసిద్ధులు తాము ఒండొరులుం చాణక్య ప్రణిధు లని ఎఱుగరు - అట్టిది గంభీరిమ. నిర్వర్ణ్య - చక్కఁగా పరికించి - వేషభాషలను అనుట. ప్రస్థాన సముద్వహనే (పయనము) బయలు దేరుటను నెఱవేర్చుటలో, కృత వ్యవసాయం = చేయబడిన పూనుదల ప్రయ త్నము-గలవానింగా, త్వాం పశ్యామి = నిన్ను తలంచుచున్నాను. కథం జానాతి= ఎట్లు ఎరింగినాడు ఎట్లు కనిపట్టినాఁడు? అత్ర జ్ఞాతవ్యం = ఇందు ఎఱుంగ వలసినది (ఏమున్నది), మార్గాదేశకులః శకునః=నీమార్గముం దెలుప సమర్థమగు శకునము - అనఁగా నీకైన శకునమును పరికించి ఎఱింగితిని, నీవ

వ్యమ్? ఏష తే మార్గాదేశకుశలః శకునః కరగతో లేఖ శ్చ సూచయతి.]

సిద్ధార్థకః — జాణిదం భదంతేణ. దేసంతరం పత్థిదోహ్మి తా కహేదు భదంతో కీదిసో అజ్జ దివసో త్తి. [జ్ఞాతమ్ భదన్తేన. దేశాన్తరం ప్రస్థితోఽస్మి. తస్మాత్ కథయతు భదన్తః కీదృశోఽద్య దివస ఇతి.]

క్షపణకః—(విహాస్య) సావగ, ముండిఅముండో ణక్ఖత్తా ఈఁ పుచ్ఛసి. [(విహాస్య) శ్రావక, ముణ్డితముణ్డో నక్షత్రాణి పృచ్ఛసి.]

సిద్ధార్థకః — భదంత, సంపదం వి కిం జాదం? కహేహి పత్థాణస్స జఈ అణుకూలం భవిస్సది, తదో గమిస్సం. [భదన్త సామ్ప్రతమపి కిం జాతమ్? కథయ, ప్రస్థానస్య యద్యనుకూలం భవిష్యతి తదా గమిష్యామి.]

ఎక్కడికో దారి పట్టుచున్నావు అని. అనఁగా వాఁడు చెప్ప నక్కఱలేకయే వానికైన శకునముం బట్టితాను, జోస్యుఁడగుటచే, కనిపట్టినాఁడు. అంతియ కాక చేత జాబును కలదు, అదియు సూచించుచున్నది.

జ్ఞాతంభదన్తేన=కనిపట్టఁబడినది స్వామివారిచేత(=భదన్తేన), దేశాన్తరం-మఱొకదేశమునకు-పాటలీపుత్త్రమునకు అని తాను చెప్పఁడు-రహస్యము గదా. అద్య కీదృశం=ఇప్పుడు ఎట్టిదో-తిథి వార నక్షత్రాదులంబట్టి యనుట. ముణ్డితముణ్డః=గొఱుగుచున్న తలగలవాఁడవై-గొఱుగుకొనుటకు ముందు కదా దినశు విచారింపవలయును, సాంప్రతం అపి కిం జాతమ్=ఇప్పుడు మాత్రము ఏమైనదిలే, ఏమి మిగిలిపోయినదిలే, చెప్పు -బయలుదేఱుటకు అనుకూలమైన సరే, (కాకున్న వెనుమరలెదను, మానుకొందును-అంతియ కదా), న సాంప్రతం ఏతస్మిన్... ష్యతి=ఇపుడు ఈ మలయకేతుని గటకమున-విడిదలలో అనుకూలము గాఁజాలదు, ...అనివారితః=అడ్డగింపఁబడని, నిర్గమప్రవేశః=వెడలుటయు వచ్చుటయు-ప్రథమం తావత్ = తొలుత ఏమో; పచ్చాపణ్ణె - ప్రత్యాసన్నే = సమీపము

క్షపణకః—సావగ, ణ సంపదం ఏదస్సిం మలఅకేదుకడఏ అణుకూలం భవిస్సది [శ్రావక, న సామ్ప్రత మేతస్మిన్ మలయ కేతుకటకేఽనుకూలం భవిష్యతి]

సిద్ధార్థకః — భదంత, కహేహి కుదో ఏదమ్? [భదన్త కథయ కుత ఏతత్?]

క్షపణకః—సావగ, ణిసామేహి. పుఢమం దావ ఎత్థ కడఏ లోఅస్స అణివారిదో ణిగ్గమ ప్పవేసో ఆసీ. దాణిం ఇదో పచ్చాసణ్ణే కుసుమపురే ణ కోవి అముద్దాలంఛిఓ ణిగ్గమిదుం ప్రవేట్ఠుం వా అణుమోదీఅది తా జది భాఉరాఅణస్స ముద్దాలంచ్ఛిఓ తదో గచ్ఛ విస్సద్ధో, అణ్ణహా చిట్ఠ. మా గుమ్మాహిఆరిఏహిం సంజమి అ కలవలణో రాఅకులం పవేసీఅసి

(శ్రావక, నిశామయ ప్రథమం తావ దత్ర కటకే లోకస్యానివారితో నిర్గమప్రవేశ ఆసీత్ ఇదానీ మితః ప్రత్యాసన్నే కుసుమపురే న కోఽ ప్యముద్రాలాఞ్ఛితో నిర్గన్తుం ప్రవేష్టుం వానుమోద్యతే తద్యది భాగురాయణస్య ముద్రాలాఞ్ఛిత స్తదా గచ్ఛ విశ్రబ్ధోఽన్యథా తిష్ఠ. మా గుల్మాధికారికైః సంయమిత కరచరణో రాజకులం ప్రవేశ్యసే.)

కాఁగా-అనఁగా మలయకేతుని దండు కొన్నాళ్లుగా నడుచుచున్నది నాలుగవ యంకపు రాత్రి, మంచిదినము వేళ అని అన్నాఁడే క్షపణకుఁడు-అ పున్నమనాఁడు తరలినారు-ఈదినమునకు ఎన్నాళ్లైనవో-ప్రత్యాసన్న-అని యనుచున్నాఁడు. నాఁటినుండి క్షపణకుఁడు ఇటు వచ్చుచున్నాఁడు కాఁబోలు.

న...అనుమోద్యతే=అంగీకరింపఁబడఁడు - ముద్రాలాఞ్ఛితః—ముద్రచే గుఱుతింపఁబడిశివేని—ఆగుర్తు నీకడ నున్నదేని, గుల్మాధికారికైః=రాజా యధికారులచేత, పోలీసువారిచేత, రాజకులం=కచ్చేరి, రాక్షసస్య సన్నిహితః=

సిద్ధార్థకః — కిం ణ జాణాది భదంతో అమచ్చరక్ఖసస్స సణ్ణిహిదో త్తి. తా అముద్దాలంచ్ఛిదం వి మం ణిక్కమంతం కస్స సత్తీ ణివారేదుం. (కిం న జానాతి భదన్తో ఒమాత్యరాక్షసస్య సన్నిహిత ఇతి. త దముద్రాలాఞ్ఛిత మపి మాం నిష్క్రామన్తం కస్య శక్తి ర్నివారయితుమ్?

క్షపణకః — సావగా, రక్ఖసస్స పిసాచస్స వా హోహి ణ ఉణ అముహోలంఛిదస్స ఇదో ణిక్కమణోహిఽ. (శ్రావక, రాక్షసస్య పిశాచస్య వా భవ. న పున రముద్రాలాఞ్ఛిత స్యేతో నిష్క్రమణోపాయః)

రాక్షసుని దగ్గఱినవాఁడు, కావలసినవాడు నిష్క్రామన్తం కస్య శక్తిః రాక్షసస్య పిశాచస్య వాః రాక్షసునివాఁడవు కాని, పిశాచపువాఁడవు కానీ, కార్యసిద్ధిః భవతు- (నాకు) కార్యసిద్ధి కలుగును గాక -అట్లు నన్ను ఆశీర్వదింపుము అనుట.

ఇతి ప్రవేశకః - ప్రవేశకము ముగిసినది.

ప్రవేశ కో నుదాత్తోక్త్యా నీచపాత్ర ప్రయోజితః
అఙ్కద్వ యాంత విజ్ఞేయః శేషం విష్కమ్భకే యథా
వృత్తివర్తిష్యమాణానాం నిదర్శకః
సఙ్క్షిప్తార్థ స్తువిష్కమ్భ ఆదా వఙ్కస్య దర్శితః
మధ్యేన మధ్యమాభ్యాం వా పాత్రాభ్యాం సంప్రయోజితః
శుద్ధః స్యాత్, స చ సఙ్కీర్ణో నీచ మధ్యమ కల్పితః.

సా. ద. 308.

రెండు అంకముల నడుమ అనుదాత్త (ప్రాకృత) భాషలో నీచ పాత్ర(ం)చే ప్రయోగింప బడినది ప్రవేశక మనఁబడును. తక్కినదాని లక్షణ మెల్లను విష్కంభమువలెనే.

సిద్ధార్థకః — భదంత, ణ కుప్య, కజ్జసిద్ధీహోదు. (భదన్త, న కుప్య, కార్యసిద్ధి ర్భవతు)

సిద్ధార్థకః — సావగా, గచ్ఛ. హోదు దే కజ్జసిద్ధీ అహం వి భాఉరాఅణాదో ముద్దం జాచేమి. (శ్రావక, గచ్ఛ, భవతు తే కార్యసిద్ధిః. అహ మపి భాగురాయణా న్ముద్రాం యాచే.)

ఇతి నిష్క్రాన్తౌ

ప్రవేశకః

విష్కంభము-జరిగినవియు జరుగనున్నవియు నగు కథాంశములం జెప్పునది, సంగ్రహముగా నుండునది, అంకారంభమున చూపఁబడినది. మధ్య పాత్ర చేతఁగాని అట్టి ఇరువురిచేతగాని ప్రయోగింపఁబడునేని అది 'శుద్ధ' మగును. నీచ మధ్యమ (పాత్రి)ములచే కల్పింపబడినది సంకీర్ణమగును. ప్రవేశకమునఁగాని విష్కంభమునఁగాని ఒక్కటే పాత్రమును ఉండును. ఇక్కడ నీప్రివేశకమున వృత్త వర్తిష్యమాణ కథాంశములు ఏమున్నవి?

(a) మలయ కేతుని దండు తరలినది-ప్రయాణములు చేయుచు ఇప్పటికి కుసుమపురమునకు ఇంచుక సమీపముగానే విడిసి యున్నది. కటకాన ప్రవేశ నిర్గమములు ముద్రాలాంఛితులకు మాత్రమే. భాగురాయణఁడు ముద్రయిచ్చుపని తాఁజేయుచున్నాఁడు;

(b) జీవసిద్ధియు ప్రయాణమై భాగురాయణుని కడకు ముద్రకై పోఁగలడు;

(c) సిద్ధార్థకుఁడు అల్ల యాజాబుతోను, అల్ల యానగ పెట్టెతోను. జీవసిద్ధిమాట వినక ముద్రాలాంఛితుఁడుకాకయే పాటలీపుత్రమునకు తరలినాఁడు, వాఁడు రాణాదారులకు పట్టువడి కాలుసేతులు కట్టఁబడి కచ్చేరికి తేఁబడఁగలడనుట.

పఞ్చమాఙ్కః

(తతః ప్రవిశతి పురుషేణానుగమ్యమానో

భాగురాయణః — (స్వగతమ్) అహో వైచిత్య్రి మార్య చాణక్యనీతేః!

శ్లో. ముహు ర్లక్ష్యోద్భేదా, ముహు రధిగమాభావగహనా,
ముహుః సమ్పూర్ణాఙ్గీ. ముహు రతికృశా కార్యవశతః ;
ముహు ర్నశ్యద్బీజా ముహు రపి బహుప్రాపితఫ లే
త్యహో చిత్రాకారా నియతి రివ నీతి ర్నయవిదః.

పురుషేణ=సేవకునిచేత, అనుగమ్యమానః=వెంబడింపఁబడుచున్న వాఁ_, ప్రవిశతి=అట్లు నడుచుచుం బ్రవేశించును.

వైచిత్ర్యం=వైచిత్రి కలిగినదనుట, వైచిత్రి=పలుతెఱంగులు కలుగుట, ఆర్య చాణక్య నీతేః=చాణక్యయ్యనీతికి.

శ్లో. ౩. ముహుః రితి—నియతిః ఇవ=విధివలె, నయవిదః=నీతిపండితుని యొక్క, చాణక్యుంబోని వానియొక్క - తొంటి యుగంధర యౌగంధ రాయణాదు లందఱును గొప్ప- నయనిదులు-అట్టివారియొక్క, నీతిః=నీతి, ముహుః=మాటిమాటికి, లక్ష్య ఉద్భేదా-అసలు దానినే ఉద్దేశించినపని యేదో అలక్ష్యముయొక్క, వెల్గ్రాయుట కలది యగును. (అట్లే అంతలో) ముహుః= మాటిమాటికి, అధిగమ అభావ గహనా=ఎఱుంగరాకయు, చొరరాకయు, మిక్కిలి చిక్కులు కలదిగా నుండును, ముహుః=మాటిమాటికి, సంపూర్ణాఙ్గీ= దాని సర్వాంగములతో అగపడున దగును, ముహుః=మాటిమాటికి, కార్యప

(ప్రకాశమ్) భద్ర భాసురక, న మాం దూరీభవన్త మిచ్ఛతి కుమారః. అతోఽస్మిన్నే వాస్థానమణ్డపే న్యస్యతా మాసనమ్.

పురుషః—ఏదం ఆసణం, ఉవవిశదు అజ్జో. (ఏత దాసనమ్. ఉపవిశ త్వార్యః)

శఠః=దాని పనిం బట్టియే, పసివలననే, అతికృశా=మిక్కిలి చిక్కిపోయినదిగా ఉండుచు, ముహుః=మాటిమాటికి, నశ్యద్బీజా=నశించుచున్న-అగపడక పోవుచున్న దాని విత్తనము, కాదా మూలము కలదిగా నుండును; ముహుః=మాటిమాటికి, బహు ప్రాపిత ఫలా=మిక్కిలిగా పొందింపఁబడిన తన ఫలము గలదిగా నుండును. ఇతి=ఇట్లు, అహో—ఆశ్చర్యము! చిత్రాకారా=విచిత్రమైన ఆకారముగలది గాదె!

విధియెత్తికోలు ఎవరికైనను ఎఱుంగఁ దర మగునా? దాని యుద్దేశము ఒక్కొక్కప్పుడు బయటికి పొటమరించును, ఇంచుక తెలియనగును. మరల అంతలో ఇట్టి దని ఎఱుంగరాని చొరనే రాని చిక్కులుగలదిగా నుండును. ఒక్కొకసారి పూర్తిగా దాని సర్వాంగములతో అగపడును, అంతలో మరల ఏదియో ప్రయోజనమునకయ్యే, ఎంతయు బక్కపడి తోఁచును, ఒక్కొక సారి దాని వేరే, సర్వమూలమే నశించుచుననట్లుండును, అంతలో తన ఫల మంతయు, ప్రయోజనమంతయు కలిగించినట్లు అగును. ఇట్టిట్లు దాని అకారము వివిధముగా నుండును. గొప్ప నీతిజ్ఞుఁడైనవాని నీతి ప్రయోగము కూడ, ఏదేని గొప్ప ప్రయోజనము సాధింప నుపక్రమింపఁబడినది అట్లే ఆశ్చర్యముగా నానా కారముగా ప్రవర్తిల్లును

ఇందు అలంకారము ఉపమయు అర్థాంతరన్యాసమును, నియతి రివ_అని పోలికం జెప్పటచేతను, అహో చిత్రాకారా నీతిః_అని సామాన్యముచే ముందు దాని విశేషముల జాబితాను సమర్థించుటచేతను.

మాం దూరీభవన్తం=నేను దూరముగా ఉండుటను, కుమారునికి చాల సమీపముగానే ఉండవలయును నేను కూర్చుండు చోటు, అంత నమ్మకము, అంత పరాధీనము-ప్రక్కన దేనికిని తాను ఉండవలయును, చెప్పవలయును, చేయవలయును

భాగురాయణః — (ఉపవిశ్య) భద్ర, యః కశ్చిన్ముద్రార్థీ మాం ద్రష్టు మిచ్ఛతి, స త్వయా ప్రవేశయితవ్యః.

పురుషః — జం అజ్జో ఆణవేది. (య దార్య ఆజ్ఞాపయతి.)

(ఇతి నిష్క్రాన్తః)

భాగురాయణః — (స్వగతమ్) కష్టం! ఏవ మ ప్యస్మాసు స్నేహవాన్ కుమారో మలయకేతు రతిసన్ధాతవ్య ఇ త్యహో దుష్కరమ్. అథవా,

శ్లో. కులే లజ్జాయాం చ స్వయశసి చ మానే చ విముఖః
శరీరం వి|క్రీయ క్షణిక మపి లోభా ద్ధనవతి
తదాజ్ఞాం కుర్వాణో హిత మహిత మిత్యేత దధునా
విచారాతిక్రాన్తః కిమితి పరతన్త్రో విమృశతి ? ౪

ముద్రార్థీ=ముద్రకోరువాఁడు-ప్రవేశయితవ్యః =లోపలికి చొరరానీఁబడ వలయును.

ఏవం అపి = ఇట్లుగా, ఇంతగా, స్నేహవాన్ = స్నేహము గలిగి యున్నాఁడు- ఇ దంతయు భాగురాయణుని నేర్పే - అంత నిపుణుఁడనియు తనకు ఎంతయు నమ్మఁదగినవాఁ డనియునే చాణక్యుఁడు తన దొర తన్ను ఇట్లు పేని ఇందులకు పూన్చినాఁడు-మఱి నాయందు అంత నమ్మకము ఉంచి నన్నే అనుకొనియున్న మలయకేతుని మోసముచేసి - పట్టుకొని చాణక్యునికి పట్టియీ వలసియున్నది. ఎట్లబ్బా! ఆయనను సుతరాం పరతంత్రుడను, నాధర్మమును నెరవేర్చవలసినదే.

శ్లో. ౪. కులఇతి - కులే= కులమునందు, లజ్జాయాంచ= సిగ్గునందును, స్వయశసి= తన కీర్తియందును, మానే చ=పరువునందును, విముఖః = పెడ మొగమిడినవాఁడు, క్షణికం అపి క్షణభంగురమైనదాని నైనను, శరీరం = దేహమును, లోభాత్ =ఆసవలన, ధనవతి=డబ్బుగలవానికి, విక్రీయ=అమ్ముకొని, తదాజ్ఞాం=వాని యుత్తరువును, కుర్వాణః = చేయుచున్నవాఁడు, హితం అహితం ఇతి ఏతత్=ఇది తగును ఇది తగదు అనునిది, అధునా=ఇపుడు

(తతః ప్రవిశతి ప్రతీహా ర్యనుగమ్యమానో మలయ కేతుః)

మలయకేతుః—(స్వగతమ్) అహో రాక్షసం ప్రతి వికల్ప బాహుళ్యా దాకులా మే బుద్ధి, ర్న నిశ్చయ మధిగచ్ఛతి. కుతః,

శ్లో. భక్త్యా నన్దకులానురాగదృఢయా నన్దాన్వయాలమ్బినా
కిం చాణక్యనిరాకృతేన కృతినా మౌర్యేణ సంధాస్యతే?
స్థైర్యం భక్తిగుణస్య వాధిగణయన్ కిం సత్యసన్ధో భవే?—
ది త్యారూఢకులాలచక్ర మివ మే చేత శ్చిరం భ్రామ్యతి. ౫

విచార అతిక్రాన్తః=అరసికొనుటకు దాఁటినవాఁడు, పరతన్త్రః =పరాధీనుఁడు, కిమితి విమృశతి = ఏమని విచారించును? ప్రతిహార్యను గమ్యమానః = ప్రతీహారిచే-దౌవారికునిచే - సేవింపఁబడుచున్న వాఁడై, రాక్షసం ప్రతి=రాక్షసుం గూర్చి, వికల్పబాహుళ్యాత్=ఇట్లా అట్లా అను సందేహముల పెక్కువవలన నావాఁడా చంద్రగుప్తునివాఁడా, నాకుఁ గూర్చునా వానిం జేరునా అని తీరని సందేహములు, కలిగిపోయినవి - ఆకులా = కలఁగిపోయినదై,న నిశ్చయం అధిగచ్ఛతి =నిర్ణయము పొందకున్నది.

ఇందు అలంకారము అప్రస్తుతప్రశంస ఇందు చెప్పఁబడిన అప్రస్తుతము ప్రస్తుత భాగురాయణవృత్తాన్వయి యగుటచేత.

శ్లో. ౫. భక్త్యేతి-నన్ద కుల అనురాగ దృఢయా=నంద వంశమునందలి స్నేహముచేత బలముగొన్నదియు నన్ద అన్వయ ఆలమ్బినా = నందవంశమును అవలంబించినదియు నైన, భక్త్యా=భక్తిచేత, చాణక్యనిరాకృతేన=చాణక్యునిచే అవమానింపఁబడి, కృతినా=తనపని తీఱినవాఁడైన, మౌర్యేణ=చంద్రగుప్తునితో, సన్ధాస్యతేకిం=సంధి-పొందు-చేసికొనునా? భక్తి గుణస్య=నాకు అతనియందు ఉన్నట్టియు, అతనికి నాయందు ఉన్నట్టియు, భక్తియతిశయముయొక్క, స్థైర్యం=నిలుకడను, అధిగణయన్=దానిని మించినదానింగా లెక్కించువాఁడై, సత్యసంధః=తప్పని ప్రతిజ్ఞ గలవాఁడు, భవేత్ కిం=అగునా ఏమి?- ఇతి=అని, మే చేతః=నామనసు, ఆరూఢ కులాల చక్రం ఇవ=కుమ్మరి సారెను ఎక్కినదియుం బోలె, చిరం=చాలాసేపుగా భ్రామ్యతి=గిరగిర తిరుగుచున్నది.

(ప్రకాశమ్) విజయే, క్వ భాగురాయణః?

ప్రతీహారీ—కుమార, ఏసో ఖుకడఆదో ణిక్కమిదుకామాణం ముద్దాసంపాదణం అణుచిట్ఠది. (కుమార, ఏష ఖలు కటకాన్నిష్క్రమితుకామానాం ముద్రాసంప్రదాన మనుతిష్ఠతి.)

మలయకేతుః—విజయే, ముహూర్త మసఞ్చారా భవ; యావ దస్య పరాఙ్ముఖ స్యైవ పాణిభ్యాం నయనే పిదధామి.

ప్రతీహారీ — జం కుమారో ఆణవేది. (య త్కుమా ర ఆజ్ఞాపయతి)

(ప్రవిశ్య)

పురుషః—అజ్జ, ఏసో ఖు ఖవణఓ ముద్దాణిమిత్తం అజ్జం పేక్ఖిదు మిచ్ఛది. (ఆర్య, ఏష ఖలు క్షపణకో ముద్రానిమిత్త మార్యం ప్రేక్షితు మిచ్ఛతి.)

భాగురాయణః—ప్రవేశయ.

పురుషః—తథా. (ఇతి నిష్క్రాన్తః)

ఆభక్తితో మౌర్యునితో పొందు కుదుర్చుకొనునా? ఈ భక్తితో సత్యసంధుఁడుగా నావాఁడు అగునా?-అని తీఱని యాకులపాటు.

ఇందు అలంకారము ఉత్ప్రేక్ష. చేతస్సు ఆరూఢకులాలచక్రమో యననుడియుచున్నది-అని సంభావించుటచేత.

విజయే - విజయా - ఇది ప్రతీహారిస్త్రీ పేరు. ఈపేరు 'ధన్యా కేయం' అను నాందిలో సూచితమైనది - మనాక్ కావ్యార్థసూచనగా. ఏష ఖలు— వీఁడుగో—

కన్నులు మూసెదను-అతిమైత్రిని చదువును సూచించును-అందులకే నీనిని ఎట్లు మోసము చేయుదును? అని దుఃఖపడినాఁడు పూర్వశ్లోకమున,

(ప్రవిశ్య)

క్షపణకః — ధమ్మసిద్ధి సావగాణం హోదు. (ధర్మసిద్ధిః శ్రావకాణాం భవతు.)

భాగురాయణః —(అవలోక్య స్వగతమ్) అయే! రాక్షసస్య మిత్రం జీవసిద్ధిః! (ప్రకాశమ్) న ఖలు రాక్షసస్య ప్రయోజనమేవ కిఞ్చి దుద్దిశ్య గమ్యతే?

క్షపణకః—సన్తం పావం. సన్తం పావం. సావగా, తహిం గమిస్సం జహిం రక్ఖసస్స ణామం వి ణ సుణీఅది. (శాన్తం పాపం శాన్తం పాపమ్. శ్రావక, తత్ర గమిష్యామి యత్ర రాక్షసస్య నామాపి న శ్రూయతే)

శ్రావకానాం = శిష్యులకు - ఎల్లవారును బుద్ధుని శిష్యులు భక్తులు ఐనట్లు బౌద్ధుల, విశేషముగా-క్షపణకునివ్యవహారము,- అయ్యా అబ్బీ అబ్బాయి బాబు అన్నట్లుగానే,

రాక్షసస్య మిత్రం=రాక్షసుని మిత్రముగా ప్రసిద్ధి పొంది యున్నాఁడు- అట్లు ఐనట్లు వ్యవహరించి కార్యము సాధింపుమని చాణక్యాదేశము. కుసుమపురమునకు, ఈ మలయకేతుని రాజ్యాననుం గూడ, వాని నైపుణిచే, అది సాధించి యున్నాఁడనుట ఈభాగురాయణ వాక్యమున తెలియుచున్నది. మఱియు భాగురాయణునికి క్షపణకుని కలరూపు, చాణక్యునివాఁడగుటయు తనకు ధర్మభ్రాతయగుటయు, ఏకకార్యసమవేతుఁ డగుటయు తెలియదు, ఇదెల్ల చాణక్యుని నీతిప్రయోగ ప్రకార మహిమయే.

న గమ్యతే ఖలు = పోవుట కాదు గదా, శాన్తం పాపమ్-రాక్షసుని ప్రయోజనమునకై తాను వ్యవహరించుట పాపమైనట్లు, శాన్తం పాపమ్' అని, తనకును అతనికిని ఇపుడు కాదు, గిట్టదు అని గట్టిగా సూచించుచున్నాఁడు. 'రాక్షసస్య పిశాచస్య వా' అనుటయు, 'యత్ర నామాపి న శ్రూయతే' అనుటయు గట్టి పగ కలిగినట్లును సూచన.

భాగురాయణః — బలవాన్ సుహృది ప్రణయకోపః ! తత్కి మపరాద్ధం రాక్షసేన భదన్తస్య?

క్షపణకః — సావగా, ణ మను కిం వి రక్ఖసేణ అవరద్ధం, సఅం జెవ్వ హాదాసో మందభాఓ అత్తణో కమ్మేసు లజ్జే. (శ్రావక, న మే కిమపి రాక్షసే నాపరాద్ధమ్· స్వయ మేవ హతాశో మన్దభాగ్య ఆత్మనః కర్మసు లజ్జే.)

భాగురాయణః — భదన్త, వర్ధయసి మే కుతూహలమ్, శ్రోతు మిచ్ఛామి.

మలయకేతుః — (స్వగతమ్) అహ మపి శ్రోతు మిచ్ఛామి.

క్షపణకః — సావగా, కిం అణేణ అసుణిదవ్వేణ సుదేణ ? (శ్రావక, కి మనే నాశ్రోతవ్యేన శ్రుతేన?)

ప్రణయ కోపః=స్నేహాన పుట్టినకోపము-అట్టిది ప్రాయికముగా తీఱుటయు, తీఱుటతో ప్రణయము-స్నేహము-గాఢతరమగుటయు. ఇది ప్రాయికముగా శృంగారమున కాంతకు కాంతునెడం గలుగుదానికి పేరు- అది రాగనిబంధన మైనందున ఎప్పుడును పైకి అభినయమే. భాగురాయణుఁడును తొలుత ఎగతాళిగా అన్నట్లే అన్నాఁడు. పెద్దదానినే, రహస్యమైన దానిని చెప్పుచున్నాఁడు క్షపణకుఁడు.

కిం అపరాద్ధం=ఏమి తప్పు చేయఁబడినది? స్వయం ఏవ=నేనే సొంతముగానే, హతాశః=పాపిష్టి వాఁడును, హతకుఁడను -తన్ను తాను తిట్టుకొనుట. హతాశ అనఁగా మందభాగ్యుఁ డన్నమాటయే -తిట్టే- ఆత్మనః కర్మసు లజ్జే=నా పనులయందు లజ్జించుచున్నాను. నీమాటలను వినఁగా నాకు నీవు చెప్పునదంతయు ఏమిటియో అని విని యెరుంగను (కుతూహలము=) కోరిక కలుగుచున్నది, ఏవి అవి నీకర్మలు, నీవు లజ్జించుచున్నవి?

అశ్రోతవ్యేన= వినఁగూడనిదానిచేత - శ్రుతేన - అట్టిదానిని వినుటచేత- ఇట్టిమాటలచేత వినం గోరిక, కుతూహలము వృద్ధి యగును, ఈ సంభాషణనంతయు చేరువుననే భాగురాయణుం దరియుచున్నవాఁడు మలయకేతువు పొంచి

భాగురాయణః—యది రహస్యం తత్తిష్ఠతు.

క్షపణకః — ణ రహస్సం, కిం దు అదిణిసంసం. (న రహస్యమ్, కిం త్వతినృశంసమ్)

భాగురాయణః—యది న రహస్యమ్, తత్ కథ్యతామ్.

క్షపణకః — సావగా, ణ రహస్సం ఏదం. తహా వి ణ కహిస్సం. (శ్రావక, న రహస్యమేతత్. తథా ఽపి న కథయిష్యామి.)

భాగురాయణః—అహ మపి ముద్రాం న దాస్యామి

వినుచున్నాఁడు 'రాక్షసస్య మిత్రం' - రాక్షసుని మిత్రము అని చెవిం బడఁగానే దానిని పొంచి వినవలయునని ఆతనికి కుతూహలము గలిగినది. రాక్షసుం గూర్చియే మనసున అందోళనపడుచున్నాఁడు కావున 'రాక్షసస్య' అని వినంబడఁగానే ఆఁగినాఁడు ఎదుటికి పోక, తాననుకున్న 'తమాష' పరాకున వెనుక నుండి భాగురాయణు కన్నుల మూసి ఆశ్చర్యసంతోషములు కలిగించుటం గావింపక

అశ్రోతవ్యేన=వినఁగూడనిదానిని-దావునకు అశ్రోతవ్యమనే VIవయంకమున మాటిమాటికి ప్రయుక్తము. న రహస్యం-చాణక్యుఁడు అది పనిగా దీనిని కుసుమ పురమున పఱపినాడు. ఆ నేరముంజాటి జీవసిద్ధిని వెడలగొట్టినాఁడు.

విశేషణములు చూడఁగా మౌర్యునివంకకే ముల్లునూపున ట్లున్నవి, తన మనస్సులో —

యది రహస్యంతత్ తిష్ఠతు - రహస్యమగునేని, ఉండనీలే నాకు చెప్ప నక్కఱలేదులే - అనుట న రహస్యం - రహస్యము కాదు, కింతు = మఱియేమన, అతినృశంసం = చాల క్రూరమైనది రహస్యము కాదనుటయు అతినృశంస మనుటయు ఈ రాక్షసప్రస్తావమున మఱింత కుతూహలముం బెంచును.

తథాపి న కథయిష్యామి=ఐనను, రహస్యము కాకపోయినను, నేను చెప్పను. అని జీవసిద్ధి మఱియుం గుతూహలమును పెంచుట. 'ముద్రాం న దాస్యామి' -ముద్రను ఇయ్యను అని చెప్పనంతవరకుం బెంచినాడు అప్పుడు—

క్షపణకః — (స్వగతమ్) యుక్త మిదానీ మర్థినే కథయితుమ్. (ప్రకాశమ్) కా గఈ. సుణాదు సావగో. అత్థి దావ అహం మందభగ్గో పుఢమం పాడలిఉత్తే అహిణివసమాణో లక్ఖసేణ మిత్తత్తణం ఉవగదే. తహిం అవసలే లక్ఖసేపు గూఢం విసకణ్ణాఆ పఓఅం ఉప్పాదిఅ ఘాదిదే పవ్వదీసలే.

(కాగతిః? శృణోతు శ్రావకః. అస్తి తావ దహం మన్ద భాగ్యః ప్రథమం పాటలిపుత్రే అధినివసన్ రాక్షసేన మిత్రత్వ ముపగతః. తస్మిన్నవసరే రాక్షసేన గూఢం విషకన్యాకాప్రయోగ ముత్పాద్య ఘాతితః పర్వతేశ్వరః)

మలయకేతుః — (సబాష్ప మాత్మగతమ్) కథం! రాక్షసేన ఘాతిత స్తాతో, న చాణక్యేన!

భాగురాయణః— భదన్త, తత స్తతః.

యుక్తం ఇదానీం అర్థినే కథయితుమ్=చెప్పినమాట లెస్సగా మనస్సు కెక్కి-తాను కోరినంత ప్రయోజనకారి యగునని తలంచుకొని 'చెప్పు' 'చెప్పు' అని ఇట్లడుగుచున్న వానికిం జెప్పుట యుక్తము అని, తప్పక విశ్వసించును అని చెప్పుచున్నాఁడు, తానుగా చెప్పనట్లు—ముద్ర ఇయ్యను అనుచున్నావే, మఱి గతియేమి? చెప్పెదను విను అని చెప్పుచున్నాఁడు. "నేను పాటలీపుత్రమున ఉండుచున్నప్పుడు రాక్షసునితో మైత్రి పొందితిని." 'అస్తి తావత్' వాక్యాలంకారము.

తస్మిలన్ అవసరేః ఆసమయమందు, రాక్షసేన, గూఢం=రహస్యముగా, విషకన్యకా ప్రయోగం, ఉత్పాద్య=(అభిచారిక మగు) విషకన్య ప్రయోగము, కల్పించి, పర్వతేశ్వరః ఘాతితః=పర్వతరాజు చం(పిం)పఁబడినాఁడు, మాటున పొంచి వినచునే, కంట నీరు కార్చుచు మలయుఁడు 'ఏమీ, ఎట్టూ. రాక్షసునిచే చంపఁబడినాఁడు, నాయన, చాణక్యునిచేతం గాదు!' అని తలపోత పొంగును అపుకొనలేక పోయినాఁడు.

క్షపణకః—తదో హగే లక్ఖసస్స మిత్తం త్తి కదుఅ, చాణక్క హదఏణ సణికాలం ణఅరాదో ణివ్వాసిదో, దాణిం వి లక్ఖసేణ అణేఅలాఅకజ్జకుసలేణ కిం పి తాలిసం ఆలహీఅది, జేణ హగే జీఅలోఅదో ణిక్కాసిజ్జేమి.

[తతో ఽహం రాక్షసస్య మిత్రమితి కృత్వా చాణక్యహతకేన సనికారం నగరా న్నిర్వాసితః. ఇదానీ మపి రాక్షసే నానేక రాజ కార్యకుశలేన కిమపి తాదృశ మారభ్యతే, యే నాహం జీవలోకా న్నిష్కాసిష్యే.]

భాగురాయణః—భదన్త, ప్రతిశ్రుత రాజ్యార్ధ మయచ్ఛతా చాణక్యహతకే నేద మకార్య మనుష్ఠితమ్, న రాక్షసే నేతి శ్రుత మస్మాభిః.

హగే=అహం=నేను, రాక్షసస్య మిత్రం ఇతి కృత్వా=రాక్షసుని మిత్రుఁడ నని చెప్పి చాణక్యహతకేన=ఆపాడు చాణక్యగానిచేత, సనికారం= అవమాన పూర్వకముగా-అనఁగా చాటింపులు చాటించుట మొదలైనవి చేసి. నిర్వాసితః=వెడలఁ గొట్టఁ బడితిని, విషకన్యకాప్రయోగం ఉత్పాద్య-అది ఆభిచారిక ప్రయోగమగుటచే, తనచేత చేయించినాఁడు-అనుట-తానే అభిచారికములు ఎఱిఁగినవాఁ డని అందఱికి ఎఱుక కాఁబోలు. ఆపనిని చేయు మని అప్పుడు నాప్రాణాలు తీసినాఁడు-నేను చేసిపెట్టితిని-అని సూచన. తాను ప్రయోజకమాత్రమ కాని చేయించినవాఁడును తర్వాత పంపుచేసినవాఁడును-అదెల్ల రాక్షసుఁడే. ఇదానీం అపి=ఇప్పుడును, కిమపి తాదృశం ఆరభ్యతే-ఏదియో అట్టిదే తొడంగఁబడుచున్నది. యేన=దేనిచేత-దానిచేత అనుట-అహం=నేను, జీవలోకాత్ నిష్కాసిష్యే = జీవలోకమునుండే వెడలఁగొట్టఁ బడుదును-చంపిపాఱవేయఁబడుదును-అనుట.

ప్రతిశ్రుత రాజ్యార్ధం = ఇత్తు నని ఒప్పుకొన్న రాజ్యభాగమును, అయచ్ఛతా ఈయనివాఁడైన, చాణక్యహతకేన ఇదం ఆకార్యం అనుష్ఠితం న రాక్షసేన-ఇతి శ్రుతం అస్మాభిః-ఆపాడు చాణక్యగాని చేత ఈ కూడనిపని చేయఁబడినది, రాక్షసునిచేత కాదు-అని, మేము విన్నామే. కర్హా

క్షపణకః—(కర్ణౌ పిధాయ) సన్తం పావం. చాణక్కేణ విసకణ్ణాఏ ణామంపి ణ సుదం. [శాన్తం పాపమ్, చాణక్యేన విష కన్యాయా నామాపి న శ్రుతమ్.]

భాగురాయణః — ముద్రా దీయతే, ఏహి, కుమారం శ్రావయ.

మలయకేతుః—(ఉపసృత్య.)

శ్లో. శ్రుతం సఖే శ్రవణవిదారణం వచః
సుహృన్ముఖా ద్రిపుమధికృత్య భాషితమ్,
పితు ర్వధవ్యసన మిదం హి యేన మే
చిరా దపి ద్విగుణ మి వాద్య వర్ధతే. ౯

పిధాయ — అది ఉత్త అబద్ధము వినఁగూడని పాపము - అన్నట్లు చెవులు మూసికొనుట, చాణక్యేన విషకన్యాయాః నామ అపి=విషకన్యయొక్క, పేరైనను న శ్రుతం=వినఁబడలేదు, ముద్రాదీయతే=ముద్ర ఈఁబడును-ముద్ర ఇచ్చెదను, కుమారం శ్రావయ=కుమారుని వినిపింపుము — కుమారుని వినిపింతువు గాని, అంతట - మలయకేతువు ఉపసృత్య-పొంచి ప్రక్కననే ఉన్నవాఁడు తటాలున సమీపించును.

శ్లో. ౯. శ్రుత మితి—సఖే=మిత్రమా, భాగూ, శ్రుతం=వినఁబడినది-విన్నానయ్యా, శ్రవణ విదారణం వచః=(దుఃఖభరముచే) చెవులం జీల్చు మాట. ఈఘట్టమున భాగురాయణ జీవసిద్ధులు అటు మాటలాడుచుండుట, మలయుఁడు పొంచి వినుచుండుట, ఆమాట విని కన్నులనీరు గార్చుచు రాక్షసుఁడా నాయనం జంపినది అని వాపోవుచు 'శ్రుతం సఖే' ఇత్యాది పలుకుచు మలయుఁడు దరియుట-ఇదెల్ల- నిపుణముగా అభినయింపఁబడు నేని చాల రక్తి కట్టు సంవిధనమే—విశాఖదత్తుని నాటక ప్రయోగ రహస్యజ్ఞానముం దెలుపునది-రిపుం అధికృత్య=శత్రువుం గూర్చి, సుహృన్ముఖాత్=మిత్రుని నోటినుండి, భాషితం=పలుకఁబడిన, శ్రవణ విదారణం వచః, శ్రుతం సఖే=విన్నానయ్యా, మిత్రమా. యేన=దేనిచేత-అనఁగా-దానిచేత, ఇదం హి=ఇదిగో, నిజముగా,

క్షపణకః—(స్వగతమ్) అయే! శ్రుతం మలయకేతుహతకేన. హన్త, కృతార్థో౾స్మి. (ఇతి నిష్క్రాన్తః)

పితుర్వ్యథ వ్యసనం = నాయనం జంపుటవలని దుఃఖము, మే=నాకు, చిరాత్ అపి=చాల కాలము - పదినెలలు-ఐనను, అద్య = ఇప్పుడు, ద్విగుణం ఇవ = రెండింతలుగా, వర్ధతే=ఏచుచున్నది

(ఇపుడు ఇట్లు) శత్రువైపోయిన రాక్షసుం గూర్చి తప్పక నమ్మఁదగినట్లుగా అతని మిత్రుని (జీవసిద్ధి) నోటనే ఆమాటచు విన్నానయ్యా, మిత్రమా, దాన, నాచెవులు చీలిపోయినట్లయినవి నాయన చావుదుఃఖము, ఇప్పటికి చాల కాలము క్రిందటిదైనను. ఇపుడు నిజముగా క్రొత్తగాఁ బోలె ఇనుమడించి చిత్తమును ఏచుచున్నది.

అయే-అహో - అశ్చర్యమును సంతోషమును దెలుపును. మలయకేతుహతకేన-పాడు మలయుకేతిగానిచేత-శ్రుతం=వినంబడినది, ఈ విషయమును మంచి అదనున వాని చెవిని వేయుట నా కోరినపని అది యీడేఱినదిపో: హన్త = బళి - సంతోషము। కృతార్థుఁడనైతినిపో: ఇతి నిష్క్రాన్తః— అని నిష్క్రమించినాఁడు మఱి వాఁడు ముద్రం దీసికొనుట ఏమైనది? నాటకకర్త మఱచినాఁడా? ఇట్లు దానిం గొనకుండ తటాలున నిష్క్రమించుట వికల్పములు లేపవా? ఇదియు ఒకటి - తొలియంకములో భాగురాయణేన 'పితా తే చాణక్యేన ఘాతితః ఇతి రహసి త్రాసయిత్వా అపవాహితః మలయకేతుః-అని చాణక్యునిచే చెప్పఁబడినది. అదియు ఇతివృత్తపు పన్నాగములో చేరిన ముఖ్య విషయమే, మఱి యిపుడు భాగురాయణ మలయకేతువులు ఒండొరులు దానిం గూర్చి ఏమియు అనుకొనరే-మిత్రమా, నీవు నాతో అపుడు రహస్యముగా అట్లు చెప్పియుంటివే! నిజమే, అది అప్పటికి నేను అక్కడ విన్న యెఱింగిన తెఱఁగు. కావున పాటలిపుత్రము చాణక్యునికి బలమైన చోటు ప్రతిశ్రుత రాజ్యార్ధ మీయకుండుటకై నాయన తర్వాత ఇఁక నిన్నును చంపించును అని బెదిరింపు అపుడు సులువైనది మఱి యిపుడు వారు తలపోసికొని ఆవిషయమై ఒకమాట అనుకొని సమాధానపడ నక్కఱలేదా? కవి మఱచెనా? దుఃఖభారమున ఆ పరామర్శలకు చొరరు కాఁబోలు. అంతియకాక మలయకేతువు వినునట్లు ఊరిలో చాణక్యుఁడు చంపినాఁడని యనుకొన్నారే అనియు జీవసిద్ధి శాంతము పాపము ఇత్యాది చెప్పుటయు జరిగినది కదా, కావున వారేమియు మాటలాడుకొన నక్కఱలేదు.

మలయకేతుః—(ప్రత్యక్షవ దాకాశే లక్ష్యం బద్ధ్వా) రాక్షస రాక్షస, యుక్తం యుక్తమ్ ?

శ్లో. మిత్ర మ్మమేద మితి నిర్వృతచిత్తవృత్తిం
విశ్రమ్భత స్త్వయి నివేశిత సర్వ కార్యమ్
తాతం నిపాత్య సహ బన్ధుజనాశ్రుతోయై
రన్వర్థతో ఽపి నను రాక్షస రాక్షసో ఽసి. ౨

ప్రత్యక్షవత్ ఆకాశే లక్ష్యం బద్ధ్వా - ఈ "ప్రత్యక్షవత్ ఆకాశే" ఇత్యాదికూడ విశాఖదత్తుఁడు ఎక్కువతూర్లే చెప్పినాఁడు-కడుంగడు నుద్రిక్త భావమున ఈ 'ప్రత్యక్షవత్' ఇత్యాది లెస్సఁయే యగు ననుకొనందగును, ఇది 'ఆకాశే' 'ఆకాశభాషితం' అను పాత్ర ప్రవేశముల తగ్గించు ఉపాయములుగా అర్థోపక్షేపకములు అని ఆచార్యులు పేర్కొన్నదానికన్నను వేఱు-ఉన్మాద పర్యంతమైన భావోద్రేకమున ఈ ప్రత్యక్షవదుద్దిష్ట భాషితము, అభావమును సూచించి నివర్తిల్లును అంతే, రాక్షస, రాక్షస, యుక్తం యుక్తం! ఓయి రాక్షస, ఇది యుక్తమటయ్యా!

శ్లో ౨. మిత్ర మితి.—మమ ఇదం మిత్రం ఇతి నాకు ఇతఁడు మిత్రము అని, నిర్వృతచిత్త వృత్తిం=సుఖముగన్న మనోవ్యాపారము గల వానిని, విశ్రమ్భతః నమ్మకమువలన, త్వయి నీయందు, నివేశిత సర్వకార్యం ఉంపఁబడిన అన్ని పనులు గలవానిని, తాతం నాయనను-పర్వతేశుని, బన్ధు జన అశ్రుతోయైః సహ భార్యలు బిడ్డలు మొదలైన బంధుజనులయొక్క కన్నీళ్ళతో కూడ, ఏకకాలమున - ఆపనికి ఇది ఫలము అన్నట్లుగా - నిపాత్య పడఁద్రోసి - వానిం జంపి అప్పుడే వారి కన్నీళ్ళను రాల్చి, అన్వర్థతః సార్థకముగానే-రాక్షసుఁడన్న పేరి యర్థమునకు తగినట్లుగా, రాక్షసః అసి రాక్షసుఁడవే అగుదువు!

రాక్షసుఁడనఁగా క్రూరుఁడు చంపువాఁడు ప్రాణిని తినివేయువాఁడు అను అర్థము నిజమే యగునట్లు మానాయనం జంపి మాయమ్మలయు మాయు ఉసుఱు పోసికొంటివి గదయ్యా!-మమ్ము కన్నుల కరవెడుగా ఏడ్పించితివి కదయ్యా! మానాయనకు నీయందు అదెంత మైత్రి! ఎంత నమ్మకము! నీ 'నా' అన్న భేదము లేక తనది యంతయు నమ్మకముతో నీకు అప్పగించి యుండెను గదా!

భాగురాయణః—(స్వగతమ్) రక్షణీయా రాక్షసస్య ప్రాణా ఇ త్యార్యాదేశః. భవత్వేవం తావత్· (ప్రకాశమ్) కుమార, అల మావేగేన, ఆసనస్థం కుమారం కిఞ్చి ద్విజ్ఞాపయితు మిచ్ఛామి.

మలయ కేతుః—(ఉపవిశ్య) సఖే, కి మసి వక్తు కామః?

భాగురాయణః—కుమార, ఇహా ఖ ల్వర్థ శాస్త్రవ్యవహారిణా మర్థవశా దరిమిత్రో దాసీనవ్యవస్థా, న లౌకికానా మివ స్వేచ్ఛావశాత్, యత స్తస్మి న్కాలే సర్వార్థసిద్ధిం రాజాన

ఇందు అలంకారము కస్మీటికిని నాయనకును అందముగా కూడికం జెప్పుటచేత సహోక్తియు

అన్వర్థముగా రాక్షసుఁడవు అని హేతువుం జెప్పుటచే కావ్యలింగమును.
సహోక్తిః సహభావ శ్చేత్ భాసతే జనరఞ్జనః

'రాక్షస రాక్షసోఽసి' అన్నమాటతో వానిం జంపుమని మలయకేతువు ఉత్తరువు చేయునేమో అని భాగురాయణునికి భయసందేహములు కలిగినవికనుక చాణక్యుని ఉత్తరువును 'రక్షణీయా రాక్షసస్య ప్రాణాః' అనుదానిని స్మరించుచు మలయకేతువును అప్పటికి తేర్ప ప్రయత్నించుచున్నాఁడు-రాజ్యనీతి మార్గముల కలరూపు ఉపదేశించి, ఎట్లనఁగా అర్థశాస్త్ర వ్యవహారిణాం = రాజ్యతన్త్రి ప్రవృత్తానాం—అనుట

అలం అవేగేన = (ఈకోపపు) తొట్రుపాటు మానుము.

ఆసనస్థం కుమారం...ఇచ్ఛామి-కుమారుఁడు కూర్చుండవలయు ననియు అంతట నాకావించు విన్నపమును ఆలకింపవలయు ననియు కోరుచున్నాను-అనుట కూర్చో-నావిన్నపము విను -అది నాకోరిక. కిం అసి వక్తుకామః ఏమి చెప్పఁ గోరెదవు? అర్థశాస్త్ర వ్యవహారిణాం = అర్థశాస్త్రముం బట్టి - రాజనీతి శాస్త్రముంబట్టి-అరిమిత్ర ఉదాసీన వ్యవస్థా-శత్రువుమిత్రము ఉదాసీనుఁడు అను నిర్ణయము-అర్థవశాత్ ప్రయోజనమునం బట్టి, లౌకికానాం ఇవ లౌకికులకుం బోలె, న స్వేచ్ఛావశాత్ వారివారి యిచ్చంబట్టి కాదు, యతః ఏల యన తస్మిన్కాలే అసమయమున, సర్వార్థసిద్ధిం రాజానం ఇచ్ఛతః రాక్షసస్య—

మిచ్ఛతో రాక్షసస్య, చన్ద్రగుప్తా దపి బలీయస్తయా సుగృహీత నామా దేవః పర్వ తేశ్వర ఏ వార్థ పరిపన్థీ మహా నరాతి రాసీత్, తస్మింశ్చ రాక్షసే నేద మనుష్ఠిత మితి నాస్తి దోష ఏ వా త్రేతి పశ్యామి. పశ్యతు కుమారః—

శ్లో, మిత్రాణి శత్రుత్వ ముపానయన్తి,
మిత్రత్వ మర్థస్య వశాచ్చ శత్రూన్
నీతి ర్నయ త్యస్మృతపూర్వవృత్తం
జన్మాన్తరం జీవత ఏవ పుంసః ౮

సర్వార్థసిద్ధిని రాజుగా కోరుచున్న రాక్షసునికి, చన్ద్రగుప్తాత్ అపి=చంద్రగుప్తుని కంటెను, బలీయస్తయా=ఎక్కువగా, బలీయముగా, సుగృహీతనామా దేవః పర్వతేశ్వరః ఏవ=ప్రభువు పర్వతకుఁడే, అర్థపరిపన్థీ=తన ప్రయోజనములకు—నందుల నిలిపి ఊర్జితులం జేయుటకు-అడ్డమైనవాఁడై మహాన్ అరాతిః=గొప్ప-ప్రబల-శత్రువు (అయెను), కావున తస్మిన్ చ=అట్టివానియందు—అట్టివాని విషయమున, ఇదం అనుష్ఠితం=ఇది విషకన్యా ప్రయోగము-కావింపఁబడినది, ఇతి=అని, న అస్తి దోషఏవ అత్ర=ఇందు దోషమే లేదని. పశ్యామి=తలంతును, పశ్యతు కుమారః-చూచునుగాక, అరసికొనును గాక కుమారుఁడు—ఈ నీతిశాస్త్ర రహస్యమును.—

శ్లో. ౮. మిత్రాణీతి...నీతిః=(రాజ్య)నీతి, అర్థస్యవశాత్ = (కేవలము) ప్రయోజనముం బట్టియే. మిత్రాణి=మిత్రులను, శత్రుత్వం=శత్రువులగుటను, ఉపాలయన్తి=పొందించుచును), శత్రూన్=శత్రువులను, మిత్రత్వమ్=మిత్రులగుటను, (ఉపానయన్తి చ పొందించుచును), పుంసః = పురుషునికి, జీవత ఏవ=(తా) బ్రదికి యుండఁగానే, అస్మృతపూర్వవృత్త = స్మరింపఁబడని-జ్ఞప్తియేలేని=పూర్వవృత్తము కలిగినట్లుగా, జీవతః ఏవ=బ్రదికియుండఁగానే-అనఁగా ఈజన్మమందే, జన్మాన్తరం=మరియొక జన్మమును, నయతి=పొందించుచున్నవి

రాక్షసునికి సర్వార్థసిద్ధి బ్రతికియున్నప్పుడు పర్వతకుఁడు ప్రబలశత్రువు అతఁడు పోయిన తర్వాత, ఆరాక్షసునికే పర్వతకుఁడే ప్రబలమిత్రము—రాక్షసు

తదత్ర వస్తుని నోపాలమ్భనీయో రాక్షసః ఆనన్దరాజ్యలాభా దుపగ్రాహ్యశ్చ. పరతశ్చ పరిగ్రహే వా పరిత్యాగే - కుమారః ప్రమాణమ్.

మలయ కేతుః—ఏవం, సఖే. సమ్యగ్దృష్టవానసి. యతో ఽమాత్యవధే ప్రకృతిక్షోభః స్యాత్. ఏవం చ సన్దిగ్ధో విజయః.

(ప్రవిశ్య)

పురుషః—జేదు కుమారో, అజ్జ గుమ్మట్ఠాహాధికిదో దీహ రక్ఖో విణ్ణవేది.—'ఏసో ఖు అమ్హేహిం కడవాదో ధిక్కమన్తో

నికి ఈజన్మలోనే పర్వతకుఁడు శత్రువుగా ఉండినాఁడు, తర్వాత మిత్రుఁడుగా అయినాఁడు రెండును ప్రయోజనముంబట్టి, అమిత్రత్వము పూర్వజన్మము వంటిది. ఈ శత్రుత్వము ఇప్పటి జన్మము వంటిది.

ఇందు అలంకారము; అర్థస్యవశాత్ అని హేతువుం జెప్పుట కావ్యలింగము ఒక్కనియందే అది చేయును ఇది చేయును ఇదియుం జేయు ననుటచే పర్యాయమును. నీతి పురుషుని జన్మాంతరము పొందించును. అని సామాన్యమును విశేషముల సమర్థించుటం జెప్పుటచేత అర్థాంతరన్యాసమును.

కావున, అత్రవస్తుని=ఈవిషయమున, న ఉపాలమ్భనీయః=దూషింపఁదగినవాఁడు కాఁడు, అంతయే కాదు-అ నన్దరాజ్య లాభాత్-నందరాజ్యము సర్వము మనకు రావలయునని కదా మన యీ ప్రయత్నము-ఈదండు నడుపుకొని కుసుమపురముమీఁదికి పోవుట మొదలైనది కావున అది మనకు సిద్ధించు వరకు, (ఉపగ్రాహ్యః=, మనవాఁడుగానే ఉంచుకొనఁదగినవాఁడు. పరతః=అటు తర్వాత, కుమారః ప్రణమామ్ – కుమారుని ఇష్టము – సమ్యగ్ దృష్టవాన్ అసి-చక్కఁగాకనిపట్టితిపి, లెస్సగా అరసితివి. యతః=ఏలయన, అమాత్య వధే = మంత్రిని చంపినట్లైన, ప్రకృతిక్షోభః = ప్రకృతులలో - జనులలోను స్వామ్యమాత్యసుహృదాది సప్తకమునను-ఇంచు గాని అందు గాని అని యేని, కలవరము, కలగుండు కలుగుమ. అంత ఈ దండయాత్రలో విజయము సందియము పాలగును.

అగహీదముద్దో సలేహో పురిసో గహీదో. తా పచ్చక్ఖీక రేదు ణం అజ్జో' త్తి.

[జయతు కుమారః. ఆర్య, గుల్మస్థానాధికృతో దీర్ఘరక్షో విజ్ఞాపయతి 'ఏష ఖ ల్వస్మాభిః కటకా న్నిష్క్రామ న్నగృహీత ముద్రః సలేఖః పురుషో గృహీతః. త త్ప్రత్యక్షీకరోత్వేన మార్యః' ఇతి.

భాగురాయణః—భద్ర, ప్రవేశయ.

పురుషః—తహ, [తథా.] (ఇతి నిష్క్రాన్తః)

(తతః ప్రవిశతి పురుషే ణానుగమ్యమానః
సంయతః సిద్ధార్థకః)

సిద్ధార్థకః—(స్వగతమ్)

శ్లో. ఆణంతీఏ గుణేసు, దోసేసు పరంముహం కుణంతీఏ
అమ్హారిసజణణీఏవ పణమామో సామిభత్తీఏ.

పురుషః=నౌకరు, జయతు కుమారః=జయము కుమారునికి, ఇది నౌకరుకు రాజదర్శనమునకు రాఁగానే పలుకవలయు సముదాచారము-దీనికి అర్థవిచారము-సర్వోత్కర్షతో వర్తింతువు గాక అను మొదలగు అర్థకల్పన అనావశ్యకము ఆయర్థమెల్లవానికి తెలియనిదియు అగును,

గుల్మ స్థానాధికృతః=పోలీసు రాణా అధికారి, దీర్ఘరక్షః-అని వాని పేరు-సంజ్ఞ-దీర్ఘచక్షుః - అనియు పాఠము, ఏష ఖలు-వీఁడుగో వీఁడు నిష్క్రామన్=వెడలిపోవుచు, అగృహీతముద్రః = తీసుకొనఁబడని ముద్రిగలవాఁడు, సలేఖః=జాబుతో కూడుకొన్న వాఁడు, ఏవం ప్రత్యక్షీకరోతు=వీనిం జూచుగాక, ప్రవేశయ=లోపలికి కొనిరమ్ము-సంయతః=కట్టివేయఁబడినవాఁడు.

శ్లో. ౯. అణంతీఏ-ఇతి—గుణేషు=గుణములయందలి తే, ఆనయన్త్యా=చేర్పుచున్నదియు, దోషేషు=దోషములయందు, పరాఙ్ముఖం కుర్వన్త్యా=పెద

[అనయస్త్యై గుణేషు పరాఙ్ముఖం కుర్వ త్యై
అస్మాదృశజనన్యై ప్రణమామః స్వామిభక్త్యై] ౯

పురుషః—అజ్జ, అఅం సో పురిసో. [ఆర్య, అయం స పురుషః]

భాగురాయణః—(నాట్యే నావలోక్య) భద్ర. కి మయ మాగన్తుకః, ఆహోస్విత్ ఇ హైవ కస్యచి త్పరిగ్రహః?

మొగము పెట్టుచున్నట్లు, చేయుచున్నదియునగు, అస్మాదృశ జనన్యై=నాబోటి వారికి తల్లియైన, స్వామి భక్త్యై=స్వామియందలి భక్తికి, ప్రణమామః=నమస్కరించుచున్నాను.

మాబోంట్లకు పెట్టిన పనిలో-అందు తనంతట దోష మున్నను, లోక మర్యాదరీతిగా దోస మున్నను, దానిని ఎంచనీక దానికి పరాఙ్ముఖము చేయించునదియు, సర్వమును గుణములవంకకే చేర్చునదియు నై, మమ్ము తల్లింబోలె కాపాడునట్టిదైన స్వామిభక్తికి నమస్కారము-మాకు పెట్టినపనిలో లోకవ్యవహారము బడి దోస మున్నను దానిని మేము పాటింపము-అమ్మవలె ఆదోషాలతో నీకు పనిలేదురా అనను మాస్వామిభక్తి అవియు గుణాలే అగునుర, స్వామి కార్య సాధనకై అనుష్ఠింపఁబడుచుండుటచేత-అని అమ్మవలె ఉపదేశించును ఆభక్తి అమ్మ బిడ్డల దోషాలను గుణములవంకకే బెట్టి వానినిం గూడ గుణములే అనిపించును. అట్లే స్వామి-రాజ-భక్తి తన జాబు, తన నగలపెట్టె, తన ప్రయాణాభినయము, తాను పట్టువడుట, రాక్షసుం గూర్చి అసత్యములే పలుకుట, వానిని భాగురాయణ మలయకేతులకు పట్టియిచ్చుట-ఇవెల్ల సామాన్యముగా లోకపు చెల్లుబడిలో దోషములే ఐనను, స్వామి కార్య సాధనకు సమర్థమైనవి, ఆవశ్యకమైనవి-అన్నియు గుణకోటిలో చేరువనే ఇది స్వామిభక్తి, తల్లివలె, దోషాలనుం గూడ గుణములు చేయుట. 'The end sanctifies the means' అను నాంగ్లసామెతకు రాజ్యతంత్రమున ఎక్కువ చెల్లుబడి.

నాట్యేన అవలోక్య-చూచుటను అభినయించి-ఇది నటునికి అభినయమునకు ఎచ్చరిక. 'భద్ర, కిం అయం అగన్తుకః' ఇత్యాది భాగురాయణుఁడు తన నౌకరును అడిగిన ప్రశ్న-మఱి దానికి సిద్ధార్థకుఁడు జవాబు చెప్పుచున్నాడు—

సిద్ధార్థకః—అజ్జ, అహం ఖు అమచ్చరక్ఖసస్స సేవఓ. [ఆర్య, అహం ఖలు అమాత్యరాక్షసస్య సేవకః]

భాగురాయణః—భద్ర, తత్ కి మగృహీతముద్రః కటకా న్నిష్క్రామసి?

సిద్ధార్థకః—అజ్జ కజ్జగోర వేణ తువరావిదోహ్మి [ఆర్య, కార్యగౌరవేణ త్వరాయితో ఽస్మి]

భాగురాయణః—కీదృశం తత్కార్యగౌరవం, య ద్రాజ శాసన ముల్లఙ్ఘయతి?

మలయకేతుః—సఖే భాగురాయణ, లేఖ మపనయ

భాగురాయణః—(సిద్ధార్థకహస్తా ద్గృహీత్వా పత్ర ముద్రాం దృష్ట్వా) కుమార, అయం లేకః. రాక్షస నామాఙ్కి తేయం ముద్రా

మలయకేతుః—ముద్రాం పరిపాలయన్ ఉద్ఘాట్య దర్శయ.

ఇట్టివారు, పోలీసులకు దొరికినవారు, అధికారియెదుట, తమ్ము అడుగకున్నను తెలిసిన దానిని చెప్పను బూనుకొనుట కలిగినదే-తాను మంచివాఁడే అని సూచించుటకో యన తత్ కిం అగృహీత...మసి - ముద్ర తీసికొనకయే కటకమునుండి వెడలుచన్నావే అదేమి, ఎందుచేత?

కార్య గౌరవేణ త్వరాయితః అస్మి - (నేను పోవు) పని చాలముఖ్య మైనది, అది నన్ను త్వరపెట్టిది-(=దానిచేత త్వరపెట్టఁబడితిని). కీదృశం త...వం=ఎట్టిది యా పని గొప్పతనము? (=...ప్రధానతః) యత్=ఏది-అది అనుట-రాజు నుత్తరువును కూడ అతిక్రమించునట్లు చేయుచున్నదిః లేఖం ఆపనయ=జాబును ఇటు తీసికొనుము.

రాక్షసనామాఙ్కితాం=రాక్షసుని పేరి గుఱుతు కలిగియున్నది. ముద్రాం పరిపాలయన్=ముద్రను కాపాడుచు-అనఁగా చెఱిగిపోనీక-ఏలయన దానిని ఇతరులకుం జూపుటకును, మఱి దేనితోనైనను సాటువ చూచుటకు, విమర్శించు టకు. ఆజాబు రాక్షసుఁడు చంద్రగుప్తునికి వ్రాసినట్లు ఇపుడుకనిపట్టఁబడుచున్నది

(భాగురాయణ స్తథా కృత్వా దర్శయతి)

మలయకేతుః —(వాచయతి) స్వస్తి యథాస్థానం కుతోఽపి కోఽపి కమపి పురుష విశేష మవగమయతి. అస్మత్ప్రతిపక్షం నిరాకృత్య దర్శితా కాపి సత్యతా సత్యవాదినా. సమ్ప్రతి ఏతేషా మపి ప్రథమ ముపన్యస్తసన్ధీనా మస్మత్సుహృదాం పూర్వ ప్రతిజ్ఞాత సన్ధి పరిపణన ప్రోత్సాహనేన సత్యసన్ధః ప్రీతి ముత్పాదయితు మర్హతి. ఏతే ఽప్యేవ ముపగృహీతాః, స్వాశ్రయవినాశే

చాణక్యుఁడుదానికి సిద్ధార్థకునికి చెప్పి శకటదాసునిచేత అపుడు వ్రాయించినాఁడు. రాక్షసుఁడు ఆమ్లేచ్ఛరాజులకును చంద్రగుప్తునికి సంధి కుదిర్చినాఁడు-అని, వారు-నీవు మాకు ఇది యిది ఇంత ఇచ్చినట్లైన అని షరతు కుదుర్చుకొన్నారు— అట్లు కుదుర్చుకొనుటకు ఉపన్యాస మని పేరు వారు 'ఉపన్యస్త సంధులు.' చంద్రగుప్తుఁడు వారికి ఇది యిది ఇంత యింత యిత్తు నని ఒప్పుకొని సంధి కుదుర్చుకొన్నాఁడు-ఆయీఁబడుదానికి ఉపహారమని పేరు ఇచ్చువానికి ఉపహారి అని పేరు

భవ్యా మేకార్థసంసిద్ధిం సముద్దిశ్య క్రియతే యః స ఉపన్యాస కుశలై రుపన్యాస ఉదాహృతః

సంప్రదానాత్ భవతి య ఉపహారః స ఉచ్యతే

గజా నశ్వాంస్తథా రత్నం సువర్ణం భూమి రేవ వా దత్వా యః క్రియతే సన్ధి రుపహారః స ఉచ్యతే.

మ్లేచ్ఛరాజులు కావించుకొన్నది ఉపన్యాస సంధి. చంద్రగుప్తుఁడు కావించుకొన్నది ఉపహారసంధి. వారి పక్షమున ఆపేరు వీని పక్షమున ఈపేరు, (కామందకము.) రాక్షసుఁడు ఇట్లు కుట్రచేసినట్లు కల్పించి, దానిని ఇట్లు బయట పడునట్లు చేసినాఁడు. అతఁడు మోసగాఁడు, తన్ను చంపబూనుకొన్నాఁడు అని నేరము మోపి మలయునిచే తలఁగొట్టించినాఁడు

స్వస్తి - మొదలు జాబులోని మాటలు-తొలియంకమున చాణక్యుఁడు శిష్యుని శార్ఙ్గరవుని చెవిలో-'సర్వం అవ్యక్త మేవ అస్తు'-అని ఏవో మాటలు-జాబులో నుండవలయు మాటలుగా - చెప్పి, కేనాపి స్వయం వాచ్యం ఇతి

నోపకా)పా. హా)రిణ మాత్ర(పా. రాధ)యిష్యన్తి, అవిస్మృత మేత త్సత్యవతః స్మారయామః. ఏతేషాం మధ్యే కేచి దరేః కోశదణ్డాభ్యా మర్థినః, కేచి ద్విషయే ణేతి, అలఙ్కారత్రయం చ సత్యవతా య దను ప్రేషితం త దుపగతమ్. మయాపి లేఖ స్యాశూన్యార్థం కిఞ్చి దను ప్రేషితం, తదుపగమనీయమ్ వాచికం చాప్త తమా త్సిద్ధార్థకా చ్ఛ్రోతవ్య మితి.

అదత్త బాహ్యనామానం లేఖం శకటదాసేన లేఖయిత్వా-ఇత్యాది చెప్పియుం డెను కదా-ఇపుడు ఇవిగో ఆ రహస్యపు జాబులోని మాటలు—యథాస్థానం—ఉండవలసినచోటు-ఆచోటుపేరుకూడ పర్వతకపుర మనియో మఱియేమనియో అదియు ఉదాహరింపక వ్రాసినవిధము ఇది. "స్వస్తి, యథాస్థానం. కుతోఽపి కోఽపి కమపి" ఇత్యాదియు. ఆకాలపు జాబులయొరవడికి-చూ. మాళవిక V. 'స్వస్తి. యజ్ఞశరణాత్ సేనాపతిః పుష్యమిత్రః వైదిశస్థం పుత్రం ఆయుష్మన్తం అగ్నిమిత్రం స్నేహాత్ పరిష్వజ్య అనుదర్శయతి.'-ఇత్యాది.

ఆజాబుం గూర్చియే– '...సప్రాభృతికో లేఖః ప్రాప్తః'-అనియు. ప్రాభృతిక మనఁగా కానుకి, ఉపహారము-ఇవన్నియు ఇట చాణక్యుని మాట బడి, అవ్యక్తముగానే నిర్దిష్టములు-కుతోఽపి కేనాపి కస్యాపి ఇత్యాది చేతను, 'లేఖస్య అశూన్యార్థం-' అనుటచేతను - అశూన్యార్థమనఁగా 'Customary present accompanying a letter' అని నాపై 'నజరానా'-అని ఆప్తై. బ్రౌనులు. కం అపి పురుషవిశేషం=ఎవనికో-ఒకానొక-గొప్పవానికి తెలుపుచున్నాఁడు. అస్మత్ప్రతిపక్షం...మాయెదిరివానిని-మాకు కాని అల్లవానిని, త్రోసివైచి(కాపి=) ఎదో, ఇట్టిదని--ఇంతటి దని చెప్ప నలవికాని, నిజమరితనము సత్యవాదిచేత ప్రదర్శింపఁబడినది సాంప్రతం ఏతేషాం అపి(...=అక్లే అనుట) ఇపుడు వీరికిని తొలుత మాటలాడుకొన్న (=కుదుర్చుకొన్న) పొందుగల వారికి,...మామిత్రులకు, పూర్వ ప్రతిజ్ఞాత...ముందు ఇత్తునని ఒప్పుకొన్న షరత్తుకై ఈయవలసినదానితో (=దానినిఇచ్చి) ప్రోత్సహించుటచేత సత్య ప్రతిజ్ఞుఁడు ప్రీతి (=సంతోషము) కలిగింపఁదగును, ఏతే అపి=వీరును, ఏవం ఉపగృహీతాః సన్తః=ఇట్లు మిత్రులుగా గ్రహింపఁబడిన వారగుచు, స్వాశ్రయవినాశేన=తమకు ఆశ్రయమైనవానిని చంపివైచి, (అట్లు షరత్తు తీర్చిన) ఉపకారిని ఆశ్రి

మలయకేతుః—భాగురాయణ, కీదృశో లేఖః?

భాగురాయణః—భద్ర, సిద్ధార్థక, కస్యాయం లేఖః?

సిద్ధార్థకః—అజ్జ ణ అణామి. [ఆర్య, న జానామి]

భాగురాయణః—హే ధూర్త, లేఖో నీయతే న జ్ఞాయతే కస్యా యమితి! సర్వం తావత్ తిష్ఠతు. వాచికం త్వత్తః కేన శ్రోతవ్యమ్?

సిద్ధార్థకః—(భయం నాటయన్) తుమ్హేహిం. [యుష్మాభిః]

భాగురాయణః—కిం? అస్మాభిః ?

సిద్ధార్థకః—మిస్సేహిం గిహీదో ణ ఆణామి కిం భణామి త్తి. [మిశ్రైః గృహీతో న జానామి కిం భణా మీతి.]

భాగురాయణః—(సరోషమ్) ఏష జానాసి. భాసురక, బహి ర్నీత్వా తావత్తాడ్యతాం యావ త్కథయతి.

యుంపఁగలరు అవిస్మృతం ఏతత్=మఱవఁబడని దానినే దీనిని-మఱపకున్నను చక్కఁగా మనసునకు వచ్చుటకు, సత్యవశః = సత్యవంతునికి జ్ఞప్తిపఱచెదను. ఏతేషాం మధ్యే=వీరిలో. కేచిత్ = కొందఱు, కోశదణ్డాభ్యాం = ఖజానాయు సేనయు కావలయునని కోరువారు. విషయేః-రాజ్యమును కోరువారు. లేఖస్య అశూన్యార్థం=జాబుతోడి కానుకగా - ఉపగమనీయమ్ = స్వీకరింపవలసినది. వాచికం=నోటిమాటలుగా సమాచారమును ఆప్తతమాత్ = మిక్కిలి విశ్వాసనీయుఁడైనవానివలన-అస్మాత్=వీనివలన(నే).

కీదృశో లేఖః ఎట్టిది యీజాబు ? ఈజాబేమిటి ? ధూర్త = మోసకాఁడ ! మిశ్రైః=అయ్యగార్ల చేత, గృహీతః = పట్టుకొనబడితిని, నజానామి...మీతి= ఏమిచెప్పుచున్నాదో నేనే ఎఱుఁగను. తావత్ తాడ్యతాం యావత్ కథయతి-అంత కొట్టుఁడు, ఎంతకు వీఁడు చెప్పునో-చెప్పునంతవఱకు కొట్టుఁడు,

పురుషః—జం అమచ్చో అణవేది - (ఇతి తేన సహ నిష్క్రమ్య పునః ప్రవిశ్య) అజ్జ, ఇఅం ముద్దాలంఛిదా పేడిఅ తస్సకక్ఖాదో ణిపడిదా [య దమాత్య ఆజ్ఞాపయతి...ఆర్య ఇయం ముద్రాలాఞ్ఛితా పేటికా తస్య కక్షాతో నిపతితా.]

భాగురాయణః—(విలోక్య) కుమార, ఇయ మపి రాక్షస ముద్రాలాఞ్ఛి తైవ.

మలయకేతుః—సఖే, అయం లేఖస్య అశూన్యార్థో భవిష్యతి. ఇమా మపి ముద్రాం పరిపాలయన్ ఉద్ఘాట్య దర్శయ,

(భాగురాయణ స్తథా కృత్వా దర్శయతి)

మలయకేతుః—(విలోక్య) అయే, త దిద మాభరణం మయా స్వశరీరా దవతార్య రాక్షసాయ ప్రేషితమ్! వ్యక్తం, చన్ద్రగుప్తస్య లేఖః.

భాగురాయణః—కుమార, ఏష నిర్ణీయత ఏవ సంశయః. భద్ర, పున రపి తాడ్యతామ్.

పురుషః.—తథా, (ఇతి నిష్క్రమ్య, సిద్ధార్థ కేన సహ పునః ప్రవిశ్య) ఏసో ఖు తాడిఅమాణో కుమారస్స ఎవ్వ ణివే దేమి త్తి భణాది. [ఏష ఖలు తాడ్యమానః కుమారస్యైవ నివేద యామీతి భణతి]

మలయకేతుః—తథా భవతు.

పేటికా=పెట్టె-కక్షాతః=చంకనుండి,

లేఖస్య అశూన్యార్థం=జాబుయొక్క—జాబుతోడంగూడ మామూలుగా పంపఁబడు ప్రాభృతికము-కానుక-ఇమాం-...ర్శయ=దీనినిం గూడ, ముద్ర చెఱగకుండ, తెఱచి చూపుము. అయే-జ్ఞప్తి కలుగుచున్నది: ఆశ్చర్యము-స్వశరీరాత్-...ప్రేషితమ్=నాయొంటినుండి ఊడఁదీసి రాక్షసునికి పంపఁబడినది వ్యక్తం-అవ్యయము - నిజముగా-ఏషః = ఇదిగో, నిర్ణీయత ఏవ=ఏర్పడఁ దెలియఁగలదులే, నిశ్చయింపఁబడునులే-పాదయోః నిపత్య=పాదములం బడి.

సిద్ధార్థకః—(పాదయో ర్నిపత్య) అభఏణ మే పసాదం కరేదు అజ్జో, [అభయేన మే ప్రసాదం కరోతు ఆర్యః]

మలయకేతుః—భద్ర, అభయ మేవ పరవతో జనస్య, నివేద్యతాం యథావస్థితమ్

సిద్ధార్థకః—ణిసామేదు కుమారో, అహం ఖు అమచ్చరక్ఖసేణ ఇమం లేహం దేఇఅ చందఉత్తసఆసం వేసిదో [నిశామయతు కుమారః అహం ఖల్వమాత్యరాక్షసే నేమం లేఖం దత్వా చన్ద్రగుప్తసకాశం ప్రేషితః,

మలయకేతుః—వాచిక మిదానీం శ్రోతుమిచ్ఛామి.

సిద్ధార్థకః—కుమాల, ఆదిట్ఠోహ్మి అమచ్చేణ టహా ఏదే మహా వఅస్సా పంచరాఅణో తుఏ సహా వముప్పణ్ణసిణేహా (పా. సంధాణా). తే జహా కులూదాహివో చిత్తవమ్మో మలయణరాహివో సింహణాదో త్తి ఏదేసు పుఢమగిహీదా తిణ్ణి రాఅణో మలఅకేదుణో విసఅం ఇచ్ఛంతి. అవరే హత్తిబం కోసం

ఉభయేన = నపుంసనము - రక్షణముతో, ఏమియు ఫర్వాలేదులే అని, ప్రసాదం=అనుగ్రహము

పరవతః=పరాధీనుని, ఒకని నాశ్రయించిన నౌకరునకు, యథావస్థితం=ఉన్నదియున్నట్లుగా, చెప్పు-వయస్యాః=మిత్రులు-తే యథా=వారు ఎవరెవరనఁగా, ప్రథమగృహీతాః=మొదట పేర్కొనఁబడినవారు - విషయం = దేశము-వారి రాజ్యములు మలయకేతురాజ్యమును చుట్టురా అనుకొని యుండఁబోలును-తమకు ఆరాజ్యమును ఒసంగిన, ఆయాభాగములను తమ రాజ్యముతో కలుపుకొని, రాజ్యమును విస్తరించుకొనుటకు అనుకూలించును, గాన వారు దానిని కోరినారు-ఇదెల్ల చాణక్యుని కల్పనయే - ఇట్లంతయు ఆలోచించుకొని మలయకేతువు జాబును సులువుగా నమ్మను హస్తిబలం కోశం చ-ఆరెండును మలయుని రాజ్యమున గొప్పకు ప్రసిద్ధిగన్నవి. కావున వారు వానిని కోరుట-ఆదియు విశ్వాసము కలిగించుటకే

అ. తా జహ చాణక్కం ణిరాకరిఅ మహోభాపణ మహ పీదీ సముప్పాదిదా తహ ఏదాణఇ పి పుఢమభణిదో అత్థో సంపాదఇదవ్వో త్తి. - ఎత్తిఓ వాఆ సందేసో.

[కుమార, ఆదిష్టో స్మ్యమాత్యేన యథైతే మమ వయస్యాః పఞ్చ రాజాన స్త్వయా సహ సముత్పన్నస్నేహాః. తే యథా-కులూతాధిప శ్చిత్రవర్మా, మలయనరాధిపః సింహనాదః కాశ్మీరదేవనాథః పుష్కరాక్షః, సిన్ధురాజః సిన్ధుసేనః పారసీకో మేఘనాథ ఇతి. ఏతేషు ప్రథమగృహీతా స్త్రయో రాజానో మలయకేతో ర్విషయ మిచ్ఛ న్త్యపరౌ హస్తిబలం కోశం చ. త ద్యథా చాణక్యం నిరాకృత్య మహాభాగేన మమ ప్రీతిః సముత్పాదితా, తథై తేషామపి ప్రథమభణితోఽర్థః సంపాదయితవ్య ఇ-త్యేతావాన్ వాక్యసన్దేశః.]

మలయకేతు—కథం! చిత్రవర్మాదయోఽపి మహ్య మభిద్రుహ్యన్తి. అథవాఽత ఏవ రాక్షసే నిరతిశయా ప్రీతిః. (ప్రకాశమ్) విజయే, రాక్షసం ద్రష్టు మిచ్ఛామి.

ప్రతీహారీ—జం కుమార ఆణవేది. (యత్ కుమార ఆజ్ఞాపయతి. ...) (ఇతి నిష్క్రాన్తా)

అథవా అత ఏవ=అవును, కావుననే-సందియ మేమి ? కావుననే, ద్రష్టుం ఇచ్ఛామి = చూడఁ గోరుచున్నాను. రాజనోట ఈమాటలకు అర్థము-రాక్షసుని పిలుచుకొనిరా-అని, కావుననే విజయ 'కుమారుని ఆజ్ఞ' అని రాక్షసుం బిలుచుకొని వచ్చుటకు 'నిష్క్రాన్తా'. కటకమున ఇపుడు వీరు ఇక్కడ ఇంతట ఉన్నారు-రాక్షసుఁడును అందే అటు అంతట ఉన్నాఁడు-ఒండొరులకు అగపడరు మఱి యందఱును ఆ రంగాననే- ఈపాత్రలకు నిష్క్రమణము లేకయే రాక్షసునికి ప్రవేశము చెప్పఁబడినది. దీనిని, అట్లే మూడవఅంకమునచంద్రుఁడు సుగాంగమున చాణక్యుఁడు తన యింట - అంతయు ఒక రంగాననే-పూర్వులకు నిష్క్రమణము లేకయే ఉత్తరుల ప్రవేశము పరిక్రమణము, అంతటనీరిం గలసికొనుట ఈరంగప్రదర్శనాదిని అరయవలయును.

(తతః ప్రవిశతి ఆసనస్థః స్వభవనగతః పురుషేణ సహ
సచిన్తో రాక్షసః)

రాక్షసః — (ఆత్మగతమ్) పూర్ణ మస్మద్బలం చన్ద్రగుప్తబలై రితి యత్సత్యం న మే మనసః పరిశుద్ధి రస్తి; కుతః—

శ్లో. సాధ్యే నిశ్చిత మన్వయేన ఘటితం,
బిభ్ర త్సపక్షే స్థితిం,
వ్యావృత్తం చ విపక్షతో భవతి యత్
త త్సాధనం సిద్ధయే.
యత్ సాధ్యం స్వయ మేవ, తుల్య ముభయోః,
పక్షే విరుద్ధం చ యత్,
త స్యాఙ్గీకరణేన వాదిన ఇవ స్యాత్
స్వామినో నిగ్రహః. ౧౦

యత్సత్యం = నిజముగా, పరిశుద్ధిః=ప్రసన్నత-లేదు-మతి సందేహములతో ఆకులపాటే

శ్లో - ౧౦ - సాధ్య ఇతి - యత్ = ఏ (సాధనము) సాధ్యే=సాధ్య విషయమున-సాధ్య పక్షమున, నిశ్చితం=సందేహము లేకుండున దైనదో, అన్వయేన=అది యుండిన ఇదియు తప్పక యుండును అను సంబంధముతో, ఘటితం కూర్పఁబడినదో, సపక్షే = సమానపక్షమునందు, స్థితిం=ఉనికిని, బిభ్రత్= పొందియున్నదో, విపక్షతః=అదిలేకున్న ఇదియు లేదు అను కానిపక్షమునుండి, వ్యావృత్తంచ = మరలినదో, తత్ సాధనం = ఆసాధనము, సిద్ధయే భవతి= సిద్ధికి ఐనది-సిద్ధిపొందునది, అగును. యత్ (సాధనం)=ఏసాధనము, స్వయం ఏవ = తానే, సాధ్యం = సాధింపఁదగినదో, ఉభయోః = రెంటికిని—సపక్ష విపక్షములకు, తుల్యం=సమానమో, తస్య=దానియొక్క, అఙ్గీకరణేన=అంగీకరించుటచేత, వాదిన ఇవ=వాదికిం బోలె, స్వామినః=రాజునకు నిగ్రహః=పరాజయము, స్యాత్=అగును.

అసాధనము-అనఁగా, సేన తనకు సిలుకడయైన ఉద్దేశ్యమును-లెస్సగా గుఱిలో పెట్టుకొని, తన మిత్రుల నందఱం గలుపుకొని, తన యక్కఱలో గటి యభినివేశము గల్గి, తనకు కానివారికి పెద మొగ మిడి నడుచు నేని(తప్పక) జయము కలిగించును-పొందును. అట్లుగాక ఆసేన తన యిచ్చ మెయి ఉభయ పక్షములకు అనఁగా శత్రుపక్షమునకును అనుకూలముగ నుండుచును, కాక తన పక్షమునకే తాను కాక ప్రవర్తించుచును ఉండునేని, అది నిజముగా పరాజయము పొందును. అదెట్లనఁగా హేతువైనది నిర్ణయింపఁబడవలసినదానికి సూటిగా పూర్తిగా చెందునదియు, తనకు అనుకూల సందర్భములతో కూడుకొన్నదియు అనిర్ణయమున గట్టి పట్టుదల గలదియు, మఱి దేనికిని చెందనిదియ అగునేని తానే నిర్ణయింపఁబడవలసినది యగుచేతను, తాను అనిర్ణయింపఁబడవలసిన దానికిని దాని వ్యతిరేకమునకును ఉమ్మడిగా చెందునేనియు, కాక ఆ నిర్ణేతవ్యమునకు చెందకయే పోవునేనియు-అనిర్ణయము సమకూడదు.

దీనికి రాక్షసుని మాటలుగా - న్యాయశాస్త్ర పరిభాషితములం గొనక గ్రహింతుమేని-ఇట్లగును,—మలయకేతుబలము(=సేన) చంద్రగుప్తునివారైన భద్రభటాదులచే ఆక్రమింపఁబడిన దగుటవలన, అది యెంత మలయునిదో అంత చంద్రునిదియు అగుటవలన ఉభయులకు సమానముం బోలె ఆభాసించుచునే నిజమునకు మలయకేతువునకు విరుద్ధమును, కావుననే మనము జయింపవలయు శత్రువుతట్టుదియు అయి మనము సాధింపవలసినదానిని సాధించునా సాధింపదా అని సందేహము పొడముచున్నది. ఇది నిజముగా మన బలము-సేన-కాక బలాభాసముగా తోఁచుచున్నది. దీనిని పెట్టుకొన్న దీనిచే మాకు-నాకును మలయునికిని-అపజయము తప్పక కాఁగలదు.

అస్మద్బలం-మా సేన, చంద్రగుప్తభటైః-చంద్రగుప్త బలాధ్యభటులచేత.

ఇందు అలంకారములు ఉపమయు శ్లేషయు, వాదిన ఇవ-అని పోలికం జెప్పుటచే ఉపమ, సాధ్య అన్వయ అను మొదలగుమాటలకు రాక్షససేన పరముగాను తర్కమున రుజువు చేయవలసినదాని పరముగాను రెండర్థములుండుటచే శ్లేషయు.

అథవా, విజ్ఞాతాపరాగ హేతుభిః ప్రాక్పరిగృహీతో పజాపై రాపూర్ణ మితి న వికల్పయితు మర్హతి. (ప్రకాశమ్) భద్ర ప్రియంవదక. ఉచ్యన్తా మస్మ ద్వచనాత్ కుమారానుయాయినో రాజానః. సంప్రతి దినే దినే ప్రత్యాసీదతి కుసుమపురమ్. తత్ పరికల్పిత విభాగై ర్భవద్భిః ప్రయాణే ప్రయాతవ్యమ్. కథ మితి.

శ్లో. ప్రస్థాతవ్యం పురస్తాత్ ఖశమగధగణై
రా్మ మనువ్యూహ్య సైన్యైః;

అథవా — అట్లుకాదులే-...న వికల్పయితుం అర్హతి=అట్లు సందేహింపఁదగదు (ఏలన) విజ్ఞాత అపరాగ హేతుభిః=చక్కఁగా ఎఱుంగఁబడిన (చంద్రగుప్తునియందలి) అపరాగమునకై కారణములు గలవారు-(చూ III అంక. పు 168), ప్రాక్ పరిగృహీత.. తొలుతనే పరిగ్రహింపఁబడిన మన భేదనము-చంద్రుని విడిచి వచ్చుటకైన మన చెల్లింపు-పెట్టిన ఆశగలవారు. కాఁగా వారు మనకు చాల బనవారే-భయపడను సందేహపడను అక్కఱలేని వారే-వారితో నిండియున్నది కావున, మద్వచనాత్ = నామాటగా - నేను ఇట్లు చెప్పమంటిని అని, దినే దినే = దినదినమున-నిన్నటికంటెను నేఁడు, నేఁటి కన్నను రెపు, రేపటికన్నను ఎల్లుండి—అట్లు, ప్రత్యాసీదతి-దగ్గఱుచున్నది. అపున్నమ సాయంకాలము బయలుదేఱఁదగును అని జీవసిద్ధి మంచిలగ్నము నిశ్చయించినాఁడే, నాఁడే సేన కుసుమపురము మీఁదికి తరలినది-దానిని దగ్గఱుచున్నది తత్=కావున, ఇన్నాళ్ళంబోలె అంతయు నొక్క మొత్తముగాఁ గాక, పరికల్పిత విభాగైః=ఏర్పాటుచేయఁబడిన (ఇదిగో నాచేత అనుట) విభాగములతో, ప్రయాణే ప్రయాతవ్యమ్=ఈ యాత్రలో నడువవలసినది కథం ఇతి-ఎట్లనఁగా —

శ్లో. ౧౧. ప్రస్థాతవ్య మితి—పురస్తాత్ = ముందర-సేనాగ్రమందు-'Vanguard' అని ఆంగ్లమున అందురు అందు, ఖశ మగధ గణైః సైన్యైః=ఖశుల గుంపులును మగధుల గుంపులును గల సేనలచేత, మాం అను=నావెంట, వ్యూహ=బలసి, ప్రస్థాతవ్యం=బయలుదేఱ బడవలసినది-అనఁగా అని నడువవలసినది మధ్యయానే = నడుమ పోవుటలో, గాన్ధారైః = గాంధారులచేత,

గాన్ధారై ర్మధ్యయానే సయవనపతిభిః
సంవిధేయః ప్రయత్నః,
పశ్చా త్తిష్ఠన్తు వీరాః శకనరపతయః
సంభృతా శ్చీనహూణైః,
కౌలూతాద్య శ్చ శిష్టః పథి పథి వృణుయా
ద్రాజలోకః కుమారమ్. ౧౧

సయవన పతిభిః=యవనరాజులం గూడినవారిచేత-అనఁగా వారిఁ గూర్చుకొని, ప్రయత్నః=జతనము, సంవిధేయః=లెస్సగా చేయఁబడవలసినది. పశ్చాత్=వెనుక, వీరాః=వీరులైన, శకనరపతయః=శకరాజులు, చీన హూణైః=చీనులతోను హూణులతోను, సంభృతాః = నిండినవారై, తిష్ఠన్తు = ఉందురుగాక. శిష్టఃకు లూతాద్యః చ=కులూతచిత్రవర్మాదులైన, మిగిలిన రాజలోకః=రాజుల సమూహము, పథి పథి=దారిపొడుగునను-దారియంతటను, కుమారం వృణుయాత్=కుమారుని చుట్టుకొనునుగాక.

రాక్షసుఁడే సేనానాయకుఁడు. సేనాగ్రమున వాఁడు-ఖశులును మగధులును అతనిని బలసికొనవలసినది వారు కుసుమపురమునకు చాల సమీప దేశపువారు-తన సొంతజనము అని చెప్పఁదగినవారు ఖశులు కుసుమపుర-మగధ-లకు తూర్పుననో ఈశాన్యముననో ఉండువారు, తక్కినవారందఱును పడమర నైరృతిదిక్కులవారు మలయుని రాజ్యమునకు చేరువగువారు-తొలుత చాణక్యచంద్రగుప్త పర్వతకసేనలో చేరినవారును వారిం బోలినవారును, హూణులును అట్టివారే. చీనులును అట్లే కాఁదగును. రాక్షసుఁడు నిజముగా, కపటము లేక, మలయుని భద్రమునకును జయమునకును ఎట్లు ఏర్పఱించుట శ్లాఘ్యమో, ఎట్లైన తనకు ఇపుడు ప్రభుస్థానీయుఁడైన మలయునికి అపాయము లేకుండునో మిక్కిలి క్షేమము సేకూర్చునో అట్టిది కుదిర్చినాఁడు. మలయకేతువు సేనకు వెనక కట్టకడపట కౌలూతాదులగు విశ్వసనీయులైన మంచి బలిష్ఠులనడుమ నిలువబడినాడు. భారతోత్తరగోగ్రహణ యుద్ధమున భీష్మద్రోణులు తమ విజయమునకు తమ రాజైన దుర్యోధనుని క్షేమమునకును ఎట్లు ఏర్పఱిచినారో అట్లున్నది-చూ. మహాభార. విరాట, 287-"వచ్చినవాఁడు ఫల్గుణుఁడు" కావున, "ఈబలంబున నాలవపాలు గొని మహీపాలుఁడు సత్వరంబుగా ముందర పోవలయును; అంతియ సేన తదనంతరంబు కదుపులం బొదివికొని చనవలయుఁ, దక్కటి నగంబుతో

ప్రియంవదకః—తథా. (ఇతి నిష్క్రాన్తః)

(ప్రవిశ్య)

ప్రతీహారీ—జేదు అమచ్చో అమచ్చ ఇచ్ఛది తుమం కుమారో పేక్ఖిదుం [జయ త్వమాత్యః, అమాత్య ఇచ్ఛతి త్వాం కుమారః ప్రేక్షితుమ్.]

రాక్షసః—భద్రే, ముహూర్తం తిష్ఠ. కః కో౽త్ర భోః ?

(ప్రవిశ్య)

పురుషః—ఆణవేదు అమచ్చో. [ఆజ్ఞాపయ త్వమాత్యః.]

మనము నిలిచి మోహరించి యెల్లనల్ల నరుగవలయు; కవ్వడి యెయ్యెడం గలిసె నయ్యెడన తలపడవలయును ఇట్టైన మానవేశ్వరుండు సురక్షితంబుగా సందడి బడక నడచు, గోవులును ఇన్నెలం గడుచు...ఉన్నంతవట్టు చతురంగంబుల నియతి సేసికొని యాచార్యుండు నడుమను గృపాచార్యుండు వలపలను ఆచార్య పుత్రుండు దాపటం గర్ణుండు ముందట...నిలుచునట్లుగా మోహరించి...తాల ధ్వజం బెత్తించి మెఱసి తాను వెనుకయయి నడపించుచుండె."

52- అధ్యా-17- భీష్మః—

క్షిప్రం బలం చతుర్భాగం గృహ్య గచ్ఛ పురం ప్రతి
తతో౽పరశ్చతుర్భాగో గాః సమాదాయ గచ్ఛతు
వయం త్వర్ధేన సైన్యేన ప్రతియోత్స్యామ పాణ్డవమ్
అహం ద్రోణశ్చ కర్ణశ్చ ద్రౌణిః శారద్వత స్తథా
ప్రతియోత్స్యామ బీభత్సు మాగతం కృతనిశ్చయమ్.

... ...

అహ మావారయిష్యామి వేలేవ మకరాలయమ్

... ...

సేనా ముఖ్యాన్ వ్యవస్థాప్య వ్యూహితం సంప్రచక్రమే.
ఆచార్య, మధ్యే తిష్ఠత్వం అశ్వత్థామా తు సవ్యతః
కృపః శారద్వతో ధీమాన్ పార్శ్వం రక్షతు దక్షిణమ్
అగ్రతః సూతపుత్రస్తు కర్ణ స్తిష్ఠతు దంశితః
అహం సర్వస్య సైన్యస్య పశ్చాత్ స్థాస్యామి పాలయన్"

ఇందు మలయకేతువు దుర్యోధనునివలె, రాక్షసుఁడు భీష్మునివలె.

రాక్షసః—ఉచ్యతాం శకటదాసః యథా - పరిధాపితా కుమారే ణాభరణాని వయమ్. తన్న యుక్త మనలఙ్కృతైః కుమారదర్శన మనుభవితుమ్ అతో యత్త దలఙ్కరణత్రయం క్రీతం తన్మధ్యా దేకం దీయతా మితి.

పురుషః— తథా (ఇతి నిష్క్రమ్య పునః ప్రవిశ్య) అమచ్చ, ఇదం అహారణం. [అమాత్య, ఇద మాభరణమ్.]

రాక్షసః— (నాట్యే నాత్మాన మలఙ్కృత్య ఉత్థాయ చ) భద్రే రాజోపగామినం మార్గ మాదేశయ.

ప్రతీహారీ—ఏదు అమచ్చో. [ఏ త్వమాత్యః]

రాక్షసః— (ఆత్మగతమ్) అధికారపదం నామ నిర్దోష స్యాపి పురుషస్య మహా చ్చాశఙ్కాస్థానమ్. కుతః

యథా-ఏమనియనఁగా, పరిధాపితా కుమారేణ అభరణాని వయమ్=నేను కుమారునిచేత సొమ్ములు తొడిగింపఁబడితిని-తాల్చింపఁబడితిని-తత్=కాఁబట్టి, అనలంకృతైః కుమారదర్శనం అనుభవితుం న యుక్తం=అలంకరించుకొనక నేను కుమారుని దర్శించుట కూడదు. యత్...క్రీతం=ఏమూఁడును కొనఁబడినవో, వానినుండి, ఏకం దీయతాం=ఒకటి ఈఁబడునుగాక, అని.

నాట్యేన అలంకృత్య=అలంకరించుకొనుటను అభినయించి, వేసగానికి ఎచ్చరిక, ఉపగామినం=చేరునకు పోవు—అధికారపదం=ఒక అధికారస్థానము—ఉద్యోగము అనుట, నిర్దోషస్యాపి=ఏమి తప్పు చేయని (=లేని) వానికైనను — మహత్=గొప్ప...స్థానమ్=భయకారణము. కుతః-ఏలన-అధికార పద మనఁగా-ఇక్కడ రాక్షసుని యధికారము ప్రధానమంత్రిత. తాను మలయకేతువుచేత అభివాదనపూజలు అందువాఁడు, అట్టివానికి ఈరాజభయము చెప్పుట తగునా? ఏల: ఇప్పటికే అతనిచిత్తమున వికల్పములు అంకురించియున్నవి. "అపి నామ చాణక్యవటు ర్జయతు అతి సన్ధాతుం శక్యః స్యాత్ అమాత్యః" మొదలగు వాగీశ్వరిమాటలు, వామాక్షిస్పందనములు, తన సాధ్యమునకైన తన సాధనముంగూర్చిన వికల్పములు చిత్తమునుకలంచివైచియున్నందున బడామంత్రికే తనకు సామాన్యాధికారుల శంకలు పొడముచున్నవి-మనస్సున ఇంచుకయు

శ్లో॥ భయం తావత్ సేవ్యా దభినివిశతే సేవకజనం,
తతః ప్రత్యాసన్నా ద్భవతి హృదయే చైవ నిహితమ్,
తతో ఉధ్యారూఢానాం పద మనుజనద్వేష జననమ్,
గతిః సోచ్ఛ్రియాణాం పతన మనుకూలం కలయతి ౧౨

(పరిక్రమ్య)

ప్రతీహారీ—అమచ్చ, అఅం కుమారో, ఉవసప్పదు ణం అమచ్చో [అమాత్య, అయం కుమారః. ఉపసర్పత్వేన మమాత్యః.]

ప్రసన్నత లేదు, పాపము! తాను రుజువుగా మలయునికి ఆప్తముఁడుగా నున్నాఁడు శత్రువుల కౌటిల్యము తన కెఱుంగరాక తన్ను అమాంతముగా మోసముచేసి ముంచివేయుచున్నది

శ్లో. ౧౨ భయ మితి—సేవ్యాత్ = రాజువలన, భయం తావత్= భయమేమో, సేవకజనం = సేవకులను-మంత్రిమొదలు దౌవారికసమ్మార్జకుల వఱకు ఐన వారిని, అభినివిశతే = గట్టిగా పూనును, తతః = అంతట, ప్రత్యాసన్నాత్ చ = రాజునకు దగ్గరగా, అతనితో చనవు కలిగియున్నవానివలనను, (భయం-భయము) హృదయే నిహితం భవతి-మనస్సున పదముగొన్నది యగును తతః=అంతట-మఱియు అనుట-అధ్యారూఢానాం=మిక్కిలి యెత్తునకు ఎక్కిన వారియొక్క, పదం=స్థానము, అ సుజనద్వేషజననం=సుజనులు కాని దుష్టులకు, ఈర్ష్యాసూయాదులచే, పగ కలిగించునది (భవతి) అగును, ప్రోచ్ఛ్రయాణాం= ఉన్నతితో కూడుకొన్నవారియొక్క, గతిః=గతి-అవస్థ, పతనం = పాటును, అనుకూలం=అనుకూలముగా, సులువుగా తమకు కలుగు దానినిగా, కలయతి= తలంచును.

గొప్పపదవిలో నుండువారు ఎప్పుడును తమకు ఎవరివలననో, దేనివలననో ఆ పదవినుండి పాటు-పదవి తొలఁగి క్రిందఁబడుట కలుగునని సంశయాత్ములుగానే యుందురు రాజువలన భయము. రాజు నాపన్నులవలనను భయము, ఎవరు ఏమి తంటా చెప్పి తనకు ఏమి యాపద తెత్తురో అని తమ యెత్తు వలన తమ పాటునే తలంచుకొనుచు ఎప్పుడు గిలి కలిగియుందురు

ఇందు అలంకారము అప్రస్తుత ప్రశంస భయము తావత్-ఇత్యాది అప్రస్తుతము ప్రకృతరాజ్యసాశ్రయము యైనందున.

రాక్షసః — (విలోక్య) అయం కుమార స్తిష్ఠతి. య ఏష

శ్లో. పాదాగ్రే దృశ మవధాయ నిశ్చలాఙ్గీం
శూన్యత్వా దపరిగృహీత తద్వి శేషామ్
వక్త్రేన్దుం వహతి కరేణ దుర్వహాణాం
కార్యాణాం కృత మివ గౌరవేణ నమ్రమ్. ౧౩

(ఉపసృత్య) విజయతాం కుమారః.

అయం=వీఁడుగో, కుమారుఁడు ఉన్నాఁడు – ఎట్లున్నాఁడు అనఁగా – అత్యంత చింతా దూనతను చెప్పుచున్నాఁడు:

శ్లో. ౧౩. పాదాగ్ర ఇతి—దృశం=చూపును, నిశ్చలాఙ్గీం=కదలక అట్లే ఉన్నదానిని, శూన్యత్వాత్ = (అది) శూన్య మగుటవలన, అపరిగృహీత తద్వి శేషాం=గ్రహింపఁబడని-కైకోని-తన విషయములుగలదానిని, పాదాగ్రే=అడుగుకొసన, అవధాయ=క్రిందికి ఉంచి, వక్త్రేన్దుం = మోముచందురుని, దుర్వహాణాం = మోయుటకు శక్యముగానివైన, కార్యాణాం = (రాచ) కార్యములయొక్క, గౌరవేణ=గొప్పవగుటచేత, బరువుచేత, నమ్రం కృతం ఇవ=వంపఁబడినదానిం బోలె, కరేణ=చేతిచే, వహతి=మోయుచున్నాఁడు.

చింతాతిశయముచే దృష్టి శూన్యమగును, మొగము చేతిపై వ్రాలును.— అట్లున్నాఁడు కుమారుఁడు:

ఇందు వక్త్రేన్దుం అని ఉపమ, నమ్రం కృత మివ అని ఉత్ప్రేక్ష, స్వభావోక్తియు. ఇందునివంటి మొగము–పోలిక, నమ్రము చేయఁబడినదో యన–సంభావనచే ఉత్ప్రేక్ష, పాదాగ్రావధానాది — ఉన్నది యున్నట్లే చెప్పుట స్వభావోక్తి.

ఈ చింత దండయాత్రాసంబంధపుఁ బ్రకృతపు రాచకార్యముల వ్యగ్రత వలన అని ఋజురాక్షసుని యభిప్రాయము. మఱి అది నిజముగా రాక్షసునియెడ సందర్భములు కలిగించిన దురభిప్రాయ కోప దుఃఖముల నలనిది=అదిరాక్షసుఁడు ఇంకను ఎఱుఁగఁడు. ఇఁక నివి అట్టి రాక్షసునియు అట్టి మలయకేతునియు, ఒండొరుల చిత్తవృత్తి యెఱుంగనివారి భాషితములు – విపరీతార్థములు తోఁచుచుండును.

మలయకేతుః — ఆర్య, అభివాదయే, ఇద మాసన మాస్యతామ్.

(రాక్షస స్తథా కరోతి.)

మలయకేతుః — ఆర్య, చిరదర్శనే నార్యస్య వయ ముద్విగ్నాః.

రాక్షసః — కుమార, ప్రయాణే ప్రతివిధాన మనుతిష్ఠతా మయా కుమారా దయ ముపాలమ్భో ఽధిగతః.

మలయకేతుః — ఆర్య, ప్రయాణే కథం ప్రతివిహిత మితి శ్రోతు మిచ్ఛామి.

రాక్షసః — కుమార, ఏవ మాదిష్టా అనుయాయినో రాజానః. ('ప్రస్థాతవ్యం...౫–౧౧. ఇతి పూర్వోక్తం పఠతి.')

మలయకేతుః — (స్వగతమ్) కథం! య ఏవ మద్వినాశేన చన్ద్రగుప్త మారాధయితు ముద్యతా స్త ఏవ మాం పరివృణ్వన్తి. (ప్రకాశమ్) ఆర్య, అస్తి కశ్చి ద్యః కుసుమపురం ప్రతి గచ్ఛతి, తత ఆగచ్ఛతి వా.

ఆర్యస్య చిరదర్శనే=ఆర్యుని చాలకాలమునకు చూచుటవలన, ఇన్నాళ్లు అగపడమివలన. వయం ఉద్విగ్నాః=నేను భయపడితిని ఆర్యుని చాలసేపు చూచుటచేత నాకు భయము కలుగుచున్న దనియు గూఢార్థముండునా? ప్రతివిధానం=వ్యూహించుట, ఏర్పాటుచేయుట, గుంపులరచన, కథం ప్రతివిహితం=ఎట్లు గుంపులు రచింపఁబడినవి? కథం=ఏమీ! ఎట్టూ!

ఆరాధయితుం=సంతోషపెట్టుటకు, కొలుచుటకు, పరివృణ్వన్తి = పరివారించుచు=చుట్టుకొనుచు–ఉన్నారు ... ప్రతి గచ్ఛతి, తత ఆగచ్ఛతి వా=అక్కడికి పోవువాఁడు గాని అందుండి వచ్చువాఁడు గాని — ఇంకను అక్కడికి రాకపోకలు చేయవలసి యున్నదా? లేనేలేదు—ఆ పన్నులనియు తీఱినవి— మనము చాల దగ్గఱివారము కుసుమపురమును, ఈయాత్రలో–ననుట–ఇఁక

రాక్షసః—అవసిత మిదానీం గతాగతప్రయోజనమ్. అల్పై రహోభి ర్వయ మేవ తత్ర గన్తారః.

మలయకేతుః—(స్వగతమ్) విజ్ఞాయతే, (ప్రకాశమ్) యద్యేవం, తతః కి మార్యే ణాయం సలేఖః పురుషః ప్రేషితః?

రాక్షసః—(విలోక్య) అయే సిద్ధార్థకః! భద్ర కి మిదమ్?

సిద్ధార్థకః— (సబాష్పం లజ్జాం నాటయన్) ప్రసీదతు అమచ్చో తాడీఅంతణ మఏ ణ పారిదం రహస్యం ధారిదుం. [ప్రసీద త్వమాత్యః. తాడ్యమానేన మయా న పారితం రహస్యం ధారయితుమ్.]

రాక్షసః—భద్ర, కీదృశం రహస్య మితి? న ఖ ల్వవ గచ్ఛామి.

కొన్ని దినాలలో మనమే అక్కడికి పోఁగలము-అని రాక్షసుఁడు ఋజువుగా 'మనము' అని ఉభయార్థముగా అన్నాఁడు. దానికి తన యనుమానము లకుం దగినట్లు, వయ మేవ=నేను-తానుమాత్రమే అను అర్థమును ఎత్తిపొడుపుగా గ్రహించి గొణుఁగుకొనుచు స్వగతముగా అది తెలియుచున్నదిలే, నీవు చంద్రగుప్తుం జేర నచటికి పోఁగలవని తెలియుచున్నదిలే-అని మనమున అనుకొనును. అయం పురుషః - వీఁడుగో వీఁడు - అని చూపఁగానే, ఓహో సిద్ధార్థకుఁడే! అని ఆశ్చర్యపడి, వానిని 'కిం ఇదం'-ఏమి యిది-అని యడిగినాఁడు. వాఁడు దొంగ అభినయములు చేయుచున్నాఁడు, కపటనాటకమున కదు దిట్ట-చాణక్యుని నమ్మిన మానిసి - వేఁగులవాఁడు - సబాష్పం—కంటనీరు, లజ్జాం = మొగాన మాటన సిగ్గును, నాటయన్-అభినయించుచు-న పారితం రహస్యం ధారయితుం-శక్యము గాలేదు నీవు చెప్పిన రహస్యమును నిలుపుకొనటకు-వెలికిచెప్పకుండ. దీనిచేత రాక్షసుఁడు తనతో ఏమో రహస్యము జరుపుచున్నాఁడని మలయకేత్వాదులకు స్పష్టమైనది. నిజముగా రాక్షసుఁడు ఏమియు రహస్యము చెప్పలేదు. కావున 'కీదృశం రహస్యం' ఎట్టిది ఆరహస్యము (—నే నేమియు నీతో చెప్పలేదే!) నీమాట నాకేమియు తెలియలేదే (= న అవగచ్ఛామి) అవచు

సిద్ధార్థకః—ణం విణ్ణవేమి 'తాడిఅంతేణ మప...(ఇత్యర్ధోక్తే సభయ మధోముఖ స్తిష్ఠతి) [నను విజ్ఞాపయామి-తాడ్యమానేన మయా]

మలయకేతుః—భాగురాయణ, స్వామినః పురస్తాద్భీతో లజ్జితో వా నైష కథయిష్యతి. స్వయ మేవ ఆర్యస్య కథయ.

భాగురాయణః—య దాజ్ఞాపయతి కుమారః. అమాత్య, ఏష కథయతి యథా-అహ మమాత్యేన లేఖం దత్వా వాచికం సన్దిశ్య చన్ద్రగుప్తసకాశం ప్రేషితః - ఇతి.

రాక్షసః—భద్ర సిద్ధార్థక. అపి సత్యమ్?

సిద్ధార్థకః—(లజ్జాం నాటయన్) ఏవం అతితాడిఅం తేన మప ణివేదిదం. [ఏవం అతితాడ్యమానేన మయా నివేదితమ్.]

రాక్షసః—అనృత మేతత్· తాడ్యమానః పురుషః కి మివ న బ్రూయాత్?

మలయకేతుః — సఖే, భాగురాయణ, దర్శయ లేఖమ్, వాచిక మేష భృత్యః కథయిష్యతి.

భాగురాయణః—అమాత్య, అయం లేఖః.

న్నాడు-వాఁడు ఏమియో చెప్పఁబోయి చెప్పలేనట్లుగా భయముతోనుంబోలె మొగము వ్రేలవేసినాఁడు, ఈ నాటకము ఏమియు అర్థము కాక రాక్షసునికి ఆశ్చర్యము నివ్వెఱ తోఁచుచున్నది. ఏష కథయతి యథా-వీఁడు చెప్పుచున్నాఁడు - ఏమనగా - అహం అమాత్యేన...నేను రాక్షసునిచేత జాబు ఇచ్చి, నోటి సమాచారమును చెప్పి, చంద్రగుప్తునికడకు పంపఁబడితిని-అని

అపి సత్యమ్=నిజమేనా? లజ్జాం నాటయన్=సిగ్గును అభినయించుచు-అతితాడ్యమానేన = మిక్కుటముగా కొట్టఁబడుచున్న (నాచేత), దర్శయ లేఖం = జాబు (అతనికి) చూపుము. వాచికఁ = నోటి సమాచారము - దాక్ష

రాక్షసః — (వాచయిత్వా) కుమార, శత్రోః ప్రయోగ ఏషః.

మలయకేతుః—లేఖ స్యాశూన్యార్థ మార్యే ణేద మప్యాభరణ మనుప్రేషితమ్. తత్కథం శత్రోః ప్రయోగ ఏషః ?

రాక్షసః — (ఆభరణం నిర్వర్ణ్య) కుమారే ణైత న్మహ్య మనుప్రేషితమ్. మయా ప్యేతత్ కస్మింశ్చి త్పరితోషస్థానే సిద్ధార్థకాయ దత్తమ్.

భాగురాయణః—ఈదృశస్య విశేషతః కుమారేణాత్మగాత్రా దవతార్య ప్రసాదీకృత స్యేయం పరిత్యాగభూమిః !

మలయకేతుః—వాచికమ ప్యార్యే ణాస్మా చ్ఛ్రోతవ్య మితి లిఖితమ్.

రాక్షసః—కుతో వాచికమ్ ? కస్య వాచికమ్ ? లేఖ ఏవ అస్మదీయో న భవతి.

మలయకేతుః—ఇయం తర్హి కస్య ముద్రా ?

రాక్షసః—కపటముద్రా ముత్పాదయితుం శక్నువన్తి ధూర్తాః.

నుఁడు ఋజువుగా పలుకుచున్నాఁడు—శత్రోః ప్రయోగ ఏషః—శత్రుని ప్రయత్నము, పన్నకము ఇది. అశూన్యార్థం = తోడి కానుకకై—నజరునకై, ఆభరణం నిర్వర్ణ్య = నగను పరకాయించి, పరితోషస్థానే = సంతోషము కలిగిన యెడ, విశేషతః=అందును ముఖ్యముగా, పరిత్యాగ భూమిః=ఇయ్యఁదగిన—ఇచ్చుటకు – చోటు, పాత్రము; అది యెంత వెలగలది; రాజులు పెట్టుకొనునది. అట్టిదానిని, ఎంత సంతోషాననైనను వీనికి ఇత్తురా? కుతో వాచికం, కస్య వాచికం, లేఖ ఏవ అస్మదీయః న భవతి — ఎక్కడిది, ఎవరు చెప్పి పంపినారు సమాచారమును, ఎవరికి, అసలు జాబే నాది కాదు. కపటముద్రాం=దొంగ మొహరును, ధూర్తాః=వంచకులు.

భాగురాయణః—కుమార, సమ్యగమాత్యో విజ్ఞాపయతి. భద్ర సిద్ధార్థక కే నాయం లిఖితో లేఖః ?

(సిద్ధార్థకో రాక్షసముఖ మవలోక్య తూష్ణీం
అధోముఖ స్తిష్ఠతి.)

భాగురాయణః — భద్ర, అలం పున రాత్మానం తాడయితుమ్ కథయ

సిద్ధార్థకః—అజ్జ, సఅడదాసేణ. [ఆర్య, శకటదాసేన]

రాక్షసః—కుమార, యది శకటదాసేన లిఖిత స్తతో మయైవ.

మలయకేతుః—విజయే, శకటదాసం ద్రష్టు మిచ్ఛామి.

ప్రతీహారి — జం కుమారో ఆణవేది. [యత్కుమార ఆజ్ఞాపయతి]

తాడయితుం అలం = కొట్టించుకొనుట కూడదు. ఇచట నిషేధార్థకమున 'అలం' 'తుమున్' తోకూడినది. అట్లును ప్రయోగింతురు తతః మయా ఏవ = అప్పటికి వాచేతనే - రాక్షసునికి శకటునందు అంత విశ్వాసము - వాఁడు అట్టిది వ్రాసియుండఁడని. వాఁడు సాధుపరీక్షిత నందభక్తికుఁడు. ఒకవేళ శకటదాసునే పిలిపించిన ? వాఁడు సిద్ధార్థకుఁడు తనచే అట్లట్లు వ్రాయించినాఁడు అని చెప్పఁడా? అంతట కొంతసందియము, శత్రుప్రయోగము అగునా ఒకవేళ అను విచారమునకును అవకాశ మేర్పడదా? చాణక్యుని వేఁగులు తాము తమలో ఒండొరుల నెఱుఁగరు కదా, భాగురాయణుఁడు సిద్ధార్థకుని, సిద్ధార్థకుఁడు భాగురాయణుని? అట్లు ఎఱుంగకున్నను, ఈ జరుగుచున్న దెల్ల చాణక్యనీతి విలాసము అను మొత్తపు టభిప్రాయము మలయరాక్షసులఎదురులకు ఒకింత తెలియును భాగురాయణుఁడు తన స్వబుద్ధిచేతనే ఇది చాణక్య కుటిలనీతి విలాసమని నమ్మి, రాక్షసుఁడు వలలో తగులు కొనుచుండుటను లెక్కించి, కాల ప్రాప్తముగా తన బుద్ధివిభవముననే 'న ఖలు అనిశ్చితార్థం' ఇత్యాదిని పలికి శకటునిరప్పించుటకు మాన్పినాఁడు-అది యక్కఱలేనిదేకదా, ప్రకృతపరీక్షకు,

భాగురాయణః—(స్వగతమ్) న ఖ ల్వనిశ్చితార్థ మార్య చాణక్యప్రణిధయో ఽభిధాస్యన్తి. (ప్రకాశమ్) కుమార, న కదాచి దపి శకటదాసో ఽమాత్య స్యాగ్రతో మయా లిఖితమితి ప్రతి పత్స్యతే. అతః ప్రతిలిఖిత మ ప్యానీయతామ్, వర్ణసంవాద ఏ వైతం విభావయిష్యతి.

మలయకేతుః—విజయే, ఏవం క్రియతామ్.

ప్రతీహారీ—జం కుమారో ఆణవేది. (ఇతి నిష్క్రమ్య, పునః ప్రవిశ్య) కుమార, ఇదం తం సఅడదాసేణ సహత్థలిహిదం పత్తఅం, ముద్దావి. [య త్కుమార ఆజ్ఞాపయతి ... కుమార, ఇదం త చ్ఛకటదాసేన స్వహస్తలిఖితం పత్రం ముద్రాపి]

మలయకేతుః—(ఉభయ మపి నాట్యేన విలోక్య) ఆర్య, సంవద న్త్యక్షరాణి

రాక్షసః—(స్వగతమ్) సంవద న్త్యక్షరాణి! శకటదాసస్తు మిత్ర మితి చ న (పా. వి) సంవద న్త్యక్షరాణి. కిం ను శకటదాసేన,

శ్లో॥ స్మృతం స్యా త్పుత్రదారస్య విస్మృతస్వామిభక్తినా
చలే ష్వర్థేషు లుబ్ధేన న యశః స్వనపాయిషు? ౧౪

మయా లిఖితం ఇతి ప్రతిపత్స్యతే=నాచేత వ్రాయఁబడినది అని అంగీక రింపఁడు; వాఁడు రాక్షససేవకుఁడు కదా. సంవదన్తి=పోలిక పడుచున్నవి-సరిపడుచున్నవి, శకటదాసస్తు మిత్రం ఇతి విసంవదన్తి అక్షరాణి=చాని, శకట దాసుఁడు మిత్రము అను అక్షరాలు ఒండొంటికి సరిపడకున్నవి-కిం ను శకట దాసేన—ఏమీ శకటదాసునిచేత-తక్కినవాక్యము తరువాత శ్లోకగతము.

శ్లో. ౧౪-స్మృత మితి-విస్మృతస్వామిభక్తినా=మఱవఁబడిన (నం దులయందలి=)స్వాములయందలి (=దొరలయందలి) భక్తి గలవానిచేతను, అన పాయిషు=నాశనములేక సార్వకాలికములైన, యశఃసు న=యశమునందు కాక, చలేషు=నాశనమగు-నశ్వరములగు, అర్థేషు లుబ్ధేన=ప్రయోజనము లందు ఆసకొన్నవానిచేతను పుత్రదారస్య స్మృతం స్యాత్=పెండ్లాము బిడ్డలను తలంచుకొని యుండునా? ద్వితీయార్థమున షష్ఠి, 'స్మృ' కర్మకు.

అథవా కః సన్దేహః ?

శ్లో॥ ముద్రా తస్య కరాఙ్గుళిప్రణయినీ
సిద్ధార్థక స్తత్సుహృత్,
త స్యై వాపర లేఖ్య సూచిత మిదం
లేఖ్యం ప్రయోగాశ్రయమ్,
సువ్యక్తం శకటేన భేదపటుభిః
సన్ధాయ సార్ధం పరై
ర్భర్తృ స్నేహ పరాఙ్ముఖేన కృపణం
ప్రాణార్థినా చేష్టితమ్. ౧౫

స్వామిభక్తి యశములను—భార్యా బిడ్డలకును ఐహికసుఖములకును అడ్డువచ్చుచున్నవి యని-ఆమమకారముచే మానుకొని యుండునా?

అథవా-అట్లేయగును, కః సన్దేహః? సందియమేమి?

శ్లో. ౧౫ - ముద్రేతి — ముద్రా = మొహరు, తస్య = వానియొక్క-కరాఙ్గుళిప్రణయినీ = వ్రేలిని అంటుకొని (పీడక) యుండునది; సిద్ధార్థకః= సిద్ధార్థకుఁడు, తత్ సుహృత్=అతని చెలికాఁడు ప్రయోగ ఆశ్రయం=ఈ మోనపు పన్నకమునకు అవలంబమైన, ఇదం లేఖ్యం=ఈవ్రాఁత, తస్య ఏవ = వానియొక్కయే, అపరలేఖ్య సూచితమ్=మఱియొందు వ్రాఁతచే నిరూపింపఁబడినది; సువ్యక్తం=నిజము! స్పష్టము! శకటేన=శకటునిచేత, భేదపటుభిః=చీలఁదీయుటలో సమర్థులైన, పరైః సార్ధం=శత్రువులతో, సంధాయ=సంధిచేసికొని, ప్రాణార్థినా = ప్రాణముమీఁద తీపుగలిగి, భర్తృ స్నేహ పరాఙ్ముఖేన= దొరలగు నందులయందలి స్నేహమునకు పెడమొగ మిడి, కృపణం=తెలివిమాటలు కాదా దైన్యము, చేష్టితమ్ = చేయఁబడినది, పూనఁబడినది కృపణం యథా—తెలివిమాలినట్లు దీనముగా, చేష్టితం = నడుచుకొనఁబడినది-అని చెప్పఁదగి యుండును.

ఇందు అలంకారము ముద్ర వాని చేతివ్రేలిది, సిద్ధార్థకుఁడు వాని మిత్రము అను మొదలగు సాధనములచే-శకటేన చేష్టితమ్ అను సాధ్యము చెప్పుటచే అను

మలయకేతుః—(విలోక్య) ఆర్య, అలఙ్కారత్రయం శ్రీమతా యదనుప్రేషితం తదువయాత మితి యల్లిఖితం, తన్మధ్యాత్ కిమిద మేకమ్? (నిర్వర్ణ్య స్వగతమ్) కథం! తాతేన ధృతపూర్వ మిద మాభరణమ్. (ప్రకాశమ్) ఆర్య, కుతో ఽయ మలఙ్కారః?

రాక్షసః—వణిగ్భ్యః క్రయా దధిగతః.

మలయకేతుః—విజయే, అపి ప్రత్యభిజానాసి భూషణ మిదమ్?

ప్రతిహారీ—(నిర్వర్ణ్య, సబాష్పమ్) కుమార, కహం ణ పచ్చభిజాణామి? ఇదం సుగిహీదణామధేయేణ పవ్వదీసరేణ ధారిద పువ్వమ్. [కథం న ప్రత్యభిజానామి? ఇదం సుగృహీతనామధేయేన పర్వతేశ్వరేణధారితపూర్వమ్.]

మానాలంకారము - భేదపటువులతో సంధి చేసికొనియు భర్తృస్నేహపరాఙ్ముఖుఁడయ్యు ప్రాణార్థి యయ్యు ఇట్లు నడుచుకొన్నాఁడు అని హేతువులం జెప్పుటచే కావ్యలింగము.

అన్నిసందర్భములును అన్యోన్యము ఎంతయు అనుగుణముగాఅదుకుకొనుచున్నవి, మోహరుంగరము వాని చేతి వ్రేలిని వీడక యుండునది. సిద్ధార్థకుఁడు వాని ప్రాణముం గాచిన మిత్రము. ఈమోసమున కంతటికినిపట్టుఐనది ఆవ్రాఁత వాని మఱియొక వ్రాఁతతో చక్కఁగా సరిపోవుచున్నది. ఇఁక నేమున్నది సందేహము? స్పష్టమే! ఎఁదురులు చీలఁదీయుటలో ఎంతయు నేర్పరులు - వారిమాట విని, వారితో పొందుకుదుర్చుకొని, 'గృహజనశ్చ అస్య బన్ధనాగారం ప్రవేశ్యతాం అనియే చాణక్యుని దండ-యైనను - తరువాత వారు ఇన్నాళ్ల ప్రాణాలతో ఉందురా ఇఁకనైనను చంపఁబడరా, ఇంతటనైనను నేను సంధిచేసికొని వారిని ప్రకాశింపనేని, అని వారి ప్రాణము తనకు తీపు కాఁగా ఇట్లు పొందుకుదుర్చుకొని, ఈనీచపుం బని కావించినాఁడు. తన్మధ్యాత్ ఇదం ఏకం కిం = వాని నడుమ నుండి ఇది యొకటియా ఏమి? నిర్వర్ణ్య = పరకాయించి, కథం = ఎట్టూ! ఏమి!-ఆశ్చర్యార్థకము. వణిగ్భ్యః = వర్తకులవలన, క్రయాత్ = కొనుటవలన, వెలయిచ్చుటవలన, ధారితపూర్వం = మునువు ధరింపఁబడినట్టిది.

మలయకేతుః—(సబాష్పమ్) హా! తాత!

శ్లో. ఏతాని తాని తవ భూషణవల్లభస్య
గాత్రోచితాని కులభూషణ భూషణాని
యైః శోభితోఽసి ముఖచన్ద్రకృతావభాసో
నక్షత్రవానివ శరత్సమయప్రదోషః

రాక్షసః—(స్వగతమ్) కథం! పర్వతేశ్వరేణ ధృతపూర్వాణీత్యాహ. వ్యక్తమేవాస్య భూషణాని. (ప్రకాశమ్) ఏతాన్యపి చాణక్యప్రయుక్తేన వణిగ్జనేనాస్మాసు విక్రీతాని.

శ్లో. ౧౬ ఏతానీతి-కులభూషణ= (మన) వంశమునకు అలంకారమైన వాఁడా, శ్రేష్ఠుఁడా, ఏతాని=ఇవి, తాని=అవి భూషణ వల్లభస్య=నగల మీఁద మోజు గలవాఁడవైన, తవ=నీయొక్క, గాత్రోచితాని=ఒంటికి తగి వాడుక పడినవి, భూషణాని=భూషణములు-యైః=వేనిచేత-వీనిచేత అనుట, ముఖచన్ద్ర కృతావభాసః=మొగము చందురునిచే కలిగింపఁబడిన కాంతి (అందము) గలవాఁడవై, ముఖచన్ద్ర కృత అవభాసః=(దిక్కు) మొదట చంద్రునిచేత కలిగింపఁబడిన కాంతిగలదై, నక్షత్రవాన్=నక్షత్రములునుగలదైన, శరత్ సమయ ప్రదోష ఇవ=శరత్కాలపు మునిమాపువలె, శోభితః అసి=ప్రకాశించినవాఁడవు ఐతివి.

అట్టిప్రదోషము, కృష్ణపక్షపు తొలిదినాలలో తూర్పునఁదోచును.

నాయనా. కులాలంకారమా, నీకు నగలన్న ఎంత మోజు! అట్టి నీకు తగినవి, వాడుకపడినవి, అవే ఇవిగో-వానిని నీవు ధరించినపుడు అవి నక్షత్రములవలె నుండగా నీమొగమో పళపళ చంద్రునివలె నుండఁగా, నీవు శరత్తు మునిమాపువలె ప్రకాశించితివయ్యా-మునిమాపునను తూర్పుదిక్కు మొగమున అనఁగా మొదట, అనఁగా అడుగున (ఉదయించుచున్న) చంద్రుని కాంతియు నక్షత్రములును ఒప్పారుచుండును గదా

శరత్సమయ ప్రదోష ఇవ—అని పోలికం జెప్పుటచే ఉపమ ఇందు ముఖమందు గల శ్లేషను ఒక వ్యాఖ్యాతయు నేఁ జూచినవారిలో చెప్పఁడు.

కథం=ఎట్లూ! పర్వతేశ్వరేణ ధృతపూర్వాణి=మునుపు పర్వతకుఁడు పెట్టుకొన్నవి అని అన్నాఁడు. వ్యక్తం ఏవ=స్పష్టమే.

మలయకేతుః—ఆర్య, తాతేన ధృతపూర్వాణాం, విశేషత శ్చన్ద్రగుప్తహస్తగతానాం వణిగ్విక్రయ ఇతి న యుజ్యతే. అథవా యుజ్యత ఏవైతత్. కుతః,

శ్లో. చన్ద్రగుప్తస్య విక్రేతు రధికం లాభ మిచ్ఛతః
కల్పితా మూల్య మేతేషాం క్రూరేణ భవతా వయమ్. ౧౫

ఇది శ్లోకముగా నుండెఁ గాఁబోలు—తాతేన ధృతపూర్వాణాం భూషణానాం విశేషతః మౌర్యహస్తపత్తానాం హి క్రయా దధిగమః కుతః?—తాతవి మౌర్యునిచేతఁ జిక్కినవి-అనుట వెలకు దొరకమికి హేతువులు. కావున అలం కావ్యలిఙ్గము.

సంశయము లేదు. కాకున్న అట్లు ఏల చెప్పును ఇతఁడు? ఏతాని అపి=ఇవియును. చాణక్యుఁడు పుచ్చిన వర్తకులచేత నాకు అమ్మఁబడినవి. వణిగ్విక్రయః ఇతి న యుజ్యతే=వర్తకుఁడు అమ్ముటయనుట పొసఁగదు. అథవా=అట్లననేల? యుజ్యత ఏవ ఏతత్=ఇది యుక్తమే అగునుపో. కుతః=ఏలన.

శ్లో. ౧౫- చన్ద్రగుప్త స్యేతి-అధికం లాభం ఇచ్ఛతః = ఎక్కువ లాభము కోరుచున్నవాఁడై, విక్రేతుః=అమ్మువాఁడైన చన్ద్రగుప్తస్య=చంద్రగుప్తునికి, క్రూరేణ భవతా=కూళవైన నీచేత, ఏతేషాం=వీనికి. వయం=నేను, మూల్యాః=వెలగా, కల్పితః=చేయఁబడితిని; కూర్పఁబడితిని. ఓయి కూళ, ఈ నగలను అమ్మువాఁడు చంద్రగుప్తుడు. ఎంతేని లాభము కోరినవాఁడు-నీయొక్క తన్మంత్రిపదమును అని గూఢము, కొనువాఁడవు నీవు. వెల నేను ఈసొమ్ములకు ఈడుగా నన్ను వానికి వెలగా ఇయ్యఁ గోరితివి-వసముచేయఁ గోరితివి, వానిచే చంపంగోరితివి అందులకే 'క్రూరేణ' అనుట, నీకు ఆహెచ్చు లాభము తన్మంత్రిపదవి.

ఎక్కువలాభము గోరి వీనిని (నగలను) అమ్మి చంద్రగుప్తునికి క్రూరుఁడవు నన్నే వెలగా చేసినావయ్యా. వాని లాభపుఁ గోరిక సాధనము-తన్ను వెలగా చేయుట సాధ్యము-అలంకారము అనుమానము.

రాక్షసః—(స్వగతమ్) అహో సుశ్లిష్టో ఽభూ చ్ఛత్రు ప్రయోగః కుతః,

శ్లో. లేఖో ఽయం న మ మేతి నోత్తరపదం,
ముద్రా మదీయా యతః
సౌహార్దం శకటేన ఖణ్డిత మితి
శ్రద్ధేయ మేత త్కథమ్?
మౌర్యే భూషణవిక్రయం నరపతౌ
కో నామ సమ్భావయేత్?
తస్మా త్సంప్రతిపత్తి రేవ హి వరం.
న గ్రామ్య మ త్రోత్తరమ్. ౧౮

శత్రుప్రయోగః సుశ్లిష్టః అభూత్ = శత్రువుకావించిన ప్రయోగము— అన్ని యవయవములను అన్ని విధాలుగాను, ఎంతయో చక్కగా కుదిరి పోయినది, పొందికపడినది. భేదింపరాకుండ నైపోయినది. సమాధానము చెప్పుటకే వీలుకానిది ఐనది. కుతః=ఏలన.

శ్లో. ౧౮. లేఖ ఇతి-అయం లేఖః న మమ ఇతి=ఈజాబు నాది కాదు అని (యనుట), ఇదం=ఇది, న ఉత్తరం=జవాబు గాదు. యతః=ఏలన, ముద్రా=మొహరు, మదీయ = నాది. సౌహార్దం = స్నేహము, శకటేన = శకటదాసుచేత, ఖణ్డితం ఇతి=తెగఁగొట్టబడినది-ద్రోహము చేయఁబడినది అని, తలంచును? తస్మాత్=కావున, అత్ర = ఈ విషయమున సంప్రతిపత్తిః ఏవ వరం హి=ఒప్పుకొనుటయే మేలు గదా. గ్రామ్యం=నాటెము కాని, తెలివి గలది కాని, తెలివిమాలిన, ఉత్తరం=(మఱియేదైనను) జవాబు, న (వరం)= కూడదు, పనికిరాదు,

ఈ సందర్భములలో నాకు ఇందులకు ఏదియు తగిన సమాధానముగా తోఁపలేదు, దానిదానికి ఏయాక్షేపణయో కలిగియే యున్నది. ఏదియు తెలివి మాలినదిగా అగపడుచున్నది. (అవునని) ఒప్పుకొనుటయే మేలు.

మలయకేతుః—ఏత దార్యం పృచ్ఛామి.

రాక్షసః—(సభాష్పమ్) కుమార, య ఆర్య స్తం పృచ్ఛ. వయ మిదానీ మనార్యాః సంవృత్తాః.

మలయకేతుః—

శ్లో. మౌర్యో உసౌ స్వామిపుత్రః- పరిచరణపరో
మిత్రపుత్ర స్తవాహం;
దాతా సోஉర్థస్య తుభ్యం స్వమతమనుగత.
స్త్వంతు మహ్యం దదాసి;
దాస్యం సత్కారపూర్వం నను సచివపదం
తత్ర, తే స్వామ్య మత్ర;

అభియోగము వినఁగానే దానికి ఉత్తరము ఎట్లు చూచియు చెప్పలేక నేర మును ఒప్పుకొనుట సంప్రపత్తి యనఁబడును.

'శ్రుత్వాభియోగం ప్రత్యర్థీ యది తం ప్రపద్యతే
సా తు సంప్రతిపత్తిః స్యా చ్ఛాస్త్రవిద్భి రుదాహృతా.'

అనార్యాః=బ. కు అర్థము ఏకవచనము అట్లు గౌరవింపఁదగనివాఁ డను, సంవృత్తాః=ఐపోయితిని.

శ్లో. ర్థ - హే మౌర్య ఇతి-తవ=నీకు అసౌ మౌర్యః=ఈమౌర్యుఁడు స్వామిపుత్రః=దొరకొడుకు, పరిచరణపరః=నీవు చేయు సేవయందు ఆసక్తిగల వాఁడు, అహం=నేను, పరిచరణపరః=నీకు సేవచేయుటయందు ఆసక్తిగల వాఁడ నగు, మిత్రపుత్రః=మిత్రునికొమారుఁడను.—వానికి నీవు సేవ చేయుదువు, నీకు నేను సేవచేయుదును, సః=అతఁడు, స్వమతం అనుగతః-తనయిచ్చను బట్టి, తుభ్యం=నీకు, అర్థస్య దాతా=ధనమిచ్చువాఁడు. స్వమతం అను గతః= నీయిచ్చనబట్టి, త్వంతు=నీవే, మహ్యం దదాసి = నాకు ఇత్తువు. తత్ర= అచట. వానివద్ద, సచివపదం = మంత్రిస్థానము, సత్కారపూర్వం = (సత్కార =)సమ్మానముతో కూడినదైన, దాస్యం నను ఊడిగమే కదటయ్యా అత్ర ఇక్కడ, తే నీకు, స్వామ్యం దొరతనము, పునః మఱి, కస్మిన్

స్వార్థే కస్మిన్ సమీహా పున రధికత రే
　　త్వా మనార్యం కరోతి?

రాక్షసః— కుమార, ఏవ మయుక్త వ్యాహారిణా నిర్ణయో దత్తః. భవతు. తవ కో దోషః?

'మౌర్యోఽసౌ స్వామిపుత్రః' (V-౧౯) ఇతి యుష్మ దస్మదో ర్వ్యత్యయేన పఠతి-

'మౌర్యోఽసౌ స్వామిపుత్రః...మిత్రపుత్రో మమ త్వం' ఇత్యాది.

అధికతరే స్వార్థే = ఇంతకన్నను ఎక్కువయైన యే సొంత ప్రయోజనమందు, సమీహా = కోరిక త్వాం = నిన్ను, అనార్యం = ఇట్లు, గౌరవానర్హునిగా, కరోతి = చేయుచున్నది?

చంద్రగుప్తుని యెడ నీకు ఉండునంతకంటెను నాయెడ నీకు అన్నియు ఎంతయు గొప్పగా మేలుగా నున్నవే ఏలాభముంగోరి నీవు ఇట్లు నీచుఁడ వైతి వయ్యా!

ఏవం = ఇట్టు, అయుక్త వ్యాహారిణా = తగని (మాటలు) చెప్పుచున్నవాడైన నీచేత-పా- అభియుక్త వ్యాహారిణా = నాయందు దోషము నిరూపించి పలుకుచున్న నీచేత-నిర్ణయోదత్తః = తీర్మానము తేల్చఁబడినది, ఒసంగఁబడినది భవతు = కానీ, తన కోదోషః = నీదోసము ఏమున్నదీ? మౌర్యోఽసౌ స్వామిపుత్రః-అనుశ్లోకమును-నీవు నీయొక్క అనువానిని నేను నా యొక్క అని మార్చి దానినే మలయునికి జవాబుగా పఠించుచున్నాఁడు.

"మౌర్యోఽసౌ స్వామిపుత్రః పరిచరణపరో
　　మిత్రపుత్ర స్తు మే త్వమ్,
దాతా సోఽర్థస్య మహ్యం స్వమత మనుగతో
　　ఽహం తు తుభ్యం దదామి,
దాస్యం సత్కారపూర్వం నను సచివపదం
　　తత్ర, మే స్వామ్య మత్ర.
స్వార్థే కస్మిన్ సమీహా పున రధికతరే
　　మా మనార్యం కరోతి?"

మలయకేతుః —— (లేఖం అలఙ్కరణస్థగికాం చ నిర్దిశ్య.) ఇద మిదానీం కిమ్?

రాక్షసః——(సబాష్పమ్) విధి విలసితమ్, కుతః,

శ్లో. భృత్యత్వే పరిభావధామని సతి
స్నేహాత్ ప్రభూణాం సతాం
పుత్రేభ్యః కృతవేదినాం కృతధియాం
యేషాం న భిన్నావయమ్
తే లోకస్య పరీక్షకా క్షితిభృతాః
పాపేన యేన క్షతా
స్తస్యేదం విపులం విధే ర్విలసితం
పుంసాం ప్రయత్నచ్ఛిదః. ౨౦

"మాం అనార్యం కరోతి-" నన్ను నీచునిగా చేయుచున్నది. నీవే చెప్పు అభ్యాయి. మఱి అట్లయిన ఈజాబేమిటి, ఈనగలపెట్టె ఏమిటి?

విధి విలసితం=ఇది విధియొక్క విలాసచేష్ట, ఆట. కుతః-ఏలయన, సబాష్పం=రాక్షసునికి కన్నుల నీరు కాఱుచున్నది-పాపము! అతఁడు ఇందు ఏదియు ఎఱుంగఁడు, మఱి యింత ద్రోహమును పన్నకము చేసినట్లు, తప్పించుకొననే లేని విధాన తాను ఇఱికింపఁబడినందున. చెప్పుచున్నాఁడు-

శ్లో. ౨౦. భృత్యత్వ ఇతి——పరిభావ ధామని=తిరస్కారమునందు-అగౌరవమునకు-చోటైన(=కారణమైన), భృత్యత్వే = నౌకరుతనమునందు, సతి = ఉండఁగా, స్నేహాత్=కూరిమివలన, కృతవేదినాం=కృతజ్ఞులును, కృతధియాం=బుద్ధిశాలులును, ఐ, ప్రభూణాం సతాం=దొరలుగా నున్న, యేషాం=ఎవరికి (నందులకు), వయం=నేను, పుత్రేభ్యః=(సొంత) కొడుకులకంటెను, నభిన్నాః=వేఱుకాకుంటినో, తే=ఆ, లోకస్య పరీక్షకాః = లోకపుఁ బరీక్షకులు-ఇది మంచి ఇది చెడు, వీరు మంచివారు వీరు చెడ్డవారు అని కనిపట్ట సమర్థులైన, క్షితి భృతాః=రాజులు, యేన పాపేన=ఏపాపాత్ముఁడైన వాని చేత-ఏవిధిచేత, క్షతాః=చంపఁబడినారో, తస్య=అట్టి పుంసాం ప్రయత్నచ్ఛిదః=పురుష కారమును నాశనము చేయునట్టి, విధేః = దైవముయొక్క, విపులం=గొప్పదైన, విలసితం=క్రీడ!

మలయకేతుః—(సరోషమ్) కిమ ద్యాపి నిహ్నూయత ఏవ. విధేః కిలైతద్వ్యవసితమ్, న లోభస్య. అనార్య,

శ్లో. కన్యాం తీవ్రవిషప్రయోగవిషమాం
కృత్వా కృతఘ్న త్వయా
విశ్రమ్భప్రవణః పురా మమ పితా
నీతః కథా శేషతామ్
సంప్రత్యాహితగౌరవేణ భవతా
మన్త్రాధికారే రిపౌ

నేను శౌకరుమాత్రముగా నున్నను, తిరస్కారమునకుఁ దగియున్నాను, అట్లు తిరస్కరింపక తాము గొప్ప రాజులయ్యు, నన్ను పుత్రునింబోలె లాలించుచు డినారు నందులు వారు ఎంత కృతజ్ఞులు, ఎట్టి బుద్ధిశాలులు—లోకమునకు పరీక్షకులుగా నుండినారు మఱి వారు పాపవిధిచేత చంపఁబడినారు, వారిం గావ నే పురుషయత్నమును చాలలేదు. ఆ విధియొక్క పెద్ద మాట యిది, నే నిట్లు చిక్కుకొనుట.

సరోషం=కోపముతో-మలయునికి కోపము వచ్చుచున్నది. ఇంకను విధి యని గిధియని యిట్లు సమాధానము వెదకుచు అసలురహస్యమును ఇంకను దాఁచుచున్నాఁడే, అని. విధేః ఏతత్ వ్యవసితం కిల=ఇది విధియొక్క ప్రయత్నము-పూనిక యగునా, లోభస్య=ఆసయొక్క (విలాసము), న-కాదాః అనార్య= నీచుఁడా, ఇంతకు పూర్వము అనార్యుఁడన్నందులకు ఏమో సమాధానము చెప్ప వచ్చితివి. నీవు ముమ్మాటికి అనార్యుఁడవే ఏల యందువా.—

శ్లో. ౨౧. కన్యాం ఇతి—కృతఘ్న=కృతఘ్నుఁడా, త్వయా=నీచేత, తీవ్రవిషప్రయోగవిషమాం=తీక్ష్ణమైన విసమిడిన దగుటచే నోవు కలిగించునదైన, కన్యాం=(అభిచారిక) కన్యను, కృత్వా=చేసి, పురా=మునుపు, విశ్రమ్భప్రవణః (నీయందు) నమ్మకముంచు స్వభావముగన - వాదుగల - వాఁడైన, మమ పితా మానాయన, కథాశేషతాం కథగా మిగిలిపోవుటను - అనఁగా చావును, నీతః పొందింపఁబడినాఁడు, సంప్రతి ఇప్పుడు, మన్త్రాధికారే (వాని) మంత్రిపదవియందు, అహిత గౌరవేణ ఉంపఁబడిన గౌరవము గలవాఁడ

ప్రారబ్ధాః ప్రలయాయ మాంసవ దహో
విక్రేతు మేతే వయమ్.

రాక్షసః—(స్వగతమ్) అయ మపరో గణ్డ స్యోపరి స్ఫోటః, (ప్రకాశమ్ కర్ణౌ పిధాయ) శాన్తం పాపమ్, శాన్తం పాపమ్, నాహం పర్వ తేశ్వరే విషకన్యాం ప్రయుక్తవాన్.

మలయకేతుః—కేన తర్హి వ్యాపాదిత స్తాతః ?

రాక్షసః—దైవ మత్ర ప్రష్టవ్యమ్.

మలయకేతుః—(సక్రోధమ్) దైవ మత్ర ప్రష్టవ్యమ్! న క్షపణకో జీవసిద్ధిః?

రాక్షసః— (స్వగతమ్) కథమ్! జీవసిద్ధి రపి చాణక్య ప్రణిధిః! హన్త, రిపుభి ర్మే హృదయ మపి స్వీకృతమ్!

వైన, భవతా = నీచేత, ఏతే వయం = ఇదిగో నేను. ప్రలయాయ = సర్వనాశనమునకై, మాంసవత్ = మాంసమువలె, రిపోః = శత్రువునకు. విక్రేతుం = అమ్ముటకు, ప్రారబ్ధాః తొడంగఁబడితిని, ఎన్నుకొనఁబడితిని, ఏర్పాటుచేయఁబడితిని.

కృతఘ్నుఁడా-మునుపు మానాయన నీయందు ఎంతో నమ్మకము ఉంచియుండినాఁడు అట్టి యాయనను విషకన్యాప్రయోగము చే చంపితివి. ఇపుడును నన్ను మాంసము వలె శత్రువునకు అమ్మఁగడంగితివి ఎంత నీచుఁడవు నీవు!

గణ్డస్య ఉపరి స్ఫోటః-పుండుమీఁద చిదుగగొట్టుదెబ్బ-ఇది సంస్కృతమున సామెత-గోరుమట్టుమీఁద రోకటిపోటువంటిది. పర్వతకునిమీఁద రాక్షసుఁడు విషకన్యాప్రయోగము చేసినాఁ డనుసిది క్రొత్త అభియోగము (=నేరము మోపుట), శాన్తం పాపం ఆపాపపు మాటను నేను చెవుల నేని విననని చెవులు మూసికొనుట-తర్హి = అట్లైన, దైవం అత్ర ప్రష్టవ్యం = ఇందు దైవమును అడుగవలయును.

సక్రోధం=కోపముతో-ఇందు దైవమును అడుగవలయునా? జీవసిద్ధిని కాదా? కథం = ఎట్టూ! చాణక్యప్రణిధిః-చాణక్యునివేఁగు! నాప్రాణమిత్రమని, నాజీవమునకే వానివలన సిద్ధియని తలంచి నమ్మియుంటినే! మే హృదయం అపి-నాహృదయము సైతము-జీవసిద్ధిని నా హృదయముగా నమ్మియుంటినే.

మలయకేతుః— (సక్రోధమ్) భాసురక, ఆజ్ఞాప్యతాం సేఖరసేనః—య ఏతే రాక్షసేన సహ సుహృత్తా ముత్పాద్యాస్మచ్ఛరీరద్రోహేణ చన్ద్రగుప్త మారాధయితు కామాః పఞ్చ రాజానః కౌలూత శ్చిత్రవర్మా మలయనృపతిః సింహనాదః కాశ్మీరః పుష్కరాక్షః సిన్ధురాజః సుషేణః పారసీకాధిపో మేఘనాదః ఇతి, ఏతేషు త్రయం ప్రథమే మదీయాం భూమిం కామయన్తే తే గమ్భీరశ్వభ్ర మభినీయ పాంశుభిః పూర్యన్తామ్. ఇతరౌ హస్తిబల కాముకౌ హస్తి నైవ ఘాత్యేతామ్, ఇతి

పురుషః—తథా. (ఇతి నిష్క్రాన్తః)

మలయకేతుః—(సక్రోధమ్) రాక్షస రాక్షస, నాహం విశ్రమ్భఘాతీ రాక్షసః మలయకేతుః ఖ ల్వహమ్. త ద్గచ్ఛ. సమాశ్రీయతాం సర్వాత్మనా చన్ద్రగుప్తః .పశ్య,

---

వాఁ డెఱుంగని నాతలంపే లేదే-నాసర్వ రహస్యములు వానికి చెప్పుచుంటినే: వాఁడు నాకు ఆట్టిమిత్రమని లోకప్రసిద్ధి కలిగినది. ఇఁక నిపుడు వానిమాటను కాదన్న, శకటునిమాటను కాదన్నట్లే, నా మాటను నమ్మరు. ఒప్పుకోనవలసినదే. 'సంప్రతిపత్తి రేవ హి వరం' చూ V. ౧౮

సుహృత్తాం=మైత్రిని, ఉత్పాద్య=కలిగించుకొని, పొఁది, అస్మత్ శరీర ద్రోహేణ=నాదేహమునుచంపు-దేహమునకు కీడు చేయు-తలంపుతో, చంపుటతోను కీడుతోను, చంద్రగుప్తుని సంతోషపెట్టుటకు, కోరుచున్నారో, మదీయాం భూమిం=నాభూమిని, గమ్భీర శ్వభ్రం=పెద్ద గోతిలోనికి, అభినీయ=లాఁగి, అనఁగా త్రోసి, పాంశుభిః=మట్టితో-దుమ్ముతో, పూర్యన్తాం=నింపఁబడుదురుగాక. గోతిలో పాతింపఁబడుదురుగాక. హస్తిబల=ఏనుఁగులసేనను-ఘాత్యేతాం = మట్టింపఁబడుదురుగాక-అట్లు చంపఁబడుదురుగాక వారందఱు ఇట తమ సేనలతో బలముతో ఉందరా? ఊరక ఇట్లు ఉత్తరువు చేయఁగానే వారు ముగిసిపోవుదురా? విశ్రమ్భఘాతీ=నమ్మకమునకు ద్రోహము చేయువాఁడు; మలయకేతుః ఖలు=అనఁగా ఎన్నటికి నమ్మకమునకు ద్రోహము చేయనివాఁడనునభిప్రాయమును సూచింపను. అట్లనుట, సర్వాత్మనా=పూర్తిగా,

శ్లో. విష్ణుగుప్తం చ మౌర్యం చ సమ మప్యాగతౌ త్వయా
ఉన్మూలయితు మీశోఽహం త్రివర్గ మివ దుర్ణయః. ౨౨

భాగురాయణః—కుమార, కృతం కాలహరణేన. సాంప్రతం కుసుమపురోపరోధా యాజ్ఞాప్యన్తా మస్మద్బలాని.

శ్లో. గౌడీనాం లోధ్రధూళీ పరిమళ బహుళాన్
ధూమయన్తః కపోలాన్
క్లిశ్నన్తః కృష్ణిమానం భ్రమరకులరుచః

శ్లో. ౨౨ విష్ణుగుప్తమితి—దుర్ణయః = దుర్నీతి, అన్యాయము, త్రివర్గం ఇవ = ధర్మార్థకామము లనుపురుషార్థముఁబోలె, త్వయాసమం = నీతోఁగూడ, ఆగతౌ = వచ్చినవారైన, విష్ణుగుప్తంచ మౌర్యం చ, (ముర్వురిని) ఉన్మూలయితుం = దుంపనాశనము చేయుటకు, అహం = నేను, ఈశః = సమర్థుఁడను.

ఈ దండయాత్రలో ఇఁక నీసాయ మక్కఱలేదు నీవు పోయి చంద్రుంజేరుము-నీతోకూడి వారిరువురు వచ్చిన మీమువ్వురిని దుంపనాశనము చేయుదును యాత్ర కదలినాఁడనుకదా-నేను కుసుమపురముమీఁదికి ఇట్లే పోవనే పోదును నాకు నీవక్కఱలేదు నీవు చంద్రచాణక్యులఁగూడవచ్చును-నేనేమో మీమువ్వురిని దుంపనాశనము చేయువాఁడనే

తన నోటనే 'దుర్ణయ'ము అని తనకు దృష్టాంతము వెలువడినది. కోపమున పదరిన వాక్కు ఇది. ఇందేమైని ఉపశ్రుతి కలదా? కృతం కాలహరణేన—'కృతం' అనునదియు నిషేధారకము 'అలం' వలె, తృతీయతో యోగము చెందునది. 'ఇఁకను కాలహరణము కూడదు' అనుట, అస్మద్బలాని = మనసేనలు, ఉపరోధాయ = ముట్టడికి,

శ్లో. ౨౩ గౌడీనాం ఇతి-గౌడీనాం = గౌడస్త్రీలయొక్క, కపోలాన్ = గండములను, లోధ్రధూళీ పరిమల బహుళాన్=లొద్దుగు పుప్పొడి పరిమళముతో దండిగా గుబాళించు చున్నవానిని, ధూమయన్తః = పొగచూరించుచును, (మఱియు) భ్రమర కుల రుచః తుమ్మెద గుంపుల కాంతిగల-తళతళన నల్లనైన అనుట-కుఞ్చితస్య = వంకరయైన, అలకస్య = ముంగురులయొక్క, కృష్ణిమా

కుఞ్చిత స్యాలకస్య
పాంసు స్తమ్భా బలానాం తురగఖురపుట
క్షోభలబ్ధాత్మలాభాః
శత్రూణా ముత్తమాఙ్గే గజమదసలిల
చ్ఛిన్నమూలాః పతన్తు. ౨౩

(సపరిజనో నిష్క్రాన్తో మలయకేతుః)

రాక్షసః—(సావేగమ్) హా ధిక్కష్టమ్! తేఽపిఘాతితా శ్చిత్రవర్మాదయ స్తపస్వినః త త్కథం సుహృద్వినాశాయ

నం = నలుపును, క్లిశ్నన్తః = కారుచున్నవియు-కాంతి తగ్గించుచున్నవియునై, బలానాం = సేనలయొక్క, తురగ ఖుర...భాః = గుఱ్ఱాల గొరిజదొప్పల = దెబ్బల లేచిన పొడిచే కలిగిన పుట్టుకగలవైన. పాంశు(సు)స్తమ్భాః = దుమ్ము కొండలు-రాసులు, గజ మదసలిల చ్ఛిన్న మూలాః = ఏనుఁగుల మదజలముచే తెగిన అడుగుభాగములు-పాదులు-గలవై-అడుగులు ఛిన్నమగుట అని పడుటకు కారణము, శత్రూణాం = ఎదురులయొక్క, ఉత్తమాఙ్గే = తలపై, పతన్తు పడునుగాక,

(సేనలు దారిలో ఇపుడు గౌడమునకు సమీపముగా నడచుచున్నవి గదా.) వాని నడకచే లేచిన దుమారము కొండలంబోలి యున్నట్టిది, గుఱ్ఱాల గొరిజదొప్పల దెబ్బలం బుట్టిన దుమ్ముచే తమ పుట్టుక కలిగి, ఏనుగుల మదజలముచే, అడుగున తడిసి అడఁగుటచే, తెగిన యడుగు-పాదు-కలవియై శత్రువుల తలపై పడునుగాక—అని అంతటను వ్యాపించుటచే, గౌడాంగనల గండములను, పూసికొనియున్న పరిమళంపు లొద్దుగుపుప్పొడి గలవానిని పొగచూరించును, అట్లే కుటిలములగు అలకలను తుమ్మెదలగుంపు కాంతిగల వానినలుపును కారించును-మాయునట్లుచేయును.

మలయకేతుసేనల బుద్ధియు, దాన నతని బుద్ధియు వర్ణించుటంబట్టి ఉదాత్తాలంకారము.

హా ధిక్ కష్టం-హా! ఛీ! కట్టా! తపస్వినః-పాపము! అనఁదగినవారు జాలిపడఁదగినవారు, ఘాతితాః = చంపఁబడిరి. కథం=ఏమి! ఎట్టు! సుహృ

రాక్షస శ్చేష్టతే, న రిపువినాశాయ! తత్కిమిదానీం మన్దభాగ్యః కరవాణి?

శ్లో. కిం గచ్ఛామి తపోవనం? న తపసా
శామ్యే త్సవైరం మనః.
కిం భర్తౄ ననుయామి? జీవతి రిపౌ
స్త్రీణా మియం యోగ్యతా.
కిం వా ఖడ్గసఖః పతా మ్యరిబలే?
నైతచ్చ యుక్తం భవే.
చ్చేత శ్చన్దనదాసమోక్షరభసం
రున్ధ్యాత్ కృతఘ్నం న చేత్.

ద్వినాశాయ, న రిపు వినాశాయ-మిత్రనాశనమునకే. శత్రునాశనమునకు కాదు, రాక్షసః చేష్టతే=రాక్షసుఁడు ఉద్యోగించుచున్నాఁడు, మన్దభాగ్యః = అదృష్ట హీనుఁడను

శ్లో- ౨౪- కి మితి - కిం గచ్ఛామి తపోవనం? = తపోవనమునకుం బోవుదునా? సవైరం మనః=పగతో కూడ కొనియున్న మనసు, తపసా=తపముచే, న శామ్యేత్=శాంతి పొందఁజాలదు కిం భర్తౄన్-అనుయామి?=దొరలను అనుసరింతునా, వారికి ప్రీతిగా ప్రాణము వదలుదునా-అనుట-రిపౌ జీవతి=శత్రువు బ్రతికియుండగా, ఇయం = ఇది - ప్రాణత్యాగము-స్త్రీణాం యోగ్యతా=స్త్రీలకుం దగిన పని. వా-అట్లు కాక, ఖడ్గసఖః=ఖడ్గసహాయుఁడనై కత్తి తోడుగాఁ గలవాఁడనై, అరిబలే=శత్రుసేనపై, పతామి కిం=పడుదునా? ఏత చ్చ = ఇదియు, న యుక్తం భవేత్ తగినది కాఁజాలదు. (ఏలన) చేతః చిత్తము, కృతఘ్నం న చేత్ కృతఘ్నము-చేసిన మేలును మఱచునది-కాదేని, చన్దనదాస మోక్ష రభసం=చందనదాసుని విడిపింప వేగము గలదై, రున్ధ్యాత్ = అడ్డగింపఁగలదు-మనసు ఇపుడు నన్ను మఱి దేనికిని పోనీదు-చందనదాసుని విడిపింప త్వరగలిగియున్నది.

ఇతి నిష్క్రాన్తాః సర్వే.

ముద్రారాక్షస నాటకే కూటలేఖో నామ

పఞ్చమాఙ్కః

ఇఁక నివుడు నేను ఏమి సేయుదును, ఇట్లు మలయునిచే 'పో, చంద్రగుప్తునికడకే' అని తఱిమివేయఁబడితినే, ఇఁక అడవికిపోయి తపస్సుచేసికొందునా? మనస్సు ఎంత పగతో నిండియున్నది, చంద్ర చాణక్యులమీఁద: ఇపుడు నాకు జరిగినదంతయు వారిప్రయోగమున కలిగినదే కదా దీన నావైరము ఇంకను గాఢమైనది కాఁబట్టి తపస్సు కుదరదు. పోనీ ప్రాణములు విడుతునా, స్వర్గాన దొరలను నందులం గలసికొనను' వారును మన శత్రువులదుంప తెంపక ఏలవచ్చితివి ఇక్కడికి, నీవేమి ఆడుదానవా అందురు. అదియుకూడదు మఱి కత్తి దూసికొని శత్రుబలముపైఁ బడుదునా, నానెవరును మగటిమిం బ్రకటింప? కూడదు. అక్కడ చందనదాసు నాకై ప్రాణాపాయమున ఉన్నాఁడే, వానిని విడిపి పఁ దివురకున్న అది కృతఘ్నత కాదా నామనసు అందులకు ఉత్తలపడుచున్నది ముందుగా ఆపని తీర్పవలయును.-ఇట్లు కర్తవ్యమును నిశ్చయించుకొని తరలినాఁడు మఱి ఎట్లు ఏమి చేయునో.

రాక్షసుఁడు మలయునుండి తుదముట్ట చీల్పఁబడి ఒంటరియై దిక్కు తెలియనివాఁడైనాఁడు అతని యీగతిని సాధించినవారు సిద్ధార్థక జీవసిద్ధులు; భాగురాయణుఁడును వారిరువురికిని చాణక్యుఁడు పెట్టినపని పూర్తియైనది భాగురాయణుఁడు ఇంకను ఉన్నాఁడు, శేషమును మలయునిం బట్టుకొనుటకు సాధించుటకు.

సిద్ధార్థకుఁడు జాబుతోను నగలపెట్టెతోను పట్టువడినాఁడు. జాబు: అంకములో చాణక్యుఁడు శకటుని యక్షరాలతో వ్రాయించినది నగలు మలయుఁడు రాక్షసునికి ప్రీతిగౌరవములతో తొడిగించినవి వానిని అతఁడు సిద్ధార్థకునికి ఇనాముగా ఇచ్చినాఁడు. జాబు చూడఁగా చంద్రగుప్తునికి రాక్షసుఁడు వ్రాసినదిగా తేలినది. (అట్టిది చాణక్యుని పన్నకము,) అందు చాణక్యుని తొలగించి

నందులకు అభినందనములు, మలయునిమిత్రులు మ్లేచ్ఛరాజులు అతనిని చంద్రగుప్తుం జేరుటకు సిద్ధముగా నున్నారు. వారి ఒడంబడిక బడి ఈవలసి మలయుని రాజ్యభాగములును కోశగజాలును ఇచ్చి సంతోష పెట్టఁదగ జాబుతో పంపిన కానుకను అంగీకరింపవలసినది. జాబుందెచ్చువాఁడు నో సమాచారము చెప్పఁగలడు-అని ఉన్నది. రాక్షసుఁడు మలయుని ధర్శనము ఆభరణము తొడుగుకొని వచ్చును. అది ఎవరివద్దనో 'చాణక్య ప్రేరితునిః కొన్నది-అది ఆనవాలు పట్టఁబడును. చంద్రగుప్తుఁడు పంపిన బహుమానః శంకింపఁబడును. ఇంతలో జీవసిద్ధివచ్చి పర్వతకుం జంపినవాఁడురాక్షసు అని గుట్టుబయటపెట్టును. రాక్షసునికి ఏమి చేయను చెప్పను తోఁపక నిశ్చే డైనాడు. మఱి చందనదాసును విడిపింపక యెట్లు అని కదలిపోయినాఁడు.

ఇతి పఞ్చమాఙ్కః-పంచమాంకము ముగిసినది

ప్రవేశకః

— (౧) —

(తతః ప్రవిశ త్యలఙ్కృతః సహర్షః
సిద్ధార్థకః.)

సిద్ధార్థకః—

శ్లో. జలధి జలదణీలో కేసవో కేసిఘాదీ
జఅది అ జణదిట్ఠీచందమా చందఉత్తో
జఅది జఅణకజ్జం జావ కాఊణ సవ్వం
పడిహాదపరపక్ఖా అజ్జచాణక్కణీదీ. ౧

[జయతి జలదనీలః కేశవః కేశిఘాతీ,
జయతి చ జనదృష్టిచన్ద్రిమా శ్చన్ద్రిగుప్తః.

అలంకృతః——అలంకరింపఁబడినవాఁడై తన పనిని ఇంతచక్కఁగా నెఱవేర్చి రాక్షసుని మలయునిచేత తఱిమించినాఁడు గదా సిద్ధార్థకుఁడు. ఊరు చేరినాఁడు, దానికి చంద్రగుప్తునివలన క్రొత్తయుడుపులు సొమ్ములును ఇనాముపొందినాఁడు. వానిని ధరించి అగపడుచున్నాఁడు. మొగాన సంతోషము తాండవమాడుచున్నదిః

శ్లో.౧ జయతీతి—కేశిఘాతీ = కేశి(దానవు)ని చంపినవాఁడు, కేశవః = కేశవుని యవతారమైన-శ్రీకృష్ణుడు, జలదనీలః = మేఘశ్యాముఁడు జయతి = జయించుచున్నాఁడు-ఉత్కర్షతో వ్రాలుచున్నాఁడు చన్ద్రిగుప్తః చ = చంద్రిగప్తుఁడును, జనదృష్టి చన్ద్రిమాః ప్రజల కన్నులకు చంద్రునింబోలె (సంతోషము

జయతి జయనకార్యం యావత్ కృత్వా చ సర్వం

ప్రతిహతపరపక్షా ఆర్యచాణక్యనీతిః.]

దావ చిరస్స కాలస్స పిఅవఅస్సం సమిద్ధత్థఅం పేక్ఖామి. (పరిక్రమ్య అవలోక్య చ) ఏసో మే పిఅవఅస్సఓ సమిద్ధత్థఓ ఇదో ఎవ్వ ఉపసప్పది. జావ ణం ఉపసప్పామి. [తావ చ్చిరస్య కాలస్య ప్రియవయస్యం సమిద్ధార్థకం పశ్యామి. ఏష మే ప్రియవయస్యః సమిద్ధార్థకః ఇత ఏ వోపసర్పతి. యావ దేన ముపసర్పామి.]

(ప్రవిశ్య సమిద్ధార్థకః)

సమిద్ధార్థకః—

శ్లో॥ సందావే తారేసాణం గేహూసవే సుహాఅత్తాణం

హిఅఅట్ఠిదాణం వివాహ విరహే మిత్తాణం దూణన్ది.

(కలగించు) వాఁడు, జయతి-మఱియు జయనకార్యం = జయనముల - జయ సాధనములైన సేనలు యుద్ధాదులు అగు వానియొక్క పనిని, సర్వం యావత్ = అంతటిని, నిశ్శేషముగా, కృత్వా=కావించి, ప్రతిహతపరపక్షా = ఓడింపఁబడిన శత్రుపక్షముకలదైన, ఆర్యచాణక్య నీతిఃచ=చాణక్యయ్య నీతియు, జయతి.

ఇట్లు సమయాన లెస్సగా తన యిష్టదేవతాదికమునకు కృతజ్ఞతతో పూజ పలుకుచున్నాఁడు, సిద్ధార్థకుఁడు-తొలుత కేశిఘాతి నల్లనిస్వామి శ్రీకృష్ణునికి, చంద్రునింబోలిన తెల్లచే స్వామికి చంద్రగుప్తునికి, కత్తి దూయక, సేన నడపక, ఉపాయముచేతనే, తంత్రముచేతనే శత్రువుల నోర్చిన చాణక్యనీతికి-జయవెట్టుచున్నాఁడు.

తావత్ చిరస్య కాలస్య=అంత చిరకాలమునకు-ఒక సంవత్సరమునిండఁబాఱుచున్నది -నాప్రియమిత్రుని సమిద్ధార్థకుం జూచెదను. ఏషః = వీఁడుగో, ఇత ఏవ = ఇటే, నాకడకే.

శ్లో. ౨ సన్తాప ఇతి—సన్తాపే=మనఃఖేదపువేడికి, తారేశానాం=చంద్రులు చల్లగా దానిని తీర్చువారును, గేహోత్సవే = ఇంటి పండుగునందు,

[సన్తాపే తాంరేశానాం, గేహోత్సవే సుఖాయమానానామ్
హృదయస్థితానాం విభవా విరహే మిత్రాణాం దూనయన్తి.]

సుదం చ మప మలఅ కేదుకడయాదో పిఅవఅస్సట సిద్ధత్థట ఆఅదో త్తి. ణం అణ్ణేసామి. (ఇతి పరిక్రామతి; విలోక్య) ఏసో సిద్ధేత్థట. [శ్రుతం చ మయా మలయకేతుకటకాత్ ప్రియవయస్యః సిద్ధార్థక ఆగత ఇతి. ఏన మన్వేషయామి. — ఏష సిద్ధార్థకః]

సిద్ధార్థకః—(ఉపసృత్య) కహం సమిద్ధత్థట! అవి సుహం పిఅవఅస్సస్స? [కథం సమిద్ధార్థకః! అపిసుఖం ప్రియవయస్యస్య?]

సుఖాయమానానాం = సుఖము కల్గించువారును, హృదయస్థితానాం = (ఎప్పుడును) మనసు పదముగొన్నవారును ఐల, మిత్రాణాం = మిత్రులయొక్క విరహే=ఎడబాటున, విభవాః=సంపదలు, దూనయన్తి=దుఃఖము కలిగించును.

మిత్రులు ఎంత అక్కఱయైనవారు జనులకు! చంద్రునివలె మనసుతాపమును తీర్తురు. ఇంటి పండుగలలో కలిసికొని సుఖము కలిగింతురు-ఎప్పుడును మనసులో మెదలుచునే యుందురు. అట్టివారు కూడ లేక, దూరమగుదు రేని సంపదలు దుఃఖమునే కలిగించును మిత్రుఁడన అట్టివాఁడు-వాని వియోగము ఓర్వరాదు.

ఇందు అలంకారము అప్రస్తుతప్రశంస. ఇందలి యప్రస్తుతము సిద్ధార్థక ప్రవాసమను ప్రస్తుతము ఆశ్రయించినది.

దేవస్య చన్ద్రశ్రియః-చాణక్యునిమాట 'వృషలాయ' అని యుండును. దానిని అనువాదము చేయుచో సిద్ధార్థకుఁడు ఇట్లు గౌరవసదృశముగా పలుకుచున్నాఁడు.

కథం సమిద్ధార్థకః=ఓహో, సమిద్ధార్థకుఁడు! అపి సుఖం=సుఖమా? కుతః సుఖం=ఎక్కడిది సుఖము? యేన=ఏలన, చిరప్రవాస ప్రత్యాగతః అపి=చాల కాలము ఊరిలో లేక ఎక్కడికో పోయియుండి మరలినవాఁడవు ఐనను, అద్య=ఇపుడు.

[ఇత్యన్యోన్య మాలిఙ్గతః]

సమిద్ధార్థకః — కుదో సుహం, జేణ తుమం చిరప్పవాసపచ్చాగదో వి అజ్జ ణ మే గేహం ఆఅచ్ఛసి? [కుతః సుఖం, యేన త్వం చిర ప్రవాస ప్రత్యాగతో ఽప్యద్య న మే గేహ మాగచ్ఛసి?]

సిద్ధార్థకః — పసీదదు వఅస్సో. దిట్ఠమేత్తో ఎవ్వ అజ్జచాణక్కేణ ఆణత్తోహ్మి, యథా 'సిద్ధత్థఅ, గచ్ఛ - ఎదం పిఓదన్తం దేవస్స చన్దసిరిణో ణివేదేహి' త్తి తదో ఏదస్స ణివేదిఅ ఎవ్వం అణుభూద పత్థివప్పసాదో అహం పిఅవఅస్సం పేక్ఖిదుం తుహ ఎవ్వ గేహం చలిదోహ్మి.

[ప్రసీదతు వయస్యః. దృష్టమాత్ర ఏవ ఆర్యచాణక్యేన ఆజ్ఞప్తో ఽస్మి యథా — 'సిద్ధార్థక, గచ్ఛ ఇమం ప్రియోదన్తం దేవస్య చన్ద్రశ్రియః నివేదయ' ఇతి. తత ఏతస్య నివేద్యైవ మనుభూత పార్థివప్రసాదో ఽహం ప్రియవయస్యం ప్రేక్షితుం తవైవ గేహం చలితో ఽస్మి.]

సమిద్ధార్థకః—వఅస్స, జది మే సుణిదవ్వం తతో కహేహి. కిం తం పిఅం జం పిఅదంసణస్స చందసిరిణో ణివేదిదం [వయస్య, యది మే శ్రోతవ్యం తతః కథయ కిం తత్ ప్రియం ప్రియదర్శనస్య చన్ద్రశ్రియో నివేదితమ్]

ప్రసీదతు-మన్నించునుగాక—కోపముచేయకు దృష్టమాత్ర ఏవ-చూడఁబడఁగానే-దర్శనముచేసికొన్న క్షణముననే, చాణక్యయ్యచేతఆజ్ఞాపింపఁబడితిని. యథా—ఏమని యనఁగా, ప్రియోదన్తం=ప్రీతికలిగించు వృత్తాంతమును, చన్ద్రశ్రియః—చంద్రశ్రీకి—నౌకరులును ప్రజలును చంద్రగుప్తుని ఇట్లు పీతితో ముద్దుగా నిర్దేశింతురు ఏవం అనుభూత పార్థివప్రసాదః = ఇట్లు అనుభవింపఁబడిన రాజానుగ్రహము గలవాఁడనై, చలితః అస్మి=బయలుదేఱినవాఁడ నైతిని, కిం తత్ ప్రియం=ఏమిటి ఆ ప్రీతికలిగించు విషయము? ప్రియదర్శనస్య = అందగాఁడై కనులకుపండువుగాఁ కలిగించువాఁడైన-అందఱికిని తమరాజునందు ఎంతపక్షపాతము!

సిద్ధార్థకః — వఅస్స, కిం తుహా వి అకహిదవ్వం అత్థి? తా ణిసామేహి అత్థి దావ చాణక్కణీది మోహిదమదిణా మలఅకేదుహాదపణ ణిక్కాసిఅ రక్ఖసం హాదా చిత్తవమ్మప్పముహా ప్పహాణా పంచ పత్థివా. తదో అసమిక్ఖకారీ ఏసో దురాఆరో త్తి ఉజ్ఝిఅ మలఅకేదుహాత అభూమిం కుసలదాప భఅవిలోల సేస సైణిక పరివారేసు సభ అం ప్పత్థిదేసు పాత్థివేసుసకం విసఅం ణివ్విణ్ణహిఅపసు సఅలసామంతేసు భద్దభట పుణ్ణదత్త డిఙ్గురాద బలఉత్త రాఅసేణ భాగురాఅణ రోహిఅక్ఖ విజఅవమ్మపము హేహిం సంజమిఅ గిహీదో మలఅకేదు.

[వయస్య, కిం తవా వ్యకథితవ్య మస్తి? తన్నిశామయ. అస్తి తావత్ - చాణక్యనీతిమోహితమతినా మలయకేతు హాతకేన నిష్కాస్య రాక్షసం హతా శ్చిత్రవర్మ ప్రముఖాః ప్రధానాః పఞ్చ పార్థివాః. తతో ఽసమీక్ష్యకారీ త్యేష దురాచార ఇత్యుజ్ఝిత్వా మలయ కేతుహాతకభూమిం కుశలతయా భయవిలోల శేష సైనికపరివారేషు సభయం ప్రస్థితేషు పార్థివేషు సక్వం విషయం, నిర్విణ్ణహృదయేషు సకలసామన్తేషు, భద్రభట పురుదత్త డిఙ్గురాత బలగుప్త రాజసేన భాగురాయణ రోహితాక్ష విజయవర్మ ప్రముఖైః సంయమ్య గృహీతో మలయకేతుః.]

తవ అపి అకథితవ్యం=నీకును చెప్పనక్కఱలేనిది, అస్తికిం=ఉన్నదా ఏమిః తత్ నిశామయ = కావున. విను (చెప్పెదను అనుట) అసమీక్ష్యకారీ = ఆలోచింపకయే-పదరి-చేయువాఁడు, కుశలతయా = సమర్థులగుటచేత, భయ విలోల శేష సైనిక పరివారేషు = భయముచే కలఁగి కదలిపోయినమిగిలిన సైనికులును పరివారమును గలవారై, సభయం = భయముతో-వీఁడు ఎప్పుడు ఎవరిని ఏమి సేయఁగలఁడో అని-ప్రస్థితేషు = (తమ చోట్లకు) బయలుదేరినవారు కాఁగా, స్వకం విషయం = తమ దేశమునకు, నిర్విణ్ణహృదయేషు-చీ, వీని పొత్తు ఇఁక వలదు అని హేయబుద్ధి గలవారు కాఁగా, ... ప్రముఖైః - మొదలైనవారిచేత,

సమిద్ధార్థకః— వయస్య, భద్దభటప్పముహా కిల దేవస్స చందఉత్తస్స అవరత్తా మలఅకేదుం సమస్సిదే త్తి లోఏ మంతీఅది. తా కిం ణిమిత్తం కుకవికిదణాడఅస్స విఅ అణ్ణం ముహే అణ్ణం ణివ్వహణే.

[వయస్య, భద్రభటప్రముఖాః కిల దేవస్య చన్ద్రగుప్తస్య అపరక్తా మలయకేతుం సమాశ్రితా ఇది లోకే మన్త్ర్యతే. తత్ కిం నిమిత్తం కుకవికృతనాటక స్యేవ అన్యన్ముఖేఽన్యన్నిర్వహణే]

సిద్ధార్థకః— వఅస్స, దైవగదీఏ విఅ, అసుణీఅగదీఏ ణమో చాణక్కణీదీఏ [వయస్య, దైవగత్యా ఇవ అశ్రుతగత్యై సమ శ్చాణక్యనీత్యై.]

సమిద్ధార్థకః—తదో తదో, (తత స్తతః)

సిద్ధార్థకః—తదో పహుది సారసాహణసమేదేణ ఇదో ణిక్కమిఅ అజ్జచాణక్కేణ పడివణ్ణం సఅలరాఅలోఅసహిఅం అసేసం మ్లేచ్ఛబలం. (తతః ప్రభృతి సారసాధనసమేతే నేతో నిష్క్రి మార్యచాణక్యేన ప్రతిపన్నం సకలరాజలోకసహిత మశేషం మ్లేచ్ఛబలం,)

సమిద్ధార్థకః—వఅస్స కహిం తం? (వయస, కుత్ర తత్?)

సంయమ్య=కట్టివైచి, గృహీతః=పట్టుకొనఁబడినాఁడు. వసముచేసికొనఁబడినాఁడు, అన్యత్ ముఖే అన్యత్ నిర్వహణే-ఆరంభమున ఒకటి, ముగింపున (వేఱు) ఒకటి చంద్రగుప్తునియెడ అపరక్తులు మొదట, అనురక్తులు కడపట॥

దైవగత్యై ఇవ=దైవగతి యిట్లు అని ఎవరైనను ముందుగా ఎఱుంగఁ గలరా? అట్లే చాణక్య నీతి గతియు-గూఢము అకస్మికము. ప్రపన్నం=పట్టుకొనఁబడినది. కుత్ర తత్=ఎక్కడ (ఉన్నది) అది? యత్ర ఏతే=ఎక్కడ ఇవిగో.

సిద్ధార్థకః—జహిం పదే—

శ్లో. అదిసఅ గురుఏణ దాణదప్పేణ దంతీ
సకలజలదణీలా ఉబ్భమంతో నదంతి;
కస పహార భఏణ జాఅ కంపో త్తరంగా
గిహిద జఅణ సద్దా సంపఅంతే తురంగాః.

(యత్రైతే

శ్లో. అతిశయగురు కేణ దానదర్పేణ దన్తినః
సజలజలదనీలా ఉద్భ్రమన్తో నదన్తి;
కశాప్రహారభయేన జాతకమ్పోత్తరఙ్గాః
గృహీత జయన శబ్దాః సంపతన్తి తురఙ్గాః.)

సమిద్ధార్థకః—వఅస్స, ఏదం దావ చిట్ఠదు తహో సవ్వలో అపచ్చక్ఖం ఉజ్ఝిఅహిఆరో చిట్ఠిఅ అజ్జ చాణక్కొ కిం ఉణో వి తం

శ్లో. ३. అతిశయేతి-అతిశయగురుకేణ=మిక్కిలియు=ఎక్కువైన, దాన దర్పేణ=మదంపుఁ బొగరుచేత, దన్తినః=ఏనుఁగులు, సజలజలదనీలాః=నీరు నిండిన మేఘమువలె నల్లనివి, ఉద్భ్రమన్తః=ఎగురుచు, మిట్టిపడుచు. నదన్తి= ఘీంకరించుచున్నవో, తురఙ్గాః=గుఱ్ఱములు, కశా ప్రహార భయేన = కొరడా దెబ్బలభయముచేత. జాతకమ్పోత్తరఙ్గాః=కలిగిన కంపముయొక్క పెద్ద అలలు జలదరింపు (దేహాన) కలవై. గృహీత జయన శబ్దాః=వినంబడిన జయ శబ్దములు కలవై; సమ్పతన్తి=(గొరిజల టపటపధ్వనితో) గుమిగూడుచున్నవో-అక్కడ.

మదపుటేనుంగుల ఘీంకారములు ఎక్కడ వినఁబడుచున్నవో గుఱ్ఱాలు కమిచీ దెబ్బల భయమున అదరుచు ఎక్కడ గుమిగూడుచున్నవో-అచట. గజ ఘీంకారములును గుఱ్ఱపుఁ గొరిజల దెబ్బలను గుఱుతులు-అది యుండు చోటికి.

ఇందు అలంకారము స్వభావోక్తి-ఏనుఁగులతోడియు గుఱ్ఱాలతోడియు మ్లేచ్ఛబలము ఉన్నదియున్నట్లుగా అందముగా చెప్పఁబడినది. అంత్య యమకము- శబ్దాలంకారము-దన్తీ-దన్తి అనియు తరఙ్గా-తురఙ్గా అనియు.

ఎవ్వ మంతిపదం ఆరూఢో? [వయస్య, ఏత త్తావ త్తిష్ఠతు. తథా సర్వలోక ప్రత్యక్ష ముజ్ఝితాధికారః స్థి తార్యచాణక్యః కిం పున రపి త దేవ మన్త్రిపద మారూఢః?]

సిద్ధార్థకః—అఇముద్ధో సి దాణీం తుమం, జో అమచ్చరక్ఖసేణ వి అణవగాహిఅపువ్వం అజ్జచాణక్క చరిదం అవగాహిదు మిచ్ఛసి. [అతిముగ్ధో సీదానీమ్ త్వం ; యతో ఽమాత్యరాక్షసేనా ప్యనవగాహితపూర్వ మార్యచాణక్యస్య చరిత మవగాహితు మిచ్ఛసి.]

సమిద్ధార్థకః—వఅస్స అమచ్చరక్ఖసో సంపదం కహిం? [వయస్య, అమాత్యరాక్షసః సాంప్రతం కుత్ర?]

సిద్ధార్థకః — తస్సిం భఅవిలోలే వట్టమాణే మలఅ కేదుకడఆదో ణిక్కమిఅ ఉదుంబరణామహేఏణ చరేణ అనుసంధిజ్జమాణో ఇదం పాడలిపుత్తం ఆఅదో త్తి అజ్జచాణక్కస్స ణివేదిదం. [తస్మిన్ భయవిలోలే వర్ధమానే మలయకేతుకటకా న్నిష్క్రమ్య ఉదుమ్బరనామధేయేన చరే ణానుసన్ధీయమాన ఇదం పాటలిపుత్ర మాగత ఇ త్యార్యచాణక్యస్య నివేదితమ్.]

సమిద్ధార్థకః—వఅస్స, తహ ణామ అమచ్చరక్ఖసో ణంద రజ్జ పచ్చాణఅణే కిదవ్వవసాఓ ణిక్కమిఅ సంపదం అకిదత్థో పుణోవి

ఏతత్ తావత్ తిష్ఠతు = ఇదియుండుఁగాక, తదేవమన్త్రిపదంఆరూఢః = ఆమంత్రి యధికారమునే పూనినాఁడు; అనవగాహిత పూర్వం = ముందుగా ఎఱుంగఁబడనేరని దానిని; అవగాహితుం = ఎఱుంగుటకు_అందు మునుంగుటకు, తస్మిన్ ప్రళయ కోలాహలే(పా.) = ఆప్రళయకాలపుఁ గలకరము-దానిఁబోసిది, ఆమలయుని కటకమున, (భయ-లే = భయంపుఁగలగుండు=పా.) వర్ధమానే = పెరుఁగుచుండఁగా, ఆ కటకమునుండి, నిష్క్రమ్య = వెలువడి అనుసంధీయమానః = నిపుణముగా పరికింపఁబడుచు_నిపుణముగా అనఁగా వానికి తెలియనీకయు, తనకు వానింగూర్చి సర్వము తెలియునట్లును.

ఇమం పాడలీఉత్తం ఆఅదో ఎవ్వ. (వయస్య, తథా నామామాత్యరాక్షసో నన్దరాజ్య ప్రత్యానయనే కృతవ్యవసాయో నిష్క్రమ్య సాంప్రత మకృతార్థః పున రపీదం పాటలీపుత్ర మాగత ఏవ)

సిద్ధార్థకః—వఅస్స. తక్కేమి చందణదాస సిణేహేణేత్తి. (వయస్య, తర్కయామి చన్దదాసస్నే నేతి)

సమిద్ధార్థకః—వఅస్స, చందణదాసస్స మోక్ఖం వి అపేక్ఖామి. (వయస్య, చన్దనదాసస్య మోక్షమివ ప్రేక్షే.)

సిద్ధార్థకః—కుదో సే అధణ్ణస్స మోక్ఖో? సో క్ఖు సంపదం అజ్జచాణక్కస్స ఆణత్తీప దువేహిం అమ్మేహిం వజ్ఝట్ఠాణం పవేసిఅ వావాదఇదవ్వో (కుతో ఽస్యాధన్యస్య మోక్షః? స ఖలు సామ్ప్రత మార్యచాణక్య స్యాజ్ఞప్త్యా ద్వాభ్యా మావాభ్యాం వధ్యస్థానం ప్రవేశ్య వ్యాపాదయితవ్యః.)

సమిద్ధార్థకః — (సక్రోధమ్) కిం అజ్జచాణక్కస్స ఘాతఅజణో అణ్ణో ణత్థి, జేణ అమ్హే ఈరిసేసు ణిఓజిదా అదిణిసంసేసు? (కి మార్యచాణక్యస్య ఘాతకజనో ఽన్యో నాస్తి యేన వయ మీదృశేషు నియోజితా అతినృశంసేషు నియోగేషు?)

కృతవ్యవసాయః = పూనికలవాఁడై, అకృతార్థః = తన పద్దు సాధించుకొన లేనివాఁడై, పున రపి... = మరల ఈపాటలిపుత్రమునకే వచ్చినాఁడే; తర్కయామి = ఊహింతును; మోక్షమివప్రేక్షే = విడుపువలెతలంచుచున్నాను కుతః - ఎక్కడిది; ద్వాభ్యాం ఆవాభ్యాం మన యిరువురిచేత, వయం ఈదృశేషు అతినృశంసేషు నియోగేషునియోజితాః-మనము ఇట్టి మిక్కిలి క్రూరమైనపనులయందు ఉత్తరువుచే పూన్పఁబడితిమి; ప్రతికూలయతి-ఎదురుతిరుగును, ప్రతికూలముగా చేయును.

సిద్ధార్థకః—వఅస్స, కో జీవలోఏ జీవిదుకామో అజ్జచాణక్కస్స ఆణత్తిం పడిఊలేది. తా ఏహి, చండాలవేసధారిణా భవిఅ చందణదాసం అజ్ఝట్ఠాణం ణఏమ. [వయస్య, కో జీవలోకే జీవితుకామ ఆర్యచాణక్యస్యాజ్ఞప్తిం ప్రతికూలయతి. తదేహి, చణ్డాలవేశధారిణౌ భూత్వా చన్దనదాసం వధ్యస్థానం నయావః]

ఇత్యుభౌ నిష్క్రాన్తౌ

ప్రవేశకః

ఇతి ప్రవేశకః = ప్రవేశకము ముగిసినది

అది వృత్త వర్తిష్యమాణ కథాంశములను తెలుపునది గదా వర్తిష్యమాణము-వీ రిరువురును చందనుని వధ్యస్థానమునకు-కొఱమిట్టకు కొనిపోవుటయు, అట్లు కొనిపోవువారు వీరు కావలసినది అని చాణక్యుఁడు ఉత్తరువు చేయుటయును, వృత్తము లన్ననో-సిద్ధార్థకుడు కటకమునుండి మరలి దొరచేతి ఇనాములు పొందుట, మలయుని సేనలోనికి తోడువచ్చిన రాజులు అతనిని విడిచి తమ దేశాలకు మరలిపోవుట; మలయుఁడు చాణక్యుని భాగురాయణ భద్రభటాదులంచే బంది చేయఁబడుట, మలయుని సేన అట్లట్లు దైన్యము పాలైనట్టిది చాణక్యునిచే పట్టుకొనఁబడుట, అనఁగా చాణక్యునిచే మరల మంత్రిపదము ఎప్పటివలె గ్రహింపఁబడుట, రాక్షసుఁడు చందనదాసు స్నేహముచేతం గాఁబోలు, మరల పాటలిపుత్రమునకు వచ్చుటయు, అతఁడు చాణక్యుని వేఁగుచే నిపుణముగా కనుపెట్టఁబడియుండుటయు.

షష్ఠాఙ్కః

—(౦)—

(తతః ప్రవిశతి రజ్జుహస్తః పురుషః)

పురుషః —

శ్లో. ఛగ్గుణసంజోఅదిఢా ఉవాఅపరివాడి ఘడిఅ పాసముహీ
చాణక్కణీతిరజ్జూ రిపుసంజమణుజ్జయా జఅది.

[షడ్గుణసంయోగదృఢా ఉపాయ పరిపాటీ ఘటిత పాశముఖీ.
చాణక్యనీతిరజ్జూ రిపుసంయమనోద్యతా జయతి]

రజ్జు హస్తః—చేత త్రాఁడు గలవాఁడు

శ్లో. ౧. షడ్గుణేతి —షడ్గుణ...—ఢా= ౬రు పురులు కలిపి పేనుటచే గట్టిదియు, ఉపాయ పరి...పాశముఖీ=ఉపాయముల యనుక్రమముతో వేయఁబడిన—కూర్పఁబడిన—ఉచ్చు గలదియు, ఐన, చాణక్య నీతి రజ్జుః =చాణక్య నీతి అనెడు త్రాడు, రిపు సంయమన ఉద్యతా =శత్రువుం గట్టివేయ పూనిక గలది, జయతి=మించుచున్నది.

నీతి విషయమున గుణములు ఆరు, సంధివిగ్రహాదులు, ఉపాయములు నాలుగు సామదానాదులు-అనుష్ఠానమున ప్రయోగమున యథోచితముగా ఆ త్రాడు పేనవలయును, అట్లే ఉచ్చును యథోచితముగా ముడువవలయును, బిగింప వలయును. అట్టి ఆత్రాటితో అట్లు శత్రువులను బెసకనీక కట్టివేయునది. అట్టి చాణక్య నీతికి జేః

ఇందు అలంకారము (సావయవ) రూపకము 'షడ్గుణ' 'ఉపాయ'—ఇందు శ్లేషయు ఉరివేట—మాటలు.

(పరిక్రమ్య అవలోక్య చ.) ఏసో సో తదేసో అజ్జచాణక్కస్స పురదో ఉదుంపరపణ కహిదో జహిం మఏ అజ్జచాణక్కాణత్తీఏ అమచ్చరక్ఖసో పేక్ఖిదవ్వో. (విలోక్య) కహం ఏసో క్ఖు అమచ్చరక్ఖసో కిదసీసావగుంఠణో ఇదో ఎవ్వ ఆఅచ్ఛఇ తా జావ ఇమేహిం ఉజ్జాణపాదవేహిం అంతరిదసరీరో పేక్ఖామి కహిం ఆసనపరిగ్గహం కరేదిత్తి. (పరిక్రమ్యస్థితః)

[(పరిక్రమ్య అవలోక్య చ) ఏష స ప్రదేశ ఆర్యచాణక్యస్య పురత ఉదుమ్బరకేనకథితో, యత్ర మయా ఆర్య చాణక్యాజ్ఞప్త్యా అమాత్యరాక్షసః ప్రేక్షితవ్యః (విలోక్య) కథ, మేష ఖల్వమాత్య రాక్షసః కృతశీర్షావగుణ్ఠన ఇత ఏవాగచ్ఛతి తద్యావదేభి రుద్యాన పాదపై రంతరిత శరీరః ప్రేక్షే కుత్రాసనపరిగ్రహం కరోతీతి. (పరిక్రమ్యస్థితః)

(తతః ప్రవిశతి యథానిర్దిష్టః సశస్త్రో రాక్షసః)

రాక్షసః—(సాస్రమ్) కష్టం భోః కష్టమ్

శ్లో. ఉచ్ఛిన్నాశ్రయకాతరేవ కులటా
గోత్రాన్తరే శ్రీర్గతా;

వీఁడొకవేఁగు - రాక్షసునిచేత కత్తిఁ పాఱవెయించుటకు చాణక్యునిచే ఉపాయము నేర్పి పంపఁబడినాఁడు - వానిచేత నొక త్రాఁడున్నది దానితో వాఁడు ఆపని నెఱవేర్ప వలసియున్నది కాఁబట్టి వాఁడిట్లు ఆ త్రాటిని వర్ణించుచున్నాడు.

ఆర్యచాణక్యాజ్ఞప్త్యా = చాణక్యయ్య యుత్తరవుచేత, కథం = ఏమి! ఏష ఖలు... = ఇతఁడేకదా రాక్షసుఁడు తలకు ముసుకువేసికొని. ఇత ఏవ = ఇటే,...పాదపైః = చెట్లచేత, బహుసచ ముగావున అవిచాలును తన దేహమును మఱుఁగు సేసికొనుటకు; కుత్ర ఆసన పరిగ్రహం కరోతీతి = ఎక్కడకూరుచుండునో అని.

శ్లో. ౧. ఉచ్ఛిన్నేతి—ఉచ్ఛిన్న ఆశ్రయ కాతరా ఇవ = నాశనమయిన ఆశ్రయము-భర్త అనుట-కలదై దాన బెదురుకొన్నదానివలె, కులటా =

తా మేవానుగతా గతానుగతికా
స్త్యక్తానురాగాః ప్రజాః;
ఆప్తైర ప్యనవాప్తపౌరుషఫలైః
కార్యస్య ధూ రుజ్ఝితా;
కిం కుర్వన్త్వధునోత్తమాంగ రహితై
రఙ్గై రివస్థీయతే. ౫

అంకుటాలై, శ్రీః = సిరి, గోత్రాన్తరేగతా = ఒందు కులమును పొందినది–వేఱు కులమువానింగూడినది; ప్రజాః = ప్రజలును, (బిడ్డలును అనుట) త్యక్త అనురాగాః = విడువఁబడిన అనురాగము – ప్రీతి–గలవారై, గతానుగతికాః = పోయిన దానివెంట బిడ్డలు పోయినట్లు అనుట–ఆప్తైః = చిక్కాలి హితులైనవారి (శకటాదుల) చేతను, అనవాప్తపౌరుష ఫలైః = పొందఁబడని తమ తమ ప్రయత్నముల ఫలముగలవారై, కార్యస్య ధూః = పగతీర్చుకొను పనియొక్క ప్రయత్నము–బరువు–ఉజ్ఝితా = విడిచిపెట్టఁబడినది అథవా–అట్లుగాకున్న, కిం కుర్వన్తు = మఱి యేమి చేయుదురు? ఉత్తమాఙ్గ రహితైః = తలలేని, అఙ్గైఃఇవ = తక్కిన అంగాలతోనుం బోలె, – మొండెమువలె అనుట–స్థీయతే = ఉన్నారే!

భర్త చచ్చిన భార్య ఆశ్రయహీనయై–దిగులు పడును–అప్పుడు అంకుటాలివలె – అంకుటాలై – అనుట, మఱొకనిం జేరును. మఱేమి చేయఁగలదు? ప్రజలును, బిడ్డలంబోలె, ఆతల్లి వెంట ఆయింటికే చేరినారు–ఆచంద్రుని, మౌర్యునే ఆశ్రయించినారు. శకటదాసాదులు ఎంతయో ఆప్తులు, ఎంతెంతయో ప్రయత్నములు చేసినారు, కాని ప్రయోజనము లేకపోయినది. వారు అంతట అన్ని ప్రయత్నములు మానకొన్నారు. అట్లుగాకున్న వారు మఱేమి సేయఁగలరు? తాము తల లేని మొండెము ఐ పోయిరే!

ఇందు అలంకారము కులటా ఇవ అని పోలికం జెప్పుట ఉపమ; ఉచ్ఛిన్నాశ్రయకాతరా అనియు త్యక్తానురాగా అనియు అనవాప్త పౌరుష ఫలైః అనియు హేతువు గమ్యమగుచున్నందున కావ్యలింగమును. 'ఉత్తమాఙ్గరహితైరఙ్గై రివ'–అని బింబప్రతి బింబభావము చెప్పుటచేత దృష్టాంతమును.

అపి చ,

శ్లో. పతిం త్యక్త్వా దేవం భువనపతి ముచ్చై రభిజనమ్
గతా ఛిద్రేణ శ్రీ ర్వృషల మవినీ తేవ వృషలీ;
స్థిరీభూతా చాస్మిన్. కిమిహ కరవామ, స్థిరమపి
ప్రయత్నం నో యేషాం విఫలయతి దైవం ద్విష దివ.

మయా హి,

శ్లో ౬. పతి మితి—భువనపతిం = లోకమునకు ఒకఁడె పతిగా నున్న, ఉచ్చైః అభిజనం = మిక్కిలియు గొప్ప యింటి పుట్టువైనవానిని, దేవం=దొరను, పతిం = మగని, త్యక్త్వా = విడిచిపెట్టి, శ్రీః = సిరి, అవినీతా = అడఁకువలేని, వృషలీ ఇవ = ఐసివివలె, ఛిద్రేణ=దిద్దిద్వారమున = పొరపాటును లెక్కసేసి ఆ సమయమున, వృషలం = మౌర్యుని—శూద్రుని, గతా=చేరిపోయి నది; అస్మిన్ = వీనియందు, స్థిరీభూతా చ=తిరముగొన్నది, ఇహ=ఇట్టియెడ, కిం కరవామ = ఏమిసేయుదును? యేషాం నః = ఏ నాయొక్క అనఁగా అట్టి నాయొక్క, స్థిరం అపి ప్రయత్నం=వీడని గట్టిదే ఐన ప్రయత్నమును, దైవం= విధి, ద్విషత్ ఇవ = శత్రువుంబోలె—పగపట్టినదియుం బోలె, విఫలయతి = నిష్ప్రయోజనము చేయుచున్నదే.

ఎంత అభిజాతుఁడు, ఎంతటి దొర నందరాజు! మఱి అట్టి వానినే విడిచి, వాఁడు కావించిన పొరపాటునులెక్కసేసి, దిడ్డిలోదూఱిపోయినట్లు, లచ్చి బసివియై మౌర్యుం జేరినది క్రమముగా అతనిని మరగి అట్లు స్థిరపడిపోయినది. దానిని ఇవతలికి లాగుటకు నేఁ జేసిన ప్రయత్నములన్నియు నిష్ప్రయోజనము లై పోయినవి. ఇఁక నేను ఏమి సేయఁగలను? దైవము ఇంత పగ గొన్నదే!

ఇందు అలంకారము 'వృషలీ ఇవ' అని 'ద్విష దివ'అని పోలికంజెప్పుట ఉపమ, తాను ఇఁక నేమియు చేయఁజాలమికి కారణము అస్మిన్ స్థిరీభూతా అని చెప్పుటచేత కావ్యలింగమును.

మయా హి=నాచేత నేమో, (నే నేమో,)

శ్లో. దేవేగ తే దివ మతద్విధమృత్యుయోగ్యే,
 శైలేశ్వరం త మధికృత్య కృతః ప్రయత్నః.
తస్మిన్ హతే, తనయ మస్య, తథా వ్యసిద్ధిర్.
 దైవం హి నన్దకులశత్రు, రసౌ న విప్రః.
అహో వివేకశూన్యతా మ్లేచ్ఛస్య! కుతః,
శ్లో. యో నష్టా నపి బీజనాశ మధునా
 శుశ్రూషతే స్వామిన,
స్తేషాం వైరిభి రక్షతః కథ మసౌ

శ్లో. ౭ దేవ ఇతి- దేవే=ఏలినవాఁడు, అతద్విధ మృత్యుయోగ్యే = అట్టి ఆభిచారిక ప్రయోగంపుఁ జావునకు ఎంతయు తగనివాఁడే, దివంగతే=దివం గతుఁడు—చనిపోయినవాఁడు కాఁగా, తం శైలేశ్వరం=ఆపర్వతక రాజును, అధికృత్య=పట్టుకొని, అధికారింజేసికొని, ప్రయత్నః కృతః=జతనము చేయఁబడినది-చేసితిని అనుట, తస్మిన్ హతే=వాఁడు చంపఁబడఁగా, అస్యతనయం= అతని కొడుకును మలయకేతుని - అధికృత్య కృతః ప్రయత్నః-అని శేషము, తథా అపి=అట్లును, అసిద్ధిః = నా పని నెఱవేఱలేదు. హి = అరయఁగా, దైవం నన్దకుల శత్రుః = విధి నందవంశమునకు పగతుఁడు, అసౌ విప్రః = ఈ బాపఁడు, న=కాఁడు.

నా ప్రయత్నమున ఇంచుకయు లోపము మాంద్యములేదు. నందుఁడు అట్లు తలంపరాని చావు చావఁగా పర్వతకుని చేరియు వాఁడును చావఁగా మలయుని ముంచిడుకొనియు ఎంత గొప్ప ప్రయత్నమో చేసితిని! ఊహాఁ ఏమియు ప్రయోజనము లేకపోయినది అరసిచూడఁగా నా దొరలకు దాయ దైవముగాని, ఈ బోడి బాపఁడు గాఁడు.

ఇందు అలంకారము అనుమానము. సాధన సాధ్యములం జెప్పుటచేత.

మ్లేచ్ఛస్య = మ్లేచ్ఛమలయునియొక్క (బెబ్బెకూఁతల వానియొక్క), వివేకశూన్యతా=తెలివిలేమి!

శ్లో. ౮ య ఇతి-యః=ఎవఁడు, బీజనాశం=కుంపనాశముగా, నష్టాన్ అపి=పోయినవారి నైనను అధునా = ఇపుడు(ను) స్వామినః = (తన) దొర

సంధాస్యతే రాక్షసః?
ఏతావ ద్ధి వివేకశూన్యమనసా
మ్లేచ్ఛేన నాలోచితమ్.
దైవే నోపహతస్య బుద్ధి రథవా
సర్వా విపర్యస్యతి. ౮

త దిదానీ మపి తావ దరాతిహ స్తగతో వినశ్యే. న్న తు రాక్షస శ్చన్ద్రగుప్తేన సహ సన్దధీత. అథవా మమ కామ మసత్యసన్ధ ఇతి

లను, కుశ్రూషతే = కొలుచుచున్నాఁడో, అసౌ, రాక్షసః = ఈ రాక్షసుఁడు- ఎంత పట్టుదల గలవాఁడు అనుట, అక్షతః = తా గాయపడనివాఁడే ఐ, తేషాం వైరిభిః = వారి శత్రువులతో, కథం సంధాస్యతే = ఎట్లు రాజీపడును అని, ఏతావత్-ఈపాటి, వివేకశూన్యమనసా=వివేకము లేని మనసుగలవాఁడై, మ్లేచ్ఛేన- మ్లేచ్ఛులయునిచేత, న ఆలోచితం హి = ఆలోచింపఁబడలేదుగదా। అథవా = అట్లనుకొన నేల? బుద్ధిః సర్వా = బుద్ధి యెల్లను, విపర్యస్యతి = తలక్రిందు లగును.

నందులు దుంపనాశనమైరి కదా. అయినను ఇపుడును వారినే ఇట్లు శుశ్రూషించుచుండు వాఁడు, తా రాక్షసుఁడు, తాను సర్వథా క్షేమముగా, ఒక దెబ్బ తినక ఒక్కగాయముపడక ఉండియు వారి యాశత్రువులతో రాజీపడునా? అపాటి యైనను తెలివిమాలిన ఆ మ్లేచ్ఛునిచేత - తెలివిమాలిన మొద్దుగానిచేత, - ఆలోచింపఁబడదే! దైవ మెమరుతిరిగి మోఁదినదైన ఎవనికిని బుద్ధి యంతయు తలక్రిందగును, నిజము।

ఇందు అలంకారము అర్థాంతరన్యాసము, వివేకశూన్యుఁడై మ్లేచ్ఛుఁడు ఆలోచింపమి అను విశేషము దైవోపహతునికి బుద్ధి విపర్యాసము చెందును అను సామాన్యముచే సమర్థింపఁబడినది

తత్ ఇదానీం అపి తావత్—కావున ఇప్పుడైనను, అరాతి హస్త గతః = శత్రువులచేతం బడి, వినశ్యేత్ = నాశనమగునే కాని, రాక్షసః న తు చన్ద్రగుప్తేన సహ సందధీత,-నేను ఇవుడైనను శత్రు చంద్రగుప్తునితో పోరి వానికి చిక్కి చత్తును అంతియు కాని వానితో రాజీపడను. నేను రాక్షసుఁడను। అథవా = అట్లుగాకున్న, మమ = నాకు, కామం అసత్యసన్ధః = ఎంతయు అసత్యప్రతిజ్ఞ కల

వర మయశో, న తు శత్రువఞ్చనపరాభూత ఇతి. (సమన్తాదవలోక్య సాస్రమ్) ఏతా స్తా దేవపాద క్రమణ పరిచయ పవిత్రీకృతతలాః కుసుమపురోపకణ్ఠభూమయః. ఇహ హి

శ్లో. శార్ఙ్గాకర్షావముక్త ప్రశిథిల కవికా
ప్రగ్రహేణాత్ర దేవేనాకారి చిత్రం
ప్రవితతురగం ప్రదేశే
బాణమోక్ష శ్చలేషు.
అస్యా ముద్యానరాజౌ స్థిత మిహ కథితం
రాజభి, స్తైర్వి నేత్థం

వాఁడు లే అను అపకీర్తియైనను ఫరవాలేదు కాని శత్రువు కావించిన మోసమునకు ఓడితిని అవమానపడితిని అను అపయశమును ఒల్లను. సమన్తాత్ అవలోక్య సాస్రమ్ - అంతటం గలయఁ జూచఁగా దుఃఖమువచ్చినది - దాసితో పలుకుచున్నాఁడు. ఏతాః = ఇవి, తాః = అవే, కుసుమపుర ఉపకణ్ఠ భూమయః = కుసుమపురపుఁ జెంగటి ప్రదేశములు, దేవ పాద క్రమణ పరిచయ పవిత్రీకృత తలాః - (మా) దొర కాలి నడక పరిచయముచే పవిత్రముచేయఁబడిన పైభాగములు గలవి-ఇక్కడ నెల్ల మునుపు మాదొర పాదచారముగా తిరిగి వీనిని పవిత్రము చేసినాఁడు, అతని పాదములు తగులుటయు ఈ నేలకు ఒక పవిత్రీకరణ కారణము ఇహ హి = ఇక్కడ కదా.

శ్లో. శా. శార్ఙ్గాక ర్షేతి - శార్ఙ్గాకర్ష అవముక్త ప్రశిథిల కవికా ప్రగ్రహేణ = వింటి (యల్లెను)లెస్సగా చెవిఁదాక లాగి విడువబడినదై, సళ్ళువాఱిన కళ్లెపు-ప్రగ్గముగల, దేవేన = ఏలినవానిచేత, అత్ర దేశే = ఈ చోటునందు, చిత్రం = చిత్రగతుల, ప్రజవితతురగం = మిక్కిలిత్వరగొల్పఁబడినగుఱ్ఱములు గలయట్లుగా, చలేషు = కదలాడు లక్ష్యముల యందు, బాణమోక్షః = బాణములు వేయుట అకారి = చేయఁబడెను, విలుకానికి చల లక్ష్య వేధనము గొప్ప యాట. నిపుణతను కోరునది. అస్యాం ఉద్యానరాజౌ = ఈతోఁటల బారులో, ఇహస్థితం = ఇక్కడ(వినోదముగా అనుట)ఉండఁబడినది; రాజభిః = రాజులతో, కథితం = మాటలాడ(సల్లాపము సేయఁ) బడినది. తైః వినా = వారు

సంప్రత్యాలోక్యమానాః కుసుమపురభువో
భూయసా దుఃఖయన్తి.

తత్ క్వ ను గచ్ఛామి మన్దభాగ్యః? (విలోక్య) భవతు. దృష్ట మేత జ్జీర్ణోద్యానమ్, అత్ర ప్రవిశ్య, కుతశ్చి చ్చన్దనదాసప్రవృత్తి ముపలప్స్యే. అలక్షితనిపాతాః పురుషాణాం సమవిషమదశా పరిణతయో భవన్తి. కుతః

(కూడ) లేక, సంప్రతి = ఇప్పుడు, ఆలోక్యమానాః = చూడఁబడుచున్నవై, కుసుమపురభువః=కుసుమపురమందలి (యీ) ప్రదేశములు, భూయసా=మిక్కిలియు, దుఃఖయన్తి=దుఃఖము గలిగించుచున్నవి.

నందుఁడు గొప్పవిలుకాఁడు, రాక్షసుఁడును. వారు మును పు ఒండొరుల బాణమోక్షనైపుణికి ఒండొరుల నభినందించుకొనెడువారు. నందుడు సామంతులు రాక్షసుఁడును మును పు ఇక్కడికి వేఁట షికారువచ్చువారు. దొరగుఱ్ఱమును కళ్లెములం గొట్టి వినోదపడువాఁడు. మేము కూడవచ్చిన సామంతులతోఁ గూడ ఇక్కడ కూర్చుండువారము, ఇక్కడ సల్లాపించువారము, ఆవిభవమును మేము, నేను, అట్లు అనభవించిన చోట్లు ఇవి. మఱి యిపుడు ఇట్లు దీనుఁడనుగా, ఇటు వచ్చి వానిం జూడ, ఎంతయు దుఃఖము కలుగుచున్నది.

ఇందుఅలంకారము కావ్యలింగము. 'ఇత్థంఆలోక్యమానాః'అని హేతువుం జెప్పి దుఃఖపెట్టుటను సమర్థించుటచేత.

తత్ క్వనుగచ్ఛామి మన్దభాగ్యః = కావున (ఇపుడు)అదృష్టహీనుఁడను (ఈయవస్థకు వచ్చినవాఁడను) ఎక్కడికి పోవుదును. ఏతత్ 'జీర్ణోద్యానం = ఈపాతగిల్లి చెట్లు ఎండి పాడువడినట్లు ఉన్న తోఁట-ఒండుచోట 'జీర్ణోద్యానం' అనఁగా—జీర్ణుల - ముదుసలుల, పితరుల-తోఁట యని, పితృవనసమముగా వల్లకాడు అను అర్థమునం బ్రయోగింపఁబడును. మఱి యిట నేమో క్షీణించిన తోఁట యనియే—అట్లు ఇటు తరువాత వర్ణింపఁబడుచున్నది. దృష్టం ఏతత్ జీర్ణోద్యానం - అగపడినది ఈ జీర్ణోద్యానము. కుతశ్చిత్ చన్దనదాస ప్రవృత్తిం ఉపలప్స్యే—ఎవరివలననైనను చందనదాసుని వృత్తాంతమును ఎఱిఁగెదను. అల

శ్లో. పౌరై రఙ్గుళిభి ర్నవేన్దువ దహం
నిర్దిశ్యమానః శనై
ర్యో రాజేవ పురా పురా న్నిరగమం
రాజ్ఞాం సహస్రై ర్వృతః,
భూయః సంప్రతి సోఽహ మేవ నగరే
తత్రైవ వన్ధ్యశ్రమో
జీర్ణోద్యానక మేష తస్కర ఇవ
త్రాసా ద్విశామి ద్రుతమ్. ౧౦

షిత నిపాతాః ఎఱుఁగబడక కలుగునవి, సంభవించునవి, సమ విషమ దశా పరిణతయః = స్థితుల-మేలు కీడుల-మార్పులు-కుతః - ఏల ఇట్లు చెప్పుచున్నాననఁగా,

శ్లో. ౧౦- పౌరై రితి-పురా యః ఏ (నేను), పౌరైః పురజనులచేత, నవేన్దువత్ కొత్త - పొడుచుచున్న - శుక్లప్రతిపత్ (?) చంద్రునివలె, రాజా ఇవ=రాజువలె, రాజ్ఞాం సహస్రైః వృతః=వేలరాజులచేత పరివారింపఁబడినవాఁడనై, (రాజవీధిలో) శనైః=మెల్లగా-ఠీవితో కూడిన నడకతో, పురాత్= పట్టణమునుండి, నిరగమం=వెలువడితినో, సః అహం ఏవ=ఆ నేనే, భూయః= మరల, సంప్రతి = ఇపుడు, తత్ర ఏవ నగరే = ఆ నగరమందే, వన్ధ్యశ్రమః = దొరలకైన పగం దీర్చుకొను నాశ్రమయెల్ల నిరుపయోగమైనవాఁడనై, ఏషః = ఇదిగో నేను, జీర్ణోద్యానకం = పాడువడిన యీ తోటను, తస్కర ఇవ = దొంగవలె, త్రాసాత్ = భయమువలన, ద్రుతం = వడివడిగా, విశామి= ప్రవేశించుచున్నాను.

మునుపు సామంతులు వేలకొలఁదిగా నన్ను బలసి కొలుచుచుండఁగా రాజువలె మెల్లని ఠీవి నడకతో నేను మా యూరు వెలువడితిని. పుర జను లందఱు, వాఁడుగో రాక్షసమంత్రి అని, పొడుచుచుండు చంద్రుం జూపినట్లు నన్ను వ్రేలితో చూపుచుండిరి. ఆ నేనే ఇపుడు ఆపట్టణముననే, నాశ్రమ యెల్ల వృథ కాఁగా, దొంగవలె_తలకు ముసుకు పెట్టుకొని, ఒంటరిగా ఈపాడుతోటను, వడివడిగా చొచ్చుచున్నాను.

తస్కర ఇవ అనుటచేత ఉపమ_అందుండియే నిర్గమము అందే ప్రవేశము-అని అందే అందే అనుటచే పర్యాయము‌ను, అలం,

అథవా యేషాం ప్రసాదా దిద మాసీత్ త ఏవ న సన్తి. (నాట్యేన ప్రవిశ్య, అవలోక్య చ) అహో జీర్ణోద్యాన స్యారమణీయతా— అత్రహి-

శ్లో. విపర్యస్తం సౌధం కుల మివ మహారమ్భ రచనమ్,
సరః శుష్కం, సాధోర్హృదయమివ నాశేన సుహృదాం
ఫలైర్హీనా వృక్షా విగుణనృపయోగా దివ నయా,
స్తృణైశ్ఛన్నా భూమి ర్మతి గివ కునీతై రవిదుషః.

అథవా-అట్లనుకొనన నేల? యేషాం ప్రసాదాత్=ఎవరి యనుగ్రహము వలన, ఇదం ఆసీత్=ఇది ఆయెనో, తే ఏవ = వారే, న సన్తి=లేక పోయిరి (కదా), నాట్యేన=అభినయముతో-వేసగానికి ఈయెచ్చరికి జీర్ణోద్యానస్య = ఈపాడుతోటయొక్క, అరమణీయతా = అందములేమి: అత్ర హి = ఇక్కడ నన్న నో—

శ్లో. ౧౧. విపర్యస్త మితి - సౌధం = బంగళా, తెల్లని సున్నపుఁ బూతతో తళతళ కళకళ లాడుచుండినట్టిది. మహారమ్భ రచనం=గొప్పపూనికతో ఎంతో అందముగా అలంకరింపఁబడి కట్టబడినట్టిది, కుల..వ=ధర్మార్థకామము లకైన గొప్పగొప్ప పనులు గావించుటతో కూడినట్టిది, వంశమువలె, విపర్యస్తం అంతయు మాఱిపోయి తలక్రిందైనట్లు ఐనది. సుహృదాం నాశేన దారువర్మ మొదలు చందనదాసు వఱకును ఐన మిత్రుల నాశముచేత.-సాధోః హృద యం ఇవ = సత్పురుషుని హృదయము వలె = సరః(ఇదిగో ఈ) సరస్సు, శుష్కం = ఎండిపోయినది; వృక్షాః = చెట్లు, విగుణ నృప యోగాత్ = గుణ హీనుఁడగు రాజుం గూడుటవలన, నయాః ఇవ = నీతులవలెను, ఫలైః = పండ్లచే హీనాః = విడువఁబడినవి-అనఁగా పండ్లు లేనివై యున్నవి. భూమిః = నేల. కునీతైః = తప్పుడు నీతులచే, అవిదుషః = మూర్ఖుని, మతిః ఇవ = బుద్ధివలె, తృణైః = గడ్డిగాదములనేత, ఛన్నా = కప్పఁబడినది.

మునుపు పండుగులు యజ్ఞములు విందులు-వీనితో ఒప్పారుచు, ఇపుడు అన్నియు అడఁగారిన మంచి కులమువలె, ఈ సౌధము మునుపు ఎంతో అందముగా తీర్పఁబడినట్టిది, ఇపుడు ఉప్పరిసి నల్లబడి అందమెల్లపోయి వికారముగా నున్నది. ఈసరస్సు బొట్టునీరులేక ఎండిపోయినది. చెట్లు కా పుడిగి పోయినవి, నేల

అపి చ,

శ్లో. క్షతాఙ్గానాం తీక్ష్ణైః పరశుభి రుదగ్రైః క్షితిరుహాం
రుజా కూజన్తీనా మవిరతకపోతోపరుదితైః
స్వనిర్మోకచ్ఛేదైః పరిచిత పరిక్లేశ కృపయా
శ్వసన్తః శాఖానాం వ్రణ మివ నిబధ్నన్తి ఫణినః.

యంతయు గడ్డిగాదముతో కప్పఁబడిపోయినది. ఈ యుపమానములు కూర్పు చేత నందకులవినాశము, దాన తన మనసున కలిగిన పరితాపము, తాము మలయకేతువుం బట్టుకొన్నందున తన నీతి యెల్ల నిష్ప్రయోజన మగుట మలయకేతు బుద్ధి భాగురాయణాదులు మోసము చేయుట-ఇట్టివి సూచింపఁబడినవి.

కుల మివ, హృదయ మివ...యోగా దివ మతి రివ = అని 'ఇవ'లచే అలంకారము ఉపమ.

శ్లో. ౧౨- క్షతాఙ్గానా మితి - ఉదగ్రైః = పొడువై భయంకరముగా మన్న, తీక్ష్ణైః = వాడియైన, పరశుభిః = గొడ్డళ్ళచేత, క్షతాఙ్గానాం = గాయపడిన అంగములు గలవియు, రుజా = అనొప్పినేత, అవిరతకపోతోపరుదితైః విడువక కూయుచున్న పావురాల యేడ్పులతో బాధచే, కూజన్తీనాం = అఱచుచున్నవియునగు, క్షితిరుహాం = చెట్లకు, ఫణినః = పాములు, పరిచిత పరిక్లేశ కృపయా పరిచితులైన వారియొక్క బాధకైన జాలిచేత శ్వసన్తః బుసకొట్టుచున్నవై-ఆనొప్పిని వినోదించుటకై ఉస్‌అని నోటితో ఊదుచున్నవై, స్వనిర్మోక చ్ఛేదైః = తమ కుబుసముల తునుకలతో, శాఖానాం = కొమ్మల యొక్క, వ్రణం = గాయమును, నిబధ్నన్తి ఇవ = కట్టు కటుచున్నవియుం బోలె నున్నవి,

తా:(టు జీర్ణము-ముసలిది, చాల పాతవడి పోయినది. చెట్లు పెద్ద వాడి గొడ్డళ్ళతో-కత్తిలు మొదలైనవానిని కొట్టుకొనిపోయినందున-గంట్లు పడియున్నవి. కొమ్మలలో, అవి పెద్దగాయములంబోలియున్నవి. వానిపై పావురాలు ఘూయుచుండ, ఆకూఁతలు ఆచెట్ల నొప్పివలన యేడుపులం బోలియున్నవి. కొమ్మలపైకి పాములు ప్రాఁకి కుబుసము విడిచి పెనఁగొని, బుసలుకొటుచున్నవి, అవి తమ పరిచితులయిన మిత్రులగు చెట్లకును కొమ్మలకును కలిగిన గాయపు బాధలకు జాలిగొని ఆప్యాయముగా ఊఁదుచు, కుబుసములతో గాయాలకు కట్టుకట్టినట్లున్నవి

ఏతే చ తపస్వినః

శ్లో. అన్తః శరీరపరిశోష ముదగ్రయన్తః
కీటక్షతిస్రుతిభి రస్ర మి వోద్వమన్తః
ఛాయావియోగమలినా వ్యసనే నిమగ్నా
వృక్షాః శ్మశాన ముపగన్తు మివ ప్రవృత్తాః. ౧౩

యావ దస్మిన్ విషమదశా పరిణామ సులభే ఛిన్నశిలాతలే ముహూర్త

ఇందు అలంకారము ఉత్ప్రేక్ష-నిబద్ధ స్త్రీవ-కట్టుచున్నవియుం బోలె అని సంభావించుటచేత.

మఱియును పాపముః ఈదీనములైన చెట్లు.

శ్లో. ౧౩. అన్తః శరీ రేతి.—వృక్షాః = చెట్లు-నీళ్ళంబోఁత పదుపుటల్ల పరామర్శలు లేనందున-అన్తః శరీర పరిశోషం ఉదగ్రయన్తః దేహములోపలి యెండుటను వెలికి చక్కఁగా తెలుపుచున్నవై, కీట క్షతి స్రుతిభిః = పురుగుల కాట్లనుండి కాఱుచున్న రసముల-బంక-చేత, అస్రం = కన్నీటిని-నెత్తుటిని ఉద్వమన్త ఇవ = కక్కుచుం బోలె నున్నవియు, ఛాయా వియోగ మలినాః = (ఎండిపోయి ఆకులు రాలిపోయినందున) నీడలేమిచే-దుమ్ము నిండి మురికియైననియు, వ్యసనే నిమగ్నాః - దుఃఖమున మునింగినవై, శ్మశానం ఉపగన్తుం = వల్లకాటికిం బోవ, ప్రవృత్తా ఇవ = సమకట్టినవియుం బోలె నున్నవి.

(అన్నము నీరు లేక ఏడ్చుచు పీనుఁగుతో పడియున్నందున) దేహములోని వాడుబాటును-ఎండబాఱుటను-వెలికి తెలుపుచు, (పురుగుల కాట్లబంకరసముతో కన్నీరు కార్చుచు, కాంతి తఱిగిన దైన్యముచేధూళి క్రుంగి మురికిపడినవై ఇట్లు (ఆబంధు వియోగ) దుఃఖములో మునింగినవై-అట్టివారింబోలి-చెట్లు వల్లకాటికి పోవసమకట్టినవియుం బోలె నున్నవి.

చెట్లు 'ఉపగన్తుం ప్రవృత్తా ఇవ'-ఉపగమింపఁ బూనుకొన్నవో యన నున్నవి అను సంభావనచే ఉత్ప్రేక్ష.

విషమ దశా పరిణామ సులభే = ప్రతికూలమైన యీదశమార్పుకు-సులువుగా దొరకి, నాకు తగియున్న, పగిలిన రాతిమీఁద, ముహూర్తం = రవంత

ముపవిశామి (ఉపవిశ్య ఆకర్ణ్య చ) అయే, కి మిద మస్మిన్ కాలే పటుపటహాశఙ్ఖమిశ్రో నాన్దీనాదః. య ఏషః

శ్లో॥ ప్రమృద్నన్నిష్ఫోరిత్ర్యాణాం శ్రుతిపథ మసారం గురుతయా,
బహుత్వాత్ ప్రాసాదైః సపది పరిపీతో ఙ్ఝిత ఇవ,
అసౌ నాన్దీనాదః పటు పటహ శఙ్ఖధ్వని యుతో
దిశాం ద్రష్టుం దైర్ఘ్యం ప్రసరతి సకౌతూహల ఇవ. ౧౪

సేవు, ఉపవిశామి = కూర్చుందును ఆకర్ణ్య = (అక్కడికి వినవచ్చిన దానిని) విని, కిం ఇదం అస్మిన్ కాలే = ఏమి యిది, ఈ సమయమున, పటు పటహ శఙ్ఖ మిశ్రః = పెను తప్పెటతోను శంఖ(ధ్వని)తోను కూడుకొన్న, నాన్దీనాదః మంగళధ్వనిః య ఏషః = ఏయిది

శ్లో. ౧౪. ప్రమృద్నన్నితి-శ్రోతౄణాం = వినువారియొక్క, అసారం బలహీనమైన - బలముచాలని, శ్రుతిపథం = చెవులయొక్క వినుదారిని, వినుదూరమును, గురుతయా = తన పెనుపుచే, ప్రమృద్నన్ = ప్రమర్దించుచు, రాచుచు, బహుత్వాత్ = చాల బిగ్గఱది యగుటవలన, ప్రాసాదైః = నగళ్ళచేత, సపది అప్పుడే, పరిపీత ఉజ్ఝిత ఇవ=త్రాగఁగఁబడి, ఇముడక(విడువ) ఉమిసఁబడినట్లున్నదియు, వగు, అసౌ నాన్దీ నాదః = పండుగు మంగళ వాద్య ధ్వని, పటు పటహ శఙ్ఖధ్వని యుతః = పెద్ద తప్పెటలయు శంఖములయు ధ్వనితో కూడుకొన్నట్టిది, దిశాం దైర్ఘ్యం = దిక్కుల పొడుగును, ద్రష్టుం = చూచుటకు, సకౌతూహలః ఇవ = ఆసతో కూడుకొన్నదియుం బోలె, ప్రసరతి వ్యాపించుచున్నది.

ఎక్కడిదో ఇప్పుడు ఇక్కడ పండుగుసంతోషపుమంగళధ్వని తప్పెటలతో శంఖనాదములతో కూడుకొన్నది. అదియెంత పెద్దగా నున్నదనఁగా చెవులను చెవుడు వడఁచుచుం బోలెనున్నది సౌధములు, అనేకములగుటవలన దానిని త్రాగఁగిఁ ముద్చుకొనలేక వెళ్ళగ్రక్కినట్లు ఆప్రతిధ్వనితోను కూడుకొని యున్నది. దిక్కులు ఎంత పొడుగో కొలిచి చూతునన్న ఉత్సుకతతో అంత దూరము పర్వుచున్నది.

(విచిన్త్య) ఆః జ్ఞాతమ్! ఏష హి మలయకేతు సంయమన సఞ్జాతో రాజకులస్య (ఇత్యర్ధోక్తే సాసూయమ్) మౌర్యకుల స్యాధికపరితోషం పిశునయతి. (సబాష్పమ్) కష్టం భోః కష్టం!

శ్లో. శ్రావితో౽స్మి శ్రియం శత్రోః, రభినీయ చ దర్శితః
అనుభావయితుం మన్యే యత్నః సంప్రతి మాం విధేః. ౧౪

పురుషః—ఆసీణో అఅం. జావ అజ్జచాణక్కాదేసం సంపాదేమి, (ఆసీనో౽యమ్. యావ దార్యచాణక్యాదేశం సంపాదయామి,)

ఇందలి 'ఇవ'లు సంభావనం దెలుపుటచే ఉత్ప్రేక్ష-పరిపీతోజ్ఝిత ఇవ ప్రసరతి ఇవ-ఇత్యాది

మలయకేతు సంయమన సఞ్జాతః-మలయునిం బట్టి కట్టివేయుటచే కలిగిన రాజునింటి-మౌర్యుగాని నగరులోని-మిక్కిలియైన సంబరమును తెలుపుచున్నది ఆరెండును రాక్షసుని కంట బాష్పములు తేఱునట్లు చేసినవి కటకటా.

శ్లో ౧౩ శ్రావితః ఇతి-శత్రోః శ్రియం = శత్రుని సిరిని-సంపదను, శ్రావితః అస్మి వినిపింపఁబడితిని-చెప్పఁగా వింటిని అనుట. అభినీయ - ఇటు లాగి తెచ్చి దర్శితః = కంటికి చూపఁబడితిని సంప్రతి = ఇపుడు, మాం = నన్ను, అనుభావయితుం = (దానిని) అనుభవింపఁజేయుటకు, విధేః యత్నః = దైవముయొక్క ప్రయత్నము—(అని) మన్యే = తలంచుచున్నాను.

శత్రువు—చంద్రగుప్తుఁడు రాజుగా విభవమున నున్నాఁడని నాచెవులలో పడినది ఆ విభవము నన్ను ఇచటికి లాగితెచ్చి నాకన్నులలో పడునట్లు ఐనది-ఇఁకను నన్ను సొంతాన దానిని అనుభవింపఁ జేయను ప్రయత్నము జరుగుచున్నది—అంతయు నాకుప్రతికూలమైనట్టియు, శత్రువునకు అనుకూలమైనట్టిదియు విధిచేష్టితము ఇది.

శ్రావితః, దర్శితః, (మాం) అనుభావయితుం అని-తన కొక్కనికే ఇవన్నియు జరుగుటం జెప్పుట పర్యాయము అలంకారము.

రజ్జుపాశేన = త్రాటిపాశముతో—ఉచ్చుతో-కంఠమునకు ఉరి తగిలించుకొన్నాఁడు. అయే – అహో, కథం = ఏమీ! ఆత్మానం ఉద్బ

రాక్షస మపశ్యన్నివ తస్యాగ్రతో రజ్జుపాశేన
కణ్ఠ ముద్బధ్నాతి)

రాక్షసః—(విలోక్య) అయే కథ మాత్మాన ముద్బధ్నా త్యయ మహ మివ దుఃఖిత స్తపస్వీ. భవతు. పృచ్ఛా మ్యేనమ్. భద్ర, కిమిద మనుష్ఠీయతే?

పురుషః—(సబాష్పమ్) అజ్జ, జం పిఅవఅస్స విణాస దుఃఖిదో అంహారిసో మందభగ్గో అణుచిట్ఠది. (ఆర్య, యత్ ప్రియ వయస్యవినాశదుఃఖితో ఽస్మాదృశో మన్దభాగ్యో ఽనుతిష్ఠతి.)

రాక్షసః—(ఆత్మగతమ్) ప్రథమ మేవ మయా జ్ఞాతం, నూన మహ మి వాయ మార్త స్తత స్వీతి. (ప్రకాశమ్) హే వ్యసన సబ్రహ్మచారిన్, యది న గుహ్యం నాతిభారికం వా, తతః శ్రోతు మిచ్ఛామి.

పురుషః—అజ్జ, ణ రహస్సం, ణాదిగురుఅం, కిందు ణ సక్కోమి పిఅవఅస్స విణాస దుక్ఖిద హిఅఅం ఎత్తిఅమెత్తం వి మరణస్స కాలహారణమ్ కాదుం. (ఆర్య, న రహస్యమ్ నాతిగురుకమ్. కిం

ధ్నాతి = తన్ను-తనకు-మెడకు ఉరి బిగించుకొనుచున్నాఁడు; అయం = ఇతఁడు, తపస్వీ = పాపము, దీనుఁడు, అహం ఇవ నేనెట్లో అట్లే దుఃఖితః = దుఃఖము కలిగినవాఁడు; కిం ఇదం అనుష్ఠీయతే = ఏమి ఇది—ఈపని-చేయుచున్నావు? యత్ ప్రియవయస్య వినాశాత్ ... ...ఏమనఁగా ప్రియమిత్రుని వినాశమువలన దుఃఖముచెందిన నాబోటివాఁడు ఏమిచేయునో అది. మన్దభాగ్యః = నిర్భాగ్యుఁడు. అహం ఇవ = నావలె, ఆర్తః = వ్యసనము చెందినవాఁడు, వ్యసనబ్రహ్మచారిన్ దుఃఖమున నాతోడివాఁడా, నన్నుం, బోలిన వాఁడా, (సాతరగతివాఁడా), నాతిభారికం = మోయను-భరింపను-తాళను-అలవిపడనిదీ; ప్రియ వయస్య వినాశ దుఃఖిత హృదయః ప్రియమిత్రుని చావుచే దుఃఖము చెందిన హృదయము గలవాఁడను, ఏతావన్మాత్ర అపి=ఈపాటిదైనను

తు న శక్నోమి ప్రియస్యవినాశదుఃఖితహృదయ, ఏతావన్మాత్ర మపి మరణస్య కాలహరణమ్, కర్తుమ్.

రాక్షసః—(నిఃశ్వ స్యాత్మగతమ్) కష్టం! ఏతే సుహృ ద్వ్యసనేషు పర ముదాసీనాః ప్రత్యాదిశ్యామహే వయ మనేన. (ప్రకాశమ్) భద్ర, యది న రహస్యం నాతిగురు త చ్ఛ్రోతు మిచ్ఛామి.

పురుషః—అహో ణిబ్బన్ధో అజ్జస్స! కా గ ఈ? ణివేదేమి. అత్థి దావ ఏత్థణఅరే మణిఅరసెట్ఠీ విహ్ణుదాసో ణామ. [అహో నిర్బన్ధ ఆర్యస్య! కా గతిః? నివేదయామి. అస్తి తావ దత్ర నగరే మణికారశ్రేష్ఠీ విష్ణుదాసో నామ.]

రాక్షసః—(ఆత్మగతమ్) అస్తి విష్ణుదాస శ్చన్దనదాసస్య సుహృత్. (ప్రకాశమ్) కిం తస్య?

పురుషః—సో మమ పిఅవఅస్సో. (స మమ ప్రియవయస్యః)

రాక్షసః—(సహర్ష మాత్మగతమ్) అయే ప్రియవయస్య ఇ త్యాహ. అత్యన్తసన్నికృష్టః సమ్బన్ధః. హన్త. జ్ఞాస్యతి చన్దన దాసస్య వృత్తాన్తమ్. (ప్రకాశమ్) భద్ర, కిం తస్య?

మరణస్య కాలహరణం = (నా)చావునకు జాగుసేఁతను, కష్టం=అయ్యో, పరం ఉదాసీనాః = ఎంతయు (ఇట్లు) ఊరకయుండు (నేను), ప్రత్యాదిశ్యామహే = తిరస్కరింపఁబడుచున్నాను. బ.వ.కు ఏకవచనము అర్థము. నిర్బన్ధః=ఒత్తిడి, అయే=ఆహా,-ప్రియమిత్రము అన్నాఁడు-వీనివలన తనకు అక్కఱయైన విష యము,చందనదాసుని వృత్తాంతము తెలియఁగలదను సంతోషముతో,అత్యన్త... న్ధః = మిక్కిలి చేరువైన సంబంధము. దీనికి చందనదాసుని సంగతి తెలియును పైకి భద్రావానికేమి?

పురుషః — సో సంపదం దిణ్ణాభరణాదివిహవో జలణం పవేసిదుకామో ణఅరాదో ణిక్కన్తో. అహం వి జావ తస్స అసుణిదవ్వం ణ సుణోమి, తావ అత్తాణం ఉబ్బంధిఅ వావాఇదుం ఇమం జిణ్ణుజ్జాణం ఆఅదో. (స సంప్రతి దత్తాభరణాదివిభవో జ్వలనం ప్రవేష్టుకామో నగరా న్నిష్క్రాన్తః. అహ మపి యావ త్తస్య అశ్రోతవ్యం న శృణోమి తావ దాత్మాన ముద్బధ్య వ్యాపాదయితు మిమం జీర్ణోద్యాన మాగతః.)

రాక్షసః — భద్ర, అగ్నిప్రవేశే సుహృదస్తే కో హేతుః?

శ్లో. కి మౌషధపథాతిగై రుపహతో మహావ్యాధిభిః?

పురుషః — ణహి ణహి. (నహి నహి.)

రాక్షసః —

కిమగ్నివిషకల్పయా నరపతే ర్నిరస్తః క్రుధా?

పురుషః — అజ్జ. సంతం పావం సంతం పావం! చందఉత్తస్స జణవదే వ వృశంసాప్రతిపత్తిః. (ఆర్య, శాన్తం పాపమ్ శాన్తం పాపమ్! చన్ద్రగుప్తస్య జనపదే న నృశంసాప్రతిపత్తిః.

దత్త ఆభరణాది విభవః = సొమ్ములు మొదలగు (తన) సంపదను (ఇతరులకు) ఇచ్చివేసినవాఁడై. జ్వలనం ప్రవేష్టుకామః = (నిప్పు) మంటలో చొర(= పడ)-గోరినవాఁడై, యావత్ తస్య అశ్రోతవ్యం న శృణోమి=అతనిం గూర్చిన యా వినఁగూడని-చచ్చినాఁడు అను-మాటను, ఎంతలో వినకుందునో-నాచెవినిఁబడకుండునో, తావత్ = అంతలో-దానికి ముందుగా, వ్యాపాదయితుం చంపుకొనుటకు.

శ్లో ౧౬, కిం ఇతి-ఔషధపథాతిగైః = మందులదారికి మించిన-మందులతో మాన్పరాని, మహావ్యాధిభిః = పెద్దరోగాలచే, ఉపహతః కిం = దెబ్బతిన్నాఁడా, ఉపద్రవము చెందినాఁడా? నరపతిక్రుధా=రాజుకోపముచేత, నిరస్తః, కిం = అన్యాయముగా త్రోయఁబడినాఁడా? చంద్రగుప్త రాజ్యమున అట్టి అన్యాయము లేదు-దాని ప్రస్తావమును చెవిలో పడనిచ్చుటయు పాపము.

రాక్షసః—

అలభ్య మనురక్తవాన్ కథయ కిన్ను నారీజనమ్?

పురుషః—(కర్ణౌపిధాయ) సన్తం పావమ్! అభూమి క్ఖు ఏసో అవిణఅస్స, (శాన్తం పాపమ్! అభూమిః ఖలు ఏష అవినయస్య)

రాక్షసః—

కి మస్య భవతో యథా సుహృద ఏవ నాశో ఽవశః?

పురుషః—అజ్జ అహా కిం. (ఆర్య, అథ కిమ్.)

రాక్షసః—(సావేగ మాత్మగతమ్) చన్దనదాసస్య ప్రియ సుహృ దితి, త ద్వినాశో హుతభుజి ప్రవేశహేతు రితి, యత్సత్యం చలిత మేవాస్తే యుక్త స్నేహపక్షపాతా ద్ధృదయమ్. (ప్రకాశమ్) త ద్వినాశం చ ప్రియసుహృద్వత్సలతయా మర్తవ్యే వ్యవసితస్య సుచరితం చ విస్తరేణ శ్రోతు మిచ్ఛామి.

నృశంసా ప్రతిపత్తి=క్రౌర్యప్రాప్తి, (ప్రవేశము) అలభ్యం=పొందరాని, నారీజనం=స్త్రీని, అనురక్తవాన్ కిన్ను=(కోరి) అనురాగము చెందినాఁడా?... అవినయస్య=దుండగమునకు, అభూమిః ఖలు=చోటుకాదు-(ఇట్లు ప్రస్తావవశముగా చంద్రగుప్త రాజ్యపాలనయొక్క మేలిమియు ప్రజానురాగమును తెలుపఁబడుచున్నవి. రాక్షసునకు) అస్య = వానికి, భవతః యథా=నీకుఁబోలెనే, అవశః=మాన్పవలనిపడని, సుహృదః నాశ ఏవ కిం=మిత్రుని నాశమే యగునా ఏమి?

చికిత్సకు అలవిపడని మహావ్యాధులును, రాజుకోపమును-నిప్పుం బోనియు విసముం బోనియు చావు దండన కలిగించునది, పొందరాని స్త్రీమీఁది మరులును మాన్పుటకు ఉపాయములేని ప్రియమిత్రుని వినాశనము-ఇట్టివి లోకాన ఇట్లు ఆత్మహత్య కావించుకొనుటకు కారణములు, ఇందు ఏది నీకు కారణము అనఁగా మిత్రవినాశము అన్నాఁడు.

సావేగం = తొట్రుపాటుతో, చన్దనదాసస్య ... ... = చందనదాసుని యనుంగు మిత్రమనియు, వాని వినాశము (ఇతని) అగ్ని ప్రవేశ హేతు వనియు-(యత్సత్యం=) నిజముగా, చలితం ఏవ ఆస్తే యుక్త పక్షపాతాత్ హృదయమ్= (నా)హృదయము క్రక్కదలిపోయి యే యున్నది (అ) యుక్తుని (=యోగ్యుని=

పురుషః—అదో అవరం ణ సక్కోమి మందభగ్గో మరణస్స విగ్ఘ ముత్పాదేదుం. [అతః పరం న శక్నోమి మన్దభాగ్యో మర ణస్య విఘ్న ముత్పాదయితుమ్.]

రాక్షసః—భద్ర, శ్రవణీయాం కథాం కథయ.

పురుషః— కా గఈ? కిం కాదవ్వం? ఏసో క్ఖు ణివేదేమి. సుణోదు అజ్జో. [గా గతిః? కిం కర్తవ్యమ్? ఏష ఖలు నివేద యామి. శృణో త్వార్యః.]

రాక్షసః—భద్ర, అవహితోఽస్మి,

పురుషః—అత్థి ఏత్థ ణఅరే పుప్ఫచత్తరవాసీ మణిఆర సెట్ఠీ చందణదాసో ణామ. [అస్తి ఇహా నగరే పుష్పచత్వరవాసీ మణికారశ్రేష్ఠీ చందనదాసో నామ.]

రాక్షసః—(ఆత్మగతమ్) ఏత త్త దపావృత మస్మ చ్ఛోక దీఘాద్వారం దైవేన. హృదయ, స్థిరీ భవ. కిమపితే కష్టతర మాకర్ణనీయమస్తి. (ప్రకాశమ్) భద్ర, శ్రూయతే మిత్రవత్సలః సాధుః. కిం తస్య?

గొప్పవాని) యందలి ప్రీతివలన-తద్వినాశం = వాని చావును, ప్రియసుహృద్వత్సలతయా = ప్రియమిత్రమందు, ప్రీతిగలవాఁ డగుటచేత మర్తవ్యే = చావునందు, వ్యవసితస్య = పూనికగల యాతనియొక్క, సుచరితం = పుణ్యమైన వృత్తాంతమును, విస్తరేణ = వివరముగా, అతః పరం = ఇంతకు ఎక్కువగా, విఘ్నం = అంతరాయమును-శ్రవణీయాం కథాం ఎంతయు వినవలసిన వృత్తాంతమును, ఏషః ఖలు నివేదయామి ఇదిగో చెప్పుచున్నాను కదా, ఏతత్ తత్ ద్వారం = ఇదిగో ఆవాకిలి తెఱవఁబడినది-ఏదనఁగా నాతెంపు లేని దుఃఖముది. కష్టతరం = మిక్కిలియు, ఇంతకన్నను కష్టమైనది, దుఃఖమైనది, పెద్దదుఃఖము, శ్రూయతే-వినఁబడుచున్నది-వినియున్నాను, మిత్రవత్సలః - మిత్రులయందు ప్రీతితోడి దయ గలవాఁడు, సాధుః = మంచివాఁడు. సోఽయం = ఇదిగో,

పురుషః—సో ఏదస్స విష్ణుదాసస్స పిఅవఅస్సో హోది. (స ఏతస్య విష్ణుదాసస్య ప్రియవయస్యో భవతి)

రాక్షసః—(స్వగతమ్) సోఽయ మభ్యర్ణః శోకవజ్రపాతో హృదయస్య.

పురుషః—తదో విష్ణుదాసేణ వఅస్ససిణేహసరిసం అజ్జ విణ్ణవిదో చందఉత్తో. (తతో విష్ణుదాసేన వయస్యస్నేహ సదృశ మద్య విజ్ఞప్త శ్చన్ద్రగుప్తః.)

రాక్షసః—కథయ కి మితి.

పురుషః—దేవ, మహ గేహే కుటుంబభరణపజ్జత్తా అత్థవత్తా అత్థి తా ఏదస్స విణిమఏణ ముంచీఅదు పిఅవఅస్సో చందణదాసో త్తి. (దేవ, మమ గేహే కుటుమ్బభరణపర్యాప్తా ర్థవత్తాస్తి. త దేతస్య వినిమయేన ముచ్యతాం ప్రియవయస్య శ్చన్దనదాస ఇతి.)

రాక్షసః—(స్వగతమ్) సాధు భో విష్ణుదాస, సాధు, అహో దర్శితో మిత్రస్నేహః కుతః

శ్లో. పితౄన్ పుత్రాః, పుత్రాన్ పరవ దభిహింసన్తి పితరో,
యదర్థం సౌహార్దం సుహృది చ విముఞ్చన్తి సుహృదః,

హృదయస్య = (నా) హృదయమునకు, శోక వజ్ర పాతః = శోకంపు పిడుగు పాటు (= దెబ్బ) అభ్యర్ణః = దగ్గఱిపది. వయస్య స్నేహ సదృశం = మిత్రుని యందలి ప్రీతికి తగినట్లుగా, పర్యాప్త అర్థవత్తా = చాలినంత ధనము కలిమి, ఏతస్య వినిమయేన=దీనిని మాఱుపు తీసుకొనుటచేత, దీనిని తీసికొని బదులుగా, ముచ్యతాం=విడువఁబడునుగాక; దర్శితః = చూప(ప్రకటింప)ఁబడినది.

శ్లో. ౧౭. పితౄన్ ఇతి-యదర్థం = దేనికోసము, పితౄన్ = తండ్రులను, పుత్రాః = కొమాళ్లను, పుత్రాన్=కొమాళ్లను, పితరః=తండ్రులును పరవత్ = పరాయివారివలె, అభిహింసన్తి = పైబడి హింసింతురో-చంపుదురో

ప్రియం మోక్తుం తదో్య వ్యసన మివ సదో్య వ్యవసితః
కృతార్థో౾యం సోర్థ౾స్తవ సతి వణిక్త్వే౾పివణిజః. ౧౩

(ప్రకాశమ్) భద్ర, తత స్తథాభిహితేన కిం ప్రతిపన్నం మౌర్యేణ?

పురుషః—అజ్జ, తదో ఏవం భణిదేణ చఁదఉత్తేణ పడిభణిదో సెట్ఠీ విండుదాసో-'ణ మఏ అత్థస్స కారణేణ చందణదాసో సంజమిదో, కిందు పచ్ఛాదిదో అణేణ అమచ్చరక్ఖసస్స ఘరఅణో త్తి బహుసో జాణిదం, తేణ వి బహుసో జాచిదేణ ణ సమప్పిదో తా జది తం సమప్పేది తదో అత్థి సే మొక్ఖో. అణ్ణహా పాణహారో సే దండో' త్తి భణిఅ వజ్ఝట్ఠాణం ఆణవిదో చందణదాసో. తదో జావ వఅస్స చందణదాసస్స అసుణిదవ్వం ణ సుణోమి, తావ (ప్రకాశమ్) భద్ర, గచ్ఛ గ చ్ఛేదానీమ్. శీఘ్రం విష్ణుదాసం

సుహృదః చ = మిత్రులును, సుహృది = మిత్రునియందు, సౌహార్దం = మైత్రిని, విముఞ్చన్తి = విడిచిపెట్టుదురో - పాటింపరో, తత్ప్రియం = అట్టి పియమైన దానిని, వ్యసనం ఇవ = స్త్రీ ద్యూత పానాది దురభ్యాసముఁబోలె, సద్యః మోక్తుం = తత్క్షణమే విడిచిపెట్టుటకు, యః = ఏది, వ్యవసితః = ఉద్దేశింపఁబడినదో, వణిక్త్వే సతి అపి = కోమటితనము (పుట్టుపిసినితనము) ఉన్నప్పటికిని, వణిజః తవ = కోమటివైన నీయొక్క, సః అయం అర్థః = ఆయీధనము, కృతార్థః = ధన్యము.

('పుత్రా దపి ధనభాజాం భీతిః' 'అర్థ మనర్థం' అను మొదలగు ప్రసిద్ధ సూక్తులబడి)లోకాన ధనమునకై ఎంతయనుంగు బంధువులును, నాయనలు కొడుకులు మిత్రులు ఒండొరులం బంపుటకైన తెగించి హింసింతురో, అంత ప్రియమైన యీ ధనము, స్వభావముచేత పిసినిజాతియైన యీ కోమటి విష్ణుదాసునిది మిత్ర రక్షణమునకై లంచముగా రాజునకు ధారవోయను సంకల్పింపఁ (నిశ్చయింపఁ) బడినదే, బళి, అది ధన్యము.

ఇందు అలంకారము కావ్యలింగము, వణిక్కుకు నీకు వణిక్త్వ మున్నను ప్రియుని విడిపింప ఈవ్యవసాయముచే అది కృతార్థము అని హేతువు కలిమిం జెప్పుటచే కావ్యలింగము,

జలణం పవిసామి త్తి సెట్ఠీ విహ్ణుదాసో ణఅరాదో ణిక్కన్దో, అహంపి విహ్ణుదాసస్స అసుణిదవ్వం జావ ణ సుణోమి, తావ ఉబ్బంధిఅ అత్తాణం వావాదేమి త్తి ఇదం జిణ్ణుజ్జాణం ఆఅదో.

(ఆర్య, తత ఏవం భణితేన చన్ద్రగుప్తేన ప్రతిభణితః శ్రేష్ఠి విష్ణుదాసః 'న మ యార్థస్య కారణేన చన్దనదాసః సంయమితః: కిం తు. ప్రచ్ఛాదితో ఽనే నామాత్య రాక్షసస్య గృహజన ఇతి బహుశో జ్ఞాతమ్ తేనాపి బహుశో యాచితే నాపి న సమర్పితః. త ద్యది తం సమర్పయతి త దస్తి అస్య మోక్షః. అన్యథా ప్రాణ హారోఽస్యదణ్డః' ఇతి భణిత్వా, వధ్యస్థాన మానయిత శ్చన్దనదాసః. తతో యావ దస్య చన్దనదాసస్య అశ్రోతవ్యం న శృణోమి, తావ జ్జ్వలనం ప్రవిశా మీతి శ్రేష్ఠి విష్ణుదాసో నగరా న్నిష్క్రాన్తః, అహ మపి విష్ణుదాస స్యాశ్రోతవ్యం యావన్న శృణోమి, తావ దుద్బ న్ధ్యాత్మానం వ్యాపాదయా మీతీమంజీర్ణోద్యాన మాగతః)

రాక్షసః—భద్ర, న ఖలు వ్యాపాదిత శ్చన్దనదాసః?

పురుషః—అజ్జ దావ వావాదీఅది. సో ఖు సంపదం పుణో పుణో అమచ్చరక్ఖసస్స ఘరఅణం జాచీఅది. ణ ఖు సో మిత్తవత్సలదాఏ సమప్పేది, తా ఏదిణా కాలణేణ ణ కరేమి మరణస్స కాలహారణం (అద్య తావ ద్వ్యాపాద్యతే స ఖలు సాంప్రతం పునః

కిం ప్రతిపన్నం = ఏమి చేయఁబడినది? గృహజనః = కుటుంబము. ప్రచ్ఛాదితః = దాపఁబడినది, బహుశః = అనేకవిధములుగా, జ్ఞాతమ్ = ఎఱుగఁబడినది, బహుశః యాచితేన = పలుమాఱు ఇచ్చివేయుము-అప్పగింపుము అని అడుగఁబడి, సీవానిచేత, తత్ అస్తి అస్య మోక్షః-దాన ఇతనికి విడుదల కలుగును, ప్రాణహరః దణ్డః = ప్రాణము తీయు-చంపు-దండన, ఆనయితః = కొనిపోఁబడినాఁడు, అశ్రోతవ్యం = వినఁదగనిది-చంపఁబడినాఁడు అనుట, అద్య తావత్ వ్యాపాద్యతే = ఇదిగో ఇప్పుడు చంపఁబడును.

పున రమాత్యరాక్షసస్య గృహజనం యాచ్యతే. న ఖలు స మిత్ర వత్సలతయా సమర్పయతి. త దేతేన కారణేన న కరోమి మరణస్య కాలహరణమ్.]

రాక్షసః—(సహర్ష మాత్మ గతమ్) సాధు వయస్య చన్దన దాస, సాధు.

శ్లో. శిబే రివ సముద్భూతం శరణాగతరక్షయా
నిచీయతే త్వయా సాధో యశో ఽపి సుహృదా వినా. ౧౮

శ్లో. ౧౮. శిబే రితి—శిబేః ఇవ = శిబి(చక్రవర్తి) కిం బోలె, శరణాగత రక్షయా = శరణుచొచ్చినవానిం గాంచుటచేత, సముద్భూతం = పొడమిన, యశః = యశస్సు, సాధో = ఓయి మంచివాఁడా, త్వయా = నీచేత, సుహృదా వినా అపి = మిత్రము సన్నిధిలోలేకున్నను, నిచీయతే = పెనుప్రోవుగా కూర్చుకొనఁబడుచున్నది, ప్రోవుచేసి కొనఁబడుచున్నది-మొత్తముగా సంపాదింపఁబడుచున్నది

శిబి తన్ను శరణు జొచ్చిన పావురము తనయొడిలోనే యుండి రక్షణం గోరుచుండఁగా, దానిం గావ, డేగ మేఁతకు తన దేహమునే పెట్టఁ బూనెను, నీయింట నాకుటుంబమును ఉంచి నీవలని రక్షణంగోరిన నేను లేకున్నను, దానిం గావ నిట్లు సమకట్టి శిబిని మించిన యశము పెనుప్రోవుఁగా నీచేత సంపాదింపఁ బడినదయ్యా,

ఇందు అలంకారము ఉపమ. శిబికిం బోలె-అని పోలికం జెప్పుటచేత. సుహృదా వినా-మిత్రము రాక్షసుఁడు సన్నిధానమున లేకున్నను-అని వ్యతిరేకధ్వనియు, శిబికి శరణాగతరక్షచే(వినా =) పక్షిచేత సముద్భూతం యశః, త్వయాపి-అని యొక యన్వయము-శిబికి శరణాగతరక్షణచే కలిగినయశము అవినా(దీనులకు) నాథుఁడవు (సుహృదా) మిత్రమవు ఐన నీచేతను పెంపొందిఁపఁబడుచున్నది-అనియొక యన్వయము. ఈరెండును అపి సుహృదా వినా = మిత్రుఁడు సన్నిధిని లేకున్నను-అను వ్యతిరేక ధ్వనితోడి దానికన్నను శ్రేయములు గావు అవి = దీనరక్షకుడు, దొర అని నిఘంటువులు ఉన్నవిలే.

జ్వలనప్రవేశా న్నివారయ. అహ మపి చన్దనదాసం మరణా న్మోచయామి.

పురుషః—అహ ఉణ కేణ ఉవాపణ తుమం చందనదాసం మరణాదో మోచేసి. (అథ పునః కే నోపాయేన త్వం చన్దనదాసం మరణా న్మోచయసి?

రాక్షసః—(ఖడ్గ మాకృష్య) న న్వనేన వ్యవసాయ సుహృదా నిస్త్రింశేన. పశ్య

శ్లో. నిస్త్రింశో ఽయం సజలజలదవ్యోమ సఙ్కాశమూర్తి
ర్యుద్ధశ్రద్ధా పులకిత ఇవ ప్రాప్తసఖ్యః కరేణ
సత్త్వోత్కర్షాత్ సమరనికషే దృష్టసారః పరైర్మే
మిత్రస్నేహా ద్వివశ మధునా సాహసే మాం నియుఙ్క్తే

గచ్ఛ గచ్ఛ - పో పో – త్వరగా విష్ణుదాసుని నిప్పుమంటలో పడకుండ ఆఁపు, అహం అపి = నేనును – మరణాత్ = చావునుండి, మోచయామి = విడిపింతును కేన యుపాయేన = ఏయుపాయముచేత, నను = ఓయి, వ్యవసాయసుహృదా = ఆపూనికలో (సాయపడు) మిత్రమైన, నిస్త్రింశేన = కత్తితో—కేవలము కత్తిసాయముతోనే—అట్టివీరుఁడు తాను.

శ్లో. ౧౯ నిస్త్రింశః = ఇతి —అయం నిస్త్రింశః = ఈ కత్తి, సజల జలద...... ర్తిః = నీటిమేఘాలు గల ఆకాశముం బోలిన యాకారముగలది, పా – విగత... = మేఘాలులేని యాకసముంబోలిన యాకారముగలది, యుద్ధశ్రద్ధా పులకిత ఇవ = యుద్ధమందలి ప్రీతితోడి యక్కరచేత (సంతోషముచేతం బోలె) తళతళలాడుచున్నదే, కరేణ ప్రాప్తసఖ్యః = చేతితో పొందు పొందినదై, సత్త్వ ఉత్కర్షాత్ = బలాతిశయమువలన, సమర నికషే = యుద్ధాలయొరగంట, మే పరైః = నా శత్రులచేత, దృష్టసారః = ప్రత్యక్షీకరించుకొనఁబడిన మేలిమి (= వన్నె, బలము) గలది, మాం = నన్ను, మిత్రస్నేహాత్ = మిత్రునియందలి స్నేహమువలన, వివశం = అవశుని, ఒడలుమఱచి యున్నవానిని, సాహసే = త్వరదక్షణకైన తెగువపనియందు—అడ్డమైన వారినెల్ల చంపుచువానిం గాంచుటయందు, అధునా = ఇపుడు, నియుఙ్క్తే = పనుచున్నది.

పురుషః—అజ్జ, ఏవం సెట్ఠి చందణదాస జీవిద ప్పదాణ పిసుణిదం విసమ దసా విసాక నిపడితం సాధు ణ సక్ణోమి తుమం ణిణ్ణీఅ పడివత్తుం, కిం సుగిహీదణామ హేయా అమచ్చరక్ఖసపాదా తుమ్హే! దిట్ఠియా దిట్ఠా! (ఇతి పాదయోః పతతి)

[ఆర్య, ఏవం శ్రేష్ఠి చన్దనదాస జీవిత ప్రదాన పిశునితం విషమ దశా విపాక నిపతితం సాధు న శక్నోమి త్వాం నిర్ణీయ ప్రతిపత్తుం. కిం సుగృహీతనామధేయా అమాత్యరాక్షసపాదా యూయం! దిష్ట్యా దృష్టాః!]

రాక్షసః — ఉత్తిష్ఠోత్తిష్ఠ. అల మిదానీం కాలహరణేన. నివేద్యతాం విష్ణుదాసాయ 'ఏష రాక్షస శ్చన్దనదాసం మరణా న్మోచయతి' ఇతి. [నిస్త్రింశో ఉయం (VI - ౧౯) ఇతి పఠన్ ఆకృష్య ఖడ్గం పరిక్రామతి]

మబ్బులేని నిర్మలాకాశమునకు వాటి రూపము గల యీకత్తి (ఒరనుండి దూయఁగానే) తళతళమనుచు యుద్ధమందలి ప్రియంపుఁ గోర్కెచే పులకలుదాల్చి నదియుం బోలెనున్నట్టిది, నాచేతం బూనఁబడినది. నాశత్రువులు దాని మేలిమిని-బలమును, యుద్ధాలలో, బంగారును ఒరగంటంబోలె, కనియున్నారు మఱి నేను చందనదాస మరణవృత్తాంతమును విని, వానికైన స్నేహమువలన ఇపుడు ఒడలు తెలియకయేయున్నాను! అట్టినన్ను, ఊఁ, కాని, అని ఇది తెగువకుం బనుచుచున్నది

ఇందు అలంకారము '... సంకాశమూర్తిః, అనుటచే ఉపమయు; 'పులకిత ఇవ' అను సంభావనచే ఉత్ప్రేక్షయు; 'సమరనికష' మని రూపకమును.

పిశునితం=సూచింపఁబడిన, విషమ దశావిపాక నిపతతిం=ప్రతికూలమైన విధి కలిగించిన గతిలో పడిన, త్వాం నిర్ణీయ ప్రతిపత్తుం = నిన్ను నిశ్చయించి యెఱుంగను, సాధు న శక్నోమి = చక్కఁగా శక్తుఁడనుగాక యున్నాను. కిం-అమాత్య రాక్షసపాదాః...=ఏమి-రాక్షసమంత్రిగారా తమరు? దిష్ట్యా దృష్ట్యా-ఏమి నా యదృష్టము! ఎంత సంతోషము! అగపడితిరే! ఏష రాక్షసః = వీఁడుగో రాక్షసుఁడు, సన్దేహ నిర్ణయేన = సందేహమును తీర్చ

పురుషః—తా క రేహి మే పసాదం సందేహణ్ణిపణ. [తత్కురు మే ప్రసాదం సందేహ నిర్ణయేన]

రాక్షసః—సో ఒహ మనుభూతభర్తృవినాశః సుహృద్విపత్తిహేతు రనార్యో దుర్గృహీత నామధేయో యథార్థో రాక్షసః!

పురుషః—(సహర్షం పునః పాదయోః పతిత్వా) హీ హీమాణహే? దిట్ఠిఆ దిట్ఠోసి. పసీదంతు అమచ్చపాదా. అత్థి దావ ఎత్థ పఢమం చందఉత్తహదఏణ అజ్జసఅడదాసో వజ్ఝట్ఠాణం ఆణత్తో. సో అ వజ్ఝట్ఠాణదో కేణ వి అవహారిఅ దేసంతరం ణీదో, తదో చందఉత్తహదఏణ కీస ఏసో ప్పమాదో కిదో త్తి అజ్జసఅడదాసే సముజ్జలిదో కోవవహ్ణీ ఘాదఅజణ ణిహాణేణ నివ్వావిదో. తదో పహుది ఘాదఆ జం కం వి గిహిదసత్థం అపువ్వం పురుసం పిట్ఠదో వా అగ్గదో వా పేక్ఖంతి, తదో అత్తణో జీవిదం పరిక్ఖంతో అప్పమత్తా వజ్ఝట్ఠాణే వజ్ఝం వావాదేంతి. ఏవం చ దిహిదసత్థేహిం గచ్ఛంతేహిం సెట్ఠి చిందణదాసస్స వహో తువరిదో హోది. (నిష్క్రాన్తః)

[ఆశ్చర్యమ్. దృష్ట్యా దృష్టో ఒసి. ప్రసీద న్త్వమాత్య పాదాః. అస్తి తావ దత్ర ప్రథమం చన్ద్రగుప్తహతకేన ఆర్య శకటదాసో వధ్యస్థాన మాజ్ఞప్తః స చ వధ్యస్థానాత్ కే నా ప్యపహృత్య దేశాన్తరం నీతః. తత శ్చన్ద్రగుప్తహతకేన కస్మా దేష ప్రమాదః కృత ఇతి ఆర్యశకటదాసే సముజ్జ్వలితః కోపవహ్ని

టచే. ప్రసాదం కురు = అనుగ్రహింపుము సః అహం=వాఁడనే నేను. దుర్గృహీత నామధేయః=నాపేరుం బల్కుట పాపమునకే-యథార్థః రాక్షసః = నిక్కంపు రక్కసుఁడను - క్రూరుఁడను అనుట. అనార్యః = చెడ్డవాఁడను, క్షుద్రుఁడను,......ఆ పాడు చంద్రగుప్తిగానిచేత శకటదాసయ్య కొఱకళ్లానికిం (గొంపోవ) ఆజ్ఞాపింప బడినాడు. వాఁడు ఎవనిచేతనో మోసముగా తీసికొని దేశాంతరము చేర్పఁ (=కొనిపోఁ)బడినాఁడు. ప్రమాదః=తెలియని పొరపాటు,

ర్ఘాతకజననిధనేన నిర్వాపితః. తతః ప్రభృతి ఘాతకా యం కమపి గృహీతశస్త్ర మపూర్వం పురుషం పృష్ఠతో వా అగ్రతో వా ప్రేక్షన్తే, త దాత్మనో జీవితం పరిరక్షన్తో ఽప్రమత్తా వధ్యస్థానే వధ్యం వ్యాపాదయన్తి. ఏవం చ గృహీతశస్త్రై రమాత్యపాదై ర్గచ్ఛద్భిః శ్రేష్ఠి చందనదాసస్య వధ స్త్వరాయితో భవతి.]

రాక్షసః— (స్వగతమ్) అహో దుర్బోధ శ్చాణక్యవటో ర్నీతిమార్గః, కుతః.

శ్లో. యది చ శకటో నీతః శత్రో ర్మతేన మ మాన్తికమ్
కి మితి నిహతః క్రోధావేశా ద్వధాధికృతో జనః?
అథ న కృతకం తాదృక్కష్టం కథం ను విభావయేద్?
ఇతి మమ మతిస్తర్కారూఢా న పశ్యతి నిశ్చయమ్.

(విచిన్త్య) ౨౦

...వహ్నిః=...నిప్పు, నిర్వాపితః=చల్లార్చఁబడినది. గృహీతశస్త్రం=ఆయుధము కైకొన్న, అపూర్వం పురుషం=కొత్త జనుని, ఆత్మనః జీవితం పరిరక్షన్తః=తను ప్రాణమును గాచుకొనువారై, అప్రమత్తాః=ప్రమాదపడనివారై, జాగరూకులై ఉన్నారు. దుర్బోధః=ఎఱుంగరాకయున్నది, కుతః=ఏలయన

శ్లో. ౨౦. యదీతి - శకటఃచ = శకటుఁడును, శత్రోః = శత్రువుయొక్క-మౌర్యునియొక్క-మతేన=ఇచ్చచేత, మమఅన్తికం=నాకడకు, నీతః యది = కొనిరాఁబడెనేని, క్రోధావేశాత్ = కోపముచే ఆవేశింపఁబడి - ఒడలు మఱచినయట్టి కోపముతో-వధాధికృతః, జనః=కొలచేయు అధికారమున ఉన్నవారు, కిమితి=ఏమని-ఏల, నిహతః=చంపఁబడినారు? అథ న =మఱి అట్లు కాదు, అట్లు జరిగియుండదు అనుకొన్న. కృతకం=అసత్యమైన, తాదృక్ కష్టం=అట్టి పాపిష్టపు పనిని, కథం ను=ఎటువలె, విభావయేత్ = తలపోయును, చేయఁదగిన దనియెంచును?-ఇతి=ఇట్లు, మమ మతిః = నాబుద్ధి, తర్కారూఢా=ఊహాలకుం జొచ్చినదై, (=ఎక్కినదై) నిశ్చయం=నిర్ణయమును, న పశ్యతి=కాంచకున్నది.

శ్లో. నాయం నిస్త్రింశకాలః ప్రథమ మిహ కృతే
ఘాతకానాం విఘాతే;
నీతిః కాలాన్తరేణ ప్రకటయతి ఫలం,
కిం తయా కార్యమత్ర ?

శకటవాసు నాకడకు కొనిరాఁబడుట శత్రుమౌర్యునియనుమతితో— వానినీతి ప్రయోగపు మోసముచేత-అని యనుకొందునాయన్న, అప్పటికి వానిని తప్పించుకొన నిచ్చినారని, జాగ్రత్త చాలక యుండినారని, తమ నౌకరిలో తప్పుచేసినా రని ఆ కొలచేయు ఉద్యోగమున వ్యాపృతులు ఆ కోపముతో ఏల చంపఁబడుదురు? కాదు, కాదు, అట్లు జరిగియుండదు అనియనుకొన్న మోసపుటాపాపిష్ఠపుఁ బని - ఇటువంటి జాబు వ్రాసి అట్లు నామోహరును వేయుట యను దానిని, మనసున తలపోయుటకైన తగనిదానిని, శకటుఁడు ఎట్లు మనసునకుం దెచ్చుకొని చేసియుండును? అని యిట్లు ఊహలువేయుచు నిశ్చయించుకొనఁజాల కున్నాను

రాక్షసునికడకు శకట సిద్ధార్థకులు పాటలినుండి ఒక్కటిగా రక్షితుఁడుగాను రక్షకుఁడుగాను రాక్షసాప్తులుగా వచ్చినారు. అట్లే ఉండినారు. కడపట శకటుని వ్రాతతోడి జాబుతో సిద్ధార్థకుఁడు పట్టుబడఁగా ఇద్దరు తోడుదొంగలు, చంద్రగుప్తునివారు యని యనుకొన్నాఁడు. అట్లే ఐన వారిరువురును చంద్రగుప్త ప్రయుక్తులే ఐన ఆశకటుని సిద్ధార్థకుఁడు చావుతప్పించి కొనిపోవుటయు చంద్రగుప్త ప్రయోగమునం జేరినది కావలదా? అప్పుడు చంద్రుఁడు అఘాతుకుల నేల చంపించును? కాకున్న శకటుఁడు అఘాతుకపు-సర్వాబద్ధపు-జాబును ఎటువలె వ్రాయును-అని రాక్షసునికి తీఱని యాందోళన.

శ్లో ౨౧. నేతి-ప్రథమం = తొలుతనే ముందుగానే, ఇహ=ఇట= ఈ విషయమున, ఘాతకానాం = ఘాతకులయొక్క - అనఁగా వారుచేయు-విఘాతే=చంపుట, కృతే=కలుగఁగా-కలుగునుగావున యనుట-అయం=ఇది, నిస్త్రింశకాలః=కత్తికి (తగిన) సమయము, న = కాదు, నీతిః - నీతి - నీతిని ప్రయోగించునా యన్న కాలాన్తరేణ=మఱియెప్పుడో ఫలం=దానిప్రయోజనమును, ప్రకటయతి=వెలయింపను, వెలువరించును-తయా=దానితో అత్ర=

ఔదాసీన్యం న యుక్తం ప్రియసుహృది గతే
　　మత్కృతా మేవ ఘోరాం
వ్యాపత్తిం, జ్ఞాత, మస్య స్వతను మహ మిమాం
　　నిష్క్రియం కల్పయామి. ౨౧

ఇందు కిం కార్యం=ఏమి పని. ఏమి చేయఁదగును? ఔదాసీన్యం=(ఏమియు చేయక) ఊరకుండుట, న యుక్తం = కూడదు; ప్రియసుహృది=(నా) అనుంగు మిత్రము, మత్కృతాం ఏవ = నా చేతనే కావింపఁబడిన - కలిగింపఁబడిన, ఘోరాం = భయంకరమైన, వ్యాపత్తిం = ఆపదను=బాపును, గతే=పొందియుండఁగా; (ఇట్లు అన్ని తెఱఁగులను ఆలోచించి తలపోసికోనఁగా) జ్ఞాతం= ఎఱుంగఁబడినది (-నిశ్చయము తేలినది.) అస్య=వీనికి, అహం=నేను, ఇమాం స్వమతం=ఈనాదేహమును నిష్క్రియం = లంచముగా-కొనఁజాలిన వెలగా, కల్పయామి=కావింతును.

ముందుగానే ఘాతకులు చంపుట పొసఁగ నున్నందున, ఇదికత్తికి(ప్రయోగించుటకు) తగిన కాలము గాదు. ఏదేని నీతిని ప్రయోగింతు నాయన్న, దానికి ప్రయోజనము ఎప్పటికో, ఇంతలో ఇక్కడ చందనుఁడు ముగిసి పోవును. కావున అదియు పనికిరాదు. నేను రాక్షసుఁడను వీరుఁడను, నేను గావింపఁదగినది మొదటిది కత్తిదూయుట: నేను మంత్రిని కావింపఁదగినది రెండవది ఉపాయములను నీతిచే ఆలోచించి ప్రయోగించుట. ఇవి రెండును ఇపుడు పనికిరావు మఱేమి యనఁగా నాదేహమునే లంచముగా ఇచ్చివేయుట. నేను శత్రువుచేతికి చిక్కిపోవుదును అంతే.

ఈ యంకమున రాక్షసుఁడు ఎల్ల విధముల భగ్నుఁడును ఎల్లరచేతను త్యక్తుఁడు నై పాటలిపురపు బాడుతోఁటకు చేరినాఁడు, కత్తితో ఘాతకుల నఱికి చందనదాసును రక్షింతు నని మఱి తన కత్తి చందనదాసును మునుఁగానే చంపించును అని విని, దానిని పాఱవైచి కుదురుగా చందనదాసును విడిపింప చంద్రగుప్తునికి ఆత్మసమర్పణము చేయుదునని నిశ్చయించుకొన్నాఁడు ఎట్లన.-

శ్లో. నాయం నిస్త్రింశకాలః ప్రథమ మిహా కృతే
 ఘాతకానాం విఘాతే;
నీతిః కాలాన్తరేణ ప్రకటయతి ఫలం,
 కిం తయా కార్యమత్ర ?

శకటదాసు నాకడకు కొనిరాఁబడుట శత్రుమౌర్యునియనుమతితో— వానినీతి ప్రయోగపు మోసముచేత-అని యనుకొఁదునాయన్న, అప్పటికి వానిని తప్పించుకొన నిచ్చినారని, జాగ్రత్త చాలక యుండినారని, తమ నౌకరిలో తప్పుచేసిరా రని అ కొలచేయు ఉద్యోగమున వ్యాపృతులు అ కోపముతో ఏల చంపఁబడుదురు? కాదు, కాదు, అట్లు జరిగియుండదు అవియనుకొన్న మోసపు టాపాపిష్ఠవ్రుఁ బని - ఇటువంటి జాబు వ్రాసి అట్లు నామోహరును వేయుట యను దానిని, మనసున తలపోయుటకైన తగనిదానిని, శకటుఁడు ఎట్లు మనసునకుం దెచ్చుకొని చేసియుండును? అని యిట్లు ఊహలువేయుచు నిశ్చయించుకొనఁజాల కున్నాను.

రాక్షసునికడకు శకట సిద్ధార్థకులు పాటలినుండి ఒక్కటిగా రక్షితుఁడు గాను రక్షకుఁడుగాను రాక్షసాప్తులుగా వచ్చినారు. అట్లే ఉండినారు. కడపట శకటుని వ్రాతతోఁడి జాబుతో సిద్ధార్థకుఁడు పట్టుబడఁగా ఇద్దరు తోడుదొంగలు, చంద్రగుప్తునివారు యని యనుకొన్నాఁడు. అట్లే ఐన వారి రువురును చంద్రగుప్త ప్రయుక్తులే ఐన ఆశకిటుని సిద్ధార్థకుఁడు చావుతప్పించి కొనిపోవుటయు చంద్రగుప్త ప్రయోగమునం జేరినది కావలదా? అప్పుడు చంద్రుఁడు ఆఘాతుకుల నేల చంపించును? కాకున్న శకటుఁడు అఘాతుకపు- సర్వాబద్ధపు-జాబును ఎటువలె వ్రాయును-అని రాక్షసునికి తీఱని యాందోళన.

శ్లో. ౨౧. నేతి-ప్రథమం = తొలుతనే ముందుగానే, ఇహ=ఇట= ఈ విషయమున, ఘాతకానాం = ఘాతకులయొక్క - అనఁగా వారుచేయు- విఘాతే=చంపుట, కృతే=కలుగఁగా-కలుగునఁగావున యనుట-అయం=ఇది, నిస్త్రింశకాలః=కత్తికి (తగిన) సమయము, న = కాదు; నీతిః - నీతి - నీతిని ప్రయోగింతునా యన్న కాలాన్తరేణ=మఱియెప్పుడో ఫలం=దానిప్రయోజనము, ప్రకటయతి=వెలయించును, వెలువరిచును-తయా=దానితో అత్ర=

ఔదాసీన్యం న యుక్తం ప్రియసుహృది గతే
మత్కృతా మేవ ఘోరాం
వ్యాపత్తిం, జ్ఞాత, మస్య స్వతను మహ మిమాం
నిష్క్రియం కల్పయామి. ౨౧

ఇందు కిం కార్యం=ఏమి పని, ఏమి చేయఁదగును? ఔదాసీన్యం=(ఏమియు చేయక) ఊరకుండుట, న యుక్తం = కూడదు; ప్రియసుహృది=(నా) అనుంగు మిత్రము, మత్కృతాం ఏవ = నా చేతనే కావింపఁబడిన - కలిగింపఁబడిన, ఘోరాం = భయంకరమైన, వ్యాపత్తిం = ఆపదను=చావును, గతే=పొందియుండఁగా, (ఇట్లు అన్ని తెఱఁగులను ఆలోచించి తలపోసికొనఁగా) జ్ఞాతం=ఎఱుంగఁబడినది (-నిశ్చయము తేలినది.) అస్య=వీనికి, అహం=నేను, ఇమాం స్వమతం=ఈనాదేహమును నిష్క్రియం = లంచముగా-కొనఁజాలిన వెలగా, కల్పయామి=కావింతును.

ముందుగా నే ఘాతకులు చంపుట పొసఁగ నున్నందున, ఇదికత్తికి(ప్రయోగించుటకు) తగిన కాలము గాదు ఏదేని నీతిని ప్రయోగింతు నాయన్న, దానికి ప్రయోజనము ఎప్పటికో, ఇంతలో ఇక్కడ చందనుఁడు ముగిసిపోవును. కావున అదియు పనికిరాదు. నేను రాక్షసుఁడను వీరుఁడను, నేను గావింపఁదగినది మొదటిది కత్తి దూయుట: నేను మంత్రిని కావింపఁదగినది రెండవది ఉపాయములను నీతిచే ఆలోచించి ప్రయోగించుట. ఇవి రెండును ఇపుడు పనికిరావు. మఱేమి యనఁగా నాదేహమునే లంచముగా ఇచ్చివేయుట. నేను శత్రువుచేతికి చిక్కిపోవుదును అంతే.

ఈ యంకమున రాక్షసుఁడు ఎల్ల విధముల భగ్నుఁడును ఎల్లరచేతను త్యక్తుఁడు నై పాటలిపురపు బాడుతోఁటకు చేరినాఁడు, కత్తితో ఘాతకుల నటికి చందనదాసుచు రక్షింతు నని మఱి తన కత్తి చందనదాసును మునుఁగానే చంపించును అని విని, దానిని పాఱవైచి కుదురుగా చందనదాసును విడిపింప చంద్రగుప్తునికి ఆత్మసమర్పణము చేయుదునని నిశ్చయించుకొన్నాఁడు ఎట్లన.-

ఇతి నిష్క్రాన్తాః సర్వే.

ముద్రారాక్షస నాటకే కపటపాశో నామ

షష్ఠాఙ్కః

మలయకేతు రాక్షసుం దఱిమి తన్మిత్ర మ్లేచ్ఛరాజులం జంపించినాఁడు. తక్కిన వానితట్టువారు దానిని ఓర్వక, వానిం ఏవగించుకొని, ఎదురుతిరిగి వానిం బట్టి ఖైదుచేసినారు. రాక్షసుఁడు కుసుమపురముం జేరును. చాణక్యుని వేఁగు ఉదుంబరుఁడు వానిం గనిపెట్టియే యున్నాఁడు. రాక్షసుఁడు జీర్ణోద్యానమున కూర్చుండి చందనదాసుగతిం దలపోసి కొనుచుండఁగా ఒక్కనివలన చందనదాసుగతిని వినును. చాణక్యునివాఁడైనవాఁడు కత్తికారణముచే చందనుని చావు మునుగాఁ జరుగుననియు చెప్పును. రాక్షసుఁడు కత్తిం బారవైచి చందనదాసుని వెదుకుచుం బోవును.

ఇతి షష్ఠాఙ్కః—ఆఱవయంకము ముగిసినది.

సప్తమాఙ్కః

(తతః ప్రవిశతి చణ్డాలః)

చణ్డాలః—ఓసలేహ, ఓసలేహ! అవేహ, అవేహ! [అపసరత, అపసరత. ఆపేత, అపేత.]

శ్లో. జఇ ఇచ్ఛహ లక్ఖిదవ్వే ప్పాణే విహవే కు లే కలత్తే అ
తా పలిహాలహ విసమం లాఆపత్థం సుదూలేణ. ౧

[యది ఇచ్ఛత రక్షితవ్యాః ప్రాణా విభవః కులం కలత్రం చ
తత్పరిహరత విషమం రాజాపథ్యం సుదూరేణ.]

అవి అ-

శో. హోది పులిసస్స వాహీ మలణం వా సేవిదే అపత్థమ్మి
లాఆపత్థే ఉణ సేవిదే సఅలం వి కులం మలది. ౨

అపసరత=పొందు ఆవలికి, అపేత=ఆవలికిపొండు.

శో. ౧ యది ఇతి-ప్రాణాః=ప్రాణము, విభవః=సంపద, కులం=ఇల్లు, వంశము, కళత్రం చ = భార్యయు, రక్షితవ్యాః=రక్షింపఁబడవలసినవిగా, యది ఇచ్ఛేత=కోరుదురేని, తత్=దాన, విషమం=కష్టముల పాలుసేయు, (భయంకరమగు), రాజాపథ్యం=రాజునెడ అపరాధమును, రాజద్రోహమును, సుదూరేణ=మిక్కిలి దూరముగా, బొత్తిగా, పరిహరత=మానుఁడు.

మీరు మిమ్ము మీవానిని చక్కఁగా కాపాడుకొనవలయు నని కోరుదురు, రాజద్రోహమును బొత్తిగా మానుఁడు.

శ్లో. ౨. భవతీతి-పురుషస్య = మానిసికి, అపథ్యే = హితముగాని ఆహారము, సేవితే=కొనఁబడునేని, తినఁబడునేని, వ్యాధిః=రోగమో, మరణం వా=

[భవతి పురుషస్య వ్యాధి ర్మరణం వా సేవితే అపథ్యే
రాజాపథ్యే పునః సేవితే సకల మపి కులం మ్రియతే]

తా జది ణ పత్తిజ్జహ తా పవహ పేక్ఖహ ఏఅం లాఅపత్థకారిణం సెట్ఠి చందణదాసం సఉత్తకలత్తం వజ్ఝట్ఠాణం ణీయమాణం. (ఆకాశే శ్రుత్వా) అజ్జా, కిం భణహ 'అత్థి సే కోవి మోక్ఖోవాఓ' త్తి, అజ్జా, అత్థి, అమచ్చరక్ఖసస్స ఘరఅణం జఇ సమప్పేది. (పునరాకాశే) కిం భణహ 'ఏసే సలణాగదవచ్ఛలే అత్తణో జీవిదమేతస్స కాలణే ఇదిసం అకజ్జం ణ కలిస్సది' త్తి, అజ్జా, తేణ హి అవధాలేహ సే సుహం గదిం. కిం దాణిం తుమ్హాణం ఎత్థ పడిఆరవిఆరేణ.

[తద్యది న ప్రతీథ, తదత్ర ప్రేక్షధ్వ మేనం రాజాపథ్యకారిణం శ్రేష్ఠిచన్దనదాసం సపుత్రకలత్రం వధ్యస్థానం నీయమానమ్. ఆర్యాః, కిం భణథ - 'అస్త్యస్య కో௨పి మోక్షోపాయ, ఇతి. ఆర్యాః, అస్తి, అమాత్యరాక్షసస్య గృహజనం యది సమర్పయతి -

---

చావో. రాజపథ్యే పునః = మఱి రాజద్రోహము, సేవితే = చేయఁబడునేని, సకలం అపి కులం=కులమంతయు, (ఇంటివారంతఱు) మ్రియతే=చచ్చును.

తక్కిన హితవుకాని వస్తువుల సేవించుటం బోనిది కాదు, రాజాంథ్యము, అని(సేవించిన వానికి మాత్రము) రోగకారణమో, ప్రాణహరమో, రాజద్రోహమోయన-సర్వ కుటుంబ నాశకము.

తత్ యది న ప్రతీథ-దానిని నమ్మరేని, తత్=దాన, అత్ర ప్రేక్షధ్వం ఏవం...=ఇటు చూడుఁడు. వీఁడుగో రాజద్రోహము చేసి, (దాన) కొడుకుతోను భార్యతోను చంపుచోటికి తీసుకొనిపోఁబడుచున్నాఁడు, చందనదాసుఁడు. ఆర్యాః......అయ్యలారా, ఏమిచెప్పుచున్నారు, వీనికి ఏదేని తప్పించుకొను ఉపాయము కలదా అనియా?...కలదు, రాక్షసమంత్రి కుటుంబమును అప్పగించునేని-ఏమి చెప్పుచున్నారు, వీఁడు శరణాగతులఁబ్రోచుదయ ప్రీతి గలవాఁడు, తన ప్రాణ మాత్రకోసము, అట్టి కార్యమును, ఆశ్రితులను రాజున కప్పగించు

కిం భణథ, ఏష శరణాగతవత్సల ఆత్మనో జీవితమాత్రస్య కారణే ఈదృశ మకార్యం న కరిష్య తీతి? ఆర్యాః, తేన హి అవధారయ తాస్య సుఖాం గతిమ్. కి మిదానీం యుష్మాక మత్ర ప్రతీకార విచారేణ ?

(తతః ప్రవిశతి ద్వితీయచణ్డాలానుగతో వధ్యవేశధారీ
శూలం స్కన్ధే నాదాయ కుటుమ్బిన్యా పుత్రేణ
చానుగమ్యమాన శ్చన్దనదాసః)

చన్దనదాసః—(సబాష్పమ్) హద్ధీ హద్ధీ ! అహ్మారిసాణాం వి ణిచ్చం చారిత్త భంగ భీరూణం చోరజణోచిదం మరణం హోది త్తి ణమో కిదంతస్స. అహవా ణిసంసాణం ఉదాసీణేసు ఇదరేసు వా విసేసో త్థి? తహ హి—

టను, చేయఁజాలఁడనియాః అట్లేని వీని సుఖంపుగతిని పరికింపుఁడు-ఇతనియెడ మీకెందులకు ప్రతీకార విచారణః (తప్పించు నుపాయమును అరయుట మీకెందులకు) వధ్యవేశధారీ=చంపఁబడు (రాజాపరాధియైన) వానియొక్క వేషమును ధరించినవాఁడు, శూలం=కొఱ్ఱుకు (దేనిని వాఁడు ఎక్కింపఁబడవలయునో దానిని) మూపున పెట్టుకొని, భార్యయు కొడుకును వెంటవచ్చుచుఁడ చందన దాసుఁడు ప్రవేశించును.

వధ్యవేశధారీ-ఇత్యాది.

చూ. మృచ్ఛకటి.

1. ౬. సర్వేగాత్రేషు విన్యస్తైః
రక్తచన్దన హస్తకైః
పిష్ట చూర్ణావకీర్ణ శ్చ
పురుషోహం పశూకృతః.

౩1. అంసేన బిభ్రత్ కరవీరమాలాం
స్కన్దేన శూలం హృదయేన శోకమ్
ఆఘాత మద్యాహ మనుప్రయామి...

[హాధిక్, హాధిక్, అస్మాదృశానా మపి సత్య చారిత్ర భఙ్గ భీరూణాం చోరజనోచితం మరణం భవతీతి నమః కృతా న్తస్య, అథ వా న నృశంసానాం ఉదాసీనేషు వా విశేషోఽ స్తి. తథాహి]

శ్లో. మోత్తూణం ఆమిసాఇం మరణభఏణ తిణేహి జీవ న్తం
వాహాణం ముద్ధహారిణం హంతుం కో ణామ ణిబ్బంధో. 3

[ముక్త్వా ఆమిషాణి మరణభయేన తృణై ర్జీవ న్తమ్
వ్యాధానాం ముగ్ధహారిణం హన్తుం కో నామ నిర్బన్ధః?]

(సమన్తా దవలోక్య) భో పిఅవఅస్స విష్ణుదాస, కహం పడివఅణం వి ణ మే పడివజ్జసి. అహ వా దుల్లహో తేక్ఖు మాణసా జే ఏదస్సిం

హా ధిక్=ఇసీ! ఇస్సిరో! నిత్యం చారిత్ర భంగ భీరూణాం=శీలమునకు భంగము కలుగునో అని ఎప్పుడు భయపడుచుండువారికి సయితము, చోర జన ఉచితం=దొంగలకు తగిన, మరణం=చావు కృతా న్తస్య నమః=దైవమునకు-విధికి నమస్సు! అథవా=అట్లననేల?=(అందులకు సందియ మెందులకు?) నృశంసానాం = క్రూరులకు. ఉదాసీనులయెడను, అట్టివారు కాని (అపరాధులయెడను) భేదము లేదు. తథాహి = అట్లేగదా.

శ్లో. 3. ముక్త్వేతి - మరణ భయేన = చావువలని భయముచేత, ఆమిషాణి = మాంసములను, ముక్త్వా = మాని, తృణైః = గరికలతో, జీవన్తం పొట్టపోసికొను; ముగ్ధహరిణం = ఏమియు నెఱుఁగని, ఊరకయే బెదరు జింకను, హన్తుం = చంపుటకు వ్యాధానాం = వేఁటరులకు, కో నామ నిర్బన్ధః = ఏమని నిర్బంధము?

ఇందు అలంకారము అప్రస్తుత ప్రశంస. ఈవ్యాధ మృగ ప్రశంస ప్రస్తుతమైన చందనవధమును ఆశ్రయించినది. చూ.

వసన్త్యరణ్యేషు చరన్తి దూర్వాం
పిబన్తి తోయా న్యపరిగ్రహాణి
తథాపి వధ్యా హరిణా నరాణాం.
కో లోక మారాధయితుం సమర్థః?

కాలే దిట్ఠిపఘే వి చిట్ఠన్తి, (సబాష్పమ్) ఏదే అహ్మాపిఅవఅస్సా అంసుపాదమేత్తకేణ కిదణివావసలిలా విఅ కహం వి పడిణివ్వత్త మాణా సోఅదీణవఅణా వాహాగురుఆప దిట్ఠీప మం అణుగచ్ఛన్ది.

(ఇతి పరిక్రామతి)

[భో ప్రియవయస్య విష్ణుదాస, కథం! ప్రతివచన మపి న మే ప్రతిపద్యసే. అథవా దుర్లభాస్తే ఖలు మానుషా య ఏతస్మిన్ కాలేదృష్టిపథేஉపి తిష్ఠన్తి. ఏతేஉస్మత్ ప్రియవయస్యా అశ్రుపాత మాత్రేణ కృతనివాపసలిలా ఇవ కథ మపి ప్రతివర్తమానాః శోక దీనవదనా బాష్పగుర్వ్యా దృష్ట్యా మానుగచ్ఛన్తి]

చణ్డాలః—అజ్జ చన్దనదాస, ఆఅదోసి వజ్ఝట్ఠాణం, తా విసజ్జేహి పలిజణం. [ఆర్య చన్దనదాస, ఆగతోஉసి వధ్యస్థానమ్. తద్విసర్జయ పరిజనమ్.]

చన్దనదాసః—కుఋంబిణి, ణివత్తేహి సంపదం సపుత్తా ణ జుత్తం క్ఖు అదోవరం అణుగచ్ఛిదుం. (కుటుమ్బిని, నివర్తస్వ సాం ప్రతం సపుత్రా. నయుక్తం ఖ ల్వతఃపరం అనుగన్తుమ్.)

కథం ఏమి, ప్రతివచనం అపి బదులుమాట సయితము, న ప్రతిపద్యసే ఒసంగకున్నావే - ఏతస్మిన్ కాలే = ఈ-ఇట్టి-సమయమందు దృష్టిపథే అపి తిష్ఠన్తి = కంటిమార్గాన-చూపుమేరలో-నైనను (దుర్లభాః) ఉండరు, ఈ విష్ణు దాసుఁడే చందనదాసుని చావుమాట చెవింబడకమునుపే తాను మంటలో దూకుదు నని పోయియున్నవాఁడు-ఇక్కడ వీనికి ఆగపడలేదు. అశ్రుపాత మాత్రేణ - కన్నీరుకార్చుపాటితో, కృత నివాప సలిలాః ఇవ - తర్పణపు నీరు విడిచినవారైనటువలె, కథ మపి - ఎట్టకేలకు, శోకదీనవదనాః శోకముతో బెగ్గడిల్లిన మొగముగలవారై, బాష్పగుర్వ్యా - ... = కన్నీటిబరువుతోడి చూపుతో నన్ను వెంబడించుచునే యున్నారు విసర్జయ = పంపివేయుము, పొమ్మనుము. అతః పరం = ఇంతకు తరువాతను, వెంటవచ్చుట కూడదుకదా,

కుటుమ్బినీ — (సబాష్పమ్) పరలోఅం పత్థిదో అజ్జో, ణ దేసంతరం [పరలోకం ప్రస్థిత ఆర్యో, న దేశాన్తరమ్]

చన్దనదాసః—అజ్జే, అఅం మిత్తకజ్జేణ మే విణాసో, ణ ఉణ పురిసదోసేణ, తా అలం విసాదేణ [ఆర్యే, అయం మిత్రకార్యేణ మే వినాశో, న పునః పురుషదోషేణ. తదలంవిషాదేన.]

కుటుమ్బినీ—అజ్జ, జఇ ఏవం, తా దాణిం అకాలో కులజణస్స నివట్టిదుం [ఆర్య, యద్యేవమ్, తదిదానీ మకాలః కులజనస్య నిర్వతితుమ్]

చన్దనదాసః—అహం కిం ననసిదం కుటుంబిణీఏ ? [అథ, కిం వ్యవసితం కుటుంబిన్యా?]

కుటుమ్బినీ—భత్తుణో చలణే అణుగచ్ఛంతీఏ అప్పాణుగ్గహో హోదిత్తి, [భర్తుశ్చరణా వనుగచ్ఛన్త్యా ఆత్మానుగ్రహో భవతీతి.]

చన్దనదాసః—అజ్జే, దువ్వవసిదం ఏదం తుఏ. అఅం పుత్తఓ అసుణిద లోఅ సంవవహారో బాలో అణుగహ్ణిదవ్వో. (ఆర్యే,

---

ఏల, కూడును, కూడనే కూడును, ఏలయన. పరలోకం ప్రస్థితః ఆర్యః న దేశాన్తరం=లోకాంతరమునకు గదా ఆర్యుఁడు బయలదేరుట, పొరుగూరికి కాదే, నేను అక్కడికి సహగమనము చేయవలసినదానను గదా ఇంతట నేనేల వెనుమరలుదును?-అనుట. అయం మిత్రకార్యేణ. .=నా యీచావు మిత్రుని కారణమున నేను గావించిన ఏదేని తప్పిదముచేత-కాదు కావున ఇది సంతోషింపఁదగిన పనియే, తదలం విషాదేన=కావున దుఃఖము మానుము. యది ఏవం=ఇట్లగునేని, తత్=అందుచేతనే, నివర్తితుం అకాలః=మరలిపోవను సమయము గాదు. అథ కిం వ్యవసితం=అట్లైన ఏమి(చేయ) నిశ్చయించుకొనఁబడినది? భర్తుః చరణౌ......=మగనిపాదముల వెంట వచ్చునాకు, ఆత్మ అనుగ్రహః=అపారి

దుర్వ్యవసిత మిదం త్వయా అయం పుత్రకో ఽశ్రుతలోకవ్యవహారో బాలో ఽనుగృహీతవ్యః.)

కుటుమ్బినీ—అణుగిహ్ణాదు ణం పసణ్ణాఓ దేవదాఓ జాద, పుత్తఅ పత పచ్ఛిమేసు పిదుణో పాదేసు, (అనుగృహ్ణన్త్వేనం ప్రసన్నా దేవతాః. జాత, పుత్రక, పత పశ్చిమయోః పితుః పాదయోః)

పుత్రః—(పాదయో ర్నిపత్య) తాద, కిం దాణిం మప తాద విరహిదేణ అనుచిట్ఠిదవ్వం ? (తాత, కి మిదానీం మయా తాత విరహితేన అనుష్ఠాతవ్యమ్?)

చన్దనదాసః — పుత్త, చాణక్కవిరహిదే దేసే వసిదవ్వం, (పుత్ర, చాణక్యవిరహితే దేశే వస్తవ్యమ్)

చణ్డాలః—అజ్జ చందణదాస, ణిఖాదే శూలే, తా సజ్జో హోహి. (అర్య చన్దనదాస, నిఖాతః శూలః తత్ సజ్జో భవ)

కుటుమ్బినీ—అజ్జా, పరిత్తాఅధ పరిత్తాఅధ. (ఆర్యాః, పరిత్రాయధ్వమ్ పరిత్రాయధ్వమ్.)

చన్దనదాసః — అజ్జే, అహ కిం పత్థ ఆకందసి సగ్గం గదాణం దావ దేవా దుఃఖఅం పరిఅణం అణుకంపంది. అణ్ణం అ మిత్తకజ్జేణ మేవిణాసో, ణ అజుత్తకజ్జేణ. తా కిం హరిసట్ఠాణే వి రోదీఅది?

ప్రత్యముచే దేవుని దయ. దుర్వ్యవసితం=చెడుగా-కూడనియట్లుగా పూనఁబడినది అశ్రుతలోక్యవ్యవహారః = లోకములోని వ్యవహారములను (=వాడుకలను న్యాయములను విననివాఁడు) ఎఱుఁగని - వాఁడు - బాలః = పిన్నవాఁడు, ప్రసన్నాః = దయగలవారైన-పశ్చిమయోః = కడపటివైన-ఇఁక నీకు దొరకఁబోనివైన, తాత విరహితేన అనుష్ఠితవ్యం=నాయన లేనివాని (=నా) చేత చేయఁబడవలయును? చాణక్య విరహితే దేశే = చాణక్యుఁడు లేని చోట - అట్టి ఊరిలో, నిఖాతః శూలః=కొఱ్ఱు, నాటఁబడినది, సజ్జః భవ=సిద్ధపడినవాఁడవు

(ఆర్యే, అథ కి మత్ర ఆక్రన్దసి? స్వర్గం గతానాం తావత్ దేవ దుఃఖితం పరిజన మనుకమ్పన్తే అన్యచ్చ. మిత్రకార్యేణ మే వినాశో, నాయుక్తకార్యేణ, తత్ కిం హర్షస్థానేఽపి రుద్యతే.)

ప్రథమశ్చణ్డాలః—అలే బిల్వపత్త, గేణ్హ చందనదాసం. సఅం ఎవ్వ పరిఅణో గమిస్సది. (అరే బిల్వపత్ర గృహాణ చన్దన దాసమ్ స్వయ మేవ పరిజనో గమిష్యతి)

ద్వితీయశ్చణ్డాలః—అలే వజ్జలోమా ఏస గేణ్హామి. (అరే వజ్రలోమన్, ఏష గృహ్ణామి)

చన్దనదాసః—భద్ద, మహుత్తం చిట్ఠ, జావ పుత్తఅం సన్తఆమి. (పుత్రం మూర్ధ్ని ఆఘ్రాయ) జాద‌ అవస్సం భవిదవ్వే విణాసే మిత్తకజ్జం సముమ్వహమాణో విణాసం అణుభవామి. (భద్ర, ముహూర్తం తిష్ఠ, యావత్ పుత్రకం సాన్త్వయామి జాత, అవశ్యం భవితవ్యే వినాశే మిత్రకార్యం సముద్వహమానో వినాశ మనుభవామి.)

పుత్రః—తాద, కిం ఏదం వి భణిదవ్వం. కులధమ్మో క్ఖు ఏసో అహ్మాణం. (తాత, కి మిద మపి భణితవ్యమ్. కులధర్మః ఖ ల్వేషోఽస్మాకమ్) (ఇతి పాదయోః పతతి)

కమ్మ అద కిం అత్ర అక్రన్దసి ఇంకను ఇక్కడ ఎందుకు ఏడ్చెదవు? స్వర్గం గతానాం = స్వర్గమునకు పోయినవారియొక్క, - ... పరిజనమును అనుకమ్పన్తే తావత్ = నిజముగా కరుణించి జాలిగొందురు; అన్యత్ చ = అఁతియ కాదు-ఇదియు మఱి, హర్షస్థానే = సంతోషింపవలసిన యెడ, ముహూర్తం తిష్ఠ = రవంతసేపు ఆఁగు, సాన్త్వయామి = సముదాయిఁచెదను, జాత నాయనా, అవశ్యం భవితవ్యే వినాశే చావు తప్పక కలుగనదే కాఁగా-మిత్రకార్యంసముద్వహమానః - మిత్రునిపని చేయుచు (= నిర్వహించుచున్న వాఁడనుగా-దానికోసము అనుట,) వినాశనం . . ... = చావు అనుభవించు చున్నాను. కిం ఇదం అపి భణితవ్యం = ఏమి, ఇది సయితము (నాకు) చెప్పు

చణ్డాలః—అలే, గేణ్హ ఏణం, (అరే, గృహా ణైనమ్.)

కుటుమ్బినీ—(సోరస్తాడమ్) అజ్జ, పరిత్తాహి పరిత్తాహి.
(ఆర్య, పరిత్రాయస్వ, పరిత్రాయస్వ)

(ప్రవిశ్య పటాక్షేపేణ)

రాక్షసః—భవతి, న భేతవ్యమ్. భో భో, శూలాయతనాః, న ఖలు వ్యాపాదయితవ్య శ్చన్దనదాసః.

శ్లో. యేన స్వామికులం రిపో రివ కులం దృష్టం వినశ్య త్పురా,
మిత్రాణాం వ్యసనే మహోత్సవ ఇవ స్వస్థేన యేవ స్థితమ్,

వలయునా? శిశువు సయితము శరణాగతరక్షణము అను కులధర్మము అనుచున్నాఁడు. అట్టిది వారి యింట శిశువునకు ధర్మశిక్ష, వినయము, సోరస్తాడం = తొమ్ముబాదుకొనుచు-ఇది దుఃఖాతిరేకమువలని చేష్ట-...అయ్యా, కాపాడు కాపాడు-అటక్షేపేణ ప్రవిశ్య = తెరవేయకయే (అ - పటీక్షేపేణ = పటిని వేయుటలేకయే అనియు అనుట కలదు.), సంభ్రమ ప్రవేశమున-తొట్రుపాటు వలని త్వరతోడి, తెంపుతోడి-ప్రవేశమున పాత్రప్రవేశసూచక మగు పటక్షేపము-తెరను పట్టుట-వేఁత్రోయుట-లేక, శూల-అయతనాః = కొఱ్ఱింటి కాఁపులారా, (అపరాధి) చంపు పంపు చేయు దొరతనపు బంటులారా, న ఖలు వ్యాపాదయితవ్యః = చంపఁదగినవాఁడు కాఁడు సుమ్ము.

శ్లో. ౮. యేనేతి-యేన = ఎవనిచేత. స్వామికులం దొరల (నంద రాజుల) వంశము, రిపోః కులం ఇవ = శత్రుని వంశముంబోలె, వినశ్యత్ (తన యెదుట) వినాశము చెందుచు. దృష్టం చూడఁబడినదో, యేన ఎవఁడు, మిత్రాణాం వ్యసనే మిత్రులకు కలిగిన (వ్యసన) దుఃఖమునందు, మహోత్సవే ఇవ = పెనుఁ బండుగనందుం బోలె, స్వస్థేన = స్వస్థుఁడుగా-చెమ్మదిగా-స్థితం = ఉండెనో (భావే ప్రయోగమున తెలుఁగుమర్యాదగా అర్థము), యస్య

ఆత్మా యస్య వధాయ వః పరిభవక్షేత్రీకృతో ఽపి ప్రియ,
స్తస్యేయం మమ మృత్యులోకపదవీ వధ్యస్ర గాబధ్యతామ్.

చన్దనదాసః—(సబాష్పం విలోక్య) అమచ్చ, కిం ఎదం ? (అమాత్య, కి మిదమ్ ?)

రాక్షసః—త్వదీయసుచరితైకదేశస్యానుకరణం కిలైతత్.

ఎవనికి, ఆత్మా=శరీరము, పరిభవక్షేత్రీకృతః అపి=అవమానమునకు చోటుగా చేయఁబడినదైనను, అవమానముపాలైనదైనను. వః=మీకు (నాబోంట్లను చంపు నుద్యోగపు శౌకడలకు అనుట) వధాయ ప్రియః=చంపుటకు ఇష్టమైనదో, తస్య మమ=అట్టివాఁడనైన నాకు, ఇయం=ఈ, మృత్యులోక పదవీ = మృత్యు (=యను) లోకమునకు తెరువు - రహదారి - రస్తా - అయిన, వధ్యస్రక్= వధ్యుని (చంపఁబడువాని) స్రక్=దండ, ఆబధ్యతాం = (చందనదాసు మెడ నుండి తివిచి కట్టఁబడునుగాక.

నందులు అందఱును, నాస్వాములు; నాకన్నులయెదుటనే నాశమైనారు_ దానిని కన్నారఁ జూచినవాఁడను నేను. నామిత్రులు దారువర్మ బర్బరకాదులు ఎందఱో వ్యసనము పాలైనారు. అందులకు నేనేమో పందువునం బోలె నెమ్మదిగా నుంటిని. నేను లెక్కలేని యవమానములకు పాత్రము చేయఁబడితిని-నందులఁ గోలుపోయితిని, మలయకేతునిచేత అటు తఱుమఁబడితిని, కౌలూతాదుల చావునకు కారణమైతిని-ఇట్లు అవమానముల పాలైనను, అట్టి నాదేహము మీకు ఇపుడు చంపుటకు ప్రియమైనది. కావున యమలోకమునకు రహదారిం బోనిది, రస్తాయైనది యీచావుదండ నాకు కట్టఁబడునుగాక.

ఇందు అలంకారము కావ్యలింగము. అట్టివాఁడును ఇట్టివాఁడును - అయినందున అని హేతువు-వధ్యస్రగ్బంధనమునకు.

మఱియు రూపకము - వధ్యస్రక్కును మృత్యులోకపదవిగా రూపించుట చేత.

త్వదీయ సుచరిత ఏకదేశస్య=నీయొక్క ప్రశస్తశీలమున ఒక తునుకను అనుకరణం=పోలుట-అంతకన్న వేఱు గాదు.

చన్దనదాసః—అమచ్చ, సవ్వం వి ఇమం పఆసం ణిప్ఫలం కరంతేణ తుఏ కిం అణుచిట్ఠిదం ? [అమాత్య, సర్వ మపీమం ప్రయాసం నిష్ఫలం కుర్వతా త్వయా కి మనుష్ఠితమ్ ?]

రాక్షసః — సఖే, స్వార్థ ఏ వానుష్ఠితః. కృత ముపాలమ్భేన భద్రముఖ, నివేద్యతాం దురాత్మనే చాణక్యాయ.

వజ్రలోమః—కిం త్తి ? [కి మితి ?]

రాక్షసః —

శ్లో॥ దుష్కాలే ఽపి కలా వసజ్జనరుచౌ
    ప్రాణైః పరంరక్షతా
నీతం యేన యశస్వినా ఽతిలఘుతా
    మౌశీనరీయం యశః,
బుద్ధానా మపి చేష్ఠితం సుచరితైః
    క్లిష్టం విశుద్ధాత్మనా,

స్వార్థ ఏవ = నాప్రయోజనమే-నాకై కదా నీవు చంపఁబడుట - కావున అందులకు నేనే వచ్చుట నాసొంతపనియే కదా కృతం ఉపాలమ్భేన= దూషణ-నింద-వలదు.

శ్లో ॥ దుష్కాల ఇతి-అసజ్జనరుచౌ=అతిదుర్జనులకు ప్రియమైనదియై-పాడు జనరుచులు గలదై-దుష్కాలే=పాడు కాలమైన, కలౌ అపి=కలియుగమందు సైతము, ప్రాణైః = ప్రాణము ఒడ్డి, పరం = అన్యుని, రక్షతా = కాపాడు (శరణాగత రక్షకుఁడైన) వాఁడై, యశస్వినా = కీర్తిశాలియై, విశుద్ధ ఆత్మనా-నిర్మల స్వభావుఁడైన, యేన = ఎవనిచేత (అట్టియీ చందనదాసుఁనిచేత) ఔశీనరీయం = ఉశీనర రాజు (= శిబిచక్రవర్తి) దైన, యశః = యశస్సు, అతిలఘుతాం=మిక్కిలి చులకనయగుటను. (దీనిముందు అది యేపాటి యన్నట్లు) నీతం = పొందింపఁబడినదో, సుచరితైః = పున్నెంపుఁ బనులచేత, బుద్ధానాం అపి చేష్టితం = బుద్ధులచేష్ట (-వ్యాపారము-నడత-) సయితము, క్లిష్టం = అవమానింపఁబడినదో, మలినము - మసకగలదిగా చేయఁబడినదో,

పూజార్హో ఽపి స యత్కృతే తవ గతః
శత్రుత్వ మేషో ఽస్మి సః. ౫

ప్రథమః — అలే బిల్లపత్తల, తుమం దావ చందణదాసం గేహ్ణిఅ ఇమా పదస్స మసాణపాదపస్స ఛాఆప ముహుత్తం చిట్ఠ. జావ అహం చాణక్కస్స ణివేదేమి, గిహీదో అమచ్చరక్ఖసో త్తి. [అరే బిల్వపత్రక, త్వం తావ చన్దనదాసం గృహీ త్వై తస్య శ్మశానపాదపస్య ఛాయాయాం ముహూర్తం తిష్ఠ, యావ దహం చాణక్యస్య నివేదయామి, గృహీతో ఽమాత్యరాక్షస ఇతి.]

(కావున అన్నివిధాలను), పూజార్హః అపి = గౌరవింపఁ దగినవాఁ డైనను, సః ఆతఁడు, యత్కృతే = ఎవనికోసము, తవ = నీకు, శత్రుత్వం గతః=పగ గలవాఁడగుటను పొందించినవాఁడో, సః = వాఁడను (ఆరాక్షసుఁడను) ఏషః అస్మి = ఇదిగో నేను.

ఇది కలికాలము. చాలచెడ్డది. జనులు చెడు సేఁతలయందే రుచి-ప్రీతి-కలిగినవారై యుండునది, అట్టియిపుడు ఈ చందనదాసు తన ప్రాణము నైనను ఒడ్డి పరుని రక్షించుచున్నాఁడు, ఇతఁడు ఎంత యశస్వి! ఇతనిముందు సత్యయుగమువాఁడైన శిబి, ఏపాటి? అతని యశస్సు ఒక లెక్కయా? ఇతఁడు ఎంత పొచ్చెములేని నడవడి చలవాఁడు! ఇతనివృత్తాంతము ముందు బుద్ధులు బోధిసత్త్వలు దయాసాగరులు అనుటయు మసకపఱుపఁబడినది అట్టివానినిఎవరైనను పూజింపవలసినది కదా. అట్టివాఁడును ఎవనికోసము మీకు శత్రు వైనాఁడో, వాఁడను, (రాక్షసుఁడను) నేను. అది సంగతి, ఏమి యిది యడిగినావే.

యశము లఘుత్వము పొందింపఁబడిన దనియు చేష్టితము క్లిష్టమనియు-పూజార్హతకు హేతువులు చెప్పఁబడినందున కావ్యలింగ మలంకా. శిబిని బుద్ధని ఉపమానభూతులను మించుటం జెప్పుటచే వ్యతిరేకము నలంకారము.

మసాణపాదస్స-శ్మశానపాదపస్య=శ్మశానమందలి చెట్టు...క్రింద-ఈవధస్థానము శ్మశానముచెంగట నిర్మింపఁబడినది-పీనుఁగులను సులువుగా పూడ్చుటకును కాల్చుటకును. శ్మశానపరిసరములు ఇట్టి ఘాతుకకృత్యములకు చోటు.

ద్వితీయః — అలే వజ్జలోమా, గచ్ఛ. (అరే వజ్రలోమన్, గచ్ఛ) (ఇతి సపుత్రదారేణ చన్దనదాసేన సహ నిష్క్రాన్తః)

ప్రథమః—ఏదు అమచ్చో (రాక్షసేన) సహ పరిక్రమ్య) అత్థి ఎత్థ కోవి ణివేదేహ దావ ణన్దకులణగకులిసస్స మౌలియకులపడిట్ఠావకస్స అజ్జ చాణక్కస్స [ఏత్వమాత్యః. అస్త్యత్ర కోఽపి? నివేదయత తావ న్నన్దకులనగకులిశస్య మౌర్యకుల ప్రతిష్ఠాపకస్య ఆర్యచాణక్యస్య]

రాక్షసః—(స్వగతమ్) ఏత దపి నామ శ్రోతవ్యమ్.

చణ్డాలః — ఏసో అజ్జ ణీది సంజమిత బుద్ధిపలిసలే గిహేదే అమచ్చరక్ఖసే త్తి. [ఏష ఆర్యనీతి సంయమిత బుద్ధిపరిసరో గృహీతో ఽమాత్య రాక్షస ఇతి]

(తతః ప్రవిశతి జవనికావృత శరీరో
ముఖమాత్రదృశ్య శ్చాణక్యః)

చాణక్యః—భద్ర, కథయ కథయ.

అస్తి అత్ర కః అపి–ఎవరయ్యా ఇక్కడ ఉండునది? నివేదయత తావత్= వెంటనే తెలుపుఁడు, ఆ నందకుల పర్వతమునకు వజ్రాయుధమైన వాఁడును మౌర్యకుల ప్రతిష్ఠాపకుఁ డైనవాఁడును ఐన, ఆర్యచాణక్యస్య = చాణక్యయ్యకు ఏతత్ అపి = ఈమాటలు సయితము, శ్రోతవ్యం నామ = వినవలసినవి ఐనవి గదా ఆర్యనీతి సంయమిత బుద్ధిపరిసరః = అయ్యగారి నీతిచేత కట్టివేయఁబడిన బుద్ధి పొలిమేరల గలవాఁడు, బుద్ధికి ఏమియు మార్గము తోఁపనీనివాఁడు జవనికావృత శరీరః = కవచము(జీను) చే కప్పఁబడిన దేహమునలవాఁడు చాణక్యుఁడు మహర్షి యయ్యు చంద్రగుప్త మంత్రియధికారమున కవచముం దొడుగుకొని యుద్ధాదికము చేయ నేర్చినవాఁడు, ఇపుడు కుసుమపురముం దఱిసిన, తననీతి చేతనే ఛిన్నభిన్నమై పోయియున్న ఎదిరి సేనాదికమునకు, తన జనమైన భద్రభటాదులతోనిండియున్న దానికి ఎదురుపోయియుండి మరలుచున్నాఁడు కాఁబోలు. భద్ర–ఓయి మంచివాఁడా, కథయ కథయ = చెప్పుము చెప్పుము–ఆ మాటను మరల మరల వినవలయునని, తన నీతి విజయమునకై సంతోషపు రెట్టింపు.

శ్లో. కే నోత్తుఙ్గ శిఖా కలాప కపిలో
 బద్ధో పటాన్తే శిఖీ?
పాశైః కేన సదాగతే రగతితా
 సద్యః సమాసాదితా?
కే నానేకప దాన వాసిత సటః
 సింహో ఽర్పితః పఞ్జరే?
భీమః కేన చ నైకనక్రమకరో
 దోర్భ్యాం ప్రతీర్ణో ఽర్ణవః ? ౬

శ్లో. ౬ కేనేతి-కేన = ఎవనిచేత. ఉత్తుఙ్గ-శిఖా కలాప కపిలః = పొడుగైన జ్వాలల మొత్తముచే పసుపు-గోరోచనపు-రంగుగల (ధగధగని) నిప్పు, పటాన్తే = కొంగున, బద్ధః = ముడువఁబడినది? కేన=ఎవనిచేత, పాశైః = త్రాళ్ళతో, సదాగతేః = (నిలువక పఱచునదైన) గాలికి, అగతితా = కదలలేమి సద్యః = తత్క్షణమే, సంపాదిపా = కలిగింపఁబడినది? కేన = ఎవనిచేత, అనేకప దాన వాసిత సటః = ఏనుఁగు మదజలముతో-దానిని వ్రచ్చుటచేత అనుట-(ఆమదపు) కంపు ఎత్తిన జూలుగల, సింహః = సింగము, పఞ్జరే = పంజరమున, అర్పితః = ఉంపఁబడినది? నైక నక్ర మకరః = అనేకమైన మొసళ్ళు తిమింగిలములు గలదైన, భీమః = భయంకరపు, అర్ణవః = సముద్రము, దోర్భ్యాం = బాహువులతో-(ఈఁది), ప్రతీర్ణః = దాటఁబడినది?

జ్వాలాతిరాళాగ్నిని కొంగున ముడిచినవాఁ డెవడు? గాలిని కదలనీక నులకతో కట్టివైచినవాఁ డెవడు? ఏనుఁగును వ్రచ్చి ఆమదపు కంపెత్తిన జూలుగల సింహమును పంజరమున పెట్టినవాఁ డెవడు? మకర తిమింగి లాభీలమైన సముద్రమును చేతులం దాఁటినవాఁ డెవడు?-ఎవఁడు ఈ యసాధ్య కార్య సాధకుఁడు?

రాక్షసుం బట్టు అసాధ్యసాధనమును కొంగున నిప్పును కట్టుటయందును గాలిని త్రాళ్ళ గట్టివేయుటయందును-అట్లే తక్కినదానియందును ఉపమేయమును దాఁచి వానినే చెప్పుటచేత అతిశయోక్తి, రూపకాతిశయోక్తి అలంకారము.

చణ్డాలః — ణీది ణఉణ బుద్ధిణా అజ్జేణ. [నీతినిపుణబుద్ధినార్యేణ.]

చాణక్యః—మా మైవమ్ — నన్దకులవిద్వేషిణా దైవే నేతి బ్రూహి.

రాక్షసః —(స్వగతమ్) అయం దురాత్మా అథవా మహాత్మా కౌటిల్యః?

శ్లో॥ ఆకరః సర్వశాస్త్రాణాం రత్నానా మివ సాగరః
గుణైర్న పరితుష్యామో యస్య మత్సరిణో వయమ్. ౭

నీతి నిపుణ బుద్ధినా = నీతియందు నేర్పరియైన అయ్యగారిచేత. మా మా ఏవమ్ = కాదురా, అట్లు కాదు. నన్దకుల విద్వేషిణా = నందవంశముపై పగ గొన్న, దైవేన = విధిచేత-విధిని ప్రమాణీకరించి ఇపుడు తన యభిమానమును పరిహరించుచున్నాఁడు, ఇంతకుముందు వాదమునకు. 'దైవం అవిద్వాంసః ప్రమాణయన్తి = దైవమును తెలివిలేని మూర్ఖులు ప్రమాణముగాఁ గొందురు' అన్నట్టివానే చాణక్యునికన్నను పురుషకారపరుఁడు ఉండఁడు. అట్టివాఁడు దైవమును ప్రమాణముగాఁ గొనుచుండుట కనఁదగును రాక్షసుని కార్యస్వ త్వ్యాశనషాది నీతిపారంగతుని ప్రయోగకుశలుని, దైవానుకూలము లేక, సాధింపరాదు. అని అతనియెదుట ఇట్లు నిజ గౌరవ పరిహారము వినయ ప్రకటనము కావించుచున్నాఁడు, అది విని-'అయం దురాత్మా అథవా మహాత్మా కౌటిల్యః?- ఈకౌటిల్యుని దురాత్ముఁడందునా, మహాత్ముఁడందునా? నాకే తోఁపకున్నది- అనుచున్నాఁడు రాక్షసుఁడు. రాక్షసుఁడు, ఇట్లు పరాభూతుఁడై చిక్కియున్నవాఁడు చాణక్యునిది ఇది తొలిమాటఁగా చెవిని వేసికొనుసేని మనసున ఒక పాటియూఅట గనును.

శ్లో. ౭. ఆకర ఇతి...రత్నానాం సాగర ఇవ = రతనములకు సముద్రమువలె, సర్వశాస్త్రాణాం ఆకరః = ఎల్ల శాస్త్రములకును గనింబోనివాఁడు. యస్య, గుణైః = (ఇట్టి) సద్గుణములచేత, న పరితుష్యామః = సంతోషము చెందకున్నాను.

చాణక్యః—(విలోక్య సహర్షం స్వగతమ్) అయే అయ మసా వమాత్య రాక్షసః; యేన మహాత్మనా

శ్లో. గురుభిః కల్పనాక్లేశై ర్దీర్ఘజాగరహేతుభిః
చిర మాయాసితా సేనా వృషలస్య, మతి శ్చ మే ౧౮

ఇతఁడు శాస్త్రములు కెల్లో అట్లే సద్గుణములకును రాశి మఱి నేను ఇతని యెడ ఈర్ష్యచెంది వానిని లెక్కచేయ కుంటిని. ఇపుడు ఇతని యీ మాట 'దైవేన' అనుట నన్ను ఇతనియెడ తెలివిగొల్పుచున్నది.

సాగర ఇవ అనుటచే ఉపమ-మత్సరులగుట పరితోషింపమికి హేతువైనందున కావ్యలింగము.

అయే = ఆహా. అయం అసౌ అమాత్యరాక్షసః = వీఁడుగో - ఈయవ రాక్షస మహామంత్రి. యేన మహాత్మనా = ఏ(= ఈ)మహాత్మునిచేత.—

శ్లో ౧౮. గురుభి రితి-దీర్ఘజాగరహేతుభిః = పెనుజాగరములకు కారణమైన, గురుభిః = మిక్కిలి బరువైన-పెద్దపెద్దవైన, కల్పనా క్లేశైః = కల్పవలు జీనులు తొడుఁగుట, వ్యూహములు పన్నుట మొదలగుకష్టములతో, వృషలస్య సేనా = మౌర్యుని సేనయు, (కల్పనా క్లేశైః) క్రొత్త క్రొత్త ఉపాయములు పన్నకములుఊహించు కష్టములతో, మే మతిః చ = నా బుద్ధియు, చిరము = చాలకాలము—ఏండ్లకాలము, అయాసితా = శ్రమపెట్టఁబడినవి.

ఇంతకాలము ఎన్ని రాత్రులు జాగరము! ఎన్నియుపాయములు కల్పింప శ్రమపడితిని. సేనలకు-పదా త్యాశ్వికులకును గజారూఢులకును - జీనులు హౌదాలు ఉడుపులు ఆయుధములు-వీని నన్నిటిని ఆయాయక్కఱకు తగినట్లు కల్పించిన సేన యెంత శ్రమపెట్టఁబడినది! ఒక పూట విశ్రాంతి కైనను ఎడ ముండినదా? అట్లే నామతియు ప్రతిక్షణము శత్రువుల యెత్తులకు ప్రతిక్రియలు సేయు మార్గములు వెదకుటకు ఎంత శ్రమపడినది ఇంతయు ఈమహానుభావుని మహిమ. ప్రత్యర్థులు ఇపుడు కలసికొని ఆత్మగతముగా ఒండొరుల నిట్లు పొగడుకొనుట ఉభయుల గొప్పతనమునకు తార్కాణము.

సేనా మతిశ్చ ఆయాసితా అనుటచేత అలంకారము తుల్యయోగిత.

(జవనికాం కరే ణాపనీ యోపసృత్య చ) భో అమాత్యరాక్షస, విష్ణుగుప్తోఽహ మభివాదయే.

రాక్షసః — (స్వగతమ్) అమాత్య ఇతి లజ్జాకర మిదానీం విశేషణమ్. (ప్రకాశమ్) విష్ణుగుప్త, న మాం చణ్డాలస్పర్శ దూషితం స్ప్రష్టు మర్హసి.

చాణక్యః—భో అమాత్యరాక్షస, నేమౌ చణ్డాలౌ. అయం ఖలు దృష్ట ఏవ భవతా, సిద్ధార్థకో నామ రాజపురుషః. యో ప్యసౌ ద్వితీయః, సోఽపి సమిద్ధార్థకో నామ రాజపురుష ఏవ. శకటదాసో ఽపి తపస్వీ తం తాదృశం లేఖ మజాన న్నేవ కపట లేఖం మయా లేఖిత ఇతి.

'విష్ణుగుప్తోఽహం అభివాదయే — గొప్పవారికి నమస్కరించునపుడు ఇట్లు స్వనామగ్రహణము చేసి నమస్కరించుట, నిజవినయోపేతము, సాధువగు నాచారము. విష్ణుగుప్తుఁడు వయసున రాక్షసునికంటె చిన్న వాఁడు, ఋషికల్పుడు గొప్ప బ్రాహ్మణుఁడు. రాక్షసుఁడును చాల గొప్ప బ్రాహ్మణ శ్రోత్రియుఁడు. కావున ఇతఁడు నమస్కరించుటకును, అతఁడు దానిని అంగీకరించుటకును తగినవారే. 'అమాత్య ఇతి'—అమాత్యుఁడు అని నన్ను విశేషించినాఁడే, అది నాకెంతయో సిగ్గు కలిగించుచున్నది-ఏలన అన్నిట అన్ని విధాల తాను అతనికిఓడిపోయి, తన నందులకైన పగ తీర్పు సాధింపనేలేక, ఇట్లు అతనికి పట్టుపడినాఁడే। 'నేనును ఇంకను అమాత్యుఁడనా?' అని అతనికి సిగ్గు కలుగుచున్నది. అభివాదమున పాదములు తగిలించుకొనుట మర్యాద. దానికి రాక్షసుఁడు అనుచున్నాఁడు-అయ్యో ఇపుడు నన్ను తాఁకకు. నేను చండాలుర మైల పడియున్నాను. నన్ను శూలాయతనులు, చండాలురుపట్టుకొన్నారు గదా-అని, రాజపురుషః = రాజనౌకరు. ఇప్పటికిని రాక్షసునికి తాను అంత నమ్మిన శకటదాసు, తనవాఁడే, నందులవాఁడే ఐనవాఁడు అట్టి జాబును ఎటువలె వ్రాసినాఁడబ్బా?—అని సందేహము శకటదాసుద్రోహము మనసున పీడకున్నది-అతఁ డడుగకయే అతనికి ఇది చెప్పి సందేహము మాపి మనసున ప్రసన్నత కలిగింప చాణక్యుఁడు తానే చెప్పుచున్నాఁడు. 'తపస్వీ—పాపము! దీనుఁడు! వాఁ డేమి చేయఁ

రాక్షసః — (స్వగతమ్) దిష్ట్యా శకటదాసం ప్రత్యపనీతో వికల్పః.

చాణక్యః—కిం బహునా ? ఏష సఙ్క్షేపతః కథయామి.

శ్లో. భృత్యా భద్రభటాదయః, స చ తథా
లేఖః, స సిద్ధార్థక,
స్తచ్చాలఙ్కరణత్రయం, స భవతో
మిత్రం భదన్తః కిల.
జీర్ణోద్యానగతః స చాపి పురుషః,
క్లేశః స చ శ్రేష్ఠినః సర్వం మే
(ఇత్యర్ధోక్తే లజ్జాం నాటయతి)
వృషలస్య వీర, భవతా
సంయోగమిచ్ఛోర్నయః. ౯

గలదు? అజానన్ ఏవ = ఎఱుంగకయే కపటలేఖం = మోసపు (జాబు) వ్రాఁత వ్రాసినట్లుగా, ఆజాబు, మయా = నాచేత. లేఖితః = వ్రాయింపఁబడినాఁడు వ్రాయునట్లు చేయఁబడినాఁడు దిష్ట్యా— సంతోషము: వికల్పః = సందేహము, అపనీతః = తొలిగింపఁబడినది. ఈరాక్షసగ్రహణముకైన నీతిప్రయోగమున శకటుని జాబు అన్నిఁటికంటెను ప్రధానమైనది. కావుననే వానిని తప్పించుకొని సిద్ధార్థకుడు పరారియైనాఁ డన్నమాట విన్నప్పుడు చాణక్యుఁడు 'సాధు సిద్ధార్థకః కృతః కార్యారమ్భః;' అని యనుకొన్నాఁడు.

శ్లో. ౯. భృత్యా ఇతి.—భృత్యాః = నౌకరులు, భద్రభటాదయః = భద్రభటుఁడు మొదలగువారును, తథా=అట్లే, స చ లేఖః = ఆజాబును, స సిద్ధార్థకః=ఆసిద్ధార్థకుఁడును, తత్ అలఙ్కరణ త్రయం చ =ఆమూఁడు నగలును, సః=అల్లనాఁడు, భవతః మిత్రం=నీమిత్రము, భదన్తః కిల= నిజముగా (ఆ) భదంతుఁడును, జీర్ణోద్యానగతః = పాడుతోఁటలో నుండిన, సః పురుషః చ=ఆమానిసియు, శ్రేష్ఠినః = చందనదాసుసెట్టియొక్క, స చ క్లేశః = ఆచెఱబెట్టుట కొఱతకు లాగఁబడుట మొదలగు బాధించుటయు—

దదయం వృషల స్త్వాం ద్రష్టు మిచ్ఛతి.

రాక్షసః — (స్వగతమ్) కా గతిః ? ఏష పశ్యామి

(తతః ప్రవిశతి రాజా, విభవత శ్చ పరివారః)

రాజా -- (స్వగతమ్) వినైవ యుద్ధా దార్యేణ జితం దుర్జయం పరబల మితి లజ్జిత ఏ వాస్మి మమ హి —

శ్లో॥ ఫలయోగ మవాప్య సాయకానాం
విధియోగేన విపక్షతాం గతానామ్

సర్వం = ఇది సర్వమును, వీర = ఓయి వీరుఁడా, వృషలస్య = మౌర్యునికి, భవతా సంయోగం = నీతోకూడిక, —అట్టి రాజుమంత్రులకూడిక — ఇచ్ఛోః మే = కోరినవాఁడనైన నాయొక్క, నమః = నీతి,

శకటదాసుజాబుం గూర్చిన సందేహ మొక్కటియా, నీకు అన్నియు సందియములుగానే ఉండును, కావున ఇదె అన్నింటిని తీర్చెదను భద్రభటాది భృత్యులు నీచేత బిలిపింపఁబడిన కృత్యులనుకొంటివినీవు కారు, వారును నాచౌకరులే, అక్కడ నౌకరిలో చేరినారు ఆజాబు, చెప్పితినికదా, నేను వ్రాయించినదే, ఏమియు ఎఱుఁగనీకుండ శకటునిచేత ఆసిద్ధార్థకుఁడు, నీవు జాబిచ్చి చంద్రుని కడకుం బంపినట్లు ఆసత్యనాటక మాడినవాఁడను, ఆమూఁడుసొమ్ములు నీవు గొప్పవి, నీకుం దగినవి అని నీవు కొన్నవి; నీకెందపహృదయమని నీవనుకొన్న ఆజీవసిద్ధియు, ఆపాదుతోటమూసిసి, ఉరియిడుకొనువాఁడును, ఇన్నాళ్లను చందనదాసునికి పెట్టిన దండనబాధలు-అన్నియు నానీతియే-నిన్ను వృషలునితో కూర్పఁగోరిన నానీతియొక్క విలాసమే

తత్=కావున, ద్రష్టుం ఇచ్ఛతి=దర్శనము చేసికొనం గోరుచున్నాఁడు. కాగతిః=మఱి గతి యేమిః ఇఁక నాకు అది తప్పునా అనుట వినా ఏవ యుద్ధాత్=యుద్ధము లేకయే, లజ్జిత ఏవ=సిగ్గుపొందినవాఁడనే యుద్ధము జరిగిన నాకు పని కలుగును ఇపుడు నాకేమియు పని లేకయే పోయినది-అని సిగ్గు.

శ్లో॥ ఫల యోగం ఇతి —సాయకానాం = బాణములకు, ఫలయోగం అవాప్య = ఫలసిద్ధిని పొందియు, విధి యోగేన = విధి-దైవము-అట్లు కూడుటచేత, - ప్రతికూలించుటచేత-విపక్షతాం = విరోధమును గతానాం =

న శు చేవ భవ త్యధోముఖానాం
నిజతూణీశయనవ్రతం ప్రతుష్ట్యై. ౧౦

పొందినవై, శుచా ఇవ = దుఃఖముచేతం బోలె, అధోముఖానాం = మొగము వంచుకొన్నవై, నిజ తూణీ శయన వ్రతం = తమ పొదులలో పరుండంబట్టిన వ్రతము, (మమ = నాకు-శ్లోకావతారికభాషితము) ప్రతుష్ట్యైన న భవతి = తృప్తికి కాదు, అనఁగా తృప్తి కలిగింపదు.

బాణములు ఫలములు పొందియు దుర్దైవయోగమున విరోధులై, దుఃఖముతోనుం బోలె మొగములు వాల్చి, పొదిలో పరుండు వ్రతముపట్టుట నాకు తుష్టిం గూర్పదు. ఫలము పొఁదియు విరోధులగుటయు, దుఃఖముతో మొగము వాల్చి పొదికో-ఒక మూలగదిలోనుం బోలె-శయనము వీడకుండ వ్రతము పట్టుటయు నాకు తృప్తింగూర్పదు ఫలము పొందియు ఇట్లెల్ల అగుట విరోధముగా తోఁచుచున్నది కాని విరోధము పైకితోఁచుటే కాని నిజముగా లేదు-పరిహారము ఎట్లన.

సాయకానాం = బాణములకు, ఫలయోగం అవాప్య = కొన ములుకులు గ్రుచ్చుట పొంది, విధియోగేన = ఎట్లు కూర్పవలయునో ఆవిధిప్రకారము, విపక్షతాం = పక్షియాకెలు కట్టఁబడి యుండుటను పొందినవై, శుచా ఇవ=దుఃఖముచేతంబోలె అధోముఖానాం = ఆములికి కొనలు క్రిందికి త్రిప్పఁబడినవై, తమ పొదినుండి బయటికి లాగఁబడకయే యుండుట మమ = నాకు (శ్లోకావతారిక భాషితము)న ప్రతుష్ట్యై = సంతుష్టిని కూర్పదు.

పా అయోగేన = ఉపయోగింపఁబడమిచేత, విలక్షతాం = సిగ్గును, (గురిలేమిని-గురిమీఁదికి కొట్టఁబడమిని) గతానాం = పొందినవై - అని,

ఫలయోగముపొందియువిపక్షమే పొందిన దుఃఖముతో తల వ్రేలవేసికొని తనయింట కదలక పండుకొనవలసి వచ్చుట సంతోషము గూర్పనివారి వృత్తము అప్రస్తుతము పరిస్ఫురించుచున్నందున సమాసోక్తి

ఫలయోగము పొందియు విపక్షతం బొందుట విరోధము-వేఱు అర్థముచే అది ఆభాసించుటచేత విరోధాభాసము-ఫలయోగము విపక్షత అధోముఖము వీని యందు శ్లేషయు శుచేవ-అను సంభావనచే ఉత్ప్రేక్షయు.

అథవా

శ్లో. విగుణీకృతకార్ముకో ఒపి జేతుం
భువి జేతవ్య మసౌ సమర్థ ఏవ
స్వపతో ఒపి మ మేవ యస్య తన్త్రే
గురవో జాగ్రతి కార్యజాగరూకాః. ౧౧

(చాణక్య ముపసృత్య) ఆర్య. చన్ద్రగుప్తః ప్రణమతి.

చాణక్యః — సమ్పన్నా స్తే సర్వాశిషః. త దభివాదయస్వ తత్రభవ న్త మమాత్యముఖ్యమ్.

అథవా = అట్లు గాదు. తృప్తి కూర్చనే కూర్చును.

శ్లో. ౧౧. విగు ణీతి.—విగుణీకృతకార్ముకః అపి=అల్లె లేనిదిగా చేయఁబడిన — ఎక్కు పెట్టఁబడని-విల్లు, మేలిమి లేనిదిగా చేయఁబడిన విల్లు - కలవాఁడయ్యు, భువి=లోకమున, జేతవ్యం = జయింపవలసిన దానిని, జేతుం = జయించుటకు, యస్య=ఎవనికి, ... మమ ఇవ=నాకుంబోలె, గురవః=గురువులు, తన్త్రే = పరిపాలనమందు, కార్య జాగరూకాః = పనులయందు మెలఁకువ-పరామరిక — గలవారుగా, జాగ్రతి = అవహితులుగా నున్నారో, అసౌ = అట్టి ఇతఁడు - ఒకఁడు - అనుట, సమర్థః ఏవ=శక్తుఁడే

గురువులు పరామరికతో పాలన తంత్రము నెల్ల విచారించుకొనుచుండ ఒకనికి విల్లెందులకు, దానికి త్రాడును మేలిమియును ఎందులకు,? అవివేకయే, ఈలోకాన ఏదేది జయింపఁదగినదో దాని నెల్ల జయించుటకు అతఁడు సమర్థుఁడెపో.

ఆర్యుఁడును ఆర్యుఁడును (ఇరువురును) కార్యజాగరూకులగుట జేతవ్య జయమునకు హేతువగుటచే కావ్యలింగము.

కార్ముకము విగుణీకృత మైనను తాను నిద్రపోవుచున్నను-...ఇట్లు కారణము లేకున్నను కార్యము - జేతవ్య జయ సామర్థ్యము చెప్పుటచే విభావనయు.

"విభావనా వినాపి స్యాత్
కారణం కార్యజన్మ చేత్."

చంద్రగుప్తః— అని పేరుంజెప్పి కొనుట గురువునకు గౌరవము, పూజ. సర్వాశిషః = అన్నికోరికలు, తే = నీకు సంపన్నాః = తీఱినవి - సమకూడినవి.

రాక్షసః—(స్వగతమ్) యోజితో ఽనేన సమ్బన్ధః.

చాణక్యః—(రాజాన ముపసృత్య) అయ మమాత్యరాక్షసః ప్రాప్తః. ప్రణ మైనమ్.

రాజా—(రాక్షస ముపసృత్య) ఆర్య, చన్ద్రగుప్తః ప్రణమతి.

రాక్షసః—(విలోక్య స్వగతమ్) అయే చన్ద్రగుప్తః! య ఏషః

శ్లో. బాల ఏవ హి లోకే ఽస్మిన్ సంభావిత మహోదయః
క్రమే ణారూఢవాన్ రాజ్యం యూథైశ్వర్యమివద్విపః. ౧౭

అమాత్యముఖ్యం = ప్రధానమంత్రిని – అట్లు పేర్కొనుటచే అతనిని ఆపదవికి ఎక్కించినట్లు. అనేన సమ్బన్ధః = వీనితో చుట్టఱికము, యోజితః = కూర్పఁబడినది.

శ్లో. ౧౭. బాల ఏ వేతి, – బాల ఏవహి = పసివాఁడయ్యునే, అస్మిన్ లోకే = ఈలోకమున, సంభావిత మహోదయః = (గుణముచేతను, ఆకృతివిశేషము చేతను) చక్కఁగా తలంపఁబడిన, కాఁగలఁడని యెంచఁబడిన గొప్ప ఉన్నతి అభ్యుదయము గలవాఁడు, క్రమేణ = కాలక్రమాన, ద్విపః=ఏనుఁగు (గున్న), యూథఐశ్వర్యం=మందకు దొరయగుటను, పరికానితనమునుం బోలె, రాజ్యం=రాజాపదవిని, ఆరూఢవాన్=ఎక్కిన (పొందిన) వాఁడాయెను.

రాక్షసుఁడు మౌర్యుని బాల్యమునుండి చక్కఁగా ఎఱింగిన నందులయింట చాల గౌరవగల ప్రధానమంత్రి కదా. కావున వాని బాల్యమును వినయాదియు శౌర్యవత్త్వాదియు నగు మేలిగుణములను ఎఱింగినవాఁడు, మహోదయముం బొందఁగలఁడని అనుకొనఁబడినవాఁడే-నడుమంత్రమున నంద పక్షపాతాతిశయమునను ప్రభుభక్తిచేతను కలిగినది యీమత్సరము. పగ – ఇట్టిదెల్ల. నేఁటికి వాఁడు ప్రతీక్షింపఁబడినట్లే రాజ్యమును పొందినాఁడు, మంచి గున్న క్రమముగా ఎదిగి గుంపున పరికానితనమును బొందినట్లు.

ద్విపః యూథైశ్వర్యం ఇవ–అని పోలికంజెప్పుటచే ఉపమ.

(ప్రకాశమ్) రాజన్, విజయస్వ.

రాజా—ఆర్య,

శ్లో. జగతః, కిం న విజితం మ యేతి ప్రవిచిన్త్యతామ్
గురౌ షాడ్గుణ్యచిన్తాయా మార్యే చార్యే చ జాగ్రతి. ౧౩

రాక్షసః — (స్వగతమ్) స్పృశతి మాం భృత్య భా వేన కౌటిల్యశిష్యః. అథవా వినయ ఏ వైష చన్ద్రగుప్తస్య, మత్సరస్తు మే విపరీతం కల్పయతి. సర్వథా స్థానే యశస్వీ చాణక్యః. కుతః,

---

రాజన్—రాజా, విజయస్వ=విజయివి కమ్మ అని దీవెనను పలికినాఁడు. మఱి యిపుడు వాఁడు మ్రొక్కఁగా ఊరక యుండనగునా? ఎవరు మ్రొక్కినను, శత్రువు మ్రొక్కినను, ఆశీర్వదింపక తప్పదు. ఇఁక చంద్రగుప్తుఁడా.

శ్లో. ౧౩ జగతి ఇతి — షాడ్గుణ్యచిన్తాయాం = నారాజ్యపు టాఱంగముల విచారణలో, గురౌ ఆర్యే=నాగురువైన ఆర్యుఁడును (—చాణక్యుఁడును), ఆర్యేచ=నాయనకు సాటియైన ఆర్యుఁడవు నీవును, జాగ్రతి=పరామరిక కలిగి యుండఁగా, జగతః = (జగతి అనుట) జగమునందు, మయా=నాచేత, కిం న విజితం = ఏది లెస్సగా జయింపఁబడలేదు - ఇతి = అని, ప్రవిచిన్త్యతాం = తలంపఁబడునుగాక—అన్నియు జయింపఁబడినట్లే అగును

మీ రిరువురును శుక్రబృహస్పతులనుమించినవారు, యుగంధరయౌగంధరాయణులను మించినవారు నారాజ్యతంత్రము నెల్ల విచారించుకొనువారై తిరే; ఇఁక నాకేమి తక్కువ? ఏది నాది కాదు?

ఇందు అలంకారము రూపకము — ఆర్యుని గురువుగా రూపించుటచేత. ఒక ఆర్యుఁడు రాక్షసుఁడు—అప్పుడే అతఁడు తనకు మంత్రియైనట్లే ఉపచారము. తన్ను అతనికి సమర్పించుకున్నాఁడు—అనుట—ఉత్తమ సామ్యః ప్రయోగము.

'...చిన్తాయాం గురౌ ఆర్యే జాగ్రతి అని రాక్షసునిగురువని నిర్దేశించుటచే, కౌటిల్యశిష్యః = చంద్రగుప్తుఁడు, భృత్యభావేన = సేవకుడైనట్లుగా — గౌరవాతిశయముచేతను నాకు సేవకుంగా మనసునకుతగులునట్లుగా, ఆచరించుచున్నాఁడు. కౌటిల్యశిష్యః - ఇట్టి నయ మెల్ల కౌటిల్యశిక్ష యనుట. అథవా = అట్లుగాదు, ఇది తెచ్చుకోలు గాదు. వినయ ఏవ ఏషః చన్ద్రగుప్తస్య = ఇది (నిజముగా)

శ్లో. ద్రవ్యం జిగీషు మధిగమ్య జడాత్మనో ఽపి
వేతు ర్యశస్విని పదే నియతం ప్రతిష్ఠా
అద్రవ్య మేత్య భువి శుద్ధనయో ఽపి మన్త్రీ
శీర్ణాశ్రయః పతతి కూలజవృక్షవృత్త్యా. ౧౪

చంద్రుని వినయమే, [తెచ్చుకోలును ఇపుడు నేర్చుకొన్నదియుం గాదు ఆబాల్యముగా వాఁడు వినీతుఁడే, విశేషముగా నాయెడ. తరువాతి కథలచేతం గలిగిన, నందపక్షపాతమునను చాణక్యద్వేషమునను బన] మేమత్సరస్తు=నామత్సరమన్ననో, విపరీతం=దానికి ఎదిరిని అనఁగా అవినయమును కల్పయతి-లేని దానినే-కల్పించుచున్నది సర్వథా స్థానే - . . = చాణక్యుఁడు ఎటు చూచినను. యశస్వీ (=యశముకలవాఁడగుట) న్యాయమే. కుతః = ఏలన.

శ్లో. ౧౪ ద్రవ్య మితి — జిగీషుం = జయశీలమైన, ద్రవ్యం=పాత్రమును, అధిగమ్య=పొంది, జడాత్మనః అపి నేతుః=మందబుద్ధియైన నేతకు—రాచకార్యములు నడుపువానికి-మంత్రికి అనుట. సయితము. యశస్విని పదే = యశము గలవాని స్థానమున, ప్రతిష్ఠా = లెస్సగా నెలకొనుట, నియతం = తప్పనిది. భువి = లోకాన, అద్రవ్యం = అపాత్రమును, ఏత్య=పొంది, శుద్ధ యః అపి=పొరపాటు ఇంచుకయు లేని నీతి గలవాఁ డయ్యును, మన్త్రీ = సచివుఁడు, కూలజ వృక్ష వృత్త్యా=(ఏటి) గట్టున పుట్టిన చెట్టు నడువడిం బోని నడువడితో - శీర్ణ ఆశ్రయః = ప్రిదిలినపాదు (ఉండుచోటు) క్రుంగిపోయిన రాజు—అనట-కలవాఁడై పతతి=కూలును

జయించు కోరిక గల పాత్రమైనవానిని (రాజుగా)పొంది, చేతగాని యసమర్థుఁడగు మంత్రియు తప్పక యెంతేని యశముఁగాంచును అట్లుగాక మంత్రి తా నెంత సమర్థుఁడైనను తన రాజు అపాత్ర మగునేని, ఆయాశ్రయము కూలుటతో తానును గూలును. ఏటియొడ్డుచెట్టు అక్కడనే మొలచినట్టిది - తాను ఏపెమట్టి వంటి చాల గట్టిదైనను, ఆయొడ్డు ఏటి వడికి గులగుల యగుటతో నెట్టన కూలిపోవునుగదా.

ఇందు అలంకారము అప్రస్తుతప్రశంస ఈయప్రస్తుతము మౌర్యచాణక్య యోగ మను ప్రకృతముతో అన్వయించు. కౌటిల్యార్థశాస్త్రము.

చాణక్యః — అమాత్యరాక్షస, ఇష్యతే చన్దనదాసస్య జీవితమ్?

రాక్షసః — భో విష్ణుగుప్త, కుతః సన్దేహః?

చాణక్యః — అమాత్య రాక్షస, అగృహీతశస్త్రేణ భవతానుగృహ్యతే వృషల ఇత్యతః సన్దేహః. తద్యది సత్య మేవ చన్దనదాసస్య జీవిత మిష్యతే, తతో గృహ్యతా మిదం శస్త్రమ్.

రాక్షసః — భో విష్ణుగుప్త, మా మైవమ్. అయోగ్యా వయ మస్య, విశేషత స్త్వయా గృహీతస్య గ్రహణే.

చాణక్యః — రాక్షస, యోగ్యో ఽహం న త్వం యోగ్య ఇతి కి మనేన. పశ్య

'క్రియా హి ద్రవ్యం వినయతి, న అద్రవ్యమ్.

ద్రవ్యం-పాత్రభూతం.

రఘు-III-29.

క్రియా హి వస్తూపహితా ప్రసీదతి'

ఇష్యతే = కోరఁబడుచున్నదా? కుతః సన్దేహః = అందులకు సందేహ మేమి? అగృహీత శస్త్రేణ ... ... మంత్రి యధికారపు చిహ్నమయిన కత్తిం గొనకయే – వృషలుఁడు 'విజయస్వ' ఇత్యాదిగా అనుగ్రహింపఁబడుచుండుటవలననే సందేహము – అంతే. సత్యం ఏవ = నిజముగానే, తతః = దాన, ఇదం శస్త్రం గృహ్యతాం = ఈ(మంత్రి)కత్తి (నాచేతిది) గ్రహింపఁబడునుగాక. అయోగ్యాః వయం అస్య–నేను దీనికి తగినవాఁడం గాను. విశేషతః–అందును విశేషముగా – ముఖ్యముగా, త్వయా, గృహీతస్య గ్రహణే = నీవు పట్టుకొన్న దానిం బట్టుకొనుటకు. యోగ్యః అహం –... ... ... = నేను యోగ్యుఁడను, నీవు కావు అని దీనిచేత నేమి? నీవును ఎంతేని అర్హుఁడవు – చూడు.—

శ్లో. అశ్వైః సార్ధ మజస్రదత్తకవికైః క్షామై రశూన్యాసనైః
స్నానాహారవిహారపానశయన స్వేచ్ఛాసుఖై ర్వర్జితాన్
మాహాత్మ్యాత్తవ పౌరుషస్య మతిమన్ దృప్తారిదర్పచ్ఛిదః
ప శ్యైతా న్పరికల్పనా వ్యతికరప్రోచ్ఛూనవంశాన్ గజాన్.

శ్లో. ౧౩ అశ్వై రితి, — మతిమన్ = ఓమహామతీ, దృప్తారి దర్పచ్ఛిదః = పొగరుకొన్న శత్రువుల పొగరును అడంచు, తవ = నీయొక్క పౌరుషస్య = పరాక్రమముయొక్క, మాహాత్మ్యాత్ =గొప్పతనమువలన, అజస్రదత్త కవీకైః = ఎప్పుడును (నోట) పెట్టఁబడిన కళ్లెములు గలవై, అశూన్యాసనైః=తీయని - దింపని - జీనులు గలవై, క్షామైః = చిక్కిపోయిన, అశ్వైః సార్ధం = గుఱ్ఱములతోడం గూడ — అనఁగా వానివలెనే — స్నా నాహార విహార పాన శయన స్వేచ్ఛా సుఖైః=స్నానము (ఏనుఁగునకు చాల అక్కఱయైనది) మేత, కట్టులేక తిరుగుట, త్రాఁగుట పరుండుట మొదలగు స్వేచ్ఛయైన (= తమ యిచ్ఛబడియైన) సుఖములచేత, వర్జితాన్ = విడువఁబడినవియు, పరికల్పనా వ్యతికర ప్రోచ్ఛూన వంశాన్ = పన్నాగపు-హౌదా మొదలగువాని యొక్క - సంబంధముచేత వాచిన వెన్నెముకలుగల, ఏతాన్ గజాన్ = ఈ యేనుగులను, పశ్య = చూడుము.

ఓమహామతీ, నీ పరాక్రమముం దలఁచుకొన్న ఎంత అదలుః నిరంతరము సన్నద్ధముగా పెట్టినందున ఈగుఱ్ఱాలు ఎట్లు చిక్కిపోయినవో, ఈయేనుఁగులు వెన్నెముకవాచియున్నవో చూడు ఒక నిమిషముకూడ ఇపుడు సంవత్సరముగా- వీనికి విశ్రాంతిలేదు.

ఇందు అలంకారము - ఉదాత్తము. వృషలుని యంతటిసేవను ఎన్నియో నెలలు ఇట్లు సర్వసన్నద్ధముగా ఉంచినావే నీదెబ్బ: - అని రాక్షసు పరాక్రమాది ఘనతను పొగడినందున.

ఉదాత్త మృద్ధే శ్చరితం
శ్లాఘ్యం చాన్యోపలక్షణమ్.

అథవా = అట్లు కాదు-కిం బహునా = ఎందులకు ఇన్ని మాటలు? ఒకటే మాట ఇది-భవతః శస్త్రగ్రహణం అ న్తరేణ=నీవు కత్తి పట్టినం దప్ప, చన్దనదాసస్య - ... ... చందనదాసునికి బ్రదుకుట లేదు.

అథవా కిం బహునా ? న ఖలు భవతః శస్త్రగ్రహణమన్తరేణ చన్దనదాసస్య జీవితమస్తి.

రాక్షసః—(స్వగతమ్)

శ్లో. నన్దస్నేహగుణాః స్పృశన్తి హృదయం,
భృత్యోస్మి తద్విద్విషాం,
యే సిక్తాః స్వయమేవ వృద్ధిమగమం
శ్ఛిన్నాస్త ఏవ ద్రుమాః.
శస్త్రం మిత్రశరీరరక్షణకృతే
వ్యాపారణీయం మయా
కార్యాణాం గతయో విధే రపి నయ
న్త్యాజ్ఞాకరత్వం చిరాత్. ౧౬

శ్లో. ౧౬. నన్దస్నే హేతి-నన్దస్నేహగుణాః=నందులయొక్క నాకైన స్నేహమును, వారి (గొప్ప)గుణములను-(చూ వి. ౨౦) హృదయం స్పృశన్తి=(నా) హృదయమును తాఁకుచున్నవి-గ్రుచ్చుచున్నవి, కళుక్కుమనిపించుచున్నవి, వారి కేమియు సాధింపఁజాలనైతినే అని, విలక్షతచే, (మఱి)తద్విద్విషాం=వారిశత్రువులకు, భృత్యః అస్మి=సేవకుఁడ నగుచున్నాను - తన గౌరవము అదెంత యైనను మంత్రిరాజునకు సేవకుఁడే కదా-యే = ఏవి, స్వయం ఏవ=సొంతముగా నాచేత, సిక్తాః=తడుపఁబడినవై పాదులకు నీరుపోయఁబడినవై, వృద్ధిం = పెరుఁగుటను, అగమన్=పొందినవో, తే ద్రుమా ఏవ = ఆ చెట్లే, ఛిన్నాః = తెగఁగొట్టఁబడినవి; శస్త్రం = (మంత్రి) కత్తి, మిత్ర శరీర రక్షణకృతే = మిత్రుని దేహముం గాచుటకోసము, మయా = నాచేత, వ్యాపారణీయం = ఉపయోగింపఁ బడవలసి యున్నది. కార్యాణాం గతయః = పనుల మార్గములు, చిరాత్ = చాలకాలమునకు విధేః అపి=విధికి (బ్రహ్మకు) సయితము, ఆజ్ఞాకరత్వం = నౌకరు అగుటను, నయన్తి = పొందించును — బ్రహ్మను సయితము అజ్ఞాకరునిగా — నౌకరుగా — చేయును అనుట.

బ్రహ్మదేవుఁడైనను సరే, కార్యగతులచేత ఒకనాఁటికి, చాల కాలమునకే అయినను, నౌకరు అగునుపో, అట్లున్నది నేను చంద్రగుప్తునికి భృత్యుఁడనై శస్త్రము దాల్చుట.

(ప్రకాశమ్) విష్ణుగుప్త, నమః సర్వ కార్య ప్రతిపత్తి హేతవే సుహృత్స్నేహాయ. కా గతిః ? ఏష ప్రహ్వో ఽస్మి.

చాణక్యః—(సహర్షమ్) వృషల వృషల, అమాత్య రాక్షసే నేదానీ మనుగృహీతో ఽసి. దిష్ట్యా వర్ధతే భవాన్!

రాజా—ఆర్యప్రసాద ఏష, చన్ద్రగుప్తే నానుభూయతే.

(ప్రవిశ్య)

పురుషః—జేదు అజ్జో. ఏసో క్ఖు భద్దభట భాఉరాఅణ ప్పముహేహిం సంజమిదకరచలణో మలఅకేదూ పడిహారభూమిం ఉవట్టిదో. ఏదం సుణిఅ అజ్జో ప్పమాణమ్. [జయ త్వార్యః. ఏష ఖలు భద్రభట భాగురాయణ ప్రముఖైః సంయమితకరచరణో మలయకేతుః ప్రతిహారభూమి ముపస్థితః. ఇదం శ్రుత్వా ఆర్యః ప్రమాణమ్.]

చాణక్యః — భద్ర, నివేద్యతా మమాత్యరాక్షసాయ, సో ఽయ మిదానీం జానీతే

సర్వకార్య ప్రతిపత్తి హేతవే - చేయఁదగిన - చేయవలయు నన్నింటి ఎఱుకకును ఇది మార్గమని అంగీకరించుటకును కారణమైన మిత్రస్నేహమునకు నమః=నమస్కారము; కా గతిః=ఏమిటి గతి ఏమి? ఏషః ప్రహ్వః అస్మి= ఇదె వంగి(లొంగి) నాఁడను. దిష్ట్యా వర్ధతే భవాన్=నీ యదృష్టము గొప్పది, సంతోషము, ఆర్యప్రసాదః ఏషః=ఇదెల్ల ఆర్యుని యనుగ్రహము. సంయమిత కరచరణః = కట్టివేయఁబడిన కాలుచేతులు గలవాఁడు. ప్రతిహారభూమిం = ద్వారదేశమును, ఆర్యః ప్రమాణం=ఆర్యుఁడు ప్రమాణము-ఏమి చేయఁదగునో తీర్మానింపఁ గర్త.

రాక్షసః — (స్వగతమ్) దాసీకృత్య మా మిదానీం విజ్ఞాపనాయాం ముఖరీకరోతి కౌటిల్యః. కా గతిః? (ప్రకాశమ్) రాజన్ చన్ద్రగుప్త, విదిత మేవ తే యథా వయం మలయకేతౌ కఞ్చిత్కాల ముషితాః, తత్పరిరక్ష్యతా మస్య ప్రాణాః

(రాజా చాణక్యముఖ మవలోకయతి)

చాణక్యః—ప్రతిమానయితవ్యో ఽమాత్యరాక్షసస్య ప్రథమః ప్రణయః. (పురుషం ప్రతి) భద్ర, అస్మద్వచనా దుచ్యన్తాం భద్రభట ప్రముఖాః. యథా 'అమాత్యరాక్షసేన విజ్ఞాపితో దేవ శ్చన్ద్రగుప్తః ప్రయచ్ఛతి మలయకేతవే పిత్ర్య మేవ విషయమ్. అతో గచ్ఛన్తు భవన్తః సహానేన. ప్రతిష్ఠితే చాస్మిన్ పునరాగన్తవ్యమ్.' ఇతి

పురుషః—జం అజ్జో ఆణవేది త్తి. [య దార్య ఆజ్ఞాపయతి]
(పరిక్రామతి)

చాణక్యః — భద్ర, తిష్ఠ తిష్ఠ. అపరం చ. వక్తవ్యో దుర్గపాలః 'అమాత్యరాక్షసలాభేన సుప్రీత శ్చన్ద్రగుప్తః సమాజ్ఞాపయతి – 'య ఏష శ్రేష్ఠీ చన్దనదాసః, స పృథివ్యాం సర్వనగర

విజ్ఞాపనాయాం=(నాకు ఇది కావలయును నను) విన్నపము నందు-రాజన్ చన్ద్రగుప్త=రాజా, చంద్రగుప్తా, మలయకేతౌ = మలయకేతుకడ. ఉషితాః= వసించితిమి (ని). తత్ పరిరక్ష్యతాం అస్య ప్రాణాః=కావున వీని ప్రాణము కాపాడఁబడునుగాక-ప్రథమః ప్రణయః=తొలి కోరిక-ప్రతిమానయితవ్యః= గౌరవింపఁ బడవలసినది. చాణక్య ముఖం-... అతనిని అడుగుటకు మొగము చూచుట. అమాత్యరాక్షసేన విజ్ఞాపితః=రాక్షసమంత్రిచేత విన్నవింపఁబడినవాఁడై

అమాత్య రాక్షస లాభేన = రాక్షసమంత్రి దొరకుటచేత, సుప్రీతః = మిక్కిలిసంతోషించినవాఁడై, విషయం=రాజ్యమును. ప్రతిష్ఠితే చ అస్మిన్=వాఁడు నెలకొల్పఁబడిన యనంతరము. పృథివ్యాం=భూమిలో, లోకములో, సర్వ నగర

శ్రేష్ఠి పద మారోప్యతా' మితి. అపిచ. వినా వాహన హస్తిభ్యః క్రియతాం సర్వమోక్షః ఇతి. అథవా అమాత్యే నేతరి కి మస్మాకం ప్రయోజన మిదానీమ్.

శ్లో. వినా వాహనహస్తిభ్యో ముచ్యతాం సర్వబన్ధనమ్
పూర్ణ ప్రతిజ్ఞేన మయా కేవలం బధ్యతే శిఖా. ౧౭

పురుషః—జం అజ్జో ఆణవేదిత్తి [యదార్య ఆజ్ఞాపయతి]
(నిష్క్రాన్తః)

చాణక్యః—భో రాజన్ చన్ద్రగుప్త, కింతే భూయః ప్రియ ముపకరోమి ?

రాజా—కి మతః పర మపి ప్రియ మస్తి ?

శ్రేష్ఠి పదం = ఎల్ల నగరముల పెద్దసెట్టి అధికారము, వినా వాహనహస్తిభ్యః= గుఱ్ఱములు ఏనుఁగులు తప్ప—అథవా=కాదు, అట్లుకాదు, నేతరి=మంత్రి, (తంత్రము)నడపువాఁడు కాఁగా, కిం అస్మాకం ప్రయోజనం=ఇఁక నాదేమున్నది?

శ్లో. ౧౭. వినేతి-వాహనహస్తిభ్యః వినా - గుఱ్ఱములు ఏనుఁగులు తప్ప, సర్వబన్ధనమ్ = ఎల్లవారి కట్టును, నిర్బంధమును, సంకెలను, ముచ్యతాం = విడువఁ (వదలఁ) బడునుగాక — పూర్ణ (పా తీర్ణ) ప్రతిజ్ఞేన = ప్రతిజ్ఞను పూరించుకొన్న, జరుపుకొన్న, తీర్చుకొన్న, మయా=నాచేత, కేవలం శిఖా = నాజుట్టు – సిగ – మాత్రము, బధ్యతే=ముడివైవఁబడును.

నేను ఇఁక నా తల ముడి విప్పను, అది యట్లే ముడిచియే యుండును. నా ప్రతిజ్ఞ తీఱిపోయినది కదా ఇఁకను రాక్షస మహామాత్య లాభ సంతోష మున, రాజ్యానికి అంతటికి పెనుబండుగుగా ఎల్ల ఖైదీలను విడిచి, జైళ్ళను తెఱచి పుత్తురు గాక. రాజార్హముగా తిరుగాడుటకు గుఱ్ఱాలు ఏనుఁగులువలయునుగదా.

అట్టిది పట్టాభిషేకాది మహోత్సవముల వేడుక. భూయః ప్రియః=ఇంకను ప్రియము. (అమాత్య రాక్షస ఉచ్యతాం = రాక్షసామాత్యుఁడా, చెప్పవయ్యా-అని పా.) ఇది మాని చంద్రగుప్తునిమాత్రమే అగుటయు, వాఁడు ౧౮, ౧౯-శ్లోకములను - అనఁగా భరతవాక్యమును పలుకుటయు సరియగును.

శ్లో. రాక్షసేన సమం మైత్రీ, రాజ్యే చారోపితా వయమ్.

నన్దా శ్చోన్మూలితాః సర్వే, కింకర్తవ్య మతః ప్రియమ్?౧౮

తథా పీద మస్తు.

(భరతవాక్యమ్)

శ్లో. వారాహీ మాత్మయోనే స్తను మవనవిధా
వాస్థిత స్యానురూపాం
యస్య ప్రాగ్దన్తకోటిం ప్రలయపరిగతా
శిశ్రియే భూతధాత్రీ
మ్లేచ్ఛై రుద్విజ్యమానా భుజయుగమధునా
సంశ్రితా రాజమూర్తేః

---

౧౮. రాక్షసేనేతి. - రాక్షసేన సమం మైత్రీ = రాక్షసునితోడ మైత్రి- (కలిగినది కదా అనుట), రాజ్యేచ = రాజ్యమునంచు, వయం = నేను, ఆరోపితాః = ప్రతిష్ఠింపఁబడితిని - సర్వే నన్దాః చ = అందఱు నందులు-శల్యములవలె నున్నవారు - ఉన్మూలితాః = దుంపనాశనము చేయఁబడిరి. అతః ప్రియం = ఇంతకన్న ప్రియము, కిం = ఏమి యుండును ?

నాకు రాజ్యమును, దాని స్థైర్యమునకు వలయు రాక్షసమైత్రియు, చేకూర్చితివి ఇఁక ఇంతకు పైన ఏమి ప్రియము?

తథాపి ఇదం అస్తు భరతవాక్యం = అయినను ఇది భరతవాక్య మగును గాక—నేను నటుఁడనుగా నటబృందముపక్షమునం జెప్పు ఆశంస—కోరిక.

శ్లో. ౧౯. — వారాహీ మితి. — భూతధాత్రీ = (ఎల్లప్రాణులను మోచున దైన) భూదేవి, ప్రాక్ = మును పు, ప్రలయ పరిగతా = మహాప్రలయముచే — పైకొనఁబడినదై, అవనవిధౌ = రక్షణకార్యమందు, అనురూపాం=తగిన, తనుం- దేహమును, ఆస్థితస్య = తాల్చినవాఁడైన, ఆత్మయోనేః=స్వయంభువు అయిన, యస్య = ఏ నారాయణునియొక్క, దన్తకోటిం = కోఱకొనను, శిశ్రియే = ఆశ్రయించెనో, అధునా = ఇప్పుడును, మ్లేచ్ఛైః = మ్లేచ్ఛులచేత, ఉద్విజ్యమానా = భయపెట్టఁబడుచున్నదై, రాజమూర్తేః = రాజుమూర్తిదాల్చిన, యస్య = ఎవని,

స శ్రీమద్బన్ధుభృత్య శ్చిర మవతు మహీం
పార్థివ శ్చన్ద్రగుప్తః.

ఇతి నిష్క్రాన్తాః సర్వే

ఇతి నిర్వహణోనామ సప్తమాఙ్కః

ఇతి విశాఖదత్త విరచితం

ముద్రారాక్షసం నాటకం

సమాప్తమ్

భుజయుగం = బాహుద్వయమును, సంశ్రితా = ఆశ్రయించినదో, సః పార్థివః చన్ద్రగుప్తః = ఆచంద్రగుప్తమహారాజు, శ్రీమద్బన్ధుభృత్యః = సంపదతో కూడుకొన్న బంధువులను నౌకరులను కలవాఁడై, మహీం = భూమిని, చిరం = దీర్ఘకాలము, అవతు = పాలించునుగాక.

మునుపు కల్పాదియందు భూదేవి ప్రలయముచే పైకొనఁబడి, మునిఁగి పోయినది. అపుడు నారాయణుఁడు వరాహావతార మెత్తి, అప్పటి భూదేవిస్థితికి తగినట్లుగా, తన కోఱతో ఆమెను లేపి, దానిపై నెలకొల్పి కాచెను. ఇపుడును, మ్లేచ్ఛులచే భయపెట్టఁబడినదై, రాజును విష్ణ్వంశమే కావున, రాజరూపమ్ము దాల్చిన చంద్రగుప్తమహారాజుబాహుయుగమును ఆశ్రయించి రక్షణముం బొంది నది. అట్లు రక్షించినవాఁడైన యా చంద్రగుప్తుఁడు ఈభూమిని చిరము—నూఱేండ్లు-పాలించుగాక. "నా విష్ణుః పృథివీ పతిః" కదా.

మంగళమ్

శ్లోక సూచి